प्लॅटोन

डॉ. संजय ढोले

मेहता पब्लिशिंग हाऊस

Please contact us at **Mehta Publishing House,** Pune 411030.
✆ +91 020-24476924 / 24460313 / Mob. No. 9545000513
Email : production@mehtapublishinghouse.com
Website : www.mehtapublishinghouse.com

PLANTON by Dr. SANJAY DHOLE

प्लँटोन / विज्ञान कादंबरी
author@mehtapublishinghouse.com

प्रकाशक : सुनील अनिल मेहता, मेहता पब्लिशिंग हाऊस,
१९४१, सदाशिव पेठ, माडीवाले कॉलनी, पुणे – ३०.

मुद्रक : ट्रिनिटी ॲकॅडमी फॉर कॉर्पोरेट ट्रेनिंग लिमिटेड,
नऱ्हे इंडस्ट्रिअल एरिया, झील कॉलेज रोड, नऱ्हे, पुणे – ४१.

मुखपृष्ठ : चंद्रमोहन कुलकर्णी

प्रथमावृत्ती : जानेवारी, २०२२

किंमत : ₹ ५९५

P Book ISBN 9789392482656
E Book ISBN 9789392482663
E Books available on : amazonkindle Apple Books Google Play Books

जिने घरातील सर्वच जबाबदाऱ्या सक्षमपणे स्वत:च्या खांद्यावर घेऊन सलग
सत्तावीस वर्षं साथसंगत दिली आणि शिक्षण,
विज्ञान व साहित्य विश्वात मुक्तपणे संचार करण्यास मोकळीक दिली,
त्यामुळे थोड्याफार प्रमाणात सर्वच क्षेत्रांत
मी महत्त्वाचं योगदान देऊ शकलो.
ती माझी सुविद्य पत्नी सौ. सिंधू ढोले हिला
माझी ही पहिलीवहिली
विज्ञान कादंबरी अर्पण.

'प्लँटोन'ची जन्मकथा

'प्लँटोन' ही माझी तशी पहिलीच विज्ञान कादंबरी. रूढार्थाने मी विज्ञानकथा लिहिल्या. वाचकांनी त्यांचं स्वागतही छान केलं. समीक्षकांनी दखल घेतली, ही माझ्या दृष्टीने महत्त्वाची आणि जमेची बाजू. पूर्वी कै. शंकर सारडा यांनी माझ्या 'प्रेमाचा रेणू' या विज्ञान कथासंग्रहाला प्रस्तावना लिहिताना... भविष्यात मी विज्ञान कादंबरी लिहावी, अशी अपेक्षा व्यक्त केली. शिवाय, प्रा. मिलिंद कसबे यांनी माझ्या विज्ञानकथा वाचल्याने कादंबरीचा आग्रह धरला. मी त्यांना 'प्लँटोन'ची पार्श्वभूमी व विज्ञान सांगितले. ते प्रभावित झाले आणि ही विज्ञान कादंबरी लवकर वाचकांपुढे यावी, अशी इच्छा त्यांनी व्यक्त केली. याव्यतिरिक्त माझे मित्र, कवी व समीक्षक डॉ. मनोहर जाधव व लेखक सन्मित्र डॉ. संजीव गिरासे यांच्या सातत्याने केलेल्या पाठपुराव्यामुळे माझ्या मनामध्ये कादंबरीने मूळ धरले.

खरं तर 'प्लँटोन'चे मूळ हे २०-२२ वर्षांच्या कालावधी पूर्वीचे आहे. वनखात्यावर व त्यातील एकूणच राजकारण, समाजकारणावर आधारित 'साक्ष' नावाची दीर्घ कथा मी लिहिली. कादंबरीचा पट मोठा होता आणि ती सारखी मनात घोळतच होती. मग या कथेचाच मूळ गाभा मी कादंबरीसाठी शोधला नक्की केला. 'साक्ष'च्या कथानकातच विज्ञानाची गुंफण करून वैज्ञानिक संकल्पनांचा मी पाठपुरावा केला व त्या अंगाने कथानक फुलवले.

त्याच दरम्यान १९९८ ते २००० या काळात मी संशोधनानिमित्त जपानमध्ये गेलो. संशोधनाव्यतिरिक्त तिथे वाचन, चिंतन, मनन करायला पुरेसा वेळ मिळाला. 'साक्ष'चा धांडोळा मनात होताच. या वास्तव्यातच एका प्रसिद्ध इंग्रजी दैनिकातील एका बातमीनं माझं लक्ष वेधून घेतलं. जपानमधील एका नावाजलेल्या

कंपनीने वनस्पतींचं अंतरंग जाणून घेण्यासाठी एका 'इलेक्ट्रॉनिक गॅझेट'ची निर्मिती केली. त्यामुळे मानवाला घरातील आणि परिसरातील वनस्पतींचं भावविश्व व भावना जाणून घेता येणार होत्या. मी तो लेख वाचला व मनात एक आकृतिबंधच तयार झाला. विज्ञान कादंबरीचा 'विज्ञान गाभा' मला सापडला. मी त्याचं कात्रण काढलं आणि जपून ठेवलं. 'साक्ष' या कथेच्या कथानकात हे विज्ञान चपखल व तंतोतंत बसत होते. त्या अनुषंगाने मग दररोज लेखन करू लागलो. एक प्रकारचं झपाटलेपण व भारावलेपण जाणवत होतं.

चौदा-पंधरा प्रकरणे लिहिली. सातत्याने चिंतन करतच होतो. नवीन संशोधन पेपर मिळत असल्याने विज्ञानाचीही चौकट तयार होत होती. या क्षणापर्यंत कादंबरीचं नाव मनामध्ये 'साक्ष' हेच निश्चित होतं; पण पुढे मात्र माझं जपानमधील वास्तव्य समाप्त होण्याच्या मार्गावर होतं. त्यामुळे, संशोधन आणि कादंबरी लेखनाची कसरत होऊ लागली. कादंबरी लेखनात खंड पडू लागला. काही महत्त्वाचे प्रयोग असल्याने तेही संपवायचे होते. त्यामुळे कादंबरीच्या चिंतनात, लेखनात खंड पडतो की काय, अशी भीती वाटली; कारण कादंबरीतील वातावरण, पात्रे ही तुमच्या अवतीभवती असतात. खंड पडला तर ती दुरावायची शक्यता असते. म्हणून मी रात्री वेळ मिळेल तशी पुढील प्रकरणांची संक्षिप्त टिपणे काढली. प्रसंगी, प्रयोगशाळेत माझा प्रयोग चालू असताना देखील मी ही टिपणे काढली. जपानहून मी ऑगस्ट २०००दरम्यान जेव्हा भारतात परतलो, तेव्हा माझी जवळजवळ अर्धी कादंबरी लिहून झाली होती.

भारतात आल्यानंतर मात्र संशोधन, शैक्षणिक व प्रशासकीय जबाबदाऱ्यांमुळे लागलीच कादंबरीला हात घालता आला नाही; तरीही मनामध्ये कादंबरीचा ढाचा होताच. यांतच दोन-तीन वर्षं निघून गेली. मनातील कादंबरीचा पट पुसटसा झाला व २००५मध्ये पुन्हा मनाने उचल खाल्ली. कादंबरीचं सत्तर टक्के पुनर्लेखन केलं. पुढील तीस टक्के काम मात्र इतर कामांमुळे व संशोधनातील व्यस्ततेमुळे कमालीचं थंडावलं. इटली दौऱ्यामध्येही लेखनाचा प्रयत्न केला; पण संशोधन व प्रयोगांतील व्यस्ततेमुळे ते जमलं नाही. माझ्या विज्ञानकथांवर संशोधन करणारी विद्यार्थिनी ज्योत्सना खंडागळे व भिकचंद लांडे या विद्यार्थ्यांनी पुन्हा एकदा कादंबरीलेखनाकडे माझं लक्ष वेधलं. मी त्यांना 'साक्ष' बद्दल सांगितलं व अजून तीस टक्के काम बाकी आहे, हेसुद्धा सांगितलं. त्यांनी सत्तर टक्के लेखन झालेली कादंबरी मागून घेतली व वाचली. वाचल्यावर त्यांनी ही कादंबरी पूर्ण करण्याचा आग्रहच धरला.

दरम्यान, २०१८ हे वर्ष उजाडलं. कादंबरीच्या अपूर्णतेमुळे मनात अस्वस्थता होतीच. याच कालावधीत अतिकामामुळे व फिरस्तीमुळे मला विषाणूबाधा झाली व

सक्तीची विश्रांती घ्यावी लागली. मग नुसतंच पडून राहण्यापेक्षा माझ्या मनाने पुन्हा लेखनाचा ध्यास घेतला. 'साक्ष' कादंबरीच्या लेखनाकडे मी पुन्हा वळलो. पत्नी म्हणाली,''या वेळी तरी कांदबरी पूर्ण होईल का?'' कारण, ती या कादंबरीची जपानपासूनची साक्षीदार होती. मी फक्त हसलो व निश्चय केला. मला नवी ऊर्जा मिळाली आणि मी रात्रंदिवस झपाटल्यासारखा लिहीत राहिलो. कादंबरीचा व्याप प्रचंड होता. पत्नीने या वेळी मला खूप साथ दिली. त्यामुळे कादंबरी २०१९मध्ये पूर्ण झाली.

जेव्हा कादंबरी पूर्ण झाली तेव्हा 'साक्ष' हे शीर्षक बदलून 'प्लँटोन' असं तिचं नामकरण केलं; कारण त्यातील नायकाने विकसित केलेले 'प्लँटोन' हे उपकरणच खऱ्या अर्थाने नायक असल्याचं लक्षात आलं. मग त्याच नावावर शिक्कामोर्तब झालं.

सुजित लोळगे यानं सलग दोन-तीन आठवड्यांत कादंबरी मुद्रित करून दिली. या वेळी ठरवलं होतं, की कुणालाही स्क्रिप्ट आधी वाचायला द्यायचं नाही; अगदी पत्नीलाही; पण तीन अभ्यासकांना मात्र मी हे स्क्रिप्ट प्रकाशकांकडे सोपविण्याआधी आवर्जून वाचावयास दिलं. त्यांचे अभिप्राय मागितले. प्रथम ज्योत्स्ना खंडागळे व भिकचंद लांडे या दोघांनी ते वाचून वाङ्मयीन दृष्टिकोनातून चर्चा केली आणि ही कादंबरी शक्य तितक्या लवकर प्रकाशित व्हावी, अशी इच्छा व्यक्त केली. त्याच वेळी मी हे स्क्रिप्ट माझे मित्र डॉ. अनिल दुसाने यांना वाचण्यास दिले. डॉ. दुसाने वनस्पतिशास्त्राशी निगडित असल्याने, शास्त्रीय दृष्टिकोनातून कादंबरी शक्य तितकी अचूक व्हावी, म्हणून त्यांच्याकडून मोलाच्या सूचना मिळाल्या. कादंबरी खूपच भावल्याचं त्यांनी सांगितलं.

या तिघांचे अभिप्राय येताच मी मेहता पब्लिशिंग हाऊसचे सर्वेसर्वा श्री. सुनील मेहता यांना भेटलो. कादंबरी त्यांच्याकडे सुपूर्त केली व म्हणालो, ''सर, माझ्या लग्नाच्या २५व्या वाढदिवशी, म्हणजेच १० डिसेंबरला ही कादंबरी प्रकाशित झाली, तर सोन्याहून पिवळं आणि दुग्ध-शर्करा योग होईल. पत्नीलाही त्यानिमित्ताने आभूषणे नाही; पण विद्याविभूषण देण्याचं भाग्य मला लाभेल.'' हा हेतू सांगताच, सुनील मेहतांनी कॅलेंडर पाहिलं व निश्चित प्रयत्न करण्याचं आश्वासन दिलं. स्क्रिप्ट राजश्री देशमुख यांच्याकडे सोपवताना ते म्हणाले, ''या कादंबरीवर आत्तापासूनच कामाला सुरुवात करा.'' असा कादंबरी प्रकाशनाचा प्रवास सुरू झाला. मेहतांकडून प्रयत्न होत होते; पण कादंबरीचा व्याप पाहता, विविध टप्प्यांमधून जाताना वेळ जाऊ लागला; कारण मेहता दर्जेदारपणाविषयी आग्रही आहेत. मग मीच म्हणालो, की वेळ लागला तरी चालेल; पण कादंबरी खणखणीत यायला हवी. मार्च २०२० पर्यंत कादंबरी प्रकाशित होणं अपेक्षित होतं; पण कोरोना महामारीमुळे अवघं जग

लॉकडाउनच्या खाईत लोटलं...प्रकाशन व्यवसायही ठप्प झाला. सगळंच बंद झालं आणि 'प्लँटोन' चं कामही थांबलं; पण नंतर पुन्हा नव्या जोमाने व पूर्ण क्षमतेने 'प्लँटोन'चं काम सुरू झालं आणि आज कादंबरी तुमच्यासमोर आहे.

‘प्लँटोन’च्या निमित्ताने...

‘प्लँटोन’ ही माझी पहिली विज्ञान कादंबरी आपणासमोर सादर करताना विशेष आनंद होतो आहे. एकूणच, या कादंबरीच्या निमित्ताने विज्ञान कादंबरी, तिचा आवाका व प्रवास याचा धांडोळा घ्यावा, असं वाटलं.

विज्ञान कादंबरीची वाटचाल

विज्ञानकथा किंवा कादंबरीचा उगम कुठेतरी प्राचीन काळात आढळतो. जेव्हा दंतकथा व वस्तुस्थिती यांच्यातील परिसीमा खूपच अंधूक होत्या, तेव्हा त्या वेळच्या अशा वातावरणातही खऱ्या अर्थाने विज्ञान कादंबरीची पाऊले उमटताना दिसतात. दुसऱ्या शतकात सॅटिरिस्ट ल्सुसिअन यांनी वस्तुस्थितीवर व एकूणच निसर्गात घडत असणाऱ्या घटनांवर काही गोष्टी लिहिल्या आणि त्या खऱ्या अर्थाने आधुनिक विज्ञानाचं रूप व गुणधर्म घेऊन आल्या होत्या. यात महत्त्वाचे म्हणजे ‘दुसऱ्या विश्वात प्रवास’, ‘परग्रहावरील जीवसृष्टी’, ‘आंतरग्रहीय युद्ध’, ‘कृत्रिम जीवन’ असे विषय हाताळले गेले होते. पुढे दहाव्या शतकात ‘अरेबियन नाइट्स’च्या माध्यमातून ही दारे खुली झाली आणि तेराव्या शतकात विज्ञानकथा, कादंबरीची ठळक पाऊले उमटायला सुरुवात झाली होती.

आंतरराष्ट्रीय

मधल्या काही शतकांत व काळात फारशी प्रगती झाली नाही; कारण विज्ञानाचा प्रवासच धिम्या गतीने होत होता. पुढे मात्र वैज्ञानिक क्रांती आणि ज्ञानाचा प्रसार जोमाने सुरू झाला. अशा या काळात मात्र काही लेखक विज्ञानावर आधारित कादंबऱ्या/कथा लिहू लागले होते. यात प्रामुख्याने १६२६मध्ये फ्रान्सिस बॅकॉन

यांची ‘न्यू ॲटलॅन्टिस’, १६३४मध्ये जोहान्स केप्लर यांची ‘सॉमनिअम’, १६५६मध्ये ॲथानासिअस किर्चर यांची ‘इटिनेरॅरिअम एक्सटॅटिकम’, १६५७ मध्ये सायरॅनो यांची ‘कॉमिकल हिस्टरी ऑफ दि स्टेटस ॲण्ड एम्पायर ऑफ दी मून’, १६६२मध्ये त्यांचीच ‘दि स्टेटस ॲण्ड एम्पायर ऑफ दि सन’, १६६६मध्ये मार्गारिट कॅव्हेंडिश यांची ‘दि ब्लेझिंग वर्ल्ड’, १७२६मध्ये जोनाथन स्विफ्ट यांची ‘गुलिव्हर्स ट्रॅव्हल्स’, १७४१मध्ये लुडविग हॉलबर्ग यांची ‘निकोलाय क्लीमी इटर सबटॅरॅनिअम’ आणि १७५२मध्ये व्होल्टेअर यांची ‘मायक्रोमेगास’ या सर्व लेखकांच्या खऱ्या अर्थाने विज्ञान व विलक्षण कल्पनेच्या अश्वावर आरूढ झालेल्या या कादंबऱ्या होत्या. तसं पाहिलं तर आयझॅक ॲसिमॉव्ह आणि कार्ल सागन यांनी जोहान्स केप्लर यांनी लिहिलेल्या ‘सॉमनिअम’ या कादंबरीला विज्ञान कादंबरी म्हणून मान्यता दिली. यामध्ये चंद्रावरील प्रवास आणि तिथून पृथ्वीचे परिभ्रमण कसे दिसते, हे विशद केले होते.

एकोणिसाव्या शतकात मात्र विज्ञान कादंबरीला वाङ्मयीन दर्जा प्राप्त होऊन साहित्यातील महत्त्वाचा प्रकार म्हणून ती विकसित झाली आणि पुढे आली. त्या शतकाच्या प्रारंभी म्हणजे १८१८मध्ये मेरी शेली यांची ‘फ्रॅंकेस्टाईन’ ही कादंबरी आली आणि विज्ञान कादंबरीचं ते मूळ समजलं जातं. विज्ञान कादंबरीचा इतिहास हा ‘फ्रॅंकेस्टाईन’ शिवाय पूर्णच होऊ शकत नाही. पुढे १८२६मध्ये शेली यांच्याच ‘दि लास्ट मॅन’ या कादंबरीमुळे विज्ञान कादंबरी हा प्रकार खऱ्या अर्थानं रुजायला सुरुवात झाली. ब्रायन अलडिस या सुप्रसिद्ध लेखकानं ‘फ्रॅंकेस्टाईन’ ही कादंबरी मूळ विज्ञानाचा प्रवाह व कार्य दर्शविणारी असल्याचं सांगितलं. १८३५मध्ये आलेल्या एडगर ॲलन पो यांच्या ‘अनपॅरलल्ड ॲडव्हेन्चर ऑफ वन हंस पीफॉल’ (जी चंद्रावरील प्रवासाचं वर्णन करते) हा प्रवाह समृद्ध करण्याचा प्रयत्न केल्याचे दिसते.

तसे पाहिले तर एकोणिसाव्या शतकाच्या उत्तरार्धात म्हणजेच १८७०च्या दशकात ज्युल्स व्हर्न या लेखकाने ‘ट्वेंटी थाउजंड लीग्ज अंडर दी सीज’ या कादंबरीत विज्ञानातील बारीकसारीक व अचूक अशा वैज्ञानिक संकल्पनांचा समावेश केला. म्हणून ही कादंबरी खऱ्या अर्थानं विज्ञान कादंबरी ठरली आणि पुढे १८८७ मध्ये स्पॅनिश लेखक एनरिक रिम्बाऊ यांनी प्रथमच विज्ञान कादंबरीमध्ये टाइम मशीनची संकल्पना उद्‌धृत केली. बऱ्याच समीक्षकांचं असंही म्हणणं आहे की एच. जी. वेल्स हेच विज्ञानकथा-कादंबऱ्यांचे महत्त्वाचे उद्‌गाते आहेत. त्यांचं महत्त्वाचं योगदान म्हणजे १८९५मध्ये लिहिलेली ‘दि टाइम मशीन’, ‘दि आइलन्ड ऑफ डॉक्टर मोरआऊ’ (१८९६), ‘दि इनव्हिझिबल मॅन’ (१८९७) आणि ‘दि वॉर ऑफ दि वर्ल्ड्स’ (१८९८) या लागोपाठ आलेल्या विज्ञान कादंबऱ्या. त्यांच्या विज्ञान कादंबऱ्यांमध्ये मुख्यत्वे परग्रहावरील जीवसृष्टी, त्यांचे आक्रमण, जैविक अभियांत्रिकी,

अदृश्यता आणि काळप्रवासासारखे विषय हाताळले गेले. त्यांच्याकडे द्रष्टेपण आणि कल्पनाशक्ती असल्याने त्यांनी विमाने, यान, लष्कर, अणुअस्त्र, दूरदर्शन, उपग्रह, अंतराळप्रवास अशा विषयांचा समावेश केला आहे.

विज्ञान कादंबरीची सलग मालिका 'अ प्रिन्सेस ऑफ मार्स' या नावाने १९१२मध्ये एडगर राइस बुरो यांनी प्रकाशित केली आणि ही खऱ्या अर्थाने आंतरग्रहीय(interplanatory) दर्शविणारी अद्‌भुतरम्य व कल्पित अशी मालिका होती. मंगळ ग्रहाची पार्श्वभूमी या मालिकेला लाभली होती. पुढे १९२६मध्ये ह्युगो जर्न्सबॅक या लेखकाने विज्ञानकथा/कादंबरीला वाहिलेले 'ॲमेझिंग स्टोरीज' नावाचे नियतकालिक सुरू केले आणि त्यात नामवंत लेखकांनी लेखन केले. १९२८मध्ये ई. ई. स्मिथ यांची 'दि स्कायलार्क ऑफ स्पेस', फिलिप फ्रान्सिस नाउलन यांची 'आर्मागेडॉन २४१९ ए.डी.' अशा विज्ञान साहित्याची 'ॲमेझिंग स्टोरीज' मध्ये दखल घेण्यात आली. १९३७मध्ये जॉन कॅम्पबेल हे 'ॲस्टॉउनडिंग' सायन्स फिक्शनचे संपादक झाले आणि इथूनच खऱ्या अर्थाने विज्ञानकथा/कादंबरीचे सुवर्णयुग सुरू झाले, असे म्हणायला हरकत नाही.

तद्‌नंतर १९४२मध्ये मात्र आयझॅक ॲसिमॉव्ह या सुप्रसिद्ध लेखकाने मालिका सुरू केली आणि त्यात विज्ञानाचे विविध विषय विशद केले. त्या काळी ही मालिका 'ह्युगो पुरस्कारा'ने सन्मानित करण्यात आली. हा सुवर्णकाळ १९४६मध्ये संपुष्टात आल्याचं मानलं जातं. आयझॅक ॲसिमॉव्ह यांच्या काळाच्या आधी व दरम्यान, काही ठळक लेखक पुढे आले आणि त्यांनी मोठे योगदान दिले. त्यात प्रामुख्याने रॉबर्ट हेनलेइन, आर्थर सी. क्लार्क, फिलिप डिक, फ्रॅंक हर्बट, एच. जी. वेल्स, ज्युल्स व्हर्न, रे ब्रॅडबरी, ॲन मॅकफॅकरी, लॅरी निवेन आणि फ्रेडरिक पोहल या लेखकांचा महत्त्वाचा वाटा आहे. या काळात या लेखकांनी विज्ञान कादंबरीला एक ठरावीक उंची प्राप्त करून दिली.

पुढील दशकांत वेगवेगळे लेखक पुढे आले आणि त्यांनी विज्ञान कादंबरी लेखनात विषयांचे वैविध्य आणून लेखन केले. त्यात प्रामुख्याने थेओडोर स्टर्जन यांनी 'मोर दॅन ह्यूमन ' (१९५३) ही विज्ञान कादंबरी लिहून मानवाच्या भविष्यकालीन उत्क्रांतीची कल्पना मांडली. १९५७ मध्ये रशियन लेखक इव्हान एफ्रेमॉव्ह यांनी त्यांच्या 'ॲन्ड्रोमेडा : अ स्पेस-एज टेल' मध्ये भविष्यकालीन आंतरतारकीय (intergalaxy) सामाजिक संस्कृतीबद्दल लिहिले आणि ही रशियातील महत्त्वाची एकमेव कादंबरी मानली जाते. पुढे लष्कर आणि विज्ञान यांची सांगड घालणारी विज्ञान कादंबरी रॉबर्ट हेनलेइन यांनी 'स्टारशिप ट्रूपर्स' १९५९मध्ये लिहिली. १९६१मध्ये काही जर्मन लेखकांनी विज्ञानावर आधारित अनेक मालिका लिहिल्या.

१९६० आणि १९७० च्या दशकात मात्र एक वेगळा प्रवाह निर्माण झाला.

ज्यामध्ये प्रायोगिक व इतर वास्तविक वैज्ञानिक घडामोडींची इत्थंभूत दखल घेतली गेली. त्याच आधारावर पोलंडमध्ये१९६१मध्ये स्टॅनिसलॉ लेम यांनी 'सोलॅरिस' नावाची कादंबरी लिहिली; ज्यामध्ये नवीन ग्रहांची संकल्पना मांडून मानवी मर्यादा व गुणधर्मांची सविस्तर चर्चा करण्यात आली. १९६५मध्ये फ्रँक हर्बट यांनी लिहिलेल्या 'ड्यून' या कलाकृतीमध्ये गुंतागुंत असली तरी भविष्यकालीन समाजाची संकल्पना मांडली होती. १९६८ मध्ये फिलिप डिक यांनी 'डू अॅन्ड्रॉइड्स ड्रीम ऑफ इलेक्ट्रिक शीप' ही कादंबरी प्रकाशित केली आणि चलचित्रपटांसाठी हा एक चांगला स्रोत निर्माण झाल्याची जाणीव झाली. १९६९मध्ये आलेल्या उर्सुला के. ली ग्युइन यांची 'दि लेफ्ट हॅन्ड ऑफ डार्कनेस' या कादंबरीने मात्र कमाल केली, ज्यामध्ये एका उपग्रहाची कल्पना मांडली होती. त्या उपग्रहावरील रहिवाशांची निश्चित अशी लिंगप्रणाली ठरली नव्हती आणि ही कादंबरी खऱ्या अर्थाने प्रभावशाली असं उदाहरण ठरलं, ज्यात सामाजिक विज्ञान, स्त्रियांचे समान हक्क व मानववंश विज्ञान यांचा त्रिवेणी संगम होता आणि त्यांविषयी सखोल चर्चा होती. तोच या कादंबरीचा गाभा होता. पुढे १९७६मध्ये सी. जे. चेरिश यांनी 'गेट ऑफ इव्हरेल' आणि 'ब्रदर्स ऑफ अर्थ' यांनी या कादंबऱ्या लिहिल्या व परग्रहावरील जीवसृष्टीविषयी चर्चा केली.

१९८२मध्ये आलेल्या 'बर्निंग क्रोम' या विल्यम गिब्सन लिखित कादंबरीमध्ये त्यांनी प्रथमच 'सायबर पंक' ही संज्ञा वापरली आणि १९८४मध्ये त्यांनीच लिहिलेल्या 'न्यूरोमॅन्सर' या कादंबरीमध्येही या संज्ञेचा उल्लेख होता. १९८६ मध्ये लोइस बुजोल्ड यांची 'शार्ड्स ऑफ ऑनर' आणि १९९२मध्ये नील स्टिफन्सन यांची 'स्नो क्रॅश' या कादंबऱ्या आल्या व त्यांनी माहितीशास्त्राची उकल करून माहिती क्रांतीची संकल्पना मांडली. २००७ मध्ये क्वीनमध्ये लिऊ स्निसीन (clxin) यांनी 'दि थ्री-बॉडी प्रॉब्लेम' नावाची कादंबरी प्रकाशित केली आणि त्याचा इंग्रजीमध्ये अनुवाद २०१४ मध्ये होऊन, पुढे २०१५मध्ये मानाचा 'ह्युगो पुरस्कार'ही मिळाला.

आता एकविसाव्या शतकामध्ये विविध विषय हाताळणारे लेखक पुढे येत आहेत. ज्यामध्ये रॉबिन कुक, मायकेल क्रिस्टन सारखे प्रसिद्ध लेखक आहेत व विसाव्या शतकातील व एकविसाव्या शतकातील येऊ घातलेल्या विज्ञान संकल्पना, प्रयोग व सिद्धान्तांची दखल घेऊन, सक्षम कादंबऱ्या लिहीत आहेत. यामध्ये पर्यावरण, आंतरजालाचे परिणाम, विश्वाची उत्पत्ती व प्रसरण, परग्रहावरील जीवसृष्टी, पृथ्वीसदृश ग्रहांचा शोध, मानवी स्थलांतर, जैवतंत्रज्ञानामुळे उभे राहिलेले प्रश्न, अतिसूक्ष्म तंत्रज्ञान व विज्ञानाचा झंझावत, वसाहत, उपशैली ज्यामध्ये स्टीमपंक, बायोपंक इ. पृथ्वीवरील सामाजिक व ऐहिक प्रश्नांचा ऊहापोह एकविसाव्या

शतकात होताना दिसत आहे, ही जमेची बाजू आहे. आंतरराष्ट्रीय पातळीवर विज्ञान कादंबरी लेखनामध्ये नवनवीन संकल्पना घेऊन येणाऱ्या नवीन लेखकांची फळीही निर्माण होताना दिसते आहे, ही आशादायक स्थिती म्हणायला हवी. हा आंतरराष्ट्रीय पातळीवर लिहिल्या गेलेल्या विज्ञान कादंबऱ्यांचा फक्त गोषवारा होता. इथे कुठलीही समीक्षा केलेली नाही; पण त्या त्या काळात वास्तविक विज्ञान व प्रस्थापित विज्ञान संशोधनाच्या आधारे त्या वेळी कादंबऱ्या लिहिल्या गेल्या, याची फक्त नोंद या प्रस्तावनेच्या निमित्ताने केली.

राष्ट्रीय

तसं पाहिलं तर भारतात विज्ञान कादंबरीची पाऊलं अतिशय धिम्या गतीने पडलीत. म्हणून सुवर्णयुग यायला तसा अवकाश आहे, असं म्हणायला हरकत नसावी. इंग्रजीमध्ये विज्ञान कादंबरी लिहिणाऱ्या भारतीय लेखकांची संख्या तशी मर्यादितच आहे. त्यात काही महत्त्वाचे लेखक व त्यांच्या साहित्यकृतींचा उल्लेख करता येईल. उदा. समित बासू (चोजन स्पिरिट, रेझिस्टन्स, टर्ब्युलन्स), प्रयाग अकबर (लैला), जयंत नारळीकर (दि रिटर्न ऑफ वामन), अनिल मेमन (दि बीस्ट विथ नाइन बिलिअन फीट), सामी अहमद खान (एलियन इन दिल्ली), मंजुळा पद्मनाभन (एस्केप), वंदना सिंग (ऑफ लव्ह ॲण्ड अदर मॉन्स्टर्स), जॉर्जिना कामसिका (द सल्फर डायरीज). याशिवाय इतर लेखकांनीही योगदान दिलेले आहे. त्यात एस. एस. रॉय, रेमंड डिसिल्वा, निर्मल रंगनाथन, अनमोल बात्रा, गौरी मित्तल, तृप्ती भारद्वाज, साधना शंकर, आश्विन सांघी, हायवेल पिंटो, कृष्णा श्रीतेजा, अरुण रमण, अर्न्स्ट कॉलीन, क्लाईड डिसूझा, डग्लस ॲडम्स, मॅक्स बॅरी, सुझाने कॉलिन्स इत्यादी महत्त्वपूर्ण लेखकांचे विज्ञान कादंबरीतील योगदान मोठे आहे.

प्रादेशिक

त्याहीपेक्षा हिंदीत विज्ञान कादंबरीचे लेखन अभावानेच सापडते; पण प्रादेशिक भाषांमध्ये मात्र काही राज्यांत विज्ञान कादंबरी काही अंशी स्थिरावल्याचे जाणवते. त्यात पश्चिम बंगाल, केरळ, तामिळनाडू, कर्नाटक व महाराष्ट्र राज्ये आघाडीवर आहेत हे निश्चित. पश्चिम बंगालमध्ये जगदीशचंद्र बोस यांनी १८९६मध्ये 'रनवे सायक्लॉन' नावाची कादंबरी/कथा लिहिली. तिचे पडसाद प. बंगालमध्ये उमटले आणि पुढे सत्यजित रे आणि इतर लेखकांनी हा वारसा पुढे नेत विज्ञानकथा/ कादंबरीमध्ये मोलाची भर टाकल्याचे दिसते. तसेच कर्नाटक, तामिळनाडू व केरळ या राज्यांमध्ये मात्र विज्ञान कादंबरी तेथील लेखकांनी चांगली फुलविल्याचे आढळते.

मुख्यत्वे विज्ञानाविषयी जागरूकता या राज्यांमध्ये असल्याने तिथे कथा/कादंबरी चांगली रुजली असल्याचे दिसते.

महाराष्ट्राचा विचार केला तर मराठी विज्ञानकथेला इतर राज्यांच्या तुलनेने चांगला इतिहास आहे. किंबहुना, जागतिक घडणीनुसार मराठी विज्ञानकथेचाही प्रवास झालेला दिसतो. तिला निश्चितच शंभर वर्षांची परंपरा आहे, ही एक अभिमानास्पद गोष्ट म्हणायला हवी; पण विज्ञान कादंबरीचा विचार केला तर ती तशी मराठीत सावकाशीनेच रुजली. स्वतंत्र रूपात नाही तर अनुवादित स्वरूपात. भा.रा. भागवतानी ज्युल व्हर्न यांची कादंबरी मराठीत वाचकांसाठी प्रथम आणल्याची नोंद आहे; पण स्वतंत्रपणे मात्र ती लिहिली गेली नाही.

विसाव्या शतकाच्या उत्तरार्धात मात्र नारायण धारप, यशवंत रांजणकर यांच्या रूपाने काही कादंबऱ्या आल्या; पण तशा त्या खऱ्या अर्थानं विज्ञान कादंबऱ्या नव्हत्या, तर गूढ, भीतिदायक कथानकं असणाऱ्या कादंबऱ्या होत्या, ज्यांनी विज्ञानाचा आधार नावाला घेतला होता; पण विज्ञानाची दखल कादंबरी या वाङ्मय प्रकारात त्या निमित्ताने घेतली गेली, असं म्हणता येऊ शकतं. पुढे मात्र सत्तर-ऐंशीच्या दशकात जयंत नारळीकर, निरंजन घाटे यांनी स्वतंत्रपणे विज्ञान कादंबऱ्या लिहिल्या. किंबहुना, नारळीकर यांच्या 'प्रेषित' या छोटेखानी विज्ञान कादंबरीने मराठी सारस्वतांना विज्ञान कादंबरीची दखल घ्यायला भाग पाडले आणि ती कादंबरी खऱ्या अर्थाने मराठीतील मुख्य प्रवाह निर्माण करणारी कादंबरी ठरली. पुढे त्यांनी स्वतंत्रपणे विज्ञानाधारित 'अभयारण्य', 'व्हायरस', 'वामन परत न आला', 'अंतराळातील स्फोट' इत्यादी कादंबऱ्या लिहिल्या.

निरंजन घाटे यांनी विज्ञानावर आधारित काही कादंबऱ्या ('आक्रमण', 'मच्छर', 'वारस', 'संक्रमण', 'कळसूत्री', 'रामाचे आगमन') लिहिल्या. याच वाटेवरील लक्ष्मण लोंढे हे एक नाव. त्यांनी आपलं बऱ्यापैकी आयुष्य विज्ञानकथा/कादंबरीसाठी वेचलं. 'गुंता', 'असं घडलंच नाही', '२२ जुलै १९९५', 'देवांसी जिवें मारिले'-(लक्ष्मण लोंढे-चिंतामणी देशमुख) सारख्या कादंबऱ्या लिहून त्यांनी मराठी साहित्यात मोलाची भर टाकली. सिद्धहस्त विज्ञानकथालेखक डॉ. बाळ फोंडके यांनी 'अघटित' नावाची कादंबरी लिहून हा प्रवाह समृद्ध करण्याचा प्रयत्न केला आहे. विसाव्या शतकाच्या शेवटच्या दशकात मात्र काही लेखकांनी महत्त्वाचे योगदान दिले. त्यात सुबोध जावडेकरांची 'आघात' ही कांदबरी भोपाळ दुर्घटनेवर आधारित होती आणि तिची चर्चाही चांगली झाली.

अरुण हेबळेकर या गोवास्थित भौतिकशास्त्राच्या प्राध्यापकाने 'आदित्य', 'मृत्युंजय', 'जोनास आर्क', 'भद्रमुखी', 'स्वप्नचषक २०२६' यांसारख्या कादंबऱ्या लिहिल्या व मराठी विज्ञान कादंबरीलेखनात वेगळा ठसा उमटवला. विसाव्या

शतकाच्या शेवटी भौतिकशास्त्रज्ञ डॉ. पंडित विद्यासागर यांच्या विज्ञान कादंबऱ्यांचा प्रवास सुरू झाला. त्यांनी 'सुपरक्लोन', 'अंतराळी', 'धूमयान' नावाच्या कादंबऱ्या लिहून सारस्वतांचं लक्ष वेधलंच; पण त्याचवेळी हार्डकोअर विज्ञान कादंबऱ्या म्हणूनही त्या वाचकांसाठी परिचित झाल्या. पुढे अरुण साधू (विप्लवा, स्फोट), रेखा बैजल (मृत्यू जगलेला माणूस, जलपर्व), माधुरी शानभाग (ब्रेन्वेव्ह्ज, तमाच्या तळाशी), वि. वा. शिरवाडकर (कल्पनेच्या तीरावर), मुकुंद धाराशिवकर (ऑपरेशन भागीरथी), चंद्रकांत मराठे (केलाटाची हाक) आणि सुनील माळी यांची कोरोना व लॉकडाउन काळातील 'परग्रहावरून कोरोना आणि...' या विज्ञान कादंबऱ्यांनी विज्ञान व एकूणच मराठी साहित्यात मोलाची भर टाकली.

विसाव्या शतकाचा उत्तरार्ध व एकविसाव्या शतकाची पार्श्वभूमी लाभलेल्या माझ्या 'प्लँटोन' या विज्ञान कादंबरीने, विज्ञान कादंबरीच्या दालनात आणखी भर घातल्याचे समाधान मला लाभले. त्यानिमित्ताने आंतरराष्ट्रीय, राष्ट्रीय व प्रादेशिक विज्ञान कादंबरीच्या प्रवासाचा संक्षिप्त धांडोळा घेण्याचा प्रयत्न मी केला. त्या अर्थाने मराठी विज्ञान कादंबऱ्या लिहिणाऱ्यांची संख्या तशी कमीच म्हणायला हवी. अगदी बोटावर मोजण्याइतपतच. यापुढे मराठी विज्ञान कादंबरीचे दालन समृद्ध होवो, अशी सदिच्छा व्यक्त करतो.

– डॉ. संजय ढोले

आभार

'प्लँटोन'च्या निमित्ताने मला काही जणांचे आभार मानायचे आहेत. माझे मित्र डॉ. मनोहर जाधव यांच्या सातत्यपूर्ण पाठिंब्यामुळे या कांदबरीची वाटचाल होऊ शकली. डॉ. संजीव गिरासे यांनी सांगितलेल्या कादंबरीविषयीचं महत्त्व मला पटलं आणि मी मनावर घेतलं. अभ्यासक ज्योत्स्ना खंडागळे हिची सातत्यपूर्ण विचारणा आणि भिकचंद लांडेची ओढ मला ही कादंबरी पूर्ण करण्यास बळ देऊन गेली. डॉ. अनिल दुसानेंमुळे 'प्लँटोन'मधील विज्ञानाला एक अधिष्ठान व पूरक असा संदर्भ मिळाला आणि त्यांच्या प्रोत्साहनाने बळ मिळालं. डॉ. पंडित विद्यासागर हे माझे मार्गदर्शक तर आहेतच; पण त्यांनी 'प्लँटोन' ही कादंबरी पूर्ण व्हावी म्हणून मला सातत्यानं प्रोत्साहन दिलं. याशिवाय अमरावती विद्यापीठाच्या मराठी विभागप्रमुख प्रा. डॉ. मोना चिमोटे या स्वत: विज्ञानकथांच्या अभ्यासक आहेत. त्यांनी मराठीतील विज्ञान कादंबरी लेखकांची पूरक माहिती दिल्याबद्दल मी त्यांचा ऋणी आहे.

माझी पत्नी सौ. सिंधू हिची या कादंबरीच्या प्रवासात मला उत्तम साथ मिळाली. एक वेळ अशी होती की, ही कादंबरी पूर्ण होईल की नाही, याबद्दल तीही साशंक होती. मी माझ्या संसारघडीत तिला कधीही भेटवस्तू देऊ शकलो नाही; पण लग्नाच्या २५व्या वाढदिवसानिमित्त ही कादंबरी मात्र मी तिलाच अर्पण केली आहे. माझी दोन्ही मुले जयंत आणि तनिष्का हे मराठी वाचत नाहीत, तरी त्यांनाही कादंबरीविषयी कुतूहल मात्र आहेच. या लेखनप्रवासात त्यांचाही मोठा सहभाग आहे.

सुनील मेहतांबद्दल काय लिहू? त्यांचं प्रोत्साहन, पाठबळ आणि एकूणच कार्यप्रणालीमुळे 'प्लँटोन'सारखी कलाकृती निर्माण होऊ शकली. त्यामुळे त्यांचे विशेष आभार! मेहता पब्लिशिंग हाऊसच्या सौ. राजश्री देशमुख यांच्या संपर्कात मी होतोच; पण कोरोना काळातही त्यांनी कधीही निराशेचा सूर काढला नाही. 'प्लँटोन'

कादंबरीसाठी त्यांनी खूप मेहनत घेतली. तसेच, अश्विनी कुलकर्णी, योजना यादव, अंजली पटवर्धन यांचेही सहकार्य लाभले. मेहता पब्लिशिंगमधील या सर्वांचा मी ऋणी आहे. 'मायबाप वाचक' यांचे आभार मानणं माझं कर्तव्यच आहे. माझ्या विज्ञानकथांना दाद व प्रोत्साहन मिळालं. वाचकांनी मला लेखक म्हणून मान्यता दिली. माझ्या पहिल्यावहिल्या 'प्लँटोन' या विज्ञान कादंबरीचेही तुम्ही स्वागत कराल, अशी अपेक्षा करतो. या कादंबरी वाचनाने तुमचे विचार माझ्यापर्यंत पोहोचले तर ते मला हवेच आहेत; अगदी टीकात्मक विचार असले, तरी वाचकांनी सांगावे; कारण त्यामुळे मला लेखक म्हणून अजून प्रगल्भ व्हायला संधी मिळेल.

– डॉ. संजय ढोले

१

भुसावळ जंक्शनवरील थांब्यानंतर सुपर एक्स्प्रेस रेल्वे वेगाने पळत होती. दुपारचे दोन वाजून गेले होते. त्यामुळे सोनवण्यांना बऱ्यापैकी उल्लसित वाटत होतं. रेल्वेचा वेग वाढला होता. प्रथम श्रेणीत असल्यामुळे बाहेरच्या कुणाचाच व्यत्यय कंपार्टमेंटमध्ये नव्हता. त्यांनी काचेची खिडकी उघडली... तसा वाऱ्याचा झोत बंड करीत त्यांच्या अंगावर आला. त्यामुळे त्यांचे काळेभोर केस चेहऱ्यावर रेंगाळू लागले. पुन:पुन्हा डोळ्यांवर येणारे केस ते मागे सारत होते. वाऱ्याचा हा अवखळपणा त्यांना आवडत होता. दुपार असूनही या परिसरातील वातावरण बऱ्यापैकी गार होतं. प्रदीर्घ श्वास सोडत ते मागे रेलून निवांत बसले व त्यांनी शून्यात दूरवर नजर टाकली. समोर सगळा आसमंत त्यांना स्वत:सोबत पळताना दिसत होता. पळणारी झाडे पाहून त्यांना विशेष गंमत वाटत होती. मधेच रेल्वे एखाद्या पुलावरून खाड्खाड् आवाज करीत निघून जात होती. त्याने सोनवण्यांचं मन विचलित होत होतं. क्षणभर ते जमिनीकडे पाहत राहिले. जमिनीचंही अस्तित्व शोधणं कठीण जात होतं.

त्यांनी घड्याळाकडे पाहिलं. दुपारचे तीन वाजले होते. चंद्रपूर सोडून त्यांना साधारण नऊ तास होऊन गेले होते. सकाळी साडेआठ वाजताच ते नागपूरहून सुरतमार्गे जाणाऱ्या नागपूर-मुंबई सुपर एक्स्प्रेसच्या प्रथम श्रेणीत बसले होते. या मार्गावर असणाऱ्या नागपाडा स्टेशनवर त्यांना उतरायचं होतं. तेथून रामपूर या गावी जायचं होतं. यापुढे तेच गाव त्यांची कर्मभूमी राहणार होती. नऊ तासांच्या सलग प्रवासानं त्यांना कंटाळाही आला होता. अजूनही अर्धा-पाऊण तासाचा प्रवास बाकी असल्यानं आजूबाजूला पाहत, त्यांनी खिडकीच्या बाजूला डोकं टेकलं... आपोआपच त्यांची नजर जमिनीकडे केंद्रित झाली. तीही रेल्वेच्या वेगानंच पळत होती. हळूच त्यांनी डोळे मिटले व पळणाऱ्या रेल्वेबरोबरच त्यांचे विचारही वेगाने पळू लागले.

पाच वर्षांपूर्वी वनपाल म्हणून ठाणे परिक्षेत्रात रुजू झाल्यापासून आपल्या जीवनाला एक वेगळंच वळण लागत गेलं. रत्नागिरी, राजापूर, अलिबाग असं

करीत प्रशासनाने त्यांची बदली सरळ विदर्भातच केली होती. गेल्या पाच वर्षांतील त्यांची ही सातवी बदली होती... सहा महिन्यांपेक्षा जास्त काळ ते कुठेच टिकू शकले नव्हते. त्याला कारणही तसंच होतं. अंगात कर्तव्यदक्षता, प्रामाणिकपणा असल्याने व कुठलाही भिडस्तपणा नसल्याने, चोरचपाट्यांपासून ते राजकारणी व अधिकाऱ्यांपर्यंत कुठल्याही मोहाला ते बळी पडत नसत. कणखर व कठोरपणे निर्णय घेऊन, ते त्या त्या परिसरातील प्रत्येक अवैध कृतींना आळा घालीत असत. एकमेकांचे लागेबांधे असल्याने अधिकारी व राजकारणी मंडळींमध्ये प्रचंड गोंधळ निर्माण होऊन, प्रकरण थेट मंत्रालयापर्यंत जाऊन, तेथून सरळ त्यांची उचलबांगडी होत असे. प्रत्येकालाच सोनवणे डोईजड वाटत असल्याने कुठलेही वरिष्ठ त्यांना घ्यायला उत्सुक नसत. कोकणात सोनवण्यांनी बऱ्यापैकी पायबंद घातल्यानेच तेथील राजकारणी मंडळींनी त्यांना नक्षलवाद्यांनी भारलेल्या वनपरिक्षेत्रात टाकलं होतं. हेतू हाच की, नक्षलवाद्यांपुढे सोनवणे टिकणे शक्यच नाही व आपसूकच हा अडसर दूर होणार, म्हणून चंद्रपूरच्या खडतर परिसरात त्यांना टाकलं; पण तेथेही ते पुरून उरले. गेल्या वर्षीच त्यांचं लग्न झालं; पण या वर्षातही त्यांच्या दोनदा बदल्या झाल्या. त्यात गडचिरोली, चंद्रपूर व आता खानदेश परिक्षेत्रातील रामपूर या वनक्षेत्रात. बदलीची ऑर्डर येताच ते कुणाकडे कुठलीही याचना न करता सरळ रुजू होत. कामात प्रामाणिकपणा व एकनिष्ठता ही विचारसरणी असल्याने सोनवण्यांना कुठेही टाकलं, तरी फारसा फरक पडत नसे. वरिष्ठ व राजकर्त्यांनी त्यांना विविध प्रलोभने, प्रसंगी खुनाच्या धमक्या देऊन नमविण्याचा प्रयत्न केला; पण ते प्रत्येक वेळी ठाम राहिले व शांतपणे आपली कर्तव्यनिष्ठतेची चळवळ पुढे चालवीत राहिले. त्यांच्या या अतिप्रामाणिकपणा व कर्तव्यनिष्ठतेचा फटका त्यांच्या कुटुंबीयांना बऱ्याच वेळा बसला व आजही तो चालूच आहे; पण त्यांचं कुटुंबही ठामपणे त्यांच्या पाठीशी प्रत्येक वेळी उभं राहिलं. विशेषत: त्यांच्या पत्नी लग्न झाल्या झाल्या या प्रकारच्या प्रसंगांना तोंड दिल्यानंतरही निश्चल राहिल्या. कारण त्यांना कर्तव्यनिष्ठ पतीचा अभिमान असल्यानं, वाट्टेल तो त्रास पडला, तरी त्या हसतमुखानं सामोऱ्या गेल्या. सोनवण्यांना स्वत:लाही त्यांच्या पत्नीचं कौतुक होतं. अनेक वादळं आली व ससेहोलपट झाली, तरी संकटांना निवांतपणे तोंड देणारी त्यांची पत्नी त्यांच्या हृदयात केव्हाच सामावून गेली होती. त्यांच्यामधील नाजूक प्रेमाचा धागा या प्रसंगांनी अधिकच घट्ट झाला होता. कुठलीही तक्रार न करता त्या सोनवण्यांसह कुठल्याही वेळी, कुठेही जाण्यास तयार असत. अशा प्रसंगांची आताशा त्यांनाही सवय झाली होती. म्हणूनच चंद्रपूरहून रामपूरला बदलीची ऑर्डर येताच कुणालाच काही वाटलं नव्हतं. सोनवण्यांनी चंद्रपूर परिक्षेत्रात निर्माण केलेल्या दराऱ्यानं त्यांना याची कल्पनाही आली होती. काल ऑर्डर मिळताच, सकाळीच सोनवणे रुजू होण्यास रामपूरला निघाले होते...

गाडीचा वेग कमी होताच, त्यांच्या विचारशृंखलांच्या साखळ्या खळऽऽ

खळऽऽ करीत स्थिर झाल्या. नागपाडा गाव आलं होतं. निसर्गात लपलेलं हे गाव सुंदर दिसत होतं. सोनवण्यांनी दीर्घ श्वास सोडत आळोखेपिळोखे दिले. त्यामुळे मरगळ बाजूला होऊन अंग हलकं झालं. झाडंझुडपं पाहत त्यांना प्रसन्न वाटलं. निसर्ग हा त्यांचा आवडता विषय व सखा! आजपर्यंत ते त्यातच रमत आले होते. गाडीचा वेग कमी होत होत ती स्टेशनात येऊन थांबताच, ब्रेकचा कर्कश आवाज त्या निश्चल वातावरणात चांगलाच घुमला.

थांब्याची वेळ काही मिनिटेच असल्याने, सोनवण्यांनी लगबग करीत, आपल्या मोठाल्या दोन्ही बॅगा हातात घेतल्या व दारातून ते स्टेशनवर उतरले. एका बाकाकडे जाऊन त्यांनी बॅगा त्यावर ठेवल्या व आजूबाजूला पाहिलं. खिशातून कंगवा काढून, त्यांनी अस्ताव्यस्त झालेले केस नीटनेटके केले. रुमालानं तोंड पुसलं व तो पुन्हा आपल्या जागी ठेवीत त्यांनी रेल्वेकडे पाहिलं. रेल्वेची जाण्याची शिट्टी झाली होती. मोजकेच उतारू उतरल्याने फारसे प्रवासी दिसत नव्हते. म्हणूनच रेल्वेस्थानक कमालीचं स्वच्छ वाटत होतं. तेवढ्यात गाडी हलली व खाड्खाड् आवाज करीत निघून गेली.

तुरळक प्रवासी सोडता सोनवण्यांचं अस्तित्व स्थानकावर उठून दिसत होतं. सहा फूट उंची, भरलेली देहयष्टी, गौरवर्ण, भुरभुरणारे केस, डोळ्यांत चमक व निष्ठा यामुळे त्यांचं व्यक्तिमत्त्व चारचौघांत ठळकपणे दिसून येत होतं. याची जाणीव तेथील उपस्थितांच्या लक्षवेधक नजरेला लागलीच होत असे.

थोडा वेळ सोनवणे तसेच उभे राहिले. कदाचित ते कुणाची तरी वाट पाहत असावेत. एव्हाना तुरळक प्रवासी दिसत होते. नागपाडा स्थानकावर शांतता व शुकशुकाट होता. सोनवण्यांना हे छोटंसं स्थानक खूपच आवडलं. ते आजूबाजूच्या झाडांनी वेढलेलं होतं. या स्थानकात स्टेशनमास्तर व काहीच कर्मचारी असावेत. झाडांमध्ये लुप्त झालेले रूळ पाहून सोनवण्यांना गंमत वाटली. हे सर्व पाहून सोनवण्यांना प्रसन्न वाटत होतं. रेल्वेच्या दक्षिण झोनमधील नागपूर-मुंबई मार्गावरचं हे छोटंसं स्थानक निसर्गरम्य तर होतंच, शिवाय स्वच्छ हवा असलेलं ठिकाण होतं. म्हणूनच पाच मिनिटे का होईना, पण वेगाने धावणाऱ्या रेल्वेही येथे थांबत असत. सोनवण्यांनी घड्याळात पाहिलं. चार वाजून गेले होते. हवेच्या गार झुळकीत आल्हाददायक वाटत होतं. बाकावर बसणार इतक्यात एक इसम त्यांना बाजूच्या गेटमधून धावतपळत येताना दिसला. प्रथम त्यानं आजूबाजूला पाहिलं व सोनवण्यांशी नजरानजर होताच त्यानं अनुमान काढलं व तो प्रसन्न हसला. क्षणात तो सोनवण्यांकडे झेपावला व समोर येताच म्हणाला,

''आपणच सोनवणेसाहेब ना!''

त्याला बरीच धाप लागली होती. श्वासोच्छ्वास स्पष्टपणे ऐकू येत होता. तो

बऱ्याच घाईत आल्याचं स्पष्ट दिसत होतं. सोनवण्यांनी त्याच्या या कृतीकडे बघत स्मित केलं व ते म्हणाले,

"हो मीच सोनवणे... आपण?"

"मी... नटवरसिंग!... आपला चालक. माफ करा साहेब... जीपचं टायर पंक्चर झाल्यानं थोडा उशीर झाला. नाहीतर वेळेवरच आपणास घ्यायला आलो असतो." नटवरसिंग अजिजीने म्हणाला.

"असू दे नटवरसिंग! त्याची काहीही गरज नाही. मला काही उशीर झाला नाही. फक्त दहा मिनिटं... जर का तू लवकर आला असतास, तर या नागपाडा स्थानकाची व परिसराची ओळख तरी कशी झाली असती? अं!... चलऽऽ."

सोनवणे बॅग उचलू लागताच नटवर पटकन् पुढे झेपावत म्हणाला, "नाही सर!... मी उचलतो..."

"अरे असू दे... ज्याचे त्याचे ओझे ज्याने त्यानेच उचलावे."

"नाही साहेब...!" म्हणत नटवरने दोन्ही बॅगा हातात उचलल्या व तो पुढे म्हणाला, "चला साहेब..."

नटवरच्या धावपळीकडे हसतच सोनवण्यांनी पाहिलं व त्याच्यासोबत तेही चालू लागले. त्यांच्या ऐटबाज चालीने बुटांचा टक् टक् असा आवाज होत होता. दरवाजातून बाहेर पडताच पुन्हा काही टोल पडले. मार्गावर कुठली तरी रेल्वे येण्याचा तो संकेत होता.

स्थानकाची पायरी उतरताच समोरच जीप उभी होती. इतर काही तुरळक वाहनेही उभी होती. जीपपाशी येऊन नटवरने बॅगा आत ठेवल्या व त्वरेने पुढे येत सोनवण्यांना मधल्या सीटवर बसण्याचा आग्रह करणार, तेवढ्यात सोनवणे स्वत:च चालकाच्या शेजारील सीटवर बसलेले पाहून नटवरला नवल वाटलं. त्यानं आत्तापर्यंत बऱ्याच साहेबांबरोबर काम केलेलं होतं. प्रत्येकातच त्याला अहंभाव जाणवला होता. आपण कुठे बसावं, हाही प्रतिष्ठेचा विषय ते करीत असलेले त्याला ठाऊक होते. बोलणे तर दूरच; पण चालकाशेजारी बसणेही त्यांना कमीपणाचे वाटत असे. अशा संस्कृतीत वाढलेल्या नटवरला, त्याच्या शेजारी बसलेल्या सोनवण्यांना पाहून आश्चर्य वाटलं. आत्तापर्यंत आलेल्या साहेबांपेक्षा हे खूपच वेगळे असल्याचं एव्हाना त्याच्या लक्षात आलं होतं. ड्रायव्हर सीटवर बसत त्याने जीप सुरू केली. मुख्य फाटकातून जीप बाहेर काढताच, त्यानं ती कच्च्या रस्त्यावर आणली. रामपूरला जाण्यास हाच एकमेव शॉर्टकट – कच्चा रस्ता – या स्थानकाला जोडला होता. धुरळा उडवीत जीप रामपूरकडे निघाली होती.

नागमोडी वळणे, खाचखळगे, खड्डे, नाली, चढ-उतार पार करीत जीप चालली होती. आजूबाजूला वृक्ष व मधे रस्ता असा परिसर बहुतेक ठिकाणी दिसत

होता. बऱ्याच ठिकाणी माती काळसर व क्वचितच पांढरट व लालसर दिसत होती. सोनवणे हा परिसर बघून घेत होते. येथील आल्हाददायक वातावरणाने, सलग एकलयीत झालेल्या रेल्वे प्रवासाची मरगळ कुठल्या कुठे निघून गेली. हा वनविभाग काहीसा घनदाट व मोठा जाणवत होता. चंद्रपूरपेक्षा येथील नैसर्गिक वातावरणाची वेगळीच चाहूल त्यांना भासत होती.

जीप एका नदीच्या पात्रात उतरली. त्यात बरंच पाणी वाहत होतं. त्याच्या कडेनेच जीप रस्त्यावरून धावत होती व अर्धा किलोमीटर अंतरावर त्या टोकाला जोडणारा बैठा पूल होता. त्यावर जीप येताच नटवरनं वेग वाढवला. पूल ओलांडताच जीप उंच डोंगरी रस्त्यावरून चढू लागली. सोनवण्यांनी नटवरकडे पाहत विचारलं,

"नटवर..."

"जी साहेब!" नटवरनं समोरील एक छोटंसं वळण घेत होकार दिला होता.

"किती वर्षं झाली तुला या क्षेत्रात राहून?"

"साहेब, फार नाही. फक्त तीन वर्षं."

"मग, या परिसराची चांगलीच ओळख झाली असेल ना तुला?" सोनवणे त्याच्याकडे पाहत म्हणाले.

नटवरने दीर्घ श्वास सोडत अर्थपूर्ण त्यांच्याकडे पाहिलं. पुढे लांबपर्यंत नजर टाकीत तो म्हणाला,

"नाही साहेब! या रस्त्यांच्या पलीकडे मला काहीही कळलेलं नाही. यापूर्वीच्या साहेबांना तालुक्याच्या गावी नेणं आणि पुन्हा सर्किट हाऊसवर सोडणं, यापलीकडे हे जंगल मला कळलेलंच नाही."

"काय म्हणतोयस तू? साईटवर यापूर्वी तुम्ही कधीही गेला नाहीत तर.." सोनवण्यांनी आश्चर्यचकित होत म्हटलं.

"नाही साहेब! तशी वेळच आली नाही. हा परिसर फारच घातक आहे. कुठला रस्ता कुठे आणि कसा निघेल हे कुणालाच सांगता येत नाही आणि त्यात काय चाललंय याचाही कुणाला थांगपत्ताच लागत नाही. चांगला तरबेज वाटाड्या असल्याशिवाय हे शक्यच नाही. पूर्वीचे साहेब एवढे मेहनती नव्हतेच. फक्त रामपूर गावाव्यतिरिक्त ते कोठेही गेलेले मला तरी माझ्या वास्तव्यात आढळले नाही." नटवरने आपला अनुभव सांगितला.

नटवरने अप्रत्यक्षपणे यापूर्वीच्या अधिकाऱ्यांची अकार्यक्षमताच जाहीर केली होती. सोनवणे कमालीचे अस्वस्थ झाले. शांत दिसणाऱ्या या वनक्षेत्राच्या अंतरंगात काही खळबळ तर माजत नसेल ना, असंही त्यांच्या मनात येऊन गेलं. प्रथमदर्शनी चंद्रपूरपेक्षा हा परिसर त्यांना बरा वाटला होता; पण नटवरच्या नैराश्यानंच प्रथम परिचयाची झलक त्यांना दिसत होती. अकार्यक्षमतेसोबतच येथील घातकतेचाही

त्याने बोलण्यात पुनरुच्चार केल्याचं सोनवण्यांना कळलं होतं.

उंच माथ्यावरूनं जीप खाली येताच, एका डांबरी रस्त्यावर आली. हाच तो तालुका व रामपूरला जोडला गेलेला मुख्य डांबरी रस्ता होता. जीप सुसाट वेगाने पळत होती. आजूबाजूला पूर्ण जंगल, अधूनमधून काही आदिवासी शेतात कामं करताना दिसत होते, तर त्यांची मुलं गुरंढोरं हाकताना दिसत होती. काही ठिकाणी शेतात व झाडांवरही माची उभारलेल्या दिसत होत्या. सोनवणे विचारमग्न झाले होते.

मुख्य रस्त्यावरच्या डावीकडच्या बाजूलाच रामपूर गाव वसलेलं होतं. त्याकडे न जाता नटवरने गावाला वळसा घालून जीप पलीकडे नेली. तेथे मंगलोरी कौले असलेली काही बैठी घरं होती. त्या प्रांगणाच्या फाटकातून नटवरने जीप आत घातली व एका बंगलेवजा घरासमोर उभी केली. त्याच्या आजूबाजूचा परिसर कमालीचा सुशोभित केला होता. तेच या वनपरिक्षेत्राचं ऑफिस होतं. त्याचा कार्यभार सुनील सोनवणे म्हणून वनपाल होते ते हाती घेणार होते. ऑफिसच्याच आजूबाजूला व मागे काही छोटे बैठे बंगले होते. तेथेच कर्मचारी व वनपालांची सोय होत असे.

जीपमधून सुनील सोनवणे उतरताच, ऑफिसातून एक म्हातारा लगबगीने पायऱ्या उतरून त्यांना सामोरा आला. अदबीने हात जोडीत म्हणाला,

"नमस्कार साहेब!"

समोर खाकी पेहराव केलेला, पांढरे केस, चेहऱ्यावर किंचित सुरकत्या, गालावर पांढरे खुंट वाढलेले, डोळ्यांत करुणा, आवाजात शिथिलता, पण उत्साहीत दिसणारा साठीला आलेला म्हातारा पाहताच, सोनवण्यांचे हात आपोआपच जोडले गेले. त्यांच्याकडे हास्यमुद्रेने पाहत ते उत्तरले,

"हं... नमस्कार!... आपण?"

तेवढ्यात बॅगा खाली उतरवून नटवर तेथे आला. म्हाताऱ्याकडे पाहत नटवर म्हणाला,

"हे जाधवसाहेब!.. जाधवकाका! येथील शिपाई व नोकर. इमानेइतबारे सलग पंचवीस वर्षं वनाच्या रक्षणासाठी काम करणारे दिग्गज. या क्षेत्रातील इत्थंभूत माहिती असणारा जाणकार व अनेक उन्हाळे-पावसाळे, चढ-उतार पाहणारा द्रष्टा!""होऽ.. नमस्कार जाधवकाका... खरंतर तुमच्यासारख्या अनुभवी लोकांचीच या क्षेत्रात गरज आहे. तुमच्या अनुभवाचा लाभ मला निश्चितच होईल, अशी मी आशा बाळगायला हरकत नाही." जाधवकाकांच्या खांद्यावर हात ठेवत सोनवणे म्हणाले.

सोनवण्यांच्या ओल्या शब्दांनी जाधवकाका ओशाळले. नतमस्तक होत त्यांनी

पुन्हा हात जोडले. त्यांचे हात तसेच पकडीत सोनवणे म्हणाले,

"चला, ऑफिसात जाऊ या!"

"हो, चला ना साहेब... या!" जाधवकाका अजिजीने म्हणाले.

सोनवणे पुढे होताच नटवर दोन्ही बॅगा उचलून बंगल्याकडे जाऊ लागला. जाधवकाका मात्र दुडक्या चालीने सोनवण्यांच्या मागे गेले. पिरगळलेलं शरीर, कसलेला बांधा, काहीसा करारी स्वभाव; पण प्रसन्न चेहऱ्याच्या उमद्या सोनवण्यांच्या पाठमोऱ्या शरीराकडे जाधवकाका पाहतच राहिले. हा तरुण इतरांपेक्षा निश्चितच वेगळा असल्याची भावना त्यांच्या अनुभवी मनाने ताडली होती. कित्येक साहेब त्यांच्या या प्रदीर्घ वास्तव्यात येऊन गेले होते. त्यात बेगडी, लाचारी, लोभी, भ्रष्टाचारी, भेकड स्वभावाचे अनेकजण होते; पण सोनवण्यांसारखा प्रचंड आत्मविश्वास असणारा वनपाल ते प्रथमच पाहत होते. चेहऱ्याचं चांगलं ज्ञान जाधवकाकांना होतं. पंचवीस वर्षांच्या वास्तव्यात या बेगडी व भेकड लोकांनीच त्यांना ते शिकवलं होतं. म्हणूनच त्यांनी बांधलेले अनुमान कधीच चुकणार नव्हते.

दोघेही आत येताच जाधवकाका लगबगीने खुर्ची ओढीत म्हणाले, "बसा, साहेब!"

सोनवण्यांनी बसतानाच ऑफिसचं अवलोकन करून घेतलं. काही कपाटं, टेबलं, खुर्च्या नीटनेटक्या लावलेल्या होत्या. झटकून पुसून सर्व साफ केलेलं होतं. टेबलावरील कागदपत्रं एका बाजूला व्यवस्थित लावलेली होती. खिडकीत वनस्पती ठेवलेल्या बाटल्या स्वच्छ पुसून, त्यांच्या वेली वरपर्यंत नेल्या होत्या. ऑफिसमध्ये चारही भिंतींच्या कोपऱ्यात वाघ, सिंह, रेडे यांचे चेहरे भुसा घालून लटकवलेले होते. ऑफिस खरंच प्रसन्न वाटत होतं. सोनवणे स्मित करीत जाधवकाकांकडे पाहत म्हणाले, "ऑफिस छान ठेवलंत जाधवकाका आपण! अगदी प्रसन्न वाटतंय बघा. यापूर्वीच्या कुठल्याच वनक्षेत्रातील ऑफिसमध्ये मी एवढी प्रसन्नता अनुभवली नव्हती."

जाधवकाका पुन्हा ओशाळले. त्यावेळी त्यांच्या चेहऱ्यावरच्या सुरकुत्या जास्त ताणलेल्या दिसल्या. एकदम काहीतरी आठवत, टेबलावरून एक पत्र सोनवण्यांच्या हाती देत ते म्हणाले, "साहेब! दुपारच्या टपालानंच हे एक पत्र आलं. कुणीतरी निशिकांत ठाकरे नावाच्या तरुणाची आपला साहाय्यक वनपाल म्हणून शासनाने नियुक्ती केल्याचं नमूद केलंय."

"असंऽऽऽ बघू!" सोनवण्यांनी जाधवकाकांकडून पत्र घेत न्याहाळलं. चेहऱ्यावर समाधान व्यक्त करीत ते म्हणाले, "हंऽऽ.. ही एक चांगली बाब आहे जाधवकाका. उद्या परवाच ते येतील. त्यांची बसण्याची व्यवस्था केलीय ना?"

"होय तर! ते बघा समोरचं त्यांचे टेबल..." असे म्हणत जाधवकाका आतल्या

खोलीत गेले होते. सोनवण्यांनी त्यांच्याकडे पाहिलं. तेही टेबल जाधवकाकांनी नीटनेटके व स्वच्छ करून ठेवले होते. ऑफिसमधील नीरव शांतता बघून त्यांच्या मनात असंख्य प्रश्न उमटले. ओघाने पुढे ते त्या प्रश्नांचा पाठपुरावा करणारच होते. तेवढ्यात जाधवकाका आतल्या खोलीतून बाहेर आले. त्यांच्या हातात चहाची कपबशी होती. सोनवण्यांच्या हाती चहा देत जाधवकाका म्हणाले, "घ्या साहेब, चहा पिलं म्हणजे बरं वाटेल. प्रवासाचा शीण जाईल."

चहाचा कप हाती घेत सोनवणे म्हणाले, "अशावेळी कशाला त्रास घेतलात काका?"

"त्रास कसला साहेब... हे तर माझं कर्तव्यच आहे. तुमची बडदास्त ठेवणं माझं पहिलं काम आहे." जाधवकाका उत्तरले.

सोनवण्यांनी अर्धा चहा बशीत ओतला व तो जाधवकाकांकडे देत ते म्हणाले, "घ्या जाधवकाका! आपण अर्धा अर्धा घेऊ."

जाधवकाका पाहतच राहिले. या तरुणाचा मनमिळाऊ स्वभाव पाहून ते हरखून गेले. याआधी अशा पद्धतीने त्यांना कुणीही वागवलं नव्हतं. ते ओशाळतच म्हणाले, "नाही साहेब! नको... घ्या तुम्ही. मी घेईन नंतर!"

"घ्या हो! तुम्हीही माझे सहकारीच आहात... उभे का? बसा ना!"

'बसा' म्हणताच जाधवकाकांना काहीच सुचलं नाही. या आधीच्या साहेबांपुढे उभं राहण्याचीही टाप नव्हती; तिथे हे साहेब बसण्यास सांगत होते. जाधवकाकांची कुचंबणा सोनवण्यांनी ओळखली. त्यांनी स्वत: उठून जाधवकाकांच्या हाती बशी देत त्यांना खुर्चीत बसवले व ते म्हणाले, "बसा, कुठलाही भिडस्तपणा ठेवू नका. मी तुमचा वरिष्ठ असलो, तरी त्याआधी आपण सहकारी आहोत आणि त्यातल्या त्यात तुम्ही मला ज्येष्ठ आहात. या असल्या इनफॉर्मल गोष्टींपेक्षा मी कामाला जास्त महत्त्व देतो. घ्या आपण चहा."

सोनवण्यांनी एक घोट घेतला. घशात गरम चहा जाताच त्यांना बरं वाटलं. जाधवकाकांनीही चहा संपवला. कप टेबलावर ठेवीत सोनवणे म्हणाले, "जाधवकाका?"

"जी साहेब!"

"तुमच्याव्यतिरिक्त अजून कुणी इथे नाहीत? म्हणजे गार्ड्स वगैरे..."

"आहेत ना साहेब! तीन जण आहेत; पण ते नसल्यासारखेच!"

"म्हणजे?" सोनवण्यांचा प्रश्न!

"म्हणजे, कायमस्वरूपी रजेवर गेल्यासारखेच आहेत ते. कित्येक महिने फिरकलेलेच नाहीत साहेब."

सोनवणे आश्चर्यचकित होत म्हणाले, "काय?... तरीही त्यांना कुणीही विचारलं नाही?"

"कोण विचारील साहेब त्यांना?" जाधवकाकांचा निराशेचा स्वर.

"कोण म्हणजे... आपले वनपाल! कोण होते मागचे वनपाल?" सोनवण्यांनी विचारलं.

"वसंत काटेसाहेब!"

"मग त्यांनी असं काही विचारलं नाही?"

"विचारलं ना! पण तेच तर त्यांच्या जीवावर बेतलं."

"म्हणजे... नेमकं काय झालं जाधवकाका?"

"ज्या दिवशी विचारणा केली त्या दिवशी रात्री... त्यांचा खून झाला साहेब!"

"काय?" सोनवणे आश्चर्याने पाहतच राहिले. "काय म्हणताय जाधवकाका? यापूर्वीच्या वनपालांचा खून झालाय? पण तो तर नैसर्गिक मृत्यू झाल्याचं मी ऐकलंय. म्हणजे मला तरी तसं सांगण्यात आलंय."

जाधवकाकांची क्षणभर चलबिचल झाली. नेमकं काय बोलावं तेच त्यांना सुचत नव्हतं. श्वासोच्छ्वासाची गतीही वाढली. त्यांच्या चेहऱ्यावर अनामिक भीतीची छाया दाटल्याचं सोनवण्यांच्या लक्षात आलं. त्यांनी बारकाईने जाधवकाकांची घालमेल न्याहाळली. ते काहीतरी लपवू पाहत असल्याचं लक्षात येताच, सोनवणे धीराने व विश्वासात घेत त्यांना म्हणाले, "जाधवकाका, काय झालं? मला जे समजलंय ते खरंय ना?" सोनवणे जाधवकाकांच्या मनाचा वेध घेत विचारत होते.

जाधवकाकांनी अर्थपूर्ण नजरेने सोनवण्यांकडे पाहिलं व त्याचवेळी आजूबाजूलाही कानोसा घेत ते निकराने म्हणाले, "नाही साहेब!... ते खरं नाही. काटेसाहेबांचं हृदयविकारानं निधन झालं नसून, त्यांचा खरंच खून झालाय साहेब." शेवटचं वाक्य जाधवकाकांनी अतिशय हळू आवाजात उच्चारलं होतं.

"काय?" खात्री पटताच सोनवण्यांना धक्का बसला आणि त्यांच्या तोंडून सहज उद्गार बाहेर पडले होते.

थंड वातावरण असूनही जाधवकाकांच्या चेहऱ्यावर घर्मबिंदू साचले. चेहऱ्यावर प्रचंड ताण जाणवत होता. पुन्हा आजूबाजूला बघत, कानोसा घेऊन ते म्हणाले, "होय साहेब!... खरंच सांगतोय. मी स्वत: त्या प्रसंगाचा साक्षीदार आहे. हृदयविकाराने नाही, तर खून झालाय त्यांचा... खून. याच खोलीत आणि तुम्ही बसला आहात त्याच खुर्चीवर."

"काय...? इथे...? या खुर्चीवर...? कसा...?" एका वाक्यात सोनवण्यांनी असंख्य प्रश्न केले होते.

"होय साहेब! याच खुर्चीवर. मी आतल्या खोलीत होतो. त्यांचं दार नुसतंच लोटलेलं होतं. काटेसाहेब, आत्तापर्यंत आलेल्या साहेबांत त्यातल्या त्यात बरे होते. इमानदार होते. ते याच खुर्चीत वाचीत बसले होते. वेळ साधारण हीच, सायंकाळची

सहा वाजेची. मी दार उघडून आत येणार तेवढ्यात, चार-पाच अनोळखी माणसं बंड करून ऑफिसात घुसली. त्यांचा इरादा लक्षात येताच माझं हृदय वेगानं धडधडलं. भीतीपोटी मी मूर्तीवत होऊन गेलो. माझाच श्वास मला कळेनासा झाला. पुढे क्षणाचाही विलंब न करता त्या इसमांनी काटेसाहेबांवर नकळत झडप घातली व त्यांचा गळा दाबून त्यांना निश्चल केलं होतं आणि दुसऱ्याच क्षणाला वाऱ्यासारखे ते पसार झाले होते. मी सुन्नपणे दाराच्या फटीतून पाहतच राहिलो. भानावर आलो, तेव्हा सारंच संपलं होतं. पुढे मी खूप आरडाओरडा केला; पण त्याचा काहीही उपयोग झाला नाही.''

जाधवकाकांनी बोलून आपलं मन मोकळं करून टाकलं. त्यांच्या मनावरचं ओझं कमी झाल्याचं त्यांच्या चेहऱ्यावर दिसत होतं. सोनवण्यांनी कोंडलेला श्वास सोडला. त्याच्या उष्ण लहरी आजूबाजूला पसरल्या. ते आश्चर्याने म्हणाले, ''जाधवकाका, एवढं सर्व तुम्हाला माहीत असताना, किंबहुना स्वत: पाहिलं असताना तुम्ही कुठे...?''

मधेच वाक्य खंडित करीत जाधवकाका उत्तरले, ''नाही साहेब. कुठेच नाही... आधी मी खूप आरडाओरडा केला. सत्य सांगण्याचा प्रयत्न केला; पण आजूबाजूच्या भेदक व जहाल नजरांनी मला जखडून ठेवलं. मी एकटा म्हातारा शेवटी लाचार झालो साहेब. शेवटी माझ्याच तोंडून काटेसाहेबांचा हृदयविकाराच्या झटक्याने मृत्यू झाल्याचं वदवून घेण्यात आलं. म्हणून सत्य कुणाला सांगण्याचं पुढे धाडसच झालं नाही. तसा सांगण्याचा नुसता प्रयत्नही केला असता, तरी मी आज तुमच्यासमोर नसतो. आज प्रथमच तुमच्यासमोर मी हे सत्य सांगण्याचं धाडस केलं. फार बरं वाटलं. एक ओझं उतरल्यासारखंच. पण...''

जाधवकाका अडखळले. सांगावं की नाही या द्विधा मन:स्थितीत ते अडकले. त्यांच्या या खंडित वाक्यानं सोनवण्यांना त्यांची घालमेल जाणवली. त्यांनी विचारलं, ''पण जाधवकाका, काय ते सांगून टाका.''

''साहेब, मी हे सत्य तुम्हाला सांगितलं, असं जरी कुणाला माहिती पडलं किंवा यावेळेस कुणी ऐकलं असेल, तरी उद्या तुम्हाला माझी फक्त हाडं सापडतील.''

वातावरणाचा एकूणच अंदाज सोनवण्यांना आला होता. जाधवांची घालमेल, चलबिचल, भिरभिरणारे डोळे यांतून येथील वातावरणाची जाणीव सोनवण्यांना होऊ लागली होती. जाधवकाकांच्या शेवटच्या वाक्याने तर त्यावर शिक्कामोर्तब झाले. सोनवणे जाधवकाकांकडे पाहत, धीर देत म्हणाले, ''नाही जाधवकाका, घाबरू नका. जरी कुणी ऐकलं असलं तरीही घाबरू नका. तुम्हाला काहीही होणार नाही. आपण सर्वच इथे एकमेकांसाठी आहोत. तुम्ही निवांत राहा. आता हळूहळू या परिसराची ओळख मला करून घ्यायलाच हवी... नाही का? आणि तुमच्यासारखे

बुजुर्ग आमच्यासोबत असतील तर प्रश्नच नाही.''

''होय साहेब!... साहेब, मला माफ करा. आज तुमचा पहिलाच दिवस आणि त्यात अशी माहिती सांगणं उचित नव्हतं.'' जाधवकाका अजिजीने म्हणाले.

''नाही, जाधवकाका. मला सर्व दिवस सारखेच. चंद्रपूरहून मी आज इथे रामपूरला आलो, एवढाच काय तो फरक. नाहीतर जे काम तेथे करत होतो, तेच या क्षणापासून सुरूच राहणार आहे. फक्त त्यात आता तुमच्यासारखे सहकारी सामील होणार आहेत, एवढंच!'' सोनवण्यांनी वातावरणात उत्साह निर्माण केला होता.

जाधवकाका लगबगीने उठत म्हणाले, ''साहेब! बराच वेळ झाला. एवढा मोठा प्रवास करून आल्यापास्नं तुम्ही खोलीतही गेला नाहीत. सरळ ऑफिसातच आलात. मी जेवणाचं करून आणतो. तोवर तुम्ही स्नान करून आराम करा. येतो मी.''

जाधवकाका हात जोडीत पाठमोरे झाले. सोनवणे त्यांच्याकडे क्षणभर पाहत राहिले. जाधवकाकांचा किंचित पाठीचा कणा वाकल्याचं त्यांना जाणवलं होतं. सुरुवातीलाच काही गोष्टींचा अंदाज आल्याने सोनवणे विचारात गढून गेले. येथील आवाक्याची त्यांना कल्पना येऊ लागली. काहीतरी निश्चयाने ते उठले व ऑफिसमधून बाहेर पडून, नटवरने दाखवलेल्या त्यांच्या क्वार्टर्सकडे धिम्या चालीने जाऊ लागले. अंगात बऱ्यापैकी थकवा साठला होता. डोकंही जड झालं होतं. सूर्य क्षितिजापलीकडे गेल्याने अंधारून येऊ लागलं...

२

हे वनपाल क्षेत्र शहादा तालुक्याच्या वनपरिक्षेत्रांतर्गत येणारे वनक्षेत्र आहे. त्यांचे उपविभागीय मुख्य कार्यालय नंदूरबार जिल्ह्याच्या ठिकाणी असून, तेथूनच महत्त्वाची सूत्रे हलविली जातात. या उपविभागीय वनक्षेत्रांतर्गत अजून बरीच इतर वनक्षेत्रं येतात. त्यापैकीच रामपूर वनक्षेत्र एक आहे. शहादा साधारण साठ-सत्तर हजार लोकसंख्या असणारे तालुकापातळीवरील गाव. सर्व सोयींनी सुसज्ज असलेलं. वनपरिक्षेत्राच्या कार्यालयापासून सरळ दोन मीटर चालून बसस्टँड आहे. त्यालाच वळसा घालून उत्तरेकडील डांबरी रस्ता लोणखेड्याला जातो. तेथून गोमती नदीच्या अथांग पात्रावरील पूल ओलांडून डावीकडील सरळ रस्ता फत्तेपूर मार्गे रामपूर वनपाल क्षेत्रात शिरतो व पुढे घनदाट अरण्यातून रामपूर गावाच्या वेशीपर्यंत येऊन थांबतो.

लोणखेड्याच्या उजवीकडून साधारण ईशान्येकडील रस्त्याने गेल्यास सहा किलो मीटर अंतरावर नागपाडा रेल्वेस्टेशन आहे. दक्षिण झोनशी जोडलेला हा महामार्ग नागपूर व मुंबईला जोडलेला आहे. सर्वसाधारण व अतिजलद रेल्वेही येथे काही काळ थांबतात. तेथून पुनश्च लोणखेड्याहून शहाद्याला येण्याऐवजी त्रिकोणात तेथून उत्तरेकडे एक विस्तीर्ण कच्चा रस्ता जातो. डोंगरदऱ्या व झाडाझुडपांनी व्यापलेला हा मार्ग सरळ रामपूर वनपालक्षेत्रातील डांबरी रस्त्याला येऊन मिळतो. म्हणजेच रेल्वेने उतरणारे प्रवासी लोणखेडा किंवा शहाद्याला न येता, त्या मार्गे अर्ध्या तासातच रामपूरला पोहोचू शकतात.

रामपूर वनपरिक्षेत्र हे नाव तेथील टुमदार व नयनरम्य असलेल्या गावाच्या नावावरूनच पडलेले आहे. राम वनवासात असताना या गावाला त्याचे पाय लागल्याची आख्यायिका इथे ऐकविली जाते. त्यावेळी त्याला पाहायला या साऱ्या पंचक्रोशीतील लोकांची एकच गर्दी झाली होती. अथांग पुराचेच स्वरूप त्याला आले होते. म्हणूनच त्याला रामपूर हे नाव पडले असावे, असे येथील बुजुर्ग मंडळी

मानतात. येथील वातावरण स्वच्छ व प्रसन्न आहे. दोनशे मीटर अंतरावरून साधारण अर्धा वळसा घालून गोमती नदी खळाळत वाहताना दिसते. त्यावरील छोट्या पुलावरून तालुक्याची बससेवा सरळ रामपूर गावाच्या चौकातच येऊन थांबते. चौकात मोठी विहीर व हौद आहे. गुराढोरांसाठीची ती सोय आहे. बायाबापड्याही येथे नेहमीच धुणीभांडी करीत असताना दिसतात. चौकातल्या एका कोपऱ्यात छोटंसं मंदिर आहे व आजूबाजूला सवर्णांची घरं. चौकातल्या चारही कोपऱ्यांना छोटे-मोठे रस्ते गेलेले आहेत. आग्नेय दिशेच्या कोपऱ्यातून जाताच वनक्षेत्राचं कार्यालय व वसाहत लागते. गावाला वळसा घालूनही या कार्यालयात येण्याची सोय आहे. वायव्य दिशेच्या कोपऱ्यातील रस्त्यात आरोग्य केंद्र (पी. एच. सी. सेंटर) व त्यांची वसाहत आहे. या परिसरातील हे एकमेव वैद्यकीय सोय असणारे केंद्र. आरोग्य अधिकारी या केंद्राचा प्रमुख आहे. साधारण स्थानिक आदिवासी लोक परंपरागत वनौषधींसोबतच या केंद्राचा लाभ घेताना दिसतात. प्राथमिक उपचार करून घेण्यास हे केंद्र नेहमीच उपयोगात आलेले आहे. त्याच बाजूने पुढे उजवीकडे गेलं की, छोटी नाली ओलांडून मराठी शाळेचे प्रांगण आहे. यात चौथीपर्यंतची एक शिक्षकी शाळा आहे. प्रामुख्याने आदिवासी समाजाची मुलंच येथे शिकताना दिसतात. ईशान्येकडील रस्त्याने थोडंसं वळण घेऊन नदीकडे गेल्यास, सुंदर सर्किटहाऊस आहे. इंग्रज अधिकाऱ्यांनी त्यांच्या निवासस्थानासाठी पूर्वी बांधलेले होते, तेच आता सरकारी खात्यातील अधिकाऱ्यांना राहण्यासाठी रूपांतरित केलेले आहे. दूरदृष्टी ठेवूनच नदीकिनारी या सर्किटहाऊसचं बांधकाम इंग्रजांनी केलेलं होतं. इंग्रजांना निसर्गात राहण्याचा, शिकारीला जाण्याचा आवडता छंद होता. आज हा छंद जरी कुणी जपला नसला, तरी येथील अधिकाऱ्यांनी इतर सोयींसाठी निश्चितच त्याचा लाभ घेतलेला आहे व आजही घेत आहेत. सर्किटहाऊसच्या पुढे खाली नदीच्या पात्रात उतरून डावीकडे शंभर मीटर गेल्यास तेथे पुराणकालीन शंकराचं मंदिर आहे. हे मंदिर रामकालीनच मानलं जातं. येथून जाताना रामाने शंकराचे दर्शन घेतल्याचं सांगितलं जातं. अतिशय निसर्गमय व शांत वातावरण या मंदिरात आहे; पण मंदिराची भग्नावस्था दिवसेंदिवस वाढत असून, येथे तुरळकच वाटसरू येत असतात. नाही म्हणायला ८० वर्षांचा म्हातारा त्याची देखभाल ठेवतोय. या मंदिराच्या जीर्णोद्धारासाठी सरकारकडे बऱ्याच वर्षांपासून मागणी होत असूनही, त्यात अजून प्रगती झालेली नाही. ऐतिहासिक स्थळांविषयीचं सरकारचं धोरण अतिशय निराशाजनक आहे. त्यामुळे महाराष्ट्रातील परंपरा नष्ट होत चालल्याची भावना जनमानसात आहे.

तेथूनच पन्नास मीटरवर स्मशानभूमी आहे. काळ्या रंगाची पत्र्याची शेड नदीच्या खडकाळ किनाऱ्यावर ठळकपणे उभी आहे. आजूबाजूला गर्द झाडी असल्याने

मंदिरात येणाऱ्याला येथे स्मशानभूमी असल्याची जाणीवच होत नाही; पण सहसा अंत्ययात्रेला आलेले लोकच मंदिराच्या मार्गाने परतताना शंकराचे दर्शन घेऊन जाताना दिसतात. नाहीतर एव्हाना या बाजूला मात्र शुकशुकाट असतो. गोमती नदीच्या पात्रातील पाणी तेवढं खळखळ आवाज करीत वाहत असतं.

वनक्षेत्राच्या मार्गावरून सरळ पुढे काही किलो मीटर गेल्यास ब्रिटिशकालीन वनस्पती संरक्षण व संशोधन संस्था आहे. येथे नामवंत शास्त्रज्ञ वास्तव्यास असून, वनस्पतींवरील संशोधकांसाठी ती देशातील व आंतरराष्ट्रीय पातळीवरील एक अग्रगण्य संस्था मानली जाते. ब्रिटिशांनी दूरदृष्टी ठेवूनच त्याची स्थापना केलेली आहे; पण ही संस्था रामपूर गावच्या मुख्य राजकारण, समाजकारण, शैक्षणिक अशा कार्यांपासून नेहमीच अलिप्त राहात आलेली आहे. सामान्य लोकांशी सुसंवाद साधण्यास तशी ही संस्था अयशस्वीच ठरलेली आहे. म्हणूनच ही संस्था एक आंतरराष्ट्रीय पातळीची आहे किंवा तेथे चालणारं संशोधन हे देश व आंतरराष्ट्रीय पातळीवरील उत्कृष्ट दर्जाचं किंवा निकृष्ट दर्जाचं आहे, याच्याशी रामपूरमधील लोकांना काही एक घेणं-देणं नाही. तेथे मोठी माणसं असतात; एवढं मात्र त्यांना ठाऊक आहे. कधी एखाद्या शास्त्रज्ञाने वनस्पती किंवा काही विभागाची विचारणा केली, तर येथील गावकरी निश्चितच मदतीला धावून जातात; पण यापलीकडे जाऊन फारशी रुची कुणीही घेत नसे.

वनस्पती संरक्षण व संशोधन संस्थेच्या भव्य आवारासमोरील रस्त्यावरून सरळ पुढे आठ किलो मीटर गेल्यास, साधारण दोनशे फूट उंच पठारावर देवमोगरा नावाच्या देवीचं एक मध्ययुगीन मंदिर आहे. आदिवासींचं हे दैवतच! २०० वर्षांपूर्वी कुण्यातरी शर्पूलनामक आदिवासी राजानं त्याची स्थापना केलेली आढळते. त्या काळी या भागात मोठा प्रलय आला होता व त्या वेळी शर्पूल राजानं सर्वांना एकत्रित करून अखंडपणे काही महिने मोठी आराधना केली होती. तेव्हा राजाला या देवमोगरादेवीचा साक्षात्कार होऊन, आदिवासींवरील संकट टळलं होतं. म्हणूनच शर्पूल राजाने हे मंदिर बांधून घेतलं होतं व दरवर्षी दिवाळी संपल्यानंतरच्या वसंतऋतूतून मोठी दिवाळी परंपरा भरविण्याची प्रथा त्याने सुरू केली होती. अशा एक ना अनेक कथा येथे ऐकवण्यात येतात; पण शर्पूल राजाची कथा प्रामुख्याने ऐकविली जाते. तेव्हापासून आजतागायत ते आदिवासींचं एक श्रद्धास्थानच नव्हे, तर त्यांचं कुलदैवतही झालं होतं. आजही मोठ्या प्रमाणावर आदिवासी समाज तेथे भक्तिभावाने जात असतो. प्रामुख्याने वसंतऋतूत भरणाऱ्या दिवाळीत येथे प्रचंड गर्दी होते. एखाद्या उरुसाचेच स्वरूप त्याला लाभतं. प्रत्येक आदिवासी त्यात भक्तिभावनेने सहभागी होऊन मौज करतो व पुढील वर्षाच्या आणाभाका घेतो. आधुनिक जगाच्या मुख्य प्रवाहापासून दूर असलेले हे आदिवासी त्यामुळेच वेगळे ठरतात.

रामपूर गावात साधारण सरकारी निवासस्थानं धरून, १५० ते २०० घरं असावीत. त्यात बहुतांशी माची व कडब्याने बांधलेली कौलारू घरं होती. सरकारी वसाहती व कार्यालयं तेवढी पक्की होती. या गावात नव्वद टक्के भिल्ल व पावरी ही आदिवासी जमात राहात असल्याने, जवळजवळ सर्वचजण झोपडीवजा माच्यांमध्ये राहत असत. बहुसंख्य आदिवासी जंगलातही झाडांवर माची करून राहत असत. ते आदिवासी म्हणजेच पावरी जमात. डोक्याला फेटा व कमरेला छोटंसं मडकं हा सर्वसाधारण त्यांचा पेहराव असे. गावात आदिवासींव्यतिरिक्त दहा टक्के सवर्ण समाजही होता. त्यात पाटील, कुणबी, मराठा, शिंपी, भोई, चांभार, मुस्लीम, हरिजन या प्रजाती थोड्याफार फरकाने विखुरलेल्या होत्या. यातील मराठा, कुणबी, पाटील यांची घरं रामपूरच्या मुख्य चौकातच होती. बाकी आजूबाजूला दोनशे मीटर व्यासात आदिवासींची घरे होती व त्यापलीकडे सरकारी कार्यालये व वसाहती होत्या. नव्वद टक्के आदिवासी समाज असला, तरी दहा टक्के सवर्ण या गावावर राज्य करीत होते. भोळ्याभाबड्या आदिवासींना वेठीस धरून, त्यांच्या चांगुलपणाचा फायदा घेऊन येथील काही सवर्ण घाणेरडं राजकारण करण्यात पटाईत झाले होते. काम सोडून राजकारण करणे हा काहीसा पूर्णवेळचा उद्योगच झाला होता. या मूठभर सवर्णांची आदिवासी जनमानसात जबरदस्त जरब असल्याने, त्यांच्यातलाच गावाचा सरपंच व पाटीलही निवडला जात असे. अशा कर्तव्यशून्य व अप्रामाणिक राज्यकर्त्यांमुळे रामपूरक्षेत्राला अवकळा येऊ पाहत होती आणि तशी चिन्हे आताशा दिसूही लागली होती.

गावात पाणी, वीज, टेलिफोन व टेलिव्हिजन व इतर दळणवळणाचीही साधनं होती. त्यामानाने वनस्पती संरक्षण व संशोधन संस्थांमध्ये तुलनेने जास्त व अतिजलद अशा सुविधा होत्या. फॅक्स, टेलिफॅक्स, ई-मेलने हे संशोधन केंद्र जोडलं गेलं होतं; पण या सर्व सुविधांपासून रामपूर गाव मात्र अनभिज्ञच होतं. महाराष्ट्रातील, प्रामुख्याने भारतातील बहुसंख्य खेड्यांची हीच शोकांतिका होती. मोबाइलला क्वचितच संपर्कक्षेत्र मिळत असे.

दिवसातून चारवेळा शहाद्याहून (तालुका) बससेवा उपलब्ध होती. काही खाजगी व सरकारी स्वतंत्र वाहने असल्याने, या रस्त्यांवर वर्दळ निश्चितपणे जाणवत असे. बससेवेचा वापर सहसा आदिवासी लोकच करीत असत.

येथील लोकांचा मुख्य व्यवसाय शेती हा होता, तर बहुसंख्य आदिवासी मोलमजुरी करून पोट भरीत असत. काहीजण आयुष्यभर सालदार म्हणून सवर्णांकडे राबत असत. जंगलात राहणारा पावरी समाज आजही कंदमुळं खाऊन आपलं जीवन आनंदाने जगत होता. भिल्ल समाजातील काही घटकांचा लाकडं चोरून विकण्यावर भर होता. तालुक्याच्या ठिकाणी जाऊन ती दलालाला रोकठोक लाकडं विकून देत

असत, आणि दलाल मात्र ती दामदुपटीने विकून रग्गड पैसे कमवित असत. सवर्णांची वडिलोपार्जित भरमसाठ शेती असल्याने, त्यांची आर्थिक स्थिती बऱ्यापैकी होती. त्यामुळेच राजकारण खेळण्यास त्यांना बळ मिळालं होतं. आदिवासी समाज त्यामानाने आदिवासीच राहिला होता. दिवसभर कष्ट करून पोट भरण्यावरच त्यांचा भर असायचा. त्यातच आदिवासी समाधान मानित असत. एकूण पाहता गावाची परिस्थिती समतोल म्हणायला हरकत नव्हती.

रामपूर गावाच्या पश्चिमेला छोटी नांद्या व नवागाव नावाची १०-१५ घरांची पाडी होती, तर पूर्वेला दरा व राणीपूर नावाची खेडी होती. बाकी सर्वदूर घनदाट अरण्य पसरलेलं होतं. याच अरण्याचा रामपूर वनक्षेत्रात समावेश होत होता. त्याचे क्षेत्रफळ साधारण ५००० किलोमीटर एवढे असावे. दक्षिण ट्रॉपिकलमध्ये या वनक्षेत्राचा समावेश होत होता. यात सातपुडा पर्वताचाही समावेश होता. एकामागून एक असे सात उंच कडे दिमाखाने या वनक्षेत्रात उभे होते. सर्वांत उंच देवबाचा पॉईंट. हा सगळ्यात उंच म्हणजेच १८०० मीटर एवढा होता. अशा बऱ्याच कड्यांचा शोध अजूनही लागलेला नव्हता. असंख्य दऱ्याखोऱ्यांनी व वृक्षराजींनी हा पर्वत व्यापलेला होता. रामपूर गावातून या पर्वतराजींचं मनोहारी दृश्य दिसत असे. प्रामुख्याने पावसाळ्यात कुणीतरी हिरवीगार मखमल लेवून पहुडल्यासारखं भासत असे. या दऱ्याखोऱ्यातून गोमतीसोबतच इतर छोट्या मोठ्या नद्यांचे उगमस्थान व पात्रं होती. यात तापी, खापरा, लिपना, दोलाट यांसारख्या नद्या होत्या, तर सातपुडा पर्वताच्या पलीकडून प्रचंड मोठं पात्र असलेली नर्मदा दुथडी भरून वाहत होती. काही खोऱ्यांमध्ये नैसर्गिक तळेही निर्माण झालेले होते. रामपूर क्षेत्राचा प्रवेशमार्ग रामपूरव्यतिरिक्त फक्त दोन ठिकाणांहूनच होता. एक नांद्या या पाड्याकडून, तर दुसरा दरा या खेड्यामधून. बाकी चहूबाजूंनी मोठाल्या कडा व वनराई माजलेली होती.

रामपूर वनक्षेत्रात हजारो वर्षांपासूनच्या भिज्ञ व अनभिज्ञ अशा वनस्पती वास करून राहत होत्या. फुलं, फळं, भाजीपाला याव्यतिरिक्त विविध वृक्षांचाही त्यात समावेश होता. प्रामुख्याने वड, पिंपळ, निवडुंग, नागफणा, बाहरी, बाभळी, कडुनिंब, बोर, रबर, एटेड, टेंभुर्णी, नागवेल, करवंद, वावडिंग, वाळुंज, अरफपुष्पी, घंटाकारी, मेंदी, चंदन, बांडगूळ, बांबू, कर्दळ, रताळे, गारवेल, निंब, पाडळ, अबोली, तुळस, सूर्यफूल, निशिगंध, केसर, हिरवाचाफा, कवठीचाफा, कापूर, पोपटवेल, गवत यांसारख्या वृक्ष व वनस्पतींचा त्यामध्ये समावेश होता. यांव्यतिरिक्त खाज कर्दळी, गांजा, गेवा, काकमाटी, आग्या, जलमुखी, निवडुंग, कडू पडवळ्यांसारख्या जहाल विषारी वनस्पतीही या वनक्षेत्रात होत्या. ज्यांचा शोध अजूनही लागला नाही, अशा असंख्य वनस्पती येथे मोठ्या प्रमाणात होत्या. त्याचाच पाठपुरावा वनस्पती

संशोधन संस्था करीत होती. वनस्पतींच्या संरक्षणासोबतच त्यांच्या संशोधनाची जबाबदारीही त्यांच्यावर होती.

वनस्पतींसोबतच रामपूर वनक्षेत्रात जास्वंदी, शेवंती, गुलाब, कमळ, जलउमल, कुमुदिनी, रजनीगंधा, झेंडू, चाफा, चमेली, गोकर्ण, ताखुपुष्ण, जाई-जुई यांसारख्या सुंदर फुलांची झाडं, तर बीट, मुळा, सुरण, पानकोबी, कावळा छत्री, ढेंमसे, लिंबू, घेवडा, भोपळा, कंदमूळ व पपई, नारळ, पेरू, सप्ताळा, आंबा, अननस, फणस, डाळिंब, सीताफळ, रामफळ, चिक्कू, चेरी, स्ट्रॉबेरी यांसारखा भाजीपाला व फळझाडेही या क्षेत्रात असंख्य प्रमाणात होती.

प्राण्यांमध्ये सिंह, वाघ, अस्वल, जंगली कुत्रा, काळवीट, हरीण, रेडा, चित्ता, रवास, नीलगाय, ससा, रानडुक्कर, झेब्रा, एडका, गाय, बैल, म्हैस, वानर, कोल्हा, लांडगा इत्यादींसारखे नरभक्षक, लबाड विषारी सांबर प्राणी वास्तव्यात होते, तर त्यासोबत सुतारपक्षी, कबुतर, पोपट, गरुड, मोर, मोरनी, बुलबुल, गिधाड, पाणकोंबडी, जंगली कोंबडा, चिमणी, लांडोर, मैना, राघोवा, घुबड, कोडीला, शहामृग यांसारखे सुंदर पक्षीही होते. विविध तळ्यांमध्ये कमळ, गुलाब या फुलांसोबतच बदक, कासव, बेडूक, मगर, राजहंस, बगळा यांसारखे पक्षी तळ्याकाठी रममाण होताना दिसत असत. असे असंख्य वनस्पती, वृक्ष, प्राणी या रामपूर वनक्षेत्रात होते. निसर्गाने ही एक दैवी देणगीच जणू या क्षेत्रास बहाल केलेली होती.

या वनक्षेत्रात शिकारीला पूर्णत: मनाई होती. असे असतानादेखील साधारण स्थानिक आदिवासी सांबर, हरीण, रानडुक्कर यांची शिकार चोरून-लपून करण्यात पटाईत होते. शिकारीची ही एक जमातच आदिवासींमध्ये होती. ती शिकार करण्यात अतिशय पटाईत असते. समोर वाघ आला, तरी ते त्याची शिकार करीत अथवा स्वत:तरी लक्ष्य होत असत. धनुष्यबाण व कोयता ही प्रामुख्याने त्यांची हत्यारं असत. शंभर फुटांपर्यंतचं सावज ते सहजपणे धनुष्यबाणाने टिपत असत. लांब, उंच व बांबू उडी मारण्यात पटाईत असल्याने कुठल्याही नरभक्षक प्राण्यांच्या तावडीत ते सहजासहजी सापडत नसत.

एकूण तिन्ही ऋतू येथे अनुभवांस मिळत. उन्हाळा, पावसाळा व हिवाळा. पावसाळ्यात पर्जन्यवृष्टी साधारण १००० मिलिमीटर ते १२०० मिलिमीटर एवढी प्रचंड होत असे, तर हिवाळ्यातील तापमान दोन डिग्रीपर्यंत जात असे. उन्हाळ्यात तापमान मात्र ४० डिग्री सेंटीग्रेट या कमाल पातळीला पोहोचत असे. आर्द्रता मात्र पन्नास टक्क्यांच्या खालीच राहात असे.

विविध अंगांनी नटलेलं व निसर्गाने ओतप्रोत भरलेलं हे वनक्षेत्र म्हणूनच प्रसिद्ध आहे. येथे सागवान पाठोपाठ चंदनाचीही मोठी रेलचेल होती. म्हणूनच या

परिसरातील राजकारणाला एक वेगळेच परिमाण प्राप्त झाले होते. त्यात स्थानिक पातळीवरील अधिकारी, वनपाल, वनपरिक्षेत्राधिकारी, उपविभागीय वनाधिकारी, विभागीय वनाधिकारी व राज्याचे मुख्य वनसंरक्षक यांच्यापासून ते स्थानिक राजकीय पातळीवरील पाटील, सरपंच, आमदार, खासदार व मंत्र्यांपर्यंत सर्वांचाच त्यात हळूहळू समावेश होऊ लागला होता. त्यामुळे बाहेरून शांत दिसणाऱ्या या क्षेत्रात आतून सुरुंग लागल्याचं स्पष्ट झालं होतं. हळूहळू त्याचा विस्तार होऊ पाहत होता. आतून धगधगणाऱ्या या वनक्षेत्राचा कधी समारोप होईल, हे काहीच सांगता येत नव्हतं.

त्यामुळेच भरभराटीला असलेलं हे रामपूर वनक्षेत्र अंतर्गत राजकारणाला बळी पडू लागलं होतं. एव्हाना या वनक्षेत्राच्या ऱ्हासाला सुरुवातही झाली होती. निसर्गाने बहाल केलेला हा खजिना मानवरूपी राक्षसांमुळे नष्ट होऊ पाहत होता. छुप्या, चोरवाटेने झाडांची, वनस्पतींची सर्रास तोड होऊन तस्करी होऊ लागली होती. किंबहुना दुर्मीळ प्राण्यांचीही हत्या करून, त्यांच्या अवयवांचा लिलावही बाजारांमध्ये होऊ लागला होता. यात सहज उपलब्ध असणाऱ्या आदिवासींना हाताशी धरून सवर्ण मंडळी हळूहळू मोठीच उलथापालथ घडवून आणण्याच्या प्रयत्नांत होती. या सवर्णांसोबत स्थानिक पुढारी, पाटील, सरपंच, तालुक्याचे आमदार ही साखळीच गुंतलेली होती. त्यांचा एकूण दरारा पाहता कुणाही कर्तव्यदक्ष सामान्य नागरिकास तोंड उघडण्याची टाप नव्हती. त्यामुळे या परिसरावरील त्यांची भक्कम पकड सहज लक्षात येत असे. कुणी बंड करण्याचा नुसता प्रयत्न जरी केला, तरी त्याची विल्हेवाट कुणालाही न कळता लागत असे. जागोजागी विखुरलेली त्यांची माणसं भिंतीलाही कान लावून बसली होती. निर्ढावलेली ही माणसं वनमंत्र्यांच्या वरदहस्तानं अजूनच बेभान झालेली होती. या सर्व अवैध प्रकरणांनी वनखात्यावरही एक मोठी जबाबदारीच येऊन पडली होती; पण यात काही वनाधिकारी सामील असलेले पाहून, या मोहिमेला मोठं खिंडारच पडल्याचं स्पष्ट दिसत होतं. आठवड्यातून किमान चार-पाच दिवस ह्या अधिकारी मंडळींची बडदास्त स्थानिक पुढारी उत्तमरित्या सर्किटहाऊसवर ठेवत असत. त्यामुळे सर्किटहाऊसमधील त्यांच्या रात्री अशा रंगून निघाल्यानं ते बेधुंद होत असत. त्यानं या प्रकाराला जास्तच मोकळीक मिळत होती. सरकारी अधिकाऱ्यांना कसं वेठीस धरावं, याचं चांगलंच तंत्र या लोकांना अवगत झालं होतं.

एखादा सक्षम अधिकारी आल्यास, त्याची पद्धतशीरपणे विल्हेवाट अथवा तत्काळ बदली ही मंडळी सहजपणे करत असत. हा त्यांचा चुटकीसरशी सोडवण्यासारखा प्रश्न होता. एखादा जास्तच अडून बसला, तर क्षणात तो बेपत्ता होत असे. असे कितीतरी अधिकारी बेपत्ता झालेले होते. वनखात्यात आयुष्याची

निम्मी वर्षं काढलेल्या कनिष्ठ नोकरदारांना याची इत्थंभूत माहिती व कल्पना आहे; पण तोंड उघडण्याचं धाडस नाही. त्यामुळेच आकस्मिक मृत्यूला फक्त नैसर्गिक मृत्यूची जोड. अशा प्रकरणांनी वनस्पती संरक्षण व संशोधन संस्थांमधील एक-दोन शास्त्रज्ञांनाही मृत्यूला सामोरं जावं लागलं होतं. संशोधनासाठी गेलेले व अशा प्रकरणांना बळी पडलेले हे निष्पाप जीव, त्यांचीही अधिकाऱ्यांप्रमाणेच आकस्मिक मृत्यू म्हणून दफ्तरी नोंद झाली होती. एवढं असूनदेखील वातावरण शांत. कमालीचं शांत; पण आतून धगधगणारं. एखाद्या लाव्हारसासारखं! रामपूर गावातील गावकरी, सवर्ण, आदिवासी, शिक्षित कुणीही कुणाविषयी बोलायला तयार नाही. डोळ्यांदेखत झालेलं असतानादेखील एवढी जबरदस्त दहशत. हे संपूर्ण वनक्षेत्रच दहशतीच्या छत्रछायेखाली दडपलं गेलेलं. निसर्गदेवताही निमूट पडलेली. अश्रू ढाळीत असलेली. या क्षेत्रात आलेल्या काही वनपालांचा असाच मृत्यू झाला. मागच्या आठवड्यातच वसंत काटे नामक वनपालाची आकस्मिक झालेल्या मृत्यूची नोंद अगदी ताजीच. माहिती असतानाही कारण कुणालाही ठाऊक नाही. डोळ्यांवर हात ठेवल्यासारखे, वाईट बघू नका असे. त्यांच्याच जागी आज सुनील सोनवणे नावाच्या तरुण व उमद्या वनपालाची नेमणूक झाली. कर्तव्यदक्षता बघूनच वरिष्ठांनी त्यांची या ठिकाणी बदली केलेली. अशा कर्तव्यदक्ष अधिकाऱ्याची विल्हेवाट कशी लावायची, याची पद्धत वरिष्ठांना व त्यासंबंधित राज्यकर्त्यांना चांगलीच ठाऊक. म्हणूनच हेतुपुरस्सर सुनील सोनवण्यांची बदली या अशा बिकट ठिकाणी झालेली. या सर्वच कपटी मनांचा अंदाज घेऊनही सुनील सोनवण्यांनी या क्षेत्रात रुजू होण्याचा घेतलेला निर्णय खरोखरच कौतुकास्पद होता. अनेक आव्हाने शिरावर यशस्वीपणे घेतलेले सोनवणे अखेर या अवघड आव्हानांना सामोरे गेलेच होते.

३

साडेआठ वाजले होते. जाधवकाकांच्या हातचं चविष्ट जेवण केल्यावर सोनवणे तृप्त झाले होते. जाधवकाका एवढा चांगला स्वयंपाक करू शकतात, यावर त्यांचा विश्वासच बसत नव्हता. जाधवकाकांनी समोर ठेवलेल्या बडीशेपचा झपका मारीत सोनवणे म्हणाले,

"जाधवकाका, खरंच खूप छान स्वयंपाक केला होता तुम्ही. अगदी आमच्या मंडळींसारखा..."

क्वार्टर्समधलं काही सामान आवरीत नटवरही म्हणाला,

"होय साहेब, दोन वर्षांपासून मीही जाधवकाकांच्या हातचंच खातोय. आम्ही दोघंच इथे एकमेकांना असल्यानं जाधवकाकांचा मोठाच आधार मला मिळतोय. नाहीतर या रानात माझे हालच झाले असते."

"खरंय ते!" सोनवणे जाधवांकडे कौतुकाने पाहत म्हणाले होते. सोनवणे व नटवरच्या बोलण्याने जाधव काहीसे ओशाळले. खांद्यावरचा रुमाल हातात घेत ते म्हणाले,

"तसं काही नाही साहेब. मी आपलं काम करण्याचा प्रयत्न करतोय, एवढंच. घरापासूनं लांब असलेल्यांना घरासारखंच जेवण मिळालं, तर घराची आठवण येत नाही."

"बरोबर आहे तुमचं जाधवकाका. घर हे शेवटी घरच असतं आणि लांब गेल्याशिवाय त्या घराचीही किंमत माणसाला कळत नाही. अशा परिस्थितीत तुमच्यासारखी ज्येष्ठ लोकं भेटली की, आपण घरापासून लांब आलोय याची तीव्रताच कमी होते." सोनवणे दीर्घ सुस्कारा सोडत जाधवांकडे पाहून पुढे उठत म्हणाले, "जाधवकाका?"

"जी साहेब!" जाधवकाकांचा होकार. सामानाची मांडणी करणारा नटवरही सोनवणे काय म्हणताहेत याकडे क्षणभर पाहत होता.

"आता नऊ वाजत आले आहेत. मी थोडं ऑफिसमध्ये जाऊन येतो."

"काय? एवढ्या रात्री साहेब. तुम्ही आजच आला आहात. थकलाही आहात. उद्या सकाळी गेलात तरी चाललं असतं. आज आराम करा." जाधव सोनवण्यांकडे आश्चर्याने बघत, समजावत म्हणाले.

"नाही काका, हा माझा नेहमीचाच शिरस्ता आहे. रात्रीच्या वेळी ऑफिसमध्ये जाऊन दिवसभरात आपण काय केलं, याचं नेहमीच मी चिंतन करीत आलोय. रात्रीची वेळ त्यासाठी अतिशय योग्य असते. कुणाचाही त्रास अथवा कटकट यावेळी नसते. शिवाय ऑफिस आपल्या निवासस्थानी असल्यानेच ते शक्यही होते आणि अशा नवीन ठिकाणी त्याचा इतिहास जाणून घेण्यासाठी चिंतनाची गरज हवीच."

जाधव या तरुणाकडे पाहतच राहिले. प्रथमच ते एवढा कार्यक्षम अधिकारी बघत होते. आत्तापर्यंतच्या अधिकाऱ्यांमध्ये नेमक्या याच बाबींचा अभाव होता. नवीन आलेला अधिकारीही दहा-दहा दिवस ऑफिसमध्ये फिरकत नसे. अशा पार्श्वभूमीवर सोनवण्यांचं व्यक्तिमत्त्व निश्चितच खुलून दिसत होतं. जाधव काहीच बोलू शकले नव्हते.

सोनवणे कपडे घालून बाहेर पडले. बाहेर आकाशात चांदणं पडलं होतं. स्वच्छ व सुंदर हवेच्या झुळकीनं सोनवण्यांना आल्हाददायक वाटत होतं. नटवर त्यांच्या पाठोपाठ येत म्हणाला,

"साहेब, मी ऑफिस उघडून देतो."

त्याच्या हातातून चावी घेत सोनवणे म्हणाले,

"नको, दे ती चावी. मी उघडतो. तुम्ही दोघंही निवांत आराम करा."

नटवरचा नाईलाज झाला. तो माघारी फिरला. सोनवण्यांनी पायऱ्या चढून ऑफिसचं दार उघडलं. दिवा लावताच ऑफिस झळाळून निघालं. आजूबाजूला ठार अंधार असलेल्या त्या परिसरात प्रकाशमान ऑफिसचं अस्तित्व ठळकपणे दिसत होतं.

टेबलाकडे येताच त्यांनी आजूबाजूला पाहिलं. ऑफिस स्वच्छ दिसत होतं. ती जाधवांचीच किमया असल्याची त्यांना जाणीव होती. जुनी झालेली काही लोखंडाची कपाटं होती, त्यांच्याकडे जात त्यांनी एका कपाटाचं दार उघडलं. महत्प्रयासानं ते उघडताच खाड्खाड् असा आवाज आला. आत बऱ्याच फाइली होत्या. त्यातील हव्या त्या, त्यांनी टेबलावर आणून ठेवल्या. दुसऱ्या-तिसऱ्या कपाटातूनही त्यांनी अशाच हव्या असलेल्या फाइली काढून टेबलावर ठेवल्या होत्या. काही फाइलींवर बरीच धूळ साचली होती. टेबलावर ठेवताच, धूळ आजूबाजूला पसरली. सोनवण्यांनी त्या फाइली बाजूला नेऊन झटकल्या व पुन्हा टेबलावर आणून ठेवल्या. खुर्ची ओढताच, या जागी पूर्वीच्या वनपालांचा मृत्यू झाल्याचं सोनवण्यांना आठवलं. एक

विचित्र भावना त्यांच्या मनात निर्माण झाली. अदृश्यरूपी कुणीतरी आजूबाजूला असल्याचं उगीचंच त्यांना वाटलं. विनाकारण त्यांनी खुर्ची पुन्हा थोडी मागे केली व ते स्थानापन्न झाले.

येथून आयुष्याच्या अजून एका नव्या पर्वाला सुरुवात झाली होती. टेबलावरील एक-एक फाइल ते चाळू लागले. त्यातील एकूण एक ऑफिसची कागदपत्रे, माहिती, नोंदी सोनवणे वाचून काढू लागले. साधारण मागील पाच वर्षांची माहिती तरी त्यांना अपेक्षित होती.

आजूबाजूला अंधार, ऑफिसचा लाईट तेवढा चालू. समारेचं दार सताड उघडं. सोनवणे फाइली चाळण्यात मग्न होते. चाळलेल्या फाइलींचा गठ्ठा वाढत चालला होता. त्यांच्या स्वत:च्याच विचारमंथनालाही सुरुवात झाली होती. त्यांना आश्चर्य वाटत होतं. एवढ्या फाइली चाळूनही कुठलीही सुसंगत माहिती हाती आल्याचं त्यांना दिसत नव्हतं. सगळी माहिती निरर्थक व वरिष्ठांच्या फालतू पत्रव्यवहारांची होती. त्यांना हवी ती माहिती मिळतच नव्हती. कुठल्याही नवीन वनपालक्षेत्रात काम करण्याआधी तेथील इत्थंभूत माहिती ते अशा फाइलींद्वारे मिळवीत असत. प्रामुख्याने वनपाल क्षेत्रफळ, तेथील मालमत्ता, संदर्भग्रंथ, वनसंरक्षण अधिनियम, त्यातील कायदे, ग्रामीणक्षेत्र, वनविद्या, वन्यजीवन, तेथील स्टाफ यांसारखी मूलभूत माहिती ते मिळविण्याचा प्रयत्न करीत असत. त्याद्वारेच ते स्वत:ची अशी काही अनुमाने व दिशा ठरवित असत; पण येथे तर सारा गोंधळच त्यांच्या नजरेस पडत होता. इतर तर सोडाच सध्याच्या या वनक्षेत्र पद्धतीचीही माहिती त्यांना सापडू शकली नव्हती. एक मात्र निश्चित, बऱ्यांच वर्षांपासून येथे कुठल्याच शिस्तीचं पालन झालं नसल्याचं सोनवण्यांना आढळलं होतं.

स्टाफची फाइल हाती घेताच, त्यांचं डोकंच भणभणायला लागलं. चार वनरक्षकांची (गार्ड्स) नेमणूक झालेली असताना एकाचाही येथे पत्ता नव्हता. ते कुठे आहेत? काय करताहेत? याची कुठलीही माहिती त्यात नव्हती. त्यांच्या नावे महिन्याचे वेतन येत होते व ते घेत असल्याच्या नोंदी मात्र होत्या. दोन वनरक्षक तर प्रदीर्घ रजेवर गेल्याचे अर्ज होते. कारण कुठलंही नव्हतं. रजा संपूनही बरेच महिने उलटले होते; पण त्यांचा कुणाचाही पत्ता नव्हता. जाधवकाकांच्या म्हणण्यालाच येथे पुष्टी मिळत होती. बरेच दिवस झाले, इकडे कुणीही फिरकलेलंच नव्हतं. स्वत:ची एन्‍रॉलमेंट मात्र त्यांनी करून घेतलेली होती. अशा प्रकारे सर्वच फाइलींमध्ये विस्कळीत व खोटी माहिती असल्याची तीव्र जाणीव सोनवण्यांना झाली.

पाय सैल करून सोनवण्यांनी खुर्चीवर अंग टाकलं. छताकडे त्यांनी नुसतंच शून्यात पाहिलं. कोळीष्टकांत एक किडा विचित्रपणे अडकल्याचं त्यांच्या निदर्शनास आलं. ते सावरून बसले व त्या अडकलेल्या किड्याकडे उत्सुकतेने पाहू लागले.

किड्याची त्या जंजाळातून सुटण्याची धडपड पाहून सोनवण्यांना कमालीची गंमत वाटली; पण तो जास्तच जंजाळात अडकत चाललेला पाहून त्यांना वाईट वाटलं व निसर्गाचं कौतुकही! कोळी त्या किड्याला टोचून इजा करू पाहत होता. त्याचं खाद्य त्याला मिळाल्याचा कदाचित तो आनंद असावा. या छोट्याशा प्रसंगानं मात्र सोनवणे अंतर्मुख झाले. किड्याची अवस्था म्हणजे त्यांचीच तर नाही ना? ... आणि न दिसणारे अदृश्य कोळ्यांचे हात त्यांच्याकडे येऊ तर पाहत नव्हते ना?

आत्तापर्यंत कोंडलेला श्वास त्यांनी सोडला. त्या शांत वातावरणात तो कमालीचा जाणवला. त्यातून सोनवण्यांची घालमेलच बाहेर पडली. ते पुन्हा एकदा निश्चयानं व विशिष्ट प्रेरणेने ताठपणे खुर्चीत बसले व उरलेल्या फाइली भराभर चाळू लागले. आता त्यांना हे सर्वच नीट करायचं होतं. एकेकाला सरळ करायचं होतं. शिस्त आणायची होती. पूर्वीसारखंच इथंही शून्यातून सुरुवात करायची असल्यानं त्यांच्या चेहऱ्यावर उपरोधात्मकपणे स्मित झळकून गेलं.

त्यांनी घड्याळात पाहिलं. रात्रीचे अकरा वाजून गेले होते. दिवसभराच्या थकव्याने आता त्यांचे डोळे जड होऊ लागले होते व फाइलींमधल्या असुसंगत माहितीने, भ्रष्टाचाराने त्यांचं डोकंही जड झालं होतं. दोन तासांतच या क्षेत्राचा सर्वच आवाका व आव्हाने त्यांच्या लक्षात आली होती.

तेवढ्यात डावीकडच्या खिडकीवर आवाज झाला. किणकिण करीत एक मोठा काचेचा तुकडा जमिनीवर खळखळ आदळला. त्यामुळे बऱ्याच अंतरापर्यंत काचा उधळल्या गेल्या. निर्माण झालेल्या भोकातून मोठा दगड सोनवण्यांच्या दिशेनं येताना पाहताच ते तडकपणे बाजूला झाले. काही क्षण जरी ते गाफील राहिले असते, तरी त्यांचा कपाळमोक्ष झाल्याखेरीज राहिला नसता. सोनवणे शिताफीने खुर्ची ढकलून चपळतेने भिंतीलगत उभे राहिले. एकामागून एक दगडांचा वर्षाव सुरू झाला होता. खिडक्यांची तावदानं निखळत होती. भिंतीचा आधार घेऊनच ते वाऱ्याच्या वेगानं बाहेर पडले; तरीही दगडांचा मारा सुरूच होता.

आवाजानं जाधवकाका व नटवर धडपडत बाहेर आले. सोनवण्यांजवळ येताच जाधवकाकांची अनुभवी नजर आजूबाजूला अंधारात भिरभिरत होती. नटवरही भेदरलेल्या नजरेनं वेध घेत होता. सोनवणे धावतपळत आजूबाजूला पाहत होते. कुणी ही आगळीक केली, याचा ते शोध घेऊ पाहत होते. त्याचवेळी एका झाडाखाली दाट अंधारात त्यांना एक अर्धनग्न आदिवासी धुमसताना दिसला. त्याच्या डोळ्यांतून ज्वाला बाहेर पडत होत्या. छाती धपापत होती. सोनवणे उत्स्फूर्तपणे म्हणाले,

"जाधवकाका, तो बघा! कोण आहे तो?"

त्यासरशी जाधव व नटवरने एकाचवेळी त्याच्याकडे पाहिलं. अंधार व त्यात तो काळाकुट्ट असल्यानं त्याचे डोळे व कमरेला लावलेल्या मळकट पांढऱ्या

कपड्यांखेरीज काहीही दिसत नव्हतं. धपापलेल्या छातीनं तो सोनवण्यांकडे निरखून पाहू लागला व विचित्र हातवारे करीत भिल्ल भाषेत शिव्या देऊ लागला. इकडे तिकडे पळत तो प्रचंड संताप व्यक्त करीत होता. त्याचे दात एकमेकांवर घासल्याने करकर असा आवाज बाहेर पडत होता. त्यावरून त्याचा धुसफुसणारा संताप स्पष्ट जाणवत होता. काही क्षण अशाच बिथरलेल्या अवस्थेत त्याने काढले व दुसऱ्याच क्षणाला वेगाने गर्द झाडीत तो लुप्त झाला. सोनवणे या इसमाच्या अशा वागण्याने निराश झाले. त्यांच्याकडे पाहत जाधव काळजीयुक्त स्वरात म्हणाले, ''साहेब, लागलं तर नाही ना?''

''नाही... थोडक्यात बचावलो; पण हा इसम होता तरी कोण? तो असा का वागला? माझ्या स्वागताची ही इथली पद्धत तर नव्हे!'' सोनवणे नाराजीने म्हणाले.

''नाही साहेब. त्यातला नाही हा माणूस... आदिवासी आहे; पण वेडा आहे. त्याचं नाव परशा.'' जाधवांनी सांगितलं.

''काय? वेडा...'' सोनवणे आश्चर्याने उत्तरले. नटवरही जाधवकाकांकडे पाहतच राहिला. त्यालाही काहीच माहीत नव्हतं.

''होय! वेडा. या वेड्याचा इतिहास फार भयानक आहे साहेब.'' जाधव हळूच; पण ऐकू येईल असे बोलले.

सोनवण्यांच्या तोंडून ओघात सहज उद्‌गार निघाले,

''इतिहास? कुठला? कशाचा?''

असंख्य प्रश्न सोनवण्यांच्या मनात डोकावून गेले. जाधवांकडे पाहत त्या वेड्या आदिवासीचा इतिहास ऐकण्यास ते उत्सुक व तेवढेच व्याकूळही होते; पण जाधव मात्र स्तब्ध होते. विचारात गढलेले. काही क्षण शांततेत गेले. नटवरही जाधवांच्या बोलण्याची वाट बघत होता. जाधवांची चाललेली घालमेल सोनवण्यांच्या लक्षात येताच ते पुढे म्हणाले,

''सांगा काका! नेमक्या कुठल्या इतिहासाबद्दल तुम्ही बोलत होतात. नेमकं काय झालं या वेड्याच्या बाबतीत. मला सविस्तर सांगा म्हणजे कळेल. कदाचित त्या आदिवासी इसमावर अन्यायही झाला असण्याची शक्यता आहे. बोला तुम्ही. आता या विभागाची, इथल्या प्रत्येक घटक-उपघटकांची माहिती मला असणे आवश्यकच आहे. सांगा तुम्ही...'' सोनवणे जाधवांना प्रोत्साहित करीत म्हणाले.

जाधवकाकांनी व्याकूळ नजरेने सोनवणे व नटवरकडे पाहिलं. त्यांच्या मनात चलबिचल होत होती. काहूर माजले होते. त्यांनी आजूबाजूला पाहिलं, तर ठार अंधार होता. काही रातकिड्यांव्यतिरिक्त दुसरा कुठलाही आवाज येत नव्हता. सगळीकडे शांतता होती. सोनवणे व नटवर आतुरतेने जाधवांच्या बोलण्याच्या प्रतीक्षेत होते. जाधवांच्या तोंडून हळुवार शब्द बाहेर पडले,

"मला निश्चित आठवत नाही साहेब; पण साधारण वीसेक वर्षांपूर्वीची ती एक भयाण रात्र होती."

भयाण हा शब्द जाधवांच्या तोंडून निघून, अंधारात विलीन झाला. त्यामुळे त्याची व्याप्ती जास्तच जाणवली. त्यावेळी सोनवण्यांनी थंड नजरेनं जाधवांकडे पाहिलं. जाधव पुढे सांगू लागले,

"मुसळधार पावसाची ती रात्र! विजांचा कडकडाट व ढगांचा गडगडाट होत होता. सोसाट्याचा वारा सुटला होता. त्यामुळे उंच झाडी अर्ध्यापर्यंत वाकून मुजरा घालू लागली होती. सळसळ आवाजानं काही फांद्या तुटून पडत होत्या. झाडं उन्मळून पडत होती. वीज गेल्यानं सारं रामपूर गाव अंधारात बुडून गेलं होतं. शिवाय जोरदार पाऊस असल्यानं अंतराअंतरावरच्या झोपड्याही दिसत नव्हत्या. गाव खिन्नपणे पावसात न्हाऊन स्तब्ध उभं होतं. विजांच्या क्षणिक लख्ख प्रकाशात मात्र रामपूर गावाचं अस्तित्व सहजपणे जाणवत असे; पण त्यानंतरच्या होणाऱ्या अफाट गडगडाटाने मात्र प्रत्येक झोपडी हादरून निघत असे. त्या वेशीवरच्या एका झोपडीत तो, त्याची बायको आणि त्यांची पाच वर्षांची मुलगी झोपेच्या अधीन झाले होते. बाहेरील पावसाच्या गारठ्यानं ते तिघंही गोधडी पांघरून, स्वत:ची मुटकुळी करून गाढ झोपले होते. गावातील सरपंचाकडे गड्याचं काम करणारा हा गडी. त्याची बायकोही हातावर मोलमजुरी करणारी. थकूनभागून आलेले हे जीव. ते सर्वच गाढ झोपलेले होते. तेवढ्यात अचानक चार-पाच इसम दारावर लाथ मारून बंडखोरांप्रमाणे आत घुसले. काड्यांचं कमकुवत असलेलं दार एका लाथेत कोलमडून पडलं. आवाज होताच, ती दोघंही खडबडून जागी झाली. मुलगी मात्र झोपलेलीच होती. समोर पावसाने भिजलेल्या व धुंद असलेल्या त्या चार इसमांना बघून, ते दोघंही चांगलेच घाबरले. काही कळण्याच्या आत एका इसमानं परशाच्या बायकोला उचललं होतं. परशा संतापानं बेभान होऊन प्रतिकार करू लागताच, इतर दोघांनी त्याला बखोटीला धरलं. तिसऱ्याने त्याच्या पोटात चार-पाच गुद्दे घालून, त्याला अर्धमेला करून टाकलं. परशाची बायको आरडाओरडा करत्येय हे लक्षात येताच, त्यापैकी एकानं तिच्या मुस्काटात ठेवून तिला बांधून टाकलं. या घुसमटणाऱ्या वातावरणात त्यांची मुलगी अर्धवट झोपेतून जागी झाली होती. समोरचं दृश्य पाहून ती चांगलीच भेदरली व एका कोपऱ्यात स्वत:ची मुटकुळी करून भेदरलेल्या डोळ्यांनी समोरचं दृश्य पाहू लागली. तिच्या तोंडून शब्दच बाहेर पडत नव्हते. तिच्या आईला खांद्यावर घेऊन एक जण बाहेर पडला होता, तर इतर दोघांनी तिच्या वडिलांना बखोटीला धरून जवळजवळ फरफटतच बाहेर नेलं होतं. चौथा विजेरीचा झोत टाकून धोऽधोऽ कोसळणाऱ्या पावसात दिशा दाखवीत होता. थोडा वेळ घुसमटणारे आवाज व नंतर फक्त पावसाचा टिपटिप आवाज एका लयीत येत

राहिला. मुलगी मात्र भेदरलेल्या अवस्थेतच होती. आईवडिलांना असं नेलेलं पाहून तिचा कंठ दाटून आला आणि हुंदके फुटले. ती रडत होती; पण पावसामुळे तिचे व्याकूळ हुंदके विरत होते. शेजारी कुणापर्यंत पोहोचतही नव्हते.''

जाधवकाका थोडा वेळ थांबले. वातावरण कमालीचं शांत होतं. त्यांची स्वत:चीच छाती भरून आल्यानं वर-खाली होत होती. चेहऱ्यावर गारठा असूनही घर्मबिंदू साचले होते. ते आपल्या लाल रुमालानं टिपत त्यांनी सोनवण्यांकडे व्याकूळ नजरेनं पाहिलं. सोनवण्यांनी त्यांची ती अवस्था पाहत त्यांच्या खांद्यावर हात ठेवीत त्यांना धीर दिला. डोळ्यांनी खुणावत ते म्हणाले,

''पुढे काय झालं त्यांचं जाधवकाका?''

जाधवांनी एक मोठा दीर्घ श्वास घेतला व ते म्हणाले,

''त्या वेळी नदीकिनारी असलेल्या सर्किटहाऊसवर कुणीतरी बडे साहेब आले होते. त्याकडेच या चारही इसमांची पावले पडू लागली. भर पावसात व विजेच्या क्षणिक प्रकाशात ती झपाझप चालताना दिसू लागली. पुढे मात्र सर्किटहाऊसमध्ये त्या निष्पाप बाईला ढकलून, दार बंद करण्यात आलं. परशाला मात्र बाहेर झाडाच्या बुंध्याला बांधण्यात आलं. भर पावसात तो असाहाय्यपणे पाहतच राहिला. समोर सर्किटहाऊसमध्ये मिणमिणता दिवा तेवढा दिसत होता. घुसमटणारे आवाज, क्षीण किंकाळ्या, वेदना परशाच्या कानांवर येऊन आदळू लागल्या. त्यामुळे त्याची तगमग वाढू लागली. चीड, संतापाने त्याच्या शिरा तट्ट फुगल्या होत्या. सुटण्याचा अयशस्वी प्रयत्न तो करीत होता. त्यामुळे त्याच्या हातापायाला दोरखंडाच्या खोलवर जखमा होऊ लागल्या; तरीही त्याच्या कानावर सर्किटहाऊसमधून किंकाळ्या येतच राहिल्या. असह्य वेदनेने तो मात्र मूर्च्छित होऊन पडला.''

तेवढ्यात धपकन असा आवाज झाला. सोनवणे, जाधवकाका व नटवर यांनी एकाच वेळी दचकून आजूबाजूला पाहिलं. सोनवणे व नटवर दोन हात करायला तयार झाले. जाधवकाका घाबरले. त्यांचं हृदय वेगानं धडधडायला लागलं. इथे कोण, कधी येईल काहीच सांगता येत नव्हतं; पण समोर रानबोका बघताच तिघांनीही नि:श्वास टाकला. सोनवण्यांनी तशाही क्षणी रानबोक्याकडे बघत स्मित केलं व हात चोळीत जाधवांकडे बघत ते म्हणाले,

''अशा वेळी आपला मेंदू किती सतर्क असतो बघा जाधवकाका! रानबोक्याच्या नुसत्या पावलांनीही आपण सावध झालो, इतके आपण समरसून गेलो होतो.'' पुढे त्यांच्या खांद्यावर हात ठेवत ते म्हणाले, ''हं बोला! पुढे परशाच्या बायकोचं काय झालं?''

जाधव निराशपणे म्हणाले,

''व्हायचं काय साहेब. जे व्हायचं तेच झालं. सकाळ होईस्तोवर परशा बेशुद्ध

झाला होता. गावातल्या काही लोकांनी त्याला शुद्धीवर आणलं. तोवर त्याची बाई बेपत्ता असल्याचं सांगण्यात आलं. भ्रमिष्टासारखा दिवसभर तो तिला शोधत राहिला. शेवटी सायंकाळच्या वेळी नदीकिनारी तिचा मृतदेह सापडला. तिचा अस्ताव्यस्त देह पाहून परशाचं मेंदूवरचं नियंत्रणच गेलं. तिचा देह गदागदा हलवून तो जोरजोराने हसतच सुटला, तो आजतागायत हसत व चिडतच राहिला आहे.''

थोडा वेळ तिथे कमालीची शांतता पसरली. सोनवणे अंतर्मुख झाले. सरकारी व्यवस्था व त्यातील नराधमांची त्यांना चीड आली. या कृतीला कुठलीही पातळी नव्हती. इतक्या ठिकाणी त्यांनी काम केलं; पण या पातळीला कुणीही गेल्याचं त्यांच्या ऐकिवात नव्हतं; पण इथे तर माणुसकीलाच लाजवणारी कृत्ये त्यांना कळत होती. त्यांचं मन उद्विग्न झालं. अस्वस्थ सोनवण्यांकडे जाधव व नटवरही अस्वस्थपणेच पाहत होते. सोनवण्यांना ही घटना सांगून आपण चूक तर नाही ना केली, असंही जाधवांच्या मनात येऊन गेलं. ते काहीतरी म्हणणार, तेवढ्यात सोनवणे जाधवांकडे पाहत म्हणाले,

''पण!... मग परशाचं या आपल्या कार्यालयावर दगडं मारण्याचं प्रयोजन काय?''

''साहेब, त्या दिवशी बड्या साहेबांबरोबर या क्षेत्राचे वनपालही होते. सर्किटहाऊसमध्ये सलग त्यांचा दोन दिवस मुक्काम होता. सरपंचही होते. या सर्वांत त्यांचाच पुढाकार होता, हे परशाला माहीत होतं. म्हणूनच कुणीही नवीन वनपाल आल्यावर तो या कार्यालयावर मोठाली दगडं फेकून निषेध व्यक्त करतो आणि त्याला फक्त तेवढंच कळतं.'' जाधवांनी पुन्हा माहिती दिली.

या वनक्षेत्राला असाही इतिहास असेल, असं इथे येण्याआधी सोनवण्यांच्या मनात कधीच आलं नव्हतं. वनपालांचा भ्रष्टाचार त्यांना ठाऊक होता. त्यांच्यातील ही हीनता त्यांना इथेच कळत होती. यापुढील आव्हानांची मात्र त्यांना प्रकर्षाने जाणीव झाली. प्रवृत्तींची ओळख प्रथमच होऊ पाहत होती. काहीतरी एकदम आठवत त्यांनी विचारलं,

''काका!''

जाधवांनी नुसतंच होकारार्थी पाहिलं.

''...आणि त्या मुलीचं पुढे झालं तरी काय?''

''मला निश्चित माहीत नाही साहेब; पण त्या रात्री कुणीतरी भल्या माणसानं हा प्रकार पाहिल्यानं तिला नंदूरबारला रिमांडहोममध्ये टाकल्याचं ऐकण्यात आलं. पुढे तिची जडणघडण तिथेच झाली; पण एक सांगतो साहेब, ती मुलगी मात्र जिद्दीची निघाली. मोठं शिक्षण घेतलं आणि आपल्या गावाच्या रुग्णालयात आज जी मोठी डॉक्टर म्हणून आहे, ती तीच आहे. मोठ्या जिद्दीनं शिकून ती या गावाच्या

उत्कर्षासाठी, सेवेसाठी परत आलीये साहेब.''

सोनवणे आश्चर्यचकित झाले होते. निसर्ग कुणाला कुठे नेऊन सोडेल, याचं काहीच सांगता येत नाही. वाईटातून थोडं चांगलं झाल्याचं समाधान त्यांच्या चेहऱ्यावर येऊन गेलं. परशाची मुलगी येथेच डॉक्टर म्हणून असल्याचं कळताच, सोनवण्यांना खूपच समाधान लाभलं.

रात्र बरीच झाली होती. वातावरणात किंचितसा गारठा वाढला होता. वाऱ्याच्या वेगानं झाडांची पानं हलत होती. जाधव व नटवरकडे बघत सोनवणे काहीतरी बोलणार; तेवढ्यात समोर फाटकातून जीपचे दोन प्रखर हेडलाईट्स दिसले. त्याकडे तिघांचंही लक्ष वेधलं गेलं. त्यामुळे सोनवणे, जाधव व नटवरचं अस्तित्त्व सहजपणे जाणवलं. घरघर करीत ती पांढरी जीप त्यांच्याजवळ येऊन ठेपली. जीप बंद होताच वातावरणात पुन्हा शांतता प्रस्थापित झाली.

त्यातून पांढरी साडी व ओव्हरकोट घातलेलं एक लाघवी व्यक्तिमत्त्वं उतरलं. अंधारात स्पष्ट दिसत नसलं, तरी चालीतलं मार्दव सहजपणे उठून दिसत होतं. ते व्यक्तिमत्त्वं आपल्याकडेच येत असलेलं पाहून सोनवणे थोडे सरसावले. अगदी जवळ येत ते व्यक्तिमत्त्वं हात जोडीत म्हणालं,

''सर, मी डॉ. इला गावित. इथल्या रुग्णालयात मी मेडिकल ऑफिसर आहे. मी आपली माफी मागण्यास आले आहे. माझ्या वडिलांनी आपल्या कार्यालयावर, आपणावर दगडफेक केली, त्याबद्दल मी खरोखरच दिलगिरी व्यक्त करते. ही कृती त्यांनी वेडाच्या भरात केली. असे झटके त्यांना अधूनमधून येतच असतात. तरीही आपण क्षमा करावी.''

सोनवणे समोरच्या स्त्री डॉक्टरकडे पाहतच राहिले. तिचं ते लाघवी बोलणं, तिची अदब, त्याला शोभणारी देहयष्टी अंधारातही त्यांना जाणवली होती. तेही नम्रपणे हात जोडीत म्हणाले,

''हरकत नाही डॉक्टर, इट्स ऑल राईट. तुम्हाला भेटून आनंद झाला.''

डॉ. इला प्रसन्न हसल्या. जाधव अडखळतच म्हणाले,

''इलाताई, हे सुनील सोनवणेसाहेब. या क्षेत्राचे नवीन वनपाल. आजच तेही रुजू झालेत आणि साहेब, मी म्हणत होतो त्या ह्याच.''

सोनवणे डॉ. इलांकडे पाहत प्रसन्नपणे म्हणाले,

''मघाशी त्या जीपमधून उतरल्या, त्याच वेळी मी त्यांना ओळखलं काका.'' डॉ. इलांकडे पाहत ते पुढे म्हणाले, ''डॉक्टर, एवढ्या रात्री येण्याची तसदी आपण का घेतलीत?''

''तसदी नाही सर! हे माझं कर्तव्यच आहे. तुम्हाला इजा झाली की नाही हे पाहणं माझं कर्तव्यच होतं. माझ्या वडिलांनी ती केली म्हणून नव्हे, तर इट इज दि

फॅक्ट ऑफ इन जनरल.'' डॉ. इला स्मित करीत पुढे हात जोडीत म्हणाल्या, ''येते मी सर! सॉरी फॉर द ट्रबल वन्स अगेन. तुम्हीही इथे असल्यानं आपली भेट अधूनमधून होतच राहणार. येते मी. येते जाधवकाका!''

सोनवणे सहजपणे उत्तरले,

''ओ. के. सी यू अ‍ॅण्ड गुडनाईट!''

सोनवण्यांसोबतच जाधव व नटवरचाही हात सहजपणे उंचावला गेला. डॉ. इला त्याच चालीने गाडीत बसल्या. त्यांच्या ड्रायव्हरने हेडलाईट्स चालू करीत जीप थोडी मागे घेऊन वळवली. जीप फाटकातून दूर दूर जात राहिली.

सोनवणे, जाधव व नटवर तिघेही जीपच्या मागचे रेडलाईट अदृश्य होईपर्यंत पाहतच राहिले. परिस्थिती माणसाला किती प्रगल्भ बनवते, याचं उत्तम उदाहरण सोनवणे पाहत होते. जाधवांकडे पाहत ते म्हणाले,

''काका! तुम्ही म्हणत होतात, ते खरंच आहे. ही मुलगी वेगळीच आहे. ती नुसती हुशार व जिद्दीची नसून तिच्यात एक माणूसही दडलेला आहे आणि या पार्श्वभूमीवर हे फार महत्त्वाचं आहे. चला बराच वेळ झालाय.''

तिघेही धिम्या पावलांनी क्वार्टर्सकडे निघाले होते. सोनवण्यांचं उद्विग्न मन हलकं झालं होतं.

४

पहाटे उठून सोनवण्यांनी रनिंग किट चढवला व ते बाहेर पडले. बाहेर अजूनही अंधारच होता. वातावरणात बराच गारठा जाणवत होता. दवबिंदू पडल्याच्या खाणाखुणा दिसत होत्या. पक्ष्यांचा चिवचिवाट सुरू झाला होता. वृक्षांवर त्यांची होणारी फड्फड् पहाटेची चाहूल देत होती. कुठून तरी कोंबड्यानंही बांग दिली. पक्ष्यांचा थवा आसमंतात घिरट्या मारीत होता. अशा प्रसन्न वातावरणात सोनवण्यांनी धिम्या गतीनं पळायला सुरुवात केली होती.

सोनवणे कितीही उशिरा झोपले, तरी पहाटे पाच वाजता उठायचा त्यांचा कायम शिरस्ताच होता. एक तास दूरपर्यंत पळत जाणं व तेथून आल्यानंतर काही योगासनं व हलकासा व्यायाम करणं हा त्यांच्या नित्यक्रमाचाच भाग होता. त्या नंतरच ते इतर कामांना लागत असत. या त्यांच्या नित्यनियमानेच ते दिवसभर उत्साही, उल्हसित राहत असत. व्यायामाची शिस्त त्यांना जळगाव जिल्ह्यातील पाल येथील वनपाल प्रशिक्षणाच्या वेळीच लागली होती, ती आजतागायत तशीच चालू होती व पुढेही टिकवून ठेवण्याचा त्यांचा मानस होता. पाल हे थंड हवेचे ठिकाण असून, सातपुड्यातील निसर्गात लपलेलं छोटंसं गाव होतं. इथल्या वनपाल प्रशिक्षण विद्यालयात सोनवण्यांना खूप काही शिकायला मिळालं होतं. येथील शिस्त व मनावर झालेले सुविद्य संस्कार कायमचेच त्यांच्या अंगात रुजले होते. पाल येथील वास्तव्य हा त्यांच्या जीवनातील एक फार मोठा ठेवा होता, मार्गदर्शक होता. त्याची प्रचिती त्यांना त्यांच्या पुढील आयुष्यात येताना दिसतच होती.

पावणेसहा वाजता जाधवकाका उठले. झाडझूड करीत असतानाच सोनवणेसाहेब खोलीत नसल्याचं त्यांच्या लक्षात आलं. ते चिंतित झाले. एवढ्या सकाळी कुठे गेले असतील, म्हणून काळजीत पडले. साफसफाईचं काम तसंच सोडून ते बाहेर प्रांगणात आले.

प्रांगणात येताच समोरून पांढरी हाफ चड्डी व पांढरा टीशर्ट घातलेले सोनवणे

पळत येताना जाधवांना दिसले. त्यांना हायसं वाटलं. तोपर्यंत सोनवणे जाधवांजवळ येऊन ठेपले होते. पळत आल्यानं त्यांना दम लागला होता. छाती वरखाली होत होती. दोन क्षण विसावा घेऊन ते म्हणाले,

"सुप्रभात काका!"

उत्साहित सोनवण्यांकडे पाहत त्याच वेगाने जाधव म्हणाले,

"सुप्रभात!" पुढे थोडा वेळ थांबून वडिलकीच्या नात्याने ते म्हणाले, "साहेब किती वाजता आपण बाहेर पडलात?"

सोनवण्यांनी जाधवांकडे पाहिलं. ते आता बऱ्यापैकी स्थिरावले होते. स्मित करीत ते म्हणाले,

"पहाटे पाच वाजता... का?"

जाधव काळजीयुक्त स्वरात म्हणाले,

"असंच!" थोडंसं घुटमळत ते पुढे म्हणाले, "साहेब, एक विनंती आहे. पहाटे अंधारात एकट्यानं असं फिरायला जात नका जाऊ. हा परिसर मोठा विचित्र आहे साहेब."

काळजी करीत असलेल्या जाधवांकडे पाहत सोनवणे शांतपणे म्हणाले,

"काका! काळजी करू नका. काहीही होत नाही मला."

जाधवांचा चेहरा सोनवण्यांच्या या बेफिकीर वाक्यानं जास्तच मलूल झाला. सोनवण्यांच्या तत्काळ ते लक्षात आलं. त्यांच्या अनुभवी मनाचा व मलूल चेहऱ्याचा ठाव घेत ते पुढे म्हणाले,

"ठीक आहे काका. तुमची अगतिकता मी समजू शकतो. कदाचित तुम्ही असे अनुभवानेच बोलत असाल. मी तुम्ही केलेली विनंती पाळीन."

सोनवण्यांनी डोळे मिचकावून प्रतिसाद दिला होता. जाधवांना बरं वाटलं.

जाधव मागे वळून साफसफाई व इतर कामांना लागले होते. त्यांच्या दुडक्या चालीत सोनवणे अनुभवांची माला शोधू पाहत होते.

सोनवण्यांनी पुढची काही योगासनं करून अंघोळ केली. कपडे घालून ते मुख्य दिवाणखान्यात आले. तेथे डेस्कवर सकाळच्या गाडीने आलेले 'दैनिक चव्हाट्यावर'हे वृत्तपत्र येऊन पडले होते. त्यांनी तो उचलला. यातच त्यांचा एक जुना मित्र वार्ताहर म्हणून काम करीत असल्याचं त्यांना आठवलं. त्याचं नाव जयंत पाटील. त्यांच्याच तालुक्याचं युनिट तो सांभाळीत होता. कॉलेज सुटल्यापासून त्याची तशी भेटही झाली नव्हती. शहाद्याला गेलं की, त्याची भेट घेण्याचं त्यांनी मनोमन ठरवलं. नंदुरबार जिल्ह्यातील दैनिकांमध्ये हे वर्तमानपत्र अग्रभागी होतं, हे सोनवण्यांना ठाऊक होतं. परखड मत व विचार यांमुळेच या वर्तमानपत्राचा घरोघरी प्रसार झाला होता. कुठल्याही अन्यायाला व भ्रष्टाचाराला वाचा फोडण्यात या वर्तमानपत्राचा

सिंहाचा वाटा होता. इतरही काही स्थानिक वर्तमानपत्रं तालुका पातळीवरून प्रसिद्ध होत होती. तीही वनपाल कार्यालय व निवासस्थानी येऊन पडत असत.

जाधवांनी नाश्ता तयार करून सोनवण्यांच्या हाती दिला. पोहे खात असतानाच सोनवणे 'दैनिक चव्हाट्यावर' चाळू लागले. राजकारण, समाजकारण, साहित्य व इतर ठळक बातम्यांवर नजर फिरवू लागले.

नटवरही उठून त्याच्या कामाला लागला. सकाळी गाडीच्या साफसफाईसोबतच ऑफिसचीही साफसफाई तोच करीत असे. सकाळच्या गाडीने येणारे टपाल आणणे व इतर फुटकळ कामंही तोच करीत असे. जाधव व नटवर मुख्यत: बरीच कामे आटोपून घेत असत.

नाश्ता संपवून सोनवण्यांनी 'दैनिक चव्हाट्यावर' पुन्हा डेस्कवर ठेवलं. घड्याळात पाहत ते उठले. सकाळचे नऊ वाजून गेले होते. जाधव व नटवर यांना काही सूचना देऊन ते ऑफिसकडे निघाले.

ऑफिसमध्ये येताच सोनवण्यांना तेथील वातावरण उत्साहवर्धक वाटलं. आजूबाजूला असलेल्या जास्वंदी, मोगरा यांसारख्या फुलझाडांचा सुगंध परिसरात दरवळत होता. त्याचाच सुवास ऑफिसमध्ये येत असल्याने वातावरणात कमालीची प्रसन्नता निर्माण झाली होती. सोनवण्यांनी खुर्ची ओढली व ते त्यात बसले. बसतानाच टेबलावरील नुकत्याच आलेल्या टपालाकडे त्यांचं लक्ष गेलं. सकाळीच नटवर ते टपाल वर्तमानपत्रासोबतच घेऊन आला होता. त्यांच्या नावनेच ते असल्याने सोनवण्यांना आश्चर्य वाटलं. आपल्याला येथे येऊन दोनच दिवस झाल्याने व यादरम्यान कुठलाही आणि कुणाशीही पत्रव्यवहार केलेला नसतानाही हे पत्र कुणी पाठवलं असेल, असं त्यांच्या मनात येऊन गेलं. त्यांनी उत्सुकतेनं ते उचलून पाहिलं व त्यावरील पत्ता पाहताच त्यांच्या चेहऱ्यावरचा आनंद लपून राहिला नाही. ते पत्र अमेरिकेतील कॉर्नेल विद्यापीठाच्या जैवतंत्र व माहिती विभागाकडून आलेलं होतं. डॉ. समीर ताटकरेचं. सोनवण्यांचा जिवलग मित्र समीर! कॉलेज जीवनापासूनचा. त्यांचा एकमेकांशी नियमित संपर्क. किंबहुना गेल्या पाच वर्षांपासून परदेशात असतानाही सोनवण्यांशी डॉ. समीरचा पत्रव्यवहार... गेल्या काही महिन्यांतच सोनवण्यांच्या नियमितपणात बदलीनं खंड पडलेला होता. सोनवण्यांनी अधाश्यासारखं ते पत्र कोपऱ्यातून फाडलं, चिठ्ठी उघडली व त्यावरील मजकूर ते भराभर वाचू लागले...

प्रिय सुनील,

ज्या ठिकाणी तुला हे माझं पत्र मिळेल, ते पाहताच तुला आश्चर्य वाटणे साहजिकच आहे आणि ते वाटायलाही हवंच. कारण गेल्या काही

महिन्यांत आपला संपर्कच झालेला नाही. शेवटचा काय तो रत्नागिरीचाच. तुझ्याशी फोनवर बोलण्याचा. त्या वेळी तू लग्न करणार आहेस, असं म्हणाला होतास व त्याप्रमाणे तुझी पत्रिकाही मिळाली होती; पण येथील काही महत्त्वाच्या जबाबदाऱ्यांमुळे तुझ्या लग्नात येण्याची हौस ही हौसच राहिली. तसे पत्र मी तुला व तुझ्या होऊ घातलेल्या वधूलाही, म्हणजे आमच्या वहिनीसाहेबांनाही लिहिलेलं होतं; पण त्यानंतर मात्र आपला कुठलाही संपर्क राहिला नाही. काही महिनेच झाले आहेत; पण बरीच वर्षं उलटून गेली आहेत की काय, असंच वाटतंय. वहिनींच्या सहवासात या मित्राला विसरलास की काय? अरे, आमच्या वहिनी असतीलही तशाच! शी मस्ट बी अ डिझर्व्हिंग वुमन. तुझ्यासारख्या झंझावाताला थोपवणारी ती साधी स्त्री नसावीच. मला खात्री आहे. त्यांनाही लवकर भेटण्याचा योग येईल. रत्नागिरीला फोन केला, तर तुझा पत्ताच नव्हता. तेथून तुझा माग काढत गडचिरोली, चंद्रपूर येथेही आलो; पण तेथूनही तू अदृश्य झालेला. तुमच्या सरकारी कार्यालयांच्या वेबसाईट नुसत्याच नावाला. अपडेट नाहीत. फोन नंबरही चुकीचे. नशीब पत्ता बरोबर होता. म्हणून प्रथमच मी लिहिलं, खानदेश भागातील रामपूर क्षेत्रात माझं पत्र आल्याचं पाहून तुला आश्चर्य वाटणं साहजिकच आहे. सुनील, लेका या जगात तू कुठेही असलास, तरी मी तुला हुडकून काढलं असतं. तसंही एवढ्या आधुनिक व तेवढ्याच जलदगतीच्या युगात तशी ही अवघड बाब नाही; पण तुझ्यापर्यंत पोहोचणं म्हणजे अवघडच. जग जरी जवळ आलं असलं, तरी भारतातील खेडीपाडी मात्र स्वत:च्याच शहरांपासून लांब आहेत. जगात कुठेही संपर्क होऊ शकतो; पण तिथल्या तिथं तुला शोधणं म्हणजे अवघडच. कारण तुझं वास्तव्य नेहमीच अशा पाड्यांमध्ये गेलेलं आणि पहिल्यापासूनच तुझी ती आवड. मोठ्या शहरांचं अप्रूप तुला कधी नव्हतंच मुळी. असो, यावर तुझी आणि माझी मतं तंतोतंत जुळतात.

तुझा पत्ता शोधण्यासाठी मी पुन्हा रत्नागिरीला संपर्क साधला. तोच एकमेव मार्ग माझ्याजवळ होता. तेथील अधिकाऱ्याला विनंती करून लवकरात लवकर तुझा पत्ता कळवायला किंवा माहीत करून ठेवायला सांगितलं. त्यांनी ते आश्वासनही दिलं; पण पुन्हा संपर्क केला, तर त्या अधिकाऱ्यांनी सो कॉल्ड अधिकारी विसरल्याचं नमूद करून, 'यावेळी नक्की माहिती करून ठेवतो' असं सांगितलं. मला तसा त्याचा राग आला होता; पण काय करणार? आपली भारतीय प्रवृत्ती. दरम्यान एक

घटना घडली. मी जरी परदेशात असलो, तरी भारतात सुवर्णसंधीच्या मी प्रतीक्षेतच होतो. भारतात परतून देशाची सेवा करण्याची माझी मनापासूनची इच्छा, त्यामुळेच फलद्रूप झाली. तुला आनंद वाटेल सुनील, भारतातील एका अग्रगण्य असलेल्या वनस्पती संरक्षण व संशोधन संस्थेत माझी शास्त्रज्ञ व उपसंचालक म्हणून नेमणूक झालीये. आय ॲम व्हेरी व्हेरी हॅपी! इट इज इन द रिमोट एरिया. मला चालेल. मी इथे जे काही मिळवीन, त्याचा उपयोग आपल्या देशासाठी करण्याइतका आनंद दुसरा कोणता असू शकतो सुनील? यू वील सरप्राईज टू नो की, मी ज्या संशोधन संस्थेत रुजू होणार आहे, ती तू ज्या क्षेत्रात काम करतोयस त्या रामपूर क्षेत्रातच आहे. आताही तुला आश्चर्य निश्चितच वाटलं असणार. सुनील हा निव्वळ योगायोग आहे, असंच मी म्हणेन. तुझा पाठलाग करीत असताना सहजच मी त्या संशोधन संस्थेच्या ॲडमिनिस्ट्रेशनला तेथील वनपालक्षेत्र अधिकारी कोण आहे म्हणून विचारलं, तर दहा मिनिटांनीच तुझ्या नावाची नोंद माझ्या कम्प्युटरवर आली होती. तो माझ्या जीवनातला सर्वोच्च आनंदाचा क्षण होता. म्हणूनच लागलीच मी तुला पत्र लिहिलं. मी जेथे संशोधक म्हणून रुजू होणार आहे, तेथेच माझा जिवलग मित्र असेल, ही कल्पनाही मी कधी केली नव्हती. बट् धिस हॅज हॅपण्ड. इटस् अनबिलिव्हेबल ट्रुथ! माझा आनंद द्विगुणित झालाय. कारण तुझ्या सहवासासोबतच आता मला आपल्या लोकांमध्ये राहायला मिळणार आहे. यापेक्षा माझ्या आयुष्यात दुसरा आनंदच नाही. नाहीतरी हे आयुष्य तुझंच आहे. यू नो!... खरंतर, खूप लिहायचंय; पण आताशी शब्दही इकडेतिकडे भरकटत आहेत. कदाचित त्यांनाही कळलं असावं की, आपण लवकरच भेटणार आहोत. म्हणूनच तेही आळसावले असतील, असो.

वॉशिंग्टनहून १० ऑगस्ट रोजी मी रात्री मुंबईला येईन, तेथून लागलीच मुंबई-नागपूर ट्रेनने मी नागपाडा स्टेशनवर सकाळी १० वाजता येईन. आय होप इफ् यू आर देअर, यू वील बी देअर टू रिसिव्ह मी. माझ्या संशोधन संस्थेतील कलिग्जना मी नकार देऊन सरळ एकटाच येत असल्याचं कळवीत आहे.

वहिनींचीही भेट होईलच. त्यांना माझा नमस्कार सांग.

सी यू सून!

समीर.

सोनवणे क्षणभर पत्राकडे पाहतच राहिले. पुन:पुन्हा ते पत्र वाचून काढू लागले. जवळजवळ चार-पाच वेळा त्यांनी ही कृती केली, तरीही त्यांचं समाधान होत नव्हतं. समीर... डॉ. समीर... त्यांचा कॉलेज जीवनापासूनचा अतिशय जवळचा मित्र, सखा आणि सर्वच. त्यांच्या जीवनातील तो एक अविभाज्य घटक. तो येतोय म्हटल्यावर सोनवण्यांना आकाश ठेंगणं झालं होतं. त्यांच्या आजूबाजूला कुणीही असतं, तर त्यांच्या आनंदाची परिसीमा निश्चितच त्याला कळली असती. या गेल्या सात-आठ महिन्यांत कार्यालयीन धावपळ, मनस्ताप व बदल्यांमुळे त्याच्याशी संपर्कच होऊ शकला नव्हता. मनात असूनही ते संपर्क करू शकले नव्हते. कारण सोनवणे या दरम्यान जास्त काळासाठी कुठे स्थिरावलेच नव्हते. एक-दोन महिने स्थिर होतोय तोवरच, त्यांची बदली करण्यात येत असल्याने, डॉ. समीरशी संपर्क होणे कठीण झाले होते; पण योगायोगाने का होईना ते दोघंही आता पूर्वीसारखे एकाच परिक्षेत्रात आले होते. तो आनंद सोनवण्यांना जगावेगळाच वाटत होता. योगायोग असाही असू शकतो, यावर त्यांचा विश्वासच बसत नव्हता.

दीर्घ श्वास सोडत त्यांनी ते पत्र पुन्हा वाचून काढलं. समीर... गोरटेला, हडकुळा, स्मार्ट, हुशार, हरहुन्नरी, कष्टाळू, लाघवी, मायाळू या सर्वांचंच मिश्रण असणारा एक अजब प्राणी होता. स्वत:च्या पायावर पुढे गेलेल्या समीरचं सोनवण्यांना फार कौतुक होतं. पुन्हा पत्र चाळताना सहजपणे 'हे आयुष्य तुझेच आहे' या वाक्यावर येऊन त्यांची नजर रेंगाळली. त्या वाक्याचा गहन अर्थ ते शोधू पाहत होते. वाक्यावरून त्यांची नजर पुन:पुन्हा भिरभिरत खोलवर जाऊ लागली. भूतकाळातील पाच-सहा वर्षांपूर्वीचा तो प्रसंग जसाच्या तसा सोनवण्यांच्या मन:चक्षूंसमोर येऊन ठेपला होता.

पुण्याच्या गरवारे कॉलेजला शेवटच्या वर्षाला असतानाची ती घटना होती. वनस्पतीशास्त्र विभागानं शैक्षणिक सहल म्हणून माथेरान निवडलं होतं. सर्वच विद्यार्थी-विद्यार्थिनी त्यात उत्साहाने सामील झाले होते. समीर व सुनीलही त्याला अपवाद नव्हते. निसर्ग व वनस्पतींचं वेड असल्याने समीर यात हिरिरीने पुढे होता. त्याला निसर्गाविषयी कमालीचं वेड होतं. वनस्पतींचं तासन्तास निरीक्षण करण्याचा त्याचा छंद अजब होता. त्याला कधीही कंटाळा येत नसे. सुनीलसोबतच त्याच्या इतर मित्रांना हा नेमकं वनस्पतींमध्ये काय शोधतो याचं कोडं असे. इतर सगळेजण त्याची टिंगलटवाळी करीत; पण सुनीलला मात्र त्याचं या जगावेगळ्या छंदाचं कौतुक वाटे. लाजाळूसारख्या वनस्पतीचं त्याला कुतूहल होतं. स्पर्श करताच प्रतिसाद देणारी ती वनस्पती पाहून, या निसर्गाचा त्याला अचंबा वाटे. म्हणूनच अनेकविध वनस्पतींमधील सूक्ष्म असे बदल व वेगवेगळ्या वनस्पतींचा शोध

घेण्याचा छंद त्याला अलीकडेच लागला होता. कोणत्याही निसर्गस्थळी गेला की, तो त्यात समरसून जाई. त्यामुळे आपण नेमके कुठे आहोत याचंही भान त्याला नसे, एवढा तो तल्लीन होई. माथेरानलाही असंच झालं. कच्च्या पायवाटेने जाता जाता, एका टोकापर्यंत नकळत तो आला. तेथे वनस्पतींची रेलचेल होती. सुनीलही सोबतच होता. कुतूहलापोटी तो एका नवीन वनस्पतीजवळ गेला. समीरच्या लक्षातच आले नाही की, ती वनस्पती एका मोठ्या खोल दरीच्या कडेला आहे. झाडाझुडपांमुळे ती खोल दरी लक्षातच येत नव्हती. समीर वेगाने त्या वनस्पतीजवळ गेला, तेव्हा त्याच्या हे लक्षातच आले नाही आणि नकळत त्याचा पाय घसरला. अरुंद वाट असल्याने तोल जाऊन तो खाईतच पडला असता; पण सुदैवाने सुनील समीरच्या सोबत असल्याने त्याच्या ते तत्काळ लक्षात आले आणि विजेच्या वेगाने झेप घेऊन त्याने घसरणाऱ्या समीरचा हात पकडला. मोठी बिकट परिस्थिती निर्माण झाली. खाली पाचशे फूट खोल दरी पाहून, समीर गर्भगळित झाला होता. त्याला आधार फक्त सुनीलच्या हाताचाच होता. सुनील त्याला धीर देऊन त्याचा आत्मविश्वास वाढवू पाहत होता; पण समीर सुन्न व घाबरलेल्या स्थितीतच होता. हृदय कमालीचं धडधडत होतं. सुनीलने आरडाओरडा करताच त्यांचे इतरही सहकारी गोळा झाले. समोरचं दृश्य पाहून सारेच घाबरले होते. कुणालाही कशी मदत करावी, काहीच सुचत नव्हतं. कारण ती जागाच अशी होती की, तेथे तिसरा गेला तरी सरळ खाईतच जाणार होता. सगळ्यांचीच धावपळ सुरू झाली होती; पण सुनील मात्र निकराचा प्रयत्न करीत होता. जे काय करायचं होतं ते त्यालाच करायचं असल्यानं सर्वांच्याच आशा त्याच्यावरच होत्या; पण एका हातावर समीरचं वजन पेलणंही त्याला अशक्य होऊ लागलं होतं. हाताला कळा येऊ लागल्या होत्या. दुसऱ्या हाताने तो कशाचातरी आधार शोधत होता. पाय जमिनीत रुतले होते. चाचपडत असताना त्याला एका टोकदार दगडाचा आधार मिळाला. हलवून पाहत तो घट्ट असल्याची त्याने खात्री करून घेतली व सर्व बळ एकवटून, अलगदपणे त्याने समीरला वर खेचले. तो काही क्षण निपचित पडून राहिला. इतर सहकाऱ्यांनी आजूबाजूला येऊन त्या दोघांनाही सांभाळलं. भेदरलेला समीर थरथरत होता. पाय लटपटत होते. त्याच्या तोंडून शब्दही फुटत नव्हते. छाती नुसतीच धपापत होती. त्या खोल दरीकडे पाहत त्याचा कोंडलेला हुंदका फुटला व तो ओक्साबोक्शी रडू लागला.

"रामराम साहेब!"

आवाजाने सोनवणे भानावर आले. समीरचं पत्र वाचीत असताना त्यात लिहिलेल्या 'हे आयुष्य तुझेच आहे' या वाक्यानं समीरच्या जीवावर बेतलेला प्रसंग त्यांना

आठवून गेला होता. त्यात समरसून गेले असतानाच, कुणाच्या तरी भरड्या आवाजाने दचकून ते भानावर आले.

समोर जाडजूड, ढेरी सुटलेला, झगा, पायजमा घातलेला, काळ्याकुट्ट रंगाचा, लांबलचक मिशा, लाल डोळे, डोक्यावर तिरपी गांधी टोपी आणि त्याच्या आजूबाजूलाच दोघंजण, छपरी टाइप निरखून पाहत बसले होते. बेरकीपणे गरागरा डोळे फिरवीत तो इसम पुन्हा हात जोडीत विकटहास्य करीत म्हणाला,

"राम राम म्हटलं साहेब!"

सोनवण्यांनी दीर्घ श्वास सोडत त्याच्याकडे पाहिलं. समोरचा इसम व इतर कुठलाही संकेत न देता बसलेले पाहून त्यांना त्यांचा राग आला. अशी बेशिस्त त्यांना मुळीच आवडत नसे. त्या इसमाच्या उद्धटपणाची त्यांना चीड आली होती. त्यांनी शांतपणे समीरचं पत्र पुन्हा पाकिटात ठेवून, ते टेबलावर ठेवलं व थोडं मागे रेलून थंड नजरेने बघत शांतपणे ते म्हणाले,

"कृपया तुम्ही आधी उठा!"

ते थंड स्वर समोरच्या इसमाच्या कानात गेले. प्रथम काहीच अर्थबोध न होऊन तो थोडा बावरला; पण दुसऱ्याच क्षणी सोनवण्यांकडे मग्रूरपणे निरखून पाहू लागला.

सोनवण्यांना त्याच्या या निगरगट्टपणाची पुन्हा चीड आली. ते मोठ्याने ओरडले,

"ऐकलं नाही का? आय से गेटअप ॲण्ड गो आऊट. आधी उठा आणि बाहेर व्हा आणि नंतर शिस्तीत परवानगी घेऊन आत या! हे तुमचं घर नाही, ऑफिस आहे. उठाऽऽ!"

सोनवणे पुन्हा ओरडले. त्यांच्या आवाजातील जरब एवढी होती की, समोरचा निर्ढावलेलाही हादरला होता.

सोनवण्यांचा अवतार बघून समोरचा इसम अपमानानं थरथरला. त्याला हे अनपेक्षितच असावं. यापूर्वी त्याच्या आयुष्यात कधी असं वादळ आल्याचं त्याला आठवत नव्हतं. वादळ स्वत: निर्माण करणाऱ्यांना वादळाची सवय नसते हेच खरं. पूर्वी कुठल्याही अधिकाऱ्यानं खोडसाळपणा केल्याचं त्याला आठवत नव्हतं. तोही रागानं बेभान झाला, पण सोनवण्यांची एकूण आक्रमकता बघून तो वरमला. पुन्हा सोनवणे ओरडणार, तेवढ्यात तिघेही उठले. दारात माघारी गेले व वळून म्हणाले,

"आत येऊ का साहेब?" आतून खदखदणारे शब्द शांतपणे बाहेर पडले.

"या!" सोनवणे त्यांच्याकडे पाहत म्हणाले होते.

त्याचवेळी जाधवांनीही प्रवेश केला व समोरच्या इसमांकडे बघून शंकेनेच ऑफिसच्या कामाला लागले.

तो इसम खुर्ची ओढून पुन्हा बसणार, तेवढ्यात सोनवणे पुन्हा गरजले,

"मी तुम्हाला बसायला परवानगी दिलेली नाहीये." टेबलावरची एक फाइल हाती घेत ते पुढे म्हणाले, "हं बोला! काय काम होतं?"

जाधव सोनवण्यांच्या गरजण्याने पाहतच राहिले. यापूर्वी कुठलाही अधिकारी एवढ्या जोराने गरजल्याचं त्यांनी ऐकलं नव्हतं. तो इसम नुसताच जळफळत उभा राहिला. त्याचे इतर दोघे साथीदारही ताठपणे पवित्र्यात उभे होते. सोनवणे पुन्हा ओरडले,

"हं बोलाऽऽ.. मला वेळ कमी आहे."

त्या इसमाचा चेहरा रागानं फुलला. नाकपुड्याही फुलल्या. आतल्या आत चडफडताना त्याची घालमेल होऊ लागली; पण दुसऱ्याच क्षणी चेहऱ्यावर हास्य फुलवीत तो बेरकीपणे म्हणाला,

"न्हायऽ.. म्हणलं, नवीन साहेब आल्यात... आन् म्या बी इकडंच जाऊन ऱ्हायलो व्हतो. म्हटलं भेटून घ्यावं तुम्हास्नी."

सोनवण्यांनी शांतपणे त्या हसऱ्या इसमाकडे पाहिलं. त्याच्या बोलण्यातील असत्यतेमुळे त्यांना पुन्हा राग आला; पण तो व्यक्त न करता ते शांतपणे म्हणाले,

"मग झाली ना भेट? आपण जाऊ शकता."

त्यावर तत्काळ तो इसम म्हणाला,

"आवं साहेब, असं काय करताय. एवढं धायकुतीवर येऊन चालणाऱ्या गोष्टी न्हाईत ह्या. तुम्हीबी इथं आन् आम्हीबी इथंच. एकमेकांना आपण सांभाळलंच पाहिजे. नव्हं का?"

शेवटच्या प्रश्नानं त्यानं भुवया उंचावल्या व आपले पिवळे दात काढून तो खीऽऽ खीऽऽ हसला. त्याला इतर दोघांनीही तसाच प्रतिसाद दिला. जाधव मात्र सर्व समजून गेले होते. ते कमालीचे अस्वस्थ झाले. सोनवणे यावर काय प्रतिक्रिया देतात म्हणून जाधवकाका चिंतित झाले. सोनवणे पुन्हा त्यांच्याकडे शांतपणे बारीक डोळे करीत म्हणाले,

"कोण आहात तुम्ही?... आणि काय काम आहे तुमचं?...मला नाही वाटत तुमच्याशी माझं काही काम असेल!"

"कोण म्हणून काय इचारताय साहेब... त्या लफड्यात तुमी पडूच नका बघा. हा आपलं म्हणून हा तुम्हाला सल्ला. आता तुम्ही कामाचंच काढलंय म्हणून सांगतोय. तुम्ही फकस्त त्या कामाशीच मतलब ठिवा, म्हंजी झालं. काय?"

नेमकं वर्मावर बोट ठेवल्याचा आनंद त्या इसमाच्या चेहऱ्यावर होता. सोनवणे थोडे गोंधळले. समोरच्याच्या बोलण्याचा अर्थ न कळल्याने ते उद्गारले,

"कामाशी मतलब म्हणजे? मी नाही समजलो..."

''मगाधरनं हेच सांगतोय साहेब मी... की, समजून घेण्याचा प्रयत्नच करू नका तुम्ही... मागच्या साहेबानंबी तो केला न्हाय. मग तुम्ही तरी कशापायी करताय... उगं आपलं डोक्याला खुराक... कुणी सांगितलं हं...'' तो इसम थोडा हसला आणि सोनवण्यांच्या नजरेला नजर भिडवीत पुढे म्हणाला, ''तरीबी सांगतोय, म्हणजे आसं बघा... हुकूम आमी देणार आन् त्याचं पालन तुम्ही करणार... काय?''

त्यावर सोनवणे तडकपणे उत्तरले,

''हं!... वॉट नॉन्सेन्स. हुकूम तुम्ही देणार आणि पालन मी करणार? कोण आहात कोण तुम्ही? हू आर यू टू टेल मी धीस?''

''हे बघा साहेब... ते विंग्रजी आपल्या टकल्यावरनं जातंय... मगाधरनं मी हेच सांगतुया... आम्ही कोण हे या इचारायच्या किंवा समजूवून घ्यायच्या भानगडीतच तुम्ही पडू नगा. मी सांगिटलंय त्येचा बेअर्थबी पकडू नगा...'' पुढे थोडं रेलून तो इसम एक डोळा मिचकावत म्हणाला, ''त्याचा अर्थ एवढाच साहेब, तुम्ही आमचं ऐकाल, तर पैशाची ददातबी तुम्हास्नी पडू देणार नाहीत.''

यावेळी त्या इसमानं आपल्या मिशीवरून हात फिरवीत छाती फुगवली. मनातील गोष्ट सांगितल्यानं तो थोडा स्थिरावला व नव्या साहेबाला आपण पटवतोय, याची खात्री त्यानं सहकाऱ्यांना डोळा मारून करून दिली. ते दोघंही बेरकीपणे हसत होते.

पैशाचा विषय निघताच सोनवण्यांना काय कळायचं ते कळलं. त्यांच्या अनुभवी मनानं ते यापूर्वीच ताडलं होतं. समोरच्या व्यक्तीचा चेहरा पाहून त्या व्यक्तीच्या मनातील काळंबेरं त्यांना अनुभवानं कळत असे. हा इसमही त्याला अपवाद नव्हता. त्याच्या सौम्य, विकटहास्यानं त्यांचं डोकं तडकलं. त्यात भर म्हणून पैशाचा विषय त्याने पुढे केला होता. तेव्हाच प्रचंड संतापाची एक कळ सोनवण्यांच्या डोक्यात शिरली. चेहरा लालबुंद झाला. ते ओरडले,

''गेट आऊट!... हे काम तुमचं होतं तर...? उभे काय राहिलात? चालते व्हा... गेट लॉस्ट.''

आपण या साहेबाला पटवलंच, असं मनात गृहीत धरणारा तो इसम सोनवण्यांच्या गर्जनेने चांगलाच भेदरला. खजिल झाला. अनपेक्षितपणे पाहत राहिला. कधी सोनवण्यांकडे, तर कधी त्याच्या सहकाऱ्यांकडे. शेजारी कोपऱ्यात उभ्या असलेल्या जाधवांकडेही त्याने करडी नजर टाकली. जाधव त्या इसमाच्या डोळ्याला डोळा भिडवू शकले नव्हते. परंतु सोनवण्यांचा आविर्भाव पाहून, त्यांच्याविषयीचा आदर मात्र द्विगुणित झाला होता.

सोनवणे अजूनही संतापाने बघत होते. त्यांच्या चेहऱ्यावर वैताग स्पष्ट दिसत होता. ते पुन्हा दाराकडे हात दाखवत गरजले,

“निगरगट्टासारखे उभे का आहात अजून? चालते व्हा! मी तुम्हाला जायला सांगितलंय... गेट आऊट!”

तो इसम सुन्न झाला. अनपेक्षितपणे प्रसंगाला कलाटणी मिळाली होती. या अगोदरचे अधिकारी मुकाटपणे ऐकून घेत होते. त्यांची हांजीहांजी करीत होते, मान देत होते; पण आज येथे असे काही विपरीत घडेल, याची त्याला यत्किंचितही कल्पना नव्हती. त्यामुळे तो हादरला होता. समोरच्या अधिकाऱ्याने ‘हाकलून दिल्याचा’ त्याला राग आला. रागाने डोळे फाडून तो सोनवण्यांकडे पाहू लागला. त्याच्या चेहऱ्यावरील नसा तट्ट फुगल्या. लाल डोळ्यांतून आग ओकित, थरथरणारी बोटं सोनवण्यांपुढे नाचवीत तो निर्वाणीचं म्हणाला,

“आरं ये, वाजू नगं जास्त. मगाधरनं समजावतोय... पण आपलं येड घेऊन पेडगावलाच जातंय... कळल तुला... लवकरच कळल तुला. कर्तव्याची भाषा बोलतोय. कर तू... तुझं कर्तव्य कर... आम्ही आमचं कर्तव्य करतो. बघच तू.. जो त्वांड उघडतोय, त्याचं त्वांडबी बंद करणं आम्हाला चांगलं जमतंय. यापुढे तुझी गाठ आमच्याशी हाय... सांगून ठेवतो...” त्यानं खुर्ची एका बाजूला ढकलली. संतापानं तो चांगलाच थरथरत होता. पडलेल्या खुर्चीला जोरात लाथेने बाजूला करीत, आल्या पावली ताड्ताड् करीत तो दारातून बाहेर पडला. इतर दोघंही पाय आपटत त्याच्यामागेच बाहेर पडले.

जाधव क्षणभर अवाक् झाले. कधी सोनवण्यांकडे तर कधी रिकाम्या दाराकडे आळीपाळीने पाहत राहिले. नवीन आलेल्या तरुण वनपालाकडे ते अभिमानाने पाहत होते. त्यांना स्वत:लाही हे नवीनच होतं. प्रथमच कुण्या अधिकाऱ्याने एवढ्या कठोरपणे अशा लोकांविरुद्ध भूमिका घेतली होती. तीस वर्षांच्या काळात असं फारसं काही त्यांना आढळलं नव्हतं. म्हणूनच येथे अशा लोकांचं अधिराज्य होतं. जर तसा कुणी प्रयत्न केलाच, तरी त्याचे काय परिणाम होतात हे वसंत काटेंच्या मृत्यूमुळे त्यांना चांगलंच ठाऊक झालं होतं; पण सोनवण्यांचा आवेश पाहून हे वेगळ्याच जातकुळीतले आहेत, याची त्यांना खात्री पटली होती आणि प्रतिस्पर्ध्यालाही त्यांना सहजपणे वश करता येणं शक्य नाही, याचीही त्यांना शाश्वती वाटत होती. तेवढ्यात त्यांच्या कानावर आवाज आला,

“जाधवकाका?”

जाधव लगबगीने सोनवण्यांसमोर उभे राहात म्हणाले,

“जी! साहेब.”

रिकाम्या दाराकडे पाहत ते वैतागून म्हणाले,

“कोण होती ही माणसं? अशी येतात काय आणि वाट्टेल ते बोलून जातात काय? जशी स्वत:ची जहागिरीच समजली होती त्यांनी. कोण होता तो? त्या

इसमाला तुम्ही ओळखता?''

जाधवांनी सोनवण्यांकडे अर्थपूर्ण पाहिलं. विचार करीत ते म्हणाले,

''ओळखत नाही साहेब; पण त्यांची ही पद्धतच आहे. आज हा आला, उद्या दुसरा कुणी... आणि तोही असाच धमक्या देऊन जाईल.'' थोडं आठवत ते पुढे म्हणाले, ''मला आठवतंय... या इसमाला मी बऱ्याचदा इथे पाहिलेलं आहे. अलीकडे शरीरानं चांगलाच भरलेला दिसतोय; पण चेहरा मात्र तोच. नक्कीच...''

''कुणाबरोबर पाहिलंत तुम्ही?'' सोनवण्यांचा प्रतिप्रश्न आला.

''मागच्या साहेबांबरोबर. गावचे पाटील, सरपंच, स्थानिक पुढारी ही वरपर्यंत जाणारी साखळीच आहे साहेब. आपल्या खात्यातील मोठे साहेब आले, तरी या सगळ्यांची चंगळच असते बघा. मघाचचा बघितलेला माणूस त्यांपैकीच. त्यांचा डावा किंवा उजवा. स्वत:ची जहागिरी समजून नवीन अधिकाऱ्याला आपल्या तावडीत घेतात व पार्टीत ओढतात.''

''पार्टी?'' सोनवण्यांचा चेहरा अधिक प्रश्नार्थक झाला.

''होय साहेब, पार्टी. नवीन अधिकारी आला म्हणजे त्याला त्यात बरोबर खेचणार. म्हणून हा इसम येऊन गेला. तो यात नवीन अधिकाऱ्यांना बरोबर अडकवतो. पूर्वीच्या आपल्या साहेबांबरोबरच मी त्याला या अशा पार्ट्यांमध्ये पाहिलंय. आपले अधिकारी दारू, कोंबड्या... बाई यांना सहज भुलतात.'' जाधव 'बाई' या शब्दानं थोडे अडखळले.

सोनवणे प्रश्नार्थक मुद्रा तशीच ठेवीत 'बाई' या शब्दाचा नेमका अर्थ न कळल्याने उद्‌गारले,

''बाईऽऽ... मी समजलो नाही जाधव?''

''होय साहेब!... बाई. त्यांच्या मौजमस्तीसाठी. अधिकाऱ्यांना वश करून त्यांच्याकडून कामे करून घेण्यासाठी. साहेब, एखादी असाहाय्य आदिवासी बाई इच्छेने-अनिच्छेने मुसक्या बांधून घेऊन येतात... अनिच्छेने येणाऱ्या स्त्रीवर होणारा अतिप्रसंग मोठा भयावह असतो साहेब... गलिच्छ असतो. विरत जाणाऱ्या आर्त किंकाळ्या बाहेर पडत असतात. मघाशी सांगितलेला डॉ. इलांच्या आईचा प्रकार तो त्यातलाच. अशी असंख्य कुटुंबं उद्ध्वस्त झालीयेत साहेब; पण परिस्थितीने लाचार असलेले हे आदिवासी काहीच करू शकले नाहीत. आजही हा सर्व प्रकार घडतोय... अगदी शांततेत. अंधाराच्या या गर्भ गाभ्यात... मुख्यत: हे तेव्हाच घडतं जेव्हा भाऊसाहेब येतात.''

जाधवांनी निकराने मनातले बाहेर काढलं होतं. आजपर्यंत त्यांनी असं सांगण्याचं धाडस कुठल्याही अधिकाऱ्यासमोर केलं नव्हतं; पण समोरील तरुण अधिकारी त्यांना वेगळा वाटला होता. म्हणून जमेल तशी येथील इत्थंभूत माहिती देण्याचं

त्यांनी ठरवलं होतं. 'भाऊसाहेब' या अपरिचित नावाचा उल्लेख होताच सोनवणे शंकेनं म्हणाले,

"भाऊसाहेब?... कोण आहेत हे? त्यांचा या वनखात्याशी काय संबंध?"

"संबंध?" भुवया उंच करत जाधव पुढे म्हणाले, "फार मोठा संबंध आहे साहेब... नुसताच इथला नव्हे, तर थेट विधानसभेपर्यंतचा. वनमंत्री नथ्थुसिंग पाटील धुपेकर यांचे ते चिरंजीव आहेत, तसेच या तालुक्याचे विद्यमान आमदारही." जाधवांनी गौप्यस्फोटच केला.

आश्चर्याने सोनवणे भुवया उंचावित उद्गारले,

"काय? खुद्द मंत्र्यांचे चिरंजीव? आमदार..."

"होय... खोटं नाही सांगत साहेब. फार मोठी साखळी आहे ही. आयुष्यात प्रथमच मी तुम्हाला हे सांगण्याचं धाडस केलंय... कारण तुम्ही मला आपले वाटता आणि म्हणूनच तुम्हाला या सर्व गोष्टी माहीत असणे आवश्यक आहे, असे मला वाटते. पुढे जसजसे दिवस जातील तसतशी इथली कारस्थाने, कारनामे आपणाला कळतील साहेब. म्हणूनच ही खबरदारी..." जाधवांच्या डोक्यावरचं ओझं उतरलं होतं. या तरुण अधिकाऱ्याला त्यांना सावधानतेचा इशारा द्यायचा होता आणि त्यात ते यशस्वी झाले होते.

सोनवणे जाधवांच्या शांत चेहऱ्याकडे पाहत म्हणाले,

"मी तुमचा आभारी आहे काका... कारण अशी माहिती द्यायला सहसा कुणीही धजावत नाही, असा माझा आजपर्यंतचा अनुभव आहे. कारण ती सांगण्यात फार मोठा धोका असतो; किंबहुना जिवाचा सुद्धा... आणि त्याची पर्वा न करता तुम्ही मला सावधान केलंत म्हणून मी आभारी आहे. यापुढील पावलं मी निश्चितपणे काळजीपूर्वक उचलू शकेन."

जाधवांकडे कृतार्थपणे पाहत सोनवणे म्हणाले होते. जाधव दुसऱ्या एका टेबलाकडे वळले; कारण आज साहाय्यक वनपालांच्या आगमनाची सूचना मिळाली होती. म्हणून जाधव त्या टेबलावरील फाइली आवरून स्वच्छ करू लागले.

सोनवण्यांच्या डोक्यात विचारचक्रं चालूच होती. हा परिसर पाहिजे तेवढा सहज वाटत नव्हता... बाह्यांगाने जरी सुंदर दिसत असला तरी, अंतर्बाह्य कमालीचा अस्वस्थ, धगधगणारा असा हा परिसर त्यांना वाटला. पूर्वीच्या वनक्षेत्रात, खात्यात जीवघेणी चढाओढ होती. भ्रष्टाचार होता; पण येथे समाजातील लहान घटकांपासून ते थोर राजकारणी मंडळींपर्यंत सर्वांचाच समावेश होता... तोच अतिशय घातक होता. इथल्या प्रगतीला अटकाव होता. काहीतरी उपाययोजना करायलाच हवी होती.

या घडलेल्या प्रसंगाने व विचारांनी सोनवण्यांचं डोकं भणाणून गेलं. तूर्तास

विचार बंद करू पाहत होते, तरीही विचार त्याच वेगाने परतही येत होते. अस्वस्थपणे सोनवणे खुर्चीवरून थोडे टेबलाकडे कलले. टेबलावरील समीरचं पत्र पाहून त्यांचं मन पुन्हा प्रफुल्लित झालं. एवढं कारण अशा विचारातून बाहेर पडायला त्यांना पुरेसं होतं. पत्र हाती घेत त्यांनी जाधवांना विचारलं,

"जाधव ऽऽ"

"जी साहेब..." रुमाल एका हाती घेत जाधवांनी त्यांच्याकडे पाहिलं.

"ही वनस्पती संरक्षण व संशोधन संस्था कुठे आहे?" सोनवण्यांच्या पुढ्यात येत जाधव म्हणाले,

"ती संस्था देवमोगरा म्हणून एक देवस्थान आहे... त्या रस्त्यावरच्याच डाव्या बाजूला आहे. साधारण येथून पाच-सहा किलोमीटर असेल साहेब. फार जुन्या काळातील म्हणजे ब्रिटिशांच्या काळातील संस्था आहे ती. या जंगलातील झाडांवर संशोधन का काहीतरी करतात तिथे. पूर्वी खूप मोठी लोकं येताना मी पाहिलीत तिथे. विलायतेमधूनही खूप लोकं यायची; पण हल्ली तिकडेही अशा प्रसंगांमुळे चांगली लोकं येण्यास उत्सुक नसतात... पण... का साहेब?... तुम्हाला जायचंच आहे का तिथे?"

"होय, मला भेट द्यायचीये त्या संस्थेला. इथे अशी कुठली संस्था असेल याची माहितीच नव्हती मला."

"का साहेब, कुणी आहे का तिथे?"

"आत्ता नाहीये... पण लवकरच येणार आहे. माझा मित्र... अमेरिकेहून. डॉ. समीर ताटकरे. उपसंचालक म्हणून तो या संस्थेचा पदभार सांभाळणार आहे." सोनवण्यांनी माहिती सांगितली.

"काय? अमेरिकेहून? पण त्यांना या अशा खेड्यात राहायला आवडेल का साहेब?" जाधवांनी शंका विचारली.

"निश्चितच आवडेल काका त्याला... कारण तो यातूनच पुढे गेलेला आहे... अशा ठिकाणीच काम करण्याचं त्याचं स्वप्न आहे आणि ते साकारही होतंय." पत्र ड्रॉवरमध्ये टाकीत सोनवणे खुर्चीतून उठत पुढे म्हणाले, "काका!... नटवरसिंग कुठे आहे? त्याला बोलवा. समीर येण्याआधी मला ती संस्था जाऊन बघायचीये."

जाधव नटवरला बोलवायला म्हणून बाहेर पडले. त्यांच्या पाठोपाठ सोनवणेही ऑफिसमधून बाहेर आले. नटवर जीपजवळच असलेला पाहून सोनवणे व जाधव तेथे गेले. नटवरकडे बघत सोनवणे म्हणाले,

"नटवर, चल!... आपल्याला इथल्या एका वनस्पती संशोधन संस्थेत जाऊन यायचंय... चल."

आज्ञा पाळीत नटवर ड्रायव्हिंग सीटवर बसला. त्याच्या शेजारीच सोनवणे

बसले व जाधवांकडे बघत म्हणाले,

"काका, मला थोडा उशीर झाला, तरी काळजी करू नका."

जाधवांनी हसत होकारार्थी मान हलवली.

नटवरसिंगने जीप चालू करून फाटकाकडे नेली. फाटकातून जीप बाहेर पडणार तोच फाटकातून एक व्यक्तिमत्त्वं येताना दिसलं. गोरटेला, नाकीडोळी नीटस, किंचित सोनेरी केसांचा, काटक शरीराचा, चित्रपटातल्या हिरोसारखा, साधारण पंचविशीतला एक तरुण ऐटबाज चालीनं हातात बॅग घेऊन झपाझप पावलं टाकीत फाटकातून आत शिरला. सुनीलनं तत्काळ अनुमान लावून नटवरला थांबण्याची आज्ञा केली, तशी जीप त्या तरुणाजवळ किर्र्र कच् आवाज करून थांबली. धुळीचे उठलेले लोट शांत झाले. जीप थांबलेली पाहताच, तो तरुण हास्यमुद्रेने समोर आला. आपली ओळख करून देत म्हणाला,

"मी निशिकांत ठाकरे! साहाय्यक वनपाल."

सोनवणे स्मित करीत, त्या तरुणाच्या हातात हात देत म्हणाले,

"ओळखलं! मी सुनील सोनवणे."

तो प्रफुल्लित व अटेंशन घेत म्हणाला,

"ओ ऽऽ सॉरी सर... आपणाला प्रत्यक्ष पाहिलं नसल्यानं ओळखू शकलो नाही; पण आपल्याविषयी भरपूर ऐकलेलं आहे. म्हणूनच कदाचित आपल्याशी नेहमीचा परिचय असल्याची जाणीव होत राहिली. सर, खरं तर मी कालच रुजू होणार होतो; पण काही घरगुती अडचणींमुळे..."

मधेच सोनवणे उत्तरले,

"इट्स ऑलराईट. प्रवासातून थकला असाल, थोडी विश्रांती घ्या. तोपर्यंत मी येथील एका वनस्पती संशोधन संस्थेत जाऊन येतो."

"नोऽऽ नोऽऽ... मी तसा फार लांबचा प्रवास करून आलेलो नसल्याने मुळीच थकलेलो नाही. इनफॅक्ट, सर तुमच्याशी ओळख झाल्याने अजून जास्तच उत्साह आला... इफ् यू डोण्ट माईंड... मीही तुमच्यासोबत येऊ का?" निशिकांत उल्लसित होत म्हणाला होता.

यावर सोनवणे दिलखुलासपणे हसत निशिकांतच्या खांद्यावर हात ठेवत म्हणाले,

"ठीक आहे... यू मे कम्... काहीच प्रॉब्लेम नाही. माझा एक मित्र तेथे नव्यानेच रुजू होणार आहे... म्हणूनच चाललोय..."

जीप थांबलेली व कुणीतरी आलेलं पाहून मागे उभे असलेले जाधव त्यांच्याजवळ येऊन थांबले. जाधव समोर येताच, ओळख करून देत सोनवणे म्हणाले,

"जाधव, हे निशिकांत ठाकरे. आपले नवे साहाय्यक वनपाल... आणि

निशिकांत, हे जाधवकाका. येथील एक बुजुर्ग... आणि हा नटवर... ड्रायव्हिंगसोबतच सर्व काही कामे करतो.'' सोनवण्यांनी ओळख करून दिली.

जाधवांनी समोर अजून एका सुंदर तरुणाला बघून हात जोडले. नटवरनंही हसून प्रतिसाद दिला. निशिकांतनंही बॅग खाली ठेवीत सहजपणे हात जोडले. सोनवणे पुढे म्हणाले,

''जाधव, निशिकांतही माझ्यासोबत येताहेत... ही त्यांची बॅग घेऊन क्वार्टर्समध्ये नेऊन ठेवा... आम्ही आलोच.''

बॅग उचलत जाधव म्हणाले,

''ठीक आहे साहेब... तुम्ही येण्याची मी वाट बघतोय.''

निशिकांत जीपमध्ये बसताच नटवरने जीप चालू केली. जाधव निशिकांतची बॅग घेऊन क्वॉर्टर्सकडे वळले. फाटकातून बाहेर पडताच जीपने धूळ उडवीत वळण घेतलं.

५

संरक्षण व संशोधन संस्था ही एक दगडी व मंगलोरी कौलांचं छत असलेली इंग्रजी आद्याक्षरातल्या 'यू' आकाराची चार मजली इमारत. एकूण वीस एकरात असलेलं या संस्थेचं अधिराज्य. आजूबाजूला सुशोभित बाग. त्यात विविध अंगांनी नटलेली फुलं. संस्थेच्या समोर विशाल हिरवीगार लॉन. अखंडपणे त्याची देखभाल करणारा एक स्वतंत्र माळी. समोरच मध्यभागी असलेले गोल आकाराचे कारंजे. त्यामुळे संस्थेच्या सौंदर्यात भरच पडत होती. संस्थेच्या मुख्य दालनातून प्रवेश करताच भव्य हॉल, उजवीकडे स्वागतकक्ष, आजूबाजूला जाणारे रुंद व भव्य पॅसेज. त्याला लागून असलेल्या खोल्या म्हणजेच येथील शास्त्रज्ञांच्या बैठकी खोल्या व त्यांच्या प्रयोगशाळा. समोर सरळ गेलं, तर मोठा रुंद असणारा जिना, उजवीकडे व डावीकडे जाणारा व पुढे पहिल्या मजल्याला भिडणारा... तेथेही विविध प्रयोगशाळा, संचालक, उपसंचालकांची कार्यालये. मुख्य कार्यालयही या पहिल्या मजल्यावरच. पुढे असंच तिसऱ्या व चौथ्या मजल्यावर प्रयोगशाळा व सुसज्ज ग्रंथालय.

आवारातच संस्थेच्या मागच्या बाजूला शास्त्रज्ञांची व कर्मचाऱ्यांची निवासस्थानं. त्यांना लागूनच संचालक व उपसंचालकांची बैठी निवासस्थानं. निवासस्थानाच्या अवतीभोवती झाडं. त्यातून काही डोकावणाऱ्या इमारती. जवळजवळ नव्वद टक्के संस्थेतील स्टाफ या सरकारी निवासस्थानात राहणारा. दहा टक्के कर्मचारी हे स्थानिक कर्मचारी होते. त्यात शिपाई व क्लार्क वर्गातील कर्मचारी रामपूर व आजूबाजूच्या पाड्यातील असल्यामुळे, सायकलीनंच त्यांचं येणं-जाणं व्हायचं. या भव्य आवारात पार्किंगची एक शेड, निवासस्थानं व संस्था सोडल्यास आवार पूर्णत: फुलझाडांनी सुशोभित केलेलं होतं. तारांच्या कुंपणापलीकडे मात्र घनदाट अरण्य... असंख्य पायवाटा... त्यामधून जाणारी एखादी व्यक्तीही समोर दहा फुटांपर्यंत दिसणं कठीण. इथून दिसणारे भव्य डोंगर, दऱ्याखोरी मनाला मोहवणारी.

वनस्पती संरक्षण व संशोधन ही संस्था ब्रिटिशकालीन. साधारण स्वातंत्र्यपूर्व

काळातील एकोणिसाव्या शतकाच्या प्रारंभी, म्हणजेच १९०४ साली तिची स्थापना झाली होती आणि पुढे ब्रिटिश सरकारनं १९५० पर्यंत या संस्थेचं अनुदान चालू ठेवलं होतं. स्वातंत्र्यानंतर मात्र ही संस्था भारत सरकारच्या अखत्यारित येऊन १९५५-५६ पर्यंत मानव संशोधन मंत्रालयाचे त्याला अनुदान सुरू झाले होते. पुढे मात्र या संस्थेला स्वायत्तता बहाल करून, भारत सरकारच्या विज्ञान आणि तंत्रज्ञान विभागातर्फे संपूर्ण अनुदान मिळू लागलं, १९६०पर्यंत ते सलगपणे टिकलं. या वर्षांत ही संस्था महाराष्ट्रात होती. त्या प्रदेशाला स्वतंत्र राज्याचा दर्जा बहाल केल्यानं, त्यावेळच्या सरकारनं तत्कालीन महाराष्ट्राच्या मुख्यमंत्र्यांना या संस्थेची पूर्णत: जबाबदारी घेण्याची विनंती केली. ती तत्त्वत: त्या वेळच्या मुख्यमंत्र्यांनी मान्यही केली; पण त्यावेळच्या शास्त्रज्ञांनी व उच्चशिक्षण मंत्रालयाने हरकत घेऊन, पूर्णत: राज्याच्या ताब्यात ही संस्था देण्यास नकार दिला. कारण या संस्थेला एक आंतरराष्ट्रीय दर्जा प्राप्त असल्यानं त्यावर केंद्रसरकारचा अंकुश राहावा, म्हणून कमीतकमी पन्नास टक्के अनुदानाचा भार केंद्रसरकारच्या विज्ञान आणि तंत्रज्ञान विभागाने उचलावा असं ठरलं. त्यामुळे विकासाला अधिक चालना मिळू शकेल व त्याचा आजचा आंतरराष्ट्रीय दर्जाही टिकविण्यास मदत होईल, हा त्यामागचा मुख्य हेतू होता. ही बाब त्यावेळच्या महाराष्ट्र सरकारच्या विज्ञान व तंत्रज्ञान विभागाच्या जिव्हारी लागल्याने, या विभागाने उर्वरित पन्नास टक्के अर्थसाहाय्य देण्यास स्पष्ट नकार दिला; पण पंतप्रधानांच्या हस्तक्षेपाने हा वाद मिटवण्यात आला. आज भारत सरकारच्या विज्ञान आणि तंत्रज्ञान विभागासोबतच महाराष्ट्राच्या मशागत विज्ञानाच्या छत्रछायेखाली या संस्थेचा संपूर्ण कार्यभार चालतो.

या वनस्पती संशोधन संस्थेची स्थापना ब्रिटिशांच्या दूरदृष्टीतून झालेली होती. ब्रिटिशांना नेहमीच शांत, थंड व निसर्गरम्य ठिकाणी राहायला आवडत असे. रोजच्या कटकटींतून ते वर्षातले काही दिवस कुटुंबासमवेत येऊन निवांत राहात असत. डोंगरावर तंबू ठोकून ते कुठलंही भय न बाळगता राहात असत. असंच भटकत असताना व निसर्गाचा आस्वाद घेत असताना प्रोफेसर ईगलवुड नावाच्या प्रसिद्ध ब्रिटिश वनस्पतीशास्त्रज्ञाला या रामपूर क्षेत्राचा शोध लागला. येथील विविध वनस्पतीं, झाडं, फुलं, फळं, प्राणी, पक्षी, डोंगर, दऱ्या बघून तो भारावून गेला. त्याला आश्चर्य वाटलं होतं. स्वत: वनस्पतीशास्त्रज्ञ असल्यानं, रामपूर क्षेत्रात भटकून, नव्या व अभिजात वनस्पतींचा शोध त्याला लागला होता. अजून अशा भरपूर अनाकलनीय वनस्पतीं त्याच्या निरीक्षणात आल्या होत्या. तेथूनच त्याच्या डोक्यात वेगानं चक्रं फिरायला लागली. अखंडपणे सहा महिने त्या क्षेत्राचं सर्वेक्षण करून, त्यांनी तेव्हाच्या ब्रिटिश सरकारकडे या परिसराचे महत्त्व पटवून व त्यात असलेल्या पारंपरिक अभिजात वनस्पतींचा उल्लेख करून, मोठा अहवाल सादर

केला होता. या ठिकाणी एक स्वतंत्र संस्था स्थापन करण्याची विनंती केली होती. प्रोफेसर ईगलवुड हे त्या काळातले प्रसिद्ध व समाजाभिमुख वनस्पतीशास्त्रज्ञ असल्याने त्यांच्या अहवालाची ब्रिटिश सरकारनं गांभीर्यानं दखल घेतली होती. एका वर्षाच्या आतच त्यावर निर्णय होऊन स्वतंत्र वनस्पती संशोधन संस्था निर्माण करण्याचा निश्चय झाला. त्यासाठी संस्थापक-संचालक म्हणून प्रोफेसर ईगलवुड यांचीच निवड करण्यात आली होती. पुढे प्रोफेसर ईगलवुड व त्यांच्या सहकाऱ्यांनी अहोरात्र मेहनत घेऊन ही संस्था एका विशिष्ट पातळीला आणली होती. या संस्थेचे नाव नुसतेच वनस्पती संशोधन संस्था न ठेवता 'वनस्पती संरक्षण व संशोधन संस्था' असे ठेवण्यात आले. यामागचा प्रोफेसर ईगलवुडचा हेतू रामपूर क्षेत्रातील वनस्पतींचे रक्षण व त्यांचं संशोधन करणे आणि मानवजातीस त्याचा उपयोग व्हावा यासाठी प्रयत्न करणे हाच होता.

रामपूर वनक्षेत्र हे घनदाट व विविध वनस्पतींनी व्यापलेलं अरण्य असल्याने, त्यातील दुर्मीळ वनस्पतींचं रक्षण, जतन व समाजाभिमुख संशोधन यासाठी प्रोफेसर ईगलवुड यांनी विविध विभागांची स्थापना केली होती; जेणेकरून त्यात अजून जोमाने संशोधन होऊन, या सृष्टीतील नवीन रहस्यं उलगडण्यास मदत होईल. त्यात प्रामुख्यानं विकासात्मक वनस्पतीविज्ञान, आनुवंशिकी व वनस्पती प्रजनन, संरचनात्मक वनस्पतीविज्ञान, पर्यावरण वनस्पतीविज्ञान, शरीरक्रिया, आकारविज्ञान, परिस्थिती विज्ञान, स्थलविज्ञान, उत्क्रांती, मायकॉलॉजी, फायकॉलॉजी, इंद्रियविज्ञान, वनस्पतींचे जनन, औषधी वनस्पतीशास्त्र, जीवश्मरूप वनस्पती यासंबंधीच्या, तसेच मूलभूत जीवोत्पत्ती व जीवस्तरविज्ञान यासारख्या वनस्पतीशास्त्रातील प्रविभागांच्या संशोधनास चालना दिली. त्यासाठी प्रोफेसर ईगलवुड यांनी राष्ट्रीय व आंतरराष्ट्रीय पातळीवरील शास्त्रज्ञांची निवड केली. त्यात प्रामुख्याने ब्रिटिश असले, तरी एकचतुर्थांश भारतीयांचाही समावेश होता. या शास्त्रज्ञांनी त्या त्या स्पेशलायझेशन्समध्ये झपाटल्यागत काम करून, संबंधित क्षेत्र आंतरराष्ट्रीय पातळीवर नेऊन ठेवलं होतं. म्हणूनच या संस्थेचे भरपूर प्रोजेक्ट्स हे अमेरिका, ब्रिटन, जर्मनी, जपान, फ्रान्स, रशिया यांसारख्या प्रगत राष्ट्रांशी निगडित होते. १९१० नंतरचा काळ हा या संस्थेचा परमोच्च उत्कर्षाचा होता. भारतातीलच नव्हे, तर जगातील ती एक अग्रगण्य संस्था म्हणून पुढे आली होती आणि त्याला कारणीभूत ठरले होते प्रोफेसर ईगलवुड. त्यांनी लावलेलं एक छोटंसं रोपटं, वनस्पती संरक्षण व संशोधन संस्थेच्या रूपानं वटवृक्षासारखं नावारूपाला आलं होतं.

प्रोफेसर ईगलवुड यांच्यानंतरही अनेक नामवंत संचालक आले, शास्त्रज्ञ आले; पण संस्थेच्या मूळ गाभ्याला व उद्दिष्टांना मुळीच बाधा आली नाही. संस्था वनस्पती संशोधनात परमोच्च बिंदू गाठतच राहिली. येथील नवनव्या वनस्पतींच्या शोधानं

परदेशस्थ चार शास्त्रज्ञांना प्रति नोबेल पुरस्कारानंही सन्मानित करण्यात आलं होतं. फार मोठा इतिहास घेऊन ही संशोधन संस्था दिमाखानं उभी होती.

भारताला स्वातंत्र्य मिळाल्यानंतरही १९६० पर्यंत ब्रिटिश संचालकच होते... ब्रिटिश शास्त्रज्ञही होते. परदेशातील शास्त्रज्ञांचीही आवक होती; पण कालांतराने ब्रिटिश नागरिकांनी स्थलांतर केल्यानं ही संस्था घटत गेली. ज्यांनी इथेच राहण्याचा निर्णय घेतला ते शेवटपर्यंत कार्यरत राहून निवृत्त झाले. तुरळकपणे दिसणारे ब्रिटिश शास्त्रज्ञ १९७० नंतर दिसलेच नाहीत. फक्त संशोधनानिमित्त भेटी देणारे परदेशस्थ शास्त्रज्ञच दिसत असत. प्रामुख्याने १९६० नंतर भारतीय वंशाचा शास्त्रज्ञच या संस्थेची धुरा आजतागायत सांभाळत आला होता. आज शंभर वर्षांचा इतिहास घेऊन ही संस्था उभी होती.

साधारण १९७५ पर्यंत भारतीय शास्त्रज्ञांनीही या संस्थेला बऱ्यापैकी योगदान दिलं. मोठमोठे प्रोजेक्ट्स हाताळून, परदेशी संस्थांसोबत विश्वास प्रस्थापित केला. पूर्वीसारखं जरी नाव नसलं, तरी तिथे होणाऱ्या संशोधनाला चांगलीच मान्यता मिळत होती; पण कालांतराने १९८०-८५ नंतर या संस्थेला उतरती कळा लागली. १९९५ नंतर तर ती उतरणीलाच आली. यामागील भारतातील एकूण अर्थकारणच कारणीभूत नसून, नवीन पिढीतील संशोधकांमध्ये असणारी जाणीव व मेहनतही कमी होऊ लागली, ही गोष्टही कारणीभूत होती. कसंतरी पीएच.डी. करून परदेशात जाण्याचा कल तरुणांमध्ये वाढला. तेथील मोहमयी व ऐषोआरामी जीवनानं त्यांना भुरळ पडली. यामुळे झालं काय की, हुशार विद्यार्थ्यांचा कल भारतात राहण्याऐवजी अमेरिका, इंग्लड, युरोप यांसारख्या देशांमध्ये जाण्याकडे वाढला. पर्यायानं ज्यांना अशी संधी मिळाली नाही ते येथे मनाविरुद्ध संशोधन संस्थामध्ये रुजू झाले. त्यामुळे अनिच्छेनं पदभार सांभाळलेल्यांना येथील संशोधनात समरस होता आले नाही. गोंधळलेल्या मन:स्थितीत ते दिवस ढकलत व आपल्या नशिबाला दोष देत राहिले; शिवाय ही संशोधन संस्था अतिशय दुर्गम भागात असल्यानं स्कॉलर विद्यार्थी इथे येण्यास अनुत्सुक झाला. भौतिक भोगवादाकडे झुकलेला आजचा तरुण अशा चांगल्या संस्थांनाही ठोकर मारू लागला. मुंबई, बंगलोर, पुणे, दिल्ली यांसारख्या शहरांमधील संस्थांमध्येच त्यांचा ओघ सुरू झाला. त्यातल्यात्यात ध्येयाने प्रेरित झालेले काही तरुण शास्त्रज्ञ मात्र या रामपूरस्थित संशोधन क्षेत्रात दाखल झाले; पण पुढे तेही अंतर्गत राजकारणानं अकार्यक्षम झाले. त्यामुळे संशोधनाचा प्रभाव कमी होऊन गेला. अजून येथील प्रत्येक शास्त्रज्ञ हा विज्ञान व तंत्रज्ञान विभाग व महाराष्ट्र सरकारकडून मिळणाऱ्या अनुदानापोटी मिळणाऱ्या पैशांवरच संशोधन करीत असल्यानं, स्वतंत्रपणे अर्थार्जन करावं ही प्रवृत्तीच त्यांच्यात राहिली नाही. त्याचा परिणाम असा झाला की, भारत व महाराष्ट्र

सरकारनं अनुदान रकमेत कटौती केल्यानं, प्रत्येकाच्या वाट्याला येणारा पैसा कमी झाला. त्यामुळे संशोधनालाही चालना मिळणे अशक्य झाले. आहे तेवढ्यात समाधान मानण्याकडे शास्त्रज्ञांचा कल वाढला. याचा संशोधनावर व संशोधकांवर कमालीचा विपरीत परिणाम झाला. शास्त्रज्ञांमधील जिद्द नाहीशी होऊन, प्रयोगशाळेत येऊन काहीतरी वेळकाढू प्रयोग करण्यावर भर देण्यात येऊ लागला. कुणी संशोधनाविषयी विचारलं, तर सरकारकडे पैसाच नाही, तर आम्ही संशोधन तरी कुणाच्या आधारावर करायचं व चांगल्याची तरी अपेक्षा का करावी? असं ते निर्भयपणे सांगू लागले. यातही काही धडपडणारे शास्त्रज्ञ होतेच; पण त्यांच्यामुळे संस्थेचा होऊ पाहणारा ऱ्हास मात्र वाचू शकला नाही. एका उंच पातळीला असलेली ही संस्था आताच्या शास्त्रज्ञांमधील हेव्यादाव्यांमुळे रसातळाला आली होती. नुसतीच दिमाखानं उभी असलेली व सौंदर्याचं लेणं नेसलेली ही संस्था मात्र आतून पोखरून निघाली होती. इतिहासाला साजेसा डौल आता तिच्यात राहिला नव्हता. या संस्थेतून पूर्वी चार नोबेल लॉरेट बाहेर पडलेत, असं सांगून कुणालाही खरं वाटत नव्हतं, अशी या संस्थेची दयनीय अवस्था झाली होती.

डॉ. पाबळकर हे या संस्थेचे विद्यमान संचालक. अतिशय मनमिळाऊ, हुशार, मेहनती व प्रोत्साहन देण्यावर त्यांचा भर असे. वीस वर्षांपूर्वी ते या संस्थेत दाखल झाले. तेव्हाचा व आताचा काळ यांत भरपूर फरक. त्या बदलत्या काळाचे ते स्वत: एक साक्षीदार होते. स्थलविज्ञान व व्यवस्थापनामध्ये निपुण असून राष्ट्रीय व आंतरराष्ट्रीय पातळीवरही त्यांचे संबंध होते. उत्कृष्ट नियतकालिकांमध्ये शंभराहून अधिक संशोधनावर आधारित लेख प्रसिद्ध झाले होते. त्यांचा हा जीवन आलेख व अनुभव बघूनच तीन वर्षांपूर्वी भारत सरकारने त्यांची संचालकपदी निवड केली. धुरा सांभाळल्यानंतर त्यांनी नवउभारणीसाठी अथक प्रयत्न केले; पण त्यात त्यांना यश आले नाही. मूलभूत अशा गोष्टी, ज्या प्रगतीला अडथळा होऊ पाहताहेत, ते बदलण्यातच ते असमर्थ ठरले. त्यांच्या हाताखाली १५-२० शास्त्रज्ञांचा ताफा आहे. ॲडमिनिस्ट्रेशन भक्कम आहे, सुसज्ज ग्रंथालय आहे, चांगल्या प्रयोगशाळा आहेत, दळणवळणाच्या अत्याधुनिक सुविधा आहेत. असे असतानाही डॉ. पाबळकर असमर्थ ठरलेले आहेत. त्याला कारण म्हणजे, शास्त्रज्ञांमधील नाहीशी झालेली मेहनत व अभ्यासू प्रवृत्ती. म्हणूनच डॉ. पाबळकर स्वत:च्या सहकाऱ्यांवर निराश आहेत; पण त्यांच्याबाबतीत ठोस अशी पावलं उचलण्याचं धाडस त्यांच्यात नाही. तरीसुद्धा डॉ. पाबळकर आपल्या परीनं परदेशात शिकत असलेल्या, देशाशी नातं सांगणाऱ्या व संशोधनाशी एकनिष्ठ असलेल्या काही तरुणांच्या शोधात आहेत; जेणेकरून त्यांच्या साहाय्याने ते या संस्थेत परिवर्तन घडवून आणू शकतात. यात डॉ. समीर ताटकरेसारख्या आंतरराष्ट्रीय पातळीवरील तरुण शास्त्रज्ञाची निवड ही

जमेची बाजू आहे. डॉ. समीरच्या सकारात्मक प्रतिसादाने डॉ. पाबळकरांना कमालीचा आनंद झाला. कारण डॉ. समीर हे जगातील अग्रगण्य वनस्पतिशास्त्रज्ञ म्हणून नावारूपाला आलेले, लहान वयात फार मोठी भरारी मारलेली आणि म्हणूनच या मराठी माणसानं तरी या संस्थेत यावं, हा त्यांचा आग्रह होता. डॉ. समीरचा होकार कळताच डॉ. पाबळकरांना कमालीचा आनंद झाला होता. कुठेतरी डॉ. समीरच्या रूपाने एक आशेचा प्रकाशकिरण डॉ. पाबळकरांना दिसत होता. ही संस्था नव्याने नावारूपाला आणण्याची स्वप्नं ते पाहू लागले होते.

आजही वनस्पती संरक्षण व संशोधन संस्था दिमाखाने उभी होती. आजूबाजूचा परिसर मोहक व सुखावणारा होता; पण आतील व्यवस्था मात्र पूर्ण ढासळली होती.

दुपारचे साडेबारा वाजले होते. नटवरने फाटकातून जीप आत घातली आणि समोर असलेल्या गोलाकार कारंज्याला वळसा घालून थेट संशोधन संस्थेच्या मुख्यद्वाराच्या पोर्चमध्ये आणून उभी केली. सोनवणे व निशिकांत उतरताच, नटवरने जीप पार्किंग लॉटकडे नेली.

पायऱ्या चढून मेन हॉलमध्ये येताच उजव्या बाजूला असलेल्या स्वागतकक्षाकडे ते आले. तेथे पांढरा ओव्हरकोट घातलेली एक स्त्री जाता-येताना दिसत होती. सोनवण्यांनी चौकशीकक्षासमोर बसलेल्या व्यक्तीला विचारलं,

''मला संचालकांना भेटायचंय? कुठे असतात ते?''

''आपण कोण?'' समोरच्या स्वागतकक्षात बसलेला माणूस, तंबाखूनं भरलेला तोंडाचा तोबरा करून रुक्षपणे विचारत होता.

सोनवण्यांना त्याचा राग आला; पण स्वत:वर संयम ठेवीत ते उत्तरले,

''मी या क्षेत्राचा वनपाल. मला संचालकांना भेटायचंय.''

''ठीक आहे. या रजिस्टरमध्ये नाव नोंदवा.'' ती व्यक्ती एक रजिस्टर सोनवण्यांच्या दिशेने सरकवित पुढे म्हणाली, ''हा समोरचा जिना चढून पहिल्या मजल्यावर जा. तेथे लागूनच साहेबांची केबिन आहे...'' सोनवण्यांनी त्याच्याकडे न पाहताच जास्त वेळ न घालवता व्हिजिटिंग रजिस्टर्डमध्ये स्वत:ची व निशिकांतची नोंद केली व ते समोरचा जिना चढू लागले.

स्वागतकक्षातील व्यक्ती त्यांच्याकडे नाराजीने डोळे फाडफाडून पाहतच राहिली.

पहिल्या मजल्यावर येताच, जिन्याला लागून उजव्या बाजूला असलेल्या केबिनवर संचालकांची पाटी लोंबकळत होती. त्या उघड्या दारासमोर उभं राहून सोनवणे म्हणाले,

''मे आय कम् इन सर?''

निशिकांत मागेच उभा होता. पांढरा ओव्हरकोट घातलेले शास्त्रज्ञ व खाकी ड्रेसवाले शिपाई येथेही ये-जा करत होते व सोनवणे, निशिकांतकडे पाहून पुढे जात

होते. जो-तो आपापल्या कामात मग्न होता.

बाहेरून आवाज येताच, समोर पांढरा ओव्हरकोट घालून बसलेल्या एका तरुण युवतीशी चर्चा करीत असलेल्या संचालकांनी हळूच दाराकडे पाहिलं. नाकावर असलेल्या चश्म्यातून समोर दोन तरुणांना बघून त्यांचा चेहरा अनोळखी छटेने व्यापला. तसे ते म्हणाले,

"येस कम इन..."

त्यासरशी सोनवणे व निशिकांत आत आले. सोनवणे हात पुढे करीत म्हणाले,

"सर, मी सुनील सोनवणे... रामपूर वनक्षेत्राचा नवीन वनपाल..." निशिकांतकडे निर्देश करीत ते पुढे म्हणाले, "व हे साहाय्यक वनपाल मिस्टर निशिकांत ठाकरे..."

संचालकांच्या चेहऱ्यावर असलेल्या आत्तापर्यंतच्या अनोळखी छटा तत्काळ नाहीशा झाल्या व त्यांचा चेहरा हास्यानं फुलला व खुर्चीतून उठत सोनवण्यांशी हात मिळवीत ते म्हणाले,

"ओ ऽऽ आय सी... वेलकम बोथ ऑफ यू... मी डॉ. पाबळकर. या संस्थेचा संचालक..." समोर बसलेल्या तरुण युवतीकडे बघत डॉ. पाबळकर उत्तरले, "आणि ह्या डॉ. अंजली पर्वते. आत्ताच दोन आठवडे झालेत शास्त्रज्ञ म्हणून रुजू झालेल्या आहेत... बसा ना आपण..." डॉ. अंजली पर्वते तत्काळ खुर्ची बाजूला करून उठल्या व त्यांनी नम्रपणे सोनवणे व निशिकांतकडे हात जोडीत स्मित केलं.

समोर गोरटेली, काळेभोर डोळे, लांब केस, गुलाबी ओठ, नाजूक हनुवटी, गोल चेहऱ्याची, सडपातळ व कमनीय बांध्याची, पंजाबी ड्रेस व पांढरा ओव्हरकोट घातलेली तरुणी पाहताच सोनवण्यांनी सहजपणे हात जोडले.

निशिकांतनंही नकळत हात जोडले. त्या क्षणीच डॉ. अंजली व निशिकांतची नजरानजर झाली. दोघांनीही एकाचवेळी हात जोडीत कोमल हास्याची देवाणघेवाण केली. डॉ. अंजली पटकन दोन खुर्च्या शेजारी सरकावित म्हणाल्या,

"बसा ना आपण..."

त्या स्वत:ही एक खुर्ची ओढून संचालकांच्या बाजूला बसल्या. डॉ. पाबळकर दोघांकडे पाहत हसत म्हणाले,

"हं. बोला सोनवणे! काय काम काढलंत... आमच्या शास्त्रज्ञांनी काही वनखात्यातील..." सोनवणे मधेच अडवित म्हणाले,

"नाही सर, तसं नाही... मलाही येथे येऊन चार-पाच दिवसच झाले आहेत... किंबहुना या क्षेत्रात अशी संशोधन संस्था आहे याची पुसटशीही कल्पना मला नव्हती; पण आज सकाळीच माझ्या मित्राचं पत्र आल्यानं त्याविषयी खुलासा झाला व तत्काळ या संस्थेच्या भेटीस आलो... त्या दृष्टीने ही माझी फक्त सदिच्छा भेटच

समजा! वनखात्याचा याच्याशी काही एक संबंध नाही.''

वनखात्याचा अधिकारी नुसतीच सदिच्छा भेट द्यायला येतो, ही या संस्थेच्या इतिहासातील खरोखरच उल्लेखनीय घटना होती. डॉ. पाबळकरांना आश्चर्य वाटलं. डॉ. अंजलीही गोंधळली. न समजून डॉ. पाबळकर म्हणाले,

''आपला मित्र?... मी समजलो नाही मिस्टर सोनवणे.''

''होय सर, माझा मित्र... डॉ. समीर ताटकरे... परवा तो अमेरिकेहून येथे येतोय. उपसंचालक म्हणून त्याची नेमणूक झालीये. म्हणूनच मी ही संस्था तरी कशी आहे हे पाहण्याच्या निमित्ताने आलो. विचार केला की त्या निमित्ताने इथे आल्यानंतर आपल्याशीही ओळख होईल...''

डॉ. पाबळकर हर्षोल्लित होत म्हणाले,

''काय? डॉ. समीर आपले मित्र? काय योगायोग आहे बघा मिस्टर सोनवणे... आय विल टेल यू... ही इज् व्हेरी ब्रिलियंट चॅप! त्यांना इथे आणण्यासाठी मी फार प्रयत्न केलेत... किंबहुना तशी माझी इच्छाच होती... अमेरिकेत कुठल्याही विद्यापीठात आजही त्यांना स्टँडिंग ऑफर आहेत; पण त्या सर्व धुडकावून त्यांनी आपल्या देशातील संस्थेला प्राधान्य दिलं... त्यामागचा हेतू एकच, देशाची सेवा व या संस्थेचा उत्कर्ष...'' डॉ. पाबळकर सांगत होते.

डॉ. अंजली व निशिकांत, डॉ. पाबळकरांच्या भावनांकडे पाहतच राहिले... त्यांची तळमळ त्यातून जाणवत होती. सोनवणे डॉ. पाबळकरांकडे पाहत म्हणाले,

''मला माहीत आहे सर!... कॉलेज जीवनापासून मी त्याला ओळखतो... वनस्पतीशास्त्राचा त्यानं नुसताच अभ्यास केला नाही तर, तो ते जगला आहे... त्याच्या बुद्धिमत्तेला कुठलीही परिसीमा नाही.'' सोनवणे आपल्या मित्राविषयी अभिमानाने बोलत होते. यावर डॉ. अंजली पाबळकरांकडे पाहत म्हणाल्या,

''सर!... एवढ्या मोठ्या आंतरराष्ट्रीय पातळीवरच्या प्रसिद्ध शास्त्रज्ञाबरोबर काम करायचं आहे म्हटल्यानंतर... आत्ताच मला दडपण येतंय. त्यांची साहाय्यक म्हणून मी ही जबाबदारी पेलू शकेन असं तुम्हाला अजूनही वाटतंय का?'' डॉ. पाबळकर बोलणार तेवढ्यात सोनवणे म्हणाले,

''टेक इट इझी डॉ. अंजली... तो माणूसच तसा आहे. तो एवढ्या उंचीचा शास्त्रज्ञ आहे हे तो मुळीच कळू देत नाही... एवढा आपल्यात समरसून जातो. कोमल मन असल्यानं, सतत मायेचा एक पाझर त्यातून फुटत असतो... शास्त्रज्ञ लहरी, असुसंगत व फटकळ असतात, हे तो सहजपणे खोटं ठरवतो... सो यू बी फ्री... ॲण्ड वर्क हार्ड वुईथ हिम...''

डॉ. पाबळकर मान हलवीत सहमती दर्शवीत उत्तरले,

''सोनवणे म्हणताहेत ते बरोबर आहे अंजली... डोण्ट वरी. यू आर दि परफेक्ट

असिस्टंट फॉर हिम. तुला शिकायलाही खूप मिळेल... माझी त्यांची प्रत्यक्ष भेट झालेली नसली, तरी ईमेलने येणाऱ्या पत्रांतून त्यांचं हळुवार मन जाणवतंय. सोनवणे म्हणताहेत ते खरंय... आणि यू नो, तुम्हा तरुण शास्त्रज्ञांवरच माझीही भिस्त आहे... या संस्थेला नव्याने उभारणी द्यायची आहे...''

डॉ. अंजली पाहत राहिली. सोनवणे निकराने पुढे म्हणाले,

''आय ॲम शुअर सर!... डॉ. समीर निश्चितच तुमची निराशा करणार नाहीत... मला त्याच्या संशोधनातील उत्साह व धडपड माहीत आहे...''

''मि. सोनवणे, म्हणूनच माझी सर्व भिस्त डॉ. समीरवर आहे. ही व्यक्ती निश्चितच भविष्यात काहीतरी करून, या संस्थेचा नावलौकिक वाढवेल, याची मला खात्री आहे.'' डॉ. पाबळकर डॉ. समीरविषयीचा आशावाद व्यक्त करीत पुढे म्हणाले, ''पण सोनवणे, त्यासाठी तुमचंही सहकार्य आम्हाला पाहिजे.''

सोनवण्यांनी आश्चर्याने पाहिलं. निशिकांतही या वाक्यावर डॉ. पाबळकरांकडे पाहत राहिला... डॉ. अंजलीला याविषयी काही ठाऊक नसल्याने ती निर्विकार राहिली. सोनवणे उत्तरले,

''हो निश्चितच सर...! सहकार्य मिळणारच...! नव्हे ते मिळायलाच हवं''... पुढे शंकेने डॉ. पाबळकरांकडे पाहत ते म्हणाले, ''पण तुम्हाला अशी शंका का आली?''

डॉ. पाबळकर थोडे विचारात पडले. दीर्घ श्वास घेत ते म्हणाले,

''कारण यापूर्वीच्या कुठल्याही अधिकाऱ्यानं आम्हाला सहकार्य केलेलं नाही, हा इतिहास आहे मिस्टर सोनवणे. वाईट वाटून घेऊ नका; पण फील्डवर्क किंवा वनस्पतींच्या संशोधनासाठी गेलेल्या आमच्या काही शास्त्रज्ञांना धमकावण्यात आलेलं आहे. वेळोवेळी अडथळे निर्माण करण्यात आलेले आहेत, किंबहुना त्यांच्यावर खुनी हल्लेही झालेले आहेत. धिस् इज् व्हेरी टफ् टाइम मि. सोनवणे. टू बी व्हेरी फ्रँक... मागचे वनअधिकारी अतिशय युजलेस होते... मोस्ट करप्टेड... म्हणून मी शंका व्यक्त केली...''

डॉ. पाबळकरांच्या वनखात्याविषयीच्या अनुभवाने सोनवणे खिन्न झाले. अशी परिस्थिती आहे याची जाणीव त्यांना एव्हाना या चार-पाच दिवसांत विविध अनुभवांवरून आली होती; पण या लोकांच्या तावडीतून ही संशोधन संस्थाही सुटली नाही, हे पाहून ते कमालीचे निराश झाले... निशिकांतनं सोनवण्यांच्या निराश चेहऱ्याकडे पाहिलं व डॉ. पाबळकरांकडे पाहत तो ठामपणे म्हणाला,

''सर!... पण यापुढे असं काहीही होणार नाही याची मी खात्री देतो. तुमच्या संशोधनात कुठलाही अडथळा येणार नाही व सर्वतोपरी साहाय्य करण्यात येईल अशी मी ग्वाही देतो... ज्या समाजासाठी आपण काम करीत आहोत, त्यासाठी

आपण सर्वच बांधील आहोत... म्हणून तुम्ही यापुढे निर्धास्त व नि:शंक राहा...''

सोनवणे, डॉ. पाबळकर व डॉ. अंजली, निशिकांतकडे पाहतच राहिले... किती आत्मविश्वासाने तो बोलला होता... सोनवण्यांना त्याच्या या बोलण्यानं आनंद झाला. त्याच्या खांद्यावर हात ठेवत सोनवणे पाबळकरांना म्हणाले,

''निशिकांत म्हणतोय ते खरंय सर!... यापुढे तुम्ही निश्चिंत राहा... आम्हीही तुमच्या संस्थेतीलच एक घटक आहोत म्हणून समजा आणि या संस्थेच्या नवउभारणीसाठी आमचाही हातभार लावण्यास संधी द्या...''

डॉ. पाबळकर या दोघा तरुणांकडे पाहत हात जोडीत म्हणाले,

''थँक्स! बोथ ऑफ यू... एकमेकांच्या सहकार्याशिवाय हे शक्यही नाही...'' डॉ. पाबळकर भारावून गेले होते. नकळत सोनवण्यांचे हात घट्ट पकडून त्यांनी आपल्या भावना मूकपणे व्यक्त केल्या. त्यावर दिलासा देत सोनवणे म्हणाले,

''सर! तुम्ही निवांत राहा... कुठल्याही थराच्या मदतीचे आश्वासन मी देतो... येऊ आम्ही?'' हात जोडत डॉ. पाबळकर म्हणाले,

''ओ ऽऽ शुअर ऽऽ... पुन्हा भेटूच डॉ. समीर आल्यानंतर... कुणीतरी त्यांना घ्यायला जाईलच...''

''नोऽऽ नोऽऽ... मी स्वत: त्याला रिसीव्ह करायला जाणार आहे... तुम्ही कुणालाही पाठवू नका... कदाचित तो तुम्हाला तसं कळवेलच... ओ. के. येतो आम्ही...'' असं बोलून सोनवणे तत्काळ उठले. निशिकांतही उठला. डॉ. पाबळकर व डॉ. अंजलीही एकाचवेळी उठले.

चौघंही एकाच वेळी जिना उतरून मेन हॉलमध्ये येऊन पोर्चमध्ये आले. सोनवणे आल्याचं पाहताच नटवरनं जीप रिव्हर्स करून आणली.

सोनवणे पुढच्या बाजूला बसले, तर निशिकांत मागच्या बाजूला बसताना डॉ. अंजली व त्याची पुन्हा नजरानजर झाली. त्यातील भाव कुणालाही न कळणारे असल्यानं ते दोघंही नुसतेच हसले होते. सोनवण्यांनी हात उंचावून 'बाय्' करताच नटवरनं जीप चालू केली होती. मागून निशिकांतनंही हात उंचावलेला पाहताच, नकळत डॉ. पाबळकरांसोबत डॉ. अंजलीचाही हात उंचावला गेला होता.

कारंज्यांना वळसा घालून जाणाऱ्या जीपकडे पाहत डॉ. पाबळकर म्हणाले, ''अंजलीऽऽ... हे दोघे अधिकारी आत्तापर्यंत मी पाहिलेल्या वनाधिकाऱ्यांपेक्षा वेगळे, भिन्न वाटतात. बोथ ऑफ देम आर व्हेरी चार्मिंग, स्मार्ट ॲण्ड इनोसंट! लेट अस होप दे वुईल डू बेटर ॲण्ड को ऑपरेट वुईथ अस टू...''

डॉ. अंजली नुसतीच होकारार्थी मान हलवीत, जीप गेलेल्या रिकाम्या फाटकाकडे पाहत राहिली. प्रथमच तिचं मन एवढ्या अस्वस्थपणे भिरभिरताना तिला जाणवत होतं.

६

डॉ. समीर ताटकरे, सुनील सोनवण्यांचा कॉलेजपासूनचा मित्र. सकाळचं वर्तमानपत्र वाचीत असताना त्यांना समीरची अपघाताने झालेली भेट आठवली होती व त्या अनुषंगाने त्याचा जीवनालेख डोळ्यांसमोर तरळून गेला.

नुकताच बारावी सायन्सचा निकाल लागून, प्रवेशासाठीची जीवघेणी चढाओढ चालू होती. सोनवणेही बारावी होऊन, गरवारे कॉलेजला एफ्. वाय. साठी प्रयत्नशील होते. कार्यालयातील मोठ्या लाईनीत ते हातात प्रवेशअर्ज घेऊन उभे होते. त्या मुलाचा चेहरा बावरलेला होता. एवढं प्रचंड मोठं कॉलेज कदाचित तो प्रथमच पाहत असावा. येथील आधुनिक पद्धतीने वागणारे विद्यार्थी-विद्यार्थिनी पाहून तो कमालीचा बुजत होता. कदाचित आपण अशा हायफाय संस्कृतीतील महाविद्यालयात निभावू की नाही अशीही शंका त्याच्या मनात येऊन जात असावी. त्याचं स्वत:चं राहणीमान साधं व सरळ होतं आणि येथे तर आजूबाजूला जणू फॅशनपरेडच चालली होती. टीशर्ट-जीन्स, शॉर्टमधील विद्यार्थिनी तो प्रथमच पाहत होता. अतिभव्यतेच्या दडपणाखाली तो पुढेपुढे सरकत होता. त्याच्या मागोमाग सोनवणे होते. त्याच्या चेहऱ्यावरील गोंधळ ते टिपत होते.

साधारण दीड-दोन तासांनंतर त्या युवकाने समोरील खिडकीत अर्ज सरकवला. क्लार्क अतिशय उद्धट होता. काही त्रुटी काढून त्याने तो अर्ज युवकाच्या दिशेने भिरकावला व ओरडला,

"सही राहिली...फॉर्म भरता येत नाही तर शिकता कशाला?... बाजूला व्हा. नेक्स्ट!"

युवक गांगरला. थरथरत्या हाताने त्याने अर्ज पुन्हा चाचपडला... तेवढ्यात क्लार्क पुन्हा गरजला,

"बाजूला हो म्हणतोय ना!... फॉर्म भरण्याची अक्कल नाही, नुसती शिक्षणातील कीड आहे ही.. उद्या या... नेक्स्ट. चल रे!"

तो युवक समोरच्या क्लार्कच्या जिव्हारी शब्दांनी अपमानित झाला होता. त्याला काहीच सुचत नव्हतं. तो रडकुंडीला आला होता. गोंधळलेल्या स्थितीत अर्ज सावरीत तो बाजूला होणार तेवढ्यात... मागून सोनवण्यांनी हळूच त्याच्या खांद्यावर हात ठेवला व धीर देत ते म्हणाले,

"सहीच राहिलीय... सही कर आणि दे!"

दरम्यान क्लार्क नेक्स्ट, नेक्स्ट करीत ओरडत होता. नेक्स्ट सोनवणेच असल्याने पुढे सरकत नव्हते. पुढच्या युवकाचं काम झाल्याशिवाय त्यांना सरकायचंच नव्हतं आणि शिवाय समोरच्या क्लार्कचं बोलणं व वागणंही त्यांना आवडलं नव्हतं.

युवकाने थरथरत्या हाताने पेन काढून कशीबशी सही केली व अर्ज पुन्हा सरकवित बुजऱ्या आवाजात तो म्हणाला,

"घ्या सर!"

क्लार्कनं रागानं पाहिलं... अर्ज चाळीत चिडलेल्या आवाजात तो म्हणाला,

"हं... हजार रुपये फी भरा...."

युवक पुन्हा गांगरला. अडखळत म्हणाला,

"पण सर नादारी म्हणून पाचशे रुपये सवलत आहे... माझ्याजवळ फक्त पाचशेच रुपये आहेत."

क्लार्क पुन्हा चिडला. त्याचा अर्ज जवळजवळ त्या युवकाच्या तोंडावर फेकतच तो ओरडला,

"कसली आली नादारी? कॉलेजने काय तुमचा ठेका घेतलाय का? शिकायची लायकी नसेल तर शिकता कशाला? बसस्टँडवर हमाली करा. म्हणे नादारी... नादारी असेल तर एखाद्या खतरूड कॉलेजमध्ये जा... तुमच्यासारखीच असलेली. या अशा उच्चकोटीतील कॉलेजमध्ये शिकणं तुमच्या बस की बात नाही. जा... प्रवेश घ्यायचा असेल तर हजार रुपये भरा, नाहीतर दुसरीकडे घ्या. आता कृपा करून माझा वेळ घेऊ नका. अगोदरच तुम्ही माझा खूप वेळ घेतलाय.." तो क्लार्क जोराने ओरडत हात जोडीत उद्‌गारला होता.

युवक हताश झाला होता. आता गप्पपणे अर्ज घेऊन तो बाजूला झाला. सोनवणे पाहतच राहिले. त्या क्लार्कचा त्यांना खूप राग आला होता; पण ते काहीच करू शकत नव्हते. तेवढ्यात तो क्लार्क बोलला,

"चल रे. केव्हाचं तुला बोलवतोय. तू असल्या शेळपट पोरांना पुढे करतोयस. असल्या पोरांना ॲडमिशन देऊन आमच्या कॉलेजचं नाव खराब करायचंय की काय? तुला मात्र त्याचा मोठा पुळका आलेला दिसत होता. तुला बोलावत होतो, तरी त्यालाच पुढे करीत होतास. चल आण तुझा अर्ज..."

सोनवणे बधीर झाले होते. क्लार्कची अखंड बडबड सुरूच होती. क्षणात पैसे

भरून ते बाजूला झाले. कोपऱ्यात हताशपणे उभा असलेला तो युवक त्यांना दिसला. पूर्णत: गोंधळलेला. त्याच्या डोळ्यांतून अश्रू वाहत होते. सोबत कुणीही नव्हतं. सोनवण्यांनी पाहिलं. ते त्याच्याकडे गेले. त्याच्या खांद्यावर हात ठेवत त्याला धीर दिला. युवकालाही सोनवण्यांकडे बघून बरं वाटलं. सोनवण्यांच्या सहानुभूतीनं तो ढसाढसा रडू लागला. त्यातच त्यानं आपली कैफियत सांगितली होती. सोनवणे पुढची दहा मिनिटं ऐकतच राहिले होते...

सोनवणे युवकाची कथा ऐकून सुन्न झाले. एवढं खडतर जीवन एखाद्याच्या वाट्याला येऊ शकतं, यावर त्यांचा विश्वासच बसत नव्हता. पुढच्याच क्षणी वेळ न घालवता त्यांनी त्याचे पाचशे रुपये भरून याच कॉलेजमध्ये प्रवेश घेण्याचा निर्णय घेतला.

तो युवक होता समीर... समीर ताटकरे... आताचा डॉ. समीर ताटकरे... पुढे या प्रसंगावरून समीर व सोनवण्यांची घनिष्ठ मैत्री झाली. एका अर्थाने समवयस्क असले, तरी सोनवण्यांनीच समीरचं पालकत्व घेतलं होतं. त्याला वेळोवेळी त्यांनीच मदत केली होती. हॉस्टेललाही ते एकाच खोलीत व एस. वाय.पर्यंत एकाच वर्गात होते. टी. वाय. ला मात्र सोनवण्यांनी भौतिकशास्त्र घेतलं, तर समीरनं वनस्पतीशास्त्र; पण त्यांच्यातील मैत्री मात्र उत्तरोत्तर घनिष्ठच होत गेली. या काळातील सहवासामुळे समीरमधील एक एक पैलू सोनवण्यांना दिसू लागले. समीर अत्यंत बुद्धिमान व होतकरू मुलगा असल्याचं सोनवण्यांना जाणवलं. म्हणून ते त्याला प्रत्येक ठिकाणी प्रोत्साहन देऊन पुढे जाण्यास भाग पाडू लागले.

सोनवण्यांना भौतिकशास्त्र पदवी घेऊन, एम. पी. एस. सी. करून भारतीय प्रशासकीय सेवेत कार्य करण्याची इच्छा होती, तर समीरची शास्त्रज्ञ होण्याची. त्यानुसार सोनवणे स्वत: एम. पी. एस. सी. होऊन वनखात्यात त्यांच्याच इच्छेनुसार वनपाल अधिकारी म्हणून रुजू झाले होते. समीर मात्र यशाची शिखरे पादाक्रांत करत गेला होता. पुणे विद्यापीठातून एम. एस्सी. करून तो राष्ट्रीय व राज्यस्तरीय सर्व पात्रता परीक्षा पास झाला होता. शिवाय आंतरराष्ट्रीय पातळीवरील टोफेल, जी.आर.ई, यासारख्या प्रज्ञावंत परीक्षा देऊन, त्याने गुणांचे उच्चांक गाठले होते. त्या आधारावरच त्याला अमेरिकेत एम. आय. टी. सारख्या अग्रगण्य संस्थेमध्ये पीएच.डी.साठी फेलोशिप मिळाली होती. उत्कृष्ट शास्त्रज्ञांच्या हाताखाली संशोधन करण्याची संधी समीरला मिळाली होती. पुढे अथक परिश्रम घेऊन त्यानं पीएच. डी. मिळवली होती. नंतर त्याच्या मार्गदर्शकाच्या विनंतीवरून सलग दोन वर्षं पोस्ट डॉक्टरलचा अभ्यास केला होता. या दरम्यान विज्ञानातील इतर विभागांशीही त्याचा संबंध आला होता. त्यात प्रामुख्याने रसायन व भौतिकशास्त्राचा समावेश होता. यापूर्वी कॉलेजात असताना सोनवण्यांमुळेच त्याचा भौतिकशास्त्राशी संबंध आला होता. समीरचं वाचन

अफाट असल्याने, वनस्पतीशास्त्राचा अभ्यास करण्यासाठी काही मूलभूत गोष्टींचा पाठपुरावा त्याने केला होता आणि त्याचा खुबीने उपयोग करण्यासही तो शिकला होता. अमेरिकेत राहून आंतरशाखीय ज्ञानाचा उपयोग स्वत:च्या उत्कर्षासाठी त्यानं केला होता. हा फायदा येथे निश्चितच झाला होता. कारण अमेरिकेत कुठेही व कुठल्याही विभागात जाऊन संशोधन करण्याचं स्वातंत्र्य होतं आणि त्याचा पुरेपूर उपयोग समीरनं केला होता. त्यामुळे वनस्पतीशास्त्रासोबतच इतर शास्त्रांचीही माहिती त्याला झाली होती. अमेरिकेत, पर्यायाने भारतात समीरचं विज्ञानक्षेत्रात आघाडीचा तरुण शास्त्रज्ञ म्हणून नाव झालं होतं.

सोनवण्यांना हे सारं एका क्षणात आठवलं होतं. कारण आज डॉ. समीर भारतात यायचे होते. कायमचेच. रामपूर येथील वनस्पती संशोधन संस्थेच्या उपसंचालकपदाची जबाबदारी त्यांना देण्यात आली होती. तसे चार दिवसांपूर्वीच पत्र आल्याने सोनवणे आज नागपाडा स्टेशनवर डॉ. समीरला घ्यायला निघाले होते. त्या निमित्ताने झपाटलेल्या या उत्तुंग व्यक्तिमत्त्वाचा भूतकाळ डोळ्यांपुढून सरकून गेला होता.

सोनवण्यांनी घड्याळात पाहिलं. सकाळचे साडेआठ वाजले होते. जाधवकाका व नटवरला काही सूचना देऊन त्यांनी तयारी केली. कारण त्यांना शार्प ११ वाजता नागपाडा स्टेशनवर जायचं होतं. समीर सुरतमार्गे जाणाऱ्या रेल्वेने तेथे उतरणार होता. अमेरिकेहून रात्री दोन वाजता त्याचं विमान मुंबई विमानतळावर उतरणार होतं.

नागपाडा स्टेशनवर जाण्यापूर्वी सोनवण्यांना काही कार्यालयीन कामानिमित्त शहाद्यालाही जायचं होतं. कारण येथे रूजू झाल्यापासून तालुक्याच्या कार्यालयात ते स्वत: जाऊ शकले नव्हते. नुसतंच ईमेलनं त्यांनी रूजू होण्याची तारीख कळवली होती. त्यामुळे सरळ मधल्या रस्त्याने नागपाड्याला जाण्याऐवजी ते लोणखेडा मार्गे शहाद्याला जाऊन, तेथील कार्यालयीन कामकाज आटोपून, पुन्हा त्याच मार्गे नागपाड्याला ११ वाजेपर्यंत हजर राहणार होते.

तयारी होताच सोनवणे नटवरला हाक मारीत म्हणाले,

"नटवर! जीपची चावी दे. आज मी स्वत:च ड्रायव्हिंग करीत जातो. फक्त ऑफिसमधील मी सांगितलेली कामे करून ठेव."

"जी साहेब." म्हणत नटवरने लागलीच खिशातून चावी काढून दिली. आजचा साहेबांचा कमालीचा उत्साह पाहून नटवरही आश्चर्यचकित झाला. साहेबांचे मित्र डॉ. समीर अमेरिकेहून येणार आहेत, हे त्याच्यासकट सर्वांनाच माहीत झालं होतं.

सोनवणे सिव्हिल ड्रेस घालूनच जीपमध्ये बसले होते. जीप सुरू होताच ती शहाद्याच्या मुख्य रस्त्यावर भरधाव वेगाने धावू लागली.

अर्ध्या तासातच शहाद्याच्या बस स्टँडसमोरील रस्त्यावरून सरळ ती जीप

वनखात्याच्या आवारात घुसली... साइडलाच एका झाडाखाली जीप उभी करून, सोनवणे खाली उतरले... तीन-चार बैठ्या मंगलोरी कौलरू असलेल्या एका मधल्या कार्यालयात ते घुसले. त्या कार्यालयाच्या वरती एका आडव्या पाटीवर वनपरिक्षेत्राधिकारी असे लिहिलेले होते. ब्रिटिशकालीन बांधलेले हे बैठे बंगले, आपल्या महाराष्ट्र सरकारने वनखात्याला कार्यालयासाठी दिलेले होते.

उघड्या दारातून आत शिरण्याआधी सोनवण्यांनी परवानगी घेतली.

"आत येऊ का?"

या आवाजानं समोर खुर्चीवर बसलेली किंचित ढेरी सुटलेली, अर्धवट टक्कल, तोंडात तंबाखूचा तोबरा चघळत असलेली साधारण पन्नाशीतील ती व्यक्ती चाळवली गेली. कुठलीतरी कार्यालयीन कागदपत्रं वाचण्यात मग्न असलेली त्यांची नजर त्यांनी समोर टाकली. एक भारदस्त व्यक्तिमत्त्व पाहून, त्यांनी कागदपत्रं बाजूला ठेवली... व खुर्चीत स्वत:ला पुन्हा नीट सावरीत ते उत्तरले...

"या ना!"

सोनवणे स्मित करीत पुढ्यात येऊन ठेपले होते...

खुर्चीकडे निर्देश करीत खुर्चीतील अधिकारी म्हणाले,

"बसा!"

सोनवण्यांनी एक खुर्ची ओढली व आपला हात पुढे करीत ते म्हणाले,

"मी सुनील सोनवणे, चार दिवसांपूर्वीच मी आपल्या रामपूर परिक्षेत्रात वनपाल म्हणून रुजू झालोय."

समोरच्या अधिकाऱ्याच्या तत्काळ लक्षात येताच ते उत्स्फूर्तपणे म्हणाले,

"अरे हो, आलं लक्षात. आपणच का, सुनील सोनवणे?" पुन्हा हात पुढे करीत ते म्हणाले, "मी दत्तात्रय मराठे... बसा ना."

सोनवणे खुर्चीत बसले... मराठे फडफडणाऱ्या एका कागदावर पेपरवेट ठेवत म्हणाले,

"पाच-सहा दिवसांपूर्वीच तुमची रुजू होण्यासंबंधीची मेल आम्हाला मिळाली होती, पण आपण खरोखरच रुजू झालात की नाही याविषयी कळायला काही मार्गच नव्हता."

"त्यासाठीच मी आलोय... म्हटलं, चला सदिच्छा भेटीसोबतच तुमची ओळखही होईल. त्या निमित्ताने या वनपरिक्षेत्राचा आढावा घेता येईल." सोनवण्यांनी ही सदिच्छा भेट असल्याचं नमूद करून टाकलं.

श्री. मराठे, सोनवण्यांच्या वाक्यावर मान डोलवत उत्तरले,

"निश्चितच, हळूहळू आपल्याला काही गोष्टींचं आकलन होत जाईलच. घाई कसलीये?" असं म्हणत त्यांनी प्रेस बेल दाबली... त्यातून निघालेला कर्कश

आवाज कार्यालयात घुमला. तत्क्षणी शिपाई हजर झाला... त्याच्याकडे पाहत ते म्हणाले, "दोन कप चहा घेऊन ये!"

सोनवण्यांनी मराठ्यांकडे पाहिलं. माणूस त्यांना तसा बरा वाटला, पण हातचं राखून बोलण्याची त्यांची सवय सोनवणेनां खटकली.

शिपाई परत जाताच... मराठे सोनवण्यांकडे पाहत म्हणाले,

"हं तर सोनवणे, मी काय म्हणत होतो... की या वनक्षेत्राचा आढावा घेण्याच्या भानगडीत सध्या तुम्ही पडूच नका... जे काही तुमच्यासमोर येईल... त्याला फक्त नीट समजावून, जमवून घ्या अथवा सहकार्यानं पुढे जा. कालांतराने तुम्हाला या गोष्टी कळतीलच, असं मला वाटतं. म्हणूनच मी म्हटलं घाई कसलीये?"

यावर सोनवण्यांनी दीर्घ श्वास सोडीत मराठ्यांकडे पाहिलं व काहीही भाष्य न करता ते स्तब्ध राहिले. पहिल्या भेटीतच फार काही बोलण्यात त्यांना स्वारस्य नव्हतं.

तेवढ्यात शिपायानं चहा आणून दिला.

चहाचा एक घोट घेत मराठे म्हणाले,

"सोनवणे!... तुम्हाला येऊन चार-पाच दिवसच झालेत... कसा वाटला हा परिसर...?"

सोनवणे तोंडातला चहा घशाखाली ढकलीत उत्तरले,

"छान, अतिशय प्रसन्न आहे... निसर्गाची फार मोठी देणगी या क्षेत्राला लाभली आहे... मी आत्तापर्यंत बऱ्याच वनक्षेत्रात काम केलंय... त्यातील निसर्ग अनुभवलाय, पण रामपूर वनक्षेत्र काही वेगळंच आहे. त्यातील विविधताही कमालीची आहे. फार मोठी ऊर्जा या वनक्षेत्रात आहे, असं सारखं जाणवत राहतंय..." सोनवणे थोडा वेळ मधेच थांबले. रिकामा कप टेबलावर ठेवत मराठ्यांकडे पाहत पुढे म्हणाले, "पण एक गोष्ट मात्र खटकते."

मराठ्यांनी आश्चर्याने सोनवण्यांकडे पाहिलं... त्यातच ते म्हणाले,

"कुठली मि. सोनवणे?"

"या क्षेत्राचं उदासपण... सगळं उपलब्ध असूनही एक प्रकारचं उदासपण त्यात सामावलेलं आहे. कदाचित ही बाब तुमच्या लक्षात आलीही नसेल... इट इज् जस्ट ॲन इन्व्हिझिबल फॅक्ट्स"

"म्हणजे?" न समजून श्री. मराठे तत्काळ म्हणाले.

"इन्व्हिझिबल फॅक्ट्स म्हणजेच अनामिक अशा गोष्टी... की ज्या पूर्वी घडलेल्या आहेत, घडत आहेत किंवा भविष्यात घडू शकतील, अशा अनामिक गोष्टींचं दडपण या क्षेत्रावर जाणवतंय... आणि मराठे साहेब?"

सोनवण्यांनी, मराठ्यांकडे पाहिलं. मराठ्यांनी त्यावर नुसताच हुंकार भरला.

"हं!"

"जर का अशा छोट्या मोठ्या अनामिक गोष्टी निसर्गाच्या उदरात घडत गेल्या; तर चमत्कारिक वातावरण निर्माण व्हायला वेळ लागत नाही... आणि खरं सांगू, या चार-पाच दिवसांत मला नेमकं हेच जाणवलं."

मराठ्यांनी खुर्चीवर थोडं रेलून, सोनवण्यांकडे रोखून पाहिलं... मराठ्यांना हा माणूस पाहिजे तेवढा सरळ वाटला नाही... अप्रत्यक्ष इशारे करूनही सोनवण्यांनी वर्मावर बोट ठेवलं होतं. या क्षेत्राची परखड टिपणी त्यांनी आपल्यासारख्या अधिकाऱ्यापुढे मांडली होती... आणि अप्रत्यक्षपणे सोनवण्यांनीही आपला मार्ग रेखाटून टाकला होता.

शिपायाने रिकामे कप उचलून नेताच, एक फाइल हाती घेऊन तिशीतील तरुण मराठ्यांसमोर येऊन उभा राहिला... मराठे त्याच्याकडे हसत मुद्रेने पाहत म्हणाले,

"अरे भानू!... बैस ना... काही काम होतं का?"

"होय! सर... नंतर येऊ का?" भानूने सोनवण्यांकडे पाहत म्हटलं.

"नको... बैस तू!... मी तुझी ओळख करून देतो... हे रामपूर वनक्षेत्राचे वनपाल... श्री. सुनील सोनवणे... नुकतेच रुजू झालेत... आणि मि. सोनवणे, हे साहाय्यक वनपरिक्षेत्राधिकारी मि. भानू वळवी."

सोनवणे व भानू वळवी दोघांनीही हस्तांदोलन केलं. शेजारच्या खुर्चीत भानू वळवी बसत सोनवण्यांकडे पाहत म्हणाले,

"खरं तर हा योगायोग म्हणायला हवाय. मी मराठे साहेबांशी रामपूर वनक्षेत्राविषयीच चर्चा करायला आलो होतो... चला, त्या निमित्ताने आपली भेट तरी झाली..."

"भानू, मी सोनवण्यांशी बोलून घेतो... मग तुझं काय ते आपण बघू."

"सर! मला वाटतं सोनवणेही रामपूर क्षेत्राशीच निगडित आहेत; किंबहुना ते तेथील प्रमुख असल्याने, मी ज्या गोष्टींची आपणाशी चर्चा करायला आलोय, ती त्यांच्या समोर झाली तरी हरकत नसावी. कारण या अशा प्रसंगांचं, घटनांचं ज्ञान त्यांना देणं आवश्यकच आहे... किंबहुना वरिष्ठ या नात्याने त्यांना तेथे काय घडतंय हे सांगणं आपलं कर्तव्यच आहे; असं मला वाटतंय." भानू वळवीने सहजच सांगितलं होतं.

भानू वळवीच्या या अशा सांगण्याने मराठे मात्र कमालीचे अस्वस्थ झाले. इकडे तिकडे पाहत त्यांनी भानूकडे जरबेनं पाहिलं. त्यांची होत असलेली घालमेल सोनवण्यांच्या चाणाक्ष नजरेतून सुटली नव्हती. भानू स्वच्छ मनाने सांगून गेला होता; पण मराठ्यांच्या मनात काहूर माजलं होतं. भानू वळवी काय घेऊन आला असेल, याची त्यांना खात्री होती... आणि ते सर्व या रामपूरच्या नवीन अधिकाऱ्यासमोर त्यांना बोलायचं नव्हतं... किंवा त्यांना सामावून घ्यायचं नव्हतं. सोनवण्यांच्या हे

लागलीच लक्षात आलं... मराठ्यांच्या चेहऱ्यावरील हावभाव बदललेले होते... पण ते स्वत:चा चेहरा स्वच्छ ठेवण्याचा प्रयत्न करीत होते. भानूंकडे पाहत ते उत्तरले,

"मला नाही वाटत अशा गोष्टींबद्दल आपण आपल्या कनिष्ठांशी चर्चा करावी... आपण त्या आपल्या पातळीवरच सोडवूया. कनिष्ठांनी फक्त आपापलं आखून दिलेलं काम करावं, बस!"

भानू वळवी, मराठ्यांच्या या वक्तव्यावर पाहतच राहिले... सोनवण्यांपुढे जास्त काही या विषयावर बोलायचं नाहीये, हे वळवींच्या लक्षात आले. त्यामुळे ते कुठलीही प्रतिक्रिया न देता स्तब्ध बसले. कनिष्ठ असा तुच्छतादर्शक शब्दप्रयोग करताच, सोनवण्यांच्या तो जिव्हारी लागला होता. रागही आला होता, पण तो चेहऱ्यावर येऊ न देता, ते प्रसन्नपणे भानूकडे पाहत हसत म्हणाले,

"मि. वळवी, असू द्या. मलाही तुमच्या या चर्चेत फारसं स्वारस्य नाहीये. कामाला वरिष्ठ व कनिष्ठ असा दर्जा कळत नसतो... काम हे सारखंच असतं. मग ते कुठल्याही पातळीवरील असो. एनी वे... मी येथे सदिच्छा भेट व माझ्या नवीन जबाबदारीविषयी कळवायला आलो होतो... शिवाय मला एक गोष्ट तातडीने आपल्या निदर्शनास आणून द्यायची होती. हवी तर ती एक विनंतीही समजा..."

मराठे व भानूंनी एकमेकांकडे अर्थपूर्ण पाहिलं. कनिष्ठ असा शब्दप्रयोग आपण घाईघाईने इतक्यात करायला नको होता, असं मराठ्यांना वाटून गेलं. सोनवण्यांकडे पाहत ते म्हणाले,

"काय सांगायचंय तुम्हाला?"

"परवा सर्व कागदपत्रे, फाइली चाळताना माझ्या लक्षात आलं की, येथे चार वनरक्षक पदे असतानाही एकही वनरक्षक हजर नाही. त्यातील दोघं रजेच्या सबबी सांगून सहा महिने झाले तरीही येत नाहीत... आणि दोघं ऑनड्यूटी आहेत. पण वर्ष झालं तरी ते आले नसल्याची नोंद नाही. हे वनरक्षक नेमकं काय करतात, त्याबद्दल अद्याप तरी मला माहीत नाही. सध्या तेथे मी धरून एक साहाय्यक, शिपाई व ड्रायव्हर याव्यतिरिक्त कुणीही नाही. मला वाटतं, एवढ्या मोठ्या वनक्षेत्रासाठी अजून चार वनरक्षकांची निकड आहे... आपणास माझी विनंती आहे की, जे आधीच काम करीत आहेत, त्यांच्यावर कडक कारवाई करून, त्या जागेवर अथवा नव्याने वनरक्षकांची तातडीने नियुक्ती करावी, असं मला वाटतं... हा महत्त्वाचा मुद्दा धरून, आपण यावर शक्य तेवढ्या लवकर कार्यवाही करावी..." सोनवण्यांनी त्यांच्या कार्याचा भाग म्हणून मोर्चेबांधणीस सुरुवात केली होती.

मराठ्यांनी नुसतंच कोरडेपणानं सोनवण्यांकडे पाहिलं. यावर त्यांना आता जास्त चर्चा करायचीच नव्हती. कुठलीही प्रतिक्रिया न देता ते उत्तरले,

"ठीक आहे सोनवणे... मला ते बघावं लागेल."

"म्हणजे?"

"म्हणजे नेमकं या वनरक्षकांचे काय प्रश्न आहेत?... ते का येत नाहीत? कारण अशी तक्रार घेऊन तुम्हीच प्रथम आमच्याकडे आला आहात." मराठ्यांनी सांगितले.

"काय?" सोनवणे आश्चर्यानं पाहत राहिले... त्यांच्या या आश्चर्योद्‌गाराकडे भानूही क्षणभर पाहत राहिला.

भानू वळवीही मराठ्यांच्या लबाडपणाने अवाक् झाला होता... पण तो बोलला मात्र काहीही नव्हता... त्याच्याजवळ जी फाइल होती, ती त्या रामपूर क्षेत्रातील वनरक्षकांच्या संबंधीचीच होती...

"होय!.. मी फक्त चौकशी करीन... पण शेवटी नवीन अथवा जुन्या वनरक्षकांचा निर्णय शिंदेसाहेबच घेतील." 'मराठ्यांनी पुष्टी जोडली. शिंदे हे नाव ऐकताच भानू वळवीकडे प्रश्नार्थक मुद्रेने सोनवण्यांनी पाहिलं. त्यावर भानू वळवी म्हणाला,

"आपले वरिष्ठ साहेब... उपविभागीय वनअधिकारी. माधवराव शिंदे, नंदुरबारला असतात. मुख्य कार्यालयही तेथेच आहे."

त्यावर सोनवण्यांनी दीर्घ श्वास सोडला. समोर बसलेल्या मराठे नावाच्या अधिकाऱ्याच्या मनाचा ठाव घेणं त्यांना कठीण झालं होतं. त्यांच्याशी यावर फार काही चर्चा करण्यात आता त्यांना स्वारस्य उरलं नव्हतं. कारण त्यांची त्या संदर्भातील उडवाउडवीची उत्तरंच, या प्रसंगातील गांभीर्य लक्षात आणून देत होती. झटक्यात खुर्चीतून उठत ते म्हणाले,

"ठीक आहे सर!... मला काय लागतंय, काय हवंय, याची मी तुमच्याकडे नोंद केलीये. माय जॉब इज् ओव्हर. याविषयी तुम्ही मला लवकरात लवकर कळवाल अशी मी आशा व्यक्त करतो..."

हात पुढे करीत मराठ्यांशी त्यांनी हस्तांदोलन केलं. भानू वळवीशीही आपुलकीने हातमिळवणी केली होती... त्यावेळी भानू वळवी उठून उभा राहिला होता... भानू वळवीची ही कृती मराठ्यांना मुळीच पसंत न पडल्याचं त्यांच्या चेहऱ्यावर दिसून आलं.

सोनवणे दारातून बाहेर पडले... त्यांच्या बुटांचा आवाज अजूनही मराठ्यांच्या कानात घुमत होता. ही व्यक्ती मोठं वादळ उभं करू शकेल अशी कुशंका त्यांच्या मनात येऊन गेली... सोनवण्यांविषयी जे काही ऐकलं होतं, त्याची या छोट्याशा भेटीतच मराठ्यांना प्रचिती येऊन गेली होती.

जीपजवळ येताच, सोनवणे ड्रायव्हिंग सीटवर बसले. जीप सुरू करून, फाटकातून ते मुख्य रस्त्यावर आले होते.

इकडच्या माणसांची मनोवृत्ती हळूहळू आता सोनवण्यांना कळायला लागली

होती. त्यांनी घड्याळात पाहिलं. अजून साडेनऊच वाजले होते... मुंबईची ट्रेन यायला किमान दीड तास अवकाश होता... शहाद्याहून नागपाड्याला अर्ध्या तासात पोहोचता येत असल्याने, सोनवण्यांजवळ अजून एक तास शिल्लक होता. यावेळेत जयंत पाटीलला भेटणं शक्य असल्याचं सोनवण्यांना जाणवलं.

जयंत पाटील 'दैनिक चव्हाट्यावरचा' वार्ताहर. जिल्हा नंदुरबार येथून निघणारं या परिसरातील प्रमुख वर्तमानपत्र. जयंत पाटील शहादा तालुक्याचं प्रतिनिधित्व करीत होता. त्याचं मूळ गावही हेच होतं.

या परिसरात त्याचं बऱ्यापैकी नाव असल्यानं, प्रत्येक जण त्याला ओळखत होता. नटवरसिंगकडूनच सोनवण्यांनी जयंत पाटीलच्या कार्यालयाचा पत्ता घेतला होता... सोनवण्यांची जयंत पाटीलशी ओळख कॉलेज जीवनापासूनची. पुणे विद्यापीठातर्फे भरविण्यात आलेल्या युवक महोत्सवात, नंदूरबार जिल्ह्याच्या टिममध्ये जयंत पाटीलचाही समावेश होता... आणि एका परिसंवादाच्या निमित्ताने सोनवणे व समीर ताटकरेशी त्यांची ओळख झाली होती. तो धडाडीचा वक्ता व कार्यकर्ता असल्याचं, त्याच वेळी सोनवण्यांना कळलं होतं. त्याच्या आवेशपूर्ण भाषणानंच सोनवणे व समीर मंत्रमुग्ध होऊन, त्याच्याकडे खेचले गेले होते... व ओळख होऊन त्याचं मैत्रीत रूपांतर झालं होतं. जयंतच्या लाघवी स्वभावाने, आपुलकीने हा मैत्रीचा वटवृक्ष वाढतच गेला होता... प्रत्यक्ष भेटी जरी होत नसल्या तरी, अधूनमधून त्यांचा संपर्क होतच होता... आता सोनवणे याच क्षेत्रात बदलून आल्याने; त्यांना जयंत पाटीलचाही सहवास लाभणार होता... आणि शिवाय या परिसराची ओळख करून घेण्यास त्याचा उपयोग होणार होता... म्हणूनच जयंतला भेटणे हा त्यांचा मुख्य हेतू होता. या परिसरातील जयंत पाटील हा एकमेव तरुण त्यांच्या ओळखीचा होता... म्हणून कमी वेळ का असेना, त्याची भेट घेणं त्यांना जरुरीचं वाटत होतं... आपण येथेच कार्यरत आहोत हे त्याला सांगणं गरजेचं होतं...

विचारातच सोनवण्यांनी जीप मुख्य बाजारपेठेत वळवली. गजबजलेल्या बाजारपेठेतून जीप उजवीकडे नेऊन, पुढे खाली कच्च्या रस्त्यावरून नदीकडे नेली. तेथे एका इमारती शेजारी सोनवण्यांनी गाडी उभी केली... खाली उतरताच पहिल्या जिन्यात 'दैनिक चव्हाट्यावर'चा बोर्ड चमकत होता. कार्यालय उघडं असल्याचं पाहून, सोनवण्यांना आनंद झाला. साईडला असलेल्या जिन्यावरून सोनवणे हळूहळू चढू लागले.

सोनवण्यांनी उघड्या दारातून प्रवेश करताच, समोर झब्बा-पायजमा घातलेले, डोळ्याला जाड भिंगाचा चश्मा, फ्रेंच दाढी, हडकुळे असे एक गृहस्थ लेखाची काही टिपणं काढण्यात व्यस्त होते. आत कोणं आलंय, यांचही त्यांना भान नव्हतं. सोनवण्यांनी क्षणात आजूबाजूला पाहून घेतलं. छोटंसंच पण वर्तमानपत्राचंच कार्यालय असल्याचं त्यांना जाणवलं. त्यांनी स्मित करत विचारलं,

"आपणच मि. जयंत पाटील ना?"

अचानक भारदस्त आवाज आलेला पाहून, वाचनात व्यस्त असलेले गृहस्थ दचकले... आणि त्यांनी समोर पाहिलं... छानसं व्यक्तिमत्त्वं पाहून प्रथम ते ओळखू शकले नाहीत... नाकावर आलेल्या चश्म्यातून पाहत ते सहजपणे म्हणाले,

"होय, मीच जयंत पाटील!"

...आणि सोनवणे कुठलंही प्रतिउत्तर न देता नुसतेच हसत असलेले पाहून, जयंत पाटील पुन्हा गोंधळला... आणि डोक्यात लख्खकन प्रकाश पडावा तसे त्याचे हावभाव वेगाने बदलले होते व तत्काळ उठत तो म्हणाला,

"अरे, सुनील तू!.."

जयंतने पुढे होऊन सोनवण्यांना आलिंगनंच दिलं... सोनवणेही दिलखुलासपणे त्याच्या पाठीवर हात ठेवत म्हणाले,

"नशीब!... मला वाटलं तू ओळखतोयस की नाही?"

"अरे का नाही ओळखणार?... बऱ्याच दिवसांतून भेट झाली नाही, म्हणून थोडा वेळ लागला, एवढंच..." एक खुर्ची ओढत सोनवण्यांना बसण्याचा निर्देश करीत तो पुढे म्हणाला..." ..आणि सुनील तुला विसरणं कधी शक्य आहे का?... चल बैस." जयंतही त्याच्या खुर्चीत स्थानापन्न झाला होता. त्याच्या चेहऱ्यावर सोनवण्यांच्या भेटीने आनंद दिसत होता... क्षणापूर्वीचा तणावग्रस्त चेहरा आता दिसत नव्हता. टेबलावर थोडं रेलून दोन्ही हातांचा आठ करीत तो विचारत होता,

"असा अचानक?... आणि इकडे?"

सोनवणे त्याच्याकडे कौतुकाने पाहत म्हणाले,

"अचानक नाही. ... आता माझी या वनक्षेत्रातच बदली झालेली आहे."

"काय म्हणतोस?.. रामपूर क्षेत्रात? परवाच मी इथल्या कार्यालयात गेलो होतो... नवीन वनपाल आलेले आहेत म्हणून त्यांनी सांगितलं... पण नाव मात्र सांगितलं नव्हतं... हल्ली लोक मला नेहमीच हातचं राखून माहिती देत असतात. मीही विचारलं नाही." जयंत आश्चर्याने म्हणाला होता.

"होय!.. आठ दिवसांपूर्वीच मी रामपूर क्षेत्रात रुजू झालो... माझा एक मित्र अमेरिकेहून आत्ता येतोय. म्हणून मी त्याला नेण्यासाठी नागपाडा स्टेशनवर आलो आहे. मुंबई-त्रिवेंद्रम रेल्वेला अजून एक तास अवकाश असल्याने व येथील कार्यालयात माझे काम लवकर झाल्याने तुझी सदिच्छा भेट घ्यावी असं ठरवलं. 'दैनिक चव्हाट्यावर'मध्ये तू काम करतोय आणि तुझा या क्षेत्रात बऱ्यापैकी दबदबा आहे; हे मी जाणून होतो... आमच्या कार्यालयातच तू 'दैनिक चव्हाट्यावरचं' शहाद्याचं युनिट सांभाळतोय म्हणून कळलं." सोनवण्यांनी स्पष्टीकरण दिलं होतं.

"अमेरिकेमधून कोण येतोय म्हटलास..." जयंत उत्सुकतेने विचारता झाला.

"डॉ. समीर ताटकरे... बघ आठवतोय का तुला?... जळगाव येथील यूथ फेस्टिवल मध्ये माझ्यासोबत नेहमीच एक मुलगा वावरत होता..." सोनवण्यांनी क्लू दिला होता.

जयंत थोडंसं आठवत तुटकपणे उद्‌गारला,

"अरे हो!... तो हडकुळा मुलगा... तो आता अमेरिकेत आहे?"

"हो, अतिशय हुशार... एम. एस. करून, तेथेच पीएच. डी. केलीये व एका नामांकित विद्यापीठात प्राध्यापक म्हणूनही रुजू झाला होता. एक नामवंत आंतरराष्ट्रीय वनस्पतिशास्त्रज्ञ म्हणून त्याचं नाव आहे... आमच्याच परिक्षेत्रात असलेल्या राष्ट्रीय वनस्पती संरक्षण व संशोधन संस्थेत रुजू होतोय. संस्थेनं त्याला प्रयत्नपूर्वक उपसंचालक म्हणून बोलवलंय... आणि मायदेशाच्या आस्थेपोटी त्याने ही संधी लागलीच स्वीकारली... अमेरिकेतील आधुनिक वास्तव्य सोडून तो आज येतोय. कायमचाच..." सोनवणे संक्षिप्तपणे डॉ. समीरविषयी सांगत होते.

जयंत अंतर्मुख होत म्हणाला,

"खरंय! सुनील... मला आश्चर्य वाटतं... काही लोक किती ध्येयवेडे असतात नाही?... सुखातलं जीवन सोडून, देशासाठी काहीतरी करावं या ऊर्मीतून उत्तम संधी सोडून देतात... डॉ. समीर मला वाटतं त्यातलेच दिसताहेत..." जयंतनं वस्तुस्थिती विशद केली.

"होय जयंत... अतिशय ध्येयवेडा... आपल्याच माणसांत वावरणारा. तू भेटशील तेव्हा तुला ते कळेलच." सोनवणे डॉ. समीरविषयीच्या भावना ऐकून सुखावले होते.

जयंत अधिक अंतमुर्ख होत म्हणाला,

"पण सुनील... तुला माहीत आहे... अशा ध्येयवेड्यांची कदर या भारतात केली जात नाही... त्यांच्या वाट्याला उपेक्षाच येते... हे खरोखरच दुर्दैव आहे." जयंतने बाजूला असलेल्या माठातून एक ग्लास पाणी घेतले व सोनवण्यांना दिले. सोनवण्यांनी हातानेच नको असा संकेत देताच, जयंतने तो ग्लास घटाघटा पीत संपवला. पुन्हा माठावर ग्लास ठेवीत तो पुढे म्हणाला. "तू डॉ. समीरना याची कल्पना दिलीयेस ना?"

जयंतनी वस्तुस्थितीच विशद केली होती. सोनवणे शून्यात पाहत म्हणाले,

"समीर अशा परिस्थितीमधूनच पुढे आलेला आहे जयंत, की त्याला याची कल्पना असावीच. देशवासियांबद्दलच्या त्याच्या भावना एवढ्या तीव्र आहेत की, कदाचित अशा प्रवृत्तींचा सामना पुढे-मागे करावा लागलाच तर, तो त्यालाही हसतमुखाने सामोरा जाईल याची मला खात्री आहे. एनी वे, तरीही मी त्याला या सर्वांची कल्पना दिलेली आहे. पण सध्या या परिक्षेत्राला मीही नवखाच असल्याने,

मला तरी कुठे ठाऊक आहे,... कोण कसं आहे? परिसर कसा आहे?... म्हणूनच तुझी भेट माझ्या दृष्टीने महत्त्वाची आहे. यापुढे तुझ्यासोबतच मार्गक्रमण करायचे आहे..''

जयंतने, सोनवण्यांकडे पाहत दीर्घ श्वास सोडला... व हसत तो म्हणाला,

''मला वाटतं तुला काहीही नवीन नाही... कुठल्याही वनपरिक्षेत्रात तुला जास्त काळ राहू दिलेलं नाही, याची मला कल्पना आहे... मी स्वत: पत्रकार असल्याने, तुझी इत्थंभूत माहिती मला आहे. एका स्वच्छ अधिकाऱ्याला किती यातना भोगाव्या लागतात हे मला तुझ्याकडे बघून कळंतय ... अधून मधून तुझ्याविषयीच्या बातम्या मीही वाचीत होतो.'' जयंत क्षणभर थांबला व थोडासा गंभीर होत म्हणाला, ''सुनीलऽऽ''

''हंऽऽ'' सोनवण्यांनी नुसतंच त्याच्या गंभीर चेहऱ्याकडे पाहत हुंकार भरला.

''मी जास्त खोलात जात नाही. या परिक्षेत्रातही तुला अशा प्रवृत्तींशी लढावंच लागेल... किंबहुना तुला या आधीच्या पेक्षा जास्त सतर्क राहावं लागेल. अतिशय आतल्या गाठीतील साखळी येथे कार्यरत आहे. जसा काळ जाईल तसं तुला कळेलच... मी तुला एवढंच सांगतोय की तू एकटा नाहीयेस...'' जयंतने थोडक्यात सांगितलं होतं.

सोनवण्यांना काहीच आश्चर्य वाटलं नाही. जयंतला भेटण्यामागे त्यांचा हाच हेतू होता... थोडक्यात या परिसराची व प्रवृत्तींची त्यांना माहिती घ्यायची होती... आणि ती त्यांना जयंतच्या गर्भित इशाऱ्यातून मिळाली होती... सोनवणे वातावरणात उत्साह निर्माण करीत म्हणाले,

''जयंत, तुझ्याकडून मला हीच अपेक्षा होती. लेट अस फेस ॲण्ड फाईट द फ्युचर.'' सोनवणे विषयांतर करीत पुढे म्हणाले... ''लग्न वगैरे केलंस की नाही..?''

जयंत थोडासा ओशाळत उत्तरला,

''नाही रे अजून... मी असा फाटका पत्रकार. कोण करेल माझ्याशी लग्न?... बरं तुझं काय...?''

''दोन वर्षांपूर्वीच माझं लग्न झालंय... आणि एक मुलगाही आहे...''

''मग रामपूरला आणलंस की नाही वहिनींना?''

''अजून तरी नाही... पण लवकरच आणेन...'' सोनवणे हसत पुढे म्हणाले, ''मी हुंडा मात्र घेतला नाही बरं का, जयंत... तुझ्या अंमळनेर येथील यूथ फेस्टिव्हलच्या परिसंवादाचा परिणाम... हुंडा या विषयावर तू काय बोलला होतास, ते आठवतंय ना? सर्व हॉल मंत्रमुग्ध, मोहिनी घातल्यागत स्तब्ध झाला होता... तुझा तो जोश, आवेश पाहून मीही थक्क झालो होतो... इट वॉज अ वंडरफुल डिबेट...'' सोनवणे

आठवणींत रमले होते...

जयंत त्यावर सहजपणे उत्तरला,

"अरे, मी काही खास बोललो नव्हतो... तू आपला नेहमीच यूथ फेस्टिवलच्या भेटीत प्रत्येक वेळी मदत करीत आला आहेस..."

"खास नाही म्हणजे काय?... सुवर्णपदक मिळालं होतं तुला त्यावेळी... मला आठवतंय. एकूण तीन सुवर्णपदकं तू पटकावली होतीस... परिसंवादासोबतच, उत्कृष्ट कविता व कथाकथनातसुद्धा तूच बाजी मारीत होतास..." सोनवण्यांनी आठवण करून देत म्हटलं होतं...

"आठवतंय सुनील मला... आणि मला हेही आठवतंय की तुलाही वैयक्तिक अभिनयाचं सुवर्णपदक मिळालं होतं... जयंत पवार लिखित 'दि बेबज् इन द वूडऽ' मधील आंधळ्या भिकाऱ्याची भन्नाट भूमिका तू केली होतीस... एकांकिकेला नाही, पण तुला एकट्यालाच ते पारितोषिक मिळालं होतं... सुवर्णपदक घेताना टाळ्यांचा गजर आठवतोय तुला? पाच मिनिटे टाळ्या वाजत होत्या." जयंतनेही आठवण करून दिली होती... आणि पुढे जोराने हसत तो म्हणाला, "सुनील, मला वाटतं अंमळनेरचे ते यूथ फेस्टिवलचे तीन दिवस मंतरलेलेच होते... अजून एका गोष्टीसाठी ते प्रसिद्ध झाले होते... ठाऊक आहे तुला?"

"होय... त्या तीन दिवसांत लाखो रुपयांची दारू संपली होती... दारू गुत्त्यांवर एकही थेंब विद्यार्थी आणि विद्यार्थिनींनी शिल्लक ठेवला नव्हता..." सोनवण्यांना प्रसंग आठवून गेला होता.

"सुनील, आपण आपले छंद जोपासले पाहिजेत... त्याने मनाला शांती व उभारी मिळते." जयंतने सुचवलं.

"तेही खरंच आहे म्हणा... पण कामाची व्यस्तताच खूप वाढत चाललीये. छंद नसले तरी आपण एकमेकांशी भेटून चर्चा तर करत राहू... नाही का?" सोनवणे स्वीकृतपणे म्हणाले.

जयंत आणि सोनवणे बराच वेळ गप्पा मारीत बसले होते. गतआयुष्यातील काही रोमांचित प्रसंग आठवून दोघेही आनंदित होत होते.

सोनवण्यांनी घड्याळात पाहिलं... जयंतशी गप्पा मारीत एक तास कुठं निघून गेला कळलंच नव्हतं... अजून अर्धा-पाऊण तास बाकी होता. सोनवणे पुन्हा घड्याळाचा अंदाज घेत म्हणाले,

"जयंत!... आता निघायला हवंय... ट्रेन येण्याच्या आत मी नागपाड्याला पोहोचणं आवश्यक आहे."

"ठीक आहे... आता आपली भेट नियमित होतच राहील." जयंतनं पुष्टी दिली.

सोनवणे उठले व त्यांनी हस्तांदोलन केले व ते पाठमोरे झाले... तेवढ्यात जयंत काहीतरी आठवत म्हणाला,

"एक पाच मिनिट वेळ आहे का तुला सुनील?"

सोनवण्यांनी त्याच्याकडे अर्थपूर्ण नजरेनं पाहिलं व ते म्हणाले.

"का रे?... अजून तरी आहे... काही विशेष काम आहे का?"

"नाही म्हटलं एका व्यक्तीशी तुझी फक्त भेट घालून द्यायची होती. पोलीस सबइन्स्पेक्टर गोविंद पवार... तरुण आणि तडफदार व्यक्तिमत्त्वं आहे... आपल्याच पठडीतला आहे... मी कामानिमित्त पोलीस स्टेशनात जातच आहे... म्हटलं तुझीही ओळख करून द्यावी," जयंतने विनंतीवजा विचारलं होतं.

सोनवणे तत्काळ सहमत होत म्हणाले,

"काहीच हरकत नाही... ओळख करून घ्यायला मला निश्चितच आवडेल."

"चल तर मग!"

जयंत उठला होता... कार्यालयाला कुलूप लावून, दोघेही जीपमध्ये बसले. सोनवण्यांनी जीप शहाद्याच्या मुख्य रस्त्यावर आणून, बस स्टॅण्डच्या मागे असणाऱ्या पोलीस स्टेशनकडे वळवली होती...

पाचच मिनिटांत दोघेही पोलीस स्टेशनात हजर झाले. पोलीस स्टेशनही बसक्या मंगलोरी कौलांचंच होतं. मधे पटांगण, सभोवताली ऑफिस व पोलीस इन्स्पेक्टरची केबिन होती. डावीकडच्या व्हरांड्यातून जाताच, मागे लोखंडी गज असणाऱ्या काही खोल्या होत्या. तेथेच काही सराईत गुंड व गुन्हेगारांना ठेवेलेलं दिसत होते, तर काही खोल्या रिकाम्या होत्या.

जयंत पाटील उजवीकडच्याच एका ऑफिसात शिरला. त्या पाठोपाठ सोनवणेही आत गेले. आत जाताच जयंत खाकी पेहराव घातलेल्या एका तरुणाकडे पाहत म्हणाला,

"नमस्कार पवारसाहेब..."

"पवार प्रसन्नपणे उठले व पुढे हात करीत म्हणाले,

"या! या!... पाटीलसाहेब... बसा..."

सोनवण्यांकडेही पाहत त्यांनी खुर्चीकडे निर्देश केला. जयंत व सोनवणे स्थानापन्न झाले...

इन्स्पेक्टर पवार टेबलावरची बेल वाजवीत म्हणाले,

"हं, पाटीलसाहेब काय काम काढलंत?.."

तेवढ्यात बेलच्या आवाजाने शिपाई तेथे हजर झाला... त्याच्याकडे पाहत इन्स्पेक्टर पवार म्हणाले,

"दोन चहा आण..."

जयंत नकार देत म्हणाला,

"पवारसाहेब, नको... आत्ताच आम्ही चहा घेऊन आलोय... मी काही खास कामासाठी नाही आलो... पण जरा यांच्याशी तुमची ओळख करून द्यायची होती..." जयंत सोनवण्यांकडे पाहत पुढे म्हणाला, "हे माझे मित्र सुनील सोनवणे... रामपूर वनपरिक्षेत्राचे वनपाल म्हणून त्यांनी नुकताच पदभार स्वीकारला आहे..." इन्स्पेक्टर पवारांनी उत्स्फूर्तपणे हात पुढे केला... व त्याच आनंदाने सोनवण्यांनी हात मिळविला होता... सोनवणे म्हणाले,

"तुम्हाला भेटून आनंद झाला... आपले क्षेत्र जरी वेगवेगळे असले तरी त्यांची जातकुळी एकच आहे... त्यात एकमेकांचे सहकार्य अपेक्षितच आहे..."

त्यावर इन्स्पेक्टर पवार दाद देत म्हणाले,

"आपली सर्वांची जातकुळी एकच आहे हे अगदी तंतोतंत बोललात सोनवणेसाहेब... माझे सहकार्य तुम्हाला केव्हाही राहील."

"थँक्स" सोवनण्यांनी आभार मानले. पुढे जयंतकडे पाहत ते म्हणाले, "जयंत, मला गेलं पाहिजे... फक्त अर्धा तासच बाकी आहे... यू कॅरी ऑन... बरंय... इन्स्पेक्टर पवार. अमेरिकेहून येणाऱ्या माझ्या एका मित्राला पिकअप करायचंय... तरी प्लीज. एक्सक्यूज मी."

इन्स्पेक्टर पवार त्यावर लागलीच उत्तरले,

"नो प्रॉब्लेम सोनवणे... आपण पुन्हा भेटूच."

"ठीक आहे, सुनील!.. शहाद्याला पुन्हा आलास की ये..." जयंतनं सांगितलं.

"ओ. के.... बाय..."

सोनवणे बाहेर पडले होते... इन्स्पेक्टर पवार सोनवण्यांच्या ऐटबाज चालीकडे पाहत म्हणाले,

"पाटीलसाहेब... हा माणूस वेगळाच दिसतोय... काय आत्मविश्वास होता त्याच्या बोलण्यात. वनखात्यात नाही तर पोलिसांत हवा होता..."

जयंत सोनवणे गेले त्या दाराकडेच पाहत म्हणाला,

"खरंय पवारसाहेब... याला आधीपासून मी ओळखतोय... अगदी वेगळा आहे. आता हे वनखाते तो पिंजून काढेल बघाच तुम्ही!"

जयंत पाटील अजूनही दाराकडेच पाहत होता.

७

सोनवण्यांनी पोलीस स्टेशनच्या फाटकातून जीप बाहेर काढून, बस स्टॅण्डच्या बाजूने सरळ जाणाऱ्या नागपाड्याच्या रस्त्यावर आणली होती. त्यांनी पुन्हा घड्याळात पाहत, जीपचा वेग वाढवला होता. जयंत पाटील व इन्स्पेक्टर पवार यांच्या भेटीनं, वनकार्यालयात मराठ्यांशी झालेल्या भेटीची मरगळ कुठल्या कुठे निघून गेली होती. पोलीस खात्यात इन्स्पेक्टर पवारांसारखे अधिकारी पाहून त्यांना खूप बरं वाटलं होतं. पाच मिनिटे का होईना आपण इन्स्पेक्टर पवारांना भेटलो याचं समाधान त्यांना वाटत होतं. या क्षेत्रात अशा समविचारी लोकांची ओळख असणं आवश्यकच होतं. गार हवेच्या झोतानं त्यांचे केस भुरभुरत होते. डॉ. समीर या त्यांच्या जिवलग मित्राच्या भेटीनं, सोनवण्यांचं मन कधीच नागपाडा स्टेशनवर पोहोचलं होतं.

वीस मिनिटांतच सोनवणे नागपाडा स्टेशनात होते. जीप पार्क करत ते झपाझप पावलं टाकीत स्वतःच प्लॅटफॉर्मवर हजर झाले. आजकाल नागपाडा स्टेशन हे त्यांचं स्वतःचं आवडतं ठिकाण झालं होतं. छोटंसं, शांत, स्वच्छ आणि झाडाझुडपांनी वेढलेलं. कारण सर्व लांब पल्ल्यांच्या गाड्या इथे काही मिनिटे थांबत असत... एक विसावा म्हणून. ज्या दिवशी प्रथम सोनवण्यांनी या स्टेशनवर पाय ठेवला होता, त्याचवेळी ते त्याच्या प्रेमात पडले होते...

मुंबई-त्रिवेंद्रम रेल्वे वेळेवर होती... पाच ते सात मिनिटांत दाखल होण्याचा संकेतही गाडीने देऊन ठेवला होता. सोनवणे तेथेच एका बाकावर बसले व गाडी ज्या दिशेने येणं अपेक्षित होती, त्या दिशेने पाहू लागले... प्लॅटफॉर्मवर अतिशय तुरळक लोक होते. त्यात बहुतांशी रेल्वे कर्मचारी व दोन-तीन हमालच होते.

धाड् धाड् करीत ट्रेन नागपाडा स्टेशनात येऊन थांबली... तसे सोनवणे उठले व अपेक्षितपणे फर्स्ट क्लासच्या डब्याकडे झेपावले. दारातच डॉ. समीर उभे होते. हसतमुख... धारदार नाक, बोलके डोळे... सोनेरी केसांची छटा, टाय, कोट घातलेल्या समीरला सोनवण्यांनी लागलीच ओळखलं... त्याचं सॉफिस्टिकेटेड

व्यक्तिमत्त्व पाहून सोनवणे काही क्षण स्तब्ध उभे राहिले व हात उंचावतच ओरडले,

"समीरऽऽ"

आवाजाच्या दिशेने पाहताच, डॉ. समीरही खाली उतरले व अत्यानंदाने सोनवण्यांना त्यांनी आलिंगन दिलं. क्षणभर दोघांनाही काय बोलावं काहीच सुचलं नाही, एवढे ते आनंदानं बेहोश झाले होते. लक्षात येताच सोनवणे म्हणाले,

"आधी तुझ्या बॅगा खाली घेऊयात. कारण फक्त ३-४ मिनिटंच ही गाडी येथे थांबते..."

सोनवणे आत शिरले व त्यांनी सर्व बॅगा खाली उतरवल्या... तशातच रेल्वेनं जाण्याची शिट्टी वाजवली. रेल्वे पुन्हा आवाज करीत निघून गेली. नागपाडा स्टेशन पुन्हा शांत झालं होतं...

समीरनं या काही मिनिटांतच नागपाड्याचं अवलोकन करून घेतलं... थोडं वॉर्मिंगअपही करून घेतलं. या सुंदर वातावरणानं त्यांचा वॉशिंग्टन ते मुंबई व मुंबई ते नागपाडा प्रवासाचा शीण नाहीसा झाला होता.

सोनवणे व समीर एकमेकांकडे पाहतच राहिले. प्रथमच डोळे भरून त्यांनी एकमेकांना पाहून घेतलं... सोनवण्यांनी समीरच्या केसात हात घालीत प्रेमानं खांदा दाबला... व डोळे मिचकावत ते म्हणाले,

"समीर!... यू लुक्स स्मार्ट हं... अमेरिकेत राहून टमाट्यासारखा झाला आहेस लेका..."

डॉ. समीर ओशाळले व हसत म्हणाले,

"सुनील!... तुझ्याएवढा स्मार्ट मी खचितच नाही. नो कम्पॅरिजन ॲट ऑल..."

"कसा झाला तुझा प्रवास?" सोनवण्यांनी विचारलं

"तुमच्या ओढीनं अतिशय सुखावह झाला... तुला कधी भेटतोय असं झालं होतं बघ... आणि भेटलो तर काय बोलावं तेच सुचत नाहीये.." डॉ. समीर हर्षभराने बोलत होते.

"माझंही काहीसं असंच झालंय समीर... अत्यानंदाचा हा परिणाम... तू येणार म्हटल्यावर सकाळपासून माझं मन थाऱ्यावरच नव्हतं... चल निघूयात..." सोनवणेही सद्‌गदित होत म्हणाले.

सोनवण्यांनी दोन हमालांच्या मदतीने डॉ. समीरच्या मोठ्या तीन बॅगा जीपमध्ये ठेवल्या. सोनवणे ड्रायव्हिंग सीटवर बसले व त्यांच्याच शेजारी डॉ. समीर बसले... सोनवण्यांनी यू टर्न घेऊन जीप एका कच्च्या पण गुळगुळीत असलेल्या रस्त्यावर आणली. शहाद्याला जाण्याऐवजी, नागपाड्यावरुन सरळ रामपूरला जाणाऱ्या कच्च्या मार्गावर सोनवण्यांनी जीप आणली होती... हा रस्ता जरी कच्च्या असला तरी मुद्दामच त्यांनी निवडला होता... कारण झाडंझुडपं व दऱ्याखोऱ्यांचं विलोभनीय

दृश्य या प्रवासात पाहायला मिळतं आणि ते डॉ. समीरला निश्चितच आवडेल म्हणून सोनवण्यांनी हा मार्ग निवडला होता.

लालसर माती असलेल्या रस्त्यावरून झाडाझुडपांतून जीप धावू लागली. स्वच्छ हवेच्या झोतानं डॉ. समीर प्रफुल्लित झाले व म्हणाले,

''वा!.. काय छान वातावरण आहे सुनील. किती वर्षांनी मी हे अनुभवतोय... तुला भेटण्यासारखीच हीही भावना... वंडरफुलऽऽ..'' डॉ. समीरनी डोळे मिटून आपला कोंडलेला श्वास मोकळेपणानं वातावरणात सोडला. जणूकाही ते या वातावरणाशी एकरूप झाले होते. सोनवणे कौतुकभरल्या नजरेने डॉ. समीरकडे पाहत म्हणाले,

''होय, समीर! मला वाटतं सात वर्षांनंतरची ही आपली भेट आहे... काळ किती लवकर निघून गेला बघ... आणि तू इतकी वर्षं बाहेर राहिलास हे ही कधी जाणवलं नाही... कारण तू नेहमी संपर्कात असायचास...''

''मी संपर्कात असायचो रे... पण आधी जिथे मी संपर्क करीत असे, तेथून तू तिसरीकडेच असायचास. तुला हुडकणं म्हणजे फार मोठं कार्य आहे.'' डॉ. समीर हसत उत्तरले.

सोनवणे त्यातच दिङ्मूढ होत म्हणाले,

'खरंय समीर ते... या दोन वर्षांत फारच ससेहोलपट झालीये... अमेरिकेहूनही तू नियमित माझ्याशी सुसंवाद साधत आलास... पण या काळात माझ्याकडनं मात्र खंड पडला होता...''

सोनवण्यांनी केविलवाणी कबुली दिली... डॉ. समीरनी सोनवण्यांच्या खांद्यावर हळूच हात ठेवला व ते म्हणाले,

''आय कॅन अंडरस्टॅण्ड सुनील!.. या काळातील तुझी ससेहोलपट मला तुझ्या पत्रातून जाणवलीये... पण जिद्दीनं तू या सर्वांना पुरून उरलास... आय ॲम प्राउड ऑफ यू...''

सोनवणे समीरच्या सांत्वनाने सद्‌गदित झाले व त्यांनी हळूच डॉ. समीरच्या हातावर हात ठेवला.

सोनवणे चटकन विषयांतर करीत म्हणाले,

''छोड यार!... तुझ्या अमेरिका दौऱ्याविषयी व तेथील वास्तव्याविषयी सांग... माझे कान आतुर झालेत बघ ऐकायला...''

'' उत्तम!.. माझ्या शैक्षणिक प्रगतीविषयी मी तुला वेळोवेळी कळवलंच आहे आणि अमेरिकेच्या वास्तव्याविषयी मी काय सांगावं... अरे, सुनील सगळंच त्यांच्याकडून शिकण्यासारखं आहे... स्वच्छता, शिस्त, कामाची पद्धत, मेहनत... सर्व काही... तिथे संशोधन कोण करतोय हे बघितलं जात नाही सुनील, तर त्यानं

काय काम केलं ते पाहिलं जातंय. मग तो भारतीय असो, चिनी असो की, अजून कोणीही... कामालाच महत्त्व... जर का तू त्यांना एखादी गोष्ट पटवून दिलीस आणि ती त्यांच्या फायद्याची असेल तर ते संपूर्ण विश्वासाने तुमच्या पाठीशी उभे राहतील... आणि आर्थिक बळही देतील... म्हणूनच मला वाटतं की हे राष्ट्र आज जगावर अधिराज्य गाजवतंय... ते याचसाठी. अशा त्यांच्या बऱ्याच गोष्टी आहेत...''

डॉ. समीरनी अतिशय मनमोकळेपणानं त्यांच्या दौऱ्याबाबत सांगितलं होतं.

''तू अगदी वर्मावर बोट ठेवलंस... भारतात नेमक्या याच गोष्टींचा अभाव आहे... तू चांगलं काम करतो आहेस म्हटल्यावर ते काम किती वाईट आहे म्हणून इतर आपला वेळ आणि ऊर्जाही खर्च करतील आणि या त्यांच्या एकमेव कार्यासाठी त्यांचे वरिष्ठच प्रशंसा करतील. मला वाटतं ही भारतीय मनोवृत्ती बदलणं मोठं अवघड आहे...'' असं म्हणतच सोनवण्यांनी जीप दुसऱ्या गिअरमध्ये टाकून डोंगरमाथ्यावर चढण्यास सुरुवात केली... डोंगरमाथ्यावर येताच एक विहंगम दृश्य डॉ. समीरना दिसलं. त्यातच ते क्षणासाठी हरवून गेले... सोनवण्यांच्या आवाजाने ते भानावर आले.

''समीर!... आपण हे काय बोलत बसलो?... जाऊ दे... तू कॅलिफोर्नियाला होतास. मी ऐकलंय कॅलिफोर्निया हे निसर्गाने नटलेलं अतिशय सुंदर राज्य आहे... अगदी स्वर्ग सुखासारखं...''

''होय... तू ऐकलंय ते खरंय... अरे, इतकी गर्द झाडी, सुटसुटीत रस्ते, स्वच्छ हवा... डोळ्यांत साठवून ठेवावं असं दृश्य... निसर्गानं तेथे कमालच केलीये... मी तर म्हणेन पृथ्वीवरील तो स्वर्गच आहे. या निसर्गाचं स्वर्ग करण्याचं श्रेय तेथील सरकारच्या व्यवस्थापनालाही द्यावं लागेल... त्या क्षेत्राचा विकास करण्यासाठी ती लोकं नुसती झटत असतात. आपल्या इकडचा कोकण तसाच आहे... पण सरकारचं त्याकडे लक्ष नाही, पण एक सांगू तुला सुनील...?

सुनीलने समीरच्या या प्रश्नावर अभावितपणे त्यांच्याकडे पाहिलं व नुसताच हुंकार भरला.

''हं.''

''कॅलिफोर्नियाचं स्वर्गसुख जरी मी भोगलं असलं, तरी मी तिथे कधीच रमलो नाही... तेथील निसर्ग मला कधीच माझा वाटला नाही... हवाहवासा वाटला नाही... कारण तिथली हवा मला जाणवली नाही की मातीचा सुगंध मला आला नाही... पण नागपाडा स्टेशनवर उतरताच, या परिसरानं मला आपलंसं केलं... सुनील, इथला मातीचा सुगंध मला माझा वाटतो... इथली झाडं माझ्याशी सुसंवाद साधतात... पक्षी-प्राण्यांच्या डोळ्यांत मी भावना बघतोय... इथले डोंगर हे माझ्या सांस्कृतिक परिचयाचे आहेत... आणि आज मी ते अनुभवतोय... या अशा भावना मी कॅलिफोर्नियात

असताना कधीच अनुभवल्या नाहीत... तेथील सांस्कृतिक ठेवाही मला माझा कधीच वाटला नाही. म्हणून पर्यायाने कॅलिफोर्नियाचा निसर्ग व तेथील स्वर्गही मला माझा वाटला नाही...'' डॉ. समीर शून्यात बघत, भावविभोर झाले होते, त्यांचं मन उचंबळून आलं होतं.

सुनील डॉ. समीरकडे क्षणभर पाहत राहिले... त्यांचं देशप्रेम त्यांना ठाऊक होतं; पण ते इतकं खोलवर असेल याची त्यांना कल्पना नव्हती... आपली स्वत:ची मातृभूमी मानवाच्या आयुष्यात किती महत्त्वाची असते, याची खात्री सोनवण्यांना आली. उगीच तत्त्ववेत्त्यांनी मातृभूमीस आईचा दर्जा दिलेला नाही... सोनवणे, डॉ. समीरना पूर्णपणे ओळखत होते... अशा उत्तराचीच अपेक्षा त्यांना होती. ते म्हणाले,

''समीर, तू अपेक्षित असंच बोललास... आपण जिथे जन्म घेतो तेथील मातीशीच नव्हे तर सर्व सजीव व निर्जीव गोष्टींशी आपलं नातं निर्माण होतं... आणि प्रत्येकाशी आपण सुसंवाद साधू शकतो... बरं, तू नेमका माझा पत्ता कसा हुडकून काढलास?... कारण मी असा अतिशय रिमोट क्षेत्रात... जेथे दळणवळणाच्याही सुविधा नाहीत... तू पत्रात लिहिलंय, पण तरीही मला तुझ्या तोंडून ऐकायचंय...''

डॉ. समीरनी, सोनवण्यांकडे पाहिलं व हसत उत्तरले...

''... मी 'वनस्पती संरक्षण व संशोधन' या राष्ट्रीय संस्थेत उपसंचालक म्हणून रुजू होण्याचा निर्णय घेतला, तेव्हा ही संस्था रामपूर या वनक्षेत्रात असल्याचं मला ठाऊक होतं... आणि रत्नागिरीहूनच मला कळलं होतं की, तुझीही नुकतीच रामपूर वनक्षेत्रात वनपाल म्हणून बदली झालेली आहे... मी तुझा पत्ता कळविण्यास संस्थेतील कार्यालयास सांगितले... तत्काळ त्यांनी मला इ-मेल द्वारे कळविले... ही राष्ट्रीय संस्था असल्याने तेथे सर्व सुविधा आहेत... खरंतर ही फारच खेदाची बाब आहे की, त्याच्याच आजूबाजूचा परिसर हा दळणवळणांच्या साध्या सुविधांपासूनही वंचित आहे...''

सोनवण्यांनी ब्रेक दाबला... समोर एक छोटासा खड्डा होता... तो ओलांडून लहानसा उतार लागताच, खळखळ करीत वाहणारी नदी दृष्टिस पडली. त्यावर छोटासा दगडी पूल होता... त्यावरून सोनवण्यांनी जीप नेली. नदीच्या दोन्ही बाजूला दाट झाडी होती... पूल ओलांडून सोनवण्यांनी जीप पुन्हा गर्द झाडीत घुसवली. डॉ. समीरकडे पाहत ते म्हणाले,

''माझा पत्ता तर तू शोधून काढलास, ते ठीक आहे. पण इतकी वर्षं तू अमेरिकेत होतास तर एखादी मड्डम वगैरे पटवलीस की नाही?''

या प्रश्नावर डॉ. समीर हसत म्हणाले,

''नाही रे!... कसं शक्य आहे ते?..''

"का?... का शक्य नाही? ... लग्न करायचं नाही का तुला?... की असाच सडाफटिंगच राहणार आहेस आयुष्यभर...?" सोनवण्यांनी विचारलं.

"सुनील!... यू नो इट... मी असा विचारही करू शकत नाही..."

एका हाताने स्टेअरिंग सांभाळीत व दुसरा हात डॉ. समीरच्या खांद्यावर ठेवत, सोनवणे दिलासा देत म्हणाले,

"लताला अजून विसरू शकला नाहीस का रे?"

लता हे नाव ऐकताच डॉ. समीर अस्वस्थ झाले... इतकी वर्षं झाली तरी त्यांचं हृदय धडधडलं. त्यांचा चेहऱ्यावर अनामिक वेदनेचं दुःख दिसलं... सोनवण्यांनी डॉ. समीरची घालमेल पाहिली. ते त्यांचा खांदा अजूनच दाबीत म्हणाले,

"मागे मी एकदा पुण्याला गेलो होतो, तेव्हा ती भेटली होती..."

"काय? लता भेटली होती? कशी आहे ती?"

डॉ. समीर दचकले होते व सहजपणे त्यांच्या तोंडून प्रश्न बाहेर पडले. त्यांच्या ते लक्षात येताच, सोनवण्यांकडे पाहून ते थोडं ओशाळले... सोनवण्यांनी फक्त स्मित केलं व ते म्हणाले,

"ठीक दिसली... कवेत एक पोरगं घेऊन उभी होती... मलूल अशी. पूर्वीचं सौंदर्य हरवलेली... ओघानेच तुझ्याविषयी तिनं विचारलं. तू अमेरिकेला असल्याचं सांगून, अजूनपर्यंत लग्नही केलं नसल्याचं मी सांगितलं... त्यानं ती खूपच अस्वस्थ झाली होती... माझ्या नकळत तिने अश्रू टिपले होते..."

डॉ. समीर सोनवण्यांचा एकएक शब्द महत्त्वाचा मानून ऐकत होते... ते अस्वस्थपणे म्हणाले,

"म्हणजे तिला काही प्रॉब्लेम आहे की काय सुनील?"

"माहीत नाही... ती तसं काहीच बोलली नाही... मी तिला विचारलं, पण तिच्या डोळ्यांतून अश्रू वाहू लागले... आणि मला तेच पुरेसं वाटलं." वातावरणात बऱ्यापैकी गंभीरपणा आला होता... सोनवणे, डॉ. समीरकडे खट्याळपणे पाहत पुढे म्हणाले, "समीर लेका!... म्हणजे तू अजूनही तिला विसरू शकलेला नाहीस. जिनं तुला ठोकरलं, तिलाच आयुष्यभर हृदयात बसविणारा तुझ्यासारखा विरळाच..."

डॉ. समीर, लताचं वर्तमान ऐकून अस्वस्थ झाले... त्यांच्या चेहऱ्यावर दुःख स्पष्ट दिसू लागलं... पण क्षणात त्यांनी ते झटकलं व चेहरा आनंदी करीत ते म्हणाले,

"छोड यार!... एकतर्फी व अपरिपक्व प्रेमाचं असंच व्हायचं. वेळेवर तू सावरलं नसतंस तर?... तर आज हा डॉ. समीर दिसला नसता. नाहीतरी आजपर्यंत तू मला नेहमीच सावरीत आला आहेस. म्हणून ज्यावेळी तू या रामपूर क्षेत्रात आहेस असं कळलं; त्याच क्षणी मी या संस्थेत रुजू होण्याचा निर्णय घेतला. कारण

यापुढील आयुष्य तुमच्या सान्निध्यातच मला घालवायचंय...''

तेवढ्यात डॉ. समीरना आपण आपल्याविषयीच चर्चा करीत असल्याची जाणीव झाली. सुनीलविषयी आपण काहीच विचारलं नाही... ते उत्स्फूर्तपणे म्हणाले,

''अरे, माझ्याविषयीच सगळं चाललंय. माझं सोड दोस्ता... तुझं काय?... मी परदेशात असताना लग्न केलंस?''

''हो!... त्यावेळी तुझी उणीव प्रकर्षानं जाणवली... पण लेका, आता लग्न जुनी गोष्ट झाली... आता पोरगाही आहे... आठ महिन्यांचा...''

''काय म्हणतोस?... हे मात्र तू कळवलं नाहीस हं...'' डॉ. समीर आश्चर्यानं बोलले.

''समीर, अरेऽऽ.. या गेल्या सहा महिन्यांत मी तरी माझा कुठे आहे... विभागातील घडामोडी इतक्या वेगानं घडत गेल्या की मला उसंतच मिळाली नाही... मुलाचं सोड; पण तुझ्या वहिनींनाही मी कित्येक दिवस बोलू शकलो नव्हतो... इतका मी त्या व्यूहात अडकलो होतो...'' सोनवण्यांनी इतिहासच कथन केला.

डॉ. समीरनां त्याची कल्पना होती... ते पुढे म्हणाले.

''वहिनींना इथं आणलं आहेस?''

''नाही!... सध्या ती तिच्या माहेरीच आहे... मलाही हा परिसर नवखाच असल्यानं रुळण्याचा प्रयत्न करतोय. एक-दोन महिन्यांनंतर आणीन म्हणतोय... पण मला नाही वाटत, मी त्यांच्याशिवाय एवढे दिवस राहू शकेन...'' सोनवणे स्पष्ट कबुली देत म्हणाले...

डॉ. समीरनी स्मित केलं... सोनवण्यांकडे कौतुकाने पाहत म्हणाले,

''वहिनींवर एवढं प्रेम करतोस?... आणि त्या तशा असणारच. कारण त्यांनी जी पत्रं मला लिहिलीत, त्यातून त्यांचा अतिशय लाघवी व मनमिळाऊ स्वभाव कळला... मला वाटतं शी डिझर्व टू बी अ युवर वाईफ... तुझ्यासारख्या झंझावाताला अशीच स्त्री हवी... बाय दी वे... या क्षणी वहिनीसाहेब काय करतात?''

''नथिंग!... सध्यातरी तिला माझ्यापेक्षा मोठं काम आहे, आमच्या चिरंजीवांना सांभाळायचं... आणि उरलेला वेळ आम्हाला सांभाळण्यासाठी.'' सोनवण्यांच्या या कोटीवर, डॉ. समीर उत्स्फूर्तपणे हसले... त्या हसण्यातच सोनवणेही सामील झाले...

जीप रामपूर गावाच्या वेशीवर आली होती... वळसा घालून, सोनवण्यांनी वनक्षेत्राच्या परिक्षेत्रातील फाटकातून जीप आत नेली... आणि कार्यालयाच्या मागे असलेल्या त्यांच्या क्वार्टर्सपुढे उभी केली.

निशिकांत, जाधव व नटवरसिंग वाटच पाहत होते. जीप येताच तिघेही बाहेर आले. सोनवणे व सुटाबुटातील डॉ. समीर उतरले. निशिकांत पुढे होऊन,

डॉ. समीरशी हात मिळवीत म्हणाला,

"हॅलो सर!... मी निशिकांत! वेलकम टू रामपूर..."

सोनवणे, निशिकांतच्या खांद्यावर हात ठेवीत, डॉ. समीरना म्हणाले,

"समीर...हा निशिकांत... साहाय्यक वनपाल... यंग ॲण्ड डायनॅमिक."

"तो दिसतोच आहे... थँक्स फॉर वेलकमिंग मी..." डॉ. समीर स्मित करीत उत्तरले.

सोनवणे पुढे म्हणाले,

"...आणि हे आमचे जाधवकाका... आणि हा नटवरसिंग... सध्या या एवढ्या मोठ्या वनक्षेत्रात हेच आमचे दोघे साथीदार..."

जाधव व नटवरसिंगने नमस्कार केला. डॉ. समीरनेही अभावितपणे प्रतिनमस्कार केला, तेव्हा जाधवकाका म्हणाले,

"या ना! साहेब... आत या..."

सर्वच आत दिवाणखान्यात आले. सोनवणे, डॉ. समीरकडे पाहत म्हणाले,

"समीर...! तू फ्रेश हो... हवं तर थोडा आराम कर. शेवटी तू सातासमुद्रापलीकडून आलेला आहेस..."

"मी सातासमुद्रापलीकडून जरी आलो असलो, तरी प्रति तासाला हजार किलोमीटर वेगाने आलेलो आहे... थकवा नाही, पण जेट लॅग आहे... तो आज नाही तर दोन दिवसांनी जाईल... मी फ्रेश होतो. थोड्या गप्पा मारू आणि मग मात्र मी इन्स्टिट्यूटकडे निघतो."

सोनवणे तत्काळपणे म्हणाले,

"असं काय?... आज तू इथंच राहायचंस... वुई वील एन्जॉय..."

"नाही सुनील!... मला आज रिपोर्ट करावंच लागेल."

"ठीक आहे; मात्र रात्रीचं जेवण आपण सोबतच घेऊ ओ.के?"

डॉ. समीर थोड्या विचारात पडले... त्यांची द्विधा मन:स्थिती पाहून, निशिकांत म्हणाला.

"हो म्हणा ना सर!... प्लीजऽऽ.."

डॉ. समीरनी निशिकांतकडे पाहिलं. त्या सुंदर तरुणाकडे व त्याच्या अजिजीकडे पाहून, डॉ. समीर खुदकन हसले व म्हणाले,

"ठीक आहे, रात्री आपण एकत्र जेवण घेऊ.. नाऊ लेट मी गेट फ्रेश." डॉ. समीर फ्रेश व्हायला बाथरुममध्ये निघून गेले... निशिकांतचा व सोनवण्यांचा चेहरा उजळून निघाला.

डॉ. समीर फ्रेश होऊन बाहेर आले, तेव्हा त्यांना खूप ताजंतवानं वाटतं होतं. सोफ्यावर बसताच जाधवकाकांनी चहा व नाश्ता आणून ठेवला... नटवरसिंगही

मदत करीत होता... डॉ. समीर आश्चर्याने म्हणाले,

"अहो काका!... एवढ्या वेळात तुम्ही हे सर्व केलंत?.."

"नाही साहेब, तुम्ही येणार म्हणून आधीच तयार करून ठेवलं होतं."

निशिकांत, डॉ. समीरकडे पाहत म्हणाला,

"सर!... काकांच्या हातचा चहाच नाही तर, जेवण केलं तरी माणूस तृप्त होतो बघा..."

"खरंय!... ते..." सोनवण्यांनी अनुमोदन दिलं...

डॉ. समीर, निशिकांत व सोनवण्यांनी चहा व नाश्त्याचा आस्वाद घेतला... गप्पाही चालूच होत्या... बराच वेळ ती सर्व बोलत बसली... शेवटी डॉ. समीर म्हणाले,

"खरंच!... निशिकांत... मी तृप्त झालो..." घड्याळात पाहिलं. ते अमेरिकेचं टायमिंग दाखवत होतं... तरीही अंदाज बांधत ते म्हणाले,

"सुनील!... मला गेलं पाहिजे..."

"चल! मी तुला सोडतो..." सोनवणे उठत म्हणाले,

नटवरसिंग पुढे येऊ पाहत होता; पण त्यांनी त्यालाही हातानेच नकार दिला.

निशिकांत विनंतीस्वरात विचारता झाला,

"सर!... एक विनंती करतो..."

सोनवण्यांनी त्याच्याकडे पाहून नुसतीच मान हलवली...

"मी डॉ. समीरना सोडवायला गेलं तर चालेल का?... तुम्हीही थकून आला आहात..."

सोनवणे क्षणभर स्तब्ध उभे राहिले; पण त्याच क्षणी डॉ. समीर उत्साहाने म्हणाले,

"नो प्रॉब्लेम...! ...सुनील, मी निशिकांतला घेऊन जातो..."

"ठीक आहे!..." सोनवण्यांनी अनुमती देताच, निशिकांतचा चेहरा खुलला.

निशिकांत व डॉ. समीर जीपमध्ये बसले... हात उंचावत त्यांनी निरोप घेतला... निशिकांतने जीप मागे घेऊन वळवली... आणि सफाईदारपणे फाटकातून बाहेर काढली... मंदसा धुरळा उडवित जीप इन्स्टिट्यूटच्या रस्त्याला लागली. सोनवणे, जाधव व नटवरसिंग धुरळ्यातल्या जीपकडे क्षणभर पाहत राहिले...

८

उपसंचालकांचा स्वतंत्र बंगला छोटासाच; पण सुबक होता. अवतीभवती कुंपण व बाग फुललेली होती. एक खास माळी व नोकर तेथे कार्यरत होता. बंगल्यात सर्व सुविधा उपलब्ध होत्या. किचन, हॉल, ड्रॉईंग रूम, दोन बेडरूम... विविध वस्तूंनी बंगला सुसज्ज होता. संचालक व उपसंचालकांचे असे बंगले प्रथमपासूनच तयार ठेवण्यात आले होते. डॉ. समीर एकटेच असल्याने त्यामानाने हा बंगला खूपच मोठा होता. एरवी एका खोलीचीच त्यांना आवश्यकता होती. त्यांच्या बाजूला अजून काही बंगले होते. काही ट्विन्स् तर काही मल्टीस्टोरीज्. येथेच बहुतांशी शास्त्रज्ञ राहत होते. एकंदरीत संस्थेचा परिसर खूपच सुंदर होता. डॉ. समीरना सर्वच मनापासून आवडलं होतं. मुख्य म्हणजे येथील वातावरण त्यांना भावलं होतं.

निशिकांत पुन्हा रात्री घ्यायला येणार असल्याचं सांगून निघून गेला. माळ्याच्या मदतीने त्यानेच डॉ. समीरच्या सर्व बॅगा ठेवल्या होत्या. नोकराने आधीच बंगला साफ करून ठेवल्यानं डॉ. समीरना काहीच करावं लागलं नव्हतं. डॉ. समीरना निशिकांत अतिशय गोड व लाघवी तरुण वाटला. दहा मिनिटांच्या प्रवासात त्यांनी त्याला न्याहाळून घेतलं होतं. एखाद्या चित्रपटातल्या अभिनेत्यासारखं त्याचं व्यक्तिमत्त्व होतं, उमदं आणि उल्हसित. तो परतला, तेव्हा डॉ. समीरला उगीचंच पोकळी निर्माण झाल्यासारखं वाटलं.

दुपारचा एक वाजून गेला. नोकरानं स्वयंपाक तयार करून ठेवला होता. स्वयंपाक्याला येथे महाराज म्हणण्याची पद्धत होती. डॉ. समीर पुन्हा फ्रेश झाले व जेवण करून लिव्हिंग रूममध्ये आले. त्यांचा महाराज दोन वेळच्या जेवणाचा स्वयंपाक तयार करून जात असे. इतर कामं मात्र माळी करीत होता. यावेळीही नोकर निघून गेल्यानं 'रात्रीचं जेवण नको' म्हणून सांगायला ते विसरले होते.

आराम करण्याऐवजी डॉ. समीरनं प्रथम संस्थेत जाऊन, संचालकांना भेटण्याचा निर्णय घेतला, तसे ते तयारी करून उठले व बाहेर पडले. माळी बागकामात व्यस्त

होता. त्याच्याकडे पाहत डॉ. समीर म्हणाले,

"माळीकाका, मी ऑफिसला जाऊन येतो. कदाचित मी परस्पर बाहेर जाईन. तेव्हा रात्रीचं जेवण न करण्यास महाराजांना सांगून द्या."

"जी साहेब... सांगतो..." माळी अदबीने उभा राहात म्हणाला होता. डॉ. समीर तडकपणे बाहेर पडले व पायीच वनस्पती संरक्षण व संशोधन संस्थेकडे निघाले.

संस्थेचा परिसरही डॉ. समीरना खूपच सुंदर वाटला. चोहोबाजूंनी सुशोभित होता. संस्थेच्या मुख्य दारातून प्रवेश करताच डॉ. समीरना भव्य हॉल दिसला. स्वागतकक्षात संचालकांची केबिन विचारून डावीकडच्या जिन्यानं ते वर चढू लागले. पहिल्या मजल्याच्या उजवीकडे संचालक प्रा. पाबळकरांच्या नावाची पाटी झळकत होती. आत छोटीशी खोली होती. एक टेबल, खुर्ची आणि कॉम्प्युटर पडला होता. खुर्ची रिकामी होती. त्यावर लिहिलं होतं, पी. ए. टू. डायरेक्टर.. पी. ए. कदाचित बाहेर गेले असावेत. म्हणून क्षणभर डॉ. समीर आत जावे की नाही, या द्विधा मन:स्थितीत होते. थोडा वेळ वाट पाहून त्यांनी निर्णय घेतला. सरळ प्रवेश न करता त्यांनी दारावर नुसतंच टकटक् केलं. तसा आतून आवाज आला,

"येस !... कम इन..."

प्रवेश करताच, समोर अर्धवट टक्कल असलेले व साधारण पंचावन्न वर्षे वयाचे स्थूल गृहस्थ बसले होते. त्यांच्यापुढे हात करीत डॉ. समीर म्हणाले,

"हॅलो सर !... मी डॉ. समीर ताटकरे..."

डॉ. समीर ताटकरे हे नाव ऐकताच, संचालक उठून उभे राहिले व हस्तांदोलन करीत म्हणाले,

"ओऽऽ.. डॉ. समीर." अत्यानंदाने पुढे म्हणाले, "मी डॉ. पाबळकर... बसा ना!"

डॉ. समीर समोरच्या खुर्चीत बसताच, डॉ. पाबळकर आवेगाने पुढे म्हणाले,

"कधी आलात डॉ. समीर? आणि प्रवास कसा झाला?"

"मी आत्ताच आलोय सर व प्रवासही छान झालाय." डॉ. समीर उत्तरादाखल म्हणाले.

"खरं तर आपली संस्थेची गाडीच तुम्हाला घ्यायला येणार होती... पण मिस्टर सोनवण्यांनी म्हटलं की ते स्वत: तुम्हाला घ्यायला जाणार आहेत म्हणून..." डॉ. पाबळकरांनी माहिती दिली.

"होय सर, तो माझा मित्रच असल्याने काहीच प्रश्न नव्हता..." डॉ. समीर म्हणाले.

चर्चेदरम्यानच डॉ. पाबळकरांनी डॉ. समीरना न्याहाळून घेतलं व 'एक्सक्यूज

मी' म्हणत त्यांनी इंटरकॉम उचलला. दोन-तीन ठिकाणी त्यांनी फोन केला. कुणालातरी त्यांनी तत्काळ बोलावलं होतं. फोन पुन्हा ठेवीत डॉ. समीरकडे पाहत हसत ते म्हणाले,

"डॉ. समीर, थँक्यू व्हेरी मच!"

डॉ. समीर या वाक्यानं थोडेसे गोंधळले... न समजून म्हणाले,

"थँक्स्?... कशाबद्दल सर?"

"तुम्ही या संस्थेच्या उपसंचालकपदाचा पदभार स्वीकारल्याबद्दल. तुम्ही स्वत: आंतरराष्ट्रीय दर्जाचे शास्त्रज्ञ आहात. तरुण आहात. देशात-परदेशांत आजही नामवंत संस्थांमध्ये किंवा विद्यापीठांमध्ये तुम्हाला संधी असतानाही तुम्ही आमच्या संस्थेला प्राधान्य दिलंत त्याबद्दल. याशिवाय ही संस्था राष्ट्रीय पातळीवरील असली, तरी चांगले गुणी शास्त्रज्ञ येण्यास येथे नाखूश असतात आणि तुम्ही तर अमेरिकेतील एक नामवंत संस्था सोडून येथे आलात... मी एका चांगल्या शास्त्रज्ञाच्या शोधातच होतो... मधे दिल्लीला एका परिषदेनिमित्त गेलो होतो, तेव्हा वनस्पतिशास्त्रज्ञ प्रा. गंगाधर पंत भेटले. त्यांनीच तुमचं नाव सुचवलं व त्यानुसार मी तुमच्याशी संपर्क साधला आणि ते स्वप्न मी आज प्रत्यक्षात पाहतोय."

डॉ. पाबळकर मनमोकळेपणाने बोलले होते.

प्रा. गंगाधर पंत हे राष्ट्रीय व आंतरराष्ट्रीय पातळीवरील प्रसिद्ध वनस्पतिशास्त्रज्ञ होते. या क्षेत्रात त्यांचा शब्द अंतिम मानला जात असे. अमेरिकेच्या भेटीतच डॉ. समीर त्यांना भेटले होते व हा तरुण शास्त्रज्ञ त्यांना भावून गेला होता. देशाविषयीची त्याची ओढ आणि या क्षेत्रातील जाण पाहून प्रा. गंगाधर पंत थक्क झाले होते. म्हणून डॉ. पाबळकरांनी जेव्हा विचारलं, तेव्हा त्यांनी डॉ. समीरचं नाव सुचवलं होतं. प्रा. गंगाधर पंतांची शिफारस मिळणं हे भारतात फार मोठं मानलं जात असे आणि डॉ. समीरना याची कल्पना होती. म्हणूनच कुठलीही मुलाखत अथवा प्रशासकीय औपचारिकता न पाळता निव्वळ त्यांच्या जीवनालेखावरून डॉ. समीरची निवड करण्यात आली होती. प्रा. गंगाधर पंतांच्या शिफारशीस अतिशय नम्रतापूर्वक डॉ. समीरनी होकार दिला होता.

डॉ. समीरना, डॉ. पाबळकरांच्या मनमोकळेपणाबद्दल कौतुक व आदर वाटला. त्यावर ते म्हणाले,

"तसं काही नाही सर... उलट तुम्ही मला आपल्या देशात अशी संधी दिल्याबद्दल मी खरं तर तुमचा आभारी आहे. शिवाय प्रा. गंगाधर पंतांची शिफारस हा माझ्या आयुष्यातील फार मोठा ठेवा आहे सर... त्यायोग्य मला त्यांनी समजलं हे फार महत्त्वाचं आहे, म्हणूनच माझी जबाबदारी वाढलीय. ज्या हेतूनं मला इथे आणण्यात आलं, त्यासाठी मी कटिबद्ध राहीन व तुमच्या विश्वासासोबतच या

संस्थेचा उत्कर्ष हे माझं एकमेव ध्येय असेल.''

डॉ. समीरच्या अस्खलित मराठीनं डॉ. पाबळकर भारावले होते... डॉ. समीरचं बोलणंच मोहिनी घालणारं होतं. त्यांच्याकडे कौतुकानं पाहत डॉ. पाबळकर म्हणाले,

''डॉ. समीर मला तुमच्याकडून हीच अपेक्षा होती... या संस्थेला पूर्वीचं वैभव प्राप्त करून देण्याची जबाबदारी मी तुमच्यावर सोपवतोय आणि ती तुम्ही घ्याल याची मला खात्री आहे...''

''निश्चितच सर!... त्या एकमेव ध्येयाच्या पूर्तीसाठीच मी इथे आलेलो आहे!'' डॉ. समीर आत्मविश्वासाने म्हणाले.

तेवढ्यात किंचितशी ढेरी सुटलेले, हाफ शर्ट व पँट घातलेले एक गृहस्थ आत आले. त्यांच्याकडे पाहत डॉ. पाबळकर म्हणाले,

''या साठे!...'' आणि डॉ. समीरकडे निर्देश करीत ते म्हणाले, ''हे आपले नवीन उपसंचालक डॉ. समीर ताटकरे... आणि डॉ. समीर, हे या संस्थेचे मुख्य प्रशासकीय अधिकारी...'' डॉ. पाबळकरांनी ओळख करून दिली.

डॉ. समीरनी नमस्कार केला. प्रत्युत्तरादाखल साठ्यांनीही हात जोडले होते. डॉ. पाबळकर साठ्यांकडे पाहत पुढे म्हणाले,

''साठे, डॉ. समीरची रुजू होण्याची संपूर्ण पूर्तता करून घ्या... ते इथेच आहेत...''

''होय सर... मी आलोच...'' साठे आज्ञा पाळून, डॉ. समीरच्या प्रशासकीय पूर्ततेसाठी कार्यालयात निघून गेले.

त्याचवेळी उघड्या दारातून एक मधाळ आवाज आला,

''मी आत येऊ का सर?''

डॉ. पाबळकर दाराकडे पाहत दिलखुलासपणे हसत म्हणाले,

''ये... ये... अंजली!'' डॉ. समीरच्या शेजारील रिकाम्या खुर्चीकडे निर्देश करीत ते पुढे म्हणाले, ''बैस!''

रिकाम्या खुर्चीत स्थानापन्न होताच तिने विचारलं,

''तुम्ही बोलावलं होतं सर?'' यावेळी तिचं लक्ष शेजारी मात्र नव्हतं. एरवी नेहमीच तिथे कुणी ना कुणी बसलेलंच असे... म्हणून सवयीनुसार तिने आजूबाजूला लक्ष दिलं नव्हतं.

''अगं हो... मी ह्यासाठी बोलावलं होतं...'' डॉ. समीरकडे हात करीत ते उत्तरले. ''हे डॉ. समीर ताटकरे... आपले नवीन उपसंचालक... आणि डॉ. समीर, ही डॉ. अंजली पर्वते. तुमची साहाय्यक. शी वील वर्क विथ यू...''

डॉ. समीरनी स्मित करीत हात जोडले. डॉ. अंजली अनपेक्षितपणे पाहत राहिली. तिनेही हसत हात जोडले. ज्यांचं नाव काही दिवसांपासून ती ऐकत होती,

त्यांच्याचबरोबर आता तिला काम करण्याची संधी डॉ. पाबळकरांनी उपलब्ध करून दिली होती. म्हणून तिला आश्चर्यमिश्रित आनंद झाला होता; पण त्याचवेळी डॉ. समीरसारख्या आंतरराष्ट्रीय दर्जाच्या शास्त्रज्ञाबरोबर काम करण्याचं दडपणही तिच्यावर आलं होतं. यावेळी डॉ. समीरशी काय बोलावं हे तिला काहीच सुचलं नव्हतं. डॉ. समीरनं तिची ही घालमेल पाहून विचारलं,

"तू कुठल्या विषयात पीएच.डी. केली आहेस अंजली?"

डॉ. समीरच्या अतिशय लाघवी बोलण्यानं तिला बरं वाटलं. ती म्हणाली,

"आनुवंशिक वैविधता आणि वनस्पती प्रजनन (Genetic Diversity and Plant Breeding)."

"गुड!" डॉ. समीर प्रोत्साहन देत पुढे म्हणाले, "तुमच्या ज्ञानाचा उपयोग आपण निश्चित करू..."

"थँक्यू सर!" डॉ. अंजली आभार व्यक्त करीत म्हणाली.

डॉ. पाबळकर डॉ. अंजलीकडे पाहत म्हणाले,

"अंजली!"

"येस सर..."

"तातडीची मीटिंग बोलवायला हवीय . डॉ. समीरचं स्वागत व त्यानिमित्त त्यांची ओळख हाच मीटिंगचा मुख्य मसुदा. इतर प्रशासकीय किंवा कार्यालयीन मुद्दा येणार नाही." डॉ. पाबळकर म्हणाले होते.

"ठीक आहे सर!... किती वाजता मीटिंग ठेवूयात..."

डॉ. पाबळकर घड्याळात पाहत म्हणाले,

"आताशी अडीच वाजलेत... तीन वाजता ठेवू... अर्ध्या तासात कर्मचाऱ्यांसहित सर्वांना आपल्या सेंट्रल हॉलमध्ये जमा व्हायला सांगा... जोशींना मदतीला घेऊन लागलीच ई-मेल पाठवा... आणि शक्य असल्यास इंटरकॉमही करा."

डॉ. अंजली तत्काळ उठत म्हणाली,

"आत्ता करते सर!..." डॉ. समीरकडे पाहत डॉ. अंजली म्हणाली, "एक्सक्यूज मी सर... मी दहा मिनिटांत तुम्हाला जॉईन होते."

"अंजली... इट्स ओ.के... टेक युवर ओन टाइम..." डॉ. समीर हात वर करीत उत्तरले. डॉ. अंजली दार उघडून डॉ. पाबळकरांचे पी. ए. श्री. जोशींच्या केबिनमध्ये आली आणि तिने कम्प्युटरचा ताबा घेतला. त्यावेळी साठे कागदांचं फोल्डर घेऊन हजर झाले होते. पुढची पंधरा मिनिटं साठे, डॉ. समीरकडून विविध फॉर्म्स भरून घेत होते, सह्या घेत होते. डॉ. पाबळकरांनी अंतिमत: त्यांच्या जॉइनिंग रिपोर्ट व इतर कागदपत्रांवर सह्या करून शिक्कामोर्तब केले. साठे निघून गेले.

डॉ. अंजलीही तातडीच्या मीटिंगचा ई-मेल सर्वांना करून, पुन्हा हजर झाली.

कर्मचाऱ्यांनाही तिने जोशींकडून नोटीस काढली होती. यात पुढची दहा मिनिटे निघून गेली. तीनला पाच मिनिटे कमी असताना डॉ. पाबळकर म्हणाले,

''डॉ. समीर... तीन वाजायला आलेत... बहुतेक सर्व जण सेंट्रल हॉलमध्ये जमा झाले असतील... आपणही निघूयात...''

''ओ.के. सर...'' डॉ. समीर सहमती दर्शवीत उत्तरले.

त्या दोघांबरोबर अंजलीही उठली व बाहेर पडली. दुसऱ्याच मजल्यावर असलेल्या सेंट्रल हॉलकडे ते जाऊ लागले. यावेळी पॅसेजमध्ये कुणीही नव्हते. याचाच अर्थ सर्वचजण सेंट्रल हॉलमध्ये जमा झाले होते.

बरोबर तीन वाजता डॉ. समीरनी, डॉ. पाबळकर व डॉ. अंजलीसोबत सेंट्रल हॉलमध्ये प्रवेश केला. त्यांना पाहून सर्वजण उभे राहिले. डॉ. समीरनी हसतच सर्वांना बसण्याचा इशारा केला. डॉ. पाबळकर व डॉ. समीर मुख्य खुर्च्यांवर स्थानापन्न झाले. डॉ. अंजलीही शेजारच्याच एका खुर्चीत बसली. काही क्षणातच डॉ. समीरनी सेंट्रल हॉलचं निरीक्षण करून घेतलं. हॉल छोटासाच होता; पण सर्व सुविधा त्यात होत्या. बहुतेक सर्व व्याख्यानेही इथेच होत असावीत. कारण ओव्हरहेड प्रोजेक्टर, पॉवर पॉईंट या सर्व सुविधा इथे होत्या, स्क्रीन होता, त्याच्या बाजूला बोर्डही होता. हॉलमध्ये शांतता होती. बरेच जण डॉ. समीरकडे कुतूहलाने पाहत होते. डॉ. पाबळकर हळूच खुर्चीतून उठले व घसा साफ करून बोलू लागले,

''मित्रांनो, ही अतिशय अनौपचारिक अशी मीटिंग आहे. आपले नवीन उपसंचालक डॉ. समीर ताटकरे नुकतेच अमेरिकेहून आलेत आणि आत्ताच रुजूही झालेत. त्यांचं स्वागत व पर्यायाने तुम्हा सर्वांशी त्यांची ओळख व्हावी, म्हणून ही तातडीची मीटिंग बोलावली. डॉ. समीरची ओळख मी नव्यानं करून देण्याची गरज नाही. ते प्रसिद्ध वनस्पतिशास्त्रज्ञ आहेत. शिवाय प्रत्यक्ष-अप्रत्यक्षपणे आपणा सर्वांच्याच कानावर त्यांचं नाव यापूर्वीही आलेलं आहे. त्यांचा जीवनालेख मी माझ्या कार्यालयात सर्वांसाठी ठेवलेलाच होता. त्यामुळे तोही आपणा सर्वांनाच ज्ञात आहे. या क्षणी मी एवढंच सांगू इच्छितो की, डॉ. समीरमुळे संस्थेला एक वेगळा ऊर्जास्रोत मिळाला आहे आणि याच ऊर्जेमुळे संस्थेला गतवैभव प्राप्त होण्यास मदत होईल, यात शंका नाही. तर या क्षणी आपणा सर्वांसमक्ष मी डॉ. समीरचं स्वागत करतो.'' उत्स्फूर्तपणे सर्वांनी टाळ्या वाजवल्या. डॉ. पाबळकर पुढे म्हणाले, ''मी आपणा सर्वांना विनंती करतो की, आपण आपला परिचय डॉ. समीरना करून द्यावा.''

डॉ. पाबळकर खुर्चीत बसले होते... हॉलमध्ये पुनश्च शांतता पसरली. क्षण-दोन क्षण असेच गेले. कुणीही उठत नव्हते. डॉ. पाबळकर उजव्या टोकाला हात करीत म्हणाले,

''डॉ. देशमुख, स्टार्ट फ्रॉम यू...''

डॉ. देशमुख हळूच उठले. साधारण पन्नाशीतलं त्यांचं वय... शरीरानं काटकुळे... केस पांढरलेले... ते म्हणाले,

"मी डॉ. सदानंद देशमुख... वनस्पती संवर्धन आणि संरक्षण (Plant Cultivation and Preservation) या विषयावर माझं संशोधन चालू आहे. आत्तापर्यंत विविध जातींच्या वनस्पतींचा शोध मी घेतलाय..."

डॉ. देशमुख आपला परिचय देऊन बसले होते. त्यांच्याच शेजारचे गृहस्थ उभे राहिले. साधारण पन्नास-पंचावन्न दरम्यानचं वय... गोरटेले... डोळ्यांवर चश्मा... सडपातळ बांधा... ते बोलू लागले,

"मी डॉ. राधेश्याम शर्मा... मुख्यत्वे वनस्पती व्यवस्थापन आणि औषधीवनस्पती (Plant Cultivation and Preservation) हा विषय मी हाताळतोय व पर्यायाने संशोधनही... काही नवीन वनौषधी शोधून, त्या दुर्धर रोगांवर कशा वापरल्या जातील, याचा मी सध्या अभ्यास करतोय."

डॉ. शर्मा खाली बसले व त्यांच्याच शेजारचे धिप्पाड गृहस्थ उठले. त्यांच्या फेट्यावरून ते शीख आहेत हे तत्काळ लक्षात येत होतं. उजव्या हातात भलं मोठ्ठं कडं होतं. पांढरी दाढी त्यांना शोभून दिसत होती. आपल्या खणखणीत आवाजात ते म्हणाले,

"मी डॉ. गुरूमान सिंग... उत्क्रांत वनस्पतिशास्त्र (Evolutionary Botany) हा माझा विषय. यात जीवाची उत्पत्ती कशी झाली व वेगवेगळ्या प्रजाती कशा उत्क्रांत झाल्या, यांचा सखोल अभ्यास मी केला आहे. आता मात्र त्याचा उपयोग प्रजातींमधील परस्परसंबंध शोधण्यासाठी व जाती निर्माण करण्यासाठी कसा करता येईल, याचा मी प्रयत्न करीत आहे."

डॉ. सिंग बसताच, तोंडाचा चंबू करीत, शरीरानं स्थूल व रंगाने काळसर असलेलं व्यक्तिमत्त्व उठलं. त्यांची मिशी भली मोठी होती व तोंडात तंबाखू व पानाचा तोबरा होता. तोंडाची हालचाल करीतच ते म्हणाले,

"मी डॉ. सखाराम शिरसाठ. मी परिस्थिती विज्ञान (Ecology) या विषयात काम करीत असून, प्रामुख्याने वनस्पती, प्राणी, सूक्ष्मजीव यांचा व भोवतालचा परिसर यांचा संबंध याविषयीच्या अभ्यासावर माझा भर आहे. सध्या माझी रूची ही वनस्पती, सूक्ष्मजीव व प्राणी यांचा परस्परसंबंध, तापमान, माती, आर्द्रता, सूर्यप्रकाश, वारा यांचा परिणाम वनस्पतींवर कसा होऊ शकेल यात आहे."

डॉ. शिरसाठांनी मुद्देसूद परिचय दिला व तोंडाचा चंबू करीत ते खाली बसले.

त्यांच्या शेजारील उंचीने कमी असलेले, सावळे व काटकुळे गृहस्थ उठले... बारकेल्या आवाजात ते म्हणाले,

"मी डॉ. श्यामचरण मिश्रा. मी मायकॉलॉजी आणि फायकॉलॉजी (Mycology and Phycology) यात मी संशोधन करतोय. यात प्रामुख्याने विविध प्रकारचे शेवाळ, एकपेशीय शेवाळ व प्रचंड मोठ्या आकाराचे समुद्र गवत यांचा मी अभ्यास करतोय. काही शेवाळ विशेषत: क्लोरेला, सिनेडेसम्स ह्या वनस्पती अधिक कार्यक्षमतेने अवकाश संशोधनात कसे वापरता येतील, यावर मी विचार करीत आहे. कारण या शेवाळांमध्ये मोठ्या प्रमाणात प्रथिने व विटॅमिन्स असल्याने, त्यांचा वापर अवकाश संशोधनात अन्न म्हणून करता येऊ शकेल, असे मला वाटते.''

डॉ. मिश्रांनी सुंदरपणे आपल्या संशोधनाविषयी ठासून सांगितले. ते खाली बसले, तेव्हा क्षणभर हॉलमध्ये स्तब्धता होती. त्यांच्याच शेजारी बसलेला तिशीतला एक तरुण उठून उभा राहिला. टेबलावर हात ठेवीत म्हणाला,

''मी डॉ. रमाकांत पाचपुते. डॉ. शिरसाठांचा साहाय्यक. स्थल विज्ञानामध्ये मी संशोधन केलेलं आहे.'' असे सांगून तो बसला. पुढे डॉ. डी. गणेश, डॉ. शैलजा कुलकर्णी, डॉ. नितीन घाटे, डॉ. राजशेखर यांनी आपला परिचय देऊन कुणाकडे काम करताहेत हे सांगितले. शेवटी डॉ. अंजली पर्वते उठली. डॉ. समीरकडे पाहत म्हणाली,

''मी नुकतीच पुणे विद्यापीठातून पीएच. डी. पूर्ण केली असून, सध्या आनुवंशिक विविधता आणि वनस्पती प्रजनन (Genetic Diversity and Copplant breeding) यात कार्यरत आहे.'' डॉ. अंजलीने क्षणभर विसावा घेतला आणि आजूबाजूला सर्वांकडे पाहत ती पुढे म्हणाली, ''आणि यापुढे मी डॉ. समीर यांची साहाय्यक म्हणून काम करणार आहे.'' यावेळी सभागृहात ज्येष्ठ व कनिष्ठ शास्त्रज्ञांच्या भुवया उगीचंच उंचावल्या गेल्या. डॉ. अंजलीच्या हे तत्काळ लक्षात आलं. डॉ. समीरनी मान डोलावली होती, तर डॉ. पाबळकरांनी स्मित केलं होतं.

डॉ. अंजली खाली बसली, तरी काही आश्चर्यचकित नजरा तिच्याकडे बघतच होत्या. इतर कर्मचारी मात्र आपली ओळख कशी करून द्यावी, याच विवंचनेत होते. उभं राहून बोलायला ते घाबरत होते. त्यांची मन:स्थिती पाहून डॉ. पाबळकरांनी स्वत: ओळख करून द्यायला सुरुवात केली,

''हे जोशी... माझे पी. ए.. साठ्यांची ओळख झालेलीच आहे. भोसले व सौ. सीमा, हे त्यांचे सहकारी, आपल्या संस्थेतील आर्थिक धुरा सांभाळणारे वित्त अधिकारी श्री. पाकनीकर व त्यांचे सहकारी वसावे, पावरा, मोटे, येवले... ह्या सौ. मृणालिनी शेटे, या ग्रंथपाल आहेत. हे श्री. मंडलिक आहेत आणि या सौ. डांगे येथील सर्व उपकरणांची तांत्रिक बाजू सांभाळणारे... आणि हे शिपाई श्री. गुमानसिंग, धनाजी, सुकलाल, बाजीराव, नलावडे... आणि बरं का डॉ. समीर, हा गुमानसिंग तुमच्या प्रयोगशाळेतच आहे.'' डॉ. पाबळकरांनी स्वत:हून सर्व कर्मचाऱ्यांची ओळख करून दिली.

ओळख करून देताना प्रत्येक जण हात जोडीत होता आणि प्रत्युत्तरादाखल

डॉ. समीरही हात जोडून स्मित करीत होते.

प्रत्येकाची ओळख होताच, सभागृहात पुन्हा शांतता प्रस्थापित झाली. प्रत्येकाच्या नजरा डॉ. समीरवर स्थिरावल्या. ते काय बोलताहेत याकडे सर्वांचं लक्ष होतं.

डॉ. समीर उठले व त्यांनी सभोवार पाहिलं. एक दीर्घ श्वास सोडत ते बोलू लागले,

''मित्रहो, मी फार काही बोलणार नाही. माणसाची ओळख होणं हे फार महत्त्वाचं असतं. फक्त ह्या ओळखीचं रूपांतर तो भविष्यात कसं करतो, हे सर्वस्वी ज्याच्या-त्याच्यावर अवलंबून असतं. म्हणूनच ही संधी उपलब्ध करून देण्यासाठी ओळख फार महत्त्वाची असते आणि डॉ. पाबळकरांनी आपणास ही संधी उपलब्ध करून दिलीय. त्याबद्दल मी त्यांचे आभार मानतो. इथे सर्वच ज्येष्ठ शास्त्रज्ञ वनस्पतिशास्त्राच्या विविध विषयांमध्ये संशोधन करीत असलेले पाहून फार बरं वाटलं. या कार्यक्रमानंतर प्रत्येकाच्याच प्रयोगशाळा बघायला आणि चर्चा करायला मला आवडेल. मी स्वत: वनस्पतिशास्त्रातील उत्क्रांत, प्रकाश संश्लेषण, प्रजनन, स्थलविज्ञान आणि इंद्रिय विज्ञान या विषयांमध्ये संशोधन करतोय. इथे बरेच प्रज्ञावंत आहेत, त्यांचा उपयोग मी करीनच. शेवटी एवढंच सांगतो की, संस्थेच्या उत्कर्षासाठी एकट्यादुकट्यानी संशोधन करण्याऐवजी परस्पर सामंजस्याने संशोधन केलं, तर मला वाटतं, संस्थेच्या प्रगतीची वाटचाल झपाट्याने होईल आणि त्यास आपण सर्वच कटिबद्ध असाल, अशी मला आशा आहे.''

डॉ. समीरनी शेवटी अपेक्षा व्यक्त करून समारोप केला. टाळ्यांच्या गजरातच सर्वजण उठले.

तद्नंतर पॅसेजमध्ये चहापानाचा कार्यक्रम होता. त्या दरम्यान बहुतांशी कनिष्ठ शास्त्रज्ञांनी चर्चा करण्यास प्रारंभ केला. डॉ. समीरही विचारलेल्या प्रश्नांची उत्तरे उत्स्फूर्तपणे देत होते. डॉ. अंजली पर्वतेही त्यात सामील झाली होती.

डॉ. पाबळकर त्यांच्याजवळ येत म्हणाले,

''डॉ. समीर, वुड यू लाईक टू व्हिजिट लबॉरटरीज् राइट नाऊ?''

''होय सर!.. मला आत्ताच प्रयोगशाळांना भेट द्यायला आवडेल.'' डॉ. समीर तत्काळ उत्तरले.

''नाहीतर तुम्ही उद्याही प्रयोगशाळांना भेटी देऊ शकता. आज विश्रांती घ्या. उद्या बघा. कारण आजच तुम्ही प्रवास करून आलात. बराच मोठा जेट लॅग असेल.'' डॉ. पाबळकर समजावणीच्या स्वरात म्हणाले.

डॉ. समीर नकारात्मक मान व हलकासा हात झटकत म्हणाले,

''नो प्रॉब्लेम सर! मी आजच व्हिजिट करतो.''

''ठीक आहे. मी सर्व ज्येष्ठ शास्त्रज्ञांना प्रयोगशाळेत थांबायला सांगतो.''

त्यांनी इकडेतिकडे पाहिलं... डॉ. अंजली दिसताच त्यांनी तिला हातानेच इकडे येण्याची खूण केली. तशी डॉ. अंजली त्यांच्या पुढ्यात हजर झाली. डॉ. पाबळकर तिला पुढे म्हणाले,

"अंजली, डॉ. समीरना तू प्रत्येक प्रयोगशाळेत घेऊन जा आणि शेवटी त्यांना आपल्या लायब्ररीमध्येही ने... ओ.के.?"

"ओ.के. सर! आय वील टेक केअर..."

डॉ. अंजलीनं आनंदानं डॉ. समीरना प्रयोगशाळेत नेण्याचं काम स्वीकारलं. डॉ. पाबळकर डॉ. समीरकडे पाहत म्हणाले,

"ओ.के. डॉ. समीर... सी यू टुमॉरो... वुई वील डिसकस् सम ॲक्शन प्लॅन सून."

"शुअरऽऽ ठीक आहे सर!... थँक्स्...!"

डॉ. पाबळकर इतरांनाही सूचना देऊन त्यांच्या केबिनमध्ये निघून गेले. हळूहळू ज्येष्ठ व कनिष्ठ शास्त्रज्ञ मंडळीही आपापल्या प्रयोगशाळेत गेली.

डॉ. समीरनी चहाचा शेवटचा घोट घेत कप टेबलावर ठेवला व डॉ. अंजलीकडे वळून ते म्हणाले,

"सो अंजली... शाल वुई गो?"

"ओ.के. सर... चला..."

दोघेही पहिल्या मजल्यावरच्या डावीकडील पॅसेजकडे वळले.

डॉ. समीरनी अंजलीसोबत वनस्पतिशास्त्राच्या विविध विभागांना भेटी दिल्या होत्या. त्यात प्रामुख्याने परिस्थितीविज्ञान (Ecolocy), उत्क्रांती (Evolution), जैवविविधता (Plant Diversity), फंगस (Mycology), फायकॉलॉजी (Phycology), इंद्रिय विज्ञान (Physiology) व प्रजनन आनुवांशिकशास्त्र (Genetics and Plant Breeding), औषधी वनस्पतिशास्त्र (Medico Botanical) इत्यादी प्रभागांचा समावेश होता. तेथील कनिष्ठ व ज्येष्ठ शास्त्रज्ञांनी आपापल्या कामाची व प्रगतीची माहिती दिली. ठळक प्रकाशित संशोधन पेपरही दाखवले. चर्चेदरम्यान काहींनी हातचं राखून माहिती दिली, तर काहींनी सखोल माहिती देण्याचा प्रामाणिक प्रयत्न केला. काही शास्त्रज्ञांनी तक्रारीचाही सूर आळवला. डॉ. समीरही एकाग्रतापूर्वक प्रत्येकाचं काम समजून घेत होते आणि प्रत्येक प्रयोगशाळा व तेथील उपकरणांचेही अवलोकन करीत होते. डॉ. समीर मधेच काही प्रश्न विचारीत. त्यांच्या प्रश्नांची उत्तरे काहीच जण समर्पकपणे देऊ शकले होते. काही मात्र नुसतीच उडवाउडवीची उत्तरे देऊन वेळ निभावून नेत होते.

डॉ. समीरनी तीनही मजल्यांवरच्या सर्व प्रयोगशाळा पिंजून काढल्या होत्या. त्यांना सर्वसाधारण संस्थेची, तेथील शास्त्रज्ञांची, त्यांच्या क्षमतेची व एकंदर

कामाच्या पातळीची कल्पना आली. आपण आजच प्रयोगशाळेच्या भेटीचा निर्णय घेतला हे एकूण बरंच झालं, असंच डॉ. समीरना वाटलं. या चर्चेदरम्यान काहींच्या स्वभावाचीही कल्पना त्यांना येऊन गेली.

प्रयोगशाळांच्या भेटीत सहा वाजून गेले. दोन तास कुठे निघून गेले, त्यांचं त्यांनाच कळलं नव्हतं. शेवटी त्यांना ज्या प्रयोगशाळेची जबाबदारी दिली होती, तेथेच डॉ. समीर व डॉ. अंजली येऊन थांबले. सध्या डॉ. अंजली तेथेच काम करीत असल्यानं तिनंच पुढाकार घेऊन, डॉ. समीरना प्रयोगशाळा दाखवली होती. इतर प्रयोगशाळांच्या मानाने डॉ. समीरना स्वत:ची प्रयोगशाळा स्वच्छ व नीटनेटकी वाटली. त्याला कारणीभूत डॉ. अंजली होती. तिने विविध उपलब्ध उपकरणे व त्यांची कार्यक्षमताही डॉ. समीरना विशद केली. डॉ. समीर गंभीरपणे प्रत्येक नोंदी मेंदूतही करून घेऊ लागले. डॉ. अंजलीनं डॉ. समीरना प्रयोगशाळेतील एक छोटेखानी केबिनही दाखवली. साधारण संशोधनात्मक चर्चेसाठी ही केबिन त्यांच्यासाठी ठेवण्यात आली होती.

प्रयोगशाळेला लागूनच उपसंचालकांची केबिन होती. एरवी तेथे त्यांचं नावही झळकू लागलं होतं. शिपाई गुमानसिंगनं ते आधीच साफसूफ करून ठेवलं होतं.

घड्याळात पाहत डॉ. समीर अंजलीला म्हणाले,

"थँक्यू अंजली! सलग दोन तास तू कष्ट घेतलेस."

"वेलकम सर!... हे माझं कर्तव्यच आहे." डॉ. अंजली विनम्रतेने म्हणाली.

बोलतच दोघंही डॉ. समीरच्या केबिनमध्ये आले. खुर्चीत बसत ते म्हणाले,

"बैस अंजली...!"

डॉ. अंजली एक खुर्ची ओढत बसली. तेवढ्यात गुमानसिंग आत येत म्हणाला,

"साहेब ! साडेसहा वाजलेत... मी जाऊ का?"

डॉ. समीर क्षणाचाही विलंब न करता म्हणाले,

"अरे हो! तू माझ्यासाठी थांबला होतास ना!... तू जाऊ शकतोस!"

"जी साहेब!"

गुमानसिंग बाहेर पडला... डॉ. समीर अंजलीकडे पाहत म्हणाले,

"अंजली..."

"येस सर..."

"आता आपल्याला प्रोग्रॅम्स चॉकआऊट करावे लागतील. संशोधनाला वेग देण्यासाठी काही आराखडे आखावे लागतील. पुढे महत्त्वाचे काही विषय आपण हाताळणार आहोत. त्यात तू जे काही यापूर्वी केलंयस, त्याचा उपयोग निश्चितपणे करून घेऊ ..."

डॉ. समीर पुढची दहा मिनिटं विषयांतर्गत बरंच बोलत राहिले. डॉ. अंजली

मंत्रमुग्धपणे ऐकत राहिली. शेवटी प्रदीर्घ श्वास घेत डॉ. समीर म्हणाले,

"अंजली, येत्या काही दिवसांत काय करायचे ते मी तुला सांगतो. तोपर्यंत यू कण्टिन्यू विथ युअर ओन वर्क."

"ओ.के. सर! आय् विल डू दॅट..."

"ठीक आहे... बराच वेळ झालाय... तू जा!"

आज्ञा मिळताच डॉ. अंजली उठली व माघारी वळणार... तेवढ्यात डॉ. समीर पुन्हा म्हणाले,

"अंजली..."

डॉ. अंजलीनं फक्त हुंकार भरीत मागे वळून पाहिलं.

"डॉ. पाबळकरांसमोर मला विचारता आलं नाही. त्यांनी तुला न विचारता सरळ माझा साहाय्यक म्हणून काम करण्यास सांगितलं. तुला काही प्रॉब्लेम नाही ना?"

डॉ. अंजली आपला हर्ष लपवीत तत्काळ उत्तरली,

"नाही सर! तुमच्यासोबत काम करणं हे मी माझं भाग्य समजते. मला त्यांचा हा निर्णय आवडलाय सर...!"

डॉ. समीर स्मित करीत म्हणाले,

"ओ.के. थँक्स."

डॉ. समीरच्या अशा विचारण्यानं डॉ. अंजली हरखून गेली. तिच्या मनातील डॉ. समीरविषयीचा आदर द्विगुणित झाला. तृप्त हास्य करीत ती बाहेर पडली व शेजारच्या प्रयोगशाळेत शिरली.

डॉ. अंजली गेल्यानंतर मात्र डॉ. समीर थोडं रिलॅक्स झाले. त्यांना आता बऱ्यापैकी थकवा आला होता. जेट लॅगचाही परिणाम दिसू लागला होता. डोळे मिटून क्षणभर ते तसेच पडून राहिले. या संस्थेविषयीचे विचार त्यांच्या मनात येऊन गेले; पण त्यांनी ते झटकले. कारण त्यांना यावेळी कोणाचाही विचार करायचा नव्हता.

त्यांनी डोळे उघडले आणि आजूबाजूला सर्व बैठकखोली न्याहाळून घेतली. आता गुमानच्या साहाय्याने त्यांना त्यांचे अमेरिकेतील सर्व महत्त्वाचे संशोधनाचे पेपर, पुस्तके, रिपोर्ट इत्यादी आणून ठेवायचे होते. सध्या येथे कम्प्युटर व कपाटात काही पुस्तकं पडली होती. ते सहजपणे उठले आणि कपाट उघडत उपलब्ध पुस्तके चाळू लागले. त्यातील त्यांच्या रूचीचं 'बायोकेमेस्ट्री ऑफ प्लॅंट्स' हे पुस्तक त्यांनी उचललं. पुन्हा ते खुर्चीत येऊन बसले. पुस्तक चाळीत असतानाच वनस्पतींमधील काही अद्‌भुत रासायनिक क्रियांमध्ये ते गुंतून गेले.

"सर, आत येऊ का?"

अचानक आलेल्या आवाजाने डॉ. समीरनी दचकून समोर पाहिलं. निशिकांतला

पाहताच ते उत्स्फूर्तपणे म्हणाले,

"अरे! ये, ये, निशिकांत... बैस!"

निशिकांत न बसताच उभ्यानेच म्हणाला,

"सर, जेवायला जायचंय. आपलं सकाळीच ठरलं होतं. मी तुम्हाला घ्यायला आलोय. सोनवणेसाहेब वाट पाहताहेत..."

डॉ. समीरनी घड्याळात पाहिलं आणि आश्चर्याने उद्गारले,

"ओऽऽ माय गॉड... साडेआठ वाजलेत...! माझं हे असंच असतं बघ... एखाद्या गोष्टीत गुंतलं की वेळेचं भानच राहात नाही." निशिकांत यावर नुसताच हसला.

डॉ. समीर तात्काळ हातातलं पुस्तक टेबलावर ठेवून उठले. केबिन लॉक करून निशिकांतबरोबर ते बाहेर पडले.

प्रयोगशाळेचा दिवा व दार उघडं पाहून डॉ. समीरना आश्चर्य वाटलं. त्यांनी आत डोकावून पाहताच डॉ. अंजली दिसली. ते आश्चर्याने म्हणाले,

"अंजली! तू गेली नाहीस अजून?"

डॉ. समीरचा आवाज ऐकून डॉ. अंजली धावतच दाराजवळ आली आणि डॉ. समीरच्या मागे उभ्या असलेल्या निशिकांतकडे पाहून क्षणभर थबकली. निशिकांतनंही तिला पाहिलं. दोघांची नजरानजर होताच डॉ. अंजलीचं हृदय थबकलं. पुनश्च ती भानावर येत म्हणाली,

"नाही सर...! तुम्ही होतात म्हणून मी गेले नाही. तुम्ही इथे असताना घरी जाणं मला प्रशस्त वाटलं नाही."

"सॉरी..ऽ... पण आता यापुढे मात्र काम नसल्यास तू निघून जात जा. कारण माझं काही खरं नाही. मला आवश्यक असल्यास मी तुला आधीच सांगेन... ओ.के?" डॉ. समीर अपराधीपणाने म्हणाले.

"ठीक आहे सर! पण मी इथे असले तर मला तुमच्या मार्गदर्शनाखाली बरेच शिकायला मिळेल..." डॉ. अंजली प्रत्युत्तरादाखल म्हणाली.

डॉ. समीर चौकशी करत म्हणाले,

"बरं! तुझ्यासोबत कोण असतं?"

"माझी आई असते सर!"

"मग ठीक आहे; पण काहीही लागलं, कशाचीही गरज भासली, तर नि:संकोचपणे मला सांग." डॉ. समीर आपुलकीने म्हणाले.

"निश्चित सर! थँक यू व्हेरी मच..." डॉ. अंजली आदरयुक्तपणे उत्तरली.

डॉ. समीर एकदम आठवत निशिकांतच्या खांद्यावर हात ठेवीत म्हणाले,

"अंजली... अगं मी विसरलोच. हा निशिकांत ठाकरे. साहाय्यक वनपाल आहे.

माझ्या मित्राचा सहकारी. म्हणजे माझा मित्रच.''

"हो सर! आमची आधीच ओळख झालीये...''

डॉ. समीरनी आश्चर्यानं डोळे वर करीत निशिकांतकडे पाहिलं. निशिकांत हसत म्हणाला,

"होय सर! तुम्ही ह्या संस्थेत रुजू होणार म्हटल्यानंतर सोनवणेसाहेब चौकशीसाठी आले होते. मीही त्यांच्यासोबत होतो. त्याचवेळी डॉ. पाबळकरांनी ह्यांची ओळख करून दिली होती.''

"गुडऽऽ... हे फारच छान झालं... बरं! मग अंजली, आम्ही सोडू तुला घरी?''

"नको सर! शेजारीच तर घर आहे. मी जाईन...'' डॉ. अंजली म्हणाली.

"ठीक आहे. ओ.के. देन...''

"गुड नाईट सर!'' डॉ. अंजलीनं यावेळी निशिकांतकडेही पाहिलं.

त्यानंही हसतच हात उंचावीत 'शुभ रात्रीचा' इशारा दिला. डॉ. समीरही प्रतिसाद देत म्हणाले,

"गुड नाईट. प्रयोगशाळा नीट लावून घे!''

डॉ. समीर व निशिकांत पॅसेजमधून जाऊन जिना उतरू लागले. क्षणभर डॉ. अंजली तेथेच उभी राहिली... आणि जाणाऱ्या डॉ. समीरसारख्या बुद्धिमान व्यक्तिमत्त्वाकडे पाहत राहिली... त्याचवेळी निशिकांतनं चोरून मागे पाहिलं. डॉ. अंजलीची आणि त्याची पुन्हा नजरानजर झाली. तिचं हृदय धडधडलं. प्रथमच... आणि तिने हळूच हात उंचावला... निशिकांतनंही तत्काळ हसतच प्रतिसाद दिला...

यावेळी मात्र निशिकांतचं व्यक्तिमत्त्व तिच्या डोळ्यांसमोर झाकोळून गेलं.

९

सकाळचे नऊ वाजले होते. जाधवकाकांनी कार्यालय उघडून साफ केलं, आणि ते आपल्या कामाला निघून गेले. नटवरसिंगही जीप स्वच्छ करून कार्यालयातील काही फायलिंगची कामे करण्यात गुंतला होता. सोनवणे व निशिकांत एकाच वेळी कार्यालयात हजर झाले व आज एकूण एक प्रशासकीय फाइली व कागदपत्रे चाळायचीच असं त्यांनी ठरवलं. सोनवणे आपल्या खुर्चीत बसले. त्यांच्याच डावीकडच्या समोरच्या बाजूला असलेल्या टेबल-खुर्चीत निशिकांत बसला. आजूबाजूला बरीच कपाटे होती. त्यातील सगळ्या फाइली नटवरसिंगने सोनवण्यांच्या टेबलावर ठेवल्या. प्रत्येक फाईल उघडून सोनवणे कागदपत्रे चाळू लागले. निशिकांतही त्यांच्या टेबलाजवळ एक खुर्ची ओढून घेत बसला. काही नोंदी करून सोनवण्यांचा प्रशासकीय बोजा कमी करण्याचा निशिकांत प्रयत्न करीत होता.

सोनवण्यांनी बऱ्याच फाइली चाळल्या; पण त्यातून कुठलीही मुद्देसूद माहिती त्यांना मिळत नव्हती. निशिकांतच्याही हाती महत्त्वाचं असं काहीच लागत नव्हतं. किंबहुना बऱ्याच फाइली तिथे नव्हत्याच. रामपूर वनक्षेत्र, त्याचं क्षेत्रफळ, वनविषयक कायदे, प्राणी, पक्षी, नदी, नाले या सर्वांची माहिती कुठेच सापडत नव्हती. जे काही सापडत होतं, ते निकृष्ट होतं. कर्मचाऱ्यांच्या रजाविषयक फाइली भरल्या होत्या. सोनवणे कमालीचे अस्वस्थ झाले. त्यांनी आजूबाजूला पाहिलं. सोनवण्यांची अस्वस्थता निशिकांतच्या डोळ्यांनी टिपली. सोनवणे अजून कुठे काही ठेवलं आहे का, याचा अंदाज घेत नटवरसिंगला म्हणाले,

"नटवर!"

"जी साहेब!"

"सगळी कपाटं अजून एकदा बघ बरं!.. कुठे काही फाइली राहिल्यात का?" सोनवणे काळजीयुक्त स्वरात म्हणाले होते.

नटवरसिंग पुन्हा कपाटांचा कोपरान्कोपरा शोधू लागला. निशिकांतही उठला

व तोही नटवरसिंगला मदत करू लागला. पुढची दहा मिनिटं दोघांनीही कार्यालय चाळून काढलं; पण फुटकळ काही फाइलींव्यतिरिक्त काहीच सापडलं नाही. निशिकांत पुन्हा खुर्चीत येऊन बसला. त्याच्याकडे पाहत सोनवणे म्हणाले,

''निशिकांत! हे सगळंच हॉरिबल आहे. कुठलीच सुसंगत माहिती इथे दिसत नाही.''

''हो ना सर... इथे पाच वनरक्षकांची नेमणूक आहे. त्यांच्या रजांविषयीच्याच या फाइली आहेत. शिवाय ह्या मंडळींची रजा आधीच संपून गेली आहे, तरीसुद्धा ते आलेले नाहीत.'' निशिकांत आश्चर्याने पुढे म्हणाला, ''आपल्याला वरिष्ठांकडे तक्रार करावीच लागेल सर!''

सोनवणे निशिकांतकडे अर्थपूर्ण पाहत म्हणाले,

''मागच्या आठवड्यात मी समीरला घ्यायला गेलो; तेव्हाच शहाद्याला श्री. दत्तात्रय मराठे या वनपरिक्षेत्राधिकाऱ्याला भेटून सविस्तर माहिती दिली. वनरक्षकांची अतिशय निकड असल्याचे मी सांगितले; पण तो मख्ख... बघू... करू म्हणाला. ही लुक्स टु बी व्हेरी युजलेस फेलो... मग मी जास्त बोललोच नाही. फक्त तक्रार केली आणि निघून आलो.''

''ही तर फारच गंभीर बाब आहे सर!'' निशिकांत गंभीरपणे म्हणाला.

सोनवणे नटवरसिंगच्या हाती एक फाईल देत निशिकांतला म्हणाले,

''हो ना!.. आपल्याला माणसांची गरज आहेच. जे काही वनरक्षक आहेत, ते सर्वच घरबसल्या पगार घेत आहेत, असे यावरून तरी दिसते. त्यांच्यावर योग्यवेळी ॲक्शन घेण्यासाठीच आपण ही सर्व इत्थंभूत माहिती मिळवीत आहोत. उद्या उठून जर का कुणी प्रश्न उपस्थित केला, तर आपण तयार असलं पाहिजे... शिवाय या वनक्षेत्राच्या महत्त्वाच्या फाइलीही मिळत नाहीत. वनसंवर्धन, वनसमिती, वनव्यवस्थापन, वनांचे संरक्षण याविषयीच्या फाइली असणे अत्यंत आवश्यक आहे. त्या इथे कुठेच दिसत नाहीत. निशिकांतकडे पाहत ते पुढे म्हणाले, ''निशिकांत!''

निशिकांत सोनवण्यांच्या काटेकोरपणा व व्यवस्थापन कुशलतेकडे पाहतच राहिला. तो तत्काळ उत्तरला,

''येस सर...''

''उद्या जर वरिष्ठांनी याविषयी विचारले, तर आपण काय उत्तर देणार आहोत?.. या क्षणी तरी आपण संपूर्ण पॅरालाईज्ड आहोत. कुठलीही माहिती देण्याच्या स्थितीत आपण नाही... मला वाटतं या क्षणापासून का होईना, ही सर्व माहिती आपण स्वतंत्रपणे ठेवायला हवी.''

''ठीक आहे सर! वुई कॅन डू दॅट...'' निशिकांत ठामपणे म्हणाला.

सोनवणे नटवरसिंगकडे पाहत म्हणाले,

"नटवर!"

"जी साहेब!"

"जाधवकाकांना बोलावून आण आणि त्यांच्यासोबतीने या सर्व फाइली व्यवस्थित लाव; शिवाय अजून स्वतंत्र फाइली तयार करा. जा तू..." सोनवणे मनाशी ठरवीत म्हणाले होते. नटवरसिंग तातडीने ऑफिसबाहेर पडला होता.

एक जुनाट फाईल कोपऱ्यात टाकीत सोनवणे निशिकांतला म्हणाले,

"निशिकांत!"

"काय सर!" सोनवण्यांच्या कृतीकडे पाहत निशिकांत उत्तरला.

"तू नवखा आहेस म्हणून सांगतो... हे रामपूर वनपरिक्षेत्र आपण पाहतोय तेवढं सोपं नाही. शांत दिसणारं हे वनक्षेत्र आतून नुसतं खदखदतंय असं वाटतं." सोनवण्यांनी वस्तुस्थिती विशद केली.

"काय म्हणताय काय सर!" निशिकांत आश्चर्याने उद्‌गारला.

"होय निशिकांत! शहाद्याला माझा पत्रकार मित्र जयंत पाटील याच्याशी भेट झाली. चर्चाही झाली. तो खूप काही बोलला नाही; पण जे काही इशारे त्याने मला दिले, त्यातच मी समजून गेलो... अशा मनोवृत्तींची मला सवय आहे. येथेही अशा प्रवृत्तींशी सामना करावा लागेल, याची मला पूर्ण जाणीव आहे. इथे राजकीय हस्तक्षेप फार मोठा आहे. शिवाय ही अतिशय उलट्या काळजाची लोकं आहेत, असंही जयंत पाटील मला ओझरतंच सांगून गेला. म्हणून मला वाटतं, यापुढे आपण सतर्क राहायला हवंय. वुई शुड बी परफेक्ट इन ऑल दी रिस्पेक्ट. प्रसंगी दोन हात करण्याची तयारी यापुढे आपणास ठेवावी लागेल." सोनवण्यांनी संक्षिप्तपणे भविष्यपट पुढे केला. निशिकांत ऐकून सुन्न झाला. तो स्फूर्तीने म्हणाला,

"सर! कुठल्याही प्रसंगांना मी यापुढे तयार आहे. मी नवखा असल्याने मला येथील राजकारणाची माहिती नाही... पण तुम्ही पाच पावसाळे माझ्यापेक्षा जास्त पाहिलेत, सर... तुमचा अनुभव दांडगा आहे. या क्षणापर्यंत येथील सुंदर निसर्गात चालणाऱ्या अपप्रवृत्तींची मी कधी कल्पनाच केली नव्हती... सर, भविष्यात कुठलीही परिस्थिती येवो, मी तुमच्यासोबत असेन..."

निशिकांत निश्चयाने व तेवढ्याच आत्मविश्वासाने म्हणाला. त्याचा आवेश पाहून सोनवणे भारावून गेले. त्यांनी उठून निशिकांतच्या खांद्यावर हात ठेवला आणि ते म्हणाले,

"गुड निशिकांत... तुझ्याकडून मला हीच अपेक्षा होती. यापुढे आता आपला संघर्ष सुरू झाला म्हणून समज."

निशिकांतने सहमतीदर्शक मान हलवली.

सोनवण्यांनी अजून काही घडलेले प्रसंग निशिकांतला ऐकवले. त्यानं निशिकांतचा

निश्चय अजून दृढ होत गेला. तेवढ्यात नटवरसिंग जाधवकाकांना शोधून घेऊन आला होता. सोनवणे त्यांच्याकडे पाहत म्हणाले,

"जाधवकाका, नटवरसिंगसोबत तुम्ही स्वत: जातीने लक्ष घालून या फाइली विषयवार लावून घ्या... त्यांच्यावर नावे लिहा आणि कपाटात सहजपणे काढता येतील अशा ठेवा... शिवाय काही नवीन माहितीसाठीही फाइली तयार ठेवा."

"जी साहेब..." जाधवकाका आज्ञा शिरसावंद्य मानून कामाला लागले.

नटवरसिंगही त्यांना मदत करू लागला. निशिकांत कागदपत्रे वाचून विषयानुसार वर्गवारी करू लागला. सोनवण्यांनी सांगितलेल्या विषयांच्या फाइली नावे लिहून तयार करू लागला.

सोनवणे पुन्हा महत्त्वाची कागदपत्रे चाळण्यात गुंग झाले.

"सायेब..."

कामात व्यस्त असलेल्या सोनवणे व निशिकांतने आवाजाच्या दिशेने पाहिलं.

समोर दारावरच काळसर, धष्टपुष्ट, फेटा, बंडी व गुडघ्यापर्यंत धोतराचा कासोटा बांधलेला, पिळदार मिश्यांचा एक इसम उभा होता. त्याचे कपडे मळकट व अंग घामानं चिकचिकलं होतं. मिश्या जरी मोठ्या होत्या, तरी त्याचा चेहरा निरागस दिसत होता. अतिशय अजिजीने हात जोडीत तो म्हणाला,

"सायेब! मी पिऱ्या गावित..."

पिऱ्या गावित हे नाव ऐकताच नटवरसिंग व जाधवांनीही त्याच्याकडे पाहिलं. सोनवणे उत्स्फूर्तपणे व आनंदाने म्हणाले,

"अरे!.. ये पिऱ्या ये! कालच जाधवकाकांनी तुझ्याबद्दल सांगितल्याने निरोप पाठविला होता. ये बैस!" एका खुर्चीकडे निर्देश करीत सोनवणे म्हणाले.

पिऱ्या क्षणभर बावरला. जाधवकाकांकडे आशाळभूत नजरेने पाहून त्याने नमस्कार केला. जाधवकाकांनी त्याला डोळ्यांच्या इशाऱ्यानेच बसण्याची खूण केली. तसा तो सोनवण्यांकडे पाहत उत्तरला,

"नाय सायेब! म्या इथंच बसतो." असं म्हणतच पिऱ्या खाली उखडी करून बसला आणि तो सर्वांकडे टकमक बघू लागला. सोनवणे त्याच्याकडे कौतुकाने पाहून हसले. यापूर्वीही आदिवासी समाजातील भिल्ल, पावरी, माची, कोकणी समाजाशी त्यांचा जवळचा संबंध आला होता. ही लोकं अतिशय निरागस, प्रामाणिक आणि पापभीरू असतात, असं त्यांचं मत होतं. जंगलातच राहत असल्याने बाहेरच्या जगताशी त्यांचा फारसा संबंध येत नसे. सोनवणे निशिकांतकडे पाहत म्हणाले,

"बरं का निशिकांत... हा पिऱ्या... परवाच जाधवकाकांनी मला त्याच्याबद्दल सर्व काही सांगितलं... म्हणून मी त्यांच्याचकरवी निरोप पाठवला होता. तसं मीही

त्याला प्रथमच भेटतोय; पण असं वाटतं की, याच्याशी पूर्वी कधीतरी भेट झालीये. कदाचित आपली माणसं अशीच कुठेतरी भेटल्यासारखी वाटत असावीत... हा पिऱ्या उपजतच वाटाड्या आहे. रामपूर वनक्षेत्रातील इत्थंभूत माहिती याला आहे. सगळे रस्ते, पायवाटा, चोरवाटा, नदी, नाले त्याला ठाऊक आहेत. किंबहुना या जंगलात कुठे काय चाललंय याचीही माहिती त्याच्याकडे आहे. आज आपल्याला साईटवर जायचे असल्याने जाधवकाकांकरवी मीच त्याला निरोप पाठवला. कुठूनतरी आपल्याला सुरुवात करावीच लागेल, म्हणून आपण थोड्याच वेळात निघणार आहोत.''

निशिकांतनं हसतच पिऱ्याकडे पाहिलं. पुन्हा त्याला नमस्कार करीतच सोनवण्यांना त्यानं विचारलं,

''कुठे सर?''

''साईटवर... या वनक्षेत्रातील बहुतेक सर्व मुख्य स्थळं, रस्ते, चोरवाटा व काही क्लूज आपल्याला बघायचेत.''

तेवढ्यात त्यांच्या टेबलावरील फोन खणखणला. सोनवण्यांनी रिसिव्हर उचलला व कानाला लावला.

दरम्यान निशिकांत पिऱ्याची आस्थेने चौकशी करू लागला.

थोडंसं खुर्चीवर रेलून सोनवणे उत्तरले,

''हॅलोऽऽ... सुनील सोनवणे बोलतोय.''

''मी समीर,'' पलीकडून स्वर उमटला. पुढे ते म्हणाले ''मोबाइल करण्याचा प्रयत्न केला पण संपर्कच नाही... बहुधा रेंज नाही. म्हणून फोन केला.''

''अरे हा संपूर्ण डोंगराळ भाग असल्याने रेंज नसते. कधी कधी लागून जातो... पण आपली लॅण्डलाईन कधीही चांगली... हं बोला डॉक्टरसाहेब... संशोधनाला सुरुवात झाली का? तू आल्याआल्या पुस्तकात डोकं खुपसलं असशील, याची मला खात्री आहे.'' सोनवणे कौतुकाने म्हणाले.

डॉ. समीर त्यावर तत्काळ उत्तरले,

''आत्ताशी तर ही सुरुवात आहे सुनील... संशोधनाला नाही; पण त्या दिशेने विचार करण्यास मात्र सुरुवात केलीये. बराच मोठा पल्ला गाठायचाय असं दिसतंय.''

''गाठशील रे!... हं एक मात्र निश्चित, अमेरिकेसारख्या प्रयोगशाळा तुला इथे मिळणार नाहीत. सगळं शून्यातूनच निर्माण करावं लागेल... पण जे तू इथे करशील, त्याचं समाधान मात्र तुला अमेरिकेतही मिळणार नाही, असं मिळेल. समीर आय ॲम शुअर, यू विल ॲक्सिलरेट युवर रिसर्च ॲक्टिविटी व्हेरी सून...'' सोनवणे प्रोत्साहनपर बोलले.

सोनवण्यांच्या प्रोत्साहनपर शब्दांनी डॉ. समीर सुखावले व तत्परतेने म्हणाले,

"निश्चितच सुनील!.. तुझ्यासारखा मित्र पाठीशी असल्यानंतर मला प्रगतशील व्हावंच लागेल. येत्या काही दिवसांत संशोधनाचे प्रकल्प मला लिहायचे आहेत. त्याचंच प्लॅनिंग मी सध्या करतोय. बरं, ते जाऊ दे... तो तुझा साहाय्यक निशिकांत ठाकरे. हि इज हँडसम् अ‍ॅन्ड क्लेव्हर गाय. परवा त्यानंच मला इथे सोडलं. त्याच्याशी बोलताना खरंच मजा आली." डॉ. समीर प्रत्युत्तरादाखल म्हणाले.

सोनवणे जोराने हसले. कामात मग्न असलेल्या निशिकांतकडे बघत म्हणाले,

"येस्... नुसता हँडसमच नाही तर तो शूरही आहे."

या शब्दांनी निशिकांतचं लक्ष विचलित झालं. त्याने सोनवण्यांकडे पाहिलं. सोनवण्यांनी त्याच्याकडे पाहून हळूच स्मित केलं व डोळे मिचकावीत ते पुढे म्हणाले,

"बाय दि वे समीर! आज तू फ्री आहेस का?"

"का रे?" डॉ. समीर अजिजीने म्हणाले.

"नाही, म्हटलं आम्ही आता साईटवर निघालो आहोत. या जंगलातील खाचाखोचा आम्हाला शोधायच्यात. शक्य तेवढी या परिसराची माहिती करून घ्यायचीये. पिऱ्या नावाचा एक वाटाड्या आमच्यासोबत आहे. ही नोज इच अ‍ॅन्ड एव्हरीथिंग अबाऊट धिस फॉरेस्ट. तो चांगलाच मुरलेला आहे. त्याच्या आधारानेच आम्हाला येथील काही अद्‌भुत गोष्टी ज्ञात करून घ्यायच्या आहेत. जर का तुलाही वेळ असेल, तर थोडं भटकून आलो असतो. नाहीतरी तुझ्या संशोधनासाठी त्याचा उपयोग होईलच."

"अरे व्वा!.. छानच! वेळ का नाही!.. आहेच... शंभर टक्के त्याचा मला उपयोगही होईल. त्यासाठीच तर मी इथे आलो आहे... आणि तुला तर माझं जंगलवेड ठाऊकच आहे. फक्त कुठे येऊ तेवढं सांग." डॉ. समीर उत्साहाने उत्तरले.

"कुठे कशाला यायला पाहिजे?.. वुई विल पिकअप् यू फ्रॉम दि इन्स्टिट्यूट. ओ.के.?" सोनवणे आनंदाने म्हणाले.

क्षणभर पलीकडून शांतता... डॉ. समीर विनंती स्वरात म्हणाले,

"ठीक आहे सुनील; पण माझी एक विनंती आहे."

"विनंती?.. अरे विनंती कसली करतोस! किप ऑर्डर... चल सांग!" सोनवणे दिलखुलासपणे म्हणाले.

"माझी एक साहाय्यक आहे. तिला सोबत घेतलं तर चालेल का?"

डॉ. समीर थोडं विचार करून म्हणाले.

"चालेल का म्हणून काय विचारतोयस?... अ‍ॅब्सोल्युटली देअर इज नो प्रॉब्लेम... तुझी साहाय्यक... पण कोण ती?" सोनवण्यांनी प्रश्नार्थक विचारलं.

"डॉ. अंजली!" डॉ. समीरनी सांगितलं.

"ओऽऽ... त्या डॉ. अंजली... डॉ. अंजली पर्वते. राईट?" यावेळी सोनवणे थोडं मोठ्यानं बोलले होते.

"हो तीच" डॉ. समीर लागलीच उत्तरले.

डॉ. अंजली हे शब्द सोनवण्यांच्या तोंडून ऐकताच निशिकांत क्षणभर बावरला. हृदयात चलबिचलही झाली. डॉ. अंजली या नुसत्या उच्चारानंच तो अस्वस्थ झाला आणि सोनवण्यांकडे पाहू लागला. पण सर आपल्याकडेच पाहत असलेले पाहून निशिकांत कमालीचा ओशाळला. त्यानं पुन्हा मान खाली केली व कामात मन गुंतवू लागला. निशिकांतचे कान मात्र सोनवणे पुढे काय बोलताहेत याकडे होते. सोनवण्यांनी निशिकांतच्या या कृतीकडे नुसतंच पाहिलं व स्मित करीत ते म्हणाले,

"काही हरकत नाही. यू कॅन टेक हर..." घड्याळात पाहत सोनवणे पुढे म्हणाले, "समीर! आम्ही दहा मिनिटात आलोच. यू बी रेडी देअर..."

"ठीक आहे, आम्ही तयारच आहोत..." डॉ. समीर निश्चयाने म्हणाले. पलीकडून फोन ठेवल्याचा आवाज येताच सोनवण्यांनीही फोनचा रिसिव्हर खाली ठेवला. निशिकांतकडे पाहत ते म्हणाले,

"निशिकांत!"

"येस सर!"

"या पिऱ्याला घेऊन आपल्याला दहा मिनिटात निघायचंय." पिऱ्याकडे निर्देश करीत सोनवणे म्हणाले होते.

"कुठे सर!" निशिकांतला माहीत असतानाही त्यानं प्रश्न केला. या प्रश्नानं सोनवण्यांनी क्षणभर निशिकांतकडे पाहिलं व स्मित करीत ते उत्तरले,

"जंगलात, साईटवर... कुठूनतरी आपल्याला सुरुवात करायला हवी."

"ठीक आहे सर!.. आम्ही सर्व तयारच आहोत." निशिकांत म्हणाला.

सोनवणेही अर्थपूर्ण नजरेने पाहत तयारीला लागले होते.

बरोबर दहा मिनिटांनी सोनवणे व निशिकांत जीपमध्ये बसले. नटवरसिंग ड्रायव्हिंग सीटवर होता, तर पिऱ्या त्याच्याच शेजारी बसला होता. एरवी सोनवणे तिथे बसत असत; पण जंगलातील मार्ग पिऱ्याच दाखवणार असल्याने, सोनवण्यांनीच त्याला आग्रहपूर्वक पुढे बसविले होते.

नटवरसिंगने जीप थोडी मागे घेऊन कार्यालयाच्या फाटकातून बाहेर काढली आणि समोरच काही फर्लांगावर असलेल्या समांतर रस्त्यावर आणून डावीकडे वळवली. जीप सुसाटपणे संशोधन संस्थेकडे धावू लागली.

जीप संस्थेच्या सुशोभित व प्रशस्त आवारात घुसली. प्रवेशद्वाराजवळ डॉ. समीर व डॉ. अंजली उभेच होते. तेथेच नटवरसिंगने जीप उभी केली.

प्रसंगावधान पाहून निशिकांत खाली उतरला व डॉ. समीरला सोनवण्यांच्या शेजारी बसण्याचा आग्रह करू लागला. डॉ. समीरनी तत्काळ मान्य केले व ते स्थानापन्न झाले. निशिकांत व डॉ. अंजली जीपच्या मागच्या बाजूला बसले.

नटवरसिंगनं जीप पुन्हा संस्थेच्या फाटकातून बाहेर काढली व डावीकडे वळून सरळ हमरस्त्यावर आणली. हा हमरस्ता पुढे जंगलातल्या अनेक कच्च्या रस्त्यांना जोडलेला होता. शिवाय याच रस्त्यावर पुढे वीस किलोमीटर अंतरावर आदिवासींच्या जागृत देवमोगरादेवीचं मंदिर होतं. जीप धावू लागली.

डॉ. समीर आल्हाददायक वातावरणाचा आनंद घेत म्हणाले,

''मला वाटतं, डॉ. अंजलीची मी पुन्हा नव्यानं ओळख करून द्यायची गरज नाहीये. निशिकांतची भेट झालेलीच आहे; शिवाय सुनीलची ओळखही याआधीच झालेली आहे, नाही का अंजली?''

डॉ. अंजली आपला स्कार्फ सावरीत, हसत म्हणाली,

''होय सर! डॉ. पाबळकरांना ते भेटायला आले होते, तेव्हाच आमची ओळख झालेली आहे.''

यावेळी आपले हसरे डोळे डॉ. अंजलीने निशिकांतकडे रोखले होते. सोनवण्यांनीही त्यावर होकारार्थी मान डोलावली.

निशिकांत डॉ. अंजलीच्या हसऱ्या डोळ्यांकडे पाहत राहिला. क्षणातच त्यानं तिचं मोहक रूप न्याहाळून घेतलं. कपाळाला फिक्कट केशरी रंगाची टिकली व केशरी रंगाचा पंजाबी ड्रेस तिच्या गोऱ्या कायेला शोभून दिसत होता. जीप जशी वेगानं धावत होती, तसा तिचा केशरी रंगाचा स्कार्फही वेगानं फडफडत बाहेर डोकावत होता. त्याला सावरण्याचा निष्फळ प्रयत्न डॉ. अंजलीचा चालला होता. निशिकांत मात्र तिच्या कृतीकडे कौतुकाने पाहत होता.

नटवरसिंगनं जीप उजवीकडे वळवीत एका कच्च्या रस्त्यावर आणली. पुढे धुरळा उडवीत ती जाऊ लागली.

एव्हाना पिऱ्या आपल्या तोडक्यामोडक्या मराठीत विविध स्थळांची, वेगवेगळ्या रस्त्यांची माहिती देऊ लागला. एका पायवाटेकडे निर्देश करीत पिऱ्या म्हणाला,

''सायेब! ही पायवाट जबरी हाये. सहाशे फूट खोल दरीच्या कपारीवरनं सरळ आर्थर पॉईंटलाच जाते. खूप झाडी आणि बिकट वाट आहे. जागोजागी विषारी प्राणी आहेत.''

पिऱ्या काही सांगू लागताच, नटवरसिंग जीपचा वेग कमी करीत होता. त्याचं बोलणं सर्वच जण गंभीरपणे ऐकत होते.

ढगाळ वातावरण असल्यानं सूर्यप्रकाश नव्हता. वातावरणात थोडासा गारवा होता. त्यामुळे जंगलात फिरताना प्रत्येकालाच आल्हाददायक वाटत होतं. वाऱ्याचा

वेगही बऱ्यापैकी होता. डॉ. समीर उत्साहाने म्हणाले,

"सुनील! पाऊस पडण्याआधीचं वातावरण म्हणजे निसर्गानं मानवाला दिलेली देणगीच आहे, असं मी मानतो. या अशा वातावरणात निसर्गाचं खरं रूप आपल्याला दिसतं. आपल्याशी संवाद साधत तो शरीरात उत्साह संचारवतो, मन प्रफुल्लित करतो..."

"खरंय तुझं समीर! निसर्गाच्या अनेक पैलूंपैकी हा एक पैलू आहे, असं मीही मानतो. आम्ही वनक्षेत्रातलेच, त्यामुळे अशा वातावरणाशी एकरूप झालेलो. म्हणून इतर ऋतूंपेक्षा मलाही पावसाळा आवडतो. निसर्ग त्यावेळी एखाद्या नववधूने हिरवा शालू घातल्यासारखाच वाटतो बघ!" सोनवणे डॉ. समीरकडे पाहत हसत म्हणाले होते.

सोनवण्यांनी निसर्गाला नववधूची उपमा दिल्यानं सर्वच दिलखुलास हसले. निशिकांत त्यावर म्हणाला,

"पण सर, अशी हिरवीगार नववधू प्रत्येकालाच आवडेल असं नाही!" सर्वच त्याच्याकडे आश्चर्याने पाहू लागले. अंजलीचाही त्यात समावेश होता. सोनवणे त्याच्याकडे आश्चर्याने पाहत म्हणाले,

"का रे? असं का? मग तर असा माणूस एकतर फारच अरसिक असावा... किंवा जीवन हेच ओझं मानणारा असावा."

"नाही सर!" निशिकांत ठामपणे पुढे म्हणाला, "यापैकी काहीही नाही. अशा ऋतुमानात त्रास होणाऱ्यांची संख्या खूप आहे. काही व्याधी या ऋतुमानात डोकं वर काढतात. त्यामुळे व्याधिग्रस्त मानवाला ही नववधू नकोशी वाटते. वातावरण कितीही प्रफुल्लित असलं, तरी विविध व्याधींनी त्रस्त असलेल्या मानवाचं मन ही नववधू मोहरू शकत नाही."

निशिकांतच्या या उत्तरानं सर्वचजण आश्चर्यचकित झाले. सोनवणे व डॉ. समीर त्याच्याकडे कौतुक भरल्या नजरेनं पाहत होते. डॉ. अंजली या प्रवासादरम्यान प्रथमच आपलं मत मांडीत म्हणाली,

"निशिकांतचं हे अगदी बरोबर आहे सर! शेवटी मानवाची अवस्था चांगली असेल, तरच तो वातावरणाची मजा घेऊ शकतो. हे कदाचित व्यक्तिसापेक्ष आहे, असे म्हणता येईल. त्यामुळेच कुणाला पावसाळा आवडतो, तर कुणाला हिवाळा तर कुणाला उन्हाळा. ज्या ऋतुमानात मानवाच्या शरीरातील एकूण एक पेशी उत्साहाने कार्यक्षम असतात, तो ऋतू त्यांच्या दृष्टीने चांगला...!"

डॉ. अंजलीच्या या भाष्याने डॉ. समीर व सोनवणे तिच्याकडे पाहतच राहिले. नकळत निशिकांत हे एकेरी नाव संबोधल्याने निशिकांतही पाहत राहिला. तिचं लाघवी बोलणं व समर्पक उत्तर ऐकून तोही सुखावला होता. डॉ. समीर तिच्याकडे

पाहत म्हणाले,

"अंजली! यू आर राईट... आय ॲग्री विथ यू. निसर्ग हा व्यक्तिसापेक्षच आहे. प्रत्येकालाच तो आवडेल असं आपण ठामपणे म्हणू शकत नाही... याचं कारण म्हणजे, निसर्गानं प्रत्येक मानव हा वेगवेगळ्या गुणधर्मांचा बनवलेला आहे. सख्खे-जुळे भाऊ बाह्यांगाने सारखे असले, तरी त्यांचे स्वभाव, गुणधर्म पराकोटीचे विरुद्ध असू शकतात. म्हणूनच निसर्ग टिकून आहे असे मी मानतो. जर सगळ्यांच्या आवडीनिवडी सारख्याच असत्या, तर निसर्ग असमतोलतेकडे झुकला असता. ही सृष्टी टिकून आहे, ती यामुळेच. जेवढ्या वाईट गोष्टी घडतात, तेवढ्या चांगल्याही घडतात. म्हणूनच निसर्ग समतोल राखून आहे."

डॉ. समीरच्या स्पष्टीकरणाने सर्वांचंच समाधान झाल्यासारखं दिसत होतं. सोनवणे डॉ. समीरकडे कौतुकाने पाहत उत्तरले,

"समीर, तू सांगितलं ते मला तंतोतंत पटलं. शेवटी शास्त्रज्ञांचं ऐकावंच लागेल बाबा... नाही का निशिकांत?"

यावेळी निशिकांतकडे बघत त्यांनी डोळे मिचकावले होते. त्याला निशिकांतनेही दाद दिली होती... आणि हळूहळू अंजली व डॉ. समीरही त्यात सामील झाले होते.

एका उंचीवरून जीप खाली उतरणीला लागली. रस्ता वळणावळणाचा असल्यानं निशिकांत व डॉ. अंजलीचे झोक जाऊ लागले. निशिकांत आपल्या मजबूत हातांनी स्वत:ला स्थिर ठेवीत होता; पण डॉ. अंजलीला ते जमत नव्हतं. एक दोन वळणावरच तिचा झोक सरळ निशिकांतवर गेला; पण निशिकांतनं प्रत्येक वेळी तिला अलगदपणे आधार दिला. त्यावर ती फक्त स्मित करीत मूकपणेच क्षमायाचना करीत होती. निशिकांतही डोळ्यांनी 'ठिक आहे' म्हणून धीर देत होता.

वळणावळणाचे चढ-उतार संपून जीप खाली खोलात आली. ती एक मोठी दरी होती. जीप सपाट रस्त्यावरून जाऊन एका पुलावर आली. तो पूल शिवकालीन होता. मजबूत असा... त्याच्या खालून खळाखळा नदी वाहत होती. तिचं पात्रही बऱ्यापैकी मोठं होतं. पिऱ्यानं नटवरसिंगला हात केला, तशी त्यानं जीप पुलावरच थांबवली. पिऱ्या म्हणाला,

"साहेब! ही इथली मूळ नदी. कुकरी नदी म्हणतात हिला आणि हा पूल... शिवाजी महाराजांनी बांधला होता असं म्हणतात..."

यावर डॉ. समीर विचार करीत म्हणाले,

"शिवाजी महाराज या क्षेत्रात कधी आले असावेत बरं?"

सोनवणे डॉ. समीरकडे पाहत म्हणाले,

"समीर! शिवाजी महाराजांनी ज्यावेळी सुरतेवर स्वारी केली, त्यावेळी त्यांच्या परतीचा मार्ग हाच होता."

"ओ! खरंच की... माझा इतिहास म्हणजे इतिहासच राहिलेला आहे."

पिऱ्या पुन्हा तिथल्या ठळक गोष्टी नमूद करून सांगू लागला. तेथील निसर्ग पाहण्याजोगा होता. नदीच्या दोन्ही किनाऱ्याला गर्द झाडी होती. पांढरंशुभ्र पाणी वाहत होतं. नदीचा खळखळ असा आवाज त्या वातावरणात सुमधूर संगीत निर्माण करीत होता. विशिष्ट पक्ष्यांच्या किलकिलाटानं त्यात अजूनच भर पडत होती. डोळ्यांत साठवून ठेवावं असं ते दृश्य होतं.

काही काळ सर्वजणच खाली उतरून या सृष्टीचा आनंद घेत होते. क्षितिजापलीकडेही निसर्गच दृष्टिपथास पडत होता.

पुन्हा सर्वजण जीपमध्ये बसले. नटवरसिंगनं जीप नदीच्या पलीकडून डाव्या बाजूच्या गर्द झाडीत घुसवली. आत ठार अंधार होता. आधीच आभाळी वातावरण असल्याने सूर्यप्रकाश नव्हता.

नटवरसिंगने हेडलाईट्स सुरू केले... तो हळूहळू जीप पुढे नेऊ लागला... त्या शांत वातावरणात जीपचा तेवढा घर्रऽऽ घर्रऽऽ आवाज येत होता. कुठेही प्रकाशाचा लवलेश नव्हता. पिऱ्या म्हणाला,

"सायेब, इतर वेळीही इथे अंधारच असतो. अतिशय गर्द झाडी..." आणि तो हळूच मागे वळून सोनवण्यांच्या कानाला लागला होता. सोनवण्यांनीही थोडं पुढे रेलून आपला कान त्याच्या तोंडाजवळ नेला. पिऱ्याला हळू आवाजात काहीतरी सांगायचं आहे, हे सोनवण्यांच्या लक्षात आलं. पिऱ्या पुटपुटू लागला.

सुमारे दहा मिनिटं पिऱ्या सोनवण्यांना काहीतरी सांगत होता. सोनवणे गंभीरपणे ऐकून प्रत्येक वेळी उसासे टाकीत होते. निशिकांतच्याही लक्षात आलं होतं; पण डॉ. समीर व डॉ. अंजली तसे अनभिज्ञच होते.

पिऱ्या पुन्हा सीटवर पूर्ववत बसला. सोनवण्यांचा चेहरा मात्र गंभीर झाला. पिऱ्यानं या क्षेत्रातील काही गुपितं त्यांना सांगितली होती. पुढचे काही क्षण सोनवणे स्तब्ध होते. त्यामुळे इतरही शांत होते. कुणीच कुणाशी बोलत नव्हतं. वातावरणात भयानक शांतता निर्माण झाली होती. तेवढ्यात नटवरसिंगने करकचून ब्रेक दाबला आणि गाडी उभी केली.

समोर दोन डोळे तीक्ष्णपणे चमकत होते. जीपचा प्रकाशच तेथून परावर्तित होत होता. पिऱ्यानं स्वत:ला सांभाळीत सर्वांना न बोलण्याचा इशारा केला आणि नटवरसिंगला एकदम हळू आवाजात तो म्हणाला,

"लाईट तेवढा चालू ठेव. बाकी गाडी बंद कर."

नटवरसिंगनं जीप बंद केली. वातावरणात कमालीची शांतता निर्माण झाली. एकमेकांचे उसासे जाणवण्याइतपत शांतता होती. या शांततेचा भंग त्या दोन तीक्ष्ण डोळ्यांनी केला. एक जोरदार डरकाळी बाहेर पडली आणि तो शांत आसमंत

हादरून गेला. त्या आवाजातच पिऱ्या म्हणाला,

"सायेब, वाघ; पण घाबरू नका. असेच बसून राहा. शांतपणे." वाघ शब्द ऐकताच डॉ. समीर व डॉ. अंजलीचं हृदय धडधडलं. सोनवणे मात्र वाघाच्या डोळ्यांकडे रोखून पाहत होते. निशिकांतचा हा पहिलाच प्रसंग होता, तरी त्याच्या मनाची तयारी होती. डॉ. अंजली मात्र खूपच घाबरली होती. अंधार असल्याने तिच्या चेहऱ्यावरचे भाव कुणालाच दिसत नव्हते. निशिकांतला मात्र ते जाणवत होते; पण डॉ. अंजलीला धीर कसा द्यावा या मन:स्थितीत तो होता. डॉ. अंजली सहारा शोधण्याचा प्रयत्न करीत होती. तिने डोळे गच्च बंद करून घेतले आणि धडधडत्या हृदयानं तिने निशिकांतचा गुडघा घट्टपणे पकडला होता. निशिकांतनं तिच्याकडे पाहिलं. डॉ. अंजलीची परिस्थिती पाहून त्यानंही हळूच तिच्या हातावर हात ठेवला, तशी डॉ. अंजलीनं डोळे उघडले. समोर स्मित करीत असलेला निशिकांत दिसताच तिला बरं वाटलं. त्यानं पुन्हा तिच्या हातावर थोपटीत तिला धीर दिला आणि समोर बघण्याचा इशारा केला, तशी डॉ. अंजलीनं समोर बघितलं. रस्त्यावर असलेला वाघ हळूहळू बाजूला होत होता व क्षणात बाजूच्या झाडीत लुप्त झाला.

दीर्घ श्वास सोडत डॉ. समीर उद्‌गारले,

"ओ माय गॉड... वाघ...! असा समोरासमोर मी प्रथमच पाहतोय. काय घाबरलो होतो मी; पण तुम्ही दोघं मात्र ग्रेटच आहात! तुमचा चेहरा आहे तसाच होता." सोनवणे व निशिकांतकडे पाहत डॉ. समीर म्हणाले होते.

"समीर!.. अशी सवय आम्हाला आहेच. पिऱ्यानं जी कृती केली, ती अतिशय योग्य होती. वाघांचंही आपलं एक मानसशास्त्र असतं. जर तुम्ही त्याला शरण जाऊन याचना केली, तर तो तुम्हाला सोडून देतो. काहीही न करता." सोनवणे डॉ. समीरकडे पाहत म्हणाले होते.

दरम्यान नटवरसिंगनं जीप पुन्हा सुरू केली व तो झाडीतून अंधार कापू लागला.

डॉ. समीर पुन्हा आश्चर्याने म्हणाले,

"अजबच मानसशास्त्र आहे म्हणायचं. आपणच आपली मान त्याच्या जबड्यात द्यायची. तुम्ही खरोखरच ग्रेट आहात!"

यावर सर्वच दिलखुलासपणे हसत होते. त्याचवेळी डॉ. अंजली निशिकांतकडे आभारपूर्वक नजरेनं पाहत होती.

साधारण एक तासानंतर जीप पुन्हा प्रकाशात आली. गर्द झाडीतून नुकताच थरारक अनुभव घडल्यानं जीप प्रकाशात येताच, डॉ. अंजलीला मुक्त वाटलं. एव्हाना जीप कच्च्या रस्त्यावरूनच फिरत होती. झाडंझुडपं भरपूर होती; पण प्रकाशही तेवढाच होता. ससे, हरीण, काळवीट दिसू लागले आणि जीपकडे कान

टवकारत पाहू लागले. एके ठिकाणी तर वानरांचा मोठा कळपच त्यांच्या स्वागतास हजर झाला. डॉ. अंजलीनं प्रेमानं आपल्याजवळील काही खाद्य वानरांना दिलं. मोर, लांडोर आपापले पिसारे फुलवून नृत्य करीत होते.

जीप पुन्हा एक छोटीशी टेकडी ओलांडून खाली आली. तिथे पाण्याचं मोठं तळं होतं. त्या तळ्यालगतच्याच रस्त्यानं नटवरसिंगने जीप नेली. तेवढ्यात पांढऱ्याशुभ्र बगळ्यांचा थवा दिसत होता. एक थवा उडताच दुसरा थवा येऊन बसत होता. तेही एक विहंगम दृश्य होतं. नटवरसिंगने जीपचा वेग कमी करताच पिऱ्या म्हणाला,

''सायेब, ह्याला 'मरीना तळं' म्हणतात आणि ती जी उंच टेकडी दिसत्येय, तिला 'मार्कर पॉइंट' म्हणतात.'' पिऱ्यानं दूर निर्देश करीत सांगितलं.

सर्वांनीच त्याने निर्देश केलेल्या दिशेकडे पाहिले. एक उंच कडाच तिथे होता. डॉ. समीर पिऱ्याकडे पाहत म्हणाले,

''पिऱ्या, ही सगळी इंग्लिश नावंच आहेत का रे?''

पिऱ्या या प्रश्नानं क्षणभर गोंधळला; कदाचित त्याला माहीत नसावं. सोनवणे डॉ. समीरकडे पाहत म्हणाले,

''हे वनक्षेत्रच ब्रिटिशकालीन व ब्रिटिश अधिकाऱ्यांचं असल्याने, रूढार्थाने त्यांची नावं तशीच असावीत.''

पिऱ्या मधेच म्हणाला,

''काही भारतीय नावंबी आहेत सायेब.''

जीप पुन्हा वेगानं धावू लागली. तळ्यास एक वळसा घालून दक्षिणेच्या बाजूने जंगलात घुसली.

जंगलाच्या काही ठिकाणी डॉ. समीर व डॉ. अंजलीने विविध वनस्पतींचे निरीक्षणही करून घेतले. त्यावेळी मात्र सोनवणे व निशिकांतने पिऱ्याबरोबर जाऊन काही गुपित-वाटा, पायवाटा पाहून घेतल्या होत्या. काही ठिकाणी भुयारी मार्गही होते. त्यांचंही निरीक्षण सोनवणे व निशिकांतनं बारकाईनं करून घेतलं. या वनक्षेत्राचा मोठा आवाका असल्याचं सोनवण्यांच्या लक्षात आलं. पिऱ्यानं अजून काही इत्थंभूत गोष्टी त्यांना सांगितल्या होत्या.

डॉ. समीर व डॉ. अंजली भारावल्यागत वनस्पतींचं निरीक्षण करीत होते. डॉ. समीर वेगवेगळ्या प्रकारच्या वनस्पती पाहून आश्चर्यचकित झाले. एक वेगळा हुरूप त्यांना आला होता. बराच वेळ ते निरीक्षणात गुंतले होते.

साधारण एक तासानंतर पुन्हा सर्वजण जीपमध्ये बसले. नटवरसिंगनं यावेळी पिऱ्यानं सांगितल्याप्रमाणे उत्तरेच्या डोंगराळ भागाकडे जीप नेली होती.

निर्जन रस्त्यावरून जीप जाताच नटवरसिंगनं पुन्हा जीप थांबवली. तसा

नटवरसिंग म्हणाला,

"साहेब, ते बघा समोर!"

एकाच वेळी सर्वांनी समोर पाहिलं... आणि त्यांचं अंग शहारून उठलं. समोर सात-आठ फूट लांबीच्या सापांचं रवंथ चाललं होतं... एकमेकांत गुंतून ती दोघं धुंद होत होती. आजूबाजूच्या सृष्टीचं भान त्यांना नव्हतं. डॉ. समीर, डॉ. अंजली व निशिकांत सृष्टीच्या या अजब विश्वाकडे पाहतच राहिले. एवढ्या मोठ्या लांबीचे साप ते प्रथमच पाहत होते. सोनवणे डॉ. समीरला म्हणाले,

"समीर, ही सापांची प्रणयाराधना आहे..."

"काय?.. म्हणतोस काय?" डॉ. समीर आश्चर्याने म्हणाले.

"होय!.. तो मानवाच्या क्वचितच दृष्टीस पडतो. ही माझी दुसरी वेळ आहे. तीन वर्षांपूर्वी चंद्रपुरात मी ते पाहिलं होतं. आपल्याकडे या दोघांचंही लक्ष नाही. ते त्यांच्याच विश्वात आहेत."

पिऱ्या मागे वळून म्हणाला,

"...आणि सायेब हे भाग्याचंही असतं, असं म्हणतात. जो पाहतो तो नशिबवान ठरतो म्हणे..."

सोनवणे त्याच्या बोलण्यावर नुसतंच हसले आणि म्हणाले,

"तसं नाही पिऱ्या... ती आख्यायिका आहे. कुणाची प्रणयाराधना तिसऱ्याचं भाग्य कसं असू शकतं? सृष्टीत ते आपल्याला क्वचितच पाहायला मिळतं, म्हणून आपण तसं म्हणतो."

समोर दोघांचा प्रणय पाहून डॉ. अंजली व निशिकांत यांनी नुसतंच एकमेकांकडे पाहिलं. डॉ. अंजलीची नजर भिरभिरत होती व क्षणिक लाजेनं तिच्या चेहऱ्यावर लाली उमटली. डॉ. समीर समोरच्या सापांचं निरीक्षण करीत म्हणाले,

"सुनील, मला वाटतं हे कोब्रा असावेत."

"काय म्हणतोस? मला त्यातलं काही कळत नाही बुवा. कोब्रा असतील, तर ते भयानक विषारी असतील." सोनवणे आश्चर्याने म्हणाले.

"अर्थात! ते विषारीच आहेत." डॉ. समीरनं ठामपणे सांगितलं. यावेळी पिऱ्यानेही सहमतीपूर्वक मान हलवली.

दोघंही नर-मादी कोब्रा रवंथ करताकरता एका क्षणात उभे राहिले होते. ते दृश्य क्षणभर सर्वजण स्तब्धपणे पाहतच राहिले. प्रत्येकाच्या हृदयाचा ठोकाच चुकला होता. नर-मादी एकमेकांना आलिंगन देऊन शेपटीवर उभे होते. एकमेकांवर प्रेमाचा वर्षाव करीत, बराच वेळ ते तसेच उभे होते.

पंधरा मिनिटांनंतर ते दोघं नर-मादी विलग झाले आणि रस्त्यालगतच्या झुडपात शिरले, त्या वेळीही ते दोघं मस्ती करीतच गेले.

एक वेगळं आणि सुखद दृश्य पाहिल्याचं समाधान प्रत्येकाच्या चेहऱ्यावर होतं.

नटवरसिंगनं पुन्हा जीप सुरू केली आणि एका उत्तरेकडील डोंगरमाथ्याकडे जीप चढू लागली. पिऱ्या म्हणाला,

"सायेब, आपण आता एका उंच पॉईंटवर जात आहोत. त्याला 'घोड्याचं तोंड' असं म्हणतात. तिथून दिसणाऱ्या डोंगरदऱ्या या घोड्याच्या तोंडासारख्या दिसतात."

थोड्या वेळातच जीप डोंगरमाथ्याच्या पठारावर आली. पुढे रस्ताच नसल्याने नटवरसिंगने जीप तिथेच बाजूला उभी केली. सोनवणे व डॉ. समीर पिऱ्यासोबतच खाली उतरले. नंतर निशिकांत व डॉ. अंजली मागच्या बाजूने उतरले.

उंच ठिकाण असल्यानं गारवा व वाऱ्याचा झोत वेगाने वाहत होता. पिऱ्या पुन्हा सर्वांना हातवारे करीत सांगू लागला व पुढे जाऊ लागला. त्याच्यासोबत सोनवणे आणि डॉ. समीर होते. निशिकांत व डॉ. अंजली त्यांच्यामागे काही फुटांवर धिम्या गतीने चालत होते. हवेमुळे पिऱ्या देत असलेली माहिती त्यांच्यापर्यंत पोहोचत नव्हती. सोनवणे पिऱ्याच्या गोष्टी गंभीरपणे ऐकून एक एक ठिकाणाची माहिती करून घेत होते.

एक खास ठिकाण जाणून घेण्यासाठी पिऱ्या व सोनवणे गर्द झाडीत शिरले. त्यांच्या पाठोपाठ वनस्पतींच्या मोहानं डॉ. समीरही शिरले होते.

निशिकांत व डॉ. अंजली बऱ्याच मागे राहिले. पिऱ्याच्या मागे न जाता त्या दोघांनीही उजवीकडे असलेल्या कड्याकडे जाण्याचा निर्णय घेतला. वारा जोराने वाहत होता. दोघंही मूकपणे चालत होते. डोळे मात्र एकमेकांशी संवाद साधण्याचा प्रयत्न करीत होते. दोघेही अस्वस्थपणे चालतच कड्याजवळ आले. तेथे फक्त एक लोखंडी बार संरक्षणासाठी लावला होता. हा भाग सुंदर; पण अविकसित होता.

निशिकांतनं लोखंडी बारला धरून खाली पाहिलं. तिथे प्रचंड मोठी दरी होती. डॉ. अंजलीनंही बार घट्ट पकडून खाली पाहिलं. क्षणभर तिचं हृदय धडधडलं, इतकी ती खोल दरी होती. समोर पाहिलं तेव्हा तिला 'घोड्याच्या तोंडा'सारख्या डोंगरांच्या रांगा दिसल्या. ती हर्षोल्लित झाली. निशिकांत तिच्या आनंदित चेहऱ्याकडे पाहत होता. हवेचा झोत कमालीचा वाढला होता. डॉ. अंजली आपले डोळे बंद करून निसर्गाचा हा ठेवा हृदयात साठवीत होती. वाऱ्याच्या अवखळ धडका तिला सुखावह वाटत होत्या. वाऱ्यामुळे तिचे केस उडत होते. डॉ. अंजलीची उडणारी ओढणी, केस व बंद डोळे असं ते रूप निशिकांत पाहतच राहिला.

मूकपणे दोघांत संभाषण चाललं होतं. एकमेकांना 'हॅलो'च्या वर ते काहीच बोलले नव्हते. आजही तीच अवस्था होती. निशिकांत व डॉ. अंजली निसर्गाचा

खराखुरा आनंद लुटत होते. समोरचं मनोहारी दृश्य मनात साठवीत होते.

डॉ. अंजलीनं लोखंडी बारवरची पकड सोडताच जोरदार वाऱ्याच्या झोतानं ती मागे जाऊ लागली. ओढणीही गळ्याला आवळीत तिला मागेच खेचत होती. वाऱ्याचा वेग वाढल्यानं त्या वाऱ्याला डॉ. अंजलीचा नाजूक देह प्रतिकार करू शकत नव्हता. ती कमालीची घाबरली. आवाजही बाहेर पडत नव्हता. खाली हजार फूट दरी होती. समोर पाहत असलेल्या निशिकांतनं सहज बाजूला पाहिलं. तिथे डॉ. अंजलीला न पाहून तो आश्चर्यचकित झाला आणि समोरचं दृश्य पाहताच जागच्या जागी थिजला.

वाऱ्याच्या झोताबरोबर जाणाऱ्या डॉ. अंजलीला सावरण्यासाठी निशिकांतनं वाऱ्याच्या वेगानं उडी घेऊन तिचा हात पकडला. घट्टपणे.. आणि वाऱ्याचा रोध मोडून काढीत त्यानं तिला आपल्याकडे वर ओढलं. आता डॉ. अंजली निशिकांतच्या घट्ट बाहुत होती. त्यानं तिला सहजपणे सावरलं होतं.

डॉ. अंजली अतिशय घाबरली होती. खोल दरी पाहून तिला शब्द फुटत नव्हते. निशिकांतला तिची परिस्थिती जाणवली. त्यानं खांद्यावर हळुवार थोपटीत तिला सावरलं. निशिकांत हळूच म्हणाला,

"अंजलीऽऽ!"

तिनं नुसतंच त्याच्याकडे पाहिलं. तिच्या डोळ्यांत अश्रू पाहून निशिकांतचं मन हेलावलं. त्यानं धाडस करीत तिचे अश्रू हळूच टिपले आणि म्हणाला,

"रडायचं नाही...! प्रसंग आला होता, पण सुदैवाने टळला. फर्गेट इट! चला सोनवणे सर आले असतील..."

ओघळू पाहणारे अश्रू तिने पुसले आणि ती निशिकांतबरोबर धिमी पावलं टाकीत चालू लागली... अजूनही वाऱ्याचा झोत येताच ती शहारून उठत होती.

जीपजवळ आधीच सोनवणे, डॉ. समीर व पिऱ्या येऊन थांबले होते. निशिकांत व डॉ. अंजली यांना पाहताच सोनवणे म्हणाले,

"अरे निशिकांत... कुठे गेला होतात? बराच वेळ झाला आम्ही तुमची वाट बघतो आहोत. चला बसा! साडेपाच वाजलेत. सूर्य अस्ताला जाण्याआधी घरी जायला हवं..."

"आम्ही घोड्याचा तोंडवळा पाहायला गेलो होतो. इट इज रिअली वंडरफुल! नाही का अंजली मॅडम?" निशिकांत सहज हसत म्हणाला होता.

नकळत निशिकांतनं विषयाला बगल दिली होती. डॉ. अंजलीही त्यावर आनंदित चेहरा करीतच म्हणाली,

"होय सर... खरंच खूप छान स्पॉट आहे तो... वर्थ टू बी सीन!"

डॉ. समीर त्यावर म्हणाले,

"आपणही कधीतरी बघूयात! चला आता बसा...!"

सर्वजण जीपमध्ये बसताच नटवरसिंगने जीप सुरू केली. हळूहळू करीत त्यानं वेग वाढवला.

ढगाळ वातावरणामुळे आधीच अंधारून आलं होतं. दिवसभर फिरल्यानं थकवा आला होता. डॉ. समीर व सोनवणे आल्हाददायक झुळकेने ग्लानीत आले होते. पिऱ्या समोर दिशा दाखवीत होता. निशिकांत व डॉ. अंजली एकमेकांना पाहत होते. त्यांच्यात अदृश्य अशी जवळीक निर्माण झाली होती. त्या प्रसंगाने तर त्यांची मनं अधिकच घट्ट झाली होती. एक रेशीम धागा नकळत विणला गेला.

सोनवणे व निशिकांत यांनी ठरवलेलं हे साईटचं काम खूपच उपयुक्त ठरलं होतं. भविष्यात याचा उपयोग त्यांना होणार होता आणि पिऱ्याला त्यांनी नेहमीच हाताशी ठेवण्याचा निर्णय घेतला होता. डॉ. समीर व डॉ. अंजलीसाठीसुद्धा ही साईट उपयुक्त ठरली होती. विविध वनस्पतीं व त्यांचे नमुने त्यांना पाहायला मिळाले होते. संशोधनात काही वनस्पतींचा उपयोग याच जंगलातून करण्याचा निर्णयही डॉ. समीरनी घेऊन टाकला होता.

सात वाजता जीप पुन्हा संस्थेच्या मुख्य प्रवेशद्वारापाशी उभी होती. डॉ. समीर बाजूने उतरताच, डॉ. अंजली मागून उतरली. डॉ. समीर सोनवण्यांना म्हणाले,

"सुनील, ही वनश्री फक्त तुझ्यामुळे अनुभवता आली. इट वॉज अ गुड प्लॅन...! माझं संशोधनाचं मूळ मला सापडलं...!"

"त्यासाठीच मी तुला आग्रह केला... बरं, ठीक आहे. वेळ झालाय. आपण आता पुन्हा भेटूच. गुडनाईट! ओ. के. बाय अंजली!" डॉ. अंजलीकडे हात उंचावत सोनवणे म्हणाले होते.

"ओ.के. सर... गुडनाईट!"

डॉ. समीरनीही निशिकांतला अंगठा उंचावून निरोप दिला.

जीप फाटकातून बाहेर पडली तशी निशिकांतनं मागे वळून पाहिलं. डॉ. अंजली अजूनही हात उंचावून निरोप देत होती.

निशिकांतनंही स्मित करीत हात उंचावला होता. डॉ. अंजली अदृश्य होईपर्यंत निशिकांत तिचा वेध घेतच राहिला. दोघांमध्ये एक अनामिक अशी ओढ निर्माण झाली होती आणि ती उत्तरोत्तर वाढत जाणार होती, म्हणून तो स्वत:शीच हसत होता.

१०

डॉ. समीरनी संस्थेतील जवळजवळ सर्वच प्रभागांना भेटी दिल्या होत्या. स्थल विज्ञान, उत्क्रांती, प्रजनन, मायकॉलॉजी, इंद्रियविज्ञान, औषधी अशा विविध वनस्पतिशास्त्रांत चालणाऱ्या संशोधनाची माहिती त्यांनी घेतली होती. तेथील प्रमुखांशी चर्चा करून सुविधांची पाहणी केली होती. काही ठिकाणी त्यांना बरं वाटलं; पण काही ठिकाणी अतिशय सुमार दर्जाची कामं चालली होती. बऱ्याच सुविधा तर धूळ खात पडल्या होत्या. मोजक्याच सुविधा सुरू होत्या. मग त्यावर आधारित संशोधनाचं काय, हा प्रश्न त्यांच्यापुढे उभा राहिला होता. शास्त्रज्ञांच्या नावांची यादी व ते करीत असलेले संशोधन उच्च कोटीचं होतं; पण त्याउलट अशी परिस्थिती प्रयोगशाळेत दिसत होती. प्रत्येकात कार्यक्षमता होती; पण ती दिसत मात्र नव्हती. काय कारण असावं, याचा डॉ. समीर विचार करीत होते. एकप्रकारे प्रत्येक प्रयोगशाळा मरगळीला आली होती आणि तेथील संशोधकांचा उत्साह कमी झालेला होता. प्रत्येकजण आळशी बनला होता. प्रत्येक शास्त्रज्ञांचा सद्य:स्थितीतील जीवनालेख त्यांनी व्यक्तिश: चाळला होता. तो पाहून त्यांना आश्चर्य वाटलं. गेल्या पाच-सात वर्षांत कुठल्याही ज्येष्ठ अथवा कनिष्ठ शास्त्रज्ञाने संशोधन प्रकल्पच लिहिलेले नव्हते. फारसे शोधनिबंधही प्रसिद्ध केले नव्हते. जे होते ते त्यांच्या उमेदीच्या काळातीलच होते. मग हे सर्व आजपर्यंत संशोधन तरी कसे करीत होते? या सर्वांचा पाठपुरावा करताना त्यांच्या असं लक्षात आलं होतं की, शासनाकडून आलेल्या पैशांवरच जमेल तसं संशोधन चाललं होतं. त्यामुळे पैसे संपले की, गप्प बसणे ही प्रवृत्ती प्रत्येकांत रुजली होती. नाही म्हटलं, तरी डॉ. देशमुख, डॉ. सिंग, डॉ. शर्मा यांचा ग्रुप चांगलं काम करीत होता; पण डॉ. शिरसाठ, डॉ. मिश्रा या ग्रुपचं कॉन्ट्रिब्युशन कुठेच दिसत नव्हतं. कुठेतरी या सर्वांचे प्रयत्न अपूर्ण पडत होते. म्हणूनच संस्थेचा गेल्या काही वर्षांत वेगाने ऱ्हास होत होता. याला काही अंशी संचालक डॉ. पाबळकरही कारणीभूत होते. त्यांचा स्वभाव शांत व मितभाषी

असल्याने, जरब निर्माण करण्यात ते कमी पडत होते. कुणालाही न दुखावता शासन करण्यातला तो राजा होता. म्हणूनच त्यांची प्रजा काहीशी आळशी व परावलंबी झाली होती. त्यामुळे डॉ. समीरची वाट अजूनच बिकट झाली होती. जर या संस्थेचा उत्कर्ष साधायचा असेल, तर कुठूनतरी त्यांना सुरुवात करावीच लागणार होती.

प्रथम त्यांनी पुन्हा प्रत्येक प्रयोगशाळेत जाऊन बंद पडलेल्या महत्त्वाच्या सुविधा पाहिल्या. वनस्पतींच्या भूपृष्ठाचा अभ्यास करण्यासाठी लागणारे स्कॅनिंग इलेक्ट्रॉन आणि ट्रान्समिशन इलेक्ट्रॉन मायक्रोस्कोप, वनस्पतींचा आराखडा समजून घेण्यासाठीची अल्ट्राटोम, क्षेत्रीय गुणधर्मांचा अभ्यास करण्यासाठीच्या विविध सूक्ष्मदर्शिका, वनस्पतींमधील मूलद्रव्यांचा शोध घेण्यासाठीची ॲटॉमिक ॲबसॉप्शन स्पेक्ट्रोस्कोपी, रासायनिक प्रक्रियेची निरीक्षण करणारी विविध उपकरणे, अशी बरीच वनस्पतींच्या गुणधर्मांचा अभ्यास करणारी महागडी उपकरणं नादुरूस्त असलेली पाहून, डॉ. समीरना दुःख झालं. वनस्पतिशास्त्रात अशा उपकरणांना अनन्यसाधारण महत्त्व असल्याचं त्यांना माहीत होतं. मूलभूत वनस्पतिशास्त्राचा अभ्यास या उपकरणांशिवाय करणे शक्य नाही, याची जाणीव त्यांना होती. त्यामुळेच तत्काळ त्यांनी यावर स्वतःहून उपाययोजना केली. अमेरिकेत असताना डॉ. समीरनी ही उपकरणं त्यांच्या संशोधनासाठी वापरलेली असल्यानं काही किरकोळ तांत्रिक माहिती त्यांना होती. त्या अनुभवाचा उपयोग त्यांनी खुबीने येथेही केला. काही उपकरणं अतिशय किरकोळ कारणांनी बिघडल्याचं त्यांच्या लक्षात आलं आणि ती त्यांनी स्वतःहून दुरुस्त केली. यापूर्वी येथील कुठल्याही शास्त्रज्ञाने ती दुरुस्त करू नयेत, याचं त्यांना आश्चर्य वाटलं होतं. कुठल्याही मोठ्या तंत्रज्ञाची येथे गरज नव्हती. याशिवाय काही उपकरणं त्यांनी बाहेरच्या तंत्रज्ञांकडून दुरुस्त करून घेतली. ही उपकरणं ठरावीक विभागांतील असली, तरी त्यांनी ती सर्वांसाठी खुली केली होती. त्या निमित्ताने हा वेगळा पायंडा डॉ. समीरनी संस्थेत पाडला होता.

डॉ. समीरनी सुरुवात तर केली होती; पण इतर शास्त्रज्ञांना 'संशोधन करा' असं म्हणण्याआधी त्यांना स्वतःला काहीतरी करून दाखवणं गरजेचं होतं. त्या दिशेनं ते विचार करू लागले होते. एक मोठा संशोधन प्रकल्प हाती घेण्याचं त्यांच्या मनात आलं होतं. आता त्याचाच पाठपुरावा ते करू लागले होते.

सोनवण्यांबरोबर साईटवर गेल्यापासून त्यांच्या मनात एक संशोधनाच विषय रुजला होता आणि उत्तरोत्तर तो कमालीचा आकार घेऊ लागला. त्या विचारानं ते प्रफुल्लित झाले. त्या संशोधन प्रश्नांची संदर्भचौकट आता ते शोधू लागले. डॉ. समीरच्या डोक्यात कुठलीही संकल्पना पूर्णतः आकार घेतल्याशिवाय ते स्वस्थ बसत नसत. सोनवणे व पिन्याबरोबर वनस्पतींचं निरीक्षण करताना ती कल्पना

त्यांच्या मनात डोकावून गेली होती आणि त्यामुळेच ते अस्वस्थ झाले होते.

एरवी दिवसातला बराच वेळ डॉ. समीर प्रयोगशाळेतच व्यतीत करत असत. तेथेच एका छोट्या केबिनमध्ये संशोधनपेपर वाचीत असत. प्रयोगशाळेत त्यांना नेहमीच उत्साह वाटत होता. अमेरिकेत असतानादेखील त्यांची बैठकव्यवस्था प्रयोगशाळेतच होती. इथेही बसण्याची अतिरिक्त सुविधा त्यांनी करून घेतली होती. त्याचा फायदा तेथे उपस्थित असलेल्या तंत्रज्ञ किंवा शास्त्रज्ञांशी कधीही संवाद साधण्यासाठी होत होता. टेबलावर विविध राष्ट्रीय व आंतरराष्ट्रीय पातळीवरची नियतकालिके व संशोधन पेपर पडलेले होते. वेगवान इंटरनेट सुविधा उपलब्ध असल्याने, सर्व संशोधन नियतकालिके उपलब्ध होती. डॉ. समीर ठरावीक एका शाखेत काम करीत नसल्याने, विविध संशोधन पेपर्सचा संच त्यांच्याकडे होता. कुठल्याही शाखेत त्यांचा मुक्त संचार होता.

पण विचारमंथन करायचे झाल्यास डॉ. समीर उपसंचालकाच्या केबिनमध्ये येऊन बसत. केबिनमधील सर्व कपाटे पुस्तके व फाइलींनी भरलेली होती. वेगवेगळ्या शाखेतील संदर्भग्रंथ व फाइली त्यांनी वर्गीकरण करून ठेवल्या होत्या. स्थल विज्ञान, उत्क्रांती, प्रजनन, फंगस-अळंबी, मायकॉलॉजी, इंद्रियविज्ञान, औषधी इत्यादी. वनस्पतिशास्त्रासंबंधिच नव्हे, तर इतर शास्त्रांशी निगडित असणारी पुस्तके, संशोधनपेपर, पॉप्युलर लेख वर्गवारी करून ठेवलेले होते. यांत प्रामुख्याने मानव, मानवी शरीरे, मेंदू, स्मृती, जैव रसायन, जैव माहिती, सूक्ष्मजैव, भौतिकशास्त्र, जैवभौतिक इत्यादी विविध विषयांचा समावेश होता. यावरूनच त्यांच्या ज्ञानाची कल्पना येत होती. या अशा विविध विषयांच्या वर्गीकरणामुळे डॉ. समीरना संदर्भ पेपर व ग्रंथ शोधणे सहज शक्य होत होते.

डॉ. समीर केबिनमध्ये बसले होते. त्यांच्या डाव्या बाजूला कॉम्प्युटर ठेवलेला होता. त्यावर ई-मेल, इंटरनेट यासारख्या आधुनिक सुविधा संस्थेत उपलब्ध करून दिल्याने जगाशी संपर्क ठेवणे, त्यांना सहज शक्य झाले होते. एखादी कल्पना डोक्यात येताच ते स्वत:च टाइप करत असत.

यावेळीही डॉ. समीर टेबलावर असंख्य संशोधनपेपर व ग्रंथ घेऊन बसले होते. एकदा बैठक मारली म्हणजे तासन्तास ते त्यात एकाग्र होत असत. मधूनच काही महत्त्वाचं दिसताच, डॉ. समीर त्या ओळी किंवा पॅरॅग्राफ मार्क करून ठेवीत असत. एक साचेबद्ध माहिती डोक्यात येताच, कम्प्युटरकडे वळून टाइप करीत असत आणि ज्या संशोधनपेपर अथवा ग्रंथातून ती माहिती घेतली, त्याचा संदर्भ तिथेच ते देत असत.

पुन्हा त्यांनी थोडा वेळ टायपिंग थांबवलं. काहीतरी आठवत ते संशोधनपेपर शोधू लागले. पहिल्यांदा तो पेपर मिळत नसल्याने, डॉ. समीर अस्वस्थ झाले. खुर्चीतून उठून कपाटातील वर्गीकरण केलेल्या फाइली त्यांनी चाळल्या; पण हवा

तो पेपर तेथेही न मिळाल्याने, ते पुन्हा आपल्या जागी येऊन बसले. क्षणभर स्तब्ध राहून त्यांनी उसासा टाकला. आजूबाजूला पाहिलं. कोपऱ्यावरचा संशोधनाचा पेपर्सचा गठ्ठा पुन्हा उचलत ते चाळू लागले. क्षणात त्यांचा चेहरा खुलला. हवा तो पेपर मिळाल्याने त्यांचा चेहरा उजळला होता. इतर गठ्ठा त्याच जागी ठेवीत ते संशोधनपेपर चाळू लागले. तेवढ्यात गुमानसिंग आत येत म्हणाला,

"सर, चहा आणू का?"

सतत पाच-सहा तास काम करीत असलेल्या डॉ. समीरना पाहून, गुमानसिंगनं धाडसानं विचारलं. सतत आपल्या कामात व्यस्त असणारी डॉ. समीरसारखी व्यक्ती तो प्रथमच पाहत होता. त्याच्याकडे अर्थपूर्ण नजरेनं पाहत डॉ. समीर स्मित करीत म्हणाले,

"चालेल... आण."

होकार येताच गुमानसिंग बाहेर पडला. डॉ. समीर पुन्हा वाचण्यात मग्न झाले. त्यांच्या दृष्टीने तो पेपर फारच महत्त्वाचा होता. या संशोधन पेपरमध्ये लेखकाने त्यांच्या डोक्यात चाललेल्या विषयांचे तरंग नमूद केले होते. म्हणूनच त्यांना तो पेपर अतिशय महत्त्वाचा वाटत होता. ते जो काही विचार करीत होते, त्याला एका अर्थाने पेपर पुष्टी देत होता. ती अगदीच नयनरम्य कल्पना नव्हती. जगात बरेच वनस्पतिशास्त्रज्ञ त्या संबंधांत विचार करीत असल्याचं त्यांच्या लक्षात आलं.

पुन्हा आपली खुर्ची कॉम्प्युटरकडे नेत त्यांनी कीबोर्डवर बोटं फिरवायला सुरुवात केली होती. मांडीवरच नेचरमधला पेपर ठेवला होता. अधूनमधून त्यात बघून डॉ. समीर टाइप करीत होते. पाच मिनिटांतच गुमानसिंगनं चहा आणून त्यांच्या समोर ठेवला व तो निघून गेला.

गुमानसिंग चहा ठेवून गेला, तरी डॉ. समीरचं तिकडे लक्ष नव्हतं. उकळलेल्या गरम चहाच्या वलयांकित वाफा जाणवल्यानंच चहा आणून ठेवल्याचं त्यांना जाणवलं. डॉ. समीर स्वत:शीच हसले व चहाचा कप हाती घेत कधी कॉम्प्युटर, तर कधी संशोधन पेपरकडे पाहत टाइप करू लागले. गरम चहाचा एक घोट घेताच त्यांना प्रसन्न वाटलं. चहा संपवून डॉ. समीर पुन्हा आपल्या कार्यात गढून गेले. बराच वेळ ते आपल्या विचारांचा पाठपुरावा करीत ते प्रत्यक्ष कृतीत आणू लागले होते.

तेवढ्यात डॉ. अंजलीने हातात एक पॅड घेऊन केबिनमध्ये प्रवेश केला व परवानगी घेत ती म्हणाली,

"सर... आत येऊ का?"

डॉ. समीरनी मान वर केली व ते उत्स्फूर्तपणे उत्तरले,

"येस... अंजली... ये... बैस."

मांडीवरचा पेपर टेबलावर ठेवीत त्यांनी खुर्ची सरळ केली. डॉ. अंजली समोरच्याच खुर्चीत बसत म्हणाली,

''सर, आपण बोलावलं होतं... पुढील प्रयोगासंबंधी तुम्ही मला सांगणार होतात. त्यासाठीच मी येणार होते; पण तुम्ही व्यस्त असल्याने मी डिस्टर्ब केलं नाही...''

गेले चार-पाच दिवस डॉ. समीर खरंच खूप व्यस्त होते. डॉ. अंजलीने त्यांना भेटण्याचाही प्रयत्न केला होता; पण त्यांची कार्यमग्नता एवढी होती की, तिला खंडित करणं तिला अप्रशस्त वाटलं होतं. म्हणून निवांत वेळी भेटून, पुढील प्रयोगांसंबंधिची चर्चा करण्याचं तिने ठरवलं. डॉ. अंजलीला निरोप मिळताच ती तत्काळ हजर झाली होती.

डॉ. अंजलीच्या डिस्टर्ब या शब्दावर हसत डॉ. समीर म्हणाले,

''... आणि समजा तू मला डिस्टर्ब केलं असतंस, तर मी काय तुला बाहेर घालवलं असतं का?'' तिच्याकडे पाहत ते पुढे म्हणाले, ''खरं तर मी तुला त्याचसाठी बोलावलंय!.. मागच्या आठवड्यातच आपण चर्चा करू असं मी म्हणालो होतो; पण काही विचार तत्काळ कागदावर आणणे गरजेचे असल्याने, गेले पाच-सहा दिवस मी खूपच व्यस्त होतो. काही प्राथमिक प्रयोगांना आपण सुरुवात करायला हवी.''

डॉ. समीर थोडं सरसावून बसले, तर डॉ. अंजलीनंही खुर्ची पुढे ओढली व पॅडचं पहिलं पान उघडून अपेक्षेनं तिने डॉ. समीरकडे पाहिलं. डॉ. समीर विचार करीत उत्तरले,

''अंजली, आपल्या परिसरात काही वनस्पती मिळू शकतील ना?''

''कुठल्या सर? ठरावीक अशा हव्या असतील, तर मग अवघड आहे.'' डॉ. अंजलीचा प्रश्न व समस्या एकाचवेळी बाहेर पडल्या.

''अंऽऽ... साधारण बाभळी, बोर, एरंड, पिंपळ, वड अशा कुठल्याही.''

''होय सर!.. या वनस्पती सहजच सापडतील.'' डॉ. अंजलीनी पुष्टी दिली.

''...आणि यांचेच वेगवेगळे नमुने घे. साधारण प्रत्येकाचा आकार पाच सेंटीमीटरपर्यंत घेतलास, तरी चालेल. परवाच आपण एक उपकरण दुरुस्त केलेलं आहे. त्याच्या साहाय्याने या वनस्पतींची विद्युतीय कार्यक्षमता पाहता येईल. वेगवेगळ्या विद्युतधारेला वनस्पतींची विद्युतीय क्षमता व चलन कसे घडते व बदलते हा या प्रयोगाचा मुख्य हेतू आहे. यामुळे आपल्याला वनस्पतीअंतर्गत चालणाऱ्या घडामोडींची व त्या अनुषंगाने वनस्पतींची क्षमता याविषयी माहिती मिळू शकते.''

डॉ. अंजली पॅडमध्ये काय करायचे याच्या नोंदी वेगाने करून घेऊ लागली, समजावून घेऊ लागली. डॉ. समीर पुढे म्हणाले,

"तुला तर उपकरणांविषयी ठाऊकच आहे. यापूर्वीही तू ते हाताळलेलेच आहेत. त्यात सूक्ष्म इलेक्ट्रोड आहेत. विद्युतघट आहेत."

डॉ. अंजली मान डोलवीत मधेच म्हणाली,

"होय सर... मला माहीत आहे. यापूर्वीही मी तीच उपकरणे वापरलेली आहेत; पण अशा या प्रयोगाचा काही हेतू आहे का सर?" डॉ. अंजलीनं शंका विचारली.

"होय! कुठल्याही वनस्पतीचा अभ्यास करण्यासाठी त्याचे मूळ गुणधर्म पडताळून पाहणे गरजेचे असते. त्यातलाच हा एक भाग आहे. पुढील सखोल संशोधनासाठी त्याचा फार उपयोग होतो. तेव्हा तू वनस्पतींचे पृष्ठभाग व रासायनिक गुणधर्महीही पडताळून पाहा. ओ.केऽ?" हात पुढे करून त्यांनी डॉ. अंजलीचं पॅड थोडं त्यांच्याकडे ओढलं. पेन काढून पुन्हा समजावू लागले. प्रयोगाचा आराखडा, त्यांचा हेतू, उपकरणं यांसंबंधी पुन्हा डॉ. समीरनी अंजलीला समजावून सांगितलं होतं.

डॉ. अंजली स्मित करीत म्हणाली,

"ठीक आहे सर! आय अंडरस्टँड व्हॉट आय हॅव टू डू... आजच वनस्पती गोळा करून प्रयोगाला सुरुवात करते."

डॉ. अंजली उत्साहाने उठली व डॉ. समीरचा निरोप घेऊन शेजारच्या प्रयोगशाळेत शिरली. बऱ्याच दिवसांनी प्रयोगात सामील होण्याची प्रत्यक्ष संधी मिळत असल्याने ती खूश होती. डॉ. समीरबरोबर काम करण्याचा हा फायदा होता, हे तिला कळत होतं. ही तर नुसती सुरुवात आहे, हेही तिला कळत होतं. त्यानुसार ती कामालाही लागली.

डॉ. अंजली गेल्यानंतर डॉ. समीर पुन्हा टायपिंग व काही मुद्दे काढण्यात मग्न झाले. बऱ्याच दिवसांपासून चालू असलेला हा संशोधन प्रश्न त्यांना प्रकल्प स्वरूपात तयार करायचा होता. ढोबळ प्रकल्प का असेना; पण तो मात्र पूर्ण करायचाच, त्याशिवाय घरीही जायचंच नाही असा इरादाच त्यांनी केला.

पुढे बराच वेळ ते लिहीत राहिले. ऐंशी टक्के काम पूर्ण झालं होतं. संशोधनाचा गाभा तयार होता. आता तो फक्त ठरावीक प्रकल्पाच्या साच्यात त्यांना टाकायचा होता. हे संशोधन डॉ. समीरनी भारताच्या विज्ञान आणि तंत्रज्ञान विभागाकडे पाठविण्याचे ठरविले. कारण या संशोधनासाठी अद्ययावत यंत्रणेसोबतच जलद कंम्प्युटर सिस्टीमचीही गरज होती. त्यासाठी प्रचंड पैसा लागणार होता. एक महत्त्वाकांक्षी प्रकल्प म्हणूनच हा पुढे येणार याची खात्री डॉ. समीरना होती. म्हणून भारतातील विज्ञान आणि तंत्रज्ञान विभाग ही एकमेव संस्था मोठ्या प्रमाणात अर्थपुरवठा करू शकणार असल्याने, डॉ. समीरनी तेथेच प्रकल्प सादर करण्याचा निर्णय घेतला.

तद्नुसार डॉ. समीर कामाला लागले. त्यांनी घड्याळात पाहिलं. पाच वाजले होते. त्यांच्या दृष्टीने अजून बराच वेळ होता. ढोबळ प्रकल्प डी. एस. टी. च्या साच्यात तयार करायचा, या हेतूने ते कॉम्प्युटरकडे वळले. इंटरनेट चालू करून, त्यांनी डी. एस. टी. चा मोठ्या संशोधन प्रकल्पासाठी लागणारा फॉर्म डाऊनलोड करून घेतला.

डॉ. समीरनी त्यातील एकूण एक अटी वाचून काढल्या. तेथेच ते तो फॉर्म भरू लागले. या प्रकल्पाचे मुख्य सूत्रधार म्हणून त्यांनी स्वत:चं नाव व जीवनालेख दिला. डॉ. अंजलीचं नाव त्यांनी साहाय्यक सूत्रधार म्हणून दिलं. पुढे त्यांचे प्रकाशित संशोधन पेपर, ग्रंथ, प्रकल्पाचा हेतू, महत्त्व, पद्धत, प्रयोग, सध्या भारतात व परदेशात चाललेल्या कामाचा आढावा, संदर्भसूची, मानवासाठीचा उपयोग, देशासाठीचा फायदा, उपकरणांची यादी व त्याचे न्यायत्व आणि शेवटी अर्थकारण असे सर्वच्या सर्व रकाने त्यांनी काळजीपूर्वक भरून काढले. बऱ्याच गोष्टी त्यांनी आधीच टाइप करून ठेवल्याने, ढोबळ प्रकल्प तयार होण्यास फारसा वेळ लागला नव्हता.

साडेसात-पावणेआठ वाजून गेले होते. गुमान निघून गेला होता. घरी रात्री पुन्हा एकदा प्रकल्प काळजीपूर्वक डोळ्यांखालून घालता यावा, म्हणून त्यांनी दोन प्रतींमध्ये प्रिंटआऊट काढल्या. दोन संच स्टेपल करून ते उठले. हातात प्रती घेऊन त्यांनी लाईट बंद केला. दार स्वत:च ओढून लॅच केलं व शेजारी पाहिलं. प्रयोगशाळेतील दिवे चालूच होते.

प्रयोगशाळेत आत शिरताच डॉ. अंजली प्रयोगात व्यस्त असलेली त्यांना दिसली. डॉ. समीर म्हणाले,

"अंजली, आठ वाजून गेलेत. अजून तू इथेच? मी मागेच तुला सांगितलंय, तू लवकर निघून जात जा म्हणून."

डॉ. समीरचा आवाज येताच, डॉ. अंजली दचकून उभी राहिली व म्हणाली,

"निघणारच होते सर! पण या प्रयोगात खरंच मी रमत गेले."

"मी निघालोय... तुला सोडू का?" डॉ. समीर काळजीने उत्तरले.

डॉ. अंजली तत्काळ उत्तरली,

"नको सर! हा शेवटचाच नमुना आहे. त्याची काही निरीक्षणे घेणं चालू आहे. ती संपवते आणि मग मीही निघते."

डॉ. समीरनी क्षणभर तिच्याकडे अर्थपूर्ण पाहिलं आणि स्मित करीत आपल्या हातातील प्रकल्पांच्या प्रतींकडे पाहत ते म्हणाले,

"बरं! मग एक काम करशील?"

"काय सर!" डॉ. अंजली उत्साहाने म्हणाली.

"हा प्रकल्प मी लिहिलेला आहे. ॲण्ड यू आर दि कोइन्व्हेस्टीगेटर फॉर द

प्रोजेक्ट! डी. एस. टी. ला सादर करायचा आहे. सध्या ढोबळ स्वरूपात असल्याने त्यात सुधारणा करायच्या आहेत. आज रात्री तू तो चाळ आणि तुझ्या सजेशन्स दे. त्यात ते आपण समाविष्ट करू आणि उद्याच फायनल करून डॉ. पाबळकरांच्या सहीने पाठवून देऊ.''

डॉ. अंजलीने यंत्रवत त्या संशोधन प्रकल्पाची प्रत डॉ. समीरकडून घेतली व ती बोलली,

''होऽ सर! मी रात्रीच बघते आणि आपल्याला उद्या आणून देते.''

''ओ.के. देन... गुडनाईटऽऽ''

''गुडनाईट सर!'' डॉ. अंजली सहजपणे म्हणाली.

डॉ. समीर प्रयोगशाळेबाहेर पडले. डॉ. अंजली अजूनही प्रयोगशाळेच्या उघड्या दाराकडे पाहत होती. ती भानावर आली. डॉ. समीर यांच्या संशोधन प्रकल्पावर आपण त्यांचे साहाय्यक सूत्रधार आहोत, यावर तिचा क्षणभर विश्वासच बसला नव्हता. डॉ. समीरशी काय बोलावं तेच तिला सुचलं नव्हतं. तडकपणे तिने ती प्रत बॅगेत ठेवली व ती उरलेल्या नमुन्यांचे परिणाम घेऊ लागली.

शेवटच्या नमुन्याचे निरीक्षण घेऊन डॉ. अंजलीही बाहेर पडली, त्यावेळी संस्थेत कुणीच नव्हतं. हळूहळू ती घराकडे जाऊ लागली.

डॉ. अंजलीनं रात्री जेवताजेवताच तो प्रकल्प अधीरतेने वाचायला घेतला होता. प्रथमत:च 'वनस्पतींमधील स्मृतिसदृश्य प्रथिनांचा शोध' या ठळक अक्षरातील शीर्षकानेच डॉ. अंजलीचं लक्ष वेधून घेतलं. पुढे ती वाचतच गेली. एखाद्या नयनरम्य कल्पनेत विहार करण्याचा अनुभव ती घेत होती. अक्षर अन् अक्षर वाचून काढीत होती. अर्थ समजून घेण्याचा प्रयत्न करीत होती. प्रकल्पाचा हेतूच एवढा उच्चकोटीचा होता की, ती स्वत: भारावून गेली. या निमित्ताने डॉ. समीरची बुद्धिमत्ता पुन्हा एकदा तिच्यापुढे आली. या संकल्पनेची कल्पना करणं किती अवघड होतं, हे तिला ठाऊक होतं. तिच्या आकलनापलीकडचं हे सर्व होतं आणि ती स्वत: या प्रकल्पाची साहाय्यक सूत्रधार असल्यानं तिच्यावर नकळत दबाव आला होता. डॉ. समीरनी तिच्याकडून काही सजेशन्स मागितल्या होत्या. ती यावर काय सजेशन्स देणार होती? तिच्या आवाक्यापलीकडचं हे विज्ञान असल्याचं तिला जाणवलं. या निमित्ताने डॉ. अंजलीच्या मनात अनेक मूलभूत व आधुनिक प्रश्नांचे तरंग उमटत गेले. तिने ते संदर्भवहीत नोंद करून ठेवले. वनस्पतींमध्ये मानवसदृश स्मृती शोधणं ही कल्पना तिने स्वप्नातही केली नव्हती; पण इथे तर डॉ. समीरनी ते संदर्भस्पष्टीकरणासह दिलेले होते. कुणाच्याही मनाला पटेल अशी विश्लेषणं त्यांनी दिली होती. त्या दिशेने विचार करणारी उदाहरणं दिली होती. डॉ. जगदीशचंद्र बोसांनी वनस्पतींना भावना असतात, हे लाजाळूच्या झाडावरून सप्रयोग व सप्रमाण

सिद्ध केलं होतं, तर डॉ. समीरचं संशोधन हे या क्षेत्रातील पुढचं पाऊल म्हणायला हरकत नव्हती. वनस्पतींना स्मृती असतात असं जर का शोधलं गेलं, तर ती या शास्त्रीय जगतातील उत्क्रांती ठरणार होती. डॉ. अंजली पुन्हा एकदा बारकाईने वाचून मुद्दे काढून ठेवू लागली.

शेवटी या प्रकल्पाचं अर्थकारण बघून, डॉ. अंजलीला मुळीच आश्चर्य वाटलं नव्हतं. एकूण दहा कोटींचं बजेट होतं. तो एक महत्त्वाकांक्षी संशोधनप्रकल्प असल्याचं डॉ. अंजलीला जाणवलं. त्यात जी काही उपकरणं डॉ. समीरनी नमूद केली होती, त्यातली ठरावीकच तिला माहीत होती. बाकी खूपच अत्याधुनिक होती.

डॉ. अंजलीनं पुन्हा एकदा तो प्रकल्प चाळून काढला. त्यात डॉ. समीरना सुचवण्यासारखं तिच्याजवळ काहीच नव्हतं. अतिशय सोप्या आणि सुटसुटीत भाषेत त्यांनी तो प्रकल्प सर्वसामान्यांना समजेल असा लिहिला होता. तिच्याजवळ होते ते फक्त प्रश्न- न उमजणारे, न समजणारे असे. तेच डॉ. अंजली डॉ. समीरकडून समजावून घेणार होती.

यात रात्रीचे साडेबारा कधी वाजून गेले, हे डॉ. अंजलीला कळलंच नाही. डोक्यात असंख्य प्रश्न घेऊन ती झोपी गेली.

दुसऱ्या दिवशी सकाळीच डॉ. अंजली संशोधनप्रकल्पाची प्रत हातात घेऊन संस्थेत नऊ वाजताच हजर झाली. डॉ. समीर त्याआधीच येऊन केबिनमध्ये कम्प्युटरवर बसले होते. टेबलावर बऱ्याच ठिकाणी रेखांकित केलेला प्रकल्प पडलेला होता. रात्री डॉ. समीरनी पुन्हा एकदा प्रकल्प चाळून, त्याला मूर्त रूप दिलं होतं.

डॉ. अंजली केबिनमध्ये प्रवेश करत म्हणाली,

"आत येऊ सर!"

डॉ. समीर आनंदाने म्हणाले,

"ये... अंजली बैस! " तिच्याकडे बघत ते पुढे म्हणाले, "आणि हो... प्रत्येक वेळी माझी परवानगी घेण्याची गरज तुला नाहीये. हं बोल... कसा वाटला आपला प्रकल्प... एनी सजेशन?"

डॉ. अंजली खुर्चीत ओशाळत बसली व म्हणाली,

"सर... या प्रकल्पाविषयी मी काय सजेशन्स देणार? तो आपल्या पायावर स्वत:च भक्कमपणे उभा आहे... माझ्या कल्पनेपलीकडची कल्पना त्यात तुम्ही मांडली आहे... प्रकल्प खूपच सुंदर आहे."

"थँक्स फॉर दी कॉम्प्लिमेंट... पण तुझ्या काही सजेशन्स असतील, तर त्या आपण निश्चितच समाविष्ट करू." डॉ. समीर तिला पुन्हा प्रोत्साहित करीत

म्हणाले होते.

डॉ. अंजली क्षणभर चुळबुळली आणि डॉ. समीरकडे पाहत म्हणाली,

''सर, माझ्या काहीही सूचना नाहीत आणि त्यात अजून काही समाविष्ट करावं असंही मला वाटत नाही. कारण तुम्ही तो अतिशय सहजपणे कुणालाही कळेल असा लिहिलेला आहे. नाहीतर असे प्रकल्प कुणास समजू नये म्हणूनच लिहिले जातात.''

डॉ. अंजलीच्या या कोटीवर डॉ. समीरनी दिलखुलासपणे हसत दाद दिली. डॉ. अंजली क्षणभर थांबली व पुढे म्हणाली,

''पण सर!...''

डॉ. अंजली अडखळली. विचारू की नाही या द्विधा मन:स्थितीत ती होती. या पातळीला विचारणे योग्य ठरेल की नाही म्हणूनही तिच्या मनात आलं. ती थांबलेली पाहून डॉ. समीर म्हणाले,

''पण काय अंजली? विचार. प्लीज बी फ्री... तुला हा प्रकल्प आवडला नाही का?''

''नाही सर! तसं नाही.'' डॉ. अंजली तत्काळ उत्तरली व चाचरत पुढे म्हणाली, ''प्रकल्पाच्या मेरीटविषयी मुळीच दुमत नाही आणि कुणाचंही नसावं... पण मला यासंदर्भात काही प्रश्न आहेत... मूलभूत स्वरूपातील. मी विचारू शकते ना?''

''अगं! विचार ना मग!.. परवानगी काय घेतेस. गो अहेड...''

डॉ. समीरनी परवानगी दिली. डॉ. अंजली सावरून बसत म्हणाली,

''सर, वनस्पतींना भावना असू शकतात याची कल्पना मला होती; पण त्यांना स्मृती असू शकतील अशी कल्पनाही मी कधी केली नाही. वनस्पतींना अशा स्मृती खरंच असू शकतील असं तुम्हाला वाटतंय सर? आणि असतील तर त्या कशा?''

या प्रश्नावर डॉ. समीर थोडे विचारात पडले. प्रदीर्घ उसासा सोडीत थोडेसे खुर्चीवर रेलून म्हणाले,

''अंजली, तू मघाशी म्हणालीस की, हा प्रकल्प माझ्या कल्पनेपलीकडचा आहे; पण प्रश्न तर तू अतिशय प्रकल्पाच्या मूळ हेतूच्या गाभाऱ्यातीलच विचारलास! व्हेरी स्मार्ट हं!'' डॉ. समीर हसले. डॉ. अंजलीही काहीशी लाजली होती. उत्तराच्या अपेक्षेने ती त्यांच्याकडे पाहू लागली. डॉ. समीर पुढे म्हणाले, ''अंजली, वनस्पतींना स्मृती असतात की नाही, हा प्रश्न आजही अनुत्तरित आहे. किंबहुना तो शोधणे हाच या प्रकल्पाचा मुख्य हेतू आहे; पण वनस्पतींना स्मृती असतील अशी सैद्धांतिक पुष्टी मात्र मिळते. त्यास शास्त्रीय आधार आहे. जर का तू मानव आणि वनस्पती यांच्या मूळ पेशी पाहिल्या, तर त्यांच्यात बरेचसे साम्य आहे. मानवांत प्रथिने तयार होण्याची एक नैसर्गिक प्रक्रिया आहे. तशीच प्रक्रिया वनस्पतींमध्येही आहे; पण ती

दुसऱ्या मार्गाने; ती म्हणजे प्रकाशसंश्लेषण! तुला ते माहीतच आहे. वनस्पतींमध्ये याच प्रक्रियेमुळे वेगवेगळी प्रथिने निर्माण होतात आणि त्यातच स्मृतिसदृश प्रथिने असण्याची शक्यता नाकारता येत नाही आणि तेच आपल्याला शोधायचे आहे...''

''पण सर! प्रकाशसंश्लेषण ही प्रक्रिया बहुतांशी सर्वच वनस्पतींमध्ये घडते. मग अशी स्मृतिसदृश प्रथिने मिळण्याची शक्यता सगळ्याच वनस्पतींमध्ये आहे का?'' डॉ. अंजलीने प्रश्न विचारला.

''असं काहीही सांगता येत नाही... आजपर्यंत बहुतेक वनस्पतींच्या जाती-प्रजाती हजारोंच्या संख्येने शोधल्या गेलेल्या आहेत, अभ्यासल्या गेलेल्या आहेत; पण त्यात अशी काही प्रथिने आढळलेली नाहीत; म्हणून आपणास शोध थांबवता येणार नाही. अतिउच्च कोटींचे उपकरण उपलब्ध असल्याने शास्त्रज्ञ पुन्हा या गोष्टींचा पाठपुरावा जोमाने करीत आहेत. परवा आपण सुनीलबरोबर जंगलात फिरायला गेलो, तेव्हाच तेथील काही वनस्पती बघून, माझ्या डोक्यात ही कल्पना आली आणि तिने चांगलंच मूळ धरलं. अंजली मी तुला सांगतो, हे रामपूर वनक्षेत्र अतिशय दुर्मीळ वनस्पतींनी भरलेलं आहे. इथे अजूनही न शोधलेल्या वनस्पती असाव्यात, असं मला वाटतं. त्याचाच तर शोध आपल्याला घ्यायचाय. येथे अशा वनस्पती असतील की, ज्यात नुसतेच स्मृतिसदृश प्रथिनेच विखुरलेली नसतील, तर एखाद्या वनस्पतीला मानवासारखा मेंदूही असण्याची शक्यता नाकारता येत नाही.'' डॉ. समीरनी आपल्या कल्पनांचा, विचारांचा अधिकच विस्तार केला होता.

डॉ. अंजली शेवटच्या वाक्यावर आश्चर्याने व अविश्वासाने पाहत राहिली आणि म्हणाली,

''सर, काय म्हणताय? मेंदू?''

''होय मेंदू!''

''पण वनस्पतींच्या कुठल्या भागात?'' डॉ. अंजलीनं विचारलं.

''काहीही सांगता येत नाही... कुठेही असू शकेल. पाने, खोड, मुळे कुठेही. एरवी वनस्पतींच्या शरीरात सतत भौतिक-रासायनिक क्रिया घडत असतात. त्या श्वसन करीत असतात. त्यामुळे सृष्टीत अशा वनस्पती असतील की त्यांना संघटित असा मेंदूही असू शकेल.'' डॉ. समीर आत्मविश्वासाने व ठामपणे म्हणाले.

डॉ. अंजलीचं समाधान झालं होतं. ती म्हणाली,

''थँक्स सर! माझ्या कुवतीप्रमाणे मला कळलेलंच आहे; पण तुम्ही मला या प्रकल्पात साहाय्यक सूत्रधार म्हणून सामावून घेतल्याबद्दल मी तुमची खरंच खूप आभारी आहे सर!'' डॉ. अंजली नतमस्तक झाली होती.

''अगं! आभार कसले मानतेस... आपल्याला दोघांना मिळून हे संशोधन

करायचंय... यू आर अ रिस्पॉन्सिबल सायंटिस्ट आणि तू या संशोधनात समरस होशील, याची मला खात्री होती आणि म्हणूनच मी तुझ्यावर ही जबाबदारी टाकलीये.'' डॉ. समीर तत्काळ उद्‌गारले होते.

''थँक्यू सर!.. आपण विश्वास दाखविल्याबद्दल आणि जबाबदारीची जाणीव करून दिल्याबद्दल. मी आत्तापासूनच मदत करते.''

डॉ. अंजली पुढे झाली होती. डॉ. समीर म्हणाले,

''मी तुला सांगणारच होतो अंजली. तशी तू आधीच समरस झालीस. तू जे काही प्रयोग करतेस, ते या प्रकल्पातील प्राथमिक प्रयोगच आहेत. आधीच आपण सुरुवात केलीये. एनी वे. ह्या प्रकल्पात काही ॲडिशन्स टाकून, तो डॉ. पाबळकरांकडे न्यायचाय.'' डॉ. समीर घड्याळात पाहत म्हणाले.

''ठीक आहे सर... मी तुम्ही केलेल्या दुरुस्त्या कॉम्प्युटरमध्ये टाकते आणि फायनल प्रिंटिंग देते. आपण आजच हा प्रकल्प पाठवूयात.''

डॉ. अंजलीने कॉम्प्युटरचा ताबा घेतला. ती टायपिंग करण्यात गुंतली होती. डॉ. समीर काही प्रशासकीय कागदपत्रे गोळा करण्यात गुंतले होते.

अर्ध्या तासातच डॉ. अंजलीने टाईप करून संशोधन प्रकल्पाचा फायनल प्रिंटआऊट घेतला होता. डॉ. समीरनी तो पुन्हा एकदा चाळून, गुमानला पंचवीस प्रती करून आणण्यास सांगितलं.

गुमाननं संशोधन प्रकल्पाच्या पंचवीस प्रती आणताच डॉ. अंजलीनं त्या हातात घेतल्या. डॉ. समीरनं एक फॉरवर्डिंग पत्र तयार केलं व प्रकल्पाच्या एण्डॉर्समेण्ट पत्रकावर व संस्थेचे संचालक म्हणून डॉ. पाबळकरांच्या सहीसाठी डॉ. समीर व डॉ. अंजली संचालकाच्या केबिनकडे निघाले. डॉ. पाबळकरांची केबिन त्याच मजल्यावरच्या जिन्यानजीकच्या कोपऱ्यावर होती.

डॉ. पाबळकर आत असल्याचं त्यांच्या पी.ए. ने सांगताच, डॉ. समीर आत शिरले. त्यांच्या पाठोपाठ डॉ. अंजलीही हातात प्रकल्पाच्या प्रती घेऊन आत आली होती.

''सर!''

डॉ. पाबळकर कुठलंतरी पत्र वाचण्यात मग्न होते. आवाज येताच त्यांनी वर पाहिलं. डॉ. समीर व डॉ. अंजलीला पाहताच ते म्हणाले,

''अरे!.. या डॉ. समीर... बसा.'' डॉ. अंजलीकडे निर्देश करीत ते म्हणाले, ''बैस ना, तूही अंजली.''

डॉ. समीर तडकपणे उत्तरले,

''नको सर! थँक्स...फक्त तुमची सही हवी होती. डी. एस. टी. ला एक संशोधन प्रकल्प सादर करीत आहोत. हे फॉरवर्डिंग पत्र आणि या प्रकल्पाच्या प्रती.''

डॉ. समीरने स्वत:च्या हातातील पत्र त्यांच्या पुढ्यात ठेवलं व त्याचवेळी डॉ. अंजलीकडून पंचवीस प्रती हातात घेऊन त्यासुद्धा डॉ. पाबळकरांपुढे ठेवल्या होत्या. डॉ. पाबळकरांनी त्यांच्या हातातलं पत्र बाजूला ठेवीत, त्यांनी डॉ. समीरनी दिलेल्या पत्रावर व प्रकल्पांच्या प्रतींवर नजर टाकली व डॉ. समीरकडे कौतुकाने पाहिलं.

पत्र वाचून त्यांनी संशोधनाची एक प्रत चाळून पाहिली. शेवटचं बजेटरी बघताच त्यांचे डोळे आश्चर्याने विस्फारले गेले. डॉ. समीरकडे पाहत ते म्हणाले,

"डॉ. समीर, या प्रकल्पाचं बजेट खूपच मोठं आहे. दहा कोटी?"

"होय सर! जो प्रश्न आपण हाताळणार आहोत, त्यासाठी एवढं अर्थसाहाय्य आवश्यकच आहे. त्यासाठी आधुनिक उपकरणे लागणार आहेत." डॉ. समीरनी माहिती पुरवली.

"पण डी. एस. टी. एवढा पैसा एका संस्थेला देऊ शकेल? रिस्क नाही वाटत तुम्हाला?" डॉ. पाबळकर साशंकतेने विचारत होते.

"नाही सर! मला नाही वाटत यात काही रिस्क आहे. जर डी. एस. टी. ला या प्रकल्पात रूची निर्माण झाली, तर ते निश्चितच अर्थसाहाय्य करतील. तरीसुद्धा लेट अस ट्राय सर! मिळणार की नाही हा प्रश्न नंतरचा आहे. अदरवाईज वुई वील फाईंड सम अदर वे..." डॉ. समीर आत्मविश्वासाने म्हणाले होते.

डॉ. पाबळकर, डॉ. समीरच्या आत्मविश्वासाकडे पाहतच राहिले. ते पुन्हा एकदा कौतुकाने पाहत हसले. पुढच्या काही मिनिटांत त्यांनी सह्या केल्या होत्या... पत्र हाती देत म्हणाले,

"बेस्ट ऑफ लक डॉ. समीर... ॲण्ड डॉ. अंजली यू टू..."

"थँक्स सर!"

डॉ. समीरनी आभार व्यक्त केले. त्याचवेळी डॉ. अंजलीने प्रकल्पाच्या सर्व प्रती हातात घेतल्या होत्या आणि डॉ. पाबळकरांना 'हॅव अ नाईस डे' असं म्हणत दोघेही केबिनच्या बाहेर पडले.

पुढे सरळ दोघांनीही कार्यालयात जाऊन त्या प्रती डिसपॅचसाठी दिल्या... आणि ऑनलाईनही स्कॅन करून पाठवून दिल्या.

दुपारचे तीन वाजून गेले होते. डॉ. समीर डॉ. अंजलीला म्हणाले,

"यातून चांगला काहीतरी निष्कर्ष निघेल अशी आपण आशा करायला हरकत नाही."

"आशा कशाला सर? हा प्रकल्प मंजूर होईलच असं मला वाटतं..." डॉ. अंजली ठामपणे म्हणाली.

त्यावर डॉ. समीर नुसतेच हसले. पुढे त्यांच्या केबिनचं दार अर्धवट उघडतच ते म्हणाले,

"अंजली..."

"येस् सर!"

"काल तू ज्या वनस्पतींवर प्रयोग केलेस... त्याचे काही परिणाम आलेले आहेत का?"

"होय सर! मी जवळजवळ सर्वच वनस्पतींची निरीक्षणे घेतलीत... त्यांचे आलेखही माझ्याजवळ आहेत." डॉ. अंजलीने माहिती दिली.

"मग आणतेस का? लेट अस सी काय परिणाम आहेत ते!"

"ठीक आहे सर! आलेच मी."

डॉ. अंजली प्रयोगशाळेत शिरली, तर डॉ. समीर आपली केबिन उघडून खुर्चीत स्थानापन्न झाले. गेल्या काही दिवसांपासून डोक्यात असलेल्या प्रकल्पाच्या सादरीकरणानं त्यांना हलकं वाटत होतं.

डॉ. अंजली दुसऱ्याच क्षणी प्रयोगाचे सर्व परिणाम घेऊन आली. एक खुर्ची ओढत तिने डॉ. समीरच्या पुढ्यात परिणाम स्वरूपातील आलेख ठेवले. थोडं ओणवं होत डॉ. अंजली म्हणाली,

"सर, साधारण मी आठ वनस्पती आपल्या परिसरातूनच घेतल्या होत्या. त्यात वड, पिंपळ, बाभूळ, बोर, एरंड इत्यादी वनस्पती आहेत. त्यांचेच हे आलेख वेगवेगळ्या विद्युतभारांना घेतलेले आहेत." डॉ. समीरनी सर्व आलेख एकापाठोपाठ चाळले व विचार करीत ते म्हणाले.

"ठीक आहे अंजली... या वनस्पतींची विद्युतक्षमता जवळजवळ सारखीच आहे. हे बघ!" आलेख डॉ. अंजलीकडे सरकवीत डॉ. समीर पुढे म्हणाले, "हा जो मोठा पीक शिखर आहे हा प्रत्येक वनस्पतीच्या पेशीतील सायटोप्लाझममुळे आहे. त्यामुळे यात काही विशेष नाही; पण प्रत्येक वनस्पतीत ह्या पीकची प्रखरता कमी-जास्त आहे. तीच त्यांची विद्युतक्षमता दर्शविते. वडाची विद्युतक्षमता इतरांपेक्षा जास्त आहे. ओ.के.... तू अजून वेगवेगळ्या वनस्पतींवर हा प्रयोग चालू ठेव आणि हे आलेखही फाइल करून ठेव." डॉ. समीर वनस्पतींचे परिणाम डॉ. अंजलीच्या हातात देत म्हणाले होते.

"ठीक आहे सर! मी जास्तीत जास्त वनस्पतींसाठी हा प्रयोग करण्याचा प्रयत्न करते." डॉ. अंजली उठत म्हणाली होती व बाहेर पडली.

डॉ. समीर मात्र शून्यात पाहत होते. विचार करीत होते. वनस्पती आणि त्याचे परिणाम डोक्यात घोळत होते. त्यांना त्या आलेखात वेगळं असं अपेक्षित होतं, अनभिज्ञ असं. त्यासाठी त्यांनाही प्रयत्न करावे लागणार होते, भरपूर वनस्पतींचा अभ्यास करावा लागणार होता. तोच विचार त्यांच्या मनात यावेळी घोळत होता.

११

सोनवणे आठ दिवसांसाठी रजेवर गेले होते. सहसा ते रजा घेण्याचं टाळीत असत; पण या क्षेत्रात नुकतीच बदली झाली असल्याने, स्थिरस्थावर व्हायला त्यांना वेळ लागला होता. त्यामुळे कुटुंबाला आणणे शक्य झाले नव्हते. आताशा बऱ्यापैकी स्थिरता लाभल्याने त्यांनी आपली पत्नी नीलिमा व मुलगा किरण यांना आणण्यासाठी रजा टाकली होती. सोनवणे कुटुंबवत्सल असल्याने फार काळ कुटुंबाशिवाय राहणं त्यांना शक्य होत नसे. आत्तापर्यंतच्या त्यांच्या झंझावाती जीवनात पत्नीची साथ एखाद्या सावलीप्रमाणे लाभली होती. तिचं अस्तित्व त्यांना नेहमीच स्फूर्ती देणारं ठरत असे. म्हणूनच हा परिसर अनभिज्ञ असतानाही त्यांनी नीलिमा व किरणला येथे आणण्याची जोखीम घेतली होती. किमान एक वर्ष तरी आपली येथून बदली होणार नाही, याची त्यांना खात्री होती. तसा येथील परिसर अतिशय निसर्गरम्य व स्वच्छ होता आणि नीलिमासारख्या रसिक स्त्रीला ते निश्चित आवडेल, असा आत्मविश्वास सोनवण्यांना होता. तशी नीलिमा कुठल्याही वातावरणाशी लवकर जुळवून घेत असे. इथेही जाधवकाका, नटवर, समीर, निशिकांत, इला यांसारखे सहकारी व मित्रपरिवार असल्याने नीलिमा लवकर समरस होईल आणि किरणही रुळेल असा विश्वास त्यांना होता.

जाताना सोनवण्यांनी कार्यालयाचा कारभार निशिकांतकडे सोपवला होता. या काही दिवसांत त्यांनी कार्यालयाचा चेहरामोहराच बदलून टाकल्याने, फारशी अडचण येणार नव्हती. वनक्षेत्राची इत्यंभूत माहिती गोळा करून त्यांनी फायलिंग करून ठेवले होते. एक प्रकारची कार्यालयीन शिस्त त्यांनी स्वत:पासूनच घालून दिली होती. तरीसुद्धा सोनवण्यांनी निशिकांतला इथल्या प्रवृत्तींची व परंपरेची माहिती दिली होती. काही महत्त्वाचे संकेत दिले होते. चुकून एखादा प्रसंग उद्‌भवलाच, तर त्याला धैर्यानं तोंड कसं द्यायचं याचंही मार्गदर्शन केलं होतं. निशिकांत सोनवण्यांची प्रत्येक गोष्ट बारकाईने ऐकत होता. तो उत्स्फूर्तपणे व तेवढ्याच आत्मविश्वासाने

म्हणाला होता,

"सर, मी तुमच्या हाताखाली काम करीत असल्याने कुठल्याही प्रसंगाला तोंड देण्याचं सामर्थ्य माझ्यात आहे. तुम्ही निश्चिंत राहा."

यावर सोनवण्यांनी अभिमानानं निशिकांतच्या खांद्यावर हात ठेवला. त्यांच्या पश्चात कार्यालयाची धुरा निशिकांत समर्थपणे पेलू शकतो, असा विश्वास त्यांना होता. ते नसताना कार्यालयात कुठलाही अनुचित प्रकार घडणार नाही व कुठल्याही प्रवृत्तींचा शिरकाव होणार नाही, याची खात्री त्यांना होती. म्हणूनच ते निश्चिंत होते. इथल्या साम्राज्याविरोधात दंड थोपटून उभं राहणं ही साधी गोष्ट नव्हती. त्यामुळे निशिकांतसारखे सहकारी मिळवणं व त्यांच्यावर विश्वास टाकणं हा त्यातीलच भाग होता. नाहीतर निर्माण केलेली पायाभरणी सुरुवातीलाच झाली असती.

सोनवणे सकाळच्या प्रहरीच बसने निघून गेले होते. नटवरसिंग त्यांना शहाद्यापर्यंत पोहोचवायचं म्हणत होता; पण सोनवणे खाजगी कामासाठी सरकारची कुठलीही वस्तू व वास्तू वापरीत नसत. नियमात तरतूद असेल, तरच ते त्याचा उपयोग करत असत. म्हणून सकाळीच महाराष्ट्र राज्य परिवहन मंडळाच्या बसने ते शहाद्याला आले होते व तेथून नागपाड्याला. नागपाड्याहून ते ट्रेनने सरळ चंद्रपूरला जाणार होते. चंद्रपूर वनपरिक्षेत्रातूनच त्यांची बदली रामपूर वनपरिक्षेत्रात झाली असल्याने, सध्या तेथेच त्यांचं कुटुंब होतं.

निशिकांत आजही नेहमीप्रमाणे नऊ वाजता ऑफिसात हजर झाला होता. जाधवकाकांनी त्याआधीच ऑफिस साफसूफ करून ठेवलं होतं. नटवरसिंगही जीप धुवून ऑफिसमध्ये काही फाइल्स नीटनेटक्या करीत जाधवकाकांना मदत करीत होता. जाधवकाका व नटवर, सोनवण्यांना पोहोचवून आल्यानंतर सरळ कार्यालयात कामालाच लागले होते.

निशिकांतही कामाला लागला होता. आजपासून कमीत कमी आठ दिवस ऑफिसची संपूर्ण जबाबदारी त्याच्यावरच होती. त्यामुळे त्यानं अजून काही गोष्टींचा अभ्यासात्मक आढावा घेण्याचं ठरवलं. त्यानुसार काही फाइल्स स्वत: काढून व काही जाधवकाकांकडून मागवून तो त्या चाळू लागला. या वनखात्याची सखोल माहिती त्यास जाणून घ्यायची होती. सोनवणेसाहेबांनी अतिशय सूत्रबद्धपद्धतीने प्रत्येक माहितीचे वर्गीकरण केलेले असल्याने, निशिकांतला सोपे जात होते. अर्धा-पाऊण तास निशिकांत वनखात्यातील विविध माहिती वाचण्यात मग्न झाला होता.

दहाच्या सुमारास एक जीप धुरळा उडवीत कार्यालयाच्या दारासमोर येऊन थांबली. निशिकांतनं हळूच खिडकीतून बाहेर पाहिलं. विरळ होत जाणाऱ्या धुरळ्यात जीपमधून दोन जण उतरले. त्यापैकी एक जण धिप्पाड देहाचा होता. चहुअंगांनी भरलेला, ढेरी पुढे आलेली, काळा रंग उठून दिसणारा, झुपकेदार मिशा, बटबटीत

डोळे, तारवटलेल्या डोळ्यांमध्ये लालसर छटा, तोंडात पानाचा विडा, पन्नाशी गाठलेली, चेहऱ्यावर मग्रुरी, त्याच्यासोबतच एक किडकिड्या शरीराचं व्यक्तिमत्त्व, सफारी घातलेले, गोरटेला चेहरा असूनही त्यावर मनातील बेरकीपणाचे भाव स्पष्ट दिसत होते. दोघंही सरळ कार्यालयाच्या दिशेने येताना निशिकांतला दिसले. जाधवकाका त्याच्याजवळ हळूच येत म्हणाले,

''निशिकांत! धिप्पाड देहाचे गृहस्थ आहेत, ते आपले जिल्हाप्रमुख उपविभागीय वनाधिकारी श्री. माधवराव शिंदे आहेत आणि दुसरे शहादा तालुक्याचे वनपरिक्षेत्राधिकारी श्री. दत्तात्रय मराठे आहेत. आज कसे काय इकडे आलेत ठाऊक नाही. सोनवणेसाहेबपण नाहीत.''

निशिकांतनं अर्थपूर्ण पाहिलं. दोघंही कार्यालयाच्या पायऱ्या चढत होते. नटवरसिंगच्या नमस्काराकडे जाणीवपूर्वक दुर्लक्ष करीत माधवराव शिंदेंनी आत प्रवेश केला. निशिकांत सामोरा होत म्हणाला,

''या सर, वेलकम... मी निशिकांत ठाकरे...''

निशिकांतनं पुढे केलेल्या हाताकडे दुर्लक्ष करीत शिंदेंनी मराठ्यांकडे शंकेने पाहिलं आणि चेहऱ्यावर हा कोण, असे हावभाव आणले. मराठ्यांच्या तत्काळ लक्षात येताच ते हसत उत्तरले,

''हे साहाय्यक वनपाल म्हणून नुकतेच रूजू झाले आहेत साहेब...''

निशिकांतच्या अधांतरी हातात हळूच हात देत शिंदे म्हणाले,

''बरं... बरं!... मग वनपाल गेला कुठे?''

मराठे पुढे होतं लगबगीने सोनवणे बसतात त्या खुर्चीकडे निर्देश करीत म्हणाले,

''बसा ना साहेब!''

निशिकांतने शेजारचीच एक खुर्ची ओढून बसण्यास सांगण्याअगोदरच मराठ्यांनी सांगितलं होतं. निशिकांतच्या कृतीकडे लक्ष न देता शिंदे सरळ सोनवण्यांच्या खुर्चीत आसनस्थ होऊ लागताच निशिकांत म्हणाला,

''एक्सक्यूज मी सर!.. त्या जागी सोनवणे सर बसतात...''

शिंदे क्षणभर स्तब्ध झाले. त्यांचा चेहरा रागानं थोडासा फुलला. निशिकांतच्या बोलण्याचा त्यांना राग आला होता. नाक फुरफुरत ते म्हणाले,

''मग इथे बसतो याचा अर्थ तीर मारतो की काय? ॲण्ड हाऊ यू डेअर, मिस्टर ठाकरे टॉक टू मी सच स्टूपिड थिंग...''

''हा स्टुपिडनेस नाहीये सर!.. तिथे सोनवणेसाहेब बसतात. त्याऐवजी तुम्ही इथे बसा, असं मला म्हणायचं आहे.'' निशिकांत शांत स्वरात म्हणाला.

या वाक्यानं शिंदे अजूनच धुमसत म्हणाले,

"डु यू नो, हू आय ॲम..." मराठ्यांकडे पाहत शिंदे पुढे म्हणाले, "मराठे, सांगा यांना, हे कुणाशी बोलत आहेत ते."

मराठे बोलणार; तेवढ्यात निशिकांत त्यांना अडवत म्हणाला,

"मला माहीत आहे मराठेसाहेब, हे जिल्हाप्रमुख आहेत..."

"नुसताच प्रमुख नाहीये. आय. एम. आय. एफ. एस. यू अंडरस्टँड..." शिंदे छाती फुलवीत म्हणाले.

"तेच मी म्हणतोय सर!.. यू आर वेल एज्युकेटेड... आय कॅन अंडरस्टँड." निशिकांत पुनश्च नम्रतेनं म्हणाला.

"व्हॉट अंडरस्टँड...! सोनवण्यांच्या या खुर्चीवर बसण्याची माझी लायकी नाही, असं म्हणायचं आहे का तुम्हाला?" शिंदेंनी आपला हेका रेटला.

"तसं नव्हे सर!.. हे सोनवण्यांचे ऑफिस आहे. ही त्यांची खुर्ची आहे. तेथे कुण्या दुसऱ्याने बसणे उचित नाही. नंदुरबारला येऊन तुमच्या ऑफिसमधील खुर्चीत मी बसलो तर चालेल का?" निशिकांत सरळसरळ बोलता झाला.

"यू शट अप! काही काय बोलतोय? वरिष्ठांशी बोलण्याची पद्धत आहे की नाही? तुमचा अतिशय कनिष्ठ दर्जा आहे हे लक्षात असू द्या. लहान तोंडी मोठा घास घेण्याचा प्रयत्न करताय तुम्ही. तुमच्या सोनवण्यांनी हे ऑफिस विकत घेतलं आहे की काय?..म्हणे त्यांची खुर्ची..." मराठ्यांकडे पाहत ते पुढे म्हणाले, "मराठे, ह्या अशा लोकांचं एम. पी. एस. सी. सिलेक्शन करतंच कसं?"

मराठ्यांनी न बोलताच निशिकांतला शांत राहण्याचा इशारा केला. त्याला न जुमानता निशिकांत म्हणाला,

"सर, मला वाटतं मी तुमच्याशी वावगं असं काही वागलो नाही. वरिष्ठांशी कसं बोलावं याची मला निश्चितच जाण आहे. सोनवणेसाहेबांच्या खुर्चीत बसणे उचित नाही एवढंच मला सांगायचं होतं." निशिकांत पुन्हा शांतच होता.

शिंदेंनी पुन्हा निशिकांतवर जळजळीत कटाक्ष टाकला व सोनवण्यांची खुर्ची ओढत ते स्थानापन्न झाले. शिंदेंची अरेरावीच त्यातून दिसत होती. शेजारच्या खुर्चीत दत्तात्रय मराठे बसले. खुर्चीवर रेलून निशिकांतकडे पाहत ते म्हणाले,

"मग कुठे गेला तुझा तो सोनवणेसाहेब?"

शिंदेंचा उद्धट व उद्दामपणा पाहून निशिकांतला प्रचंड राग आला; पण चेहऱ्यावर न दर्शवता तो म्हणाला,

"आठ दिवसांसाठी ते रजेवर गेलेत."

"काय? रजेवर? कुणाच्या परवानगीने? वनखात्यात एवढी कामे पडलेली असताना इतके दिवस सुट्टी दिली कोणी?.. मराठे तुम्ही? तुम्हाला माहीत आहे, तो रजेवर गेला म्हणून?" शिंदेंनी असंख्य प्रश्न केले.

मराठे थोडे गांगरले. शिंदेंकडे पाहत आठवत म्हणाले,

"साहेब! मला वाटतं सोनवण्यांचा तसा अर्ज आलेला आढळला नाही."

"मग सोनवणे स्वत:ला जहागीरदार समजायला लागलाय की काय? सुट्टी घेण्याच्या प्रोसिजर्स असतात, हे त्याला ठाऊक नाही वाटतं? आताच्या तरुणांना काम न करता नुसता फुकटचा पगार पाहिजे. मजा करायला हवी. यूजलेस. आय विल टेक इमीडिएट ॲक्शन अगेंन्स्ट हिम! लेट हिम कम!" शिंदेंची अखंड बडबड सुरूच होती. निशिकांत शांतपणे ऐकत होता. त्याची सहनशीलताच पणाला लागली होती; पण सोनवणेसाहेबांबद्दलचे काही अपशब्द ऐकून तो अनियंत्रित झाला व ठासून म्हणाला,

"सर, प्लीज! डोंट टॉक रबिश! सोनवणेसाहेब तसे नाहीयेत."

"अरे, मग तसे नाहीत तर कसे आहेत? सरकारी नोकरी घरची जहागिरी समजून घेतली आहे की काय त्याने? आओ-जाओ घर तुम्हारा! नोकरी करायची नसेल, तर राजीनामा दे म्हणावं. यूजलेस फेलो..." शिंदे चिडून बोलतच होते.

निशिकांत यावेळी जोराने ओरडून म्हणाला,

"सर प्लीज...! वाट्टेल ते बोलू नका. सोनवणे सर इज व्हेरी डिसिप्लिन्ड पर्सन... त्यांनी रीतसर अर्ज केलेला आहे."

"मग मराठे काय खोटं बोलत आहेत?" शिंदे पुन्हा धुमसत म्हणाले.

निशिकांतला मर्यादा ओलांडता येत नव्हती. शेवटी माधवराव शिंदे हे त्याचे वरिष्ट अधिकारी होते. तो खरोखरच कनिष्ठ कर्मचारी होता. त्याला शिंदेंचा प्रचंड राग येत होता; पण आक्रमक होता येत नव्हतं. त्याने नटवरसिंगकडे पाहिलं व म्हणाला,

"नटवर, ती तिसऱ्या रॅकमधील लाल फाइल घे!"

नटवरनं तत्काळ फाईल आणून दिली. जाधवकाकाही हवालदिल झाले होते. साहेबांचा स्वभाव त्यांना चांगलाच ठाऊक होता. निशिकांतचा निभाव कसा लागेल, याचीच त्यांना काळजी होती. शिवाय सोनवणेसाहेबांच्या अनुपस्थितीत त्यांच्याविषयी हा माणूस काय कट-कारस्थान रचेल ते सांगता येत नव्हतं. जाधवकाका व नटवर गंभीर झाले होते. निशिकांत मात्र शांत होता. तो आत्मविश्वासानं फाइलमधलं एक पत्र शिंदेंच्या पुढ्यात टाकत म्हणाला,

"बघा!.. हा सोनवणेसाहेबांचा अर्ज. मराठ्यांनीच तो मंजूर केला आहे. त्यावर त्यांची सहीसुद्धा आहे."

यावर मराठे बावरले व ते पत्र हातात घेत म्हणाले,

"काय म्हणताय? बघू... बघू..."

माधवराव शिंदेंनीही ते पत्र पाहिलं व मराठ्यांकडे पाहत ते म्हणाले,

"हे काय आहे मराठे!.. तुम्ही तर म्हणाला होतात..."

मधेच मराठे बेरकीपणे खीऽऽ खीऽऽ करीत हसत म्हणाले,

"त्याचं काय आहे साहेब... असंख्य पत्रांमुळे माझं कदाचित पाहण्याचं राहून गेलं असेल... अशी किरकोळ लोकांची पत्रं सहसा मी न वाचताच सह्या करतो."

"ठीक आहे... यापुढे असल्या किरकोळ लोकांचीही पत्रं वाचत चला. नाहीतर तुमच्याबरोबर आम्हालाही गोत्यात आणाल..." निशिकांतकडे पाहतच शिंदेंनी हा टोमणा मारला होता. मराठ्यांनी कबूल करीत मान डोलावली होती.

रजेचं रीतसर पत्र पाहिल्यानंतर शिंदे थोडेसे नरमले. हवा असलेला धागा त्यांच्या हातून निसटून गेला होता. सोनवणे अनुपस्थित असतानाच त्यांच्या उणिवा शिंदेंना शोधायच्या होत्या. म्हणून त्यांनी निशिकांतला इतर माहिती विचारण्यास प्रारंभ केला. वनाचे क्षेत्रफळ, मालमत्ता, वनस्पती व्यवस्थापन, प्राणी, पक्षी, वातावरण इत्यादी माहितींचा ते आग्रह धरू लागले. ही माहिती कुठल्याही वनखात्यात असणे शक्यच नाही, असा त्यांचा दृढ विश्वास होता. या आधारे तरी सोनवण्यांना कात्रीत पकडता येईल व त्यांच्यावर अकार्यक्षमतेचा ठपका ठेवता येईल, या भ्रमात शिंदे होते; पण निशिकांतने नटवरसिंगला सांगून सर्व फाइली शिंदेंच्या पुढ्यात आणून ठेवल्या होत्या; शिवाय शिंदे व मराठ्यांनी स्वप्नातही विचार केला नसेल अशीही गोळा केलेली माहिती निशिकांतने सादर करताच, शिंदे निरुत्तर झाले. नटवर व जाधवकाका यांनाही इन्स्पेक्शनची पद्धत नवीच होती. मागच्या आठवड्यातच ही सगळी माहिती गोळा करून सोनवण्यांनी फाइली तयार केल्या होत्या. निशिकांतलाही सोनवण्यांच्या दूरदृष्टीचं यावेळी कौतुक वाटलं. शिंदेंच्या गालावर ती एक चपराकच होती.

दरम्यान जाधवकाकांनी चहा आणला. शिंदे व मराठे प्रत्येक माहिती बारकाईने व आश्चर्याने पाहत होते. काही माहिती तर ते प्रथमच वाचत होते.

दीड ते दोन तास अखंडपणे फेरतपासणी झाली. शिंदे व मराठे पूर्वग्रहदूषित मत घेऊनच रामपूर क्षेत्रात आले होते. सोनवण्यांच्या काहीतरी त्रुटी शोधायच्या असा जणू त्यांनी चंगच बांधला होता; पण कार्यालयातील इत्यंभूत व अतिशय नीटनेटकी, काटेकोर माहिती पाहून शिंदेंनी मनोमन सोनवण्यांना दाद दिलीच होती. सोनवण्यांविषयीची एक प्रकारची असूया त्यांच्या मनात अजूनच गडद झाली. त्यांनी ती चेहऱ्यावर दिसू दिली नाही. अशी स्वयंशिस्त, प्रामाणिक व अतिहुशार माणसं खूपच घातक असतात, याची शिंदेंना कल्पना होती. सोनवण्यांविषयी त्यांच्या जे काही कानावर आलं होतं, त्याला आता पुष्टीच मिळाली होती. सोनवण्यांच्या रूपानं आता त्यांच्यासमोरही एक आव्हान होतं. शिंदे नुसतेच फाइल चाळत होते; पण त्यांचे विचार मात्र वेगळ्याच दिशेने पळत होते.

तेवढ्यात दारातून आवाज आला.

"नमस्कार साहेब!"

शिंदे, मराठे व निशिकांतने एकाच वेळी दाराकडे पाहिलं. दारात बापूसाहेब उभे होते. एक जण हात जोडून उभा होता. पांढरीशुभ्र टोपी, कुडता व धोतर घातलेला गोरटेला पुरुष, पंचावन्नच्या आसपास वय, टोपीतून डोकावणारे पांढुरके केस, काळ्याशार ठळक भुवया, फेफरं नाक, किंचित सुटलेली ढेरी, हात जोडलेल्या एका बोटात धोतराचा सोगा. त्याच्याच शेजारी कुडता, पायजमा व टोपी घातलेला पन्नाशीतलाच इसम, लाळघोटेपणानं हसत असलेला आणि इतर दोघे त्याच्यासोबत, त्याच वेषातले. शिंदेंनी पाहताच फाइल टेबलावर ठेवली व ते खुर्चीत सावरीत बसले. उत्स्फूर्तपणे दोन्ही हात उंचावत म्हणाले,

"या... या... बापूसाहेब! या पाटीलसाहेब तुम्हीपण...!" जाधवकाकांकडे पाहत रागानं पुढे म्हणाले, "अरे जाधव, थेरड्या... उभा काय ठोंब्यासारखा? सरपंच व पाटीलसाहेबांना खुर्ची आण की बसायला..." आणि सरपंच व पाटलांकडे पाहत म्हणाले, "बापूसाहेब, ही असली थेरडी, भंकस आणि निरुपयोगी लोकं आमच्या खात्यात भरून ठेवली आहेत. यूजलेस...!"

बोलताना शिंदेंनी निशिकांतकडे कटाक्ष टाकला होता. या वाक्यानं तो अस्वस्थ झाला; पण काही बोलला नाही.

जाधवकाका मात्र निमूटपणे खुर्च्या घेऊन आले. वरिष्ठांच्या अशा बोलण्याची त्यांना सवय झाली होती. मन, स्वाभिमान असं काही उरलंच नव्हतं. शिंदे म्हणाले,

"आता नुसता उभा राहू नकोस. चहा करून आण. जा!.. सांगकामे सालेऽऽ!"

निशिकांतला राहवलं नाही. तो म्हणाला,

"सर, मला वाटतं ते स्वत: त्यांची कामे करीत आहेत. तुम्ही उगीचंच त्यांना शिवी देऊन अशोभनीय वर्तन करीत आहात."

शिंदेंना निशिकांतचा प्रचंड राग आला. ते उसळून म्हणाले,

"ए तू चूप बस...! आवाज खाली घ्यायचा. मोठे बोलत असताना लहानांनी बोलायचं नाही. आपापली कामं करायची...काय?"

हे सर्व आता निशिकांतच्या सहनशक्तीच्या पलीकडे गेलं होतं. वरिष्ठ अधिकारी असला म्हणून काय झालं! माणुसकी सोडून वागण्याचा परवाना थोडीच त्यांना दिला होता? निशिकांत रागाने बोलणार तेवढ्यात जाधवकाकांनी नकळत काकुळतीने त्याला इशारा केला. त्यांच्या इशाऱ्यानं निशिकांतनं स्वत:ला सावरलं. प्रत्युत्तर न देताच तो स्वत:च्या खुर्चीत बसला व त्याच्याजवळील फाइली आवरू लागला. आयुष्यात प्रथमच तो स्वत:चा स्वाभिमान दुखवून घेत होता. यापुढे न बोलण्याचंच त्यानं ठरवलं.

शिंदे, सरपंच बापूसाहेब व पाटलांकडे पाहत म्हणाले,

"हं तर... बोला बापूसाहेब! कसं काय येणं केलंत?"

बापूसाहेब चावरे रामपूर गावाचे बऱ्याच वर्षांपासूनचे सरपंच होते. अतिशय बेरकी व कावेबाज माणूस. सत्तारुढ पक्षाचे असल्याने वरपर्यंत जाणाऱ्या साखळीतील एक महत्त्वाची कडी. गावात कुठल्याही थराला जाऊन त्यांनी आजपर्यंत सत्ता टिकवली. विरोधक निर्माणच होऊ दिला नव्हता. त्यांच्या कळपात गावचे पाटील हरिभाऊ महाल्यांसारखे गुंड प्रवृत्तीचे लोकही सामील झाले होते. या सर्वांचीच गावात एकप्रकारे दहशत होती. परिसरातील सर्वच सरकारी कार्यालयांमध्ये त्यांचा अदृश्य वावर होता. भ्रष्ट अधिकाऱ्यांशी त्यांची बैठक असल्याने, त्यांचं चांगलंच फावलं होतं. माधवराव शिंदे हे स्वत: येथील स्थानिक व राज्यस्तरीय पुढाऱ्यांच्या मर्जीतले होते.

बापूसाहेब एक जोरदार हसण्याचा ठसका मारीत म्हणाले,

"आवं साहेबऽऽ! आता तुम्ही आलात म्हणून तुम्हास्नी भेटाया पाहिजे नव्हं का?.. आपल्या माणसाची काळजी आपणच नाही करणार, तर कोण करणार?.. बऱ्याच दिवसांतनं तुम्ही आलात म्हणून तुमची थोडी सरबराई करूयात की? नव्हं का?" डावा डोळा बारीक करीत बापूसाहेब मिश्किलपणे म्हणाले.

माधवराव शिंदे थोडेसे ओशाळले. मराठ्यांचा चेहरा लाल झाला. आनंद व्यक्त करीत शिंदे म्हणाले,

"हो! हो! का नाही बापूसाहेब...? जरूर...! मीही तुम्हाला भेटणारच होतो; पण म्हटलं आधी ऑफिशियल टूर संपवून घेऊ, मग थोड्या अन् ऑफिशियल गोष्टी करू... नाही का?"

शिंदेंसारख्या अधिकाऱ्याचं सरपंच बापूसाहेबांसमोर नतमस्तक होत बोलणं पाहून निशिकांत आश्चर्यचकित झाला. सामाजिक ऱ्हास कुठल्या थरापर्यंत येऊन पोहोचला आहे, याची जाणीव त्याला झाली. एक सरकारी अधिकारी अतिशय मिंधेपणाने वागताना तो पाहत होता.

बापूसाहेब अजून बारीक डोळे करीत म्हणाले,

"तुम्ही लाख भेटला असता हो... पण उपयोग काय?"

"म्हणजे...?" शिंदेंचा सहज प्रश्न! मराठेही आश्चर्याने पाहत राहिले.

बापूसाहेब पाटलांकडे पाहत म्हणाले,

"हरिभाऊ सांगा त्यास्नी... काय घडलं ते..."

पोलीस पाटील खुर्चीतच सावरून बसले व बोलू लागले,

"साहेब... तुमचा नवीन वनपाल आलेला आहे. नाव माहीत नाय; पण तो बरोबर माणूस नाही साहेब..."

“अरे हो... तो सोनवणे... आत्ताच रुजू झालाय. त्याचं काय?”

“बस... नेहमीप्रमाणेच आमच्या लोकांनी भेट घेतली.”

“मग काय झालं?”

“व्हायचं काय... हाकलून दिलं... अवमान केलाय त्यानं आमच्या लोकांचा. फक्त तुमच्याकडे पाहून सोडला साहेब त्येला; नाहीतर इंगा दाखवल्याबिगार आमची माणसं राहिली नसती...” पोलीस पाटील रागातच बोलत होते.

शिंदे गंभीर झाले. निशिकांत आपल्या कामात मग्न होता; पण त्याचे कान मात्र या चर्चेकडे होते. सोनवण्यांचा एकेरी उल्लेख त्यास रुचत नव्हता. शिंदे समजावणीच्या स्वरात म्हणाले,

“काय आहे हरिभाऊ!.. नवा आहे... तरुण आहे... सळसळतं रक्त आहे... इमाने-इतबारे काम करण्याची खुमखुमी आहे. दोन-चार प्रसंग घडले की येईल वठणीवर... मी समजावतो त्याला...”

“नुसतं समजावू नका सायेब!.. त्याला कामबी करायला सांगा... अजूनपर्यंत हे प्रकरण मोठ्या साहेबांपर्यंत गेलेलं नाही... नाहीतर मग जड जाईल बघा!.. तुम्हाला तर ठाऊकच आहे...” बापूसाहेब हळूच आवाजात गर्भित धमकी देत म्हणाले होते.

“काळजी करू नका बापूसाहेब!.. मोठ्या साहेबांपर्यंत जायची गरजच नाही. आताचा बच्चा आहे तो... गरम रक्त आहे... करतो मी थंड.. जा तुम्ही..” शिंदे पुन्हा समजावणीच्या स्वरात उत्तरले,

बापूसाहेब व हरिभाऊ उठले व एक डोळा सावकाश बंद करीत म्हणाले,

“ठीक आहे साहेब... मग आज रातच्याला थांबताय नव्हं...”

शिंदे मराठ्यांकडे पाहत मिश्किलपणे हसले व बापूसाहेबांकडे पाहत हसत म्हणाले,

“बापूसाहेब, तुम्ही म्हणत असाल, तर निश्चित थांबतो...”

“अहो, आम्ही आधीच येवस्था केलीये तुमची. भेटूया मग रेस्टहाऊसवर! मराठे महाराज, तुमीबी बरं का... तुमचं नेहमीचं पॅकेज आणून ठेवतो... बरं निघतो...”

शिंदेंनी हात जोडला होता. बापूसाहेबांच्या शेवटच्या वाक्यानं मराठ्यांचा काळवंडलेला चेहरा अधिकच लाल झाला. बापूसाहेब व पोलीस पाटील बाहेर पडले. शिंदे मनातल्या मनात आनंदित झाले होते.

निशिकांत मात्र या प्रसंगानं चांगलाच हबकला होता. शिंदे कुठल्या प्रवृत्तीचे अधिकारी आहेत, हे त्याला कळलं होतं. सोनवणेसाहेब सांगत होते, ते सर्वच खरं होतं. शिंदेंनी गर्वानं निशिकांतकडे पाहिलं. त्यांच्या डोळ्यांत त्याला ‘तू ही माझी

अशी सरबराई ठेव म्हणजे तुझं कल्याण करेन,' असा भाव होता. निशिकांतला त्यांची किळस आली होती; पण त्यानं आता काहीही न बोलण्याचं ठरवलं होतं. थोडा वेळ थांबून माधवराव शिंदे व दत्तात्रय मराठे रेस्टहाऊसकडे निघून गेले. आज रात्रभर त्यांचा तेथेच मुक्काम होता.

जाधवकाका व नटवरसिंग त्यांना पोहोचवायला कारपर्यंत गेले; पण निशिकांत जागचा हलला नव्हता. वरिष्ठ असले, तरी त्यांनी त्याची तमा बाळगली नव्हती. कारण असल्या पातळीच्या अधिकाऱ्यांच्या पुढे पुढे करणे त्याला जमणार नव्हतं. त्याच्या स्वभावातच ते बसणारं नव्हतं. मग त्याचे काहीही परिणाम झाले, तरी ते भोगायला तो तयार होता. सकाळीसकाळीच त्याचं मनं विषण्ण झालं. तेवढ्यात जाधवकाका व नटवर त्यांना निरोप देऊन कार्यालयात आले. जाधवकाका निशिकांतच्या निराश चेहऱ्याकडे पाहत म्हणाले,

"निशिकांत!.. बरं झालं तू शांत राहिलास. मला भीती वाटत होती की तू काहीतरी बोलशील!"

"पण काका! कसला भिकार अधिकारी आहे हो हा... किती उद्धटपणे तुमच्याशी वागत होता. उच्चशिक्षित म्हणवतो स्वत:ला; पण त्याच्यात चांगले गुण अभावानेच दिसतात..." निशिकांतनं आपलं मत व्यक्त केलं.

"आपल्या खात्यातील सर्वच साहेब असेच आहेत. आम्हाला त्याचं काहीही वाटत नाही. आमचंही मन घट्ट झालेलं आहे. अपमान सहन करण्याची सवय झाली आहे." नटवरनं आपलं मन उघडं केलं होतं.

"सहन करण्यापलीकडे अजून आम्ही काय करू शकतो, निशिकांत? आपले अधिकारी आहेत. काहीही बोललं, तरी ऐकणं भाग असतं. उलट बोललं तर नोकरीचा प्रश्न; पण आताशा सोनवणेसाहेब व तुझ्याकडे बघून आशा निर्माण झालीये. तुमच्यासारखेही चांगले अधिकारी असू शकतात, यावर विश्वास बसलाय. ठीक आहे; पण तू शांत राहिलास ते एका अर्थी बरं केलंस..." जाधवकाका अनुभवानं बोलत होते. बोलताना त्यांच्यातील हताशपणा मात्र लपून राहिला नव्हता.

निशिकांतनं जाधवकाकांकडे हळूच पाहिलं. त्यांच्या हताश बोलण्यातलं मर्म त्याला कळलं. त्याला त्यांची कीव आली. तो म्हणाला,

"तुम्ही इशारा केला नसता, तर माझा उद्रेकच होणार होता. तुमच्या अनुभवी नजरेनं मला सगळं कळलं आणि मी शांत राहण्याचा निर्णय घेतला. तो निर्णय योग्यच होता; कारण अशा माणसांशी तोंडाला तोंड लावणं बरं नाही. ती अवैचारिक कृती ठरली असती आणि अनर्थ घडला असता." निशिकांत दीर्घ श्वास सोडत जाधवकाकांकडे पाहत पुढे म्हणाला, "जाधवकाका!"

"हं..." जाधवकाकांनी नुसतंच त्याच्याकडे पाहिलं.

"मी तुमचा आभारी आहे... मला ऐनवेळी तुम्ही सावध केलंत."

"अरे, त्यात आभार कसले मानायचे? ही शिंदेसाहेबांची स्टाईलच आहे. आधी डिवचायचं आणि मग कारवाई करायची. तू तसा नवखा आहेस. यापुढेही हळूहळू तुला कळेलच; पण एक गोष्ट चांगली आहे की, सोनवणेसाहेबांसारखे अधिकारी आपल्यासोबत आहेत." जाधवकाका निशिकांतकडे पाहत म्हणाले होते.

जाधवकाका बुजुर्ग होते. निशिकांतला त्यांच्या डोळ्यांत अनुभवांचा साठाच दिसला होता. निशिकांत त्यावर फक्त हसला.

जाधवकाका आपल्या कामाला लागले. नटवर पडलेल्या फाइली पुन्हा जागच्या जागी ठेवत होता.

शिंदे भेट प्रकरणात दोन-अडीच तास निघून गेले. नाही म्हटलं, तरी निशिकांतचं मन उद्विग्न झालं होतं. डोकं जडावलं होतं. पटत नसलेले प्रसंग समोर आले की, माणूस निराश होतो, त्यातलाच हा प्रकार होता. डोक्यात विचारांचं मोहोळ उठलं होतं. वाईट प्रवृत्तींच्या अधिकारी व लोकांशी आपल्याला झुंझावं लागणार असं सोनवणेसाहेबांनी सांगितलेलं ओझरतं वाक्य त्याला आठवून गेलं. त्याची प्रचितीही आता या शिंदेप्रकरणानं आली होती. ही तर सुरुवातच होती याचीही जाणीव निशिकांतला झाली आणि यापुढे सोनवणेसाहेबांसोबत अशा प्रसंगांना सामोरं जाण्याचा निश्चय त्याने केला. यावेळी त्याचा आत्मविश्वास कित्येक पटींनी वृद्धिंगत झाला होता.

काही क्षण निशिकांतनं डोळे घट्ट मिटून घेतले; जणू काही आताचे मन:चक्षूंवर अवतरलेले प्रसंग पडद्याआड गेले होते. त्याने डोळे पुन्हा उघडले. नटवर व जाधवकाका आपापली कामे करीत होते. निशिकांतचं अस्वस्थ मन कुणाचा तरी आधार शोधत होतं. त्याने आजूबाजूला पाहिलं. हाती मोबाइल घेतला. नेहमीप्रमाणे रेंज नव्हती. तो निराश झाला, पण पुढे आवेगानं समोरचा फोन उचलून त्याने नंबर डायल केला. रिसिव्हर कानाला लावताच पलीकडून आवाज आला,

"येस्... डॉ. अंजली हिअर..."

क्षणभर शांतता... मधाळ आवाजानं निशिकांतचं हृदय नुसतंच धडधडलं. या आवाजातील जादू काही वेगळीच असल्याचं त्याला जाणवलं. धडधडणाऱ्या हृदयासोबतच त्याचा श्वासोच्छ्श्वासही मोठा होत गेला; पण तो स्वत: काहीही बोलला नाही. पलीकडचा आवाज ऐकण्यास पुन्हा तो आतुर झाला होता. रिसिव्हरमधून पुन्हा स्वर उमटले,

"येस्! डॉ. अंजली स्पीकिंग."

क्षण-दोन क्षण तसेच गेले. निशिकांत महत्प्रयासानं उत्तरला,

"अंऽऽ... मी!... मी निशिकांत..." बोलताना तो कमालीचा नर्व्हस झाला.

आता मात्र पलीकडून स्तब्धता. जीवघेणी अशी... निशिकांतचे कान वेध घेत असलेले. तिकडून ओठांचा थरथरण्याचा भास... शेवटी अस्पष्टसे शब्द आले,

"ओ... निशि..."

प्रथमच डॉ. अंजलीच्या तोंडून निशि असा एकेरी नावाचा उल्लेख ऐकून निशिकांत मोहरून गेला. त्यात त्याला प्रेमाचा ओलावा जाणवला. काय बोलावं ते त्याला सुचलं नाही. तो सहजपणे म्हणाला,

" हं! मीच बोलतोय... थांबलीस का?"

"अरे! थांबणार नाही तर काय!.. अनपेक्षित असा तुझा फोन आलाय म्हटल्यानंतर मी इतकी आनंदले की क्षणभर काय बोलावं तेच सुचलं नाही."

निशिकांतच्या जीवात जीव आला. धडधडणाऱ्या हृदयाची गती कमी झाली. डॉ. अंजलीशी आपलेपणा कधी वाटायला लागला हे त्याचं त्यालाच कळलं नव्हतं. तिच्या नुसत्या आवाजानं त्याचं डोकं हलकं झालं होतं.

"हं, बोल... का फोन केलास?" डॉ अंजलीचा स्वर.

"का? फोन करायला काही कारणच हवं का?" निशिकांत आता मात्र थोडं धाडसानं बोलला होता.

"नाही! तसं नाही; पण तरीही..." पलीकडे कदाचित डॉ. अंजली लाजली असावी.

"सहज केला. थोडा नव्हर्सनेस आला होता म्हणून... म्हटलं आपल्या माणसाशी बोलावं."

पलीकडून डॉ. अंजली हळूच हसली. तेही स्वर त्याच्या कानात हळुवारपणे गुंजले. त्यातच आवाज आला,

"का रे!... काही झालंय का? की बरं नाही?"

डॉ. अंजलीच्या आस्थेनं केलेल्या चौकशीनं निशिकांत सुखावला. त्याला खूप बरं वाटलं. त्याचा शीण कुठल्या कुठे पळाला. तो खुर्चीत सावरून बसत म्हणाला,

"नाही गं!.. तसं काही नाही. मी बरा आहे. फक्त थोडा मानसिक त्रास झालाय एवढंच."

"कसला?" एक काळजीयुक्त प्रश्न अभावितपणे उमटला. निशिकांत त्यावर तत्काळ उत्तरला,

"आज आमचे वरिष्ठ शिंदेसाहेब आले होते. जिल्हाप्रमुख आहेत ते. अतिशय भंकस माणूस. मोस्ट करप्टेड फेलो..." आणि डॉ. अंजलीला निशिकांतनं सर्व सांगितलं. मन मोकळ केलं. पुढे तो म्हणाला, "अंजली, हा नालायक माणूस अशी अपेक्षा माझ्याकडून करीत होता. आय डीड नॉट केअर... तूच सांग मी काय करणार होतो? हा फालतू माणूस सोनवणे सरांसारख्या कर्तव्यदक्ष अधिकाऱ्यावरही नको ते

आरोप करीत होता. ते इथे नसल्याचा फायदा उठवीत होता... म्हणून मी अस्वस्थ झालो होतो...''

निशिकांत बोलतच होता. डॉ. अंजली ऐकत होती. बोलण्याचं थांबलं तेव्हा डॉ. अंजली म्हणाली,

''निशिकांत, मी समजू शकते. तुमचं क्षेत्रच तसं आहे. माझा तसा अनुभव नाही; पण तू शांत राहा. मनानं खंबीर राहा. कर्तव्य जपणाऱ्यांना अशा खाचखळग्यातनं जावंच लागतं. फर्गेट इट...!'' थोडंसं विषयांतर करीत डॉ. अंजली पुढे म्हणाली,''बरं! सोनवणे सर त्यांच्या मिसेस व मुलाला घ्यायला गेले आहेत, असे आमचे ताटकरे सर म्हणत होते. कधी येणार आहेत ते?''

डॉ. अंजलीनं सुरेखपणे निशिकांतच्या अस्वस्थ मनावर फुंकर घातली होती. तिच्या लाघवी बोलण्यानं व विषयांतरानं तो अचंबित झाला होता. स्मित करीत तो म्हणाला,

''हो, त्यांनाच आणायला गेलेत. बहुधा पाच-सहा दिवसांत येतील.''

''माणूस म्हणून ते खूप ग्रेट आहेत म्हणे; शिवाय त्यांच्या शूरपणाच्याही गोष्टी आमच्या सरांच्या तोंडून ऐकल्यात. निशिकांतऽऽ''

''अंऽऽ''

''ऐकतोयस ना!... की अजून तू त्या साहेबांचाच विचार करतो आहेस.''

''नाही गं! तू बोलतेस तेव्हा फक्त ऐकत राहावंसं वाटतंय... बस्!''

पलीकडून निखळ हसण्याचा आवाज आला.

''बरं! ठेवू मी?''

''का गं? घाई आहे?''

''मग... तू तर बोलतच नाहीयेस.'' डॉ. अंजली तक्रारीच्या स्वरात म्हणाली.

''बोलतो बाबा!.. बरं, तुमच्या त्या संशोधनप्रकल्पाचं काय झालं? लिहून झाला का?'' निशिकांतनं विचारलं.

''कधीच तो प्रकल्प डी. एस. टी. ला सादर सुद्धा केलाय. कदाचित या आठवड्यात ताटकरे सरांना दिल्लीला चर्चेसाठी व प्रकल्प सादर करण्यासाठीही बोलावलं जाईल. निशिकांत तुला सांगते, त्या संशोधन प्रकल्पात भन्नाट कल्पना मांडलेली आहे. खूपच आव्हानात्मक संशोधन आहे. मला वाटतं, डॉ. ताटकऱ्यांची बुद्धिमत्ता जाणण्यास तेवढा प्रकल्प वाचला तरी पुरेसं आहे. सिंम्प्ली अफाट!'' डॉ. अंजली उत्साहानं म्हणाली.

निशिकांत तिच्या बोलण्यानं जोरात हसला. ती गोंधळून म्हणाली,

''का रे! का हसलास?''

''अगं! तुझ्या त्या सिंम्प्ली अफाटवर हसलो. मला तर बुवा तुमच्या संशोधनातलं

फारसं कळत नाही; पण डॉ. समीर एक वेगळंच व्यक्तिमत्त्व आहे, हे कळलंय. त्यांची बुद्धिमत्ता त्यांच्या वागण्यातूनच जाणवते. सोनवणे सरांच्यात व त्यांच्यात मी विशेष असा ऋणानुबंध पाहिलाय. माणसामाणसात तो क्वचितच दिसतो.'' निशिकांतनं आपलं अवलोकन सांगितलं.

''खरंच निशिकांत!.. या अशा मोठ्या माणसांबरोबर काम करायचं म्हणजे आपल्या स्वत:लाच कितीतरी तयारी करावी लागते, नाही का?''

''अगदी बरोबर!.. आणि ते आपलं भाग्यच असतं अंजली... आणि तूसुद्धा कमी नाहीस बरं का? प्रत्येक नवीन गोष्ट शिकण्याची तुझी जिद्द मी ताटकरे सरांकडून ऐकलीये...''

''काय सांगतोस?'' डॉ. अंजली आनंदली.

''हो! अगदी तुझी शपथ...! बघ माझा शपथेवर विश्वास नव्हता; तरी घेतली. फक्त तुझ्यासाठी आणि तीही तुझीच...!'' निशिकांत हसत म्हणाला.

डॉ. अंजलीही खळाळत हसली. तिचं हसणं ऐकत राहावं असं निशिकांतला वाटलं. निशिकांत पुढे म्हणाला,

''बरं ते जाऊ दे! तुझ्या लोकांना माझी कुठलीही मदत लागली तर सांग. कारण सोनवणे सरही नाहीत.''

''निश्चितच! मी तुलाच सांगेन. बस्स!'' डॉ. अंजली ठासून म्हणाली.

''बरं मग! मी तुझा बराच वेळ घेतलाय... ठेवू?''

''खरंच ठेवतोस... की अजून...''

निशिकांत मधेच डॉ. अंजलीचं वाक्य खंडित करीत म्हणाला,

''खरं तर अजून बोलतच राहावंसं वाटतंय; पण तुझाही वेळ बहुमूल्य आहे, याची जाणीव आहे मला. खरंच अंजली तुझ्याशी बोलून खूप हलकं वाटतंय...''

पलीकडून पुन्हा हसण्याचा आवाज आला. डॉ. अंजली दटावत म्हणाली,

''बरं! ठेवते आता... आणि काळजी करू नकोस...!''

''ओ.के.! बाय...'' निशिकांतनं तत्काळ म्हटलं.

डॉ. अंजलीनं फोन ठेवला होता. निशिकांतला फार बरं वाटलं. मनातलं मळभ कुठल्या कुठे पळून गेलं. शरीरात वेगळ्या प्रकारचा उत्साह संचारला. डॉ. अंजलीचं मधाळ बोलणं कानात रुंजी घालत होतं. तिच्या बोलण्यात विशिष्ट स्पार्क होता आणि त्यानेच तो प्रेरित झाला होता. जाधवकाका व नटवरसिंगसोबत तोही आता उत्साहाने कामाला लागला. सोनवण्यांनी काही जबाबदाऱ्या टाकल्या होत्या, त्या त्याला ते परत येईपर्यंत पूर्णत्वास न्यायच्या होत्या.

१२

एक महिन्यातच डॉ. समीरना संशोधनप्रकल्प सादर करण्यासाठीचं पत्र डी. एस. टी. च्या सचिवांकडून आलं. एवढ्या लवकर मीटिंगसाठी बोलावलं जाईल असं डॉ. समीरना वाटलंच नव्हतं. म्हणूनच ते आश्चर्यचकित झाले होते. हा प्रकल्प मोठ्या आर्थिक गुंतागुंतीचा असल्याने, डी. एस. टी. च्या सचिवांनी त्यासाठी खास समिती नेमली होती. समितीत कोण आणि किती सदस्य होते याची कल्पना डॉ. समीरना नव्हती. डॉ. समीरनी हा प्रकल्प मुद्दामच डी. एस. टी. ला सादर केला होता. कारण या विज्ञान आणि तंत्रज्ञान विभागाचा हेतूच मुळात विज्ञान व तंत्रज्ञानामधील नवीन क्षेत्रांना बढती व प्रोत्साहित करणे हा होता. त्यात प्रामुख्याने मूलभूत व प्रायोगिक संशोधन येत असल्याने, डॉ. समीरनी हा प्रकल्प वनस्पतींच्या मूलभूत शास्त्राशी निगडित प्रभागात टाकला होता. शिवाय डी. एस. टी. मोठ्या प्रमाणात अर्थसाहाय्य करू शकेल, असा विश्वासही त्यांना होता.

मीटिंगमध्ये प्रकल्प कसा सादर करायचा, ही सर्व पार्श्वभूमी पत्रकात नमूद केली होती. स्थळ, वेळ, सादर करावयाचा कालावधी इ. सर्व माहिती त्यात दिली होती. त्यांची राहण्याची व्यवस्था 'इंटर युनिव्हर्सिटी ॲक्सेलरेटर सेंटर' मध्ये केली होती. डी. एस. टी. पासून अर्ध्या तासावरच हे केंद्र असल्याचं डॉ. समीरना ज्ञात होतं; पण अजूनपर्यंत आय.यू. ए. सी.ला त्यांनी कधीही भेट दिलेली नव्हती. अमेरिकेत असताना ॲक्सिलरेटर सेंटरमधील काही शास्त्रज्ञांची भेट झाली होती. त्यातलेच डॉ. किशनलाल होते. त्यांच्याशी डॉ. समीरची बऱ्यापैकी जवळीक निर्माण झाली होती. यावेळी त्यांना डॉ. किशनलालची आठवण झाली आणि दिल्ली भेटीदरम्यान तेथेही काही व्याख्यान देता येते का, म्हणून त्यांच्या डोक्यात येऊन गेलं. ही कल्पना वाईट नव्हती. भारतात आता या निमित्ताने विविध संस्थांशी देवाणघेवाण वाढवली, तर ते निश्चितच आपल्या संशोधनाला उपयुक्त ठरेल, असं डॉ. समीरना वाटले.

डॉ. समीर उत्साहाने कम्प्युटरवर बसले. दिल्लीची मीटिंग आठच दिवसांनी असल्याने प्रथम त्यांनी डी. एस. टी. च्या समन्वयकाला स्वीकृती व येत असल्याचा ई-मेल केला. त्यानंतर लागलीच त्यांनी डॉ. किशनलालना आपण भारतात कधी आलो इथपासून ते येत्या सोमवारी डी. एस. टी. च्या मीटिंगच्या निमित्ताने दिल्लीला येत आहे, तसेच राहण्याची व्यवस्था सेंटरमध्येच केलेली असल्याने डॉ. समीरनी तेथेही एक व्याख्यान देण्याची योजना सांगितली. या निमित्ताने काही देवाणघेवाण व प्रकल्प हाती घेता येतील का, अशीही अपेक्षा डॉ. समीरनी व्यक्त केली होती.

'ॲक्सलरेटर सेंटर' ही मुख्य विद्यापीठ अनुदान आयोगांतर्गत येणारी पेलेट्रॉन सुविधा होती. पेलेट्रॉन हा विविध मूलद्रव्यांचा आयन स्त्रोत होता. त्यांची ऊर्जा ही प्रचंड प्रमाणात असून बदलता येत होती. येथे वेगवेगळ्या आंतरराष्ट्रीय पातळीवरच्या सुविधा उपलब्ध होत्या. मुख्य अणुगर्भीय प्रक्रियेच्या अभ्यासासाठी जरी हा स्त्रोत वापरात होता, तरी येथे वेगवेगळ्या आयन बिम लाईन्स होत्या. त्यात पदार्थ व जीवशास्त्रीय अभ्यासासाठीची स्वतंत्र अशी बिम लाईन्स होती आणि त्यातच डॉ. समीरना रूची होती. कारण अमेरिकेत असताना त्यांनी तेथील पेलेट्रॉन सुविधा वापरल्या होत्या. काही विशिष्ट ऊर्जेचे व मूलद्रव्याचे आयन घेऊन, त्यांनी वनस्पतींवर ढोबळपणे अभ्यास केला होता. तेथेच डॉ. किशनलालचीही भेट झाली होती. डॉ. किशनलाल हे आय. यू. ए. सी.तील पदार्थ व जैवशास्त्रीय बीम लाईन्स पाहत असल्याने, डॉ. समीरनी किरणक्षेत्रातही काम पुढे चालू ठेवण्याचा निर्णय घेतला होता. म्हणून डॉ. समीरनी डॉ. किशनलालना विनंती केली होती.

सायंकाळीच डॉ. समीरनी पुन्हा ई-मेल पाहिला. डॉ. किशनलालचा मेल आला होता. त्यांनी अत्यानंदानं डॉ. समीरना व्याख्यान देण्यासाठी निमंत्रित केलं होतं.

प्रकल्प सादर करण्याची आणि व्याख्यानाची पूर्ण तयारी करण्याचा अवधी खूपच कमी होता. त्यामुळे डॉ. समीरना रात्रंदिवस काम करून प्रेझेंटेशन चांगले होईल, याकडे लक्ष द्यायचे होते. तशी लागलीच डॉ. समीर उठले व रात्रीच प्रयोगशाळेत गेले. डॉ. अंजलीला भेटून त्यांना सगळं सांगायचं होतं. डॉ. अंजली सांगितलेल्या प्रयोगांचाच पाठपुरावा करीत होती. डॉ. समीर म्हणाले,

"अंजली!"

प्रयोगात मग्न असलेली डॉ. अंजली दचकली व मागे वळून आवाजाच्या दिशेनं पाहिलं. डॉ. समीरना पाहताच ती अदबीनं उठून उभी राहत म्हणाली,

"येस सर!"

"अंजली, आजच मला डी. एस. टी. कडून पत्र आलंय."

"कुठलं सर?" ती आनंदानं म्हणाली.

"मंजूर झाल्याचं नव्हे! प्रेझेंटेशनसाठी... डी. एस. टी.ने एक उच्चस्तरीय

समिती नेमलेली आहे. त्यांच्यासमोरच मला आपला हा प्रकल्प सादर करावयाचा आहे, पुढच्या आठवड्यातच.'' डॉ. समीर हसत म्हणाले होते.

''काय? पुढच्या आठवड्यातच... म्हणजे येत्या चार-पाच दिवसांत. डी. एस. टी.कडून एवढ्या लवकर सादरीकरणासाठीचा पत्रव्यवहार अपेक्षित नव्हता. नाहीतर डी. एस. टी.कडून प्रकल्प मंजूर होण्याचं पत्र त्या प्रकल्पाचा कालावधी संपल्यानंतर येतं, असा माझ्या मार्गदर्शकाचा अनुभव होता...'' डॉ. अंजलीनं आश्चर्य व्यक्त करीत अनुभवकथन केलं.

डॉ. समीर मनसोक्त हसत उत्तरले,

''खरं आहे अंजली!.. मला फारसा डी. एस. टी.चा अनुभव नाही; पण कदाचित आता त्यांनी काही फास्ट ट्रॅक्स निर्माण केले असतील. त्या अंतर्गत आपल्या प्रकल्पाला प्राधान्यक्रम मिळाला असावा...'' डॉ. समीरनी अंदाज बांधला.

''तसं नसेल तर... हा प्रकल्प मोठ्या आर्थिक गुंतवणुकीचा असल्यानं डी. एस. टी. ने खास समिती नेमून तिचा आढावा घेण्याचं ठरवलं असेल. कदाचित या समितीपुढे आपला हा एकमेव प्रकल्प असेल...'' डॉ. अंजली विचार करीत म्हणाली.

डॉ. समीर त्यावर खांदे उंचावित म्हणाले,

''असेलही!... एनी वे... बरं अंजली. वेळ खूपच कमी असल्याने आय वील नीड युवर हेल्प इन प्रिपेरिंग दि प्रेझेंनटेशन...''

''निश्चितच सर!.. मी सर्वतोपरी मदत करेन... चला!'' डॉ. अंजली आनंदानं पुढे होत म्हणाली.

डॉ. समीर तिच्यासोबत चालत म्हणाले,

''त्याआधी आपण डॉ. पाबळकरांना माझ्या व्हिझिटबद्दल सांगून येऊ. म्हणजे इतर फॉर्मेलिटिजमध्ये वेळ जायला नको.''

दोघंही प्रयोगशाळे बाहेर पडले व डॉ. पाबळकरांच्या केबिनकडे जाऊ लागले. डॉ. पाबळकरांना पूर्ण कल्पना देऊन दोघेही केबिनमध्ये आले. डॉ. समीर प्रेझेंटेशनच्या तयारीला लागले. डॉ. अंजली त्यांना मदत करू लागली. प्रकल्पासंबंधीची एकूण एक माहिती डॉ. अंजली पॉवर पॉइंटमध्ये रूपांतरित करू लागली.

सतत तीन-चार दिवस डॉ. समीर प्रेझेंटेशन व व्याख्यानाची तयारी करीत होते. कुठलंही व्याख्यान असो, ते अतिशय काटेकोर आणि शिस्तबद्ध असावं हा डॉ. समीरचा कटाक्ष असे. समोरच्याला प्रसन्नता वाटायला हवी, अशी तुमच्या बोलण्यात पारदर्शकता हवी. म्हणूनच कुठलंही प्रेझेंटेशन पॉवर पॉईंटमध्ये असावं हा त्यांचा आग्रह असायचा. त्यात सुटसुटीत आलेख, छायाचित्रे व इतर अनेक गोष्टी दाखवता येत असल्याने, सादरीकरणही परिणामकारक होते. शिवाय तुमचा

विषयही इतरांपर्यंत सुलभपणे पोहोचवता येतो.

यावेळीही डॉ. समीरनी डॉ. अंजलीकडून सर्व गोष्टी करून घेतल्या. प्रत्येक शास्त्रीय माहिती अचूक व मुद्देसूद मांडली होती. पुन:पुन्हा वाचून ती ते पडताळून पाहत होते. डॉ. अंजली त्यांच्या या दृष्टिकोनाकडे पाहतच राहिली. एक आंतरराष्ट्रीय दर्जाचा शास्त्रज्ञ एका छोट्याशा प्रझेंटेशनसाठी किती मेहनत घेतो आहे, याचं तिला आश्चर्य वाटत होतं. खऱ्या अर्थानं ते आताच्या तरुणांसाठी आदर्श होते. या तीन-चार दिवसांत डॉ. अंजली, डॉ. समीरकडून खूप काही शिकली होती. शास्त्रातील गोष्टी ती हळूहळू शिकतच होती; पण त्या व्यतिरिक्तही डॉ. समीरमध्ये इतर पुष्कळ गुण असल्याचं तिला जाणवलं होतं.

प्रेझेंटेशनची संपूर्ण तयारी झाली होती. दिल्लीत विमानाने जाण्याची योजना रद्द करून त्यांनी ट्रेननेच जाण्याचा निर्णय घेतला. कारण विमान मुंबईहून होतं आणि नागपाडा स्टेशनकडून मुंबईला जायलाच पाच-सहा तास लागत होते. म्हणून त्यांनी भुसावळवरून जाणारी जम्मूतावी एक्सप्रेसची प्रथम श्रेणी बुक केली होती. वेळ अधिक जाणार होता; पण ससेहोलपट होणार नव्हती. नाहीतरी त्यांना विमानापेक्षा रेल्वेचा प्रवासच जास्त आवडत असे.

या कामी डॉ. समीरना निशिकांतनं खूप मदत केली होती. दुसऱ्या दिवशी सकाळीच डॉ. समीर पाबळकरांचा निरोप घेऊन निघाले होते. डॉ. अंजली व डॉ. पाबळकरांनी त्यांना शुभेच्छा दिल्या होत्या.

सुनील सोनवणे पाच-सहा दिवसांसाठी गावी आपल्या बायको व मुलाला घ्यायला गेले असल्याने निशिकांतच त्यांना नागपाडा स्टेशनवर सोडून आला. जम्मूतावीहून एक्स्प्रेसला नागपाड्याहून कनेक्टिंग लोकल होती. तिनेच डॉ. समीर भुसावळकडे निघाले. भुसावळहून त्यांना सकाळी दहा वाजता जम्मूतावी एक्स्प्रेस पकडायची होती. त्याआधी डॉ. समीर सहजपणे पोहोचणार होते.

जम्मूतावी एक्स्प्रेस दिल्लीला तब्बल दहा-बारा तासांनी उशिरा पोहोचली होती. रात्री नऊ वाजताची तिची नियोजित वेळ होती; पण मधे काही कारणास्तव उशीर झाल्याने पहाटे पाच-साडेपाचच्या दरम्यान ती पोहोचली. साधारण पस्तीस तासांचा प्रवास झाल्याने डॉ. समीर कमालीचे कंटाळले होते. ट्रेनने चुकून आलो असं त्यांना झालं. विमानानेच गेलो असतो तर बरं झालं असतं असं त्यांच्या मनात येऊन गेलं. रात्रीच गाडी पोहोचणार असल्यानं रात्रीचा वेळ ते प्रेझेंटेशनवर शेवटची नजर टाकण्यासाठी देणार होते; पण ट्रेन सकाळी साडेपाच वाजताच पोहोचल्याने वेळ नव्हता. दहा वाजताच मीटिंग सुरू होणार होती. तशी एके ठिकाणी गाडी जास्त काळ थांबली होती, त्यावेळी डॉ. समीरनी प्रेझेंटेशन पाहून घेतलं होतं; पण कुठल्याही व्याख्यानाआधी त्यांना पारदर्शिका पाहण्याची सवय होती. सोबत लॅपटॉप

असल्याने सोयीचं झालं होतं.

ते जेव्हा मुख्य रेल्वेस्टेशनच्या बाहेर पडले, तेव्हा दहा रिक्षावाले त्यांच्या पाठीमागे लागले. कहाँ जाना है साहब, कहाँ जाना है साहब...? करीत त्यांचा पिच्छाच पुरवीत होते. आधीच गाडी उशिरा आल्याने त्यांचं डोकं भणाणलं होतं. ते थबकले... त्यांनी रिक्षावाल्यांकडे पाहिलं. त्यांना त्यांचा राग आला; पण त्यांचे चेहरे पाहून, डॉ. समीरना दया आली. हा त्यांचा पोटापाण्याचाच धंदा असल्याचे जाणवताच त्यांचा राग शांत झाला. त्यातल्याच एका रिक्षावाल्याला त्यांनी सांगितलं,

"आय. यू. ए. सी, न्युक्लिअर सायन्स सेंटर जाना है..."

सर्व रिक्षावाल्यांनी एकमेकांकडे पाहिलं. असलं नाव कदाचित त्यांच्या ध्यानी नसावं. ज्याला विचारलं होतं तोच रिक्षावाला तत्काळ उत्तरला,

"हां ऽऽ हां ऽऽ... आईये ना साब... पता है। चलिए..." आणि डॉ. समीरचा हात धरून त्यांना जवळजवळ ओढतच तो रिक्षाकडे घेऊन गेला. डॉ. समीरनी हळूच हात सोडवून घेतला व ते त्याच्या मागे जाऊ लागले. इतर रिक्षावाले लागलीच पांगले व गिऱ्हाईक शोधण्याच्या मार्गाला लागले. रिक्षावाला त्यांच्या हातातील बॅग, रिक्शाच्या मागच्या बाजूला ठेवीत म्हणाला,

"कहाँ जाना बताया साहब आपने?"

पुन्हा विचारल्यानं डॉ. समीरना त्याचा राग आला; पण तो न दर्शविता ते म्हणाले,

"न्यूक्लियर सायन्स सेंटर... अभी उसका नाम 'ॲक्सलरेटर सेंटर' है।"

थोडा वेळ विचार करीत रिक्षावाला पुन्हा म्हणाला,

"कौनसे एरिया में आता है..."

"जे. एन. यू. कॅम्पस के बाद..."

"अच्छा... पहाड गंज में?"

"मुझे पता नहीं कौनसा गंज है!" डॉ. समीर आता थोड्याशा रागातच बोलले होते. बहुतेक ते रिक्षावाल्याच्या लक्षात आलं असावं. तो तसाच खाली उतरला व त्याने शेजारच्या रिक्षावाल्याला विचारलं,

"अजी, सुनते होऽ... ये न्यूक्लियर सायन्स सेंटर कहा है भाई?"

दुसरा रिक्शावाला तत्काळ उद्‍गारला,

"कौनसा एरिया बताया?"

"कुछ जे. एन. यू. कॅम्पस बता रहे है।"

"अबे तो फिर ओ... अपनी बम फॅक्टरी है ना वही है शायद..."

"बम फॅक्टरी हे नाव ऐकताच पहिल्या रिक्षावाल्याचा चेहरा आनंदानं उजळला. तो डॉ. समीरकडे पाहत म्हणाला,

"साहब, आप बम फॅक्टरी बताते तो अभी तक आधा रास्ता तय हो जाता..." आणि तो रिक्षात बसला होता.

डॉ. समीर काहीच बोलले नव्हते. त्यांना बम फॅक्टरी काय आहे, हेही ठाऊक नव्हतं. इथून त्यांना लवकरात लवकर निघायचं असल्यानं त्यांनी नुसतीच मान डोलावली होती.

रिक्षावाल्यानं तीन-चारदा खटका ओढून रिक्षा चालू केली. रिक्षा भयानकपणे घर्ऽऽ घर्ऽऽ आवाज करीत रस्त्यावर आली आणि सुसाटपणे जाऊ लागली. सकाळचे सहा वाजून गेले होते. मधेच रिक्षावाल्यानं पेट्रोल भरण्यासाठी रिक्षा पेट्रोलपंपावर आणली... त्यात दहा मिनिटे गेली.

रिक्षा संसद व राष्ट्रपतीभवनावरून जाऊ लागताच रिक्षा दोन-तीन आचके देत बंद पडली. रिक्षावाल्यानं बऱ्याचदा खटके ओढून पाहिले; पण रिक्षा सुरूच होत नव्हती. आता मात्र डॉ. समीर घड्याळाकडे पाहत वैतागले. दहा वाजण्याच्या आत डी. एस. टी.त हजर राहायचे होते. आजूबाजूला पाहिलं, इंडिया गेट व राष्ट्रपतीभवन त्यांच्या दृष्टीस पडले. सकाळचं मोहविणारं दृश्य पाहून, त्यांना खूप बरं वाटलं. रिक्षावाला खाली उतरून मागे गेला व काहीतरी खूडबूड करू लागला. एक लाथ मारण्याचा आवाज डॉ. समीरना आला. रिक्षावाल्याने पुन्हा ड्रायव्हिंग सीटवर बसत, जोरदार खटका ओढला व रिक्षा सुरू झाली. मागे वळून डॉ. समीरना तो म्हणाला.

"सुबहमेईच गरम हो गई थी साहब... उसको एक लाथ दिया. फिर शुरू हुई।"

त्याच्या या उत्तरावर डॉ. समीरना रागवावं की हसावं काहीच सुचल नव्हतं. रिक्षाची दशा पाहून ते मात्र हसतच म्हणाले,

"भाईसाहब जल्दी करो... मुझे दस बजे डी. एस. टी. में मीटिंग है।"

"घबराईये नहीं साहब. दस मिनिट में आपको पहुँचा देता हूँ... दस तो बहुत दूर की बात है..."

डॉ. समीर काहीच बोलले नाहीत. आधीच कंटाळवाणा प्रवास, त्यात पुन्हा हा रिक्षावाला. ते स्वत:शीच हसले.

रिक्षाचा आवाज प्रचंड येत होता. चाकं निखळून पडतील की काय असंच वाटत होतं. प्रत्येक गचक्यागणिक डॉ. समीरची हाडं मात्र खिळखिळी होत होती.

एका मोठ्या रस्त्यावरून रिक्षावाल्यानं रिक्षा डावीकडे वळवली व थांबवली. डॉ. समीरकडे पाहत म्हणाला,

"साहब, शायद आ गया। यही कही बम फॅक्टरी है।"

डॉ. समीर गोंधळले. आजूबाजूला न्यूक्लिअर सायन्स सेंटर असल्याची चिन्हे कुठेच दिसत नव्हती... ते थोड्या रागातच म्हणाले,

"अरे क्या कर रहे हो... यहा तो कुछ दिखाई नहीं दे रहा है। सिर्फ दुकाने

ही है...''

रिक्षावाला आजूबाजूला पाहत म्हणाला,

''अच्छा... मुझे तो लगता है यही प्लेस है... ठीक है मैं और एक बार पूँछता हूँ...''

एका पादचाऱ्याला हटकत रिक्षावाल्यानं विचारलं,

''अजी, यहा न्यूक्लियर सायन्स सेंटर कहाँ है...''

पादचारी विचित्र नजरेने पाहत रिक्षावाल्याला म्हणाला,

''अबे यहाँ कहाँ आ गया। ये तो पहाडगंज है... वो बम फॅक्टरी तो बसंतकुंज में है। अब ऐसा करो ना... और पिछेकी तरफ जाओ... जे. एन. यू. का गेट मिलेगा... वहाँसे सिधा जाओ... आपको बडा टॉवर दिखाई देगा। वही है बम फॅक्टरी...''

पादचारी वैतागाने निघून गेला. रिक्षावाला पुन्हा बसला आणि रिक्षा मागे घेतली. ठरावीक अंतर जाऊन जे. एन. यू. च्या मेन गेटसमोरुन त्यानं सरळ रिक्षा रस्त्यावर घातली.

पाचच मिनिटांत एक टॉवर दिसला. रिक्षावाला दिलखुलासपणे म्हणाला,

''देखो साहब! वही है आपका ठिकाना...''

डॉ. समीरनी बघितलं. पेलेट्रॉनचाच टॉवर असल्याची खात्री झाली. त्यांना बरं वाटलं. एक-दोन वळणं घेत रिक्षा न्यूक्लियर सायन्स सेंटरच्या मेनगेट रिसेप्शनला येऊन थांबली.

डॉ. समीर बॅग घेऊन खाली उतरताच रिक्षावाला उत्तरला,

''साहब दो सो रुपये...''

डॉ. समीर आश्चर्याने पाहत राहिले. त्याचीच चूक असताना तो जास्त पैसे घेत होता; पण हुज्जत घालायला आता वेळ नव्हता. रागातच दोनशे रुपये त्यास देत ते म्हणाले,

''आप चीट कर रहे हो... अगर आपको ठिकाना मालूम नहीं था तो क्यों आये? अभी हर एक के पास जी.पी.एस. सिस्टिम होती है। सस्ताभी है। रख लो।'' डॉ. समीरनं सुचवलं.

रिक्षावाला उलट उत्तर देत म्हणाला,

''साहब, आपने पताही ठीक तरहसे नहीं बताया। तो मैं क्या करू? हम जैसे गरीबोंको कहा जी. पी. एस. सिस्टीम परवडता है...'' आणि त्यानं खटका ओढला. घर्रऽऽघर्रऽऽ आवाज करीत रिक्षा निघून गेली. रिक्षावाल्याचं बोलणं ऐकून डॉ. समीर चकित झाले होते. सिक्युरिटी गेट रिसेप्शनला येताच तिथल्या माणसानं विचारलं,

''किससे मिलना है साहब?''

"डी. एस. टी. में मुझे एक मीटिंग है और डॉ. किशनलाल से मिलना है..."

"ठीक है! यहा आपके डिटेल्स लिखो। ये सामने दाये बाजूपरही गेस्ट हाऊस है।" सिक्युरिटी म्हणाला.

डॉ. समीरनी डिटेल्स लिहिली, सही केली व आपली बॅग घेऊन ते निघाले.

सकाळचे साडेसहा वाजून गेले होते. नागपाडा ते दिल्लीपेक्षा दिल्लीतील रिक्षावाल्याचाच प्रवास त्यांना कठीण वाटला होता. त्यामुळे डोकं अधिकच जड झालं होतं; पण न्यूक्लिअर सायन्स सेंटरचा परिसर पाहून त्यांना फार बरं वाटलं. चहूबाजूला बागा फुलविलेल्या होत्या. गटारीचं पाणी वापरून हिरवंगार लॉन्स तयार केलं होतं. विविध रंगांची झाडं व फुलं होती. डाव्या बाजूला गेस्टहाऊस व उजव्या बाजूला पेलेट्रॉनचा टॉवर दिसत होता. भव्य असा... अंगावर येत असल्यासारखा. सरळ रस्त्याने गेलं, तर येथील शास्त्रज्ञांची निवासस्थानं होती... पेलेट्रॉन टॉवरच्या समोरचं त्यांचं स्वत:चं पॉवरहाऊसही होतं.

गेस्ट हाऊसकडे जाताना डॉ. समीरनी हे सगळं पाहून घेतलं. आता मात्र त्यांना प्रसन्न वाटलं. गेस्टहाऊसच्या रिसेप्शनवरनं त्यांनी चावी घेतली... आणि ते आपल्या रूममध्ये आले. त्यांच्यासाठी फ्लॅटलेट बुक केला होता. सर्व कौटुंबिक सुविधा त्यात होत्या. येथे मात्र त्यांना काहीही त्रास झाला नाही.

सात वाजले होते. आता त्यांना लवकर आवरून तयार व्हायचं होतं. डी. एस. टी. ला साडेनऊच्या आत पोहोचायचं होतं. तेवढ्यात बेल वाजली. डॉ. समीरनी दार उघडताच आनंदानं पाहत ते म्हणाले,

"ओ ऽऽ... डॉ. किशनलाल! आईये..."

डॉ. किशनलालनं हस्तांदोलन केलं व आत येत म्हणाले,

"रातकोही आप आनेवाले थे, इसलिये मैंने काफी बार फोन किया। सफर में कोई परेशानी हुई क्या?"

"परेशानीऽऽ." डॉ. समीरनं शक्य तेवढ्या भुवया उंचावल्या व पुढे म्हणाले, "काफी परेशानी हुई... जम्मूतावी एक्स्प्रेस पंधरा घंटा लेट थी... और आपके यहाँ का रिक्षावाला... कुछ पूछोही मत..."

"यहीं तो इंडिया की प्रॉब्लेम है समीर...क्या करे? तुम इस ट्रेन के चक्कर में क्यों पडे. सिधा एअरसे आ जाते... यू आर एनटायटल्ड फॉर दॅट..." डॉ. किशनलाल म्हणाले होते.

"हुंऽऽ!" एक हुंकार भरत डॉ. समीर पुढे म्हणाले, "अभी मुझे पश्चात्ताप हो रहा है... मैंने सोचा एअर से जा के गव्हर्नमेंट का इतना पैसा क्यों बरबाद करे... मुझे वो अच्छा नहीं लगा. इंडिया में इतने सारे प्रॉब्लेम्स है। अगर मैं अकेला पच्चीस हजार खर्च करू तो वो मुझे बराबर नहीं लगता। इट इज नॉट वर्थ. आय कॅन ट्रॅव्हल

बाय ट्रेन... इसलिए मैं ट्रेन से आया। तकलीफ हुई तो भी चलेगा। लेकीन मैंने गव्हर्नमेंट के पैसे तो बचाये..'' डॉ. समीरनी आपलं मनोगत सांगितलं होतं.

डॉ. किशनलाल हसत म्हणाले,

''आप बदले नहीं है हं... अरे भई बडेबडे वैज्ञानिक... मैं नाम नहीं लेता। बेवजह एअर से सफर करते है। और अपने फॅमिली को भी साथ में लाते है। कितना पैसा खर्च होता है देखो... तुम्हारे अकेलेसेही ये सब चेंज नहीं होगा... ठीक है, जाने दो... दॅट इज डिफरंट इश्यू... आपको अभी डी. एस. टी. भी जाना है... मैं आपको यह बताने आया हूँ की, कल आपका लेक्चर ग्यारा बजे रखा है। तुम सिधा कल पेलेट्रॉन में आ जाओ। वही मैं आपसे मिलूँगा. साडेआठ बजे नीचे नाश्ता तैयार होगा... और डी. एस. टी. के लिए सेक्युरिटी गेट के बाहर से रिक्षा मिल जाएगा। कुछ दस मिनट में आप डी. एस. टी. पहुँच जाओगे... मैं आपका ज्यादा समय नहीं लेता... यू हॅव इट टू बी रेडी. सो बेस्ट ऑफ लक फॉर युवर प्रेझेंटेशन.''

डॉ. किशनलालनी पुन्हा हस्तांदोलन केलं व डॉ. समीर म्हणाले,

''थँक्स! सी यू टुमॉरो...''

बाय करीत डॉ. किशनलाल बाहेर पडले. दार लावून डॉ. समीर तयारीला लागले. वेळ खूपच कमी उरला होता.

साडेआठला बरोबर नाश्ता आटोपून डॉ. समीर गेटबाहेर आले व रस्त्यावरून जाणाऱ्या एका रिक्षावाल्याला हात दाखवीत ते त्यात बसले. आताशा दिल्लीची रिक्षा म्हणताच त्यांचं अंग शहारत असे. रिक्षावाल्याला डी. एस. टी. सांगताच त्यानं जी.पी.एस. सुरू केलं व रिक्षा मेहरोली मार्गावर नेली.

दहा मिनिटातच रिक्षा टेक्नॉलॉजी भवन मार्गावर असलेल्या विज्ञान आणि तंत्रज्ञान विभागाच्या गेटसमोर होती. कुठलीही अडचण न येता डॉ. समीर पोहोचल्याने आनंदित झाले होते.

भारतातील महत्त्वाच्या विज्ञान आणि तंत्रज्ञान विभागाचा परिसर मोठा होता. विविध विज्ञान शाखेतील असंख्य छोटे-मोठे प्रकल्प येथूनच राबविले जात होते. तरुण शास्त्रज्ञांसाठी काही चांगल्या योजनाही या विभागाने हाती घेतल्या होत्या. त्यात प्रामुख्याने जैवभौतिकी, जैवरसायन, जैवतंत्र व जैवमाहितीचा समावेश होता. वनस्पतिशास्त्रालाही त्यांनी गती दिली होती. एकंदरीत भारतातील व्यापक विज्ञान-तंत्रज्ञानाचा पसाराच या छोट्याशा परिसरात होता.

मेनगेटमधून शिरताच डावीकडे व उजवीकडे अनेक बैठ्या इमारती होत्या. त्यामधून छोटे छोटे डांबरी रस्ते विविध विभागांपाशी जात होते. सरळ जाताच डावीकडे तिसऱ्या लेनमध्ये असलेल्या इमारतीमध्ये डॉ. समीर शिरले. तेथेच 'मेघनाथ सहा' या प्रशस्त सेमिनार रूममध्ये त्यांना प्रकल्प सादर करायचा होता.

सेमिनार रूममध्ये शिरताच डी. एस. टी.च्या समन्वयकानं डॉ. समीरचं स्वागत केलं व त्यांना एका खुर्चीत अगत्यानं बसवलं. समितीतील सदस्य अजूनपर्यंत तिथे आले नव्हते.

सेमिनार रूम स्वच्छ आणि वातानुकूलित होती. एक दोघांची धावपळ चालली होती. बिसलेरीच्या पाण्याच्या बाटल्या ठेवलेल्या होत्या. तेथेच साईडला प्रकल्प सादर करावयाची यंत्रणा होती. समोर ओव्हरहेड प्रोजेक्टर व पॉवरपॉईंट ठेवला होता. छोटासा पांढरा पडदा एका त्रिकोणी स्टँडवर विसावला होता. टेबलाच्या अलीकडे बऱ्याच खुर्च्या पडल्या होत्या. तेथेच समितीतील सदस्य बसणार होते. थोड्याशा कालावधीत डॉ. समीरनी सेमिनार रूमचं अवलोकन करून घेतलं आणि ते या वातावरणाशी एकरूप झाले. खरं तर हे प्रेझेंटेशन स्काईपवरच घेण्याचं ठरत होतं, पण प्रकल्प मोठा असल्याने, प्रत्यक्षातील सादरीकरण व चर्चेला समितीने प्राधान्य दिलं होतं.

हळूहळू एक-एक करीत एकूण सहा सदस्य आले व खुर्चीवर बसले. डॉ. समीरही त्यांच्यालगतच एका खुर्चीत बसले. त्या प्रकल्पाविषयीचा डी. एस. टी.चा समन्वयक उभा राहिला. सर्वांवर एक नजर फिरवीत तो म्हणाला,

''गुड मॉर्निंग एव्हरीबडी. प्रथम जे आपला प्रकल्प सादर करणार आहेत त्यांचा परिचय करून देतो.'' समन्वयक डॉ. समीरकडे निर्देश करीत पुढे म्हणाले, ''हे डॉ. समीर ताटकरे... वनसंरक्षण व संशोधन संस्था, रामपूर, महाराष्ट्र येथे उपसंचालक म्हणून कार्यरत असून, तेच आपला प्रकल्प येथे सादर करणार आहेत.''

समन्वयकाने प्रकल्प व समिती स्थापन करण्यासंबंधीचा हेतू सांगितला. पुढे सदस्यांकडे पाहत ते म्हणाले,

''तत्पूर्वी, मला एका गोष्टीचा उल्लेख करायचाय. आपल्या समितीतील सातवे सदस्य, जे या समितीचे सूत्रधारही होते ते ज्येष्ठ शास्त्रज्ञ डॉ. गंगाधर पंत प्रकृतिअस्वास्थ्यामुळे येऊ शकले नाहीत. त्यामुळे या समितीची धुरा ज्येष्ठ शास्त्रज्ञ डॉ. बलराज सहानी यांनी स्वीकारावी अशी मी त्यांना विनंती करतो...''

समन्वयक डॉ. सहानींकडे बघत समोरच खुर्चीत बसला.

डॉ. गंगाधर पंत या समितीचे सूत्रधार होते, हे डॉ. समीरना माहीतच नव्हतं. भारतात आज ते केवळ डॉ. गंगाधर पंतांमुळेच होते याची जाणीव त्यांना होती. त्यामुळे त्यांचं नाव ऐकताच डॉ. समीर उत्साहित झाले होते.

डॉ. सहानी घसा खाकरून सर्वांकडे कटाक्ष टाकीत म्हणाले,

''डॉ. गंगाधर पंतांच्या अनुपस्थितीत मला या समितीची जबाबदारी दिल्याबद्दल मी आभारी आहे. मी फक्त नाममात्र राहणार आहे. डॉ. गंगाधर पंत हे या समितीचे कार्यालयीन सूत्रधार असतील. जी काही चर्चा इथे होईल, त्या सर्वांचा निर्णय त्यांच्या

अनुमतीनेच घेतला जाईल. प्रथम आपले तरुण शास्त्रज्ञ डॉ. समीर ताटकरे यांची ओळख झालेलीच आहे. तशी त्यांची ओळख आपल्याला आंतरराष्ट्रीय नियतकालिकांमध्ये प्रसिद्ध झालेल्या त्यांच्या संशोधनपेपरवरून झालेली आहे...'' यावेळी डॉ. सहानींनी सर्व सदस्यांकडे पाहिलं व त्यांनीही हसत होकारार्थी मान डोलावली होती. डॉ. सहानी पुढे म्हणाले, ''पण आपल्या इतर सदस्यांची ओळख त्यांना नसेल... मी ती स्वत:च करून देतो.''

हे डॉ. अमित सिन्हा, वनस्पती वैज्ञानिक सर्वेक्षण संस्था, कोलकत्ता, डॉ. शंकर चौघुले, वनस्पतिशास्त्र विभाग, पुणे विद्यापीठ, पुणे, डॉ. शिवकांत अलग, ट्रॉपिकल बोटॅनिक गार्डन अॅण्ड रिसर्च इन्स्टिटयूट पालोद, केरळ, डॉ. मोहम्मद हुसेन, बिरबल सहानी इन्स्टिटयूट ऑफ पॅलेओस्साइन्सेस लखनौ आणि ह्या डॉ. मीरा नटराजन, नौरोजी गोदरेज फॉर प्लँट रिसर्च, चेन्नई. हे सर्वच संचालकपदावर कार्यरत असून, आपापल्या क्षेत्रात तज्ज्ञ आहेत, तर मी डॉ. ताटकरे यांना विनंती करतो की, त्यांनी आपला प्रकल्प सादर करावा...''

डॉ. सहानी बसले व अपेक्षितपणे डॉ. समीरकडे पाहून त्यांनी स्मित केलं. इतर सदस्यांनीही स्मित केलं.

डॉ. समीर हळूच उठले व टेबलासमोरील पॉवरपॉईंटजवळ जाऊन उभे राहिले. प्रेझेंटेशन आधीच लोड केलं होतं. हातात ग्रीन लेझरपॉइंटर घेऊन त्यांनी बोलायला सुरुवात केली.

''गुडमॉर्निंग ऑल दि रिस्पेक्टेड मेंबर्स ऑफ दि कमिटी अॅण्ड दि कोऑर्डिनेटर ऑफ डी. एस. टी... माझ्या प्रकल्पाचा मथळा आहे.... ''प्लँटोनची निर्मिती आणि वनस्पतींमधील स्मृतिसदृश प्रथिनांचा शोध.''

प्रकल्पाचा मथळा वाचून डॉ. समीरनी प्रकल्प सादर करण्यास सुरुवात केली. माऊसच्या साहाय्याने एक एक दर्शिका उलगडताना ते प्रकल्पाचा हेतू, महत्त्व, पद्धत, योजना, प्रयोग, देशासाठीचा फायदा, लागणारी उपकरणं, न्यायत्त्व, अर्थकारण व त्याची गरज आणि मुख्यत: या प्रकल्पाचा सामाजिक चेहरा व दृष्टिकोन, मनुष्यबळ, आपल्या ओघवत्या व अस्खलित इंग्रजीत सांगत होते. शेवटी दहा कोटींचा आर्थिक अहवाल डॉ. समीरनी पुरेशा स्पष्टीकरणासह मांडला व आभार मानून ते थांबले. सेमिनार रूममध्ये एकच स्तब्धता होती. डॉ. समीरनी आपल्या मधाळ वाणीने वातावरण भारावून टाकलं होतं. विषय पुरेशा ताकदीने मांडला होता. डॉ. समीर समितीतील सदस्यांकडे अपेक्षेने पाहत होते.

डॉ. सहानी यांनी एक दीर्घ उसासा सोडला. त्यांचा श्वासोच्छ्वासही त्या वातावरणात जाणवला. ते म्हणाले,

''व्हेरी नाईस प्रेझेंटेशन! आपण आपला प्रकल्प टप्प्याटप्प्याने छान समजावून

सांगितला. आता या अनुषंगाने थोडीशी चर्चा करूयात...''

डॉ. सहानी डॉ. सिन्हांकडे पाहत पुढे म्हणाले, ''डॉ. सिन्हा, प्लिज गो अहेड विथ द क्वेश्चन्स् ॲण्ड डिस्कशन.''

डॉ. सिन्हा स्वत:ला सावरीत आपले डोळे डॉ. समीरवर रोखीत म्हणाले,

''डॉ. समीर, मला असं वाटतं की प्रकल्पाच्या खोलात जाऊन विचार करण्याआधी थोडं आपण काही मूलभूत गोष्टींकडे वळू या...''

''ओ.के. सर! नो प्रॉब्लेम...'' डॉ. समीर सहमतीदर्शक उत्तरले.

''तुमचं संशोधन मुळात वनस्पतींवर असल्याने मानव व वनस्पतींच्या मूळ पेशी व त्यांच्यातील मूलभूत फरक आधी समजून घेणं संयुक्तिक ठरेल. तर त्याविषयी सांगाल...?'' डॉ. सिन्हा तोंडावर बोट ठेवत म्हणाले होते.

डॉ. समीरनी सिन्हांकडे अर्थपूर्ण पाहिलं. इतका मूलभूत प्रश्न विचारलेला पाहून ते थोडेसे संदिग्ध झाले; पण समोरच्याला काहीही विचारण्याचा अधिकार असतो, हे त्यांना ज्ञात होतं. माऊस हातात घेत ते म्हणाले,

''श्युअर ऽऽ सर!'' आणि माऊस क्लिक करताच पडद्यावर प्राणी व वनस्पतींच्या पेशींचं स्वतंत्र चित्र आलं. डॉ. समीर सांगू लागले, ''या इलेक्ट्रॉन सूक्ष्मदर्शकाच्या साहाय्याने काढलेल्या वनस्पती व प्राणी पेशींच्या संरचना आहेत.'' लेझरपॉईंटरचा हिरवा बिंदू एका संरचनेवर केंद्रित करीत डॉ. समीर पुढे म्हणाले, ''ही वनस्पतीपेशी असून तिच्याभोवती संरक्षक पेशी-भित्तिका आहेत. यामुळेच पेशीला विशिष्ट आकार प्राप्त होतो. पेशी-भित्तिकेच्या आतल्या बाजूस पेशीपटल असून, त्याला प्रद्रव्यपटल (Plasma Membrane) असेही म्हणतात. खऱ्या अर्थाने पेशीत शिरणाऱ्या अथवा पेशीबाहेर पडणाऱ्या पाण्यावर आणि द्रावकांवर नियंत्रण ठेवण्याचं कार्य या प्रद्रव्य-पटल करतात आणि त्यापुढे सीमित झालेल्या पेशीतील जेलीसारखा द्रव्य म्हणजेच पेशीद्रव्य (Cytoplasm) होय. पेशीद्रव्य हा काहीसा चिकट व अर्धपारदर्शक पदार्थ असून, पेशींची विविध अंगके (Organelles) यात विखुरलेली असतात आणि तीच वेगवेगळी कार्य करीत असतात.''

डॉ. समीर थोडंसं थांबले. घसा खाकरून त्यांनी हळूच लेझरचा हिरवा बिंदू पेशीच्या मध्यावर आणला आणि ते म्हणाले,

''हे पेशीचे अतिमहत्त्वाचे अंगक आहे त्यालाच केंद्रक (Nucleus) असं म्हणतात. या केंद्रकाला स्वत:चेही केंद्रकपटल असून, त्यात केंद्रक द्रव्येही (Nuceloplasm) असतात. या केंद्रकद्रव्यात एक किंवा दोन केंद्रकी तसेच रंगद्रव्यांची (chromatins) जाळी आहेत. पेशीविभाजनाच्या वेळी याच रंगद्रव्यापासून गुणसूत्र (chromosomes) तयार होतात आणि तेच पुढे पेशींच्या कार्याचे नियंत्रण करतात. शिवाय अनुवांशिक लक्षणांचे एका पिढीकडून दुसऱ्या पिढीत संक्रमण

होण्यास हीच गुणसूत्रे कारणीभूत असतात. याच गुणसूत्रांच्या खंडांना जीन्स् (Genes) असे म्हणतात. ते खरे अनुवंशिकतेचे एकक आहेत.''

डॉ. समीरनी पुन्हा सभोवार पाहून घेतलं. वातावरण शांत होतं. डॉ. समीरचा एकूण एक शब्द प्रत्येक जण कान देऊन ऐकत होता. डॉ. समीरचं बोलणंच मोहिनी टाकणारं होतं. एकदा का ते विषयात शिरले की, अतिशय मूलभूत गोष्टींचाही ते परामर्श घेत. त्यामुळे विषयाशी संबंधित नसणाऱ्यालाही ते कळत असे. ते पुढे म्हणाले,

''खरं तर या पेशीद्रव्यांच्या अंतर्भागात सूक्ष्म नलिकांचं जाळंच पसरलेलं असतं. त्यांनाच अंतर्द्रव्य जालिका (Endoplasmic reticulum) असेही म्हणतात. त्या प्रामुख्याने पेशीतील परिवहन संस्थेचं काम पाहतात. याच आंतरद्रव्य जाळ्यांवर काही ठिकाणी बारीक, सूक्ष्म कणिका असून त्यांना रायबोझोम् (Ribosomes) असं म्हणतात आणि त्या वनस्पतींमध्ये प्रथिनं संश्लेषणाचं काम करतात. माझ्या संशोधनात हा फार महत्त्वाचा घटक आहे. शिवाय वनस्पती पेशीत हरितलवके (chloroplast) असतात आणि हेच प्रकाशसंश्लेषणाचं कार्य करतात. वनस्पतींचं हे खास वैशिष्ट्य आहे. कारण प्राणीपेशीत अशी अंगके मुळात नसतातच. पेशीचं अजून एक महत्त्वाचं अंगक म्हणजे तंतुकणिका (Mitochondria) हे होय. प्रत्येक पेशीत अनेक तंतुकणिका असतात आणि त्या अन्नाचे संपूर्ण ऑक्सिडीकरण करून ऊर्जा मुक्त करण्याचे कार्य करतात. म्हणूनच तंतुकणिकांना पेशींचे ऊर्जास्त्रोत असं म्हणतात. ह्या इथे गॉल्गीकाय नावाचे अंगक आहे. ते वेगवेगळ्या स्त्रावांची निर्मिती करते.''

डॉ. समीर प्राणीपेशींवर हिरवाबिंदू आणीत त्यातील फरक स्पष्ट करीत म्हणाले, ''वनस्पती व प्राणीपेशींमध्ये बहुतांशी साम्य आहे. फक्त प्राणीपेशींत तारककाय (centrosome) नावाचे एक लहानसे अंगक केंद्रकाजवळ आढळते आणि शिवाय लयकारिका, रिक्तिका (Vacuole)सारखी अंगकेही असतात. या व्यतिरिक्त प्राणीपेशींत पेशीभित्तिका, लवके नसतात.''

डॉ. समीरनी उत्कृष्टपणे पेशींचं स्पष्टीकरण दिलं होतं. त्यामुळे त्यांची विषयातील गोडी, जाण व खोली कळून येत होती.

त्यावर डॉ. सिन्हा पुन्हा आपला प्रश्न पुढे करीत म्हणाले,

''आणि मेंदू पेशी?''

''मेंदू हाच मुळी असंख्य कोशिकांनी (Neurons) बनलेला असतो. साधारण एका वर्षाच्या मानवात एक हजार अब्ज एवढ्या कोशिका असतात. त्या वयानंतर मात्र कोशिकांची निर्मिती थांबते आणि दिवसाला दोन लाख या दरानुसार कोशिका लोप पावतात. वयाच्या पन्नास वर्षांपर्यंत दोन ते पाच टक्क्यांनी हानी होते. याशिवाय

मेंदूच्या कोशिका इतर हजारो कोशिकांना जोडलेल्या असतात. कोशिकां-व्यतिरिक्त ग्लिआ नावाची महत्त्वाची मेंदूपेशी कार्यरत असून, तिची संख्या ही अब्जावधीच्या घरात आहे. त्याचे महत्त्वाचे चार प्रकार आहेत ते म्हणजे ॲस्टोसाईट्स (Astrocytes), ऑलिगोडीमड्रासाइट्स (oligodeem drocytes) मायक्रोग्लिआ (Microglia) आणि इपेनडायमल (Ependymal) हे होत. मेंदूत विविध कार्यांसाठी त्याचा उपयोग होतो.'' डॉ. समीरनी अतिशय मुद्देसूद सांगितलं होतं. मुळात मेंदू हा विषयच मोठा व गहन असल्याने दोन मिनिटांत सांगणे अवघड होते.

डॉ. शंकर चौघुले त्यांच्याकडे पाहत हसले व छद्मीपणे म्हणाले,

''याचा अर्थ तुम्ही वनस्पतींमध्ये मानवी मेंदू शोधण्याचा प्रयत्न करीत आहात की काय?''

डॉ. समीरना डॉ. चौघुलेंची आगळिक रूचली नाही. त्यांना राग आला होता; पण तो न दर्शविता ते शांतपणे म्हणाले,

''आय ॲम सॉरी टू से सर... पण मला वाटतं तुम्ही अहवाल नीट वाचलेला दिसत नाही. मी असं कुठेही म्हटलेलं नाही. वनस्पतींमध्ये मानवी मेंदू शोधण्याची कविकल्पना मी करणार नाही. डॉ. सिन्हांनी मेंदूविषयी विचारलेल्या प्रश्नाचं मी फक्त उत्तर देत होतो.''

डॉ. समीरच्या सरळ उत्तरानं डॉ. चौघुल्यांचा चेहरा पडला; पण तो त्यांनी जाणवू दिला नाही. इतरही आश्चर्याने पाहत राहिले. डॉ. चौघुले थोडे नरमले व पुन्हा उपरोधात्मक म्हणाले,

''ठीक आहे... तुमची ही कविकल्पना नाहीये असं गृहित धरू. मग तुम्ही वनस्पतींमध्ये नेमकं काय शोधणार आहात? मेंदूच्या पेशीच ना?'' डॉ. चौघुले बाजी मारल्यासारखे हास्य फेकीत म्हणाले. शेवटी मी जे म्हणालो होतो तेच बरोबर होतं असा त्यांचा आविर्भाव होता.

डॉ. समीरनी हळूच स्मित केलं व ते उत्तरले,

''मान्य आहे; पण माझा हेतू हा वनस्पतींमध्ये कोशिका, मेंदूपेशी किंवा मेंदू शोधण्याचा नसून त्यासारखी मेंदूसदृश प्रथिने शोधणे हा आहे. माझ्या प्रकल्पाच्या मथळ्यातही हा हेतू पुरेसा वृद्धिंगत होतोय, असं मला वाटतं.''

''तेच तुम्हाला कसे अपेक्षित आहे, डॉ. समीर?'' डॉ. सहानींनी अतिशय सौम्यपणे हा प्रश्न समजून घेण्यासाठी विचारला होता.

''ही अशी मेंदूसदृश प्रथिने वनस्पतींमध्ये मला प्रकाशसंश्लेषण व रासायनिक अभिक्रियेतून अपेक्षित आहेत.'' डॉ. समीर तत्काळ म्हणाले होते.

''ते कसे काय, डॉ. समीर? या दोन्ही वनस्पतींमधील पोषण क्रिया आहेत आणि त्या वेलनोन आहेत. यातून मेंदूसदृश प्रथिने तयार होऊ शकतील काय?''

डॉ. मीरा नटराजननी प्रथमच प्रश्न विचारला होता.

''निश्चितच मॅडम... मी या क्रियाच आपणास विशद करतो.'' डॉ. समीरनी पडद्यावर प्रकाश व रासायनिक संश्लेषणाच्या काही क्रिया आणल्या व त्यांच्याकडे निर्देश करीत ते पुढे म्हणाले, ''ही प्रकाशसंश्लेषण क्रिया आहे. या पद्धतीत हरित वनस्पती कार्बनडाय ऑक्साइड आणि पाणी यांचा वापर करून सूर्यप्रकाशाच्या साहाय्याने पिष्टमय पदार्थ तयार करतात. यात प्रामुख्याने शर्करा, पाणी व ऑक्सिजन यांची निर्मिती होते, तर रासायनिक क्रिया ही विशिष्ट नायट्रिक जीवाणूंमुळे घडते. लोह व गंधक यांचे ऑक्सिडीकरण करणारे हे जीवाणूच ही क्रिया प्रामुख्याने घडवून आणण्याचे कार्य करतात. या प्रक्रियेतून मुक्त झालेली ऊर्जा वापरून जीवाणू पिष्टमय पदार्थ तयार करतात. त्यातून प्रामुख्याने शर्करा, पाणी आणि गंधक उत्सर्जित होतात. या दोन्ही प्रक्रियेत पिष्टमय पदार्थ तयार होतात.''

डॉ. हुसेन थोडेसे मागे रेलले व गहन विचार करीत म्हणाले,

''डॉ. समीर, याचा अर्थ या प्रक्रियेतून निर्माण होणाऱ्या पिष्टमय पदार्थांमध्येच तुम्हाला मेंदूसदृश प्रथिने मिळण्याची अपेक्षा वाटते काय?''

''येस सर!'' डॉ. समीर ठामपणे उत्तरले.

''पण या प्रक्रिया आज पुरेशा प्रमाणात अभ्यासल्या गेल्या आहेत डॉ. समीर. शिवाय सृष्टीतील प्रत्येक वनस्पतींमध्ये या क्रिया घडत असून, पिष्टमय पदार्थ तयार होत आहेत. किंबहुना मानवी जीवनातील ती एक मोठी प्रक्रिया आहे. त्याशिवाय मानवी जीवनाला अर्थच उरणार नाही. माझा मुद्दा हा आहे की, या प्रक्रियेतून निर्माण होणारे पदार्थ आहेत, ते सर्वांना ठाऊक आहेत. त्यात नव्याने कुठल्याही पदार्थांचा अथवा प्रथिनांचा समावेश नाही.'' डॉ. शिवकांत अलगनी यांनी अतिशय मुद्देसूद स्पष्टीकरण देऊन प्रश्न विचारला होता.

डॉ. समीर त्यावर विचार करीत म्हणाले,

''मान्य आहे सर!... या सर्व गोष्टींचा मी विचार केलेला आहे. अभ्यासाअंती माझ्या असं लक्षात आलं की प्रकाशसंश्लेषण क्रिया ही अतिसूक्ष्म पातळीवर घडते आणि सर्वसाधारण प्रक्रियेपेक्षा ती वेगळी असते. तेथे निर्माण होणारे पदार्थ हे निश्चितच वेगळ्या गुणधर्मांचे असू शकतात. अतिसूक्ष्म पातळीवर शर्करा व गंधक हे स्मृतिसदृश प्रथिनांसारखे गुणधर्म दाखवू शकतात. आज अति अति सूक्ष्म पातळीवर निर्माण होणाऱ्या पदार्थांचे गुणधर्म काय आहेत याचे आपल्याला ज्ञान नाही आणि मला विश्वास आहे की, यात स्मृतिसदृश प्रथिने वनस्पतींमध्ये निर्माण होत असतीलच.''

डॉ. समीरनी आपल्या कल्पनाशक्तीला शास्त्रीय जोड दिली होती. डॉ. सहानी डॉ. समीरची कल्पनाशक्ती व विवेचन पाहून भारावून गेले. त्यांनी तत्काळ विचारले,

''डॉ. समीर, तुम्ही आत्ताच स्मृतिसदृश प्रथिने असे म्हणालात. क्षणभर अतिसूक्ष्म प्रकाश किंवा रासायनिक संश्लेषण क्रियेतून अशी प्रथिने निर्माण होतात, असे गृहीत धरू; पण ती मानवी स्मृती मेंदूत असणारी प्रथिनेच असतील का? आणि ती कोणती? मुख्य म्हणजे स्मृती म्हणजे काय, हे सांगू शकाल?''

''निश्चितच सर! आय वील बी व्हेरी हॅपी टू एक्सप्लेन धिस कन्सेप्ट. प्रत्यक्ष स्मृती म्हणजे काय ते मी सांगतो. कोणत्याही ज्ञानार्जनाकरिता स्मृती आवश्यक असते. स्मृती म्हणजेच विशिष्ट उद्दिपनांच्या परिणामांची नोंद आणि कालांतराने पुन्हा तपासता येऊन नव्या परिणामांशी तिची तुलना करता येते. मानवी मेंदूत तांत्रिका कोशिकाच स्मृतिसंचय करतात आणि त्यामुळे कोशिकांतील रिबोन्युक्लिइक आम्ल रेणूत बदल होतात. हेच रेणू कोशिकांच्या प्रथिन संश्लेषणात महत्त्वाचा भाग घेत असल्याने स्मृतिसंचय कोशिकांमध्ये सांकेतिक प्रथिनात असतो. ही प्रथिने म्हणजेच कोशिकातील कार्बोहायड्रेट, स्निग्धपदार्थ, न्यूक्लिइक आम्ले आणि अमिनो आम्लांपासून बनतात आणि अतिसूक्ष्म संश्लेषणांमुळे वनस्पतींमध्ये ही स्मृतिसदृश आम्ले तयार होतच असतील, यात शंका नाही.'' डॉ. समीरनी अजून खोलात जाऊन स्पष्टीकरण दिलं होतं.

''मग मानवाचे जसे विचारवहन होते, तसेच वनस्पतींमध्येही तुम्हाला अपेक्षित आहे का?'' डॉ. हुसेननी विचारलं.

''होय! तसे विचारवहन घडवून आणल्याशिवाय स्मृतिसदृश प्रथिनांचा शोध घेणे केवळ अशक्य आहे.'' डॉ. समीर उत्तरले.

''तो कसा काय?'' डॉ. हुसेनने पुढे प्रश्न केला.

''जर का अशी प्रथिने असतील आणि त्यात स्मृतिसंचय होत असेल, तर विशिष्ट कंपन संस्थेचे विद्युतप्रवाह सोडून त्यांचे क्षेत्रमापन करणे शक्य आहे. मानवी मेंदूत होणाऱ्या विद्युतप्रवाहांचा व कंपन संख्येच्या आलेखरूपी नोंदी आपल्याकडे आहेत. कुठल्या प्रथिनांना या कंपनसंख्या प्रतिसाद देतात त्याच्याही नोंदी आहेत. वनस्पतींवर प्रयोग करून त्या पडताळून पाहणे शक्य आहे. हे सर्व अतिसूक्ष्म पातळीवर घडत असल्याने सर्वसाधारण उपकरणे त्यासाठी कामाची नाहीत. त्यासाठी मी स्वत: प्लँटोन नावाच्या उपकरणाची निर्मिती करणार आहे.''

''नेमके कसे ते? थोडक्यात सांगू शकाल?'' डॉ. मीरा नटराजननी विचारलं होतं.

डॉ. समीरनी पडद्यावर प्लँटोनचा आराखडाच दाखविला. लेझरचा बिंदू त्यावर ठळक करीत ते म्हणाले,

''हा खऱ्या अर्थाने प्लँटोनचा आराखडा आहे. वनस्पतींमध्ये जर स्मृतिसदृश प्रथिने असतील, तर ती निश्चितच प्लँटोनला प्रतिसाद देतील. थोडक्यात, यामध्ये

अतिसूक्ष्म आकारांचे असंख्य मिश्रित धातूंचे इलेक्ट्रोड असून, ते रेडिओ लहरींचे स्त्रोत आहेत, तर काही ग्राहक आहेत. यातील प्रत्येक इलेक्ट्रोड हा विशिष्ट कंपनसंख्येचा रेडिओलहरींनीच प्रभावित होतो. रेडिओ लहरींनी उद्दीपित झाल्यावर इलेक्ट्रोडमधून जी विद्युतकंपने मेंदूसदृश प्रथिनांकडे जातील, ती पुढे शोषली जाऊन कंपनगती वाढते, त्याच कंपन संख्येच्या लहरी प्रसारितही करतील. या प्रथिनांना सलग विद्युतप्रवाह कामाचा नसून, तुटक व सूक्ष्म झटक्यांच्या स्वरूपातील विद्युतप्रवाह सोडण्यात आला आहे. वनस्पतीला अतिसूक्ष्म स्फटिक व तारेच्या साहाय्याने विद्युत पुरवठा करण्यात आला आहे. या महत्त्वाकांक्षी प्रयोगाद्वारे वनस्पतींमधील स्मृतिसदृश गुणधर्मांचा अभ्यास विद्युतप्रवाहाच्या साहाय्याने करून, त्याचे परिणाम मानवी मेंदूशी पडताळून पाहिले जातील.''

डॉ.समीर पुढे बराच वेळ बोलत राहिले. खोलात जाऊन सविस्तर सांगू लागले. प्रत्येक जण त्यांच्या कल्पनेची व बुद्धिमत्तेची झलक पाहत होता. शेवटी ते म्हणाले,

''सर! वनस्पतींमधील स्मृतिप्रथिनांकडून येणारे अतिसूक्ष्म तरंग पकडण्यासाठी आणि त्यांचे पृथक्करण करण्यासाठीच या प्रकल्पाचा आर्थिक बोजा वाढला आहे. वनस्पतीतील अतिसूक्ष्म गुणधर्म जाणून घेण्यासाठी उच्च संवेदनशील व क्षमतेच्या उपकरणांची आवश्यकता आहे.''

डॉ. समीरनी पुढे उपकरणांची यादीच सादर केली.

डॉ. सिन्हा थोडे चुळबुळले. तोंडाचा चंबू करीत म्हणाले,

''डॉ. समीर, मघाशी तुम्ही म्हणालात की मानवी मेंदूत अब्जावधी पेशिका असून, त्याच स्मृतिसंचयाचं कार्य करतात. एवढ्या प्रमाणात पेशी असूनदेखील त्यांचे विद्युत क्षेत्रमापन अवघड जाते. मग वनस्पतींमध्ये कमीत कमी प्रमाणात विद्युत संकेत मिळण्यासाठी एवढ्या प्रमाणात प्रथिने मिळू शकतील का?''

''आत्ताच याबद्दल सांगणे अवघड आहे. म्हणूनच मी प्लँटोनची निर्मिती करताना जगातील सध्या उपलब्ध असलेल्या हायली रिसॉल्व्ड उपकरणांचा व तंत्राचा उपयोग करणार आहे; जेणेकरून प्रथिनांकडून येणारा अतिशय अशक्त सिग्नलही मी रेकॉर्ड करू शकेन!'' डॉ. समीरनी पटवून देण्याचा प्रयत्न केला.

''तुमच्या म्हणण्यानुसार जर का हे अतिसूक्ष्म पातळीवर घडत असेल, तर मग ही प्रक्रिया सर्वच वनस्पतींमध्ये घडायला हवी. माझ्या माहितीनुसार सगळ्याच वनस्पतींचा अभ्यास काटेकोरपणे झालेला आहे. त्यात असे काही आढळलेले माझ्या तरी वाचनात नाही.'' डॉ. चौधुले पुन्हा चिमटा काढीत म्हणाले.

डॉ. समीरच्या ते लक्षात आलं; पण पुन्हा शांतपणे ते म्हणाले,

''आत्ता काहीच सांगता येणार नाही. सृष्टीत असंख्य वनस्पती आहेत. आत्ता

तरी नाकारणे शक्य नाही. अशी एखादी वनस्पती निसर्गात जरूर असेल की, जिच्यात आपल्याला भरपूर स्मृतिसदृश प्रथिने मिळू शकतील.''

''पण माझ्या माहितीनुसार लाखो वनस्पतींचा शोध त्यांच्या गुणधर्मासहीत झालेला आहे. तुम्ही अजून अशी नवीन कुठली वनस्पती शोधणार आहात? इट इज इम्पॉसिबल... प्रकल्पाच्या कालावधीत हे केवळ अशक्य आहे. अशा दुर्मीळ वनस्पती शोधणे आता तरी शक्य नाही.'' डॉ. चौघुले रेटत म्हणाले.

''चला, कमीत कमी अशा दुर्मीळ वनस्पती असतील याचं अप्रत्यक्षपणे तुम्ही समर्थन केलेलं आहे. त्याच वनस्पतींचा शोध मला घ्यायचाय.'' डॉ. समीर ठामपणे म्हणाले.

डॉ. सिन्हा काहीसे चिडून म्हणाले,

''पण हे समुद्रात गोट्या शोधण्यासारखंच काम आहे.''

''मान्य आहे... म्हणून नवीन संशोधन थांबवता येत नाही सर! हिरे, माणिक, मोती हे अथांग समुद्रातूनच आपण प्रयत्नपूर्वक शोधतो हे तुम्ही विसरता आहात. संशोधनाला दिशा नसतेच मुळी. ती शोधावी लागते.'' डॉ. समीरनी अतिशय समर्पकपणे आपला मुद्दा मांडला होता.

''ठीक आहे... उद्या उठून स्मृतिसदृश प्रथिने तुम्ही शोधलीत किंवा वनस्पतींना स्मृती असतात असा शोध लावला, तर त्याचं काय? शेवटी समाजाला त्याचा उपयोग काय?'' डॉ. चौघुल्यांनी पुन्हा कुरघोडी करणारा प्रश्न विचारला.

''प्रत्येक वेळी, संशोधनाचा उपयोग काय? ही जुनाट मनोवृत्ती आता बदलायला हवी. संशोधन म्हणजे संशोधनच! ते उपयुक्तच असतं. तुम्हा-आम्हासारखेच त्याचा दुरूपयोग करतात. कुठलंही बाळ जन्माला येतं, तेव्हा आपण कधीच त्याचा विचार करीत नाही की याचा उपयोग काय? त्या क्षणी ती निरूपयोगीच गोष्ट असते; पण पुढे त्याचा उपयोग होतो. तसंच संशोधनाचंही आहे.'' डॉ. समीरनी वैचारिक भूमिका मांडली होती. सर्वच त्यांच्या या मधाळ बोलण्याकडे पाहत राहिले. डॉ. सिन्हा पुन्हा स्मित करीत म्हणाले,

''डॉ. समीर, समजा तुम्ही शोधलेल्या स्मृतिसदृश वनस्पतींनीच आपल्या मानवांना वेठीस धरले तर तुम्ही काय कराल?'' सेमिनार रूममध्ये थोडीशी खसखस पिकली; पण डॉ. समीर त्यावर गंभीर होत म्हणाले,

''यातला उपरोधित स्वर बाजूला ठेवला, तर डॉ. सिन्हांचा प्रश्न अगदी बरोबर आहे; पण अशा वनस्पती जरी शोधल्या, तरी त्यांचा मेंदू लागलीच विकसित करता येईल असे काही नाही. मानव कोट्यवधी वर्षांपासून आज उत्क्रांत अवस्थेत आलेला आहे. तूर्तास तरी मला वाटते असा विचार करणे मूर्खपणाचे ठरेल. त्यापेक्षा असा शोध लागला, तर मानवाला त्याचा उपयोग कसा करून घेता येईल, याकडे

शास्त्रज्ञांनी लक्ष देणे गरजेचे आहे.'' डॉ. समीरनी नाराजीनेच या प्रश्नाचं खंडन केलं होतं.

''तुमच्या मनात असे काही उपयोग आहेत का?'' डॉ. सहानींनी थोडं रिलॅक्स होत विचारलं.

डॉ. समीर विचार करून म्हणाले,

''होय सर! जैवस्मृती, ऊर्जा निर्मिती, पर्यावरणाचा समतोल यांसारख्या असंख्य गोष्टींसाठी उपयोग करून घेता येईल. शिवाय वनस्पती मानवाशी सुसंवाद साधू शकेल व पृथ्वीवरील खनिजसंपत्तीत वाढ होऊ शकेल, असे बरेच.'' डॉ. समीर बोलून थांबले होते.

सेमिनार रूममध्ये शांतता पसरली. सर्वांनी एकमेकांकडे पाहिलं व अजून काही विचारायचे आहे का म्हणून खूण केली. शेवटी कुणालाच काही विचारायचं नसल्याचं बघून, डॉ. सहांनी घसा साफ करीत म्हणाले,

''थँक्यू डॉ. समीर...! नाईस प्रेझेंटेशन अॅज वेल अॅज डिस्कशन... थँक्यू व्हेरी मच...!''

''मीही सगळ्यांचा आभारी आहे...''

डॉ. समीरनी पुन्हा एकवार सगळ्यांवर नजर फिरवीत आभार मानले व आपली बॅग व पेनड्राईव्ह घेऊन बाहेर पडले.

दुपारचा एक वाजून गेला होता. सलग तीन तास मीटिंग सुरू होती. डॉ. समीरना थोडंसं एक्झॉस्टीव्ह वाटायला लागलं होतं. का कुणास ठाऊक; पण कमिटीतले काही सदस्य व त्यांनी विचारलेल्या प्रश्नांवर डॉ. समीर नाराज झाले होते. राष्ट्रीय पातळीवरील शास्त्रज्ञांकडून त्यांना अशा प्रकारच्या प्रश्नांची अपेक्षाच नव्हती; पण ते स्वत: समाधानी होते. त्यांना काय सांगायचं होतं ते त्यांनी ठासून सांगितलं होतं. कुठल्याही परिणामांची तमा न बाळगता त्यांनी आपली मतं ठामपणे मांडली होती.

डी. एस. टी.च्या गेटमधून समीर तत्काळ बाहेर पडले. आता कुठल्याही सदस्यांना भेटण्याची इच्छा उरली नव्हती आणि त्यांचा तो पिंडही नव्हता. फक्त प्रा. गंगाधर पंतांना भेटण्याची त्यांची इच्छा होती; पण ते प्रकृतिअस्वास्थ्यामुळे मीटिंगला येऊ शकले नव्हते. गंगाधर पंत कुठे राहत होते याचाही पत्ता त्यांच्याकडे नव्हता. तो मिळविणे सहज शक्य होतं; पण यावेळी डॉ. समीरना त्यांना भेटणं प्रशस्त वाटलं नाही. त्यामुळे गैरसमज निर्माण झाले असते. कारण प्रा. पंत हे प्रकल्प मंजुरीसाठीच्या समितीचे चेअरमन होते आणि म्हणूनच त्यांना भेटण्याचा बेत डॉ. समीरनी रद्द केला.

एका रिक्षावाल्याला हात दाखवत त्यांनी रिक्षा थांबवली व अॅक्सलरेटर

सेंटरकडे नेण्याचा निर्देश देताच रिक्षा पळू लागली. दुपारच्या गरममिश्रित हवेनं त्यांना बरं वाटलं. प्रकल्पाविषयी समिती काय निर्णय घेते, याविषयीचे विचार त्यांच्या मनात येत होते. कुठलाच आकृतिबंध त्यांच्या मनात तयार होत नव्हता.

अॅक्सलरेटर सेंटरच्या गेस्ट हाऊसमध्ये येताच डॉ. समीर फ्रेश झाले. मनाला थोडीशी उभारी आली. चार वाजले होते. कँटीनमध्ये जाऊन चहा घेण्याचा विचार त्यांनी केला; तेवढ्यात मोबाइलची ट्यून वाजली. मोबाइल कानाला लावतच ते म्हणाले,

"हॅलो... डॉ. समीर ताटकरे."

"अरे भई मैं... डॉ. किशनलाल... कैसे हुआ प्रेझेंटेशन?"

डॉ. किशनलालचा आवाज ऐकून डॉ. समीरचा चेहरा पुलकित झाला. ते म्हणाले,

"ठीक हुआ... पता नहीं क्या डिसिजन होगा?..."

"किसीने खामखाह तंग तो नहीं किया? क्योंकी इंडिया में किसीको कुछ आता नहीं और कामवाम भी कुछ करते नहीं। लेकिन कमिटीवाले सबको तंग करना अच्छा जानते है।" डॉ. किशनलाल अनुभवाने म्हणाले होते.

डॉ. समीर पलीकडून यावर स्मित करीत म्हणाले,

"किया ना! काफी तंग किया।"

"किसने?"

"डॉ. सिन्हा और डॉ. चौघुले."

"अरे वो दोनों साले बहुत बदमाश है... वो कुछ तो रिसर्च करते नहीं लेकिन दुसरों के काम में भी टांग अडाते रहते है। छोड दो उनको. लेकिन पंत साहब थे ना?" डॉ. किशनलालनी विचारलं.

"नहीं ना! वो बिमार है इसलिए आ नहीं सके। उनकी जगह डॉ. सहानीने चेअर किया." डॉ. समीरनी माहिती दिली.

"ठीक है... नो प्रॉब्लेम! डॉ. सहानी तो थे ना। ही इज् अ मॅन वीथ फुल अंडरस्टँडिंग! आय होप समथिंग गुड वील कम आऊट...! चलो फिर आ जाओ सेंटर में... मैं मेरे रूम में तुम्हारा इंतजार कर रहा हूँ। चायवाय यही लेंगे और आपको पेलेट्रॉन सुविधा भी बता देंगे..." डॉ. किशनलालनी पुढच्या दोन तासांची योजना सांगितली होती.

डॉ. समीर त्यावर तत्परतेने उत्तरले,

"ओ.के.. किशनलालजी! मैं पाच मिनिट में आ रहा हूँ।"

डॉ. समीरनी मोबाइल ठेवला व कपडे नीटनेटके करून, त्यांनी केस पुन्हा एकदा सारखे केले व ते बाहेर पडले.

गेस्टहाऊसमधून बाहेर येताच आजूबाजूच्या हिरवळीनं त्यांना खूप बरं वाटलं. समोरचा प्रशस्त डांबरी रस्ता केंद्राकडे जात होता. केंद्राच्या समोरच स्वतंत्र पॉवरहाऊस होतं. त्याचा काहीसा घर्ऽ घर्ऽ आवाज येत होता.

गेटमधून आत जाताच डाव्या बाजूला बसलेल्या रिसेप्शनिस्टजवळील लॉग बुकमध्ये त्यांनी स्वत:चं नाव, पत्ता व भेटीचा हेतू नमूद केला व समोर बसलेल्या इसमाला डॉ. किशनलालची केबिन विचारली. त्यानं व्यवस्थित मार्गदर्शन केलं. त्यानुसार त्यांनी काचेचं तावदान ओढलं व आत प्रवेश केला. आतील वातावरण बऱ्यापैकी गार होतं. डावीकडच्या जिन्याने ते पहिल्या मजल्यावर आले. तेथे बऱ्याच शास्त्रज्ञांच्या केबिन्स होत्या. त्यातच डॉ. किशनलालचीही होती. डॉ. समीरनी हळूच दार ढकलीत विचारलं,

"मे आय कम इन?"

डॉ. किशनलाल चश्मा घातलेले, बुटकेसे, शरीरयष्टीने बांधेसूद, गौरवर्ण, पंचेचाळिशीचे गृहस्थ होते. डॉ. किशनलाल उत्स्फूर्तपणे म्हणाले, "अरे! आईये डॉ. समीर... यहाँ परमिशन लेने की कोई जरूरत नहीं।" हस्तांदोलन करीत समोरच्या खुर्चीकडे निर्देश करीत ते पुढे म्हणाले,

"बैठिए।"

डॉ. समीर खुर्चीत बसले व दीर्घ श्वास सोडत म्हणाले,

"काफी अर्से से आपसे मुलाकात हो रही है... दो साल पहले आप अमेरिका आये हुअे थे... तबसे कोई कॉन्टॅक्ट ही नहीं... शायद आप भूल गये थे!"

डॉ. किशनलाल खळाळत हसून म्हणाले.

"अरे नहीं... आज कल हर कोई बिझी हो गया है... टाइमही नहीं। आप खुदकोही देख लिजिए... कितना बिझी हो गये है... आपका काफी नाम भी सुन रखा है... छोड दो... आप इंडिया में कैसे वापस आ गये... मुझे तो लग रहा था की आप अमरिकाही सेटल हो जाओगे..."

"नहीं किशनलाल साहब... अमरिका में सेटल होना तो मुश्कील था। कुछ भी कहो अपना देश तो अपना देशही है। देश के लिए कुछ काम करना अलगही बात है. यहा अच्छी ऑपॉर्च्युनिटी मिली, जॉईन कर दिया।" डॉ. समीर म्हणाले.

त्यावर डॉ. किशनलाल मिश्किलपणे हसत म्हणाले,

"हाँ... अपनी देशसे काफी लगाव है आपको... अच्छी बात है... आपको जल्दही पता चल जाएगा की यहाँ किस तरह की मेंटॅलिटी है."

डॉ. किशनलाल व डॉ. समीर अजून बराच वेळ बोलत राहिले. भारतातील सामाजिक, राजकीय व मुख्यत: वैज्ञानिक परिस्थितीविषयी त्यांनी आपापली मते मांडली. इथे मोठी लोकं कशी हस्तक्षेप करतात व जो काम करत नाही तो कसा

उच्चपदापर्यंत जातो याची काही उदाहरणं डॉ. किशनलालनी सांगितली. यावेळी डॉ. समीर फक्त अंतर्मुख होऊन ऐकत होते. शेवटी डॉ. किशनलाल म्हणाले,

"ओ.के. डॉ. समीर! कोई बात नहीं... चलो मैं आपको पेलेट्रॉन सुविधा दिखाता हूँ..."

दोघेही उठले व पॅसेजमध्ये आले. पुढे उजवीकडे असलेल्या लिफ्टने सरळ ते टॉवरच्या सहाव्या मजल्यावर गेले.

तेथे पेलेट्रॉनचा मुख्य आयन स्त्रोत होता. त्यातूनच विविध मूलद्रव्यांचे कण बाहेर पडत होते. तो सर्व परिसरच उच्च दाब व विविध उपकरणांनी वेढला होता. पुढे चौथ्या-पाचव्या मजल्यावर उच्च दाब निर्माण करण्यासाठीचे अतिभव्य असे टँक व साखळ्या होत्या. त्याच्याच साहाय्याने उच्च दाब निर्मिती होत होती. त्याच्या मधूनच मुख्य बीम लाईन तळमजल्यावर गेलेली होती.

पहिल्या मजल्यावर नियंत्रण कक्ष होता. येथून प्रवेगक सुरू करण्यासाठीचे सर्वच घटक नियंत्रित केले जात होते व हव्या त्या मूलद्रव्याचा बीम उपलब्ध करून देता येत होता. येथे क्लोजसर्किट टि. व्ही. ची योजना केल्याने प्रत्येक मजल्यावरील स्टेजची स्थिती पेलेट्रॉन चालकाला व तंत्रज्ञांना कळत होती.

डॉ. समीर व डॉ. किशनलाल तळमजल्यावर येताच तेथे पाच-सहा बिमलाईन निदर्शनास पडल्या. प्रत्येक बिमलाईन वेगवेगळ्या विषयांना समर्पित केलेली होती. पदार्थविज्ञान, जैवशास्त्र, रसायनशास्त्र, न्यूक्लियर प्रक्रिया इत्यादी विषयांचा अभ्यास करण्यासाठी या बीमलाईन्स होत्या. डॉ. समीर यांना त्यांचा वनस्पतींच्या अभ्यासासाठी जैवशास्त्राची बीफलाईन वापरायची होती. त्यामुळे त्यांनी जातीने विचारपूस करून ती जाणून घेतली. डॉ. किशनलालनीही अतिशय मुद्देसूद माहिती पुरवली होती.

याव्यतिरिक्त तेथील लायब्ररी, इतर प्रयोगशाळा, सेमिनार हॉल, कॉन्फरन्स रूम... इत्यादी सर्व दाखवलं होतं. डॉ. समीरना जिथे व्याख्यान द्यायचं होतं, तो सेमिनार हॉल अतिशय प्रशस्त होता. डॉ. समीरना हे काही नवीन नव्हतं. कारण अमेरिकेत त्यांनी अशा दोन-तीन अतिप्रगत सेंटर्सना भेटी दिल्या होत्या व काही कामही केलं होतं; पण त्याच तोडीची सुविधा भारततही असल्याने त्यांना खूप बरं वाटलं होतं. जगामध्ये भारत संशोधनात अग्रेसर असल्याची जाणीव त्यांना होती. भारतात इतर प्रश्न जरी प्रामुख्याने असले, तरी विज्ञानप्रगतीच्या आड कुठलाही राजकीय पक्ष आलेला नव्हता. देशाची प्रगती ही विज्ञानात आहे हे प्रत्येकानेच ओळखलं होतं.

शेवटी डॉ. किशनलालनी ॲक्सिलरेटर सेंटरच्या संचालकांशीही भेट घडवून आणली. डॉ. समीरना संचालक अतिशय तरुण, उमदे, उत्साहित व प्रोत्साहित करणारे वाटले. अशा व्यक्तींना भेटून डॉ. समीरना खूपच आनंद वाटत असे.

त्यामुळे जीवनात अजून नवीन करण्याची उभारी मिळत असे. अजून बऱ्याच इतर शास्त्रज्ञांच्याही भेटी झाल्या होत्या.

सलग दोन अडीच तास पेलेट्रॉन सुविधा पाहण्यात गेले होते. वेळ कुठे निघून गेला ते डॉ. समीरना कळलंच नव्हतं. बाहेर अंधारून आलं होतं. डॉ. समीरनी आभार मानीत डॉ. किशनलालचा निरोप घेतला. डॉ. किशनलालनी त्यांना पुन्हा उद्या अकरा वाजता व्याख्यान असल्याची आठवण करून दिली होती.

दुसऱ्या दिवशी अकरा वाजता डॉ. समीर सरळ सेमिनार हॉलमध्ये हजर झाले. हॉल पूर्णपणे भरला होता. अजूनही केंद्रात डॉ. समीरचे लेक्चर असल्याची अनाउन्समेंट होत होती. केंद्राचे संचालकही आवर्जून उपस्थित होते.

कुणीतरी त्यांच्या हातातून पेनड्राइव्ह घेऊन प्रेझेंटेशन लोड केलं होतं. दरम्यान डॉ. किशनलालनी डॉ. समीरची ओळख करून दिली. डॉ. समीर कुठल्या पातळीचे शास्त्रज्ञ आहेत हे त्यातून कळून आलं होतं. वनस्पतिशास्त्रात डॉ. समीरचं नाव जागतिक स्तरावरील काही मोजक्याच शास्त्रज्ञांमध्ये घेतलं जातंय, हे एव्हाना तेथील उपस्थित शास्त्रज्ञांना लक्षात आलं होतं. डॉ. किशनलालनी त्यांना व्याख्यान देण्यास विनंती केली व ते स्वत: पुढे प्रेक्षकांत येऊन बसले. डॉ. समीरनी आजूबाजूला पाहिलं व ते बोलू लागले.

''उपस्थित संशोधक मित्रांनो... प्रथम मी केंद्राचे संचालक व डॉ. किशनलाल यांचे व्यक्तिश: आभार मानतो. या दोघांचाही वैज्ञानिक दृष्टिकोन अतिशय व्यापक व प्रगल्भ असल्याने मला आज आपणापुढे बोलण्याची संधी लाभत आहे. तरी मी आज वनस्पतींवर होणारे जड मूलद्रव्ये व किरणांचे परिणाम या विषयावर बोलणार आहे.''

डॉ. समीरनी लॅपटॉपच्या कीबोर्डवर एंटर दाबताच स्किनवर ठळक अक्षरे उमटली. पुढे एक एक स्लाईड सरकत होती. वनस्पतींच्या अतिशय मूलगर्भी रचनेपासून, ते किरणांच्या होणाऱ्या प्रक्रियेसंदर्भात डॉ. समीर विवेचन देऊ लागले. यात प्रामुख्याने त्यांनी वनस्पती या प्रकाशास किंवा शक्तिशाली किरणांना अतिशय संवेदनशील असून, किरणांच्या विशिष्ट ऊर्जा व मात्रेने वनस्पतींची वाढ खुंटवते किंवा त्या पूर्णपणे नाश पावतात. प्रत्येक वनस्पतीची संवेदनक्षमता वेगवेगळी असल्याने त्यांच्यावर होणाऱ्या किरणांच्या परिणामांची स्थितीही वेगवेगळी असते. म्हणूनच त्यातील बॅक्टेरियांचा नाश करण्यासाठी किरणांचा वापर होतो. खरं तर बऱ्याच वर्षांपासून आणि आजही वनस्पतींची किरण संवेदनक्षमता आणि त्यामधील इतर गुणधर्मांचा परस्परसंबंध प्रस्थापित झालेला नाही; पण हल्ली त्यातील क्रोमोझोम्सनी व्यापलेल्या पेशीगर्भांचा सरासरी परिणाम यांमधील संबंधाविषयीचं संशोधन चालू आहे. क्रोमोझोम्सचे परिणाम जेवढे जास्त तेवढे वनस्पतींची किरण संवेदनक्षमता

जास्त. म्हणून थोड्या प्रमाणात किरणांचा माराही वनस्पतींचा पूर्ण नाश घडवून आणतात. याचं कारण म्हणजे वनस्पतींच्या पेशीगर्भात असलेले क्रोमोझोम्स हे किरणांपासून मिळणाऱ्या ऊर्जेचे शोषण करून घेतात. ज्या पेशीगर्भात जास्त क्रोमोझोम्स आहेत तेथे कमी क्रोमोझोम्स असलेल्या पेशीगर्भापेक्षा जास्त प्रमाणात किरणांची ऊर्जा शोषली जाते. त्यावरूनच वनस्पतीस किती प्रमाणात हानी पोहोचली हे कळते. या क्रोमोझोम्सच्या बदलामुळे वनस्पतींच्या वाढीवर व एकूणच त्यांच्या घटक व गुणधर्मांवर परिणाम होत असल्याने, त्यांचा अभ्यास करणे क्रमप्राप्त आहे. म्हणूनच मला आपल्या पेलेट्रॉनमधील विविध शक्तींचा मूलद्रव्ये वापरून वनस्पतीच्या बीजांमध्ये अनुवंशिक बदल घडवून आणायचे आहेत व त्याचा अन्न-धान्य वृद्धीसाठी व वाढीसाठी कसा उपयोग करता येईल, हा खरा हेतू आहे. माझ्या मते, किरणांमुळे अनुवंशिक बदल घडवून आणले, तर वनस्पतींमधील रहस्ये आपल्याला उलगडू शकतील.''

डॉ. समीरनी आपल्या व्याख्यानाने हॉलच भारावून टाकला होता. त्यांनी सुंदरपणे वनस्पतींमधील अंतरंग उलगडवून सांगितले होते. व्याख्यान कधी संपलं हे कोणालाच कळलं नव्हतं. डॉ. समीर कुणाला काही प्रश्न आहेत का म्हणून शांतपणे उभे राहिले. डॉ. किशनलालनीही प्रश्न विचारण्याचा आग्रह केला.

हळूहळू बऱ्याच शास्त्रज्ञांनी प्रश्न विचारले. काही मूलभूत स्वरूपाचे, तर काही चमत्कारिक असे. संचालकांनीही प्रश्न विचारले होते. डॉ. समीरनी प्रत्येकाची मुद्देसूद उत्तरे दिली होती. उत्तरोत्तर चर्चा रंगतच गेली होती. या निमित्ताने संचालकांनी अशा वेगवेगळ्या विषयांतील संशोधनाला चालना देण्याचे काम केले होते.

शेवटी डॉ. किशनलालनी आभार मानले.

चहापानाचा कार्यक्रम होता. त्या दरम्यान अजून बऱ्याच शास्त्रज्ञांनी डॉ. समीरना प्रश्न विचारले. शंका विचारल्या होत्या. किरणांच्या साहाय्याने वनस्पतींच्या अंतरंगात घुसून त्यांची रहस्ये उलगडण्याचा डॉ. समीरचा उपक्रम स्तुत्य होता. बरेच तरुण शास्त्रज्ञ या विषयांकडे आकृष्ट झालेले दिसत होते.

डॉ. किशनलाल व संचालकांचे पुन्हा एकदा आभार मानून डॉ. समीरनी निरोप घेतला. कारण दोन वाजताच त्यांना परतीची ट्रेन होती. डॉ. किशनलालनी त्यांची जाण्याची व्यवस्था करून दिली.

गेस्टहाऊसमध्ये येताच त्यांनी बॅग भरली. चेकआउट करून कँटीनमध्ये जेवण करून घेतलं. ॲक्सलरेटर सेंटरची गाडी उभीच होती. डॉ. किशनलालच्या आदेशानुसार डॉ. समीरना ड्रायव्हर रेल्वेस्टेशनपर्यंत सोडून येणार होता.

इकडून गोवा एक्स्प्रेसचं आरक्षण डॉ. समीरना मिळालं होतं. बरोबर दोन वाजता गाडी हलली. गेल्या दोन दिवसांची धावपळ थांबली होती. ॲक्सलरेटर

सेंटरमधील व्याख्यानानं त्यांना खूपच समाधान लाभलं होतं. ते स्वत:च खूप समाधानी होते. केंद्रातले सर्व शास्त्रज्ञही त्यांना उत्साही वाटले. एकूण दिल्ली भेट काही अंशी सफल झाली होती. प्रकल्प मंजूर होवो अथवा न होवो; पण देवाणघेवाणीची प्रक्रिया तर सुरू झालीच होती; अजूनही एकंदरीत भारतीय वैज्ञानिक समाजाची कल्पना त्यांना येत नव्हती. वाईट अनुभवांसोबतच चांगले अनुभवही येत होते. डॉ. समीर शून्यवत झाले होते.

रेल्वे गाडीने कमालीचा वेग पकडला. विचार झटकून डॉ. समीर समोर पळत जाणाऱ्या निसर्गाच्या देखाव्यात समरस होऊ लागले होते.

१३

आठ दिवसांच्या रजेनंतर सोनवणे आपल्या कुटुंबासमवेत रामपूरला आले होते. सर्व सामानासोबतच त्यांच्या पत्नी नीलिमा व मुलगा किरणही आला होता. आल्याआल्याच जाधवकाका व नटवरची ओळख झाली होती. त्यांच्या नुसत्या लाघवी बोलण्यानं व आपुलकीनं जाधवकाका व नटवर खुश झाले होते. क्षणाच्या सहवासानेही किरण जाधवकाकांजवळ रूळला होता. या सर्वांविषयी नीलिमाला आधीच कल्पना असल्याने तिनं तत्काळ ओळखलं होतं. सोनवण्यांना ओळख करून द्यायची गरजच भासली नव्हती. नीलिमा देखणीच होती. आकर्षक बांधा, मजबूत देहयष्टी, गोरी काया, चाफेकळीसारखं नाक, काळेभोर डोळे, चेहऱ्याला शोभणारा केशसंभार, बोलण्यातलं माधुर्य, चालण्यातलं मार्दव, पूर्वीच्या राजकुमारीसारखं त्यांचं रूप होतं. प्रथम पाहणाऱ्यावर त्यांची छाप पडत असे. सोनवण्यांच्या देहयष्टीला त्या अतिशय साजेशाच होत्या. नुसत्या बाह्यांगानंच त्या सुंदर नव्हत्या, तर मनानंही हळुवार, लोभस होत्या. स्वभावानं लाघवी होत्या. समोरच्याशी बोलताना त्या अतिशय आदरानं व आपलेपणानं बोलत असत. मान देऊन बोलत असत. मानानं वागवत असत. कुठलाही साजश्रृंगार न करताही त्यांचं अस्तित्व ठळकपणे जाणवे आणि याची प्रचिती जाधवकाका व नटवरला काही क्षणांतच आली होती. म्हणूनच ते दोघे वर्षानुवर्षे ओळख असल्यासारखे सहजपणे रुळले. किरणही त्यांचाच गौरवर्ण व चेहरा घेऊन आला होता. त्याची शरीरयष्टी मात्र सोनवण्यांसारखी होती. सव्वा वर्षाचा, पण पाहणाऱ्याला तो दोन वर्षांचा वाटत असे.

जाधवकाका व नटवरनी बरंच आवरलं. बंगला प्रशस्त होता. त्यामुळे आणलेलं सर्व सामान त्या त्या खोलीत पद्धतशीर लावलं. अर्थात नीलिमाच्या मार्गदर्शनाखाली. जाधवकाका व नटवर खोलीत होते, तर सोनवणे आपल्या एका स्वतंत्र खोलीत पुस्तकांची मांडणी करीत होते. सोनवण्यांना वाचनाची प्रचंड आवड असल्याने, त्यांच्याकडे भरपूर देश-विदेशी पुस्तकांचा संग्रह होता. या आवडीत नीलिमाचीही

संगत त्यांना लाभली होती. कथा-कादंबऱ्या हा त्यांचा आवडीचा विषय होता. दोघांचंही वाचन दांडगं असल्याने विचारांत समन्वयता व प्रगल्भता होती. म्हणूनच पुस्तकांची जपणूक दोघांनीही अतिशय भक्तिभावाने केली होती. त्यामुळे आजही सोनवणे स्वत:हून प्राधान्याने पुस्तकांची खोली लावीत होते. नीलिमा मात्र दिवाणखान्यात शेवटचा हात मारीत होत्या. तेवढ्यात दारातून आवाज आला,

"आत येऊ का?"

"या ना!"

हसतमुख येणाऱ्या स्त्रीकडे पाहून निशिकांत क्षणभर स्तंभित झाला. जातिवंत सौंदर्य तो पाहत होता. स्मित करीत स्वत:चीच ओळख करून देत तो म्हणाला,

" मी..."

मधेच वाक्य खंडित करीत नीलिमा म्हणाल्या,

"थांबा! मी सांगते... तुम्ही निशिकांत... निशिकांत भाऊजीच ना?"

नीलिमा बोलत असतानाच जाधवकाका व नटवर दिवाणखान्यात हसतच आले होते. आपल्याला बरोबर ओळखलेलं पाहून निशिकांत आश्चर्यचकित झाला. तो पुढे बोलणार तेवढ्यात जाधवकाका म्हणाले,

"आश्चर्य वाटलं ना! मला आणि नटवरलाही बाईसाहेबांनी न अडखळता ओळखलं..."

"काय म्हणताय? आपण आम्हा सर्वांना कसं ओळखता?" निशिकांतचा गोंधळलेला स्वर आला.

"मी सांगतो!" उजवीकडच्या खोलीतून बाहेर येत सोनवणे म्हणाले. समोरच्या सोफ्यावर बसत पुढे म्हणाले, "त्याचं काय आहे निशिकांत... मी प्रत्येक वेळी तुम्हा सर्वांविषयी तिला सांगत होतो, त्यामुळे तिच्या मनात प्रत्येकाचीच एक वेगळी छबी निर्माण झाली. म्हणून तिला नव्यानं ओळख करून घेण्याची गरजच पडली नाही." सोनवण्यांनी खुलासा केला. त्यावर नीलिमा पुढे होत म्हणाल्या,

"हे अगदी बरोबर आहे भाऊजी! पण त्याही व्यतिरिक्त मी म्हणेन की, आपल्या जीवाभावाच्या माणसांची ओळख करून घ्यावीच लागत नाही. ती नैसर्गिकरित्या सहज होते. म्हणून तशी ओळख माझी आधीपासूनचीच होती. मूर्त स्वरूपात आता झाली, एवढंच...!" निशिकांत पाहतच राहिला होता. तो अभावितपणे म्हणाला,

"बरोबर! अगदी बरोबर... मी तुम्हाला वहिनीसाहेब म्हटलं तर चालेल ना?"

नीलिमा थोड्याशा लाजल्या. त्या काही बोलणार तेवढ्यात पुन्हा दारातून आवाज आला,

"अरे निशिकांत तूच का... आपण सर्वच वहिनीसाहेब म्हणून बोलवूयात. आजपासून त्या सर्वांच्याच वहिनीसाहेब आहेत...!"

सर्वांनीच आवाजाच्या दिशेने पाहिलं. दारात डॉ. समीर उभे होते. नीलिमा अत्यानंदानं उद्‌गारली,

"अय्या! समीरभाऊजी... या ना आत... बसा!"

सोनवणेही आश्चर्यचकित झाले होते. निशिकांत, जाधवकाका व नटवर पाहतच राहिले. डॉ. समीर आसनस्थ होत म्हणाले,

"सुनील, वहिनीसाहेबांनी मला कसं ओळखलं म्हणून तू मुळीच आश्चर्यचकित होऊ नकोस. कारण पत्रांद्वारे आम्ही आधीच एकमेकांना ओळखतो. जर का मला वहिनींनी ओळखलं नसतं, तर मात्र मी आश्चर्यचकित झालो असतो. मायेची माणसं ही हृदयानं जोडली जातात, त्यांना छायाचित्रांची गरज भासत नाही. नाही का वहिनी?"

नीलिमाला अत्यानंद झाला होता. डॉ. समीरना भेटण्याची त्यांची तीव्र इच्छा होती. त्या हसतच म्हणाल्या,

"हे अगदी बरोबर भाऊजी... खरंच तुम्ही अतिशय सुंदर पत्र लिहित होता आणि जसे तुम्ही लिहिता तसेच आपण आहात."

"मी पडलो शास्त्रज्ञ माणूस... मनाला आलं ते लिहिलं... पण वहिनी तुमची पत्रं मी अजूनही जपून ठेवली आहेत. अमेरिकेत जेव्हा मी अडचणीत असायचो, तेव्हा मी ते वाचायचो... आईनं पांघरूण घालावं तसं वाटायचं बघा..." डॉ. समीरनी सरळ मनातलं सगळं सांगून टाकलं. ते पुढे म्हणाले,"आणि म्हणूनच तुम्हाला लागलीच भेटायला आलो..."

डॉ. समीरच्या आंतरिक भावनेने वहिनीसाहेब हेलावल्या होत्या. त्यांच्या शेवटच्या वाक्याने तर त्यांच्या डोळ्यांतून नकळत अश्रू ओघळले. त्या भावनावश झाल्या. निशिकांत, जाधवकाका व नटवर सर्वच हेलावून गेले. वहिनीसाहेब होत्याच तशा.

सोनवण्यांना नीलिमा व डॉ. समीरमधलं मायेचं नातं आधीपासूनच नाहीत होतं. म्हणून ते या चर्चेत शांत बसले होते. वातावरण भावनावश होतंय असं पाहताच ते उत्स्फूर्तपणे म्हणाले,

"अगं नीलिमा... समीर, निशिकांत, जाधवकाका, नटवर सर्वच आलेत... तुझ्या हातचा झक्कासपैकी चहा होऊन जाऊ दे ना."

हळूच अश्रू टिपीत, वहिनीसाहेब उभ्या राहात म्हणाल्या,

"हो!.. आणते."

"वहिनीसाहेब, तुम्ही बसा... मी आणतो चहा बनवून..." जाधवकाका अजिजीने म्हणाले.

"नाही काका! आज तुम्हीही बसा... मी माझ्या हातचा चहा सर्वांना पाजते."

वहिनीसाहेब आत निघून गेल्या. वातावरणात सैलपणा आला होता. नटवर

लागलीच चहा घेऊन हजर झाला. प्रत्येकाच्या हातात चहा देत वहिनीसाहेबांनीही एक कप हाती घेतला व त्या सोफ्यावर बसल्या.

डॉ. समीर एक घोट घेत म्हणाले,

"झक्कास! किती वर्षांनी मी हा असा चहा पीत आहे."

"खरंच खूप छान केलाय वहिनीसाहेब चहा!" निशिकांत उत्तरला.

"अरे, म्हणूनच मी तिला आग्रह केला. तणावपूर्ण काळात मी तिच्याच हातचा चहा पितो. अमृताहून गोड असा." सोनवणे अनुभवाने बोलले.

"यांचं काहीतरीच...!" वहिनीसाहेब लटक्या हसत पुढे म्हणाल्या, "भाऊजी, आपणा सर्वांना भेटून खरंच खूप आनंद झाला. माहेरचा असावा तसा..."

"वाऽऽ क्या बात है!" निशिकांतनं दाद देताच सर्वच हसले आणि होकारार्थी माना हलवीत सर्वांनीच वहिनीसाहेबांच्या मताशी सहमती दर्शवली.

बऱ्याच इकडच्या तिकडच्या गप्पा झाल्या. डॉ. समीर, वहिनीसाहेब, निशिकांत सर्वच समरसून व तेवढेच आपुलकीने बोलले. मधेच सोनवणे निशिकांतकडे पाहत म्हणाले,

"निशिकांत!"

"येस सर!"

""मी नसताना आपले जिल्हाप्रमुख माधवराव शिंदे येऊन गेलेत म्हणे. मला जाधवकाकांकडून ओझरतं कळलंय." सोनवण्यांनी अंदाज घेत विचारलं. सोनवण्यांची आपल्या शत्रूलाही मान देऊन बोलण्याची सवय होती.

"होय सर! अतिशय थर्ड ग्रेड माणूस वाटला. मला आश्चर्य वाटतंय की हा माणूस आय. एफ. एस. कसा झाला?" निशिकांतच्या शब्दांत माधवराव शिंद्यांबद्दल नाराजी दिसत होती.

डॉ. समीर लक्ष देऊन ऐकत होते. मधेच ते म्हणाले,

"अच्छा! सुनील व मी नसताना घडलेल्या प्रसंगाबद्दल बोलत आहात... अंजलीने मला सांगितलं... भारतात या पातळीचे अधिकारी असतील असं वाटलं नाही."

"ही अंजली कोण?" वहिनीसाहेबांनी मधेच उत्सुकतेने विचारलं.

"आहे एक चुणचुणीत मुलगी... डॉक्टरेट आहे. माझ्यासोबत काम करत्येय. अतिशय हुशार मुलगी आहे."

डॉ. समीर निशिकांतकडे पाहत म्हणाले होते. डॉ. अंजलीचं नाव निघताच तो थोडासा विचलित झाला; पण क्षणात स्वत:ला सावरीत निशिकांत डॉ. समीरच्या पुढच्या प्रश्नाचा धागा पकडीत म्हणाला,

"फक्त याच पातळीचे अधिकारी आणि उच्चपदस्थ भारतात सापडतील सर...

हेच तर खरं दुर्दैव आहे. त्यापैकीच हे आमचे माधवराव शिंदे...''

"काय म्हणत होते ते निशिकांत?'' सोनवण्यांनी उत्सुकतेने विचारले.

"सगळी चौकशी केली. तुम्ही रजेवर का गेलात म्हणून विचारलं... आपण पूर्वी संग्रहित केलेली वनपरिक्षेत्राची एकूण एक माहिती पाहिली... मधेच रामपूर गावचे सरपंच बापूसाहेब चावरे व पोलीस पाटील हरिभाऊ आले... तुमच्याविषयी तक्रार करू लागले...'' निशिकांत थोडंसं थांबला व पुढे अतिशय त्रोटकपणे त्याने माहिती दिली होती.

" हुऽऽ'' त्यावर सोनवण्यांनी नुसताच गंभीरपणे हुंकार भरला. त्यांना अशी अपेक्षाच असावी.

वातावरण गंभीर झालं. निशिकांतनं आजूबाजूला पाहिलं. सर्वांचेच चेहरे चिंताक्रांत झाले होते. वातावरणात खळाळता झरा निर्माण करीत तो म्हणाला,

"अरे! वहिनीसाहेब आजच आल्यात आणि मी हे काय सांगत बसलोय...''

"हरकत नाही भाऊजी. मला या सर्वांची सवय आहे. लग्नापासून यांचं आयुष्य मी फार जवळून पाहत आलेय. त्यांचं आता मला काही वाटेनासं झालंय; उलटपक्षी अशा प्रवृत्तींमध्ये राहून त्यांच्याविरुद्ध माझा नवरा लढतोय याचा मला सार्थ अभिमान आहे.'' वहिनीसाहेब दिङ्मूढ होत म्हणाल्या.

"व्वा! वहिनी... खरंच! तुमच्यासारखी सौभाग्यवती मिळणं हे भाग्यच म्हणायला हवं. सुनीलच्या वादळी जीवनात तुमची साथ फारच मोलाची आहे. मी तर म्हणेन, "म्हणूनच तो इथल्या वाईट प्रवृत्तींशी सहजतेने लढू शकतो.'' डॉ. समीर मनापासून बोलत होते.

"हे अगदी खरंच आहे बरं का वहिनीसाहेब...!'' निशिकांतनंही दुजोरा दिला.

"हे त्यांचं कर्तव्य करतात... मी माझं...'' वहिनीसाहेब म्हणाल्या.

"तरीही कर्तव्याला मोलाची साथ असणं फार महत्त्वाचं आहे आणि ती साथ तुम्ही दिलीत वहिनी...! '' सोनवण्यांकडे पाहत डॉ. समीर पुढे म्हणाले, "खरं आहे ना हे सुनील?''

सुनीलने होकारार्थी मान डोलावीत नुसतंच स्मित केलं. नीलिमाचं स्थान त्यांच्या जीवनात फार मोलाचं होतं.

डॉ. समीर घड्याळाकडे पाहत म्हणाले,

"वहिनी, गप्पांच्या ओघात बराच वेळ झालाय. अंजलीसोबत एक प्रयोग चाललेला आहे. म्हटलं, वहिनी आलेल्या आहेत, त्यांना आधी पाच मिनिटं भेटून यावं. अमेरिकेपासूनची तुम्हाला भेटण्याची इच्छा आज पूर्णत्वास आली. चला, आता मला निघायला हवं...''

प्रयोग हा शब्द निघताच निशिकांत आठवत म्हणाला,

"अरे!... सर मी विसरलोच... आपण आपला प्रकल्प सादर करण्यासाठी व चर्चा करण्यासाठी दिल्लीस गेला होतात... कसं काय झालं प्रेझेंटेशन?"

डॉ. समीर हसत म्हणाले,

"अतिशय उत्तम... आय होप समथिंग गुड विल कमआऊट..."

"विल कशाला! येईलच... तू सादर केलेला प्रकल्प मंजूर होईलच, याची मला खात्री आहे." डॉ. समीरच्याप्रती सोनवण्यांचा आत्मविश्वास ओसंडून वाहत होता.

"थँक यू सुनील! तुमच्या शुभेच्छांच्या पाठबळावरच मी पुढची वाटचाल करणार आहे." डॉ. समीर उठत पुढे म्हणाले, "वहिनीसाहेब, येतो मी!"

"येत जा भाऊजी! आता मीही इथेच आहे." वहिनीसाहेबही उठत म्हणाल्या होत्या.

"हो निश्चित!... हक्काने येईन..."

डॉ. समीर वळले. निशिकांत, सोनवणे, जाधवकाका सर्वच दारापर्यंत त्यांना निरोप द्यायला आले होते.

डॉ. समीर जाताच निशिकांतनंही निरोप घेतला. जाधवकाका तेथेच थांबले. नटवर ऑफिस उघडून ठरलेली कामे करीत होता.

सोनवणेही ऑफिसला जाण्यासाठी तयारीला लागले. आठ दिवसांच्या रजेनंतर त्यांना ऑफिशीअली रुजू व्हायचं होतं. डोक्यात मात्र अजूनही माधवराव शिंदेंच्या भेटीचे विचारचक्र चालू होते.

ऑफिसला आल्याआल्याच त्यांनी कामकाजाला सुरुवात केली. निशिकांत आधीच येऊन ठरलेल्या कामात कार्यमग्न झाला होता.

सोनवणे निशिकांतकडे सस्मित चेहऱ्याने पाहत म्हणाले,

"निशिकांत..."

"सर!"

"आय एम प्राउड ऑफ यू..."

"कशाबद्दल सर?" निशिकांत आश्चर्यचकित होत म्हणाला.

"मघाशी जाधवकाकांनी मला ओझरतं सांगितलं असा उल्लेख केला... पण त्यांनी मला सविस्तर सांगितलं होतं. तेथे मला जास्त चर्चा करता आली नाही... पण तुझं मनोधैर्य, चिकाटी आणि मॅच्युरिटी पाहून मला तुझा अभिमान वाटला..."

"पण पुढच्या वेळी मी असा पेशन्स दाखवू शकणार नाही सर... काय युजलेस माणूस आहे सर तो... तुमच्यावर नको ते आरोप करीत होता... वाट्टेल ते बोलत होता... सहनच होत नव्हतं..." निशिकांत अगतिकतेने बोलत होता.

"मी समजू शकतो निशिकांत... पण तरीही संयम पाळावाच लागेल. मला

माहीत आहे माधवराव शिंदे काय चीज आहे ते... अतिशय आतल्या गाठीचा माणूस आहे... आता पुढे अशा लोकांशी आपला नियमित सामना होणार आहे... त्यावेळी स्वत:च्या मनावर नियंत्रण ठेवणं फार महत्त्वाचं आहे... नाहीतर आपण केलेली एक चूकदेखील त्यांच्या पथ्यावर पडेल.''

सोनवणे निशिकांतला बराच वेळ सांगत राहिले. परिस्थितीची जाणीव करून देऊ लागले. भविष्यातील घडू पाहणाऱ्या घटनांचा उल्लेखही त्यांनी केला. बराच वेळ दोघंही सखोलपणे व्यूहात्मक व रचनात्मक बोलत राहिले. तेवढ्यात आवाज आला,

''आत येऊ का साहेब?'

सोनवण्यांनी पाहिलं, समोर एक बुटकेलासा माणूस आपले पुढे आलेले दात जास्तच विचकत हसत होता. सोनवणे म्हणाले,

''आपण कोण?''

''मी सखाराम ढमाले... इथला गार्ड साहेब.'' समोरची खुर्ची ओढत छद्मीपणे हसत बसला.

त्याच्या या कृतीचा सोनवण्यांना राग आला. ते शांतपणे म्हणाले,

'''मी तुम्हाला बसायची परवानगी दिलेली नाहीये ढमाले... आधी खुर्चीतून उठा...''

सोनवण्यांची जरबच अशी होती की, ढमाले नकळत धुमसत उठला. सोनवणे पुढे म्हणाले,

''गार्ड आहात, मग आत्तापर्यंत कुठे होतात?''

''रजेवर होतो साहेब...'' ढमाले डोळे रोखीत म्हणाला.

सोनवण्यांनी नटवरला बोलावून लागलीच रजेची फाइल मागवून घेतली. त्यातील एक अर्ज काढीत ते म्हणाले,

''रजा तर फक्त पंधरा दिवसांची होती... आणि आज आठ महिन्यांनी तुम्ही उगवता आहात... ऑफिस म्हणजे घर असं तर नाही ना समजलात तुम्ही?''

ढमाले त्यावर चुळबुळत म्हणाला,

''हे बघा साहेब! घरगुती भानगडी होत्या. म्हणून आलो नाही. चूक झाली... आता रुजू करून घ्या!''

''रुजू...? मला आता असं करता येणार नाही ढमाले... मी आधीच तुमची तक्रार करून सस्पेंशनची शिफारस केलेली आहे... तुम्ही जाऊ शकता...'' सोनवण्यांनी इशारा दिला.

''पण मला शिंदेसाहेबांनीच सांगितलं... मागच्या आठवड्यात इथे आले होते... तुम्हीपण रजेवर होतात... म्हणून मी आज आलो.'' ढमाल्यांनी वर्मावर बोट

ठेवलं होतं.

"शिंदेसाहेब!" सोनवण्यांनी दीर्घ श्वास सोडत शब्द उच्चारले. नंतर गहन विचार करीत निश्चयाने ते पुढे म्हणाले, "मग तर मी आता मुळीच रुजू करून घेऊ शकत नाही. असल्या शिफारशींपुढे नियमांची पायमल्ली मला करता येणार नाही... तुम्ही जाऊ शकता."

"हे बघा साहेब! तुम्हाला हे करावंच लागेल..." ढमाले अग्रेसर होत म्हणाला.

"माझ्यावर बळजबरी करता आहात?" सोनवणेही थोडे अग्रेसर झाले होते. निशिकांत नुसताच बघत होता; पण यावेळी तो ढमालेकडे पाहत म्हणाला,

"ढमाले, सर म्हणालेत ते बरोबर आहे... तुम्ही निघून जा... तुम्ही इथे उभे तरी आहात एवढंच नशीब समजा..."

ढमाले निशिकांतकडे एक जळजळीत कटाक्ष टाकीत धुसफुसत राहिला. त्याकडे दुर्लक्ष करीत तो सोनवण्यांकडे पाहत पुन्हा म्हणाला,

"बळजबरी नाही साहेब. ही चेतावणी समजा... शिंदेसाहेबांचा आदेश तुम्ही डावलता आहात."

चेतावणी हा शब्द ऐकताच सोनवण्यांना प्रचंड राग आला; पण ते स्वत:ला नियंत्रित करीत नटवरकडे पाहत म्हणाले,

"नटवर, याला काढ रे बाहेर! चेतावणी देतोय..."

नटवर तत्काळ पुढे झाला व ढमालेच्या बखोटीला धरतच त्याने त्याला दाराकडे ओढले. तशाच अवस्थेत सोनवण्यांकडे पाहत तो ओरडला,

"लक्षात ठेवा साहेब! मी तुम्हाला सोडणार नाही. भाऊसाहेबांचा नातेवाईक आहे मी... पाहून घेईन मी तुम्हाला..."

सोनवण्यांनी लक्षच दिलं नाही. 'कोण भाऊसाहेब' असा प्रतिप्रश्न न करता उलट उत्तरांना त्यांनी आमंत्रणच दिलं नाही.

नटवरनी बखोटीला धरून ढमालेला एव्हाना दाराबाहेर ढकलून दिलं होतं. तो ओरडतच निघून गेला. त्याचा आवाज आजूबाजूच्या परिसरात चांगलाच दुमदुमत होता.

सोनवण्यांनी हळूच स्मितहास्य केलं व निशिकांतकडे पाहत ते म्हणाले,

"पाहिलंस निशिकांत! कसली लोकं आहेत. हे आपले सहकारी. कोणाचा संदर्भ घेऊन येतील काहीच सांगता येत नाही. सो बी अलर्ट..."

"येस सर!" निशिकांतनेही हसतच होकार भरला होता. सोनवण्यांची ही कृती त्याला आवडली होती.

दोघांनीही यावर पुन्हा सखोल चर्चा केली, आराखडे तयार केले व ते आपापल्या कार्यात गढून गेले.

चार वाजून गेले होते. निशिकांतला काही जबाबदारीचे काम देऊन व जाताना घरी येऊन जायला सांगून सोनवणे निघून गेले होते.

जेवणखाण आटोपून सोनवणे व नीलिमा किरणसमवेत शयनकक्षात आले होते. किरण आठ वाजताच झोपून गेला होता. खेडेगाव असल्याने सात वाजताच नीरव शांतता होऊन जात असे. बाहेर चिटपाखरूही दिसत नसे. निशिकांत भेटून गेला होता. जाधवकाकाही सर्व आटोपून निघून गेले होते. नटवर बाजूच्या छोट्याशा क्वार्टरमध्ये हाकेच्या अंतरावर होता. कधीही गरज भासलीच, तर नीलिमाला या सर्वांचीच मदत होत असे.

साडेआठच्या बातम्या टि.व्हीवर पाहून सोनवणेही शयनकक्षात आले. रजेवरून परत आल्यानंतरचा हा पहिलाच दिवस होता. त्यात गार्ड ढमालेनं त्यांचं डोकं पिकवलं होतं. त्यामुळे त्यांना कमालीचा थकवा आला होता. डोकं जड झालं होतं. नीलिमानं जवळ येत त्यांच्या केसातून हळुवारवणे बोटे फिरवीत विचारलं,

"काय झालं? बरं नाही का?"

"नाही गं! थोडा थकवा आलाय..."

"येणारच... रात्रभराचा प्रवास, सामानाची जुळवाजुळव, ऑफिस..." नीलिमा कौतुकाने पाहत म्हणाली.

"त्याचं काही नाही गं! ऑफिसमध्ये एक जण आला होता. हुज्जत घालीत होता."

"होय... ऐकलंय मी त्याचं ओरडणं. शिव्या, धमक्या देत होता. कोण होता तो?" नीलिमानं काळजीनं विचारलं. तशी तिला या सर्वांचीच सवय होती; पण हा परिसर तसा तिलाही नवीनच होता.

"काही नाही! इथलाच गार्ड होता. पंधरा दिवस रजेवर गेला आणि आठ महिन्यांनी परत येऊन म्हणतो रुजू करा. नेहमीप्रमाणे धमक्या देत होता. दुसरं काय... असेल एखाद्या पुढाऱ्याचा नातेवाईक." सोनवणे छताकडे पाहत म्हणाले. यावर नीलिमा पुढे काहीच बोलली नाही. तिला यावेळी हा विषय टाळायचा होता. ती म्हणाली,

"बरं! मी तुमची तेलाने मॉलिश करते... म्हणजे थोडं बरं वाटेल..." नीलिमा तडकपणे उठली व तेल गरम करून आणलं. हळुवारपणे पुन्हा आपली बोटं सोनवण्यांच्या केसातनं फिरवू लागली. सोनवण्यांना फार बरं वाटलं. शांत वाटलं. थकवा कुठल्या कुठे निघून गेला. हळूच नीलिमाचा हात हाती घेत ते म्हणाले,

"खरंच तुझ्या हातात जादू आहे... थकवा कुठल्या कुठे पळाला बघ!.. म्हणूनच तू मला नेहमीच माझ्याजवळ हवी असतेस..."

नीलिमानं सोनवण्यांच्या खट्याळ नजरेकडे बघितलं व लाजतच लाडिकपणे

त्यांचे केस पकडीत ती म्हणाली.

"चला! काहीतरीच तुमचं..."

सोनवण्यांनी नकळत नीलिमाला जवळ ओढलं. दुसऱ्याच क्षणी शयनकक्षातला दिवा विझला गेला.

रात्रीचे अकरा वाजले असतील. सोनवणे व नीलिमा गाढ झोपले होते. बाहेर अंधार होता. ऑफिसवर तेवढी एक ट्यूबलाईट प्रकाश फेकीत होती. तिचाच प्रकाश आजूबाजूला धूसर होत गेला होता. त्या धूसर प्रकाशातच एक काळी छाया वेगाने येत होती. अंगावर काळं घोंगडं असल्यानं त्याचा चेहरा स्पष्ट दिसत नव्हता; पण ती व्यक्ती मात्र सोनवण्यांच्या बंगल्याकडेच जात होती.

दारासमोर उभं राहताच थोडा वेळ ती व्यक्ती थबकली व निश्चयाने हात पुढे करीत तिने दारावर हळूच थाप मारली. त्यातून टक् टक् असा आवाज आला.

त्या शांत वातावरणात हा आवाजही प्रतिध्वनित झाला. पुन्हा त्या व्यक्तीनं ही कृती दोन-तीन वेळा केली.

गाढ झोपलेल्या सोनवण्यांना हा आवाज अनपेक्षित वाटला. प्रथम त्यांनी दुर्लक्ष केलं; पण आपल्याच घराचं दार वाजतंय म्हटल्यानंतर ते सावध झाले. खात्री पटल्यानंतर ते हळूच उठले व एवढ्या रात्री कोण आलं असेल म्हणून विचार करू लागले. त्यांनी नीलिमाकडे पाहिलं. त्यांचीही झोप चाळवली गेली; पण त्या अर्धवट झोपेत असल्याने सोनवणे हळूच शयनकक्षाबाहेर आले व त्यांनी दिवाणखान्यातून मुख्य दाराचा कानोसा घेतला आणि निश्चयाने दार उघडलं. समोर काळं घोंगडं पांघरलेली व्यक्ती पाहून ते क्षणभर गोंधळले. ती व्यक्तीच पुढे बंड करीत आत घुसली आणि हळूच दार ओढून घेत म्हणाली,

"साहेब! मी पिऱ्या..."

सोनवणे अविश्वासाने पाहत तत्काळ म्हणाले,

"अरे! पिऱ्या तू! या वेळी! आणि हा असा..."

"होय साहेब! प्रसंगच तसा होता म्हणून यावं लागलं."

"का? काय झालं?" सोनवण्यांचा काळजीयुक्त सहज प्रश्न आला.

पिऱ्यानं पुन्हा आजूबाजूला पाहिलं. दाराजवळ जाऊन कानोसा घेतला. हळू आवाजात तो म्हणाला,

"कायबी झालं नाई सायेब... एक बातमी द्यायची होती!"

"कुठली?" सोनवण्यांची अगतिकता लपून राहिली नाही.

"देवबाचं खिंडार आहे ना?.. बघा, मी तुम्हाला दाखवलं होतं बघा?"

सोनवणे काहीसे आठवत म्हणाले,

"हो! हो! आठवलं... देवबाचा पॉइंट म्हणून तू म्हणाला होतास..."

"तोच! तेथे झाडीत एक चोरवाट आहे. त्याच वाटेनं आज चंदनाची, सागवानाची तस्करी होणार आहे सायेब... पंधरा-वीस गाड्या तरी पास होतील." पिऱ्या अंदाज घेत म्हणाला.

"काय म्हणतोस?" सोनवणे आश्चर्याने म्हणाले. आत्तापर्यंत चंदन, सागवान तस्कराची कुणकुण त्यांच्या कानी पडतच होती. म्हणून पिऱ्या वाटाड्याला तशी कल्पनाही त्यांनी देऊन ठेवली होती.

"होय सायेब!.. एकदम पक्की बातमी हाय..." पिऱ्या आत्मविश्वासानं बोलला.

"ठीक आहे. साधारण किती वाजता?"

"बहुतेक पहाटेच! मी पुन्हा इथे तीन वाजता येतो. तुम्ही तयारच राहा. एक विशिष्ट प्रकारची शीळ वाजताच तुम्ही बाहेर पडा..." पिऱ्याने संकेत दिला.

"ठीक आहे पिऱ्या, आम्ही तीन वाजता हजर राहतो... या संधीचा फायदा घ्यायलाच हवा. नाही का..." सोनवणे निश्चयाने म्हणाले.

पिऱ्या न बोलताच थोडा वेळ पुन्हा घुटमळला आणि तो घाईघाईने म्हणाला,

"सायेब, एक सांगू..."

"सांग की!"

"जरा जपून!.. मी इथे कसातरी आलो आहे. कदाचित काही डोळे आताबी माझा पाठलाग करीत आसतील. म्हणून मी आता इथे जास्त वेळ थांबणं बरं नाही. निघतो मी. काळजी घ्या सायेब..." पिऱ्या सावध करत म्हणाला.

"तू निश्चिंत राहा पिऱ्या... आम्ही तयारच आहोत... तूही जपून जा... तुझ्या संकेताची आम्ही वाट पाहत आहोत..." सोनवण्यांनी दिलासा दिला होता. पिऱ्यानं हळूच दार उघडलं आणि अंधारात वाऱ्याच्या वेगाने नाहीसा झाला. सोनवणे अंधारातही त्याची छबी शोधत होते आणि थोडा वेळ विचारात गढून गेले.

मागे पावलांची चाहूल लागताच सोनवणे दचकले. विचारश्रृंखला तुटली होती. नीलिमा मागे येऊन कधी उभी राहिली हे त्यांना कळलंच नव्हतं. कपाळावर आलेल्या केसांची बट मागे सारीत नीलिमा म्हणाली,

"अशा वेळी कोण आलं होतं?"

"अगं!.. पिऱ्या भिल्ल. आमचा एक खास माणूस. वाटाड्या आहे. इथल्या जंगलाची त्याला इत्यंभूत माहिती आहे. त्यानेच आम्हाला हा सर्व परिसर हिंडून दाखवला होता. तोच एक महत्त्वाची बातमी घेऊन आला होता..." सोनवण्यांनी सांगितलं.

"कुठली बातमी?" नीलिमाचा प्रतिप्रश्न आला.

"आज पहाटे इथे मोठी तस्करी होणार आहे म्हणून!"

"आज...?" नीलिमा सवयीनंच म्हणाली. तिला या सर्वांचीच तशी सवय

झाली होती. म्हणून तिने आश्चर्य व्यक्त केलं नव्हतं; पण चेहरा मात्र काळजीनं व्यापून गेला.

"होय!.. आत्ताच... चला मला निशिकांतला सांगितलं पाहिजे..." असं म्हणतच त्यांनी नटवरसिंगला शेजारच्या क्वार्टर्समध्ये हाक मारून जागं केलं. नटवरसिंग लागलीच हजर झाला. दुसऱ्याच क्षणाला त्यानं निशिकांतलाही बोलावून आणलं. जाधवकाकांना मात्र त्यांनी कुठलीही तसदी दिली नव्हती.

निशिकांत येताच सोनवण्यांनी त्याला पिऱ्या येऊन गेल्याची माहिती दिली व बातमीही. निशिकांत त्या बातमीनं चांगलाच उल्हसित झाला. आधी काळजीयुक्त दिसणारा त्याचा चेहरा आता मात्र जिद्दीनं प्रेरित झालेला दिसत होता.

निशिकांत व नटवर तीन वाजता शार्प येण्याचं आश्वासन देऊन पुन्हा आपापल्या क्वाटर्सकडे निघून गेले. यावेळी साधारण रात्रीचे बारा वाजून गेले होते.

सोनवणे व नीलिमा शयनकक्षात येऊन पुन्हा झोपले. नीलिमा सोनवण्यांच्या छातीवर डोके ठेऊन पहुडली होती आणि क्षणात ती गाढ झोपली. सोनवणे मात्र छताकडे पाहत विचार करू लागले. तस्करीच्या बातमीनं त्यांची झोपच उडाली होती.

विचारातच तीन वाजून गेले. झोप अशी आलीच नव्हती. हळूच त्यांनी नीलिमाला बाजूला केलं व ते तयारीला लागले.

निशिकांत व नटवरही सव्वा तीनला हजर झाले होते. निशिकांतनं विचारलं,

"वहिनीसाहेब झोपल्या आहेत वाटतं!"

"होय! झोपताना तुम्ही आलात की उठव म्हणाली होती... चहा घ्यायला" सोनवण्यांनी विचारलं.

"नको सर! चहा वगैरे काहीही नको आणि वहिनींनाही झोपू द्या..." निशिकांतनं पहाटे चहा घेण्याचं टाळलं.

त्यानंतर ते दोघंही प्लॅन करीत राहिले. एखादा अतिप्रसंग ओढवलाच, तर कुणी काय करायचं तेही ठरवलं. नटवरनं कुठे आणि कसं थांबायचं तेही ठरलं. संरक्षणाच्या दृष्टीने त्यांनी शस्त्र सोबत ठेवण्याचं ठरवलं.

१४

चार वाजून गेले; पण अजून पिऱ्या आला नव्हता. त्याची शीळही ऐकू आली नव्हती. सोनवणे पुन: पुन्हा कानोसा घेऊन अंदाज घेत होते. नटवर एकदा बाहेर जाऊनही पाहून आला; पण पिऱ्याची चाहूल मात्र लागली नाही. त्याची वाट पाहणं भाग होतं. कारण तोच एकमेव वाटाड्या असल्यानं इच्छितस्थळापर्यंत नेऊ शकणार होता. त्यानं आणलेली बातमीही पक्की असणार यात मात्र सोनवण्यांना शंका नव्हती. त्यांनी पुन्हा वाट पाहण्याचं ठरवलं.

पाच-साडेपाच वाजून गेले. आता मात्र सोनवण्यांना काळजी वाटू लागली. निशिकांतही अस्वस्थ झाला. पिऱ्याबद्दल दोघांनाही खात्री होती. आदिवासी समाजातला तो अतिशय होतकरू व प्रामाणिक तरुण होता. अशी खोटी बातमी तो सांगणार नाही, असा विश्वास सोनवण्यांना होता. काहीतरी अडचण निर्माण झाली असेल, म्हणूनच तो येऊ शकला नसेल असा विचार सोनवण्यांनी केला. एव्हाना आता त्यांना काळजी वाटायला लागली. तीन वाजता येतो म्हणून सांगून गेलेला पिऱ्या अजूनही न आलेला पाहून, सोनवणे कमालीचे दिङ्मूढ झाले. त्यांना पिऱ्याची चिंता वाटू लागली.

सहा वाजून गेले. क्षितिजावर सूर्य उमलू पाहत होता. त्यामुळे आसमंत थोडा प्रकाशमय झाला होता. पक्ष्यांचा किलबिलाट सुरू झाला होता. सोनवणे व निशिकांत अजूनही काळजीतच होते. तेवढ्यात मुख्य फाटकातून एक काळसर, काटकुळा, साठ वर्षांचा गृहस्थ उघड्या अंगानं हेलकावे घेत येत होता. इतक्या झपाझप चालत होता की त्याचा देह जमिनीलगत काटकोन तयार करीत होता. त्याच्या एका हातात काठी होती. त्या अंधारातनंच तो चालत होता. धावता येत असतं, तर कदाचित तो धावत आला असता, एवढी त्याला घाई होती. तो सरळ सोनवण्यांच्या बंगल्याच्या दिशेनंच येत होता.

त्या गृहस्थाला पाहून सोनवणे व निशिकांत सावध झाले. नटवर पुढे सरसावला.

तो म्हातारा जवळ येताच मटकन खाली बसला. त्याची छाती चांगलीच वरखाली होत होती आणि धापही लागली होती. तशातच त्यानं आशाळभूत नजरेनं सोनवण्यांकडे पाहिलं. त्याचे डोळे भरून आले. नाकपुड्या फुलून आल्या. ओठ थरथरू लागले. शब्द मात्र फुटत नव्हते. सोनवणे पुढे येऊन म्हणाले,

"कोण आहात तुम्ही?"

म्हाताऱ्यानं केविलवाणेपणाने पाहिलं. यावेळी त्याच्या डोळ्यांतून अश्रू टपकन खाली पडले. त्याचा कंठ दाटून आला. महत्प्रयासानं तो म्हणाला,

"सायेब, मी पिऱ्याचा बाप... त्याला वाघानं मारलं हो..." आणि बांध फुटावा तसा तो फुटला. रडू लागला. त्याच्या तोंडातून हुंदके बाहेर पडू लागले. सकाळच्या शांत वातावरणात त्याचा तो आकांत करुणा निर्माण करीत होता.

सोनवणे व निशिकांत त्याचा आकांत व शब्द ऐकून क्षणभर निःशब्द झाले. ज्याची ते वाट पाहत होते, त्याचीच मेल्याची बातमी आली होती. क्षणभर सोनवण्यांना काय बोलावं काहीच सुचलं नाही. निशिकांत व नटवरही सुन्न झाले. म्हाताऱ्याला त्यांनी धीर देत विचारलं,

"कधी झालं हे आणि कुठे?"

"आत्ता पहाटेच... तुमच्याकडेच यायला निघाला होता... छोटासा नाला आहे, त्याच्या वरच्या झाडीच्या बाजूनं येतांनीच वाघानं त्याला पकडलं सायेब..." म्हातारा पुन्हा रडू लागला.

आवाजाने नीलिमाही उठल्या होत्या. जाधवकाकाही कामासाठी हजर झाले होते. इथला प्रसंग व पिऱ्याचा मृत्यू झाल्याचं ऐकून तेही हबकून गेले. रात्री आपल्याकडे आलेल्या माणसाला वाघानं मारल्याचं ऐकून नीलिमाही हळहळल्या होत्या.

सोनवणे तयारीतच होते. नटवरला ते म्हणाले,

"नटवर, जीप काढ. निशिकांत चल, बघूयात काय झालं ते..." म्हाताऱ्याकडे वळून त्याला आधार देत ते पुढे म्हणाले, "काका, चला... आम्ही तुमच्यासोबत येत आहोत. पिऱ्याचा मृतदेह कुठे आहे तेवढं आम्हाला दाखवा..." पुढे नीलिमाकडे पाहत ते म्हणाले, "नीलिमा, आम्ही आलोच. तू काळजी करू नकोस. जाधवकाका आहेतच."

सोनवणे लागलीच म्हाताऱ्याला घेऊन जीपमध्ये बसले. निशिकांतही बसला. नटवरनं जीप फाटकातून बाहेर काढली व डावीकडे वळसा घालून गावाच्या एका नाल्याकडे नेऊ लागला. यावेळी क्षितिजावर लालसर छटा उमटू लागल्या होत्या.

जीप नाल्यातील कच्च्या रस्त्यावरून जात होती. नाला तसा कोरडाच होता; पण काही ठिकाणी पाण्याची डबकी साचली होती. नटवरनं जीप एका चढावर

आणून झाडीत घुसवली. तेथून एका मिनिटाच्या अंतरावरच सपाट जागा असलेल्या ठिकाणी ते आले. तेथेच पिऱ्याचा मृतदेह पडला होता. आजूबाजूला झाडी असल्याने हे ठिकाण दृष्टिपथास पडत नसे. नटवरनं काही तुरळक आदिवासी उभे होते त्या ठिकाणी जीप उभी केली. सोनवणे व निशिकांत तडकपणे खाली उतरले. म्हाताराही उतरला व हमसाहमशी रडू लागला. एका आदिवासीनं त्याला आधार देऊन खाली बसवलं.

पिऱ्याचा मृतदेह अस्ताव्यस्त पडला होता. प्राण्याने लचके तोडावेत तसा... मळकटलेल्या कापडाखाली काही अवयव झाकलेले होते. सकाळी सकाळी त्यावर माशांचा घोंगाट व कावळ्यांची कावकाव सुरू झाली होती. म्हातारा त्या कावळ्यांना हुशऽऽ हुशऽऽ करून हाकलीत होता. काही उघडेनागडे आदिवासी स्त्री-पुरुष अंतराने आजूबाजूला निराशपणे बसले होते. काही उखड घालून बसले होते, तर काही उभे होते. प्रत्येकाच्या चेहऱ्यावर भय दिसत होतं.

सोनवणे व निशिकांत यांनी पिऱ्याच्या मृतदेहाजवळ येऊन हळूच कापड बाजूला केलं. पिऱ्याचा छिन्नविछिन्न देह पाहून त्यांचं काळीज हेलावलं. आज रात्रीच भेटून गेलेल्या पिऱ्याचा चेहरा त्यांना आठवला. त्यांना कमालीचं दुःख झालं. त्याचा देह पाहून मात्र सोनवणेंच्या मनात असंख्य प्रश्न निर्माण झाले. रात्रीचे काही शब्द त्यांच्या कानात गुंजत राहिले आणि त्याचा मृतदेह पाहून सोनवण्यांना प्रथमच हा वेगळा प्रकार असल्याची शंका आली. पिऱ्याच्या अंगावर दिसणारे जखमेचे व्रण त्यांना वाघाचे वाटत नव्हते. ते अस्वस्थ झाले. त्यांनी खिशातून मोबाइल काढला. रेंज नव्हतीच. सोनवणे नाराज झाले. त्यांनी नटवरला इशाऱ्याने बोलावलं. नटवर शेजारी येताच सोनवण्यांनी आपली डायरी काढली व त्यातून एक नंबर शोधत तो नटवरच्या हाती देत ते म्हणाले,

"नटवर, तू ताबडतोब ऑफिसमध्ये जा आणि या नंबरवर फोन कर. इन्स्पेक्टर गोविंद पवार यांना घटनेची ताबडतोब माहिती दे. निरोप देताना माझं नाव सांग..."

"जी साहेब..."

नटवर तत्काळ वळला व जीप घेऊन निघून गेला.

निशिकांत पाहतच राहिला. त्याला सोनवण्यांची कृती कळलीच नव्हती. शिवाय त्यांच्या मनाचा अंदाजही त्याला घेता आला नव्हता. निशिकांतची घालमेल सोनवण्यांच्या लक्षात येताच ते म्हणाले,

"इन्स्पेक्टर पवारांना निरोप पाठवलाय... कारण मला हे प्रकरण थोडं वेगळंच वाटतंय..."

निशिकांत अविश्वासाने पाहत म्हणाला,

"काय म्हणताय सर! वेगळं म्हणजे?"

"म्हणजे... पिऱ्यावरचा हा हल्ला प्राण्याने केला नसून दुसऱ्यानंच कुणीतरी केला आहे."

"काय?" सोनवण्यांनी शंका बोलून दाखवताच निशिकांत पुन्हा आश्चर्याने उद्‌गारला होता.

"होय!.. त्याच्या मृतदेहावरून तरी असं वाटतंय. म्हणूनच मी इन्स्पेक्टर पवारांना बोलावलंय. कारण ही हत्येची केसही असू शकते..."

तेवढ्यात नटवर जीप घेऊन हजर झाला. उतरताच तो सोनवण्यांना हळूच म्हणाला,

"साहेब, तुमचं नाव सांगताच इन्स्पेक्टर पवार म्हणाले, मी ताबडतोब निघतो व अर्ध्या-पाऊण तासात पोहोचतो..."

सोनवणे व निशिकांत पुढे बराच वेळ विचारविनिमय करीत राहिले. पिऱ्याच्या वडिलांना त्यांनी घरी पाठवून दिलं होतं. हळूहळू अजून काही आदिवासी जमा झाले होते. प्रत्येकाच्याच चेहऱ्यावर हळहळ होती. एक-दोन कुत्रीही गोळा होऊन मृतदेहाजवळ येण्याचा प्रयत्न करीत होती. सूर्य आता चांगलाच क्षितिजावर आला होता.

साधारण आठ वाजता इन्स्पेक्टर पवारांची जीप घटनास्थळी येऊन थांबली. पवार व दोन पोलीस खाली उतरताच सोनवणे व निशिकांत पुढे झाले. धिप्पाड शरीराच्या पवारांना पाहून काही आदिवासी पांगू लागले. सोनवणे हस्तांदोलन करीत म्हणाले,

"नमस्कार इन्स्पेक्टर पवारसाहेब!" निशिकांतची ओळख करून देत ते पुढे म्हणाले, "हा निशिकांत ठाकरे... माझा साहाय्यक..."

"हॅलो!" इन्स्पेक्टर पवारांनी त्याच्याशीही दीर्घ हस्तांदोलन केलं.

निशिकांत इन्स्पेक्टर पवारांचं धिप्पाड व्यक्तिमत्त्व पाहून भारावला होता. शरीरानं धष्टपुष्ट असणारी माणसं त्याला नेहमीच आवडत असत. निशिकांतनं फक्त स्मित केलं. सोनवणे पुढे म्हणाले,

"सॉरी सर! तुम्हाला एवढ्या सकाळी तसदी दिली."

"तसदी कसली... ते आमचं कामच आहे सोनवणेसाहेब... बरं नेमकं काय झालं? कोण आहे हा?" पिऱ्याच्या मृतदेहाकडे पाहत इन्स्पेक्टर पवार उत्तरले होते.

त्यावर सोनवणे हळूच म्हणाले,

"हा पिऱ्या... एक आदिवासी तरुण..." आणि सोनवण्यांनी रात्रीच्या प्रसंगापासूनची सर्व इत्थंभूत माहिती इन्स्पेक्टर पवारांना सांगितली. पुढे स्वर अजून खाली आणत सोनवणे म्हणाले, "तर या मृतदेहावरील जखमांवरून मला तरी असं वाटतं इन्स्पेक्टर पवार की, हा हल्ला प्राण्याने केला नसून कुणातरी मानवाचंच हे काम आहे..." सोनवण्यांनी आता स्पष्टपणे आपल्या मनातील शंका बोलून दाखवली.

इन्स्पेक्टर पवारांनी शांतपणे ऐकून घेतलं. त्यांनी फक्त हुंकार भरला. ते कमालीचे गंभीर झाले. मृतदेहावरचं कापड उचलून त्यांनी काही वेळ निरीक्षण केलं व अजूनच गंभीर होत सोबत आलेल्या पोलिसांना ते म्हणाले,

"पंचनामा करा रे!"

दोघेही पोलीस पंचनाम्याच्या प्रक्रियेला लागले होते.

इन्स्पेक्टर पवार सोनवण्यांजवळ येत म्हणाले,

"मलाही थोडं काळंबेरं वाटतंय बरं का सोनवणेसाहेब..." विचार करीतच ते पुढे म्हणाले, "इथे प्राथमिक आरोग्य केंद्रात कुणी डॉक्टर आहेत का?.. म्हणजे आपल्याला तसा प्राथमिक अंदाज घेता येईल आणि बॉडी त्वरित पोस्टमॉर्टमला पाठविता येईल. "

निशिकांत यात फक्त निरीक्षकाचीच भूमिका बजावत होता. इन्स्पेक्टर पवारांच्या प्रत्येक कृतीनं तो प्रभावित होत होता. सोनवणे लागलीच म्हणाले,

"होय! आहेत ना... डॉ. इला गावित... अतिशय इफिशियंट डॉक्टर आहेत..."

"त्या येऊ शकतील इथे? त्यांचं मत आपण घेऊ..."

"निश्चितच येतील!.. मी आत्ताच त्यांना बोलावणं पाठवतो..."

सोनवण्यांनी नटवरला सांगताच तो तत्काळ जीप घेऊन आरोग्यकेंद्राकडे गेला. पंचनामा सुरू असताना इन्स्पेक्टर पवारांनी पुन्हा एकदा काही निरीक्षणं नोंदवून घेतली. आताशी त्यांच्याही मनाची खात्री झाली होती. तेवढ्यात मोटर सायकलच्या आवाजानं तेथील उपस्थितांचं लक्ष वेधलं गेलं. दुर्घटनेची वार्ता लागताच सरपंच बापूसाहेब व पोलीस पाटील हरिभाऊ घटनास्थळी आले होते. इन्स्पेक्टर पवारांना पाहताच हातातील सोगा तसाच सोडत बापूसाहेब बेरकीपणानं म्हणाले,

"रामराम इन्स्पेक्टर साहेब..." सोनवण्यांनाही नमस्कार करत इन्स्पेक्टर पवारांकडे पाहत ते पुढे म्हणाले, "आपण कशापायी येण्याची एवढी तसदी घेतलीत साहेब..."

इन्स्पेक्टर पवार न ओळखून सोनवण्यांकडे पाहत राहिले. सोनवणे म्हणाले,

"हे या गावचे सरपंच आणि पोलीस पाटील..."

"अच्छा आपणच का?.. तुमच्या गावात घटना घडली आणि तुम्ही एवढ्या उशिरानं इथे येता?" इन्स्पेक्टर पवार थोडा वचक दाखवित उत्तरले.

बापूसाहेब अशाही वातावरणात खीऽ खीऽ करीत हसत म्हणाले,

"आता त्याचं काय आहे साहेब... गावाचा प्रमुख या नात्यानं आमच्या मागे बारा भानगडी आहेत. असल्या गोष्टींकडे लक्ष द्यायला कुणाला हो वेळ. आता हा बिचारा आदिवासी मेला, त्येचं दुःख आहे आम्हाला... नाही असं नाही... पण ही साली जमातच अशी आहे... दिवस-रात्र पाहत नाही. हिंडत्यात जंगलातून. मग घेतोय एखादा वाघ असा लचका तोडून. घाबरू नका सायेब. हे काय नवीन नाय

इथं. सोनवणे साहेब नवीन आहेत म्हणून त्यास्नी ही सगळी नवलाई वाटतेय... '' सोनवण्यांकडे तिरप्या नजरेनं पाहत बापूसाहेब म्हणाले होते.

''ठीक आहे! कुणी काय केलं ते नंतर बघू... हनमंत...''

इन्स्पेक्टर पवारांनी एका पोलिसाला हाक मारली. तसा दोघांपैकी एकजण पुढे होत म्हणाला,

''जी साहेब...''

''ह्या दोघांचा जबाब नोंदवून घ्या...''

जबाबाचं नाव घेताच बापूसाहेब गोंधळले. हरिभाऊ घाबरत म्हणाले,

''पण सायेब... आमचा जबाब कशापायी?''

''कारण तुम्ही या गावचे पोलीस पाटील आणि सरपंच आहात म्हणून...'' इन्स्पेक्टर पवार म्हणाले.

बापूसाहेब थोडे वरमले व हळू आवाजात म्हणाले,

''सायेब... कशाला या जबाबाच्या भानगडीत पडता... वाघानं खाल्लं म्हणून तक्रार नोंदवा आणि द्या फाइल बंद करून...'' बापूसाहेब छद्मीपणे हसत होते.

इन्स्पेक्टर पवारांना बापूसाहेबांच्या वृत्तीचा प्रचंड राग आला. तो नियंत्रित करीत त्यांनी फक्त डोळे काढले. त्यांचा अवतार पाहून बापूसाहेब व हरिभाऊ चांगलेच नरमले. इन्स्पेक्टर पवार जवळजवळ ओरडतच म्हणाले,

''ए आवाज नको... गपगुमान जबाब द्यायचा, समजलं... मी पाहतो कोण प्राणी आणि कोण माणूस काय ते...''

इन्स्पेक्टर पवारांची जरबच अशी होती की बापूसाहेब व हरिभाऊ पुढे बोलूच शकले नाहीत. हनमंत पोलीस पुढे येऊन जबाब नोंदवू लागला.

तेवढ्यात नटवरची जीप येऊन थांबली व त्या पाठोपाठ प्राथमिक आरोग्यकेंद्राची पांढरी जीप येऊन थांबताच त्यातून डॉ. इला गावित उतरल्या. डॉ. इलांचंही व्यक्तिमत्त्व रूबाबदार होतं. चालीत मार्दवपणा होता. निशिकांत प्रथमच डॉ. इलाला पाहत होता. रंगानं गव्हाळ व सावळ्या असलेल्या डॉ. इला देखण्या होत्या. निशिकांतला ज्या काही लोकांना भेटून व त्यांचं व्यक्तिमत्त्व पाहून आनंद वाटतो त्यात आता डॉ. इलांचाही समावेश झाला होता.

डॉ. इला झपाझप पावलं टाकीत घटनास्थळी येऊ लागल्या. त्यांना पाहून बापूसाहेब व हरिभाऊंना आश्चर्य वाटलं. ही इथं का म्हणून आली, याचा गोंधळ त्यांच्या चेहऱ्यावर स्पष्ट दिसत होता; पण तो न दर्शविता निमूटपणे जबाब देण्याचं काम ते करीत होते. डॉ. इला सोनवण्यांजवळ येत म्हणाल्या,

''सर, तुमचा निरोप मिळताच मी येण्याचं ठरवलं...''

''मी अतिशय आभारी आहे तुमचा डॉ. इला... सकाळी सकाळीच मी तुम्हाला

त्रास दिला.'' इन्स्पेक्टर पवार व निशिकांतकडे वळत ते पुढे म्हणाले, ''हे इन्स्पेक्टर पवार व हा निशिकांत ठाकरे, माझा साहाय्यक.''

डॉ. इलाने अतिशय नम्रपणे नमस्कार केला. प्रत्युत्तरादाखल इन्स्पेक्टर पवार व निशिकांतनेही हात जोडले. निशिकांतला सोनवण्यांचं खरंच कौतुक वाटत होतं. हा माणूस कशी कशी माणसं जोडून होता.

सोनवण्यांनी लागलीच घटनेचं विश्लेषण दिलं. इन्स्पेक्टर पवारांनी घटनेमागील गांभीर्य व शंका व्यक्त केल्या. त्याच अनुषंगाने इन्स्पेक्टर पवार म्हणाले,

''तर डॉक्टर, मला असं वाटतं, जर का तुम्ही मला आपला प्राथमिक अंदाज दिलात, तर पुढील कार्यवाहीसाठी ते मला सोपं जाईल...''

डॉ. इला विचार करीत म्हणाल्या,

''जरूर!''

डॉ. इलानं पिऱ्याचा मृतदेह पाहिला. त्यातील एकूण एक अवयव व त्यामागील जखमांचं त्यांनी वैद्यकीय दृष्टिकोनातून निरीक्षण केलं आणि गंभीर होत त्या म्हणाल्या,

''इन्स्पेक्टर, जखमा या वाघनखांनी केलेल्या आहेत हे निश्चित... पण वाघाने नाही... शिवाय कुठलाही प्राणी शरीराचे असे तुकडे करीत नाही... तर हा हल्ला प्राण्यानेच केलेला आहे असे म्हणता येणार नाही. त्यासाठी तुम्हाला मी हा मृतदेह शहाद्याच्या मुख्य आरोग्यकेंद्रात पोस्टमॉर्टमसाठी पाठवावा असं सुचवते.''

इन्स्पेक्टर पवार व सोनवण्यांचा चेहरा खुलला होता. इन्स्पेक्टर पवार म्हणाले,

''थँक्स मॅडम... आपण आमचं खूप मोठं काम केलंत...''

सोनवण्यांनीही आभार मानले. डॉ. इला म्हणाल्या,

''थँक्स कसले... हे तर माझं कर्तव्य आहे. या जगात प्रत्येकाला न्यायानं जगण्याचा अधिकार आहे. अगदी मरणानंतरही!'' इन्स्पेक्टर पवारांकडे पाहत त्या पुढे म्हणाल्या, ''हवं, तर माझ्या आरोग्यकेंद्राची गाडी मी देते. असं मरण कुणाला येऊ नये. किमान मरणानंतर तरी अशी विटंबना कुणाच्याही वाट्याला येऊ नये असं मला वाटतं. सोनवणेसाहेबांच्या गाडीने मी जाईन...''

मनानं खंबीर असणारे इन्स्पेक्टर पवार डॉ. इलाच्या बोलण्याने मंत्रमुग्ध झाले होते. सोनवण्यांना त्यांच्याविषयी माहीत होतं. निशिकांतही चकित झाला होता. डॉ. इला नुसत्या डॉक्टरच नव्हत्या, तर फिलॉसॉफरही होत्या.

डॉ. इलांना नटवर घेऊन गेला, तेव्हा सर्वच क्षणभर त्याकडे पाहत राहिले. बापूसाहेब व हरिभाऊ मात्र, ही मधेच कुठे आली म्हणून जळफळत होते.

आदिवासींच्या साहाय्याने पोलिसांनी पिऱ्याचा मृतदेह व्यवस्थित उचलला व आरोग्यकेंद्राच्या गाडीत ठेवला. यावेळी काही आदिवासींनी एकच गर्दी केली होती.

इन्स्पेक्टर पवार आपल्या जीपमध्ये बसत सोनवण्यांना म्हणाले,

"बरं तर सोनवणेसाहेब... रिपोर्टबद्दल मी तुम्हाला लवकरच कळवीन..."

"ठीक आहे... काही हरकत नाही..."

निशिकांतनंही पुढे येऊन इन्स्पेक्टर पवारांचे आभार मानले.

दरम्यान नटवर डॉ. इलांना पोहोचवून परत आला होता. बापूसाहेब व हरिभाऊ कुणाशीही न बोलता धुमसतच मोटरसायकलला किक मारीत निघून गेले.

इन्स्पेक्टर पवारांनी निरोप घेताच जीप झाडीत घुसली होती. त्यामागे पिऱ्याचा मृतदेह नेणारी आरोग्यकेंद्राची व्हॅन दिसेनाशी झाली. सोनवणे व निशिकांत क्षणभर तसेच उभे राहिले. पिऱ्याचा हसरा व भोळसर चेहरा सोनवण्यांच्या डोळ्यांसमोर गडद होत गेला. भानावर आले तेव्हा बरेच आदिवासी पांगले होते. आता फक्त निशिकांत व नटवर त्यांच्यासोबत होते. पिऱ्याच्या रूपानं मिळालेला वाटाड्या सोनवण्यांनी गमावला होता. त्याचं अतीव दुःख त्यांना होत होतं. या समाजव्यवस्थेचा पिऱ्या हा पहिला बळी ठरला होता, हा ठाम विश्वास मात्र सोनवण्यांना होता. पुढची वाटचाल आता अधिक सावधानतेने करावी लागणार होती.

अकरा वाजून गेले होते. सकाळची सूर्याची कोवळी किरणं आता प्रखर झाली होती. सोनवणे व निशिकांत अतिशय जड अंतःकरणाने घरी परतले होते.

१५

पिऱ्याच्या मृत्यूची बातमी रामपूर गावात वाऱ्यासारखी पसरली होती. सर्वत्र हळहळ व्यक्त केली जात होती. एरवी या भागात आदिवासींच्या मृत्यूला काहीच किंमत नव्हती; पण सोनवण्यांशी निगडित असणाऱ्या प्रत्येक व्यक्तीबरोबर पिऱ्याचे चांगले संबंध होते. अप्रत्यक्षपणे त्याचा त्यांना उपयोगच होत होता. म्हणून तो गेल्यानं अतीव दुःख या सर्वांना झालं होतं. स्थानिक सवर्णांना मात्र पिऱ्याच्या मृत्यूचं काहीच वाटत नव्हतं. शिवाय तो कसा व कशानं मेला या बाष्कळ चर्चेत कुणालाही रस नव्हता. इतर आदिवासी प्राण्यांच्या भक्षाला बळी पडतात, तसाच पिऱ्याचाही मृत्यू झाला असावा अशीच सर्वांची समजूत झाली होती. म्हणूनच सध्यातरी पोलीस दफ्तरी त्याची आकस्मिक अपघाती मृत्यू म्हणून नोंद करण्यात आली होती.

सोनवण्यांकडून पिऱ्याच्या मृत्यूची वार्ता डॉ. समीरना जेव्हा कळली, तेव्हा त्यांना धक्काच बसला होता. याशिवाय सोनवण्यांनी त्यांच्या मृत्यूमागील शंका व्यक्त केलेली पाहून, तर ते कमालीचे अस्वस्थ झाले होते. डॉ. समीरना खूपच दुःख झालं होतं. ते निराश झाले. मन विषण्ण झालं. तशाही अवस्थेत ते डॉ. अंजलीला सोबत घेऊन पिऱ्याच्या कुटुंबीयांना भेटून आले. झोपडीवजा घर, कृश आई-वडील, धाकटा भाऊ, बहिणी या सर्वांचीच जबाबदारी पिऱ्यावर होती. त्यांची परिस्थिती व आकांत पाहून डॉ. समीर हेलावले होते. डॉ. अंजली तर काहीच बोलू शकली नव्हती. डॉ. समीरनी त्यांना वैयक्तिक पातळीवर हवी ती मदत केली व भविष्यातही करण्याचं आश्वासन त्यांनी दिलं. कारण त्यांच्या घरातील कर्ता तरुण मुलगा गेला होता. एखाद्या चाक नसलेल्या बैलगाडीसारखी त्या कुटुंबाची अवस्था झाली होती.

चार दिवसांपूर्वीच डॉ. समीरनी पिऱ्याला बोलावून घेतलं होतं. डॉ. अंजलीही होती. महत्त्वाचा संशोधन प्रकल्प सुरू करण्याआधी, त्यांना त्या संदर्भात काही महत्त्वाच्या बनस्पतींवर मूलभूत प्रयोग व निरीक्षणे करायची होती. वनस्पतींचे

निरीक्षण हा डॉ. समीरचा छंदच नव्हता, तर ती त्यांच्या संशोधनाची गरज होती. त्यांच्यामते, प्रत्येक वनस्पती या दिवसा म्हणजे सूर्यप्रकाशात वेगळ्या व रात्री वेगळ्या वागतात. दिवसापेक्षा रात्री वनस्पतींचं निरीक्षण केल्यास त्यांच्या अंतरंगात जाऊन अधिक गुणधर्म मिळवता येतात. तसेच वेगवेगळ्या वनस्पतींचाही शोध घेता येतो. रात्रीच्या वेळी वनस्पती कशा वागतात हा त्यांच्या जिज्ञासेचा एक भाग होता. कुठल्याही वनस्पतीवर संशोधन करण्याआधी त्यांचं निरीक्षण करण्यात त्यांना रस असे. इथे आल्यापासून त्यांच्या डोक्यात हा विषय नेहमीच डोकावत असे. शिवाय सोनवण्यांनी पिऱ्याच्या साहाय्याने जंगलातील विविध स्थळांच्या भेटी घडवून आणल्या, तेव्हापासून तर या विषयाचा पाठपुरावा आणखीच वाढला होता. कारण पिऱ्याने या ठिकाणी एक अशी जागा दाखवली होती की, तेथे दुर्मीळ अशा काही वनस्पती त्यांना दिसल्या होत्या. त्यांच्या डोक्यात तो परिसर पक्का बसला होता. निरीक्षण व प्रयोगासाठी त्या वनस्पतींचा उपयोग करण्याचं त्यांनी त्याचवेळी ठरवलं होतं. तो परिसर संस्थेपासून फार लांब नव्हता. फार तर दोन किलोमीटर परिघाच्या आत असावा; पण हा परिसर त्यांना नवीन असल्याने व दिशा सात्यतता असल्याने पिऱ्याची मदत घेण्याचं त्यांनी ठरवलं होतं. शिवाय हा प्राथमिक स्वरूपातील प्रयोग व निरीक्षण रात्रीच करायचे असल्याने, पिऱ्याची गरज होतीच. म्हणून डॉ. समीरनी पिऱ्याला बोलावलं होतं.

डॉ. समीरनी परिसराचं वर्णन करताच पिऱ्याच्या तत्काळ लक्षात आलं होतं. तो पूर्वेकडील अतिशय घनदाट अरण्यातील भाग होता व ऑर्थर पॉईंटजवळच असल्यानं तशी फारशी भीती नव्हती. कारण भिल्ल समाजातील स्त्री-पुरुषांचा वावर तिथे होता. त्यामुळे हिंसक श्वापदं तेथे येण्याची शक्यता कमी होती. शिवाय पिऱ्यानं तो परिसर संस्थेपासून दोन किलोमीटर अंतरावर असल्याचं सांगितलं होतं. डॉ. अंजली रात्री वनस्पतींवर प्रयोग व निरीक्षणे करायच्या. डॉ. समीरच्या कल्पनेवर त्या खुश झाल्या होत्या. ही संकल्पनाच डॉ. अंजलीला आवडून गेली होती. साहाय्यक असल्याने डॉ. समीरनी तिचा या प्रयोगातील सहभाग गृहीतच धरला होता.

नेमका आजचाच दिवस पिऱ्याच्या संमतीने डॉ. समीरनी ठरवला होता आणि दुर्दैवाने दोन दिवसांपूर्वीच पिऱ्याचा मृत्यू झाला होता. उपसंचालकाच्या केबिनमध्ये बसले असताना त्यांना हा प्रसंग प्रकर्षाने आठवला. आज मुद्दामच ते संस्थेत उशिराने आले. पिऱ्यासोबत घालवलेले काही क्षण त्यांच्या डोळ्यांपुढे येऊन गेले. आपल्या प्रयोगाची सुरुवात अशी व्हायला नको होती, असं त्यांना मनापासून वाटत होतं. आज ठरलेल्या प्रयोग मोहिमेवर जावे की नाही या द्विधा मन:स्थितीत डॉ. समीर होते. डॉ. अंजली सोबत होती. तिला घेऊन ही जोखीम घ्यावी की नाही, याचाच

विचार डॉ. समीर करीत होते. कुठलाच निर्णय होत नव्हता; पण मनाशी मात्र त्यांनी एक खूणगाठ बांधली. विचार करीत असतानाच डॉ. अंजलीने प्रवेश केला.

"सर! आज आपण पिऱ्याबरोबर जाण्याचं ठरवलं होतं!" डॉ. अंजली हताशपणे खुर्चीत बसत म्हणाली होती.

डॉ. अंजलीच्या आवाजाने डॉ. समीरची विचारशृंखला खंडित झाली. त्यांचा चेहरा अजूनही निराशलेलाच होता. ते म्हणाले,

"हो ना अंजली... माणसाचं काही खरं नाही... परवाच आपण पिऱ्याशी बोललो आणि आज तो आपल्यात नाही... खरंच काय प्रारब्ध असतं नाही?.. फार चांगला मुलगा होता... आपल्या प्रयोगांसाठी त्याचा खूप उपयोग झाला असता!"

"हो ना सर!... आकस्मिकपणे वाघाने त्याच्यावर झडप घालावी हे खरंच दुर्दैव आहे..." डॉ. अंजली अनभिज्ञपणे म्हणाली. डॉ. समीर त्यावर काहीच बोलले नाहीत. सोनवण्यांनी उपस्थित केलेली शंका डॉ. समीरनी मुद्दामच सांगितली नाही. कारण डॉ. अंजली अतिशय संवेदनशील मनाची होती. या परिसराविषयी तिला काहीच माहीत नव्हतं.

"परिस्थितीपुढे काहीच करता येत नाही अंजली... जाऊ दे. आज आपण जायचं ठरवलं होतं म्हणून पिऱ्याची प्रकर्षानं आठवण झाली, एवढंच... बरं, मला वाटतं पिऱ्याच्या मृत्यूच्या पार्श्वभूमीवर सध्या आपण रात्री प्रयोगासाठी जंगलात जाऊ नये..." डॉ. समीर विचार करून म्हणाले होते.

"येस सर... मलाही असंच वाटतं... शिवाय या परिसराची आपल्याला फारशी ओळखही नाही... तुम्ही घेतलेला निर्णय योग्यच आहे..." डॉ. अंजली ठामपणे व स्वीकृतीदर्शक म्हणाली. डॉ. समीरच्या निर्णयाचं तिने स्वागतच केलं. अशा परिस्थितीत कुठेही जाऊ नये असंच तिला वाटत होतं.

डॉ. समीर खुर्चीतून पुढे होत म्हणाले,

"बरं!.. तो प्रयोग आपण कधीतरी निश्चित करू; पण तसाच प्रयोग तू मात्र प्रयोगशाळेत करू शकतेस..."

डॉ. समीरनी, डॉ. अंजलीला काही प्रयोगांची दिशा दिली होती. काय व कसा करायचा त्याचं विश्लेषण दिलं होतं. डॉ. अंजलीनं नोंदी करून ठेवल्या होत्या. सादर केलेल्या संशोधन प्रकल्पाबाबतच प्रयोग करायचे होते. त्यासाठी संस्थेत पुरेशी उपकरणं उपलब्ध होती.

डॉ. अंजलीनं अजून काही शंका विचारून प्रयोग समजावून घेतला होता. काही उपलब्ध वनस्पतींवरच हा प्रयोग करायचा असल्यानं नवीन वनस्पतींचा शोध सध्या तरी घ्यायचा नव्हता. डॉ. अंजली डोक्यात प्रयोगाची दिशा घेऊन उठली. ती बाहेर पडणार तेवढ्यात डॉ. समीर म्हणाले,

"अंजली!"

"येस सर!"

"मी आज रात्री थोडं उशिरापर्यंत थांबणार आहे... माझ्या जाण्याची वाट तू बघू नकोस. तू निघून जा... ओ.के.?" डॉ. समीरच्या डोक्यात अजूनही काही वेगळेच विचारचक्र सुरू होते.

"ठीक आहे सर! मी निघून जाईन."

डॉ. अंजली केबिनबाहेर पडली व शेजारच्याच प्रयोगशाळेत शिरली. यावेळी सायंकाळचे चार वाजले होते. उद्याच्या प्रयोगाच्या प्राथमिक तयारीला ती लागली होती.

डॉ. अंजली गेल्यानंतर डॉ. समीर पुन्हा विचारात गढून गेले.

पिऱ्या नसला, तरी प्रयोग व निरीक्षण करण्याचा निर्धार त्यांनी केलाच होता. एकदा ठरवलेला प्रयोग पुढे ढकलणे त्यांना आवडत नसे. म्हणून आज रात्री जंगलात जाण्याचा निर्णय त्यांनी मुळीच रद्द केला नव्हता, हे मुद्दामहूनच त्यांनी डॉ. अंजलीला सांगितलं नव्हतं. एक तर तिने आज प्रयोग करण्यापासून परावृत्त केलं असतं किंवा स्वत:सोबत येण्याचा हट्ट तरी धरला असता. अशा परिस्थितीत डॉ. अंजलीला सोबत घेऊन जायची जोखीम मात्र त्यांना घ्यायची नव्हती. कारण एकूणच त्यांनाही हा परिसर नवीनच होता आणि नुकत्याच झालेल्या पिऱ्याच्या मृत्यूनं ही जोखीम अधिकच वाढली होती. म्हणून डॉ. समीरनी एकट्यानेच जाण्याचा निर्णय घेतला. अंदाज घेत इच्छितस्थळी जाण्याचा प्रयत्न ते करणार होते. शेवटी डॉ. समीरनी मनाशी खूणगाठ बांधत आज रात्री जाण्याचा निर्णय पक्का केला.

साडेसहा-सात वाजून गेले होते. बाहेर बऱ्यापैकी अंधारून आलं होतं. काही किरकोळ उपकरणं, विजेरी त्यांनी सोबत घेतली. उपकरणं छोट्याच बॅटरीवर चालणारी असल्याने काहीच प्रश्न नव्हता. या उपकरणाच्या साहाय्यानेच ते रात्रीच्या वेळी वनस्पतींमध्ये घडणारे रासायनिक बदल पाहू शकणार होते. शिवाय त्यांना वनस्पतींचे निरीक्षणही करता येणार होते. हे उपकरण अमेरिकेत असताना ते नेहमीच प्रयोगात व छंद म्हणूनही वापरीत असत. भारतात परत येताना काही महत्त्वाची उपकरणं त्यांनी सोबत आणली होती. त्यापैकीच हे एक महत्त्वाचं उपकरण होतं. अतिशय हलकं असल्याने हाताच्या तळव्यात सहज नेता येत असे. रक्तदाब, शुगर, तापमान असे मानवी शरीरातील घटक मोजण्यासाठी छोटी-छोटी इलेक्ट्रॉनिक उपकरणं उपलब्ध होती; तशाच पद्धतीचं वनस्पतींमधील घटक शोधण्यासाठीचं हे उपकरण होतं. अतिशय महाग असल्याने सहजपणे ते कुठेही उपलब्ध नव्हतं.

डॉ. समीर सर्व तयारीनिशी बाहेर आले. डॉ. अंजली निघून गेली होती. यावेळी

तेथे कुणीच नव्हतं.

संस्थेच्या मुख्य फाटकातून बाहेर पडताच पूर्वेकडच्या एका कच्च्या रस्त्याने डॉ. समीरनी चालायला सुरुवात केली. अंधारून आल्यानं स्ट्रिटलाईट सुरू झाले होते. संस्थेच्या बाहेर असलेल्या प्रखर लाईटमुळे आजूबाजूला काही मीटरपर्यंत प्रकाश परावर्तित होत होता.

अगदीच दिसेनासं झालं, तेव्हा डॉ. समीरनी विजेरीचा आधार घेतला. जंगलच असल्यानं अंधार होताच. रातकिड्यांनी गुणगुणायला सुरुवात केली होती. मुख्य कच्च्या रस्त्यावरून डॉ. समीर आता पायवाटेवर आले होते. ती पायवाट घनदाट जंगलातच जात होती. डॉ. समीर निर्धारानं पुढे जात होते. त्यांना उगीचंच थोडी भीती वाटू लागली. आपण चूक तर नाही ना केली असंही त्यांना वाटून गेलं. अमेरिकेत असताना त्यांनी एकट्यानं अशा रात्रीच्या मोहिमा राबवल्या होत्या. अतिशय घनदाट अरण्यात त्यांनी मध्यरात्री निरीक्षणे केली होती. तिथेही हिंस्र श्वापदं होती; पण भीती अशी कधी वाटली नव्हती. मग इथेच का म्हणून असं वाटतंय? प्राण्यांपेक्षा सोनवण्यांनी सांगितलेल्या अदृश्य मानवी भक्षकांचीच येथे भीती होती. त्याच विचाराने अंधारात डॉ. समीरच्या अंगावर काटा उभा राहिला.

डॉ. समीर क्षणभर थबकले. आजूबाजूला पाहून आपण बरोबर चाललो आहोत ना, याचा अंदाज घेतला. ते बरेच चालून आले होते; पण दिशा मात्र कळली नव्हती. ते जिथे उभे होते, ती थोडी विस्तीर्ण जागा होती. आजूबाजूला झाडी व वनस्पती होत्या. याच्यापुढे न जाण्याचा निर्णय त्यांनी घेतला. भोवताली काळाकुट्ट अंधार होता. वरती आसमंतात प्रकाश परावर्तित होत होता. म्हणजे संस्था जवळच होती. डॉ. समीरना त्यामुळे थोडा दिलासा मिळाला. कमीतकमी काही झालं तरी हाकेच्या अंतरावरच आपण आहोत याची सुखद जाणीव त्यांना झाली.

तेथेच अवतीभोवती विजेरीच्या साहाय्याने प्रकाशझोत टाकून, काही वनस्पती त्यांनी शोधून काढल्या. त्यातील काहींना हळुवार हात लावून, भावना जाणून घेण्याचा प्रयत्न केला. त्यातल्या एका वनस्पतीने डॉ. समीरनी स्पर्श करताच फुलांच्या पाकळ्या व पानं मिटवून घेतली, तर एका वनस्पतीच्या मानवी शरीर शहारून उठावं तशा छोट्या पाकळ्या थरारून उठल्या. डॉ. समीरना गंमत वाटली. या वनस्पती त्यांना वेगळ्याच वाटल्या. त्या लाजाळूच्या नव्हत्या, एवढं मात्र निश्चित. त्यांनी त्या वनस्पतीवरच प्रयोग करण्याचं ठरवलं. कमीतकमी अशावेळी त्यांच्यातील क्लोरोफीलमधील प्रथिनांची नोंद तर करता येईल, म्हणून डॉ. समीरनी उपकरण चालू केलं. त्यावर विविध फंक्शन्स होती, ती सुरू केली व वनस्पतीच्या फांदीला उपकरण लावलं. छोटासा स्क्रीन चमकला. त्यावरील आकडेही वनस्पतींच्या हालचालीनुसार वर-खाली होत होते. डॉ. समीर हर्षोल्लित झाले. वनस्पतींच्या

अंतरंगात शिरल्याचा व त्यांच्याशी हितगुज करण्याचा हा एक प्रयत्न होता. वनस्पतीतील रासायनिक प्रमाणांच्या नोंदी ते घेऊ लागले. काही सूक्ष्म अशा आश्चर्यकारक गोष्टी त्यांच्या लक्षात येत होत्या. झपाटल्यागत डॉ. समीर प्रयोगात समरस झाले. ही वनस्पती काही औरच होती.

पाय चुरचुरला म्हणून त्यांनी उजवा पाय वर घेतला व हातानं चोळला. तेव्हाच त्यांना सळसळल्याचा आवाज आला. तत्क्षणी डॉ. समीरनी आवाजाच्या दिशेने विजेरीचा झोत टाकला. त्या झोतात भला मोठा साप वळवळत जाताना डॉ. समीरना दिसला. त्यांच्या छातीत धस्स झाले व हृदय धडाधडायला लागलं. विजेरीचा झोत पुन्हा पायावर टाकताच त्यांच्या तत्काळ लक्षात आलं. पोटऱ्यांच्या खाली असलेल्या भागात साप डंख मारून वेगानं झाडीत घुसून गेला होता. निरीक्षणात मग्न असणाऱ्या डॉ. समीरना तो चावून गेल्याचं नंतर लक्षात आलं. त्यांना दरदरून घाम फुटायला लागला. ते घाबरले होते. अमेरिकेत असा प्रयोग करताना विशेष काळजी घ्यावी लागत असे. त्यामुळे सोबत सक्तीने काही इंजेक्शन्स् न्यावी लागत होती. इथे मात्र तसा प्रकार नसल्याने, डॉ. समीरनी दुर्लक्ष केलं होतं. अतिशय थोड्या काळासाठीचा प्रयोग असल्याने त्यांनी कुठलीही काळजी घेतली नव्हती.

डॉ. समीरना काहीच सुचत नव्हतं. पावलं जड होत होती. छाती वर-खाली होऊ लागली. डोकं गरगरायला लागलं. हातातील विजेरी गळून पडली. त्याचक्षणी तेही धाड्कन खाली पडले. विजेरी मात्र दोलकासारखी हलत होती. त्यानुसार प्रकाशही तेथे दोलायमान होत होता. कालांतरानं प्रकाशाचा झोत स्थिर झाला आणि तोही त्या वनस्पतीवरच, जिच्यावर डॉ. समीर प्रयोग व निरीक्षण करीत होते. आता मात्र त्या वनस्पतीच्या पाकळ्या फुलल्या होत्या. पानं खळखळत होती. वनस्पती अजूनच प्रफुल्लित झाली होती. तिच्याच छत्रछायेखाली डॉ. समीर बेशुद्धावस्थेत पडले होते.

रात्रीचे अकरा वाजून गेले होते. दाट अंधारात ते दोघं झपाझप पावलं टाकीत रुग्णालयाकडे येत होते. ते दोघं बहुतेक आदिवासी होते. त्यातल्याच एकाच्या खांद्यावर डॉ. समीरचा बेशुद्धावस्थेतील देह होता. मागे डोके व हात लोंबकळत होते. दुसरा डॉ. समीरच्या डोक्याला आधार देऊन सावरण्याचा प्रयत्न करीत होता. हा परिसर त्यांच्या चांगलाच परिचयाचा होता. कारण त्या अंधाऱ्या रात्रीही ते दोघं आत्मविश्वासाने दगड-धोंडे तुडवीत वेगाने येत होते.

रुग्णालयाच्या मेन फाटकातून त्यांनी प्रवेश केला. दुसऱ्या आदिवासीनं डॉ. समीरचा देह पहिल्याकडून आपल्या खांद्यावर घेतला. त्यालाही चांगलीच धाप लागली होती. थोडं इकडेतिकडे पाहत मधल्या एका मंगलोरी कौलं असलेल्या घराकडे वळला. तेथेच फक्त काही खोल्यांमध्ये मंद प्रकाश झळकत होता.

रुग्णालय तसं एक एकराच्या क्षेत्रफळात विस्तारलेलं होतं. चार-पाच बैठी घरं होती. त्यातच रुग्णालय, डॉक्टर, नर्स, आया यांची राहण्याची सोय होती. मधल्या बैठकीतच मुख्य ओ. पी. डी. व डॉक्टरांची केबिन होती. त्याच्या आजूबाजूला लागून असलेल्या घरांमध्ये रुग्णांसाठी पाच-सहा खाटा होत्या. तातडीच्या रुग्णांसाठी येथे ॲडमिट करण्याची व्यवस्था होती. तेथूनच काही खोल्यांमधून मंद प्रकाश बाहेर पडत होता. याचा अर्थ काही रुग्ण ॲडमिट होते. त्यांच्याच पाठीमागे डॉक्टर व नर्सेसची निवासस्थानं होती. शिरल्या शिरल्याच उजवीकडे एक छोटं; पण सुबक घर होतं. तेथे अडीअडचणीसाठी शव व प्रेत ठेवण्याची व्यवस्था होती.

मुख्य ओ. पी. डी. त शिरताच, कॉरिडॉरमध्ये लाईट तेवढे चालू होते; पण तेथे कुणीही नव्हतं. बरीच रात्र झाल्याने डॉक्टर, नर्स, आया, वॉर्डबॉय सर्वच झोपले होते. रुग्णही शांतपणे पडले होते. कॉरिडॉरमध्ये रुग्णांचे एक-दोन तुरळक नातेवाईक डोक्यावर पांघरुण घेऊन गाढ झोपले होते. त्यातले एक दोघं घोरत होते.

दोन्ही आदिवासी जास्त विचार न करता उजवीकडच्या कॉरिडॉरमधून मागच्या बाजूने आले. तेथेच डॉक्टरांचं निवासस्थान होतं. त्यातल्या एका आदिवासीला माहीत असावं, म्हणून त्यानं सरळ दार ठोठावलं. दोन-तीनदा पुनःपुन्हा त्यानं ती कृती केली. त्यातून त्याची अगतिकता दिसत होती. दुसरा आदिवासीही डॉ. समीरचं ओझं खांद्यावर घेऊन अपेक्षेने दार उघडण्याची वाट पाहत होता. अनुभवावरून एव्हाना त्या दोघाही आदिवासींच्या लक्षात आलं होतं.

दार उघडताच दारात चेक्सचा गाऊन घातलेल्या डॉ. इला उभ्या होत्या. नुकताच त्यांचा कुठे डोळा लागला होता. तोच दार ठोठावल्याचा आवाज आल्याने त्या लगबगीने उठल्या. डोळे मात्र अजूनही चुरचुरतच होते. त्या प्रश्नमुद्रेने उभ्या असलेल्या पाहून, आदिवासी अगतिकतेने उत्तरला,

''डॉक्टरबाई... हे कुणीतरी बडेसाहेब आहेत... माहीत नाहीत कोण आहेत; पण आम्ही घरी जात असताना तिकडे देवबाच्या गर्द झाडीत बेशुद्ध होऊन पडले होते... बहुतेक जनावर चावलं असेल म्हणून आम्ही त्यांना लागलीच इकडे आणलं...''

डॉ. इलांचं लक्ष जाताच मात्र त्यांची झोप उडाली. झोपेच्या अंमलानं त्यांचं डॉ. समीरना खांद्यावर घेतलेल्या दुसऱ्या आदिवासीकडे लक्षच नव्हतं. त्यांनी ताबडतोब पुढे होऊन डॉ. समीरची त्याच स्थितीत नाडी तपासली. ती अतिशय संथ गतीने चालत असलेली पाहून त्या आदिवासीला म्हणाल्या,

''यांना तुम्ही ओ.पी.डी.त नेऊन टेबलावर झोपवा. मी दोन मिनिटात आलेच.'' आणि त्या लगबगीत घरात शिरल्या.

दोघं आदिवासी डॉ. समीरना घेऊन पुन्हा मुख्य ओ.पी.डी.त परतले. डॉ. इला

क्षणातच तयार होऊन ओ.पी.डी.त दाखल झाल्या होत्या आणि ताबडतोब डॉ. समीरच्या देहाचा ताबा घेत तपासायला सुरुवात केली. डॉ. समीरचा प्रत्येक अवयवांची शिथिलता वाढत असल्यानं श्वासोच्छ्श्वास मंद होत चालला होता. त्यांच्या लक्षात आलं. हातापायाचं निरीक्षण करताच त्यांना उजव्या पायाच्या गुडघ्याखाली साप चावल्याची खूण स्पष्ट दिसली.. त्या व्रणांवरून तरी जहाल विषारी सर्प चावल्याची खात्री डॉ. इलांना झाली. त्यामुळे त्याही हादरल्या. मनाशी काही निर्णय घेत त्या वेगाने आपल्या खोलीत पळाल्या. तेथे औषध व इंजेक्शनांची काही पाकिटं उचकटून त्यांनी एका प्लॅस्टिकच्या खोक्यातून छोटी बाटली काढली. ती बाटली पाहून त्यांचा चेहऱ्यावरचा ताण सैल झाला व डोळे आनंदाने चमकून गेले.

पुन्हा डॉ. इलांनी टेबलाजवळ येत इंजेक्शन भरलं व तातडीने डॉ. समीरच्या कमरेला टोचलं. दोघेही आदिवासी निमूटपणे डॉ. इलांची धावपळ पाहत होते. त्यांची होत असलेली घालमेल पाहून परिस्थितीचं गांभीर्य लक्षात येत होतं.

विषण्ण मनानं डॉ. इलांनी पुन्हा त्यांची शारीरिक तपासणी केली. थोडा वेळ विचार करू लागल्या. नर्स, वॉर्डबॉयला बोलवावं का? पण तेवढा वेळ नव्हता... दोघाही आदिवासींकडे पाहत त्या विनंतीपूर्वक म्हणाल्या,

"एक काम करता का?"

त्यातला एक अजिजीने उत्तरला,

"सांगा ना डॉक्टरबाई... आम्ही त्यासाठीच थांबलोय..."

"ह्यांना डावीकडच्या कॉरीडॉरमधल्या पहिल्या खोलीत नेता का?"

"आत्ता नेतो..."

दोघांनीही डॉ. समीरना अलगदपणे उचललं व एका स्वतंत्र खोलीतील तयार बेडवर आणून झोपवलं. दोघेही आदिवासी बाजूला थांबून मदत करण्याच्या इच्छेने उभे राहिले.

डॉ. इलांनी पुन्हा स्वतःच डॉ. समीरचं ब्लडप्रेशर, हार्टबीट इ. तपासलं. रक्तदाब मात्र चढ-उतार करीत होता आणि हीच खरी धोक्याची बाब होती.

स्वतःच त्यांनी दोघा आदिवासींच्या मदतीनं सलाईन लावलं व अजून सलग तीन-चार इंजेक्शन्स् दिली. शरीरात विषाचा प्रभाव वाढत असल्याचं लक्षात आल्यानंतरच, डॉ. इलांनी उच्च कोटीची व जास्त प्रमाणित अशी औषधं वापरली होती. त्याशिवाय पर्यायच नव्हता. कारण सर्प इतका विषारी होता की, त्यांची काया निळसर पडण्याच्या मार्गावर होती. डॉ. इलांना मात्र खरोखरच आता आश्चर्य वाटत होतं. कारण ज्या सर्पाच्या दातांचे व्रण डॉ. समीरच्या पायावर होते, तो साप नक्की कोब्रा या जातीचा होता आणि क्रोबा जर चावला, तर माणूस दोन मिनिटांपर्यंतही

जगू शकत नाही, याची खात्री डॉ. इलांना होती; पण या पहुडलेल्या व्यक्तीबद्दल मात्र त्यांना आश्चर्य वाटलं होतं.

डॉ. इलांनी पुन्हा काही इंजेक्शन्स् सलाईन्समध्ये टाकली आणि पल्स रेट मोजला. औषधांचा जास्तीचा डोस दिल्यानंतर नाडी काहीशी स्थिर झाली होती. श्वासोच्छ्वासही लयीत आला होता, पण धोका मात्र अजूनही टळला नव्हता. त्यांच्यावर देखरेख महत्त्वाची होती.

या धावपळीत तीन तास निघून गेले. रात्रीचे दोन-अडीच वाजून गेले होते. वेळ आपल्या गतीने निघून गेला होता, तरीही ते दोघे आदिवासी तेथेच होते. त्यांच्याकडे कृतज्ञपणे पाहत डॉ. इला म्हणाल्या,

''एका अनामिक व्यक्तीचे प्राण वाचवून तुम्ही खूप मोठं कार्य केलं आहे. मी तुमची आभारी आहे...''

''आभार कसले मानता डॉक्टरबाई... त्यांचे प्राण महत्त्वाचे. आता कसे आहेत ते?'' एक आदिवासी अधिरतेनं म्हणाला.

''ठीक आहेत... विष बऱ्यापैकी पसरलं होतं. तुम्ही त्यांना वेळेत आणलंत, म्हणून ते वाचले. अजूनही धोका आहे... पण तो नियंत्रणाखाली आहे...'' घड्याळात पाहत डॉ. इला पुढे म्हणाल्या, ''अडीच-पावणेतीन वाजलेत. आधीच यांना खांद्यावर आणून तुम्ही खूप कष्ट घेतलेत... थकला असाल... घरी गेलात तरी चालेल... आणि हो, तुम्ही मला मदत केल्याबद्दल मी तुमची आभारी आहे...''

दुसरा आदिवासी तत्काळ उत्तरला,

''आभार कसले डॉक्टरबाई... त्यांचा जीव वाचला हेच आम्हाला खूप झालं... देवमोगराची कृपा बघा... तुम्हाला मदत लागत असेल तर आम्ही थांबतो...''

''नको! वॉर्डबॉय, नर्स थोड्या वेळात येतील... मी बसते त्यांच्याजवळ ... तुम्ही जा!''

निघण्यापूर्वी एक आदिवासी थोडा घुटमळला व एक मिनिट म्हणून खोलीबाहेर गेला. दुसऱ्या आदिवासीलाही काहीच कळलं नाही. डॉ. इला विचार करीत असतानाच तो आदिवासी हातात एक पिशवी घेऊन परत आला व डॉ. इलांना म्हणाला,

''डॉक्टरबाई हे सामान या साहेबांचं आहे. तुम्ही त्यांना द्या.'' डॉ. इला हसत त्यांच्या सामानाचा स्वीकार करीत म्हणाल्या,

''आभारी आहे मी तुमची...''

दोघेही आदिवासी नमस्कार करून दुडक्या चालीनं माघारी फिरले. डॉ. इला त्यांच्याकडे क्षणभर पाहत राहिल्या, मानवातल्या माणुसकीकडे...

डॉ. इलांनी पुन्हा समीरना तपासलं... श्वासोच्छ्वास संथ होता; पण त्यात मात्र

सलगता होती. ही त्यातल्या त्यात जमेची बाजू. डॉ. इलांनी पुन्हा काही इंजेक्शन्स दिली. डॉ. इलांना डॉ. समीरच्या शरीराची थोडीशी तरी हालचाल अपेक्षित होती. तोपर्यंत ही ट्रिटमेंट लागू पडली असं सांगता येत नव्हतं. म्हणूनच डॉ. इला अजूनही काळजीत होत्या. त्यांना स्वतःच निरीक्षण करण्याची गरज होती.

डॉ. इला सलग तीन-साडेतीन तास उभ्याच होत्या. थोडासा थकवा जाणवायला लागला, म्हणून शेजारचीच खुर्ची ओढून त्या डॉ. समीरच्या पायथ्याशी बसल्या. या धावपळीत डॉ. समीरचा एकूण चेहरा व ठेवणीकडे त्यांचं लक्षच नव्हतं. निवांतक्षणी त्यांनी सहजच डॉ. समीरकडे पाहिलं. एकूणच त्यांच्या बाह्यरूप व शांत चेहऱ्याकडे डॉ. इला पाहतच राहिल्या. डॉ. समीर स्मार्ट, गोरटेले होते. अमेरिकेत राहिल्यामुळे त्यांच्यातील सॉफेस्टिकेटेडपणा बेशुद्धावस्थेतही जाणवत होता. ही व्यक्ती कुणीतरी मोठी असामी असली पाहिजे, असा तर्क डॉ. इलांनी केला; पण एकट्यानं हा माणूस जंगलात एवढ्या रात्री काय करीत होता, हेही त्यांच्या मनात कोडं होतं.

पहाटेचे साडेपाच वाजले होते; पण अजूनही डॉ. समीरची तशी हालचाल नव्हती. डॉ. इलांनी विमनस्कपणे पाहिलं. सलाईन्समधून पडणारं ग्लुकोज थेंबाथेंबानं पडत होतं. त्याचा वेग मंदावला होता. डॉ. इलांनी उठून ग्लुकोजचा वेग वाढवला. त्याचवेळी डॉ. समीरची हालचाल झाली व अस्पष्टसा कण्हल्याचा आवाज आला. डॉ. इलांच्या चेहऱ्यावर आनंद व स्मित पसरलं. स्टेथोस्कोप कानाला लावून त्यांनी त्यांच्या हृदयाची व पोटाची तपासणी केली. डोळ्यांच्या भुवया उंचावून बुबुळाचा रंग पाहिला व डॉ. इलांनी समाधानानं निःश्वास टाकला. सर्व काही नॉर्मल व पूर्वपदावर येत होतं. थोडीशी ग्लानी अजूनही होती.

डॉ. इलांनी पुन्हा काही इंजेक्शन्स दिली. दोन-तीन तासांत डॉ. समीर पूर्णपणे शुद्धीवर येण्याची आता त्यांना खात्री होती. तेवढ्यात सकाळच्या शिफ्टमध्ये काम करणाऱ्या नर्स आल्या होत्या. डॉ. इलांना सकाळीच एका पेशंटजवळ पाहून नर्स ओशाळत म्हणाली,

"मॅडम.., तुम्ही एवढ्या सकाळी?.. कुणी नवीन पेशंट आहे का?"

आवाजाच्या दिशेने पाहताच डॉ. इला हसत म्हणाल्या,

"हो!.. मला माहीत नाही कोण आहेत ते; पण रात्री ११-१२ च्या सुमारास दोघा आदिवासींनी यांना येथे बेशुद्धावस्थेत आणले. विषारी सर्प चावल्याची ही केस आहे."

"मग मॅडम!.. तुम्ही मला उठवायचं ना? तुम्ही हे सगळं एकट्यानीच रात्रभर..." नर्स आश्चर्याने बोलत होती.

"अगं! वेळच नव्हता... केस फारच सिरिअस होती... सेकंदाचाही विलंब घातक ठरणार होता... नशीब, त्यावेळी इंजेक्शन्स् उपलब्ध होती. नाहीतर या

व्यक्तीवर जीवघेणा प्रसंग बेतला असता. त्या दोघा आदिवासींच्या मदतीने मी तत्काळ कृती केली. कारण त्यावेळी तीच फार महत्त्वाची होती.'' डॉ. इला पुन्हा कसलंसं इंजेक्शन सलाईनमध्ये टोचत म्हणाल्या,

''म्हणजे जवळजवळ रात्रभर तुम्ही इथेच होतात..?'' नर्सचा भारावलेला स्वर!

''पर्यायच नव्हता! त्यांना निरीक्षणाखाली ठेवणं गरजेचंच होतं. विष पसरल्यानं ही वॉज् अनकॉन्शस्. त्यातून प्रथम बाहेर काढणं महत्त्वाचं होतं... नाऊ ही इज् ऑलराईट... तू येण्याआधी त्यांनी नुकताच रिस्पॉन्स दिलाय... दोन-तीन तासात पुन्हा शुद्धीवर येतीलही कदाचित...'' थोडं विचार करून पुढे डॉ. इला म्हणाल्या, ''सुशीला...''

''हुं...'' नर्सनं नुसताच हुंकार भरला.

''मला खरोखरच आश्चर्य वाटतंय की हा माणूस जिवंत कसा? अतिशय जहाल विषारी जातीचा सर्प यांना चावलाय. माझ्या माहितीप्रमाणे तो कोब्राच असावा. बट स्टील ही इज् सर्व्हाव्हड.'' डॉ. इला खरोखरच चेहऱ्यावर प्रश्न घेऊन बोलत होत्या. पुढे त्या स्वतःशीच म्हणाल्या, ''ऐनी वे!.. ते वाचलेत हे महत्त्वाचं... बरं सुशीला, आता साडेसहा वाजलेत. मी सगळी इंजेक्शन्स् दिलेली आहेत. लेट हिम स्लिप. फक्त त्यांच्यावर लक्ष ठेव. ओ.के. निघू मी?''

''ठीक आहे मॅडम! बघते मी...''

डॉ. इला तत्काळ बाहेर पडल्या. नर्स सुशीला, डॉ. इला गेल्या त्या दिशेने क्षणभर पाहत राहिल्या. एक डॉक्टर अनामिक रुग्णासाठी किती कष्ट घेऊ शकतात, याचं उदाहरण सुशीला पाहत होती. सुशीलाच्या डोळ्यांत डॉ. इला या तरुणीविषयीचा आदर द्विगुणित झाला. आपल्या व्यवसायात एवढ्या तन्मयतेने काम करणारी अशी विदुषी सुशीलाही आयुष्यात प्रथमच पाहत होती. आत्तापर्यंत तिने इथे बऱ्याच डॉक्टरांच्या हाताखाली काम केलं होतं. त्यातले बहुतेक डॉक्टर सरकारी औषधांचा वापर आपल्या खासगी व स्वतंत्र रुग्णालयासाठी करीत असत. औषधांचा अपहार करीत असत. बऱ्याच वेळा डॉक्टर इथे येतच नसत. तालुक्याच्या ठिकाणीच स्वतःची खाजगी प्रॅक्टिस करीत असत. या सर्व पार्श्वभूमीवर नर्स सुशीलेला डॉ. इला वेगळ्याच वाटल्या होत्या. त्या इथे रुजू झाल्यापासून खेड्यातल्या या छोट्या रुग्णालयात कमालीचा बदल झाला होता. प्रत्येक रुग्ण येथे उपचार घेऊन समाधानानं जात होता. डॉ. इलांच्या फक्त लाघवी बोलण्यानंच रुग्ण निम्मा बरा होत होता.

''सिस्टरऽऽ''

एका अस्पष्टशा हाकेने नर्स सुशीलाचे विचार खंडित झाले. रुग्ण डोकं पकडून उठण्याचा प्रयत्न करीत असलेला पाहून, त्या तत्काळ मदतीला धावल्या. हळूच

पाठीला हात घालून सुशीलाने डॉ. समीरना टेकून बसवलं. डॉ. समीरचं डोकं व डोळे जड झाले होते. ग्लानी पूर्णत: गेल्याने ते आजूबाजूचा परिसर न्याहाळू शकत होते. तसं त्यांना फ्रेश वाटत होतं; पण अंग मात्र जड पडलं होतं. समोर धावत-पळत येणाऱ्या नर्सला त्यांनी विचारलं,

"सिस्टर..!"

"हं बोला..." सुशीलाच्या चेहऱ्यावर आनंद होता.

"मी इथे कसा?"

सुशीला क्षणभर स्तब्ध उभ्या राहिल्या. काही बोलणार तेवढ्यात मागून दारातून आवाज आला,

"मी सांगते..."

डॉ. इलांनी हसतमुखाने खोलीत प्रवेश केला. केबिनमध्ये जाण्याऐवजी त्या प्रथम पेशंटला अटेंड करण्यास आल्या होत्या. सुशीला लगबगीने पुढे होत म्हणाली,

"मॅडम, आत्ताच शुद्धीवर आलेत हे... मी तुम्हाला सांगायला येणारच होते..."

"माहित्येय मला..." पुढे येऊन रुग्णाचा डावा हात उचलून नाडीवर हळूच बोट ठेवून त्यांच्या उजव्या हाताच्या घड्याळात पाहत त्या म्हणाल्या, "सो हाऊ आर यू मिस्टर..."

डॉ. समीर क्षणभर या तरुण डॉक्टरकडे पाहत राहिले. सावळा रंग, तरतरीत नाक, बोलके डोळे, निरामय कांती, काळेभोर केस, मरून रंगाच्या साडीवर घातलेला पांढरा ओव्हर कोट, कानात स्टेथोस्कोप आणि चेहऱ्यावरची प्रसन्नता पाहून डॉ. समीर उत्तर द्यायचेच विसरले. जडावलेलं डोकं असतानाही त्यांच्या मेंदूने या नोंदी केल्या होत्या. प्रश्न विचारलेला आठवताच ते स्वतःच भानावर आले व तत्काळ उत्तरले,

"ओ.के.... आय ॲम फाईन... आय ॲम समीर... डॉ. समीर ताटकरे!"

डॉ. समीरच्या बोलण्यात अमेरिकन ॲक्सेंट होता.

डॉ. इला भुवया उंचावत आश्चर्यानं पाहत म्हणाल्या,

"काय?.. आपण सुद्धा डॉक्टर आहात?" त्याचवेळी नर्स सुशीलाच्या चेहऱ्यावरही आश्चर्य होतं.

डॉ. समीर थोडं हसत लागलीच म्हणाले,

"नाही, मी तुमच्यासारखा डॉक्टर नाही... मी डॉक्टरेट आहे... इथल्या इन्स्टिट्यूटमध्ये शास्त्रज्ञ आहे. काही दिवसांपूर्वीच मी येथे रूजू झालोय..."

डॉ. इलांना आत्ता कुठे उलगडा झाला. त्या स्वतःशीच हसत म्हणाल्या,

"वाटलंच मला... तुम्ही कुणीतरी मोठे असाल म्हणून... थोडं झोपता का?"

त्यासरशी डॉ. समीर आडवे झाले. डॉ. इलांनी वाकून त्यांचं पोट, छाती पुन्हा स्टेथोस्कोपच्या साहाय्याने तपासले. शर्ट पूर्ववत करीत त्या म्हणाल्या,

"आता कसं वाटतंय?"

"उत्तम..."

डॉ. इला मंदशा स्मित करीत म्हणाल्या,

"डॉ. समीर, अगदी मृत्यूशी झुंज देऊन तुम्ही परत आलात एवढं मात्र खरं..."

"काय म्हणताय डॉक्टर?... नेमकं काय झालं होतं मला?" डॉ. समीर थोडेसे गोंधळून उत्तरले.

डॉ. इला पुढे झाल्या व पायावरची चादर बाजूला काढीत उजव्या पायावरची पँट वरती करत म्हणाल्या,

"हे बघा... दोन दात... अतिशय जहाल व विषारी अशा सर्पानं तुम्हाला चावलंय."

"काय?" डॉ. समीर जवळजवळ ओरडलेच. ते अविश्वासाने कधी डॉ. इलाकडे, तर कधी नर्स सुशीलाकडे पाहत होते. ते काहीतरी आठवण्याचा प्रयत्न करीत होते. त्यातच त्यांना रात्रीचा प्रसंग आठवून गेला. बेशुद्ध पडण्याआधी झालेली सळसळ तेवढी त्यांना आठवली आणि नुसत्या आठवणीनेही त्यांच्या अंगावर काटा उभा राहिला. ते म्हणाले,

"आठवलं डॉक्टर... आठवलं... दॅट एव्हिडन्स वॉज नॉट ओन्ली नाईटमेअर, बट् ॲज वेल ॲज् मिस्टरी टू... ओऽऽ गॉड..."

"एवढ्या रात्रीचं जंगलात कशासाठी गेला होतात आपण?" डॉ. इलांनी उत्सुकतेनं विचारलं.

डॉ. समीर स्वतःशीच हसत म्हणाले,

"प्रयोगासाठी... मी वनस्पतिशास्त्रज्ञ असल्याने रात्रीच्या वेळी वनस्पतींमध्ये निर्माण होणाऱ्या विविध गुणधर्मांचा अभ्यास हा माझा आवडीचा विषय आहे. काही महिनेच मला इथल्या संस्थेत रूजू होऊन झालेले असल्याने, सुरुवात म्हणून मी कालचा दिवस ठरवला होता; पण असा बाका प्रसंग येईल याची पुसटशी शंकाही माझ्या मनात आली नाही."

डॉ. इला, डॉ. समीरकडे कौतुकाने बघत स्मित करीत म्हणाल्या,

"वाटलंच मला, तुमच्या सामानावरून तुम्ही शास्त्रज्ञ म्हणजे कसे वागाल आणि काय कराल हे सांगता येत नाही..."

मधेच डॉ. समीर उत्सुकतेने उत्तरले,

"पण डॉक्टर, मग मी तुमच्यापर्यंत पोहोचलो कसा? कुणी आणलं मला?"

"दोघा भल्या आदिवासींनी तुम्हाला खांद्यावर टाकून माझ्यापर्यंत आणलं.

त्यांनी जर तुम्हाला वेळेवर आणलं नसतं, तर मी कदाचित काहीही करू शकले नसते; पण मला एका गोष्टीचं आश्चर्य वाटतंय डॉ. समीर...'' डॉ. इला काहीशा विचार करीत म्हणाल्या.

''कसलं?''

''तुम्हाला जो सर्प चावला तो कोब्रा किंवा मण्यार जातीतला, अतिशय जहाल, विषारी सर्प असावा याची मला खात्री आहे... चावल्यानंतर केवळ दोन मिनिटांत माणूस मरण पावतो असा अनुभव आहे; पण तुमच्याबाबतीत मात्र वेगळंच घडलं... बराच वेळ तुम्ही बेशुद्धावस्थेत होतात... कदाचित दोन-तीन तास किंवा त्यापेक्षाही जास्त काळ... तरीही तुम्ही जिवंत राहू शकलात... याला एक तर तुमची प्रतिकारशक्ती जबरदस्त असावी किंवा काहीतरी अन्य कारण असावं; पण एनी वे... मी तुम्हाला वाचवू शकले याचं मोठं समाधान मला आहे...'' डॉ. इलांनी मनातील शंका डॉ. समीरना सरळ सांगितली होती.

डॉ. समीर, डॉ. इलांच्या भाष्य व अनुभवावर फक्त स्तंभितपणे पाहत राहिले, विचार करीत राहिले. याक्षणी तेही काहीच सांगू शकणार नव्हते. मण्यार किंवा कोब्रा यासारखा सर्प चावल्यानंतर काय होऊ शकतं याची जाणीव त्यांनाही होती... आपण जिवंत आहोत याचा अर्थ काहीतरी नैसर्गिक घडलं होतं...

''बरं तुम्हाला सायंकाळपर्यंत तरी इथे राहावं लागेल...'' डॉ. इला म्हणाल्या.

विचारात डॉ. समीरचं लक्षच नव्हतं. न समजून ते म्हणाले,

''काय म्हणालात डॉक्टर?''

''नाही, म्हटलं सायंकाळपर्यंत तरी तुम्हाला इथे राहावं लागेल...''

''माझी काहीच हरकत नाही...'' डॉ समीर तत्काळ उत्तरले.

''आपलं कुणी ओळखीचं आहे का? त्यांना तुम्ही बोलवू शकता.'' डॉ. इला चौकशी करीत म्हणाल्या.

''हो, आहेत ना! सुनील सोनवणे, वहिनीसाहेब, निशिकांत ठाकरे... डॉ. अंजली पर्वते...''

सोनवण्यांचं नाव ऐकताच डॉ. इला उत्स्फूर्तपणे म्हणाल्या,

''तुम्ही वनाधिकारी मिस्टर सुनील सोनवण्यांविषयी तर म्हणत नाही ना?.. कारण मीही त्यांना ओळखते...''

''हो तोच!... माझा मित्र, सखा... कॉलेजपासूनचा माझा मित्र आहे तो...'' डॉ. समीर जिव्हाळ्याने बोलत होते.

''अतिशय सद्‌गृहस्थ आहेत ते... प्रामाणिक... असा अधिकारी यापूर्वी मी कधीही पाहिला नाही... आय नो हिम व्हेरी वेल... आणि त्यांचा साहाय्यक निशिकांत ठाकरेंनाही मी ओळखते... मी पाठवते त्यांना निरोप...'' डॉ. इला

आठवत म्हणाल्या होत्या.

"तुम्ही कशाला तसदी घेता... मी करतो ती व्यवस्था..." डॉ. समीर पुढे क्षणभर थांबले व कृतज्ञता व्यक्त करीत उत्तरले, "डॉक्टर, मी खरोखरच तुमचा आभारी आहे. माझे प्राण तर तुम्ही वाचवलेच; पण जिव्हाळ्याने देखभालही केली... थँक यू व्हेरी मच्..."

"नाही डॉ. समीर!.. हे श्रेय माझं नाही... आभार मानायचेच असतील तर त्या दोघा अनामिक आदिवासींचे मानायला हवेत. आपण सर्वांनीच. कारण ठार अंधाऱ्या रात्री जर का त्यांनी तुम्हाला आणलंच नसतं, तर मीही काही करू शकले नसते... नंतरचं मी फक्त माझं कर्तव्य पार पाडलं." डॉ. इला भारावून म्हणाल्या.

डॉ. समीर अजिजीने उत्तरले,

"मला त्यांचं नाव, गाव, पत्ता सांगा ना... मी स्वत: त्यांना भेटायला जाईन..."

"अखंडपणे तीन-चार तास मला मदत केल्यानंतर व तुमच्या जीवाचा धोका टळला आहे असं समजल्यानंतर ते निघून गेले... आणि या सर्व धावपळीत मी स्वतःही त्यांचं नाव-पत्ता विचारायचं विसरले... कारण माझ्यापुढे माझा अत्यवस्थ रुग्ण होता... पण कधीही ते माझ्याकडे आले की, मी निश्चित तुम्हाला कळवीन... आणि अशी लोकं माणसाच्या स्मरणातून जात नाहीत..." डॉ. इला म्हणाल्या होत्या.

"ठीक आहे डॉक्टर! काहीही हरकत नाही..." डॉ. समीर लागलीच उत्तरले.

डॉ. इला शेजारीच उभ्या असलेल्या नर्सकडे वळत म्हणाल्या,

"सुशीला, कुणालातरी व्यक्तीश: पाठवून किंवा फोन करून सोनवणे साहेबांना बोलावून घ्या. मी काही ॲडमिट पेशंटना अटेंड करून ओ.पी.डी.त जाते..." पुढे डॉ. समीरकडे पाहत त्या म्हणाल्या, "बाय, डॉक्टर समीर!.. टेक अ रेस्ट... मी आलेच..."

डॉ. समीर कृतज्ञतापूर्वक हसत म्हणाले,

"बाय्... पण डॉक्टर तुम्ही मला आपलं नाव सांगितलं नाहीत..."

त्यावर डॉ. इला खळखळून हसत उत्तरल्या,

"माझं नाव डॉ. इला गावित..."

असं म्हणून त्या वळल्या व दारातून बाहेर पडल्या. त्या गेल्या, तरी त्यांचं अस्तित्व डॉ. समीरना जाणवत राहिलं व खळखळणाऱ्या हास्याचे ध्वनी कानात गुंजत राहिले.

त्याचवेळी नर्सही डॉ. इलांसोबत बाहेर पडली. थोड्याच वेळात वॉर्डबॉयला सोनवणेसाहेबांना निरोप किंवा फोन करायला सांगून त्या परतल्या होत्या.

नर्स सुशीला खोलीत परत आल्याआल्याच डॉ. समीर म्हणाले,

“खरंच... तुम्ही सर्वांनी खूपच कष्ट घेतलेत...”

“आम्ही नाही सर!... फक्त मॅडमनी... डॉ. इलांनी... तुम्हाला आश्चर्य वाटेल, रात्रभर त्या तुमच्या शेजारी बसून होत्या... सकाळी मी आले तेव्हाच मला हे कळलं. सकाळी साडेसहा वाजताच त्या येथून गेल्या.” सुशीला आदराने म्हणाली.

“काय म्हणताय सिस्टर? रात्रभर..?”

“होय, तुम्ही शुद्धीवर आल्यानंतरच त्या सकाळी साडेसहा वाजता घरी गेल्या.”

“आणि पुन्हा आठ वाजता हजर?... तरीसुद्धा केवढी प्रसन्नता होती त्यांच्या चेहऱ्यावर.” डॉ. समीर आश्चर्याने विचारत पुढे म्हणाले, “सिस्टर, त्यांच्याविषयी थोडं सांगा ना?” डॉ. समीरची उत्सुकता चाळवली गेली.

नर्स सुशीलानं डॉ. समीरकडे बघितलं व हसत ती म्हणाली,

“मला इथे येऊन बरीच वर्षं झालीत; पण अशी डॉक्टर मी पाहिली नाही... कार्यक्षम, कर्तव्यदक्ष, रुग्णांविषयीची आपुलकी, कुणालाही मदत करण्याची वृत्ती, समाजाविषयीची जाण, आस्था... या सर्व गोष्टी त्यांच्या ठायी आहेत... तरुण वयात एवढी प्रगल्भता क्वचितच आढळते... आई-वडिलांचं छत्र नसलं, तरीही त्या जिद्दीनं शिकल्या... याच भागातील आदिवासी समाजातील हुशार मुलगी... पुढे इथेच समाजबांधवांची सेवा करायची म्हणून हट्टानं व जिद्दीनं थांबली... या अशा आहेत आमच्या डॉ. इला...”

नर्स सुशीला भरभरून बोलत होती. डॉ. इलांविषयीचा आदर व प्रेमभाव तिच्या निर्मळ मनातून बाहेर पडत होता. डॉ. समीरही ऐकतच होते आणि ऐकतच राहावंसं त्यांना वाटत होतं. तेही भारावून गेले होते.

१६

डॉ. इलांकडून निरोप येताच सोनवणे, वहिनीसाहेब व निशिकांत नटवरसिंगला सोबत घेऊन रुग्णालयात दाखल झाले. किरणला जाधवकाकांजवळच ठेवलं होतं. रुग्णालयात पोहोचेपर्यंत कुणाच्याच जीवात जीव नव्हता. नेमकं काय झालं असेल याबद्दल प्रत्येक जण आपापल्या परीने शंका उपस्थित करीत होते; पण रुग्णालयाच्या खोलीत शिरताच कॉटवर बसलेल्या डॉ. समीरचा हसतमुख चेहरा पाहून सगळ्यांचाच जीव भांड्यात पडला.

सोनवणे आवेगाने त्यांच्या खांद्यावर हात ठेवीत म्हणाले,

"समीर... ठीक आहेस ना?"

"भाऊजी, आता बरं वाटतंय ना..." वहिनीसाहेबांनीही डॉ. समीरच्या शेजारी बसतच काळजीनं विचारलं.

निशिकांतही समोरच्या कॉटचा कठडा धरून काहीतरी विचारणार, तेवढ्यात डॉ. समीर स्मित करीत उत्तरले,

"मला वाटलंच, आल्याआल्या तुम्हा सर्वांच्या प्रश्नांचा भडिमार होणार म्हणून... नथिंग सिरिअस... डोन्टवरी..."

"असं कसं भाऊजी? सिरिअस कसं नाही... त्याशिवाय का डॉक्टरांनी तुम्हाला ॲडमिट करून घेतलंय... हॉस्पिटलला येईपर्यंत आमच्या जीवात जीव नव्हता..." सोनवण्यांकडे पाहत त्या पुढे म्हणाल्या, "तुम्ही ॲडमिट आहात म्हटल्यानंतर हे तर घाबरूनच गेले होते..."

"वहिनी, मला काहीही झालं ना तर तो तसाच अस्वस्थ होतो... नेहमीचंच आहे त्याचं..." डॉ. समीर कौतुकभरल्या नजरेनं पाहत म्हणाले होते.

"नेहमीचंच..? यू कलप्रीट..! अस्वस्थ करून सोडतोय आणि म्हणतोय वरून नेहमीचंच... नेमकं काय झालं होतं?"

डॉ. समीरना तो प्रसंग सांगायची इच्छा नव्हती. सोनवणे त्याविषयी निश्चित

बोलतील याची त्यांना खात्री होती. म्हणून ते सहजपणे म्हणाले,

"छोड यार! काहीही खास नाही... कधी कधी होतात अशा गोष्टी..."

"तू सांगतोय की मी विचारू डॉक्टरांना..." सोनवणे तंबी देत वळणार, तोच डॉ. समीर आवेगाने उत्तरले,

"अरे, नको, नको... डॉक्टरांना नको विचारूस... काही खास नाही, एका छोट्या सर्पानं दंश केला होता..."

"काय?" सगळ्यांच्याच चेहऱ्यावर भयाने भेदरलेले हावभाव होते.

"कसं काय सर?... घरामध्ये चावला का?" निशिकांतनं अजिजीने विचारलं.

डॉ. समीर यावर निःस्तब्ध राहिले. क्षणभर सांगावं की नाही, या विचारात पडले. खोलीत शांतता होती. वहिनीसाहेबांनी त्यांच्याकडे उत्सुकतेने पाहत विचारलं,

"सांगा ना भाऊजी! कुठे चावला? विषारी होता का?"

पुन्हा खोलीत तीच शांतता. सोनवणे थोडं पुढे येऊन डॉ. समीरकडे पाहत म्हणाले,

"तो सांगणार नाही. मीच सांगतो. त्याच्या सवयी मला चांगल्या ठाऊक आहेत. रात्री प्रयोगासाठी तो निश्चितच एकटा जंगलामध्ये गेला असेल... कॉलेजपासूनची त्याची ही सवय... वनस्पतिशास्त्रज्ञ आहे ना तो..."

"खरं आहे का हे भाऊजी?" वहिनीसाहेबांना डॉ. समीरच्या तोंडून ऐकण्याची इच्छा होती.

डॉ. समीरनी सर्वांकडे अतिशय केविलवाणा दृष्टिक्षेप टाकला. त्यांच्याप्रतीच्या भावना प्रत्येकाच्याच चेहऱ्यावर दिसत होत्या. ते मनातून हेलावले होते. अतिशय रुद्ध आवाजात म्हणाले,

"हो!... कुठूनतरी प्रयोगासाठी सुरुवात करावी म्हणून मी एकटाच काल रात्री जंगलात गेलो होतो..."

निशिकांत आश्चर्यानं पाहत म्हणाला,

"सर, एवढ्या रात्री एकट्यानं तुम्ही गेलात..? तुम्हाला तर परिस्थिती माहीत होती ना?"

मधेच सोनवणे डॉ. समीरसमोर बसत म्हणाले,

"निशिकांत बोलतोय ते खरं आहे समीर...! साप चावला ते एक ठीक आहे रे... पण एखादा प्राणी... किंवा मानवाच्या रूपातल्या जनावरानं हल्ला केला असता म्हणजे?.. चार-पाच दिवसांपूर्वीच्या पिऱ्याच्या मृत्यूची परिस्थिती तुला माहीत असतानासुद्धा..? अरे, मला किंवा निशिकांतला सांगितलं असतं, तर आम्ही आलो असतो..."

सोनवणे रागावून बोलत होते. डॉ. समीरविषयीच्या प्रेमभावना त्यातून जाणवत

होत्या. या प्रसंगानं ते खूपच अस्वस्थ झाले. याची दखल सर्वांनीच घेतली होती. डॉ. समीरही सगळ्यांच्याच ओलाव्यानं भारावले होते.

डॉ. समीरची स्थिती पाहत वहिनीसाहेबांचं मन उचंबळून आलं. डॉ. समीरजवळ येत त्यांच्या पाठीवर हात फिरवीत त्या म्हणाल्या,

''जाऊ द्या!... आता यापुढे असं होणार नाही याची मी भाऊजींकडून ग्वाही देते... बरं कुठे चावला भाऊजी तो साप... दाखवा...''

वहिनीसाहेबांचं बोलणे ऐकून डॉ. समीरचं मन भरून आलं. भावना नियंत्रित करीत त्यांनी उजव्या पायावरची पॅन्ट वर केली.

सगळ्यांनीच डोकावून पाहिलं. दोन दात ठळकपणे दिसत होते. वहिनीसाहेब त्या व्रणांकडे पाहत पुन्हा उत्तरल्या,

''आता चांगलं वाटतंय ना भाऊजी?... डॉक्टर काय म्हणाल्या?''

''डॉक्टर काय म्हणणार... ही हॅज इम्प्रुव्हड अ लॉट... काळजीचे काहीही कारण नाही...'' डॉ. इलांनी हसतमुखाने खोलीत प्रवेश केला. सोनवण्यांकडे पाहत त्या पुढे म्हणाल्या, ''नमस्कार सोनवणेसाहेब... नमस्कार निशिकांत... डॉ. समीरनी तुमचं नाव घेताच मी तुम्हाला निरोप पाठवला... ही इज् ऑलराईट नाऊ...'' डॉ. समीरकडे पाहत व त्यांच्या हाताची नाडी पाहत त्या पुढे म्हणाल्या, ''नाही का डॉ. समीर... बरोबर आहे ना? बरं वाटतंय ना?''

सोनवणे व निशिकांतनी प्रतिनमस्कार केला.

''एकदम छान डॉ. इला...! बरं झालं डॉक्टर तुम्ही आलात... नाही तर माझी हजेरीच चालली होती...'' डॉ. समीर सुटकेचा श्वास सोडत म्हणाले.

''हजेरी घेणारच आणि घेतलीच पाहिजे... बिकॉज दे ऑल लव्ह यू...'' डॉ. इला सहजपणे म्हणाल्या होत्या. डॉ. समीर डॉ. इलांच्या या निरीक्षणाकडे पाहतच राहिले.

सोनवणे त्यावर लटक्या रागात म्हणाले,

''आहे ना... पण या शास्त्रज्ञ महाशयांना कळत नाही त्याचं काय... आमचा जीव टांगणीला लावून प्रयोग करीत असतात... बरं जाऊ द्या... डॉक्टर ह्या माझ्या पत्नी नीलिमा सोनवणे...''

डॉ. इला नमस्कार करीत हसत म्हणाल्या,

''आल्या आल्याच मला वाटलंच, या तुमच्या पत्नीच असाव्यात... खरंच आपण खूप सुंदर आहात...''

डॉ. इलांच्या या अचानक प्रतिक्रियेनं वहिनीसाहेब क्षणभर बावरल्या. नकळत चेहऱ्यावर लाली पसरली... स्मित करीत हात जोडीत त्या म्हणाल्या,

''आपलं काहीतरीच डॉक्टर... आपण बुद्धिमान तर आहातच, पण आपलं

मनही मोठं आहे... कारण एका स्त्रीची स्तुती आपण केलीत...'' यावर सगळे जण हसले. वहिनीसाहेब थोड्याशा गंभीर होत म्हणाल्या, ''डॉक्टर! आता समीर भाऊजींची तब्येत ठीक आहे ना... काही काळजीचं कारण...''

डॉ. इला उत्स्फूर्तपणे उत्तरल्या,

''काहीही नाही... काळजीचं कुठलंही कारण नाही. आता ते धोक्याच्या परिघाबाहेर आहेत... सो नो टेंशन...! पण रात्रीची परिस्थिती वेगळी होती. यांना अतिशय जहाल विषारी सर्पानं दंश केला होता... माझ्या माहितीप्रमाणे तो कोब्रा किंवा मण्यार असावा... केवळ यांची इच्छाशक्ती म्हणा किंवा काहीही; पण ही सर्व्हाइव्हड. खरं तर माझ्यासाठीही ही केस अद्‍भुतच म्हणायला हवी... शरीरात विष पसरलेलं असतानाही ते कित्येक तास जिवंत राहिले...''

डॉ. इलांनी वस्तुस्थिती विशद करताच सोनवणे, वहिनीसाहेब, निशिकांत हादरलेच होते. डॉ. समीरनी हे सांगितलंच नव्हतं. डॉ. समीरची मान मात्र खाली होती. कुणाच्याही डोळ्यांत डोळा देण्याची हिंमत यावेळी त्यांच्यात नव्हती.

सोनवणे डॉ. इलांजवळ जात अजिजीने आभारयुक्त स्वरात म्हणाले,

''डॉक्टर, आम्ही तुमचे खरंच खूप आभारी आहोत. आमच्यासाठी तुम्ही आधीही खूप मदत केलीये... पण यावेळच्या मदतीची परतफेड होऊच शकत नाही...'' यावेळी बोलताना सोनवण्यांचा गळा दाटून आला होता. वहिनीसाहेबांच्या डोळ्यांच्या कडा ओलावल्या होत्या. त्यावेळी डॉ. समीर कमालीचे अस्वस्थ झाले.

डॉ. इला त्यांच्याकडे कौतुकपूर्वक पाहत म्हणाल्या,

''सोनवणेसाहेब!... माझे आभार कसले मानता... मी तर माझं कर्तव्य केलंय... आपण सगळ्यांनीच त्या दोघा अनामिक आदिवासींचे आभार मानूयात... त्यांनी जर का डॉ. समीरना वेळेत माझ्याकडे आणलं नसतं, तर मीही काहीच करू शकले नसते.''

''खरंय डॉक्टर आपलं... त्या दोघांचा शोध घेऊन मी त्यांचे पाय धरीन... पण तुम्हीही खूप केलंय... तेही विसरता येणार नाही...'' सोनवण्यांनी भावना व्यक्त केल्या.

त्यावर डॉ. इला नुसत्याच हसल्या. वातावरणात भावनांचा बराच कल्लोळ निर्माण झाला. प्रत्येक जण डॉ. समीरच्या घटनेची कारणमीमांसा करीत होता. डॉ. समीर स्वतःशीच विचार करीत राहिले व खेळकर वातावरण निर्माण करण्याचा प्रयत्न करीत उत्तरले,

''बरं का डॉक्टर इला... हा माझा मित्र सुनील आहे ना?... हा तसा शूर आहे, तसाच भावनाप्रधानही आहे... याचं आणि वहिनीसाहेबांचं माझ्यावरचं प्रेम थोडं जास्तच आहे. त्यामुळे मी शेफारलो गेलोय... दुसरं काही नाही... पण यापुढे मी

अशी संधी कुणालाही देणार नाही, याची ग्वाही देतो...'' डॉ. समीर क्षणभर भावनाविवश झाले; पण स्वतःला सावरीत हसत पुढे म्हणाले, ''डॉक्टर, तुम्हाला माहीत नसेल; पण या माझ्या मित्राने मला असंच एकदा वाचवलं होतं. तेव्हा त्यानं खोल दरीतून खेचून आणलं मला आणि आता दुसऱ्यांदा तुम्ही... फरक फक्त एवढाच की यावेळी तुम्ही मला खोल काळ्या डोहातून बाहेर काढलंत... खरं तर मी तुम्हा सर्वांचा देणेकरी आहे...''

डॉ. इला यावर तत्काळ बोलल्या,

''नाही, डॉ. समीर!.. खरं तर आम्हीच तुमचं देणं लागतो. कारण शेवटी तुमच्यासारख्या शास्त्रज्ञांनी शोधलेल्या उपकरणांच्या साहाय्यानेच आम्ही आमचं काम करतो... तुम्ही मानवाच्या उत्क्रांतीसाठी झटता हे फार मोलाचं कार्य आहे... आम्ही फक्त मानवाची काळजी घेतो...''

डॉ. इलांचे विचार ऐकून सर्वच स्तिमित झाले. डॉ. इलांची बौद्धिक उंची लपून राहिली नव्हती. वहिनीसाहेबांनाही ही चुणचुणीत, हसतमुख, रेखीव, बुद्धिमंत मुलगी मनापासून आवडून गेली. त्या डॉ. इलांकडे सतत कौतुकाने पाहत होत्या. सोनवणे डॉ. इलांकडे पाहत म्हणाले,

''समीरला इथे किती दिवस ठेवणार आहात, डॉक्टर?''

''ही इज परफेक्टली ऑलराईट सोनवणेसाहेब. आज सायंकाळीच मी त्यांना डिस्चार्ज देणार आहे...''

वहिनीसाहेब आनंदाने म्हणाल्या,

''मग ठीक आहे... भाऊजी आता सरळ तुम्ही घरीच या!''

''पण वहिनी...''

''काही नाही समीर... नीलिमा बरोबर सांगत्येय... आता तुला ही शिक्षा दिलीच पाहिजे... तीन दिवस आता फक्त आराम करायचा... निशिकांत...''

निशिकांत पुढे होत म्हणाला,

''येस सर!''

''तू सायंकाळपर्यंत इथेच थांब... समीरला डिस्चार्ज मिळाला की घरी घेऊन ये...''

''ठीक आहे सर... मी थांबतो...''

निशिकांत शिरसावंद्य उत्तरला. डॉ. समीर त्यावर काहीतरी बोलण्याच्या प्रयत्नात होते; पण सोनवणे व वहिनीसाहेबांनी त्यांचं काहीही ऐकून घेतलं नाही. डॉ. इला कौतुकाने म्हणाल्या,

''डॉ. समीर, मलाही वाटतं, तुम्ही तीन-चार दिवस विश्रांती घ्यावी. रिकव्हरी व्हायला मदत होईल... जाण्याआधी अजून काही चाचण्या करून घेऊ... बरंय तर

मग, टेक अ रेस्ट...'' सोनवणेसाहेबांकडे पाहत डॉ. इला पुढे म्हणाल्या, ''बरं सोनवणेसाहेब... काळजीचं कारण नाही... त्यांना विश्रांती घेऊ द्या...''

''चला आम्हीही निघतो... बरंय समीर... रात्री वाट पाहतोय... निशिकांत तुझ्यासोबत आहेच.''

वहिनीसाहेबांनीही काही सूचना दिल्या व सोनवणे, वहिनीसाहेब डॉ. इलासोबतच बाहेर पडले. निशिकांतही त्यांच्याबरोबर गाडीपर्यंत सोडायला बाहेर पडला.

क्षणार्धात खोली रिकामी झाली होती. या निमित्ताने सगळ्यांचाच जिव्हाळा, प्रेम त्यांना लाभलं होतं. डॉ. समीर सद्‌गदित झाले होते. समीरनी आत्तापर्यंत कोंडून ठेवलेला भावनावेग बाहेर उफाळला आणि डोळे नकळत ओलावले. आयुष्यात प्रथमच त्यांना विविध नात्यांतील गुंतागुंत जाणवली होती.

दहा मिनिटांनी निशिकांत खोलीत परत आला. येताना मात्र तो डॉ. अंजली पर्वतेला फोन करण्यास विसरला नव्हता. कारण डॉ. समीरच्या या नैसर्गिक आपत्तीची माहिती इन्स्टिट्यूटमध्ये कोणाला नव्हतीच; पण निशिकांतनं मात्र डॉ. समीरना काहीच सांगितलं नव्हतं.

बराच वेळ डॉ. समीर व निशिकांत वेगवेगळ्या विषयांवर गप्पा मारीत बसले. त्यात सोनवणे, वहिनीसाहेब, डॉ. इला यांच्यासोबतच राजकारण, विज्ञान असेही विषय होते. डॉ. समीरचीही बुद्धिमत्ता अफाट असल्याचं निशिकांतला माहीत होतं. निशिकांत थोडा रिलॅक्स होत म्हणाला,

''सर, आपण थोडी विश्रांती घ्या... बरं वाटेल...''

''अरे नको... आय ॲम क्वाईट फ्रेश... इतक्या चांगल्या गप्पा झाल्या, मन प्रसन्न झालं...'' डॉ. समीर आळोखेपिळोखे देत म्हणाले.

तेवढ्यात दारातून आवाज आला,

''सर, येऊ का?''

''अरे, अंजली तू...'' आणि तिच्या मागे संचालक डॉ. पाबळकरांना बघून ते ओशाळत पुढे म्हणाले, ''सर, तुम्हीपण आलात...''

डॉ. पाबळकरांना पाहून ते उठण्याचा प्रयत्न करीत असतानाच, डॉ. पाबळकर म्हणाले,

''बसा! बसा! डॉ. समीर...'' शेजारच्याच एका खुर्चीत बसत ते पुढे म्हणाले, ''कसे आहात? बरं वाटतंय का आता? आज सकाळीच मला अंजलीकडून कळलं... मला वाटलं, तुम्ही तुमच्या कामात व्यस्त असल्याने दिसला नाहीत...''

''होय सर!.. मलाही आत्ताच अर्धा पाऊण तासापूर्वीच निशिकांतकडून कळलं. त्यांनी आम्हाला सर्व सांगितलं...'' डॉ. अंजली म्हणाली.

डॉ. समीरनी निशिकांतकडे एक कटाक्ष टाकला. निशिकांत थोडा ओशाळला

व लाजला. क्षमायाचनेचे हावभाव त्याच्या चेहऱ्यावर होते. डॉ. समीर त्याच्या या कृतीवर मनापासून हसले. अंजलीकडे दृष्टिक्षेप टाकीत ते म्हणाले,

"अच्छा... तर निशिकांतनं तुला कळवलं तर..."

डॉ. अंजलीला यावर काय उत्तर द्यावं ते क्षणभर सुचलं नाही. ती डॉ. पाबळकर व निशिकांतची नजर चुकवित म्हणाली,

"होय! पण त्याने जे सांगितलं, त्यानं मी व पाबळकर सर मात्र नाराज आहोत."

"होय!.. डॉ. समीर... एवढ्या रात्रीची रिस्क घेण्याची काय गरज होती. तुम्हाला इथे येऊन काही महिनेच तर झालेत. यु कुड हॅव टेकन समबडीज् हेल्प..." डॉ. पाबळकर काळजीने बोलत होते.

"सर, माझं डॉ. समीरशी त्याच रात्री बोलणं झालं होतं... आमचं रात्रीचं यावेळी जाण्याचं ठरलं नव्हतं... मग सर असं असतानाही जंगलात तुम्ही एकटेच का गेलात?... आणि मलाही सोबत न नेता..." डॉ. अंजली नाराजी व्यक्त करीत म्हणाली.

"मला क्षमा कर अंजली... मी खोटं बोललो... पिऱ्याच्या मृत्यूनं मी तुला रात्रीचं नेण्याचं धाडस केलं नाही... तुला मी जातो असं सांगितलं असतं, तर तू हट्टानं माझ्यासोबत आलीच असतीस... आणि मला तेच नको होतं... शिवाय ठरलेला प्रयोग पुढे न्यायचाच या विचारानं मीही पछाडलो होतो..." डॉ. समीर शांतपणे समजावत म्हणाले.

"पण, डॉ. समीर!.. अंजलीने सांगितल्याप्रमाणे ते दोन आदिवासी तिथे आले नसते, तर काय झालं असतं... याचा विचार केला तरी शहारे येतात..." डॉ. पाबळकर आपुलकीने बोलत होते.

"सर, निश्चितच अंगावर काटा उभा राहतो..." डॉ. अंजली, डॉ. समीरकडे पाहत पुढे म्हणाली, "सर, आता मला एक आश्वासन द्या..."

"कुठलं?" डॉ. समीरची प्रश्नार्थक मुद्रा.

"यापुढे... कुठलाही प्रयोग, कुठल्याही वेळी, कुठल्याही स्थळी असला, तरी तुम्ही मला सोबत न्यायचं... ओ.के.ऽऽ.."

डॉ. समीर क्षणभर थांबले. सहमतीदर्शक मान हलवीत हसत म्हणाले,

"बरं बाई!... आश्वासन देतो बस!.. पण आता काळजीचं खरंच काही कारण नाही... आय ॲम रियली ऑलराईट..." डॉ. पाबळकरांकडे पाहत ते पुढे म्हणाले, "सर, आता मी खरंच चांगला आहे... जीवावर बेतलं ते आता टळलंय... तुम्हा सर्वांच्या शुभेच्छा पाठीशी होत्या... उद्या परवा मी रूजू होतोच आहे."

डॉ. पाबळकर तत्काळ उत्तरले,

“नोऽ नोऽ... डॉ. समीर... घाई करू नका... विश्रांती घ्या... आणि मगच रुजू व्हा... तसा तुम्ही संशोधनाला वेग दिलेलाच आहे...” डॉ. पाबळकर, डॉ. अंजलीकडे पाहत म्हणाले, “सो अंजली... निघुयात आता आपण... डॉ. समीरना विश्रांतीची गरज आहे... लेट हिम टेक दि रेस्ट...”

“ठीक आहे. नो प्रॉब्लेम. सर, निघू आम्ही?.. आणि काळजी घ्या...” डॉ. अंजली निरोप घेत म्हणाली.

“हो!... डोंट वरी... सी यू... अँड थँक्स फॉर युवर अफेक्शन...” डॉ. समीर हात उंचावत म्हणाले.

डॉ. पाबळकर व डॉ. अंजली बाहेर पडले. जाताना डॉ. अंजलीने हळूच निशिकांतकडे कटाक्ष टाकला. तिनं डोळ्यांनीच निशिकांतचे आभार मानले होते. तिची ती कृती मात्र डॉ. समीरच्या नजरेतून सुटली नव्हती व ते स्वतःशीच हसले होते.

डॉ. अंजली व डॉ. पाबळकर जाताच, डॉ. समीरनी निशिकांतची फिरकी घेण्यास सुरुवात केली.

इन्स्टिट्यूटमध्ये कळताच डॉ. देशमुख, डॉ. शर्मा, डॉ. सिंग, डॉ. मिश्रा, डॉ. पाचपुते, डॉ. शिरसाठ, डॉ. गणेश, डॉ. घाटे इत्यादी ज्येष्ठ व कनिष्ठ शास्त्रज्ञ डॉ. समीरना येऊन भेटून गेले होते. इतर कर्मचारीही भेटले होते. त्यामुळे डॉ. समीरना त्यांच्याविषयीची प्रत्येकाच्या मनातील आस्था कळली होती.

सायंकाळी डॉ. इलांनी डॉ. समीरना पुन्हा एकदा तपासून व चाचण्या करून घेऊन डिस्चार्ज दिला होता. काही पथ्य सांगितले होते. सोनवण्यांनी नटवरसिंगला जीप घेऊनच पाठवून दिलं होतं. म्हणून डॉ. समीरचा नाईलाज झाला होता; कारण आता पर्यायच नव्हता.

डॉ. इला त्यांना मुख्यद्वारापर्यंत सोडायला आल्या होत्या. डॉ. समीर व निशिकांत जीपमध्ये बसताच नटवरसिंगनं जीप फाटकाच्या दिशेने नेली.

डॉ. समीरनी सहज मागे वळून पाहिलं. डॉ. इला अजूनही हसतमुखपणे तेथेच थांबून होत्या. पांढरा ओव्हरकोट घातलेली डॉ. इलांची छबी डॉ. समीरना वेगळीच दिसायला लागली. सांगता न येण्यासारखी... डॉ. इलांनी हात उंचावून निरोप दिला, तेव्हा नकळत डॉ. समीरचाही हात अभावितपणे उंचावला गेला. जीपच्या धुराळ्यातही डॉ. इलांची स्वच्छ प्रतिमा डॉ. समीरच्या दृष्टिपथास पडत होती.

१७

सोनवण्यांनी किमान तीन दिवस डॉ. समीरना विश्रांतीसाठी घरीच ठेवून घेतलं होतं. या दरम्यान वहिनीसाहेबांनी त्यांची खूपच काळजी घेतली. कुटुंब काय असतं, हे डॉ. समीरना कळलं होतं. तीन दिवस कुठे गेले, हे त्यांचं त्यांनाच कळलं नव्हतं. निशिकांत, जाधवकाका, नटवरसिंग या सर्वांनीच त्यांना भरभरून प्रेम व जिव्हाळा दिला होता. रोज रात्री गप्पांचा फड रंगत असे. वहिनीसाहेबांविषयी बोलायला तर त्यांच्याकडे शब्दच नव्हते, इतकं त्यांनी आपलंसं केलं होतं. त्यांच्या हातचं चविष्ट व सुग्रास जेवण त्यांच्यासाठी पर्वणीच ठरली होती. किरणविषयी त्यांना चांगलाच लळा लागला होता. अजून राहण्याचा आग्रह झाला; पण डॉ. समीरनी तो जाणीवपूर्वक मोडून काढला. त्यांची प्रकृतीही आता उत्तम झाली होती.

सोनवण्यांच्या घरी वास्तव्यास असतानाही इन्स्टिट्यूटमधून बरेच जण डॉ. समीरना भेटून गेले होते. डॉ. अंजली व डॉ. पाबळकरांची फोनवरून चौकशी सुरूच होती.

आज मात्र डॉ. समीरनी सगळ्यांचाच आग्रह मोडीत काढून, इन्स्टिट्यूटला जाण्याचा निर्णय घेतला. कुणाचेही औपचारिक आभार मानण्याचा प्रश्नच नव्हता. कारण ते सर्व त्यांना आपलेच वाटत होते. आभारप्रदर्शन करून कुणाचंही मन त्यांना दुखवायचं नव्हतं. नाहीतर, सोनवण्यांनी पुन्हा शिक्षा म्हणून त्यांना घरीच ठेवून घेतलं असतं. तसं सोनवण्यांचं घर त्यांना आपलं हक्काचं वाटत होतं. या जगात त्यांच्याशिवाय तरी दुसरं कोण होतं?

जाताना वहिनीसाहेबांनी खूपच सूचना दिल्या. त्या मात्र एक अवाक्षरही न काढता डॉ. समीरनी शिरसावंद्य स्वीकारल्या.

निशिकांत, डॉ. समीरना त्यांच्या बंगल्यावर पोहोचवायला येणार होता; पण डॉ. समीरनी प्रत्येकाचीच व्यस्तता पाहून, फक्त नटवरसिंगलाच नेण्याचा निर्णय घेतला. सगळ्यांचाच निरोप घेऊन नटवरसिंग, डॉ. समीरना त्यांच्या बंगल्यावर

पोहोचवून आला होता.

बंगल्यात आल्या आल्या त्यांचा माळी व महाराजांनी आस्थेवाईकपणे प्रकृतीची चौकशी केली. डॉ. समीरनीही त्यांची विचारपूस करून जिव्हाळ्याचा स्वीकार केला.

महाराजांनी बनवलेला नाश्ता करून, डॉ. समीर थोडावेळ आपल्या शयनगृहात विश्रांती घेत पहुडले. डोक्यात गेल्या तीन-चार दिवसांत घडलेल्या घटनांचं मोहोळ उठलं होतं. तेवढ्यात शेजारीच असलेल्या फोनची घंटी वाजली.

डॉ. समीरनी पडल्या-पडल्या फोन उचलीत कानाला लावला व ते उत्तरले,

"हॅलोऽऽ... डॉ. समीर स्पिकिंग..."

"हॅलो!... मी डॉक्टर इला बोलत्येय..."

डॉ. इलांचा स्वर ऐकताच, डॉ. समीरचा चेहरा खुलला व ते उठून बसले आणि उत्स्फूर्तपणे म्हणाले,

"ओऽऽ... डॉ. इला... आय ॲम व्हेरी हॅपी टू रिसिव्ह युवर कॉल..."

पलीकडून डॉ. इला मधाळ हसत म्हणाल्या,

"थँक यू!.. म्हटलं तुमची चौकशी करावी... आणि लागलीच सोनवणेसाहेबांकडे फोन केला. मोबाइल नंबर घेतला... पण लागलाच नाही. तिथेच कळलं की तुम्ही आत्ताच इन्स्टिट्यूटमध्ये गेलात... म्हणून इथे चान्स घेतला... हॉऊ आर यू? कसं वाटतंय आता?"

"छान! शारीरिकदृष्ट्या मी आता अतिशय तंदुरुस्त आहे. चला, या निमित्ताने का होईना तुमची ओळख झाली. इतरांचा जिव्हाळा व प्रेम मिळालं." डॉ. समीर उत्साहानं म्हणाले होते.

"याचा अर्थ तुम्ही पुन्हा रात्रीचं एकट्यानं जंगलात संशोधनासाठी जावं, असा होत नाही डॉ. समीर..." डॉ. इला तत्काळ बोलल्या.

"नाहीऽऽ नाहीऽऽ डॉ. इला... आता तसं होणार नाही... आय विल डेफिनेटली टेक ऑफ धिस ॲज युवर काइंड नोट." डॉ. समीर त्यावर मनापासून हसत म्हणाले होते.

"औषधं व्यवस्थित घेताय ना?" डॉ. इलांनी आपुलकीने चौकशी केली.

"होय!... आत्तापर्यंत वहिनीसाहेब आठवणीने देत होत्या. आता मात्र तुम्ही सांगितल्याने माझी जबाबदारी वाढलीये." डॉ. समीर थोडं लोडाला टेकीत म्हणाले होते.

"अजून किमान आठ दिवस तरी तुम्हाला औषधे घ्यावी लागणार आहेत. महत्त्वाचं म्हणजे वेळेवर घ्यावी लागतील. मधे एकदा तपासणीसाठी येऊन जा..." डॉ. इला आठवण करून देत म्हणाल्या.

"निश्चितच डॉ. इला..."

“बरं ठेवते... टेक केअर.” डॉ. इला फोन ठेवण्याच्या बेतात म्हणाल्या. डॉ. समीर काहीतरी आठवून तातडीने म्हणाले,

“डॉ. इलाऽऽ..”

“हंऽऽ” डॉ. इलांचा फक्त हुंकार.

“थँक्स फॉर कॉलिंग... खूप बरं वाटलं...” डॉ. समीर आभारपूर्वक म्हणाले.

“थँक्स कसले डॉ. समीर... इट्स माय प्लेझर टू टॉक टू यू... सो बाय अँड टेक केअर...” डॉ. इला अभावितपणे व्यक्त झाल्या होत्या.

“बाय...” डॉ. समीरनी ओघवता निरोप दिला होता.

डॉ. इलांनी पलीकडून फोन ठेवताच, डॉ. समीरनीही फोन ठेवला. थोड्या वेळापूर्वी मरगळलेलं मन आता मात्र प्रसन्न झालं होतं, याचंच डॉ. समीरना आश्चर्य वाटलं. डॉ. इलांची हसतमुख व प्रसन्न छबी त्यांच्या डोळ्यांपुढे तरळून गेली. त्यांचं मन एका वेगळ्याच जाणिवेवर दोलायमान होत होतं. काही लोकांच्या छब्या मनात पाहताच क्षणी ठसून बसतात, त्यापैकीच एक डॉ. इला होत्या.

डॉ. इलांनी प्रकृतिच्या चौकशीने डॉ. समीरना बरं व उल्हसित वाटलं. त्यामुळे ते उठले व इन्स्टिट्यूटला जाण्याच्या तयारीला लागले. संशोधनात चार-पाच दिवसांचा खंड पडला होता. आत्तापर्यंत फक्त विचारविनिमयच झाला होता. संशोधनाला सुरुवात केली, तर असा अपघात झाला होता. मनोमन त्यांनी आता कुणालाही त्रास होणार नाही, अशा गोष्टी न करण्याचं ठरवलं. प्राथमिक संशोधनास सुरुवात करावीच लागणार होती.

डॉ. समीर तयार होऊन बाहेर पडले. बंगल्यापासून इन्स्टिट्यूट जवळच असल्याने, ते सहसा पायीच जाणं पसंत करीत असत. काही दिवसांपूर्वी सोनवण्यांनी तिथल्या तिथे फिरण्यासाठी त्यांना एक स्कूटर घेऊन दिली होती. तशी त्यांच्या दिमतीला इन्स्टिट्यूटची उपसंचालक म्हणून अँबॅसॅडर कार होती; पण ते सर्व त्यांच्या तत्त्वात बसत नसल्याने, त्यांनी डॉ. पाबळकरांना चारचाकी वापरण्यास नकार दिला होता. हवी तेव्हा मात्र ती वापरण्याची मुभा त्यांनी घेतली होती. म्हणून सहसा ते पायीच किंवा स्कूटरने जात-येत असत. पण यावेळी थोडे पाय मोकळे होतील म्हणून डॉ. समीर पायीच निघाले.

केबिनमध्ये आल्याआल्याच जे कर्मचारी त्यांना रुग्णालयात भेटू शकले नव्हते, तेही घोळक्याने येऊन भेटून गेले... डॉ. समीरच्या मनमिळाऊ व सहकार्याच्या स्वभावामुळे सामान्य कर्मचाऱ्यांमध्येही ते प्रसिद्ध होते. प्रत्येकाला ते आपलेसे वाटत असत. म्हणून सर्पदंश झाला, तेव्हा सर्वांनीच त्यांची आस्थेने चौकशी करून, त्यांना शुभेच्छा दिल्या होत्या.

टेबलावर पडलेला गेल्या चार-पाच दिवसांचा पत्रव्यवहार त्यांनी चाळायला

सुरुवात केली. गुमानसिंगने आजचीही काही पत्रे त्यांच्या टेबलावर आणून ठेवली होती. त्यांना कुठेही डी. एस. टी. चं पत्र आढळलं नाही. प्रकल्प सादर करून, बरेच दिवस झाले होते. एव्हाना काहीतरी निर्णय अपेक्षित होता. त्यावर जास्त विचार न करता अजून काही दिवस वाट पाहण्याचं डॉ. समीरनी ठरवलं.

प्रकल्प मंजूर झाला नाही, तरी संशोधनाला वेग देण्याचं डॉ. समीरनी ठरवलं. काही मूलभूत प्रयोगाला उपलब्ध उपकरणांच्या साहाय्याने त्यांनी आधीच सुरुवात केली होती. डॉ. अंजलीने काही वनस्पतींवर प्राथमिक प्रयोगांना सुरुवातही केली होती; पण ती पुरेशी नव्हती. प्राथमिक प्रयोगाचे काही परिणाम मिळाले होते; पण ते फारसे उत्साहवर्धक नसल्याने, डॉ. समीरनी अजून वेगवेगळ्या वनस्पतींच्या स्पेसीज घेण्यास सांगितल्या होत्या. त्यानुसार डॉ. अंजली कामालाही लागली होती; पण मधेच डॉ. समीर आजारी पडल्याने त्याच्यात खंड पडला होता.

डॉ. समीर निकराने उठले व डावीकडच्या शेल्फमधील एक बुकलेट त्यांनी काढले. ते विविध वनस्पतींच्या जनुके व त्यांच्या गुणधर्मांविरचे होते. पुनश्च टेबलावर येऊन त्यांनी ते बुकलेट उघडलं व काही वनस्पतींचे नमुने ते शोधू लागले. एका वनस्पतीचं झाड पाहताच त्यांना चार दिवसांपूर्वी रात्री प्रयोग केलेली ती वनस्पती आठवली. त्या विलक्षण वनस्पतीच्या आठवणीने यावेळीही त्यांच्या अंगावर रोमांच उभे राहिले. खरंच विलक्षण होती का ती? त्या रात्री उपकरणाच्या साहाय्यानं काही नोंदी केल्याचं त्यांना आढळलं. त्यांनी त्यावेळी ती माहिती उपकरणाच्या मेमरीत साठवून ठेवली होती.

आवेगाने त्यांनी डावीकडे ठेवलेली बॅग उघडली. त्यातून रासायनिक प्रक्रिया व गुणधर्मांची नोंद करणारं उपकरण काढलं. स्विच ऑन करून, त्या उपकरणाची मेमरी उघडली आणि ते आश्चर्याने पाहतच राहिले. उपकरणाच्या मेमरीत कुठलीही माहिती उपलब्ध नव्हती; पण इथे याच उपकरणाच्या साहाय्याने त्यांनी त्या वनस्पतींची बरीच माहिती साठवून ठेवली होती. हे असं कसं झालं, असा प्रश्न त्यांना पडला. यात त्या वनस्पतीच्या गुणधर्मांची अद्‌भुत माहिती साठवली होती, अशी आठवण डॉ. समीरना शंभर टक्के होती. मग माहिती गेली कुठे?... बॅटरीही डिस्चार्ज झालेली नव्हती.

तेवढ्यात डॉ. समीरना, डॉ. इलांचे शब्द आठवले. कोब्रा, मण्यार जातीच्या सर्पाने दंश केल्यानंतरही तुम्ही जिवंत कसे?.. इट् टेक्स् ओन्ली टू मिनिट्स टू डाय्... डॉ. इलांचे हे शब्द पुन: पुन्हा त्यांच्या कानात गुंजत होते. आपल्या शरीरात जहाल विष असताना आपण वाचलोच कसे? डॉ. समीर विचार करीत होते. त्या विलक्षण वनस्पतीचा याच्याशी काही संबंध तर नसेल?... असा विचार त्यांच्या मनात डोकावताच डॉ. समीर आश्चर्यचकित झाले. हे शक्यही असू शकेल; कारण

जागृतावस्थेच्या व बेशुद्धावस्थेच्या परिसीमेवर असताना ती वनस्पती एका तेजोवलयानं झळाळत असल्याचा त्यांना भास झाला होता आणि अंगावर द्रवरूप पदार्थ पडत असल्याच्या जाणिवा... याचा अर्थ तो भास नव्हता!

"सर!"

आवाज येताच डॉ. समीर विचारतंद्रीतून बाहेर आले. त्यांनी समोर पाहिलं. विचारात ते पूर्ण ब्लँक झाले होते.

"आत येऊ का?"

"अगं ये अंजली!" स्वतःला सावरीत डॉ. समीर लगबगीने पुढे म्हणाले, "बैस..."

"आता कसे आहात सर?" खुर्चीत बसत डॉ. अंजली म्हणाली.

"छान!... तुम्हा सगळ्यांच्या शुभेच्छा असल्यानंतर मला नाही वाटत काही झालं असतं..." डॉ. समीर मान टेकवत म्हणाले.

"तसं नाही सर... पण तुम्ही खूपच मोठी रिस्क घेतली होती. डॉ. इलांनी सांगितलेला प्रसंग अजूनही स्वप्नवत वाटतोय..." डॉ. अंजली अविश्वासाने म्हणाली.

"हे बघ अंजली..." डॉ. समीर थोडे पुढे झाले व तळहातावर हनुवटी ठेवीत म्हणाले, "संशोधनात आपल्याला अशा जोखमा वारंवार घ्याव्याच लागतील. आपला विषयच तसा आहे... प्राणिमात्रांशी आपला संबंध येणारच, पण भविष्यात अशा अपघातातून चांगल्या गोष्टीही पुढे येऊ शकतात."

"म्हणजे?" डॉ. अंजली काहीशी गोंधळून उत्तरली. अपघात आणि भविष्य यांची सांगड तिला घालता येत नव्हती.

डॉ. समीर काही बोलणार, तेवढ्यात त्यांनी स्वतःला सावरलं. त्या विलक्षण वनस्पतीविषयी सांगण्याचा मोह त्यांना झाला; पण तो त्यांनी क्षणात आवरता घेतला. कारण हा फक्त विचार होता. मानसिक पातळीवरचा. अजून त्यांच्या हाती कुठलाही पुरावा नव्हता. सध्यातरी त्या वनस्पतींचा गुणधर्म आणि वागणुकीवर डॉ. समीर सैद्धांतिक दृष्टिकोनातूनच पाहत होते. डॉ. समीर विषय टाळत हसत म्हणाले,

"काही नाही, म्हणजे... शोध हे अपघातानेच लागतात, असं मला म्हणायचं होतं..." खुर्चीत पुन्हा एकदा सरळ बसत ते पुढे म्हणाले, "बरं जाऊ दे... मागे तू पुन्हा काही वनस्पतींवर प्रयोग करणार होतीस. त्याचं काय झालं?"

"तेच मी घेऊन आले सर... मागे वड, पिंपळ, बाभूळ, एरंड... इत्यादी वनस्पतींचे आलेख मी दाखविले होते... त्या व्यतिरिक्तही काही अजून वनस्पतींचे आलेख घेतलेत..." डॉ. अंजली त्यांच्यासमोर आलेखांचा संच ठेवीत म्हणाली होती.

"गुडऽ... अंजली... आय अॅप्रेसिएट युवर वर्क... माझ्या पश्चातही तू काम चालू ठेवलंय... हेच खरं संशोधनाचं स्पिरीट असतं." डॉ. समीर अंजलीकडे कौतुकाने पाहत म्हणाले.

डॉ. अंजलीनं त्यावर फक्त स्मित केलं होतं.

डॉ. समीरनी थोड्याच वेळात आलेखांचं निरीक्षण करून घेतलं. या वनस्पतींमध्येही मागच्यासारखेच परिणाम होते. फक्त विद्युतक्षमतेचा कमी-अधिक प्रभाव दिसत होता. त्यांना हवं ते यातही दिसत नव्हतं. प्रयोगच मुळात साधा होता. स्थिर विद्युतप्रवाह सोडून वनस्पतींच्या गुणधर्मांची पडताळणी सुरू होती. काहीतरी वेगळा प्रयोग करावा लागणार होता. डॉ. समीर, डॉ. अंजलीकडे पाहत म्हणाले,

"अंजली!"

"येस् सर!"

"तू अतिशय योग्य आणि सूत्रबद्ध पद्धतीने प्रयोग केलाय... नो डाउट... हे परिणामही या प्रयोगाला साजेसेच आहेत, पण आपल्याला या वनस्पतींपासून वेगळ्या पद्धतीचे परिणाम अपेक्षित आहेत." डॉ. समीर अपेक्षा व्यक्त करीत म्हणाले होते.

"कुठले सर?... कारण प्रखर विद्युतप्रवाहाला काही वनस्पती तर टिकतच नाहीत..."

"अगदी बरोबर!..." डॉ. समीर एक आलेख पुढे करीत म्हणाले, "हे बघ, हे जे काही आलेख आहेत, ते सर्व वनस्पतींची स्थिर विद्युतवाहक क्षमता दर्शवित आहेत... बट आय् नीड समव्हेअर अ पीक (शिखर, उंचवटे) कारण ज्यावेळी प्रकाश संश्लेषणातून रासायनिक क्रिया घडते, तेव्हा निर्माण झालेल्या घटकांचे स्पंदन होते... आणि स्पंदनांतून वारंवारिता निर्माण होते... ती अतिशय क्षीण असली, तरी निर्माण होते. रासायनिक क्रियेतील काही घटक उदाहरणार्थ, क्लोरोफील, ऑक्सिजन, कार्बनडाय ऑक्साईड यांसारख्या मूलद्रव्यांची स्पंदन वारंवारिता माहीत आहे. त्यांची नोंद तर होईलच... पण जे काही नव्याने तयार झालेले घटक, प्रथिने यांचे स्पंदन आहे, ते आपल्याला पकडणे महत्त्वाचे आहे."

"मग त्यासाठी काय करावे लागेल सर?" डॉ. अंजली विचाराअंती बोलली. डॉ. समीरची अपेक्षा तिला समजली होती.

डॉ. समीर थोडा वेळ विचार करीत म्हणाले,

"त्यासाठी थोडा वेगळा प्रयोग करावा लागेल... सध्या आपण फक्त स्थिर विद्युतप्रवाह व विभवांतराचा वापर केलाय. त्याने अति सूक्ष्म स्पंदन पकडणं केवळ अशक्य आहे; कारण आपल्याकडे तशी उपकरणे उपलब्ध नाहीत. पण सध्या आपल्याकडे जी काही उपकरणे उपलब्ध आहेत त्यांच्या साहाय्याने आपण प्रयत्न

करू या.''

''कसा सर?'' डॉ. अंजली उत्सुकतेने उत्तरली.

''याच वनस्पतींचा आपण वापर करू व त्यातून स्थिर विद्युतप्रवाह तर सोडूच, पण त्यासोबत त्याच्यावर छोटा अल्टरनेटिंग सिग्नलही सुपरइंपोज करू... आणि त्या सिग्नलची वारंवारिता बदलून, निर्माण झालेल्या वनस्पतीतील घटकांच्या वारंवारितेशी सस्पंदन (Resonance) घडवून आणू. म्हणजे आपल्याला त्या त्या घटकांचे किंवा प्रथिनांचे पीक या स्थिर आलेखावर दिसतील...'' डॉ. समीरनी अतिशय सोप्या भाषेत पुढचा प्रयोग विशद केला.

डॉ. अंजली, डॉ. समीरच्या अतिशय सोप्या भाषेत सांगण्याच्या कलेनं प्रभावित झाली. ती तत्काळ म्हणाली,

''पण सर.., मग यासाठी उपकरणे आणायची कुठून?... आणि कुठली?''

''काही नाही, आपण आपलीच उपलब्ध उपकरणे वापरू. ऑस्सिलोस्कोप, फ्रिक्वेन्सी मीटर, ए. सी. सिग्नल जनरेटर, फ्रिक्वेंन्सी ॲनलायसर एवढी उपकरणे आपल्याकडे आहेतच. त्यांचाच उपयोग आपण करूयात...'' खुर्चीवरून उठत ते पुढे म्हणाले, ''चल!... मीच तुला सेटअप करून देतो... आणि जमल्यास एखाद्या स्पेसिमन्चं निरीक्षणही नोंदवून देतो... चल, फक्त तुझ्यासोबत वनस्पतींच्या सर्व स्पेसीज् घे!''

''त्या मी प्रयोगशाळेतच ठेवल्या आहेत सर...'' डॉ. अंजली उठत म्हणाली.

''ठीक आहे... लेट्स गो...''

दोघेही डॉ. समीरच्या केबिनमधून बाहेर पडून, शेजारच्या प्रयोगशाळेत शिरले.

गुमानसिंगला हाताशी धरून, डॉ. समीरनी धूळ खात पडलेली हवी ती उपकरणं बाहेर काढली. ती चालू आहेत की नाही, याची चाचपणी करून घेतली. बहुतेकांची स्थिती योग्य होती. कमीतकमी हा दुसरा प्रयोगाचा सेटअप करता येणार होता. डॉ. समीर स्वत: काही उपकरणं उचलून टेस्ट करीत होते. डॉ. अंजलीही त्यांना मदत करीत होती. डॉ. समीर स्वत: काम करीत असलेले पाहून डॉ. अंजली व गुमानसिंग ओशाळले.

आधीच्याच सेटअपजवळ ऑस्सिलोस्कोप, फ्रिक्वेन्सी मीटर, ए. सी. सिग्नल जनरेटर, फ्रिक्वेंसी ॲनालायझर, पल्सर आणून ठेवले होते. डॉ. समीर वेगाने हालचाल करीत होते. डॉ. अंजली फक्त निरीक्षण करीत होती. डॉ. समीरचा प्रायोगिक हातखंडा पाहून, डॉ. अंजली स्तिमित झाली. थोड्याच वेळात त्या ठिकाणी उपकरणे व तारांची जाळी दिसू लागली.

डॉ. समीरनी इलेक्ट्रोड पुन्हा एकदा साफ करून, डॉ. अंजलीने दिलेल्या स्पेसिमनला लावले. सगळी उपकरणं चालू केली. ऑस्सिलोस्कोपवर साईनवेव दिसू

लागली, तर ॲनालायझरवर नॉईस चमकू लागला. ए. सी. सिग्नल चालू करून, डॉ. समीरनी ठरावीक कंपनता ठेवली व स्थिर विद्युतप्रवाह सोडला. ए. सी. सिग्नल स्थिर विद्युतप्रवाहावर सुपरइंपोज होताच, ॲनालायझरच्या पडद्याच्या आडव्या रेषेवर उभे पीक दिसू लागले. ते पाहताच डॉ. समीरचा चेहरा आनंदानं उजळून गेला. डॉ. अंजलीच्याही ते लक्षात आलं. याचाच अर्थ त्यांना हवं ते मिळालं होतं.

पुन्हा डॉ. समीरनी सिग्नलची कंपनता बदलून, विविध स्थिर विद्युतप्रवाहाला पीकमध्ये होणारे सूक्ष्म बदल पाहिले आणि डॉ. अंजलीकडे पाहत उत्स्फूर्तपणे ते म्हणाले,

''बघ अंजली... वनस्पतीत निर्माण झालेले काही घटक प्रतिसाद देत आहेत. सी दिज पीक्स्. ते फार महत्त्वाचे आहेत... वनस्पतीतील अनामिक घटकांचा शोध आपल्याला या सूक्ष्म पीकद्वारेच घ्यायचाय...'' डॉ. समीर तिच्याकडे पाहत पुढे म्हणाले, ''ॲनॅलायझरच्या साहाय्याने तू आलेखाचा प्रिंटआउट घे आणि स्वतंत्रपणे दुसऱ्या एका वनस्पतींचा आलेख घेऊन बघ... म्हणजे यू विल हॅव सम कॉन्फिडन्स्. कारण तुला या पद्धतीने बऱ्याच वनस्पतींची निरीक्षणे घ्यायची आहेत. मी तोपर्यंत तेथे बसतो.''

डॉ. अंजली उत्साहाने म्हणाली,

''जरूर सर! मला आनंदच होईल... तुम्ही बसा... मी लागलीच स्वत: दुसऱ्या वनस्पतींच्या नोंदी घेते आणि दोघांचेही परिणाम आणते.'' डॉ. अंजली लागलीच प्रयोगाला लागली.

डॉ. समीर मात्र प्रयोगशाळेतच कोपऱ्यातील काच तावदानाने वेढलेल्या एका छोट्या केबिनमध्ये येऊन बसले. प्रयोगशाळेतच ती खास शास्त्रीय चर्चेसाठी बांधून घेण्यात आली होती. बहुसंख्य वेळी डॉ. समीर, अंजली व इतरांशी प्रयोगासंबंधी तेथेच चर्चा करीत असत.

वीस मिनिटांनंतर डॉ. अंजली त्या छोटेखानी केबिनमध्ये हजर झाली. दोन्ही आलेख (स्पेक्ट्रम) डॉ. समीर समोर ठेवीत बसली व म्हणाली,

''सर, पूर्वीपेक्षा हे आलेख खूपच वेगळे आहेत. दे आर सर्टन्ली कॅरिंग सम इन्फर्मेशन...''

डॉ. समीर आलेखांवर दृष्टिक्षेप टाकीत उत्तरले,

''निश्चितच अंजली!...'' आलेखावर बोटं फिरवीत डॉ. समीर पुढे म्हणाले, ''बघ! हे सर्व पीक फार महत्त्वाचे आहेत. प्रकाशसंश्लेषणातून निर्माण झालेल्या घटकांचेच आहेत... हा क्लोरोफीलचा, हा ऑक्सिजनचा, हा कार्बनचा... दिज आर ऑल नोन्. म्हणजे आपला प्रयोग योग्य दिशेने जातोय हे स्पष्ट होतंय.''

डॉ. समीर थोडा वेळ आलेखांचं बारीक निरीक्षण करीत राहिले. दोन्ही आलेख

आलटून-पालटून पाहू लागले. एका ठरावीक ठिकाणी पाहत असताना त्यांच्या चेहऱ्यावरचे हावभाव बदलले आणि उस्त्फूर्तपणे अंजलीकडे पाहत ते म्हणाले.

"सी अंजली, हा बघ..! हा जो छोटासा पीक दिसतोय ना, दॅट इज् व्हेरी डिफरंट! तो फार महत्त्वाचा आहे. छोटासाच आहे, पण इट वील सर्टनली हायलाईट समथिंग गुड... आत्ताच सांगता येणार नाही, पण इट्स पॉझिटिव्हली गुडऽऽ...!"

"कसला असू शकतो सर तो?" डॉ. अंजली उत्सुकतेनं विचारती झाली. डॉ. अंजलीच्या चेहऱ्यावरची अगतिकता पाहून, डॉ. समीर हसत म्हणाले,

"सध्या तरी काहीच सांगता येत नाही; पण तो वनस्पतींमध्ये निर्माण होणाऱ्या अनामिक घटकांचा ढोबळ पुरावा असावा असं मला वाटतं. लेट्स सी! सगळ्या वनस्पतींची निरीक्षणं घेतल्यानंतर आपल्या लक्षात येईलच; पण एवढं मात्र सांगतो की, हा प्रयोग आपल्याला दिशादर्शक ठरणार आहे... सो यू प्रोसीड अंजली... उद्या परवापर्यंत ह्याच सेटअपमध्ये मला सर्व वनस्पतींची निरीक्षणे हवीत. जर तुला काही मदत लागलीच, तर मी शेजारीच आहे... ओ.के.?"

"येस सर!... आय वील डू माय लेवल बेस्ट. काही अडचण आलीच तर मी तुम्हाला विचारीनच..."

डॉ. अंजलीचा निरोप घेऊन डॉ. समीर प्रयोगशाळेबाहेर पडले.

डॉ. अंजली त्यांना दारापर्यंत सोडायला आली होती. डॉ. अंजली, डॉ. समीरच्या कामसू वृत्तीने चकित झाली. सलग चार तास ते स्वत: प्रयोगात गुंतले होते. त्यांची एकाग्रता व चिकाटी पाहून डॉ. अंजली स्तंभित झाली. डॉ. समीरचा उत्साह व कार्यमग्नता पाहत चार दिवसांपूर्वी त्यांना सर्पदंश झाला होता हे वाटतच नव्हतं. डॉ. अंजली क्षणभर या विचारांनी दारातच उभी होती.

डॉ. समीरच्या कार्यप्रणालीने प्रेरित होऊन, डॉ. अंजली प्रयोगाच्या सेटअपकडे वळली व उद्यापर्यंत सर्व वनस्पतींची निरीक्षणे संपवायचीच असा निर्धार यावेळी तिने केला.

१८

गेले चार-पाच दिवस डॉ. समीरच्या सर्पदंशामुळे सोनवण्यांचीही धावपळ झाली होती. अजून काही दिवस त्यांना डॉ. समीरना ठेवून घेण्याची इच्छा होती, पण कामाच्या व्यापाची कारणं सांगून काल सकाळीच डॉ. समीर इन्स्टिट्यूटला गेले होते. तरीही काळजीनं त्यांनी व वहिनीसाहेबांनी दोन-तीनदा फोन करून चौकशी करून घेतली होती. डॉ. समीर हे सोनवण्यांचा वीक पॉइंट असल्याचं वहिनीसाहेबांच्या लक्षात आलं होतं.

आज सकाळी सोनवणे कार्यालयीन वेळेच्या आधीच ऑफिसमध्ये आले होते. थोड्या वेळाने निशिकांतही आला. नटवरसिंग नेहमीप्रमाणे जीपच्या साफसफाईला लागला होता, तर जाधवकाका अजून यायचे होते. सोनवण्यांना ऑफिसमध्ये आधी आलेलं पाहून निशिकांतला तसं आश्चर्य वाटलं नव्हतं. कारण सोनवण्यांची ऑफिसमध्ये लवकर येण्याची व उशिरा जाण्याची सवय आताशा त्याला ज्ञात झाली होती. सकाळच्या स्वच्छ व सुंदर वातावरणात कामात उत्साह असतो व तेवढ्याच वेगानं ती होतात असं त्यांचं स्वतःचं मानसशास्त्र होतं. निशिकांतला ते तंतोतंत पटत होतं. कुठलं तरी पाकिट फोडून सोनवणे त्यातील पत्र वाचण्यात मग्न होते. निशिकांत आत शिरतच म्हणाला,

"गुड मॉर्निंग सर!"

हातातील पत्र बाजूला ठेवीत सोनवणे स्मित करीत म्हणाले,

"गुड मॉर्निंग निशिकांत..."

"डॉ. समीरचा काही निरोप सर?... कसे आहेत ते?" निशिकांतनं चौकशी म्हणून सहज विचारलं.

"कसा असणार आता तो?... एकदा का प्रयोगशाळेत शिरला म्हणजे तो कुणाचाच नसतो. काल दिवसभर एका प्रयोगात गुंतला होता म्हणे... आय नो हिम व्हेरी वेल... हाडाचा शास्त्रज्ञ आहे तो..." सोनवणे नाराजीने, पण तेवढ्याच

कौतुकाने बोलत होते.

यावर निशिकांत नुसताच हसला. त्याला सर्व काही डॉ. अंजलीकडून माहीत होतं; पण सोनवण्यांना सांगण्याचं धारिष्ट्य त्याला झालं नव्हतं. डॉ. अंजली व त्याच्यामधील प्रेमभावना अजूनपर्यंत फक्त दोघांजवळच होत्या. त्याची वाच्यता अजून कुठेही झालेली नव्हती.

सोनवणे निशिकांतकडे पाहत म्हणाले,

"निशिकांत..."

"येस सर!"

"पिऱ्यासारखा खंदा वाटाड्या व शिलेदार आपण गमावलेला आहे; पण त्याने सांगितलेल्या गोष्टींचा आपल्याला पाठपुरावा करावाच लागणार आहे. या वनात बरंच काही पाणी मुरतंय हे त्यानं सूचित केलं होतं. त्याचा मागोवा घेण्याची वेळ आता आलीये..." सोनवणे निर्धाराने बोलत होते.

"होय सर, पिऱ्याचा मृत्यू म्हणजे अप्रत्यक्ष इशाराच समजायचा... पोलिसात जरी तक्रार केली, तरी त्याचा फारसा उपयोग होईल असं वाटत नाही..." निशिकांत निराशेनं बोलत होता.

"सगळाच काही अंदाधुंद कारभार नाहीये निशिकांत... डोंट वरी... गोविंद पवार सारखा पोलीस अधिकारीही तेथे आहे... आशा करायला काहीच हरकत नाहीये..." सोनवणे थोडे मागे रेलून विसावत म्हणाले. "पण आता वेळ आहे ती पिऱ्याने दाखविलेल्या वाटा धुंडाळण्याची... त्याचा मृत्यू सहजासहजी वाया घालवायचा नाहीये आपल्याला."

"म्हणजे?" निशिकांत न समजून उत्तरला.

"म्हणजे आपल्याला स्वतःलाच या जंगलात शिरून शोध घ्यावा लागणार आहे... कमीतकमी त्याचा अभ्यास तरी करावा लागणार आहे. नाही तरी पिऱ्याने आपल्याला या जंगलातील महत्त्वाची ठिकाणे मागेच दाखवलीत... बाकीच्यांचा शोध आपण घेऊ." सोनवणे निश्चयाने म्हणाले.

"काहीच हरकत नाही सर!... आपण सुरुवात करूयात. या छुप्या रस्त्यांचा शोध आपणच घेऊ." निशिकांतचाही निश्चयी स्वर.

तेव्हाच जाधवकाकांनी खोलीत प्रवेश केला. टेबलावरची धूळ झटकायला घेणार तेवढ्यात सोनवणे म्हणाले,

"जाधवकाका.., जरा या वनाचा नकाशा देता का?"

जाधवकाकांनी ताबडतोब कपाटातून एक नकाशा काढला व सोनवण्यांच्या टेबलावर पसरुन ठेवला. त्याचवेळी निशिकांतनंही खुर्ची ओढली व तो नकाशाच्या दुसऱ्या बाजूला बसला.

जाधवकाका पुनश्च आपल्या कामात मग्न झाले होते.

सोनवणे नकाशाचं बारकाईने निरीक्षण करीत पेन्सिलीने एके ठिकाणी गोल खूण करून, निशिकांतकडे पाहत बोलले,

"हे बघ निशिकांत!... पिऱ्या इथेच कुठेतरी भुयारी मार्गाविषयी म्हटला होता... अतिशय घनदाट अरण्य आहे इथे. मागे आपण फिरायला गेलो, तेव्हा अंधारात ओझरतं मला पिऱ्या याच जागेविषयी म्हणाला होता."

निशिकांत तोंडाचा चंबू करीत न बोलताच नकाशातील किचकट वेड्यावाकड्या रेषांमधील अद्‌भुत जग न्याहाळत राहिला. पुढे बराच वेळ ते दोघेही नकाशाचा भाग अन् भाग पाहत राहिले. खल करीत राहिले. चर्चा करीत होते. मधेच जाधवकाकांकडून अजून काही छोटेमोठे नकाशे मागवून त्यांच्यातील परस्परसंबंध आजमावून पाहू लागले. विचारविनिमय करू लागले. ऑफिसचं वातावरण तसं गंभीर झालं होतं.

त्याच क्षणी फोनची घंटा वाजली. सोनवण्यांनी नकाशात पाहत असतानाच डाव्या हाताने फोन उचलला व कानाला लावीत ते म्हणाले,

"हॅलो!... सोनवणे स्पिकिंग..."

"हुंऽऽ... मी माधवराव शिंदे बोलतोय... अ डिस्ट्रिक्ट चीफ ऑफ फॉरेस्ट... आय. एम्. आय. एफ. एस... यू नो..." माधवराव शिंदेंचा अहंकारी स्वर ऐकून सोनवणे त्याच स्थितीत थोडं छद्‌मीपणे हसत उत्तरले,

"ऑफकोर्स सर... यू आर... नव्यानं सांगण्याची गरज नाही... नमस्कार."

"नमस्कार!... आलात का सुट्टी उपभोगून." भोगून या शब्दावर कमालीचा जोर देत शिंदे बोलले होते.

त्यांचा रोख ओळखून सोनवणे बारीक डोळे करीत म्हणाले,

"मी काही थंड हवेच्या ठिकाणी गार वारे खायला गेलो नव्हतो सर. मी माझ्या गावी कामानिमित्त गेलो होतो."

निशिकांतनं यावेळी फक्त मान वर करून पाहिलं. कुणाचा फोन होता ते त्याला कळलं होतं. फारसं महत्त्व देण्याचं न ठरवून तो पुन्हा नकाशाचं निरीक्षण करू लागला.

माधवराव शिंदे पलीकडून थोडासा आवाज चढवित म्हणाले,

"तेच ते मिस्टर सोनवणे... त्यासाठीही काही एक पद्धत असते, नियम असतात. रजा घेण्याआधी वरिष्ठांशी पत्रव्यवहार करावा लागतो, हे तुम्हाला नव्याने सांगण्याची गरज नाही."

"मला वाटतं तुमच्या मागील व्हिझिटमध्ये तुम्हाला याची उत्तरे मिळालेली आहेत. कुठलाही नियम डावलून मी हे काम केलेलं नाही... बऱ्याच दिवसांआधी मी वरिष्ठांना रीतसर अर्ज केला होता. त्याची पोहोचही माझ्याजवळ आहे. तुमच्या

टेबलावरची कामाची पत्रं पाहण्यास तुम्हाला वेळ नसतो यात माझा दोष नाही...'' सोनवणे शांतपणे बोलले होते.

''बरं! बरं... जास्त नियमांचा कीस पाडण्याची गरज नाही. आय ॲम व्हेरी बिझी पर्सन... दॅट यू नो...'' वर्मावर बोट ठेवल्यानंतर माणूस जसा दुखावला जातो, त्या अविर्भावात शिंदे बोलले होते.

''आय् नो... आणि त्याच्याशी मला काहीही घेणं-देणं नाही... गुऱ्हाळासारखं तोच विषय चघळण्यातही मला रस नाही... बोला सर, का फोन केलात? काही काम होतं का?'' सोनवण्यांनी वरिष्ठांचा आदर राखीत विचारलं होतं आणि मुद्यावर येण्यास भाग पाडलं.

निशिकांतही सोनवण्यांचा आदरयुक्त, पण तेवढंच ठाम मत पाहून चकित झाला. वरिष्ठ असले तरी ते कुठलाही मुलाहिजा ठेवीत नसत; कारण ते स्वत: परिपक्व व प्रामाणिक होते.

पलीकडून थोडीशी शांतता. स्वर तसाच ठेवीत माधवराव म्हणाले,

''सध्या दोनच कामं आहेत... तेवढी केलीत तरी भरपूर आहे...''

''सांगा!'' सोनवणे त्रोटकपणे बोलले.

''प्रथम तो तुमचा साहाय्यक आहे... अं अं... काय नाव त्याचं?'' पलीकडून माधवरावांचा खंडित स्वर. सोनवण्यांच्या लक्षात येताच ते तत्काळ उत्तरले,

''हंऽऽ... निशिकांत!''

आपल्या नावाचा उल्लेख झालेला पाहून निशिकांत आश्चर्याने सोनवण्यांकडे पाहू लागला. सोनवण्यांनी डोळ्यांच्या इशाऱ्यानेच त्याला गप्प राहण्याची खूण केली.

''तेच्ऽऽ... सध्या असली किरकोळ नावं लक्षातच राहत नाहीत.'' माधवराव डिवचण्याच्या स्वरात म्हणाले.

सोनवणे शक्यतो आपला राग नियंत्रित करीत सरळ म्हणाले,

''हं... त्याचं काय तेवढं बोला...''

''त्याला सांगा... समजवा... हवं तर तुम्ही तुमच्या भाषेत गोंजारा... असल्या लफड्यात पडू नकोस म्हणावं. तरुण रक्त आहे... नोकरीतला पहिला वहिला जोम आहे. कर्तव्य करण्याची खुमखुमी आहे... मी समजू शकतो... म्हणून यावेळी सोडून देतो... यापुढे मात्र असं होता कामा नये, एवढंच लक्षात ठेवा... आणि मला वाटतं आता तुम्हालाही वेगळं सांगण्याची गरज नाही. तसे तुम्ही समजूतदार आहात... अनुभवी आहात. बऱ्याच ठोकरा खाऊन आलेला आहात...'' माधवराव शिंदे धमकीवजा बोलत होते.

सोनवणे स्तब्ध झाले. माधवराव शिंदे जे काही बोलत होते ते शांतपणे

प्रतिउत्तर न देता ऐकत राहिले. मधे मधे मात्र त्यांच्या चेहऱ्यावर रागाच्या छटा उमटत होत्या. राग अनावरही होत होता; पण ते स्वत:ला नियंत्रित ठेवण्याचा प्रयत्न करीत होते. माधवराव शिंदेंची पुढची बडबड ऐकून न घेता ते म्हणाले,

"समजलं!.. दुसरं काम सांगा."

"गुडऽऽ... तुम्हाला कळलेलं दिसतंय... तसे तुम्ही हुशार आहात..." माधवराव शिंदे विजयी स्वरात पुढे म्हणाले, "आणि दुसरं म्हणजे त्या गार्डना तुम्ही सस्पेंड का केलं?.. तुम्हाला कुणी अधिकार दिलेत?"

सोनवणे या प्रश्नावर पुन्हा शांतच राहिले... उत्तर आलेलं न पाहून पलीकडून पुन्हा कडक आवाज आला.

"मी तुम्हाला विचारतोय मिस्टर सोनवणे... त्या गार्डना तुम्ही सस्पेंड का केलंत? कुणाच्या अधिकाराखाली तुम्ही ही कृती केलीत?"

आता मात्र सोनवण्यांची सहनशीलता संपली. अधिकाराचा प्रश्न उपस्थित झाल्याने त्यांना कमालीची चीड आली. चेहऱ्यावरचे हावभाव बदलत गेले. ते रागाने म्हणाले,

"मिस्टर शिंदे, सस्पेंड का केलं जातं हे तुम्हाला चांगलंच ठाऊक आहे. राहिला प्रश्न कुणाच्या अधिकाराखाली मी ही कृती केली याचा. तर, तेही तुमच्यासारख्या आय्. एफ. एस. अधिकाऱ्याला वेगळं सांगण्याची गरज नाही. सॉरी सर, मी कुणालाही सस्पेंड केलेलं नाही. तसा अधिकारही मला नाही. आय हॅव जस्ट रिकमेंडेड सस्पेंशन डिसिजन ॲज पर फॉरेस्ट ॲक्ट... मराठीतच सांगायचं झाल्यास मी तशी फक्त शिफारस केलीये... यू आर द ॲथॉरिटी... तुम्ही मला का प्रेशराईज् करीत आहात... आणि सर, जी व्यक्ती सहा महिने काहीही न सांगता, लिहिता, कार्यालयीन नियम न पाळता गेली असेल तर मला वाटतं त्याचं सरकारने निश्चितच स्वागत करू नये..."

"तुम्ही मला जास्त शिकवू नका मिस्टर सोनवणे... तुम्ही त्या गाड्र्सना या क्षणी ताबडतोब रुजू करून घ्या. धिस इज् माय ऑर्डर..." माधवराव शिंदे डिवचले गेले व संतापाने म्हणाले होते.

"सॉरी सर!... मी ते करू शकणार नाही. कारण याबाबत मी सरळ मंत्रालयातच तक्रार केलीये. त्याची प्रत तुम्हालाही आलेली असेलच, नाही का?... मला खरोखरच लाज वाटत्येय की तुमच्यासारखा अधिकारी अशा लोकांची शिफारस करतोय... आणि त्यांना रुजू करून घेण्याची मला ऑर्डर देतोय..." सोनवणे न चिडता, पण तेवढ्याच निश्चयाने म्हणाले.

निशिकांत फक्त पाहत होता. काहीतरी गरम चर्चा होत असल्याचं त्याच्या लक्षात आलं. नकाशा न पाहता आता तोही सोनवण्यांकडेच पाहत होता.

पलीकडून माधवराव शिंदेंचा संयम सुटला होता. ते रागात व तेवढ्याच जोराने म्हणाले,

"डोंट टीच मी फिलॉसॉफी मिस्टर सोनवणे... तुम्ही त्यांना रुजू करून घेताय की नाही एवढंच सांगा... वरिष्ठांचा आदेश डावलण्याचा गंभीर आरोप तुमच्यावर ठेवण्यात येईल..."

"नोऽऽ... त्रिवार नाही... आणि मी आदेशही डावलत नाहीये." सोनवणे पुनश्च ठामपणे म्हणाले.

पलीकडून थोडा वेळ शांतता पसरली. माधवराव हळू आवाजात पण थोड्याशा नरमाईने म्हणाले,

"हे बघा सोनवणे, मी पुन्हा तुम्हाला समजावतोय... तुम्हाला माहीत नाही तो गार्ड रामपूरचे सरपंच व शहाद्याचे आमदार भाऊसाहेब याचा नातेवाईक आहे."

"तो कुणाचाही नातेवाईक असो!... आय डोंट केअर मिस्टर शिंदे... मी जर का असं पाहिलं असतं तर आत्तापर्यंत माझे नातेवाईकच वनखात्यात भरले असते. तुमच्यासारखे उच्चशिक्षित अधिकारी असा विचार करायला लागले, याचा अर्थ हा बौद्धिक ऱ्हास समजायचा... इट्स् रिअली अ शेमफुल..." सोनवणे आता कुठलीही भीडभाड न ठेवता सरळ बोलले.

"होल्ड युअर टंग सोनवणे... तुम्ही काय बोलताय... शुद्धीवर आहात का?" माधवराव शिंदे रागाने लालबुंद होऊन बोलत होते.

"यू होल्ड युवर टंग मिस्टर शिंदे... कारण तिच्यावर तुमचं नियंत्रण नाहीये... यू नीड टू डू दॅट... ओ.के.ऽऽ.." यावेळी सोनवण्यांनीही आवाज चढवला होता.

"वरिष्ठ अधिकाऱ्यांशी बोलण्याची ही पद्धत आहे का?" माधवराव शिंदेंचा रागीट प्रश्न आला.

"मला वाटतं कनिष्ठांशीही बोलण्याची ही पद्धत नाही..." सोनवण्यांनी प्रत्त्युत्तरादाखल आठवण करून दिली.

"आय विल मेक अ फाईल अगेंस्ट यू..." माधवराव शिंदे धमकी देत म्हणाले.

"तुमचा तो अधिकारच आहे सर... जर का मी खरोखरच चूक केली असेल तर तुमचा मार्ग मोकळा आहे... आणि कृपया आता मलाही माझ्याच मार्गाने जाऊ द्या." सोनवणे शांतपणे बोलले होते. क्षणभर पलीकडून धुमसण्याचा श्वासोच्छ्वास आला आणि नंतर रागानं फोन आपटल्याचा आवाज. सोनवणे थोडा वेळ तसेच फोन कानाला लावून सुन्नपणे बसले. लक्षात येताच स्मित करीत हळूच त्यांनी फोन क्रेडलवर ठेवला.

आत्तापर्यंत श्वास रोखून हे अदृश्य शब्दद्वंद ऐकणारा निशिकांत आवेगाने म्हणाला,

“फोन शिंदेसाहेबांचा होता वाटतं..?”

“हं!” सोनवण्यांनी विचारातच हुंकार भरला.

“माझ्याविषयीही तक्रार करीत होते का?...” निशिकांत आठवून म्हणाला.

“होय... थोडं समजवा म्हणे. तरुण रक्त आहे... उसळतंय...” सोनवणे स्मित करीत म्हणाले.

त्यावर निशिकांत स्वतःशीच हसत उत्तरला,

“सर, या माणसाविषयीचं माझं प्राथमिक निरीक्षण म्हणजे, अतिशय डँबिस, लुच्चा, लफंगा आणि बेरकी.”

“खरंय निशिकांत तुझं... मीसुद्धा त्यांच्याविषयी बरंच काही ऐकलंय... अ व्हेरी बॅड रेप्युटेड अँड करप्टेड पर्सन... पण आपल्याला या अशा प्रवृत्तींचा सामना करावाच लागणार आहे... पर्याय नाही.” सोनवण्यांनी वस्तुस्थिती सांगितली.

“...आणि शिवाय आश्चर्याची बाब म्हणजे आय. एफ. एस. असून ह्या माणसाचे अतिशय खुजे विचार आहेत... अ बेसलेस्... हा माणूस आय. एफ. एस. झाला कसा, याचं एक कोडंच आहे.” निशिकांतही किंमत करीत म्हणाला.

सोनवणे यावर निशिकांतकडे पाहत म्हणाले,

“माधवराव शिंदे हुशार आहेतच; शंकेचं कारणच नाही... पण त्यांचे स्वत:चे स्वतंत्र विचार आहेत... गहाण ठेवलेले, विकलेले... अतिहुशार माणसे कधी कधी कळसूत्री बाहुल्यासारखी वागतात... त्यातलेच शिंदेसाहेब! आता हेच बघ ना... गार्ड्‌सना परत रुजू करून घ्या, असा धोशा माझ्यामागे लावला... कारण काय, तर ते सरपंच व कुण्या आमदाराचे नातेवाईक आहेत म्हणे... म्हणून त्यांच्याविरुद्ध कुठलीही चौकशी समिती न नेमता रुजू करून घेण्याचा आदेश देत होते... इट वॉज् रिअली अनफेअर टू मी... मी सरळ-सरळ नाही म्हटलं... मग त्यांना काय करायचं ते करू देत...”

“ते काहीही करू शकत नाहीत सर... जरी त्यांना करण्याची इच्छा असेल तरी... आणि समजा केलंच तर वुई विल फेस इट टुगेदर...” निशिकांत आत्मविश्वासाने बोलला.

निशिकांतचे शब्द ऐकून सोनवण्यांना धीर आला. त्याच्याकडे त्यांनी कौतुकाने व अभिमानाने पाहिलं. त्याच्या रूपानं सोनवण्यांमागे एक खंदा व तेवढाच प्रामाणिक शिपाई उभा होता. हीच त्यांची खरी ताकद होती.

तेवढ्यात मुख्य दरवाज्याच्या दिशेने आवाज आला,

“नाय् म्हणलं... आत येऊ का?”

आवाजाच्या दिशेने दोघांनी पाहिलं. दारात स्थूल, ढेरी पुढे आलेले, सावळा रंग, गांधी टोपी घातलेले व हातात धोतराचा सोगा धरलेले रामपूरचे सरपंच

बापूसाहेब बेरकीपणे हसत उभे होते. सोनवणे चेहऱ्यावर हास्य आणण्याचा प्रयत्न करीत म्हणाले,

"बापूसाहेब!.. या ना!" एका खुर्चीकडे निर्देश करीत ते पुढे म्हणाले, "बसा!"

शिंदेसाहेबांच्या फोननं समोरचं हे लटांबर बरंच वरमलेलं दिसतंय म्हणून बापूसाहेब अहंकारीपणे हसले व समोरच्या रिकाम्या खुर्चीत बसले. शेजारी बसलेल्या निशिकांतने त्यांच्यावर नुसतीच थंड नजर फेकली. त्यानंतर मात्र निशिकांतला या सरपंचाची दखलच घ्यावीशी वाटली नाही.

डाव्या बाजूच्या खुर्चीवर आपला आडदांड हात टाकीत अन् एक पाय दुसऱ्या पायावर ठेवीत बापूसाहेब म्हणाले,

"शिंदेसाहेबांचा फोन आला व्हता नव्हं?"

"होऽऽ" सोनवणे भुवया उंचावीत तत्काळ पुढे म्हणाले, "आला होता ना! मग काय?"

"नाही... म्हणलं दुसऱ्या पारगापासनं पाठवू मंग आमच्या रम्याला?..." बापूसाहेब मिश्यांवरनं हात फिरवीत मिश्कीलपणे विचारत होते.

सोनवण्यांनी त्यांच्या या कृतीकडे शांतपणे पाहिलं व खुर्चीवर मागे रेलीत, आपले डोळे बारीक करीत ते म्हणाले,

"बापूसाहेब, हे पण तुमच्या शिंदेसाहेबांनाच विचारा की, पाठवायचं की नाही... शिंदेसाहेबच सांगतील." सोनवणे दीर्घश्वास सोडत पुढे म्हणाले, "हे बघा बापूसाहेब... तुमच्या शिंदेसाहेबांना मी उत्तर दिलेलं आहे. पुन्हा माझं तोंड खराब करू नका. आता तुम्ही जाऊ शकता."

"म्हणजे..? मी समजलो नाही..." बापूसाहेब गोंधळून म्हणाले.

"अर्थ सरळ आहे. मी तुमच्या नातेवाईकाला चौकशी पूर्ण होईपर्यंत रुजू करून घेऊ शकत नाही." सोनवणे पुनःश्च ठामपणे म्हणाले.

अनपेक्षित उत्तर आलेलं पाहून बापूसाहेब रागाने बेभान झाले. यापूर्वी असं आव्हान कुणीही न केल्याने ते जाम भडकले. काय बोलावं हे त्यांना क्षणभर सुचलंच नाही. आधीच काळी काया रागाने जास्तच ठळक झाली. सोनवण्यांकडे डोळे फाडून हात नाचवीत ते म्हणाले,

"हेऽऽ... हेऽऽ... लई होतंय बघा साहेब..."

"काहीही नाही... एकदम योग्य मार्गानेच होत आहे... काळजी करू नका. बघा बापूसाहेब, या क्षणाला आम्ही दोघंही एका गहन प्रश्नावर चर्चा करीत आहोत. इथे बसून काहीही उपयोग होणार नाही. उगीचंच तुम्ही तुमचा आणि आमचाही बहुमूल्य वेळ खर्च करू नका. आपण कृपया जाऊ शकता..." सोनवण्यांनी दुसऱ्यांदा जाण्याचा इशारा केला होता.

बापूसाहेब सोनवण्यांच्या वागण्याने चांगलेच अपमानित झाले. ते तडकपणे खुर्चीतून उठले. उठताना खुर्चीचा आवाज झाला. त्यावरूनच बापूसाहेबांचा संताप जाणवत होता. त्यांचं अंग रागानं थरथरत होतं. दात-ओठ खात ते म्हणाले,

''बरोबर होणार नाही साहेब... लई वाईट होईल बघा... जड जाईल हे प्रकरण तुम्हास्नी...''

''होऊद्यात... आणि जड गेलं तरी चालेल... पण तुम्ही आता इथून जा.'' सोनवणे आता मात्र खूपच वैतागून बोलले.

बापूसाहेब तसेच क्षणभर धुमसत राहिले. त्यांच्या तोंडून शब्द बाहेरच पडले नाहीत. सोनवणे व निशिकांतकडे एक जळजळीत कटाक्ष टाकीत ते वळले आणि धोतराचा सोगा तसाच सोडून देत, दाणदाण पावलं टाकीत बाहेर पडले.

निशिकांत सोनवण्यांकडे थोडा वेळ पाहतच राहिला. कुठल्याही अतिप्रसंगाला शांत व धीरगंभीरपणे तोंड देण्याचं त्यांचं कसब पाहून, आश्चर्यचकित झाला. या ठिकाणी आपण असतो, तर निश्चितपणे ढासळलो असतो याची जाणीव त्याला झाली.

सोनवणे क्षणभरच बापूसाहेब गेले त्या दिशेने पाहत राहिले व शांतपणे उत्तरले,

''निशिकांत...''

''येस् सर!'' निशिकांत विचारतंद्रीतून बाहेर येत तत्काळ उत्तरला.

''चल, आण तो नकाशा... कुठल्या ठिकाणाविषयी पिऱ्या म्हटला होता?'' निशिकांतनंही लागलीच नकाशा पूर्ववत केला. खूण केलेल्या पॉइंटवर निर्देश करीत तो म्हणाला,

''ह्या इथे सर... पिऱ्या त्या दिवशी याच ठिकाणाविषयी काहीतरी गुपित सांगत होता...''

सोनवण्यांनी पुन्हा खूण केलेल्या त्या ठिकाणावर लक्ष केंद्रित केलं होतं. क्षणापूर्वीच्या वादळाचा आता त्यांच्या चेहऱ्यावर मागमूसही दिसत नव्हता. याचवेळी जाधवकाकांनी चहा आणून टेबलावर ठेवला. चहाचा एक-एक घोट घेत दोघंही बराचवेळ चर्चा करीत राहिले, खल करीत राहिले आणि विचारविनिमय करीत राहिले. ती दोघं नकाशाचा पाठपुरावा करीत होते आणि त्यातून एक आकृतिबंध तयार होत होता, एवढं मात्र निश्चित.

११

डॉ. समीर प्रयोगशाळेतील बैठकीत काही महिन्यांपूर्वी पाठविलेल्या प्रकल्पाची प्रत चाळण्यात मग्न होते. डॉ. अंजली समोरच वनस्पतींची निरीक्षणे घेण्यात गुंतली होती. बऱ्याच दिवसांपूर्वी सुरू केलेल्या प्रयोगातील शेवटचे काही नमुने बाकी होते. त्या सर्वांचा शेवट आज होणार होता.

डॉ. समीरना प्रकल्पाच्या मंजुरीविषयी या काही दिवसांत डी. एस. टी.कडून पत्रव्यवहार अपेक्षित होता. बराच मोठा प्रकल्प असल्याने, कदाचित त्यांना दिल्लीलाही बोलावण्याची शक्यता होती. खरं तर, दिलेल्या रकमेत घासाघीस करण्याच्या घाणेरड्या प्रथेची त्यांना चीड होती; पण नाईलाज होता. भारतातील शास्त्रज्ञांची ती मनोवृत्तीच झाली होती. सध्या संशोधनासाठी पूरक पैसा गोळा करणं गरजेचं होतं. त्याशिवाय संशोधनही पुढे जाणार नव्हतं. तरीही डॉ. समीरनी संस्थेतील उपलब्ध उपकरणांच्या साहाय्याने प्राथमिक प्रयोगांना सुरुवात केली होती. अमेरिकेत विविध कार्यक्षम व संवेदनशील आधुनिक उपकरणे हाताळल्याने येथे काहीशी त्यांची परिस्थिती अपंगासारखी झाली होती; परंतु शून्यातून जग निर्माण करायला त्यांना नेहमीच आवडत असे. खरंतर तीच कसोटी ते मानीत असत. आजही संशोधन अहवालावरून नजर फिरविताना ते संशोधनाचा आवाका व उपलब्धता यांची सांगड घालू पाहत होते. अजून तरी खूपच मोठी मजल गाठायची होती.

क्षणभर त्यांनी आपली नजर प्रकल्पामधून बाहेर काढली. आजूबाजूला पाहिलं. डॉ. अंजली एका वनस्पतीचा नमुना हातात घेऊन, उपकरणात बसविण्याचा प्रयत्न करून, त्यातून विद्युतप्रवाह सोडण्यात गुंतली होती. डॉ. समीरनी तिच्याकडे कौतुकभरल्या नजरेनं पाहिलं आणि उघडलेल्या प्रकल्पाच्या प्रतीत पिवळ्या कागदाची खूण करून बाजूला ठेवला. थोडंसं निवांत होत त्यांनी विचारलं,

"अंजलीऽऽ.."

"येस् सर!"

“अजून वनस्पतींचे बरेच नमुने बाकी आहेत का?.. नाहीतर असू दे... लेट अस् हॅव अ लुक ऑन सम प्रिलिमिनरी रिझल्ट्स... आणतेस का?” डॉ. समीर अपेक्षेने म्हणाले होते.

“होय सर!.. खरं तर हा शेवटचाच नमुना बाकी आहे. त्याचीच निरीक्षणं मी नोंदवीत होते. दोन मिनिटांतच संपवते आणि आत्तापर्यंत घेतलेले सर्व परिणाम दाखवते.” डॉ. अंजली विनंतीपूर्वक बोलली.

“ठीक आहे अंजली... काही हरकत नाही. यू टेक इट युअर ओन टाईम...” डॉ. समीर तत्काळ म्हणाले होते.

डॉ. समीरनी बसल्याबसल्याच आजूबाजूला पाहिलं. डाव्या बाजूच्या रॅकमधील प्रकाशसंश्लेषणावर आधारित एक भलं मोठं पुस्तक त्यांनी हाती घेतलं आणि त्यातील इंडेक्स बघून विविध टॉपिक काढून वाचण्यास सुरुवात केली. वनस्पतीच्या घटकांमध्ये प्रकाशामुळे होणारी परस्पर प्रकाशसंश्लेषणाची प्रक्रिया ते पाहू लागले. वनस्पतींमध्ये सूक्ष्म (Micro) व अतिसूक्ष्म (Nano) पातळीवरील होणारी ही प्रकाशसंश्लेषण प्रक्रिया त्यात विशद केली होती. एवढ्या सूक्ष्म पातळीला ही प्रक्रिया होत असलेली पाहून, डॉ. समीरना निसर्गाचा अचंबा वाटला. वर्षानुवर्षं ही प्रक्रिया अखंडपणे सुरू होती. मानवासाठीच्या अन्नप्रक्रियेतील ती महत्त्वाची पद्धत होती.

डॉ. अंजलीला महिन्यापूर्वीच चालू असलेल्या प्रयोगाविषयी डॉ. समीरनी सांगितलं होतं. नुसत्याच स्थिर विद्युतप्रवाहाला वनस्पतीतील घटकांमध्ये फारसा बदल आढळला नव्हता. कदाचित त्यातील निर्माण होणारी स्पंदने व कंपनता अतिसूक्ष्म असल्याने उपलब्ध उपकरणांनी ते पकडणे शक्य नव्हते. म्हणून डॉ. समीरनी अंजलीला स्थिर विद्युतप्रवाहावर, ए.सी.सिग्नल सुपरइंपोज् करण्याची कल्पना मांडून तसा दुसरा प्रयोग सुचवला होता. त्यामुळे ए.सी. सिग्नलची कंपनता बदलून, घटकांमध्ये सूक्ष्म हालचाली, सस्पंदन घडवून, नव्या निर्मित घटकांची माहिती घेता येणार होती. डॉ. अंजली आता हाच प्रयोग करण्यात गुंतली होती. त्यांच्याच परिणामांची वाट डॉ. समीर पाहत होते. यावेळी आलेखांमध्ये त्यांना वेगळं व अनपेक्षित असं अपेक्षित होतं.

याचवेळी एका तिसऱ्या प्रयोगाची संकल्पना त्यांच्या डोक्यात रुजली. स्थिर विद्युतप्रवाहावर, ए.सी. सिग्नल सुपरइंपोज करीत असतानाच, उपारूण, अतिनील, क्ष-किरण यांसारख्या अतितीव्र प्रारणांचा मारा करून, प्रकाशसंश्लेषणामार्फत अतिसूक्ष्म पातळीवर निर्माण झालेल्या घटकांवर त्याचे काय परिणाम होतात किंवा अजून दुसरे घटक निर्माण होतात का?... त्या घटकांचा सर्वसाधारणपणे मानवी जीवनाशी संबंध आहे का? ही खरी संकल्पना होती. म्हणूनच आताच्या वनस्पतीच्या निरीक्षणानंतर

व त्यांच्या परिणामांचं अवलोकन केल्यानंतर, त्याच वनस्पतींवर डॉ. समीरना पुन्हा प्रयोग करायचे होते. म्हणजे प्रत्येक प्रयोगाची व परिणामांची त्यांना एकमेकांशी सांगड घालणं शक्य होणार होतं. आताही पुस्तकातील विविध प्रारणे वापरून केलेल्या प्रकाशसंश्लेषण आणि स्थिर/चलत विद्युतप्रवाहांच्या संयोगाने काय घडू शकेल, याचाच विचार डॉ. समीर करीत होते. प्रक्रियेतून निघणारी ऑक्सिजन, हायड्रोजन, कार्बन इ. मूलभूत मूलद्रव्ये काही घडवू शकतील का? या ठळक मुद्द्यांवर ते बराच वेळ विचार करीत राहिले.

"सर..."

"अंऽऽ... हंऽऽ.." डॉ. समीर गहन विचारांतून बाहेर येत ताडकन् म्हणाले होते. समोर विविध वनस्पतींचे असंख्य परिणाम हाती घेऊन, डॉ. अंजली उभी होती. ती तशीच उभी असलेली पाहून डॉ. समीर पुढे म्हणाले, "अगं, बैस ना... उभी का? संपली का सर्व निरीक्षणे?"

डॉ. समीर अंजलीच्या हातातील परिणामांच्या कागदांकडे पाहत स्वतःला सावरीत म्हणाले होते.

"होय सर! आत्तापर्यंत आपण गोळा केलेल्या सर्व वनस्पतींचे वेगवेगळे विद्युतप्रवाह, तसेच त्यावर सुपरइंपोज केलेल्या ए.सी.सिग्नलची कंपनता बदलून निरीक्षणे घेतलीयेत." डॉ. अंजलीनं समोरचीच एक खुर्ची ओढली व त्यात बसत ती पुढे म्हणाली, "पण सर, काही वनस्पती या जास्त प्रवाहाला टिकू शकल्या नाहीत. कमी प्रवाहाला मात्र त्यांच्या नेहमीपेक्षा वेगळ्या बदलांची नोंद आढळली, पण तोच बदल जास्त विद्युतप्रवाहाला मात्र आढळत नाही... व नेहमीचे बदलही दिसले नाहीत..."

डॉ. अंजलीने हातातील सर्व परिणाम, डॉ. समीरच्या पुढ्यात टेबलावर पसरवून ठेवले होते.

डॉ. समीर अंजलीचं बोलणं काळजीपूर्वक ऐकत होते आणि त्याचवेळी डॉ. अंजली टेबलावर ठेवीत असलेल्या परिणामांकडेही बारकाईने पाहत होते. प्रत्युत्तरादाखल आलेखांचा वेध घेत ते म्हणाले,

"यू मिन, प्रथम कमी विद्युतप्रवाहाला पाहिलेले बदल आणि नंतर हळूहळू जास्त प्रवाहाला पाहिलेले बदल?"

"होय सर!" डॉ. अंजली ठामपणे म्हणाली होती.

"अंजली, ज्या वनस्पतींमध्ये कमी विद्युतप्रवाह सोडून तुला प्रतिसाद मिळाला नाही, त्याच वनस्पतींमध्ये कमी विद्युत दाब व प्रवाह सोडून, त्यावर होणारा बदल पाहिला होता का?" डॉ. समीर तोंडावर एक बोट ठेवून, डॉ. अंजलीच्या बोलण्याचा अन्वयार्थ लावण्याचा प्रयत्न करीत होते.

"होय सर!... तसा उलट्या दिशेने मी प्रयोग करून पाहिला... पण मला कुठलाच प्रतिसाद मिळाला नाही. उलटपक्षी पुन्हा कमी विद्युतप्रवाह सोडून पाहिला, तरी मिळाला नाही... दि स्पेक्ट्रम वॉज टोटली फ्लॅट..." डॉ. अंजलीनं मुद्देसूद सांगितलं.

"आय् सी..!" डॉ. समीर गहन विचार करीत पुढे म्हणाले, "याचा अर्थ त्या वनस्पती खूपच संवेदनक्षम असून, त्या मृत पावल्या असण्याची शक्यता आहे."

"काय?" डॉ. अंजली आश्चर्योद्‌गार काढीत पुढे म्हणाली, "पण सर, बाह्यांगावरुन तरी त्या तशा सुदृढ दिसत होत्या..."

"निश्चितच!... त्या मृत्यू पावल्या असाव्यात... कारण वनस्पतींच्या पेशीच मृत पावल्याने त्या प्रतिसाद देण्यास थांबल्या असाव्यात. अंजली, अशा किती वनस्पती होत्या की त्या जास्त प्रवाहास टिकू शकल्या नाहीत?" डॉ. समीरनी दिशादर्शक मत मांडत विचारलं होतं.

साधारण सात-आठ तरी असतील." डॉ. अंजलीनं माहिती दिली.

"...आणि अंजली?"

"येस सर!"

"अशा काही वनस्पती आहेत की त्यांच्यात कमी विद्युत दाब व प्रवाहाला प्रतिसाद न मिळता अथवा बदल न जाणवता, जास्त विद्युतप्रवाह जाणवला. त्यांच्यातील सूक्ष्मशी का असेना, पण हालचाल जाणवली..." डॉ. समीरनी योग्य विचारांचा पाठपुरावा करीत तिला विचारलं.

त्यावर डॉ. अंजली खुर्चीत पुन्हा सावरून बसली व चेहऱ्याची कळी खुलवत म्हणाली,

"इन् फॅक्ट अशा वनस्पतींची संख्या जास्त आहे सर... साधारण वीस-एक तरी वनस्पती असाव्यात. जास्त स्थिर विद्युतप्रवाहाला, जास्त कंपनता असलेला ए.सी.सिग्नल सुपरइंपोज करताच, सस्पंदन पीक वाढलेला दिसला. शिवाय काही वनस्पतींमध्ये डोळ्याला जाणवण्याइतपत हालचाल निर्माण झाली. प्रथम मला वाटलं तो भास होता की काय?..."

या वाक्यानं डॉ. समीरच्या चेहऱ्यावर आनंदाचे भाव उमटून गेले. ते थोडेसे उत्तेजित होत म्हणाले,

"नाही अंजली, तो भास क्वचितच नसावा... दॅट्स व्हॉट आय् वाँटेड टू नो... तू जास्त आणि कमी विद्युतप्रवाहाच्या, ज्या वनस्पतींनी तुला प्रतिसाद दिलाय आणि ज्या मृत पावल्यात अशा वनस्पती वेगवेगळ्या करू शकतेस?"

"शुअरऽऽ सर!" डॉ. अंजली आत्मविश्वासाने म्हणाली. डॉ. अंजलीने लागलीच वनस्पतींच्या नमुन्यांचे डबे उघडले व परिणामांसोबतच त्यांचं वेगवेगळ्या भागांत

वर्गीकरण करून, ते डॉ. समीरच्या हाती देत ती पुढे म्हणाली,

"घ्या सर!.. ह्या कमी विद्युतप्रवाहाला प्रतिसाद देणाऱ्या संवेदनक्षम वनस्पती, आणि ह्या जास्त विद्युतप्रवाहक्षम व जास्त ए.सी.सिग्नल कंपनता असलेल्या वनस्पती. शिवाय मृत झालेल्या या वेगळ्या... आणि हे त्यांचे परिणाम."

डॉ. समीरनी परिणाम हाती घेऊन वनस्पतींनाही निरखून घेतलं व प्रत्येक स्पेक्ट्रम चाळू लागले, निरीक्षण करू लागले. आलेख वेगवेगळ्या स्थिर विद्युतप्रवाहाला, एक्स अक्षावर वेळ तर वाय अक्षावर घटकांमध्ये झालेल्या रेझोनन्सचे नंबर होते. बरांच वेळ डॉ. समीर आलेखांचं अवलोकन करीत राहिले आणि डॉ. अंजली त्यांच्या बदलणाऱ्या चेहऱ्याचे हावभाव टिपत राहिली. परिणाम पाहून डॉ. समीरचा चेहरा कमालीचा उत्तेजित झाल्याचं डॉ. अंजलीला जाणवलं. त्याचवेळेस अजून काही आलेख टेबलावर पसरवून ठेवीत, डॉ. समीर अंजलीला म्हणाले,

"अंजली..."

"हुंऽऽ..." डॉ. अंजलीनं पसरवलेल्या आलेखांकडे पाहत नुकताच हुंकार भरला.

"साधारण हे आलेख पाहिल्यानंतर तुझ्या हे लक्षात आलं असेल की, जेव्हा वनस्पतींमध्ये स्थिर विद्युतप्रवाह सोडून, त्यावर ए.सी. सिग्नल सुपरइंपोज केला तर त्यात बदल हा निश्चितच होतो... आणि हे बघ, तो बदल जवळजवळ सर्वच वनस्पतींमध्ये सारख्या वेळेच्या अक्षावर आहे. फक्त मृत वनस्पतींचं सोडून दे... तेथे कुठलेही चढ-उतार दिसत नाहीत. दे आर टोटली फ्लॅट; पण इतर आलेखात जे पीक अतिशय छोटे दिसत आहेत, ते कदाचित अशक्त वनस्पतींकडून आले असावेत... आणि ज्यांच्या पीकची मात्रा जास्त आहे ते सशक्त असावेत." पुढे एका परिणामाच्या पीककडे निर्देश करीत डॉ समीर म्हणाले, "अंजली, याव्यतिरिक्त तुझ्या एक गोष्ट लक्षात आलीये का?"

"कोणती सर?" प्रथमच डॉ. अंजली न समजून उत्तरली व कधी चढउतार होणाऱ्या आलेखातील पीक्सकडे, तर कधी डॉ. समीरच्या चेहऱ्याकडे आळीपाळीने त्रयस्थासारखी पाहत राहिली.

डॉ. समीर उत्तराची अपेक्षा न करता पुढे म्हणाले,

"सी हिअर! धिस हम्प... हा उंचवटा फार महत्त्वाचा आहे... अगदी ठरावीक वनस्पतींमध्येच तो दिसतोय.. प्रामुख्याने ज्या सशक्त आहेत त्यात.. इट्स ॲमेझिंग.. कदाचित अद्‌भुत म्हण हवं तर.. या हम्पस्‌ना (Humps) निश्चितच महत्त्व आहे... या क्षणी मलाही नेमकं सांगता येणार नाही.. तो नॉईज्‌ही (Noise) नाही एवढं मात्र निश्चित... कारण तू केलेल्या दुसऱ्या प्रयोगाचे ते परिणाम आहेत.. ए.सी. सिग्नल सुपरइंपोज केलेले. अंजली मला विश्वास आहे की, हे हम्प्स् निश्चितच त्या

वनस्पतीचे न पाहिलेले, शोधलेले असे गुणधर्म दाखवीत असावेत.. फार तर एका अद्भुत जगात डोकावण्यासाठीची ती खिडकी समज किंवा वनस्पतीच्या अंतरंगात शिरण्यासाठीचं ते द्वार समज...'' डॉ. समीर भारावून बोलत होते.

''काय म्हणालात सर?'' डॉ. अंजली अविश्वासाने पाहतच राहिली होती.

''होय अंजली, या द्वारातून प्रवेश करणं तेवढं सोपं नाही.. उपलब्ध उपकरणांनी तर नाहीच नाही... आपल्याला अतिशय सक्षम, कार्यक्षम, संवेदनक्षम अशा आधुनिक उपकरणांची गरज भासणार आहे... अतिशय बहुमूल्य प्रयोग तू केला आहेस अंजली आणि मला हवे तसे परिणाम मिळवून दिलेत... इथूनच खऱ्या अर्थाने आपल्या संशोधनाला वेग येणार आहे... जिवंत वनस्पतींवर आपल्याला काही प्रयोग करायचेत...''

डॉ. समीर भरभरून बोलत होते. त्यांच्या मनात असलेला परिणाम प्रयोगातून मिळाला होता. निसर्गाच्या एका बंद दरवाज्याजवळ येऊन ते थांबले होते. तो उघडण्यासाठीच आता गुरुकिल्लीचा शोध घ्यायचा होता. या अद्भुत जगात शिरण्यासाठी त्यांना निसर्गालाच गवसणी घालावी लागणार होती. त्यांच्या मनात अताशा आकृतिबंध तयार झाला होता. त्याला काही अंशी पुष्टीही मिळाली होती.

डॉ. अंजली, डॉ. समीरकडे पाहत राहिली. ज्या परिणामांमुळे डॉ. समीरना अत्यानंद झाला होता, ते सर्व परिणाम तिच्या आकलनापलीकडचे होते. तिची मर्यादा फक्त आलेखांच्या चढ-उतारापर्यंतच होती. त्या पलीकडचं मात्र तिच्या आवाक्याबाहेरचं असल्याने ती क्षणभर डॉ. समीरकडे पाहत राहिली. डॉ. समीर त्या हम्प्स्‌मधून कुठलं जग पाहणार होते, हे तिच्या कल्पनेपलीकडचं होतं. या निमित्ताने पुन्हा एकदा डॉ. अंजलीला त्यांच्या बुद्धिमत्तेची प्रचिती आली होती.

''अंजली!'' डॉ. समीरनं हाक मारली.

''हंऽऽ...'' डॉ. समीरच्या विचारतंद्रीतून बाहेर येत अंजली आवेगानं उत्तरली.

''यानंतरचा आपला प्रयोग असाच, याच मालिकेतला... पण थोड्या वेगळ्या पद्धतीचा असेल.'' डॉ. समीरनी विचार करीत प्रस्ताव मांडला होता.

''तुम्ही फक्त सांगा सर... आय् वील डू माय् लेव्हल बेस्ट...'' डॉ. अंजली ठाम व तेवढ्याच आत्मविश्वासाने म्हणाली.

डॉ. समीरनं तिच्या आत्मविश्वासाकडे क्षणभर पाहिलं... व स्मित करीत ते म्हणाले,

''आय नो अंजली... तू करशील... आय ॲम कॉन्फिडण्ट...'' थोडं पुढे रेलत ते म्हणाले, ''याच वनस्पती घेऊन त्यातून स्थिर विद्युतप्रवाह सोडून, त्यावर विशिष्ट कंपनतेचा ए.सी.सिग्नल सुपरइंपोज करायचा आणि त्याचवेळी सर्वसाधारण प्रकाश न टाकता फक्त ठरावीक तरंगलांबी किंवा कंपनता असणाऱ्या म्हणजेच

उपारूण (Infrared), अतिनील (Ultraviolet) अशा तीव्र प्रारणांचा मारा करायचा... आणि आता फक्त त्या हम्प्समध्ये बदल बघायचा... दॅट्स इट्... आय ॲम व्हेरी इगर टू नो धिस् रिझल्ट... अतिनील प्रारणांचा त्या हम्प्सूवर निश्चितच परिणाम होईल, याची मला खात्री आहे.. कारण त्या दारात शिरून अद्भुत जगाचा वेध घेण्याचं सामर्थ्य या प्रारणांमध्ये आहे... खरोखरच मजेशीर प्रयोग होईल हा...'' डॉ. समीरनी पुढच्या प्रयोगाचं छानसं विश्लेषण दिलं होतं.

''सर!... मी उद्यापासून हा प्रयोग करते..'' डॉ. अंजली प्रोत्साहित होत उत्तरली.

''मी तुला आधी दाखवू का?''

''नाही सर... पूर्वीचा सेटअप् तयारच आहे... फक्त अतिनील उपारूण प्रारणांचे स्त्रोत हवेत.. पैकी आपल्याकडे अतिनील प्रारणांचा प्रखर स्त्रोत उपलब्ध आहे... त्याच्या साहाय्याने मी सुरुवात तर करते...'' डॉ. अंजली तत्काळ उत्तरली.

''ठीक आहे अंजली... तू करशील यात प्रश्न नाही... इट्स रिअली हार्ड वर्किंग...'' डॉ. समीरनी मान्य करीत डॉ. अंजलीच्या कामाला महत्त्व दिलं होतं. अंजली सुखावत म्हणाली.

''असू द्या सर... मीही तुमच्याकडून खूप काही शिकत्येय.. अद्भुत गोष्टींचा शोध घेण्यासाठी कठोर परिश्रमांचीच आवश्यकता आहे... आणि ती मी करणार...''

डॉ. समीर यावर अंजलीकडे कौतुकाने पाहत खळखळून हसले. तिच्या कामालाच खरी तर ही पावती होती.

तेवढ्यात डॉ. समीरच्या टेबलावरचा फोन खणखणला. डॉ. समीरनी डोळ्यांनीच डॉ. अंजलीला बसण्याची खूण केली. दुसऱ्या हाताने रिसिव्हर उचलीत ते म्हणाले,

''हॅलोऽऽ''

पलीकडून कुठलाही प्रतिसाद नाही. निव्वळ शांतता.

''हॅलोऽऽ... डॉ. समीर हिअर!''

पलीकडून पुनश्च शांतता आणि फोन ठेवल्याचा आवाज.

डॉ. समीरनी कळत नसल्याचं सूचित करून खांदे उडवले. रिसिव्हर क्रेडिल डायलवर ठेवला व अंजलीकडे पाहत म्हणाले,

''सोऽऽ अंजली!.. उद्यापासून तू या प्रयोगाला सुरुवात कर...''

पुन्हा फोन खणखणला. बोलण्याचं थांबवीत डॉ. समीरनी पुनश्च फोन उचलीत कानाला लावला व म्हणाले,

''हॅलोऽऽ समीर हिअर.''

यावेळेस मात्र वाट न पाहताच पलीकडून फोन ठेवल्याचा आवाज आला. डॉ. समीरनी स्वतःशीच हसत अंजलीकडे पाहिलं. अंजली घड्याळाकडे पाहत बावरलेली दिसली. त्यांच्या चाणाक्ष नजरेनी तिचं हे क्षणिक बावरणं टिपलं होतं,

पण चेहऱ्यावर त्याचा अन्वयार्थ न दर्शविता त्यांनी तिला उद्याच्या प्रयोगाची डिटेल्स सांगायला सुरुवात केली.

पाच मिनिटं होत नाहीत, तोच पुन्हा फोन खणखणला.

यावेळी डॉ. समीरनी फोन तसाच वाजू दिला. स्वत: न उचलता त्यांनी डॉ. अंजलीला सांगितलं,

"अंजलीऽऽ... तू फोन घे..."

"काय... मी? नको नको सर... माझा नाहीये..." डॉ. अंजली क्षणार्धात उत्तरली. तिचं हृदय विनाकारण धडधडलं.

"मी कुठे म्हणतोय, तुझा आहे!... पण यावेळी तू उचल... कदाचित तुला प्रतिसाद मिळेल..." डॉ. समीर स्मित करीत म्हणाले. डॉ. अंजलीची थोडा वेळ घालमेल झाली. मनाचा निश्चय होत नव्हता. तिनं थरथरत्या हाताने फोन उचलला आणि कानाला लावला.

"हं... हं... हॅलोऽऽ... मी डॉ. अंजली बोलत्येय."

पलीकडूनही काही स्वर उमटले. आश्वासक असे. त्यामुळे डॉ. अंजलीचा चेहरा खुललेला दिसला, पण तिने चेहऱ्यावर कुठलेच हावभाव दर्शविले नाहीत व ती तशीच ऐकत राहिली, गंभीरपणे..

"हो.ऽ. हो.ऽ. ठीक आहे. होय... सर पण आहेत... चालेल... येते..." डॉ. अंजलीने घाईनेच डॉ. समीरच्या पुढ्यात असलेल्या क्रेडिल डायलवर फोन ठेवला. आत्तापर्यंतचा कोंडलेला श्वास बाहेर पडला. डॉ. समीरनी डोळ्यांच्या कोपऱ्यातून अंजलीकडे पाहिलं. तिचा गोंधळलेला व तेवढाच खुललेला चेहरा पाहून, ते गालातल्या गालात हसत म्हणाले,

"बघ, मी तुला सांगितलं ना?... तुझ्याशीच कुणाला तरी बोलायचंय.. कारण फोनच्या घंटीतही अधिरता होती... कुणाचा फोन होता अंजली?"

"अंऽऽ... अंऽऽ..." डॉ. अंजलीला काय बोलावं तेच सुचत नव्हतं. सरांना संशय तर आला नसेल ना, म्हणून तिची घालमेल होऊ लागली. ती उगाचंच कशाचा तरी आधार शोधू लागली.

डॉ. समीर जास्त ताणून न धरता म्हणाले,

"छान आहे अंजली!"

"क्... क्... काय सर?" डॉ. अंजलीचा गडबडलेला स्वर आला.

"निशिकांत..." निशिकांतचं नाव ऐकताच डॉ. अंजली पारंपरिक स्त्रीनं लाजावं तशी लाजली आणि क्षणभर त्यावर काय प्रतिक्रिया द्यावी म्हणून घुटमळत राहिली. डॉ. समीर तिची ही अवस्था पाहून पुढे म्हणाले, "अंजली, दुसऱ्यांदा फोन आला, तेव्हाच कळलं की तो निशिकांतचा फोन आहे. छान मुलगा आहे. स्मार्ट, डॅशिंग

अँण्ड अ ब्रेव्ह बॉय... त्याच्या डोळ्यांत तुझ्याविषयीचं प्रेम मी पाहिलंय... अ सुटेबल बॉय फॉर यू... गो अहेड... आज कुठे फिरायला जायचा विचार केला आहे की काय?''

आत्तापर्यंत मनात होणारी तगमग डॉ. समीरच्या बोलण्यानं बाहेर पडली. डोक्यावरचं ओझं काहीसं कमी झालं. हृदय संथपणे धावू लागलं. तरीही घोगरा आणि दबका आवाज डॉ. अंजलीच्या तोंडून बाहेर पडला.

''होय सर! पण सायंकाळी...'' डॉ. अंजली मान खाली घालीत म्हणाली.

''गो अॅण्ड एन्जॉय्...'' डॉ. समीर डोळे मिचकावीत हसत उत्तरले.

डॉ. अंजली टेबलावरचे सर्व आलेख व वनस्पती गोळा करून प्रयोगाच्या सेटअपकडे निघून गेली. आताही निशिकांतसोबतच, तिच्या डोक्यात डॉ. समीरनी सांगितलेला प्रयोगही घोळू लागला होता.

त्याचवेळेस संचालक ऑफिसमधला शिपाई बाजीराव आत आला आणि त्याच्या हातातील परिपत्रक डॉ. समीरच्या हाती देत तो म्हणाला,

''सर... पाबळकर साहेबांनी आपल्याला ताबडतोब बोलावलंय.''

निरोप व परिपत्रक देऊन बाजीराव निघून गेला. हातातील परिपत्रक वाचीत डॉ. समीर अंजलीला म्हणाले,

''अंजली...'' प्रयोगात गुंतलेल्या अंजलीने बाजीराव आल्याची दखल घेतली होती. त्यामुळे तीही येथे येऊन दाखल झाली होती.

''पाबळकर सरांनी तीन वाजता तातडीची मीटिंग बोलवलीये. आता पावणेतीन वाजताहेत, पण मला त्यांनी लागलीच बोलावलंय. तूही चल. बघुयात काय म्हणतात ते...'' डॉ. समीरनी सूचना केली.

''ओ.के. सर!.. तशी मी तयारच आहे. फक्त चालू असलेली उपकरणं बंद करून येते...'' डॉ. अंजली प्रयोगाच्या सेटअपकडे वळत म्हणाली.

डॉ. समीरनीही टेबलावर पडलेले वनस्पतींचे परिणाम एका बाजूला व्यवस्थित लावून ठेवले. परिपत्रक कार्यालयीन फाईलमध्ये स्टेपल केलं.

दोघेही प्रयोगशाळेतून बाहेर पडले.

व्हरांड्यातून डाव्या बाजूच्या जिन्यानं उतरून उजवीकडे असलेल्या संचालकांच्या केबिनमध्ये ते शिरले. दार आतल्या बाजूला हळूच लोटीत डॉ. समीर म्हणाले,

''मे आय् कम इन् सर?''

''येस्... कम इन्...''

डॉ. समीर व डॉ. अंजली दोघंही आत आले. दोघांकडे पाहत डॉ. पाबळकर म्हणाले,

''या डॉ. समीर... अंजली तूही ये...'' अर्धवट उभं राहत त्यांनी बसण्याचा

आग्रह केला.

दोघंही खुर्चीत बसताच डॉ. पाबळकर पुढे म्हणाले, ''कसे आहात डॉ. समीर..?''

''आय ॲम् फाईन्...''

डॉ. पाबळकर थोडे सावरून बसले व टेबलावर पडलेलं एक पत्रक उचलत म्हणाले,

''प्रथम तुमचं अभिनंदन डॉ. समीर... तुमचा प्रकल्प मंजूर झाला आहे. काही वेळापूर्वीच मला डी. एस. टी. कडून हे पत्र मिळालं आणि इ-मेलही कदाचित तुम्हालाही आला असेल. '' डॉ. पाबळकर पत्र दाखवीत व डॉ. समीरच्या हातात हात मिळवीत म्हणाले होते.

डॉ. समीर व डॉ. अंजलीने एकाच वेळी ते पत्र वाचलं व दोघांचेही चेहरे आनंदाने खुलले. डॉ. समीर आजच सकाळी त्या प्रकल्पाविषयी विचार करीत होते. प्रकल्प मंजूर होईल याबद्दल त्यांना खात्री होती; पण ती जशीच्या तशी, कुठलाही अडथळा न आणता मंजूर होईल याची शाश्वती नव्हती. म्हणूनच त्यांना काळजी होती. डॉ. अंजलीनेही अभिनंदन केलं होतं. डॉ. समीर समाधानानं म्हणाले,

''खरं तर मी सकाळीच या प्रकल्पाचा विचार करीत होतो... प्रयोग व चर्चेमुळे आज इ-मेल बघणं झालं नाही. आय् ॲम् हॅपी दॅट इट् इज् ॲक्सेप्टेड ॲज इट् इज्...''

डॉ. पाबळकर कौतुकभरल्या नजरेने पाहत म्हणाले,

''डॉ. समीर, धिस् इज् रियली अ प्रेस्टिजिअस्... संस्थेच्या इतिहासात प्रथमच कुणा व्यक्तिगत संशोधकाला संशोधनासाठी एवढी मोठी ग्रँट मंजूर झाली आहे. त्यामुळे निश्चितच उर्जितावस्था प्राप्त होईल. म्हणूनच मी तातडीची मीटिंग बोलावली आहे.'' घड्याळाकडे पाहत ते पुढे म्हणाले, ''तीन वाजलेच आहेत... बाकीचेही सहकारी आले असतील... बाजीरावऽऽ'' बाजीरावाला हाक मारताच, बाहेर बसलेला बाजीराव आत येत म्हणाला,

''काय सर?''

''आपल्या सेमिनार रूममध्ये मीटिंग चालू होताच चहा आण...''

''होय सर!'' बाजीराव संचालक केबीनमधून बाहेर पडला होता.

''चला डॉ. समीर... कदाचित सर्व वाट पाहत असतील...'' डॉ. पाबळकर उठत म्हणाले.

डॉ. समीर व डॉ. अंजली दोघेही उठले व त्यांच्यासोबतच बाहेर पडले.

२०

हळूहळू विविध प्रभागांचे प्रमुख संस्थेच्या कॉन्फरन्स रूममध्ये गोळा होऊ लागले. डॉ. मिहीर क्षीरसागर, डॉ. पाचपुते, डॉ. सिंग, डॉ. देशमुख, डॉ. नितीन घाटे आधीच स्थानापन्न झाले होते. नंतर सावकाश डॉ. शर्मा, डॉ. मिश्रा, डॉ. गणेश, डॉ. शैलजा कुलकर्णी, डॉ. राजशेखर इत्यादी येऊन बसले. मीटिंगचा अजेंडा दिलेला नसल्यामुळे प्रत्येकाच्या चेहऱ्यावर या तातडीच्या मीटिंगविषयी औत्सुक्य होतं. डॉ. शिरसाठ नेहमीची रडगाणी असतील म्हणून डॉ. शर्मांना सांगत होते. संचालक डॉ. पाबळकर, डॉ. समीरसोबत येताच सारेच गप्प झाले. डॉ. अंजलीही मागावून येऊन स्थानापन्न झाली. मिटिंग औपचारिकपणे सुरू होण्याआधी काहीजण आपापसात कुजबुजत होते. काही शैक्षणिक संशोधनाविषयी बोलत होते, तर काही राजकीय घडामोडींविषयी टिपणी करीत होते. यात डॉ. शिरसाठ आघाडीवर होते. मध्येच डॉ. शिरसाठांचं खळखळून हसणं इतरांच्या चेहऱ्यावरही हास्य फुलवून गेलं. डॉ. पाबळकर सर्वांवरुन नजर फिरवीत शांतपणे म्हणाले,

"डिअर फॅकल्टी मेंबर्स. आज तातडीची मीटिंग बोलावण्याचं कारण म्हणजे, आपले उपसंचालक डॉ. समीर यांनी काही दिवसांपूर्वी डी. एस. टी. ला एक संशोधन प्रकल्प सादर केला होता. त्याची प्रतिक्रिया आज आलेली आहे. म्हणूनच ही मीटिंग बोलावलीये. त्यांचा हा प्रकल्प 'महाप्रकल्प' म्हणावा लागेल... आणि तो मंजूरही झालेला आहे. साधारण दहा कोटींचा हा संशोधन प्रकल्प असल्याने, त्यात आधुनिक उपकरणे घेण्यासाठीही मोठ्या प्रमाणात मुभा दिलेली आहे; तर आपण सर्वांनी त्यांचं अभिनंदन करूयात..."

संचालक डॉ. पाबळकरांनी अभिनंदन केल्यानंतर, इतरांनीही डॉ. समीरवर अभिनंदनाचा वर्षाव केला, तसेच डॉ. अंजली त्यांची साहाय्यक असल्याने, तिचंही अभिनंदन करीत होते. सगळ्यांच्या चेहऱ्यावर कमालीचा उत्साह पसरला होता. प्रत्येकातील चैतन्य पाहून डॉ. समीर काहीसे गोंधळले. त्यांच्यालेखी दहा कोटी

सद्य:स्थितीत मिळवणे फार मोठी गोष्ट नव्हती. तसा त्यांचा हेतू, कल्पना वेगळ्या होत्या. दहा कोटी ही फक्त सुरुवात होती; पण ही शास्त्रज्ञ मंडळी डॉ. समीरना नोबेल पुरस्कार मिळाल्यासारखी वागत होती. म्हणूनच त्यांची स्थिती गोंधळल्यासारखी नव्हती. यावर कुठलीही प्रतिक्रिया न देता ते नुसतेच विचार करीत होते.

पुनश्च डॉ. पाबळकरांच्या आवाजाने डॉ. समीर भानावर आले. डॉ. पाबळकर पुढे बोलू लागले,

''डॉ. समीरनी उपसंचालक पदाची सूत्रे हाती घेऊन काही महिनेच झालेले आहेत. एवढ्या कमी कालावधीत त्यांनी हा मोठा संशोधनप्रकल्प संस्थेत आणला, हे माझ्या दृष्टीने महत्त्वाचं आहे. मला वाटतं संस्थेच्या नजीकच्या इतिहासातील ही एक मोठी घटना म्हणायला हवी व त्याचवेळी स्वतंत्रपणे एवढी मोठी रक्कम आणणारे डॉ. समीरही पहिलेच म्हणायला हवेत. म्हणूनच संस्थेच्या प्रथेप्रमाणे विविध विभागांना त्यांच्या गरजेनुसार विभागणी करून अर्थसाहाय्य देता येईल. ऑफकोर्स मॅक्सिमम् जंक विल रिमेन् वुईथ डॉ. समीर... मी प्रत्येक शास्त्रज्ञाला विनंती करतो की, त्यांनी आपापले प्रपोजल सादर करावेत... निवडीसाठी एक कमिटी नेमली जाईल आणि त्याचे अध्यक्ष स्वत: डॉ. समीरच असतील.''

डॉ. समीर पाबळकरांची शेवटची काही वाक्यं ऐकून सुन्न झाले. प्रथम ते काय बोलले त्याचं आकलन झालं नव्हतं; पण थोडा वेळ विचार केल्यानंतर त्यांच्या तत्काळ लक्षात आलं. हे सर्वच त्यांना अनपेक्षित होतं. डॉ. समीर उत्तेजित होत म्हणाले,

''सर! प्रथा? कुठली प्रथा? मला समजत नाहीये...''

डॉ. पाबळकर दीर्घ श्वास सोडत डॉ. समीरकडे पाहत म्हणाले,

''डॉ. समीर, ही प्रथा इथे आधीपासूनच आहे. निश्चित कालावधीची माहिती मला सांगता येणार नाही; पण ती प्रथा आजपर्यंत चालतच आलेली आहे. कुणाचाही प्रकल्प आला, तर त्यातील जी काही आर्थिक तरतूद आहे, त्याची आपापसात विभागणी करून संशोधनाला वेग यावा...''

डॉ. समीर मधेच बोलले,

''पण, एखाद्याची स्कीम वाटून घेण्यानं नेमकं काय साध्य होणार आहे? यामागचा नेमका हेतू काय आहे?''

''कदाचित समपातळीवर संशोधनाला चालना मिळावी हा हेतू असावा व नवीन तरुण शास्त्रज्ञांनाही त्या निमित्ताने संशोधनास गती मिळावी...'' डॉ. पाबळकर पुन्हा विश्लेषण देत म्हणाले होते.

डॉ. देशमुख खुर्चीतल्या खुर्चीत सावरीत पुढे म्हणाले,

''जेणेकरून त्या त्या विभागाचीही प्रगती साध्य करता येईल आणि विशेष

म्हणजे संशोधनात समतोलता येऊ शकेल...''

डॉ. समीर क्षणभर स्तब्ध झाले. सर्वांवरून एकवार त्यांनी नजर फिरवली. त्यांच्या उत्तराची प्रत्येक जण वाट पाहत होता. डॉ. समीर ठामपणे पुन्हा म्हणाले,

''नोऽऽ... ॲब्स्युल्युटली नॉट... मला वाटतं या प्रथेनं समपातळीवर संशोधनाला मुळीच चालना मिळणार नाही; की प्रभागांचा विकासही होणार नाही. कुठलीही स्ट्रिम विकसित होणार नाही... मी याच्याशी सहमत नाही... धिस इज् टोटली अन्फेअर टू ऑल अॅजवेल अॅज् टू माय् प्रोजेक्ट... सर, डी. एस. टी.ने मला दहा कोटी मंजूर केलेत, याचाच अर्थ त्यांना या प्रकल्पामधून मोठ्या परिणामांची अपेक्षा आहे. त्यासाठी त्यांनी विशिष्ट उपकरणांसाठी निधी उपलब्ध करून दिलेला आहे... स्टाफ, कण्टिन्जन्सी (Contingency), कझ्युमेबल (Consumable) ओव्हरहेड्स (Overheads) इत्यादी आर्थिक तरतुदी ठरावीक हेतूने दिलेल्या आहेत. जर ही रक्कम आपापसात वाटून घेतली, तर त्या प्रकल्पाचा हेतू कसा साध्य करायचा? परिणाम कसे मिळवायचे? हाऊ वील यू कन्व्हिन्स टू दी कमिटी?'' डॉ. समीर कळकळीनं समजावून सांगत होते. या विचित्र प्रथेनं ते चक्रावून गेले.

डॉ. पाबळकर मूकपणे तोंडाचा चंबू करून, चश्म्याच्या वरच्या गॅपमधून डॉ. समीरकडे शांतपणे पाहत होते.

थोडा वेळ वातावरणात कमालीची शांतता होती. डॉ. शिरसाठ उठले व शेजारचीच खिडकी उघडून तोंडात चघळत असलेल्या पानाचा तोबरा त्यांनी बाहेर फेकला व पुन्हा आसनस्थ होत म्हणाले,

''त्याचं काय आहे डॉ. समीर, तुम्ही तसे नवीन आहात म्हणून सांगतो... प्रकल्पाच्या परिणामांची तुम्ही कशाला चिंता करता? ते कसे मिळवायचेत हे प्रत्येकालाच ठाऊक आहे... नाहीतरी भारतात मोठ्या प्रकल्पाची काय वाताहात होते हेही माहीतच आहे आणि तुमच्यासारख्या जगत्मान्य व अनुभवी शास्त्रज्ञाला तर हे वेगळं मुळीच सांगायला नको. जर तुम्हाला खूपच अवघड वाटत असेल, तर नुसते परिणामच तयार करून देणार नाही, तर आम्ही फाइनल रिपोर्टचीही व्यवस्था करू... काय?'' शेजारी बसलेल्या डॉ. देशमुखांकडे पाहत व हसत ते पुढे म्हणाले, ''कुणीतरी म्हटलेलंच आहे की, 'एव्हरीथिंग इज् फेअर इन् लव्ह अँण्ड वॉर...' अगदी तसंच 'एव्हरीथिंग शुड अल्सो बी फेअर इन् रिसर्च...' तुम्ही म्हटल्यानुसार यात अनफेअर असं काहीच नाहीये... इट्स युज्वल प्रॅक्टिस...'' डॉ. शिरसाठ, डॉ. पाचपुत्यांकडे पाहत ख्वाव् ख्वाव् करीत हसत म्हणाले होते. इतर काही जणांनी त्यांच्या या कोटीला हसून प्रतिसाद दिला, तर काही जण अंतर्मुख झाले होते. शेवटची इंग्रजीची काही वाक्य बोलतानाही डॉ. शिरसाठ बऱ्याच वेळा अडखळले होते.

डॉ. समीर, डॉ. शिरसाठांच्या बोलण्याने आश्चर्यचकित झाले. एका ज्येष्ठ शास्त्रज्ञाची अशी मतं पाहून ते कमालीचे नाराज झाले. डॉ. पाबळकरांचाही चेहरा नापसंती व्यक्त करीत होता; पण डॉ. शिरसाठांना त्याचं काहीच वाटत नव्हतं. आपण खूप मोठी फिलॉसॉफी सांगितली, अशा आविर्भावात ते इतरांकडे पाहत होते. डॉ. समीरना यावर काय बोलावं तेच कळत नव्हतं. त्यांना डॉ. शिरसाठांचा रागही येत होता आणि त्यांच्या विचारांची कीवही वाटत होती.

आत्तापर्यंत शांत बसलेली व डॉ. समीरची बाजू मनापासून ऐकत असलेली डॉ. अंजली उसळत म्हणाली,

"डॉ. शिरसाठ, त्या इतिहासातील वाक्याची संशोधनाशी अशी सांगड घालून कचरा तरी करू नका. माहीत नसेल तर सांगते, संशोधन फेअर-अन्फेअर न बघता सिद्धता पाहते. पुनरावृत्ती पाहते... आणि डॉ. शिरसाठ, तुम्ही या प्रकल्पाच्या फायनल रिपोर्टला परिणाम कसे तयार करून देऊ शकता?... प्रकल्प कुठल्या विषयावर आहे हे सुद्धा तुम्हाला माहीत नाही... मग असं असताना तुम्ही कुठल्या व कुणाच्या आधारावर परिणाम देण्याची भाषा करीत आहात. जर तुमच्या प्रकल्पांची अशी परिस्थिती असेल, तर खरोखरच दुर्दैव म्हणायला हवं..." डॉ. अंजली रागानं बोलत होत्या. त्यांच्या शांत चेहऱ्यावर चिडल्याचे हावभाव जाणवत होते.

डॉ. समीर प्रथमच डॉ. अंजलीला एवढं चिडताना, रागावताना पाहत होते. त्यांनी डोळ्यांनीच तिला शांत होण्याचा इशारा केला. यावेळी डॉ. शिरसाठांची पाठराखण करीत डॉ. पाचपुते उत्तरले,

"अहो मॅडम!... तुम्हीही नवीनच आहात म्हणून सांगतो... प्रकल्प काही तुमचाच मंजूर झालेला नाही... मागच्या वर्षी माझीही पाच लाखांची स्कीम मंजूर झाली होती. त्याचा विनियोग आम्ही सर्वांनीच केला... तिथे मला काहीच अडचण आली नाही..." डॉ. पाचपुते सर्वांकडे पाहत फुशारकी मारीत म्हणाले.

"सी डॉ. पाचपुते... युवर केस कॅन नॉट बी कंपेअर्ड विथ् डॉ. समीर, यू नो..?" डॉ. अंजली पुन्हा उसळत म्हणाली.

"आय डोंट नो हिज केस. आय नेव्हर युटिलाइज्ड डॉ. पाचपुतेज् फंड्स..." डॉ. गणेश तत्काळ उत्तरले.

"तुम्हाला कळायला तुम्ही इथे पाहिजे ना डॉ. गणेश. यू वेअर नॉट हिअर. परदेशात होतात... नाही तरी तुम्ही वर्षातून दहा महिने तिकडेच असता... इथे राहून रिसर्च करावं लागेल तेव्हा तुम्हाला कळेल... नुसतं बोलणं सोपं आहे... आय् डोंन्ट नो हिज् केस म्हणे..." डॉ. शिरसाठ आठवण करून देत छद्मीपणे म्हणाले होते.

डॉ. समीर, अजून कुणी मधेच आपलं मत व्यक्त करण्याआधी डॉ. पाबळकरांकडे पाहत म्हणाले,

"एक्सक्यूज् मी सर!... मी जे काही सांगणार आहे, ती फक्त माझीच मतं आहेत. तोपर्यंतच त्यांना सीमित ठेवा. इथे मला व्यक्तिशः कुणालाही दोष द्यायचा नाहीये. माझ्या सहकाऱ्यांनी ही बाब समजून घ्यावी हीच इच्छा. सर, जर का ही प्रथा आत्तापर्यंत चालत आली असेल, तर ती तुमच्या अधिकाराखाली थांबवा. ही प्रथा अशीच चालू ठेवली, तर मला वाटतं, तुमच्या मनात असलेली संस्थेची प्रगती पुढील शतकातही होणे शक्य नाही. तुमचं स्वप्न सैद्धांतिकदृष्ट्या कागदावरच राहिले... तर यामुळे आळशी प्रवृत्ती वाढेल. पैशाचा येणारा ओघ थांबेल. आपल्याकडे आरामात, आयता पैसा येतो म्हणून झगडण्याची प्रवृत्ती थांबेल. जो मनापासून मेहनत घेतोय त्याच्या पदरी निराशा येईल... जे काही करण्याची ज्याची प्रबळ इच्छा असेल, ती कमी होऊन तोही नुसताच बसून राहिल... पैशांची वाट बघत... कुणीतरी दिलेल्या पैशावर जगण्याची मनोवृत्ती वाढेल. यानं निश्चितच प्रगती होणार नाही. याउलट प्रत्येकाने जास्तीत जास्त फंड्स, प्रकल्प संस्थेत आणण्याची जिद्द निर्माण व्हायला हवी... त्यात चढाओढ, स्पर्धा निर्माण झाली पाहिजे." डॉ. समीर क्षणभर थांबले व डॉ. पाचपुत्यांकडे पाहत पुढे म्हणाले, "डॉ. पाचपुत्यांनी मेहनतीनं स्किम लिहून पाच लाख मिळवले होते, तर त्यावर त्यांचा अधिकार होता. तो फंड त्यांनीच वापरायला हवा होता. जर का ते पैसे या प्रथेप्रमाणे वाटले गेले नसते, तर आज २५-५० लाख मिळवण्याची जिद्द डॉ. पाचपुत्यांमध्ये निश्चितच असती... आणि आय् ॲम शुअर, आजही ती त्यांच्यात निश्चितच आहे. माझे सगळेच सहकारी त्या त्या क्षेत्रात मोठे आहेत... शेवटी मीही तुमच्यातलाच एक आहे. सर, शेवटी हे माझे स्वतःचे विचार झाले; पण माझ्यापेक्षा संस्था मोठी असल्याने, आपण जो निर्णय घ्याल तो मला मान्य आहे..." डॉ. समीरनी शांतपणे बोलताना संस्थेच्या प्रती व डॉ. पाबळकरांविषयी आदरही व्यक्त केला होता.

डॉ. समीरच्या बोलण्यानं सारेच दिङ्मूढ झाले. डॉ. अंजलीनं, डॉ. समीरचं अजून हे एक वेगळंच रूप पाहिलं होतं. किती सोप्या भाषेत त्यांनी स्पष्टीकरण दिलं होतं. कुणाचाही स्वाभिमान न दुखवता त्यांनी मनाला स्पर्श, केला होता. त्यांनी सगळ्यांनाच विचार करायला भाग पाडलं होतं.

आत्तापर्यंत शांत बसलेले डॉ. सिंग विचाराअंती म्हणाले,

"सर, मला वाटतं आपण सर्वांनीच डॉ. समीरनी सांगितलेल्या गोष्टीचा अंतर्मुख होऊन विचार करायला हवा... त्यांच्या मतांचा व विचारांचा आदर करायला हवा. त्यांच्या मताला एक भविष्यकालीन दृष्टी आहे. प्रिन्सिपली आय् ॲम् ॲग्री विथ हिम..."

क्षणाचाही विलंब न करता डॉ. गणेश, डॉ. पाबळकरांकडे पाहत अनुमोदनात्मकपणे बोलले,

"मीसुद्धा सहमत आहे सर!... कारण डॉ. समीरचा हाच एकमेव दृष्टिकोन संस्थेला विशिष्ट पातळीवर नेऊ शकतो..."

"सर, मलाही वाटतं, ही वेळ गंभीरपणे विचार व निर्णय घेण्याची आहे..." डॉ. शर्मा सहमती दर्शवीत उत्तरले.

डॉ. मिश्रांनीही होकारार्थी मान हलवली होती. डॉ. समीरच्या दृष्टिकोनाने ते प्रभावित झालेले दिसत होते.

सगळेच यावर अंतर्मुख होऊन विचार करू लागले. डॉ. समीरशी तसं कुणाचंच वैर नव्हतं; उलटपक्षी प्रत्येकाच्याच मनात त्यांच्याविषयी आदर होता. निरपेक्ष, नि:पक्षपाती व संस्थेच्या तळमळीनं त्यांच्याबद्दलचा आदर द्विगुणितच झाला होता. त्यांचे विचार व व्यापक दृष्टिकोन पाहून, डॉ. पाचपुत्यांना स्वत:चीच लाज वाटू लागली. आपण असं बालिशपणे बोलायला नको होतं, म्हणून त्यांना पश्चात्ताप होऊ लागला. डॉ. शिरसाठही शांत झाले होते. त्यांनाही मनातून कुठेतरी खंत वाटत होती. डॉ. देशमुख सर्वांकडे कटाक्ष टाकीत म्हणाले,

"सर, मला वाटतं विरोधाला विरोध म्हणून डॉ. समीरना विरोध करण्यात काही अर्थ नाही. अतिशय मोठ्या मनानं त्यांनी तुम्ही जो निर्णय घ्याल तो मान्य करण्याची अनुमती दिलेली आहे. त्यामुळे त्यांच्याविषयीचा आदर आमच्याही मनात द्विगुणित झाला आहे. सर, म्हणून जो निर्णय आपण घ्याल तो अंतिमत: आम्हालाही मान्य असेल."

डॉ. देशमुखांसारखा ज्येष्ठ शास्त्रज्ञही कळकळीने बोलला होता. आपली ज्येष्ठता बाजूला ठेवून त्यांनी डॉ. समीरचं कौतुक करीत, त्यांच्याबद्दल आदर दाखवला होता.

आता मात्र डॉ. समीर प्रत्येकाच्याच वागण्यानं आश्चर्यचकित झाले. काही मतमतांतरं असली, तरी प्रत्येकाच्याच मनातील त्यांच्याविषयीचा आदर जाणवत होता. अनपेक्षितपणे त्यांच्या ज्येष्ठ व कनिष्ठ सहकाऱ्यांचे सहकार्य त्यांना लाभत होते.

डॉ. पाबळकरांनी अतिशय शांतपणे प्रत्येकाची मतं ऐकली. कुणालाही त्यांनी आडकाठी केली नव्हती. दीर्घ श्वास सोडत अवघडलेली आपली नजर त्यांनी सर्वांवरून भिरभिरवली आणि स्मित करीत ते म्हणाले,

"खरं तर या क्षणी मी मुद्दामच स्तब्ध राहिलो. प्रत्येकाने अंतर्मुख होऊन विचार करावा अशीच माझीही अपेक्षा होती. मी स्वतःही या प्रथेविरुद्ध होतो; पण प्रमुख या नात्यानं मला प्रत्येकाच्या मनाचा ठाव घेता आला नाही. तो मात्र डॉ. समीरनी घेतला. डॉ. समीर हे हुशार आणि तेवढेच धडाडीचे शास्त्रज्ञ आहेत... आय् हॅव पर्सनल फेथ् इन हिम... नो डाऊट... म्हणून मलाही त्यांचा उघडपणे पुरस्कार करणे

शक्य झाले नाही. आपणा सर्वांचा जो निर्णय आहे तोच माझाही आहे. यानंतर मी निश्चितपणे अपेक्षा करतो की, मरगळलेल्या या संस्थेत डॉ. समीरच्या ओघाने चैतन्य निर्माण होईल.''

डॉ. समीर थोडा विचार करीत म्हणाले,

''माझ्या भूमिकेला पाठिंबा दिल्याबद्दल मी खरोखरच आपला ऋणी आहे. संस्थेच्या उत्कर्षासाठी हे फार महत्त्वाचं आहे. या प्रकल्पाची तशी मदत सर्वांनाच होणार आहे... यातून विकसित अथवा निर्माण होणारी आधुनिक उपकरणे संस्थेतील सर्वच शास्त्रज्ञांना वापरता येऊ शकतील. तसेच कुणालाही या प्रकल्पामधील कण्टिन्जन्सि, कंझ्युमेबल, ओव्हरहेड या ग्रँट त्यांच्या संशोधनासाठी वापरता येऊ शकतील... कुठल्याही प्रकारची मदत मी संशोधनासाठी करायला तयार आहे... इट् इज् ओपन फॉर ऑल...'' डॉ. समीर हसतमुखाने म्हणाले.

सर्वजण त्यांच्या शेवटच्या निवेदनाने भारावले. प्रकल्पातील ठरावीक अर्थशीर्षकांचा पैसा इतर संशोधनासाठी त्यांनी खुला केला होता. संस्थेसाठी ही फार मोठी बाब होती. प्रकल्पाचा मूळ हेतू ठेवून त्यांनी हे साध्य केलं होतं. छोट्या-मोठ्या इतर संशोधनासाठी हा प्रकल्प इतरांना निश्चितच उपयुक्त ठरणार होता. डॉ. पाबळकरही, शेवटच्या बोलण्याने आनंदित झाले. या निमित्ताने एक नवी प्रथा रूढ होणार होती आणि संस्थेच्या प्रगतीसाठी ती फार महत्त्वाची आहे, हे एव्हाना प्रत्येक शास्त्रज्ञाच्या लक्षात आलं होतं.

याचवेळी गुमान व बाजीरावनं चहा आणून दिला. सर्वजण एका वेगळ्याच समाधानाचा अनुभव घेत होते. चर्चाही घडत होती; मात्र यावेळी विषय फक्त संशोधनाचा होता. डॉ. समीरच्या दृष्टिकोनाचा प्रत्ययही प्रत्येकालाच आला होता. संस्थेचा प्रवास आता वेगळ्याच दिशेने सुरू झाला होता.

डॉ. समीरचं सर्वांनी पुनश्च अभिनंदन करून आणि स्वतःच्या मनात वेगळी जिद्द, ऊर्जा घेऊन प्रत्येक जण कॉन्फरन्स रूमबाहेर पडला.

डॉ. अंजलीनेही घड्याळाकडे पाहिलं. पाच वाजले होते. आज प्रथमच निशिकांत घरी येणार होता. वेळेवर गेलं पाहिजे म्हणून तिची घालमेल सुरू झाली. डॉ. समीरच्या लक्षात येताच ते म्हणाले,

''अंजली तू जा!... निशिकांत वाट पाहत असेल... मी अजून काही वेळ प्रयोगशाळेतच थांबणार आहे. यू गो अँड एन्जॉय दी फस्ट मीट...''

डॉ. अंजली पुन्हा लाजली आणि अजिजीने म्हणाली,

''थँक् यू सर! थँक् यू व्हेरी मच्...''

''इट्स माय प्लेजर... गो अहेड...!'' डॉ. समीर हसत उत्तरले होते.

डॉ. अंजली पाठमोरी वळताच, डॉ. समीर क्षणभर तिच्या पाठमोऱ्या आकृतीकडे

पाहत राहिले. आपल्या प्रियकराला असंख्य स्वप्नं मनात घेऊन भेटायला जाणारी एक प्रेयसी ते पाहत होते. यावेळी त्यांच्या डोळ्यांपुढे डॉ. इलांचा चेहरा तरळून गेला. क्षणभर पाठमोऱ्या जाणाऱ्या डॉ. अंजलीच्या ठिकाणी डॉ. इलांची छबीच हसतमुखाने येतानाचा त्यांना भास झाला. ते भानावर आले तेव्हा तेथे कुणीच नव्हतं. आजकाल डोळे बंद असताना डॉ. इलांची छबी तरळून जाऊ लागली होती. डॉ. समीर स्वतःशीच हसले आणि प्रयोगशाळेकडे वळले. मीटिंगची चर्चा, सकाळचा संशोधनाचा प्रश्न व प्रकल्प असे विषय आताशा त्यांच्या मनात घोळू लागले होते.

२१

निशिकांतनं घड्याळाकडे पाहिलं आणि त्याच्या तोंडून शब्द बाहेर पडले.

"अरेऽ बापरे!... पाच वाजलेत."

पहिल्याच भेटीची अशी सुरुवात नको म्हणून त्यानं आवराआवरी करायला सुरुवात केली. ऑफिसमधला बऱ्याच कामाचा बोजा त्यानं आज आवरला... आणि काही गोष्टी समजावूनही घेतल्या होत्या. सोनवणे मीटिंगच्या निमित्ताने तालुक्याला गेले होते. म्हणूनच त्यांच्या गैरहजेरीत सर्वच जबाबदारी निशिकांतवर येऊन पडत असे. सोनवणे असले की तो निवांत असायचा. कुठलंही दडपण नसायचं. त्यांच्या हाताखाली काम करताना मजा येत असे. तो खुर्ची थोडी मागे सरकवीत उठला व त्याने जाधवांना हाक मारली.

"काका!"

नटवरसिंग सोनवण्यांसोबत तालुक्याला गेल्यानं त्याच्यावाटचं ऑफिसमधील काम जाधवच पाहत असत. शिवाय सोनवण्यांच्या पत्नी व मुलगा आल्यापासून त्यांच्या जेवणाचा बोजाही कमी झाला होता. निशिकांतसाठी मात्र जाधवकाका अजूनही सर्व काही करीत असत. सगळ्यांच्या घरातील कामे स्वत: जाधव जातीने करीत असत. सोनवण्यांच्या मुलाला जाधवांचा चांगलाच लळा लागला होता. निशिकांतचा आवाज येताच, ऑफिसच्या पडवीत बसलेले जाधव लगबगीने आले आणि म्हणाले,

"बोला! साहेब."

"हे बघा काका.. पुन्हा साहेब म्हणालात. अहो, तुम्ही फक्त निशिकांत म्हणा. बस! आमच्या वडिलांच्या स्थानी आहात तुम्ही. साहेब काय म्हणताय?" निशिकांतनं नाराजी व्यक्त केली. जाधवांनी निशिकांतकडे क्षणभर प्रेमभरल्या नजरेनी पाहिलं...आणि स्वतःशीच हसत म्हणाले,

"ठीक आहे... चुकलं. पुन्हा असं बोलणार नाही. बोला काय?"

या गडबडीत जाधवांना काय सांगावं हे निशिकांतला सुचलं नाही. आपण कुठे चाललोय हे काकांना सांगावं की नाही अशी द्विधा मन:स्थिती निशिकांतची झाली. कारण ही प्रेमाची बाब अजून तशी कुणालाच ठाऊक नव्हती. उघडपणे तरी नाही. क्षणभर तो विचारात पडलेला दिसला. त्यानं जाधवांकडे आशाळभूतपणे पाहिलं. जाधव उत्तराच्या अपेक्षेने अजूनही त्याच्याकडेच पाहत होते. निशिकांत उत्तरला,

''अंऽऽ... तसं काही नाही. मी आज थोडं लवकर साईटवर जातोय. भटकून येतोय म्हणतोय. सहा वाजले की तुम्ही ऑफिस बंद करा; शिवाय रात्री थोडा उशीर झाला तरी काळजी करू नका.''

''पण असं रात्रीचा कशाला जातोस? गरजेचं आहे का? उद्या सकाळी गेलं तर नाही का चालणार?'' जाधवांनी सल्ला दिला. निशिकांत पुन्हा काय सांगावं या गोंधळात पडलेला दिसला व म्हणाला,

''नाही काका!... आज जाणं गरजेचे आहे. कारण माझी एक महत्त्वाची भेट आहे.''

''ठीक आहे; पण जपून जा. फारसं अंधारात एकट्यानं भटकू नकोस.'' जाधवांचा काळजीचा व तेवढाच अनुभवाचा स्वर आला.

''म्हणून मी म्हणतो काका, तुम्ही काळजी करू नका. उशीर झाला तरी साहेबांना मात्र सांगू नका.'' आपले स्वतःचे कपडे नीटनेटके करीत निशिकांत म्हणाला होता.

''बरं!... पण जाताना फक्त वहिनीसाहेबांना सांगून जा. नाहीतर त्याही काळजी करीत राहतात.'' जाधवांनी सांगितलं.

निशिकांतनं जाधवांकडे पाहिलं. त्याचं मन गहिवरलं. जाधवांसारख्या पापभिरू माणसाचं या जगात कुणीच उरलं नव्हतं. त्यानं एक प्रदीर्घ श्वास सोडला आणि म्हणाला,

''जरूर सांगीन... खरं तर कुठेही जाताना वहिनीसाहेबांना मी सांगूनच जातोय.''

निशिकांतचं म्हणणं खरंच होतं. या काही दिवसांत वहिनीसाहेबांशी त्याचं नातं घट्ट निर्माण झालं होतं. आपल्याच सख्ख्या वाहिनीसारखं! किंबहुना त्याहीपेक्षा जरा जास्तच. हक्कानं त्यांच्याकडून आपण काहीही मागून घेतो. त्याही दिराच्या नात्यानं लाड करतात, थट्टा करतात. आपणही सुख-दुःखाच्या प्रत्येक गोष्टी त्यांच्याशी शेअर करतो...त्यामुळे प्रसंगी त्या सल्ला देतात. रागावतात. कुणी हक्कानं असं वागलं तर किती बरं वाटतं. आज प्रथमच आपण डॉ. अंजलीला भेटायला जाणार आहोत हे वहिनीसाहेबांपासून लपवणार आहोत, याचं निशिकांतला वाईट वाटत होतं, पण प्रेमाच्या गोष्टीत अशी घाई करून चालणार नाही म्हणून त्यानं मन खंबीर केलं.

विचारात आपण तसेच उभे आहोत, याची निशिकांतला जाणीव झाली. त्यानं पुन्हा जाधवांकडे पाहिलं. जाधव त्याच्या मनाचा ठाव घेत असल्याचा भास त्याला झाला. तो ओशाळला आणि दाराबाहेर पडला.

जाधवकाका क्षणभर निशिकांतच्या पाठमोऱ्या आकृतीकडे पाहत राहिले. ते स्वतःशीच हसले आणि नेहमीप्रमाणे खांद्यावर लाल रुमाल टाकला व ऑफिसच्या खिडक्या बंद करायला वळले. निशिकांत ऑफिसच्याच मागे काही अंतरावर असलेल्या सोनवणेसाहेबांच्या बंगल्याला वळसा घालून झपाझपा चालू लागला. त्या बाजूलाच त्याचंही क्वार्टर होते. पुन्हा एकवार त्यानं घड्याळाकडे पाहिलं. उशीर होतोय याची जाणीव त्याला झाली. दारावरची बेल दाबताच वहिनीसाहेबांचा आतून आवाज आला.

"होऽऽ... आले."

दुडू दुडू पावलांचाही आवाज सोबतच आला. किरण काकाऽऽ काकाऽऽ करीत दारावर येऊन धडकला होता. वहिनीसाहेबांनी दार उघडलं.

"ओऽऽ भाऊजी! या ना आत. बसा! "

"वहिनीसाहेब क्षमा असावी. मी थोडं बाहेर चाललोय्. एका साईटवर."

"साईटवर?..आणि तेही आत्ता?... यावेळी?" वहिनीसाहेबांनी रास्त शंका विचारली.

निशिकांत गोंधळला..पण पुन्हा हिरिरीने म्हणाला,

"अऽ अऽ हो साईटच. महत्त्वाची."

एव्हाना निशिकांत काहीतरी लपवतोय असं वहिनीसाहेबांच्या लक्षात आलं. मनातल्या मनात हसतच त्यांनी फिरकी घेण्याचं ठरवलं.

"अहोऽ भाऊजी हल्ली हा किरण म्हणजे नकोसं करून टाकतोय बघा. काम म्हणून काही होतच नाही. त्यालाही घेऊन जा आणि साईटवरुन फिरवून आणा ना!"

फिरण्याचं नाव निघताच, किरणनं निशिकांतला जवळजवळ पकडलंच.

"काकाऽऽ... काकाऽऽ... चला फिलायला जाऊ. मी पण येतो. आई काकांबलोबल मीही फिलायला जातो. छाईटवर!" किरण बोबड्या बोलात खुशीत येऊन बोलत होता.

निशिकांत वहिनींच्या अचानक टाकलेल्या मोडत्यानं पुरता गोंधळला. एक गोष्ट लपविण्यासाठीची त्याची कसरत पाहून, त्याचं त्यालाच आश्चर्य वाटलं. कुठलीही गोष्ट खुलेआम करण्यापेक्षा ती लपवणं सगळ्यात अवघड काम असं एक मानसशास्त्र त्याला आठवून गेलं. तो अडखळत म्हणाला.

"अंऽ... अंऽ... वहिनी, त्याचं काय आहे?" बोलताना त्यानं हळूच डोळ्याच्या कोपऱ्यातून घड्याळाकडे पाहिलं. वहिनीसाहेबांच्या चाणाक्ष नजरेनं ते हेरलं. घड्याळाचा

लहान काटा पाच व सहामध्ये लोंबकळताना दिसताच, तो ओरडला.

"अरे बापरे ऽऽ!"

"काय, काय झालं भाऊजी?" वहिनीसाहेब हसतच उत्तरल्या. एव्हाना निशिकांतच्या मनाचा ठाव त्यांनी कधीच घेतला होता. एक प्रेम उमलतांना त्यांना दिसत होतं.

"काही नाही वहिनी... म्हटलं एवढ्या रात्री किरणला साईटवर नको. अंधार, त्यात हिंस्त्र प्राणी. मला वाटतं नकोच. वाटल्यास मी त्याला उद्या नेईन. प्रॉमिस." किरणला उचलत निशिकांत पुढे म्हणाला, "बरं का बेटा किरण, आपण उद्या जाऊ. आत्ता मी ऑफिसच्या कामासाठी जातो आहे."

"नाहीऽऽ... मी पण येतो. आईऽऽ काकाबलोबल जातो."... असं म्हणत किरणनं ओरडायला सुरुवात केली होती.

किरणच्या या पवित्र्यानं, निशिकांतची परिस्थिती आणखीनच वाईट झाली. घड्याळाचा काटा वेगाने पुढे सरकतोय याचा भास त्याला झाला. प्रेमाचा काटाही असाच वेगाने नको निघायला म्हणून त्यानं मनोमन प्रार्थना केली.

निशिकांतची घालमेल वहिनीसाहेबांच्या लक्षात आली. त्यांनी जास्त न ताणता, किरणला कडेवर घेतले व हसतच उद्‌गारल्या,

"किरण!.. काका तुला उद्या नेतील बेटा. आज काकांना त्यांच्या मोहिमेवर जाऊ दे. भाऊजी निघा तुम्ही; पण जरा जपून. रात्रीचे हिंस्त्र प्राण्यांसोबतच, चांगले दिसणारे लोकही फारसे बरोबर नाहीत."

निशिकांतनं कोंडून ठेवलेला श्वास सोडला. ओझं कमी झाल्यासारखं दिसलं.

"हुश्श ऽऽ! वहिनी. त्याची मुळीच काळजी करू नका. उशीर झाला तरी साहेबांना मात्र सांगू नका. नाहीतर एवढ्या रात्रीचं साईटवर जाण्याची काय गरज होती म्हणून ते बोलतील."

"ठीक आहे, नाही सांगणार!" वहिनीसाहेब मिश्कीलपणे हसत म्हणाल्या.

किरणने मात्र निशिकांतचा पिच्छाच पुरविला होता.

"थँक यू वहिनी. येतोय मी."

आवेगाने निशिकांतने किरणचा गालगुच्चा घेतला आणि तो वळला. घड्याळाकडे पाहण्याचं धाडस यावेळी त्याला झालं नाही. कारण त्याला आता वनस्पती संरक्षण व संशोधन संस्था गाठायची होती. लवकरात लवकर. यावेळी वहिनीसाहेब निशिकांत दृष्टिआड होईपर्यंत दारातच सस्मित चेहऱ्याने उभ्या होत्या. त्यांना सुनीलबरोबर झालेल्या त्यांच्या पहिल्या भेटीची आठवण झाली आणि त्या खुदकन हसल्या. आईला असं हसलेलं पाहताच किरण गप्प झाला... आणि निशिकांत गेला त्या दिशेला बिचारा हिरमुसला होऊन पाहत राहिला.

निशिकांत नेहमीच्या वाटेने न जाता, नागमोडी वळण घेत जाणाऱ्या पायवाटेनं

जात होता. आता लवकरात लवकर त्याला पोहोचायचं होतं. सूर्य अस्ताला लागला होता. अजून सूर्यास्ताला पाऊणतास तरी होता. आज आयुष्यात प्रथमच तो कुणातरी मुलीबरोबर फिरायला जाणार होता...आणि तेही त्याच्या प्रिय व्यक्तीबरोबर. म्हणून त्यानेच शोधलेल्या एका सनसेट पॉइण्टला भेट देऊन, त्याला या शुभदिवसाचा आरंभ करायचा होता. दुर्लक्षित असलेला सनसेट पॉइण्ट त्याला अशाच एका साईटच्या निमित्ताने सापडला होता. तेथील सायंकाळचं अप्रतिम दृश्य पाहून, तो हरखून गेला. या स्थळाकडे फारसं कुणी येत नसल्याचं त्याच्या लक्षात आलं होतं. भविष्यात ही जागा विकसित करण्यास वाव असल्याचं त्याच्या मनात येऊन गेलं. ठरवलं नसलं तरी मनातून आज डॉ. अंजलीला निशिकांत याच स्थळावर नेणार होता. आपण प्रेमात कसे पडलो याचं त्याला आजही आश्चर्य वाटत होतं. एकेकाळी कॉलेज जीवनात प्रेम करणाऱ्यांची टवाळी करणारा निशिकांत, सोयीस्करपणे त्याच वाटेला लागला होता. अंजलीनं आपल्या ह्रदयात कधी प्रवेश केला, याच्या खाणाखुणा तो शोधत असे. फावल्या वेळेतला हा त्याचा नेहमीचाच विरंगुळा. खरंच किती वेगळी भावना. निर्विवाद. स्वत: आपण आपले राहतच नाही. हवाहवासा वाटणारा सहवास. आताही निशिकांत वाटेने चालताना त्याच्या डोक्यात हेच विचार घोळत होते. विचारातच संशोधन संस्था आली. तिच्या डाव्या अंगाने आत जाऊन, समोरच असलेल्या ब्लॉक-३ मधील फ्लॅटची बेल त्याने वाजविली. ह्रदय वेगळ्याच गतीनं पळत होतं.

साठीत असलेल्या एका स्त्रीनं दार उघडलं. केस पिकलेले, डोळ्याला चश्मा, चेहरा प्रेमळ, रंग गोरा. हातात वर्तमानपत्र धरलेली ती स्त्री म्हणाली,

''या ना!... आत या.''

निशिकांतनं चुकून आपण दुसरीकडे तर आलो नाही ना, म्हणून आजूबाजूला बघून घेतलं; पण अंजलीनं सांगितलेला ब्लॉक हाच होता याची त्याला खात्री झाली. तो हळूच सोफ्यात स्थिरावला. तेवढ्यात पुन्हा शब्द कानी पडले.

''आपण!... निशिकांतच ना?''

आवाजाच्या दिशेने त्यानं पाहिलं. पुन्हा त्याच बाई बोलल्या होत्या. आपण स्वतःची ओळख करून दिली नाही म्हणून तो लगबगीने ओशाळत म्हणाला,

''होय! मीच निशिकांत.''

''मी, अंजलीची आई.''

निशिकांत पुन्हा ओशाळला आणि म्हणाला,

''अरे! सॉरी. नमस्कार करतो. माफ करा. मी लागलीच आपली दखल घेऊ शकलो नाही.''

''नकोऽ.. नकोऽ.. असू दे. अंजली तुमच्याविषयी नेहमी भरभरून बोलत

असते. आज योग आला भेटण्याचा.'' अंजलीच्या आई अनौपचारिकपणे बोलल्या.

निशिकांतला यावर काय बोलावं काहीच सुचलं नाही. अशा वातावरणात प्रथमच त्याची कसोटी लागली होती. परीक्षेला जाण्यासारखीच भावना. यापेक्षा कुणाशी दोन हात करणं त्याला सोपं वाटलं. तो त्यावर नुसताच हसला...आणि त्याने आजूबाजूला पाहिलं. अंजलीच्या आई निशिकांतला न्याहाळत उत्तरल्या,

''येतेय अंजली!... तयारी करतेय्.''

''अंऽ नाही तसं नाही.'' निशिकांतचा बावरलेला स्वर आला.

तेवढ्यात आतील खोलीतला पडदा हलला. आतून अंजली बाहेर आली. निशिकांत तिच्याकडे क्षणभर पाहतच राहिला. जांभळ्या रंगाच्या साडीत ती सहजसुंदर दिसत होती. निशिकांतला पाहताच नेहमीच्या खळखळणाऱ्या आवाजात ती म्हणाली,

''अरे! कधी आलास?''

''अगं! आत्ताच आले ते. तू तयारी करत होतीस म्हणून मी सांगितलं नाही.'' आईनं मधेच उत्तर दिलं...

''निशिकांत!''

''हं'' निशिकांतचा कौतुकपर हुंकार!

''ही माझी आई.'' अंजली आपले दोन्ही हात आईच्या खांद्यावर ठेवीत म्हणाली होती.

तिच्या हातावर हात ठेवत आई म्हणाल्या,

''अगं! झाली आमची ओळख. चहा आण त्यांना.''

''मला वाटतं आता चहा नको. कधीतरी निश्चित घेईन. वेळ होतोय. अंधार होण्यापूर्वी आम्हाला परत यायचंय्.'' निशिकांत नकार देत म्हणाला.

''ठीक आहे, पण जरा जपून जा. विंचूकाट्याचं...'' आई काळजीच्या स्वरात म्हणाली होती.

निशिकांत उठून उभा राहिला. त्यानं पुन्हा घड्याळांत पाहिलं. सहा वाजले होते. अंजलीच्या आईला पुन्हा नमस्कार करून तो बाहेर पडला. अंजलीही त्याच्या पाठोपाठ बाहेर पडली. दोघंही सोबतच पण अंतर ठेवून चालताना पाहून, आई गालातल्या गालात हसल्या. ..आणि त्यांनी दार लावून घेतलं.

निशिकांतनं पायवाटेनेच जाण्याचा निर्णय घेतला. मुख्य वाटेने जायचं ठरवलं तर सूर्यास्त सापडणार नव्हता. दोघंही इन्स्टिट्यूट लगतच्या एका पायवाटेनं जाऊ लागले. निशिकांतचं रामपूरमधील वास्तव्य व साईटच्या निमित्ताने, त्याला आताशा या जंगलाची बरीच माहिती झाली होती, तरीही काही बेमालूमपणे निघणारे रस्ते त्याला अजूनही माहीत नव्हते.

रस्त्यालगतच्याच एका पायवाटेवर निशिकांत येताच, अंजलीही त्याच्यासोबत

आली. घनदाट अरण्य असल्याने, पाचसहा फुटांवरचंही काही दिसत नव्हतं. उजेड अजून होता, पण सायंकाळ होत असल्याने थंड वारे वाहू लागले होते. त्यानं अंजलीचे भुरभुरणारे केस हळुवारपणे कपाळावर रेंगाळताना पाहिले. अंजली वनस्पतिशास्त्राचीच डॉक्टरेट असल्याने, ती कुतूहलाने वनस्पतींचं निरीक्षणे करीत चालली होती. तिने हळूच निशिकांतकडे पाहिलं. तोही तिच्याकडेच पाहत असलेला तिला दिसला. ती त्यावर खट्याळपणे हसली. तो म्हणाला,

"अंजलीऽऽ"

"अंऽऽ" तिनं त्याच्याकडे पाहिलं.

"क्षमस्व!... उशीर झाल्याबद्दल."

"त्यात क्षमा कसली रे!... वेडाच आहेस." तिनं मानेला लाडिक झटका देत म्हटलं.

दोघं बराच वेळ चालत राहिले. कधी संथपणे, कधी स्तब्धपणे, कधी डोळ्यांतील हावभावाने, तर कधी स्पर्शाने. दोघेही जंगलातील वातावरणाचं रोमांचं अनुभवत राहिले... आणि प्रसंगी जवळ येऊन एकमेकांच्या गरम श्वासोच्छश्वासांनी शहारत राहिले.

वीस मिनिटांची अवघड पायवाट व दऱ्याकपारीमधून वाट काढीत शेवटी निशिकांतने शोधलेल्या सनसेट पॉइण्टवर ते आले. अंजलीला धाप लागली होती. त्यामुळे तिचं सौदर्य अजूनच खुलून दिसत होतं. बऱ्याच उंचावरचा तो भाग होता. तेथून डोंगराच्या बऱ्याच रांगा दिसत होत्या. निसर्गरम्य हिरवंगार वातावरण पाहून, दोघांचीही मनं प्रफुल्लित झाली. थकवा निवळला. अंजली दूरपर्यंत हा निसर्गाचा देखावा डोळ्यांत साठवीत होती. तेथे बऱ्यापैकी सपाट जागा होती... आणि चौथऱ्यालगतच मोठी खोलवर दरी होती. एखाद्या डोहासारखी. सूर्य अस्ताला येऊ पाहत होता. म्हणून त्या खोल दरीत अंधार दाटला होता. वाऱ्याच्या हळुवार झुळका येऊ लागल्या. अंजली मुक्तपणे हिंडत होती. दरीकडच्या बाजूच्या चौथऱ्यावरुन सूर्याकडे पाहत निशिकांत बसला. त्याच्याजवळ अंजलीही हळूच येऊन बसली..आणि त्याला पाहून तिनं विचारलं,

"काय पाहतोयस्?"

डोळे त्याच बाजूला स्थिर ठेवीत निशिकांत म्हणाला,

"पाहतोय!... अस्ताला जाणाऱ्या या सूर्याकडे. दिवसभराचे सुख-दुःख घेऊन हसतमुखाने पुन्हा सूर्योदय होण्यासाठी."

अंजली क्षणभर निशिकांतकडे पाहतच राहिली.. आणि म्हणाली,

"किती छान बोलतोयस् निशिकांत तू!"

"अंजलीऽऽ."

“बोल ना!”

“आपली ही प्रथम भेट आणि या भेटीतच तुला हा सूर्यास्त दाखविण्याची माझी इच्छा होती. ती पूर्ण झाली.”

“मला माहित्येय आणि तू ती कशीही पूर्ण केली असतीस. प्रसंगी सूर्यालाही थोड्यावेळ थांबवलं असतंस.” डॉ. अंजली प्रेमाने त्याच्याकडे पाहत म्हणाली.

निशिकांत तिच्या या कोटीवर स्मित करीत म्हणाला,

“आवडलं तुला?.. हा सूर्यास्त, हे वातावरण, हे स्थळ!”

“हो निश्चितच! सगळं, सगळं आवडलं...आणि खरं सांगू, तुझी कुठलीही कृती मला आवडते.” अंजली प्रेमाने बोलली.

“अगं! खोटं वाटेल; पण हा स्पॉट मी काही दिवसांपूर्वीच शोधला. मला वाटत नाही या आडवाटेला कुणी फिरकत असेल. एके सायंकाळी असाच हा सूर्यास्त मला दिसला आणि मनाला भावून गेला. वाटलं प्रथम भेटीत तुला येथेच आणावं.”

“तुला माहित्येय सूर्यास्त कसा होतो?” अंजलीनं त्याला नकळत बौद्धिक प्रश्न टाकला.

निशिकांतनं तिच्याकडे भुवया उंचावून पाहिलं. ती खरंच हाडाची शास्त्रज्ञ होती. तो हसत म्हणाला,

“होऽऽ.. पण थोडंसंच.. अवकाशातच धुलीकणांनी निर्माण केलेल्या पातळ थरामध्ये सूर्याचं अस्तित्व हळूहळू नाहीसं होत जातं. असंच काहीसं विज्ञान आहे, पण हा विज्ञानाचा आविष्कार मात्र डोळ्याला सुखद वाटतो.”

अंजली आश्चर्याने पाहत म्हणाली,

“अरे!... ग्रेट! तुला बरंच ठाऊक आहे की? मला वाटलं जंगलातल्या माणसाला माहित्येय की नाही!”

त्यावर निशिकांत मनापासून हसला.

“अंजलीऽऽ.. तुझ्यासारखा मी काही शास्त्रज्ञ नाही; पण स्पर्धात्मक परीक्षा देताना या सर्वच बाबींचा थोडाफार अभ्यास केलाय, एवढंच.”

अंजलीनं निशिकांतकडे पाहिलं. हा नुसताच देखणा नसून, हुशारही असल्याचं तिच्या ध्यानी आलं. आपल्यालाही किती सहजपणे हा आवडून गेला. एखाद्या राजबिंड्यासारखं याचं व्यक्तिमत्त्व. पण त्यापेक्षा याच्या हजरजबाबी व्यक्तिमत्त्वानं आपण खूप जवळ गेलो. नकळत माझ्याही आणि त्याच्याही.

“एऽऽ.. काय विचार करतेस?” निशिकांतचा हळुवार स्वर आला.

अंजली नुसतीच दचकली.

“अंऽऽ काही नाही रे, उगीचंच आपलं.” ती लाजली आणि तिने एक दगड

हातात घेऊन हळूच खोलवर दरीत फेकला.

"सांग ना?" निशिकांतनं आग्रह केला.

लडिवाळपणे डोळ्यांनी तिनं त्याला दटावलं... आणि तेच डोळे त्याच्यावर रोखीत ती म्हणाली,

"तुझ्याच आठवणींत रंगले होते."

"खरंचऽऽ" त्याचा सहज, पण तेवढाच अपेक्षित स्वर आला.

"चलऽ हट्" तिने हळूच निशिकांतच्या हाताला चिमटा काढला. निशिकांतनं अंजलीला प्रेमभरल्या नजरेनं न्याहाळलं आणि म्हणाला,

"अंजलीऽऽ"

"हुंऽऽ" तिचा यावेळी फक्त हुंकार आला. पण तो हुरहुरणारा होता.

"मला कळलंच नाही गं की मी कधी तुझ्या प्रेमात पडलो. अस्वस्थ झालो, तेव्हा तुझी छबी मला हृदयात सापडली. डोळे घट्ट मिटले तेव्हाही तुझाच चेहरा पटलावर आला. किती वेगळी भावना! मी नेहमीच फावल्या वेळेत विचार करीत असतो. ते लव्ह ॲट फर्स्ट साईट तर नव्हतं?" तो क्षणभर विसावला. थांबला. अंजलीकडे पाहत पुढे म्हणाला, "पण आता तुझ्याकडे पाहिल्यानंतर कळलं, की मी कधी तुझ्या प्रेमात पडलो!"

"हो!... मग सांग ना, मलाही आवडेल तू सांगितलेलं." अंजलीचा उत्सुक स्वर आला.

"पहिल्याच दिवशी! सोनवणेसाहेब मला परस्पर संशोधन संस्थेमध्ये घेऊन आले होते. तो प्रसंग आजही जसाच्या तसा माझ्या डोळ्यांपुढे उभा राहतो. तू पुढ्यातच उभी होतीस. सोनवणेसाहेबांनी तुझी ओळख करून देताच, तुझ्याशी नजरानजर झाली आणि त्याच क्षणाला मीही बंदिस्त झालो. कायमचाच! नंतर परतताना विनाकारण मनात मागे प्रिय वस्तू राहिल्याची रुखरुख लागून राहिली. त्या रात्री मी खूपच अस्वस्थ होतो... आणि दिवसेंदिवस ही भावना प्रबळ होत गेली." निशिकांतनं मनातलं सांगितलं. अंजली त्याच्याकडे पाहतच राहिली, न्याहाळतच राहिली. त्याच्याच शब्दांचा पाठपुरावा करत राहिली. स्वतःच्या मनाचा ठाव घेत म्हणाली,

"निशिकांतऽऽ"

"हंऽ"

"खरं सांगू! ज्या क्षणांचा तू आत्ता उल्लेख केलास, त्याच क्षणांचं माझं धडधडणारं हृदयही साक्षीदार आहे. प्रथम असं का झालं, यानं मी पुरती बावरले; पण नंतर तुझ्या आठवणीने मोहरून जाणं आणि तुला पाहताच हृदय गतीचा वेग वाढणं. यामुळे मी तुझीच होऊन गेले. आय् लव्ह यू! आय लव्ह यू व्हेरी मच!"

असं म्हणतानाच अंजलीनं त्याचा दंड दोन्ही हातांनी धरून दाबला, डोळे घट्ट मिटले व हळूच त्याच्या खांद्यावर डोकं ठेवलं. निशिकांतच्या बाहुपाशात तिला शांत व सुरक्षित वाटत होतं. डोळे बंद होते. सूर्यास्ताचा केशरी रंग सगळीकडे पसरला होता. त्या पार्श्वभूमीवर निशिकांतचा चेहरा तिला ठळकपणे दिसत होता. निशिकांतही तिच्या शांतपणे मिटलेल्या चेहऱ्याकडे पाहत होता. हळूच तिचा हात हाती घेऊन, निशिकांतनं तिच्या कपाळाचं चुंबन घेतलं. सूर्य अस्ताला जात होता. क्षितिज परावर्तित किरणांनी भरून निघालं होतं. सूर्य हळूहळू क्षितिजापलीकडे जातानाचं त्याचं मोहक रूप पाहून, दोघेही हरखून गेले. क्षणात अंधारून आलं होतं. वातावरणात जास्तच गारवा निर्माण झाला होता.

दोघंही हळूच उठले. अंजलीनं निशिकांतच्या बाहुपाशाचा आश्रय घेतला. त्यानं तिला खूपच बरं वाटलं. दोघेही तसेच चबुतरा उतरून खाली आले. अंधार झपाट्यानं वाढत असल्याने, निशिकांत आणि अंजलीनं पावलं उचलली.

तेवढ्यात मागून निशिकांतवर वाघानं झडप घातली. त्याची नखं निशिकांतच्या पाठीत रुतून, तो पुढे फेकला गेला. त्याचवेळेस प्रसंगावधान राखून, निशिकांतनं अंजलीला बाजूला ढकललं. वाघ पुन्हा चाल करून येतानाच निशिकांतनं वळून पाहिलं.. आणि अतिशय चपळतेने तो विशिष्ट हात करून लढण्याच्या तयारीने उभा राहिला. अंजली निशिकांतच्या चपळतेने अवाक् झाली. झडप घातलेल्या वाघाच्या जबड्यावर हवेतच त्यानं जोरदार ठोसा लावला. वाघ धडपडत पाच फुटांवर जाऊन पडला. थोडासा अंधार झाल्याने त्याचे चट्टेपट्टे तेवढे निशिकांतला दिसले. धडपडत तो वाघ पुन्हा उठला, लडखडला आणि माणसासारखा दोन पायावर पळत शेजारच्या झाडीत शिरला. निशिकांत गांगरला. त्याच्या तत्काळ लक्षात येताच, वेगानं तो त्याच्या मागे धावला. काही अंतरांवर जाताच फिरला. अंजली भेदरलेल्या नजरेनं उभी होती. निशिकांत येताच, ती त्याला बिलगली व अधिरतेनं तिनं विचारलं.

"निशिकांत!... लागलं का रे?" त्याच्या फाटलेल्या कपड्यावरुन तिला जाणवलं व ती पुढे म्हणाली, "कोण होता तो प्राण्याच्या वेषात? प्रथम वाघच वाटला; पण तुझ्या मारण्यानं घायाळ होताच माणसासारखा पळायला लागला."

"माहीत नाही अंजली, पण तू नसतीस तर त्याला या अख्ख्या जंगलातून आत्ताच हुडकून काढला असता. मागून वार करतात साऽऽ" रागानं निशिकांतच्या तोंडात शिवी आली; पण अंजलीला पाहून, त्यानं स्वतःला सावरलं व म्हणाला, "अंजलीऽऽ चल, जाऊ या. मी तुला घरी सोडतो. आज रात्रीच याचा ठाव घेणं गरजेचं आहे."

अंजलीला निशिकांतचा निश्चय व प्रसंगावधान पाहून, त्याच्या शूरतेची आणि

धिटाईची कल्पना आली. त्याच्या हातात आपला हात देऊन तीही त्याच्यासोबत झपाझपा चालू लागली. निशिकांत कानोसा घेत अंजलीला जपू लागला. एखाद्या कवचाप्रमाणे निशिकांतचं शरीर आजूबाजूला असल्याचं अंजलीला जाणवलं. निशिकांत तिला आपल्या घट्ट बाहुपाशात घेत म्हणाला,

"घाबरू नकोस अंजली. मी आहे. लेट्स गो."

दोघंही झपाझपा चालू लागले. अंजलीच्या मनात येऊन गेलं, अरे वेड्या, तुझ्यासारखा सिंह माझ्याजवळ असताना घाबरण्याचं कारणच काय? यावर ती नुसतीच हसली व त्याच्या पावलांत पावलं मिळवीत राहिली. ब्लॉक येताच निशिकांत म्हणाला,

"अंजलीऽऽ"

"हं" अंजलीचा काळजीचा व तेवढाच रुद्ध हुंकार आला.

"आईला काहीच सांगू नकोस. ती विनाकारण काळजी करेल. नाही ना सांगणार?" निशिकांतचा प्रश्नार्थक भाव चेहऱ्यावर उमटला.

"नाहीऽऽ" तिचा खालावलेला स्वर बाहेर पडला.

"गुडऽ शूर मुलगी आहेस तूही!" त्यानं तिचा आत्मविश्वास वाढवला.

त्याच्या या बोलण्याकडे अंजली पाहतच राहिली. एका शूर व बलाढ्य माणसाला ती पाहत होती. तो नुसताच देखणा, हुशार नसून पराक्रमीही होता. कुणाचंही रक्षण करण्याची त्याच्यात कुवत होती. तिला त्याचा अभिमान वाटला आणि तिचा कंठ दाटून आला.

"अंजलीऽ मला निघायला हवं. सरांना हा प्रसंग सांगून तत्काळ पावलं उचलणे गरजेचे आहे. प्राण्यांच्या नावाखाली पशुत्व करणाऱ्यांचा नायनाट करायलाच हवा आहे. माझी काळजी करू नकोस."

निशिकांत वळणार तेवढ्यात अंजलीचा आत गेलेला स्वर आला.

"निशीऽऽ"

प्रथमच निशिकांतचा एकेरी उल्लेख व तेवढाच तिचा अधीर आवाज ऐकून, निशिकांत भारावला. अंजलीच्या तोंडून 'निशी' हे शब्द ऐकून तो आनंदानं बेहोश झाला. वळून पुन्हा त्यानं प्रेमानं तिच्याकडे पाहिलं. अंजली पळत येऊन आवेगाने त्याला बिलगली आणि म्हणाली,

"आय लव्ह यू निशी... आय लव्ह यू."

निशिकांतनं तिला हळूच थोपटलं. तिच्या डोळ्यांत अश्रू पाहून तो थिजला. प्रथम भेटीतच तिच्या डोळ्यांत अश्रू पाहून त्याला वाईट वाटलं. हळूच अश्रू टिपीत, लाडिकपणे गालावर चापटी मारीत म्हणाला,

"ए रडू बाई!... रडायचं नाही. ओ.के. शास्त्रज्ञ कधी रडत नसतात."

त्याच्या या वाक्यानं अंजली भानावर आली. तिनं झटक्यात अश्रू पुसले व त्याच्याकडे पाहत ती म्हणाली,

"निशीऽऽ काळजी घे."

"डोंट वरी! आय विल टेक केअर. जा तू. आई वाट पाहत असेल आणि हो, आईला जे घडलं त्यातलं काहीही सांगायचं नाही. ओ. के.?"

तिनं त्यावर फक्त होकारार्थी मान हलवीत स्मित केलं. निशिकांत वळला आणि विजेच्या वेगाने नाहीसा झाला. अंजली क्षणभर त्या अंधारात तशीच उभी राहिली. निशिकांतचा विचार करीतच, तिने हळूच बेल वाजविली. तिचं मन अजूनही अनामिक शंकांनी थरथरू लागलं होतं, त्या घंटीसारखंच.

२२

अंजलीला घरी सोडून निशिकांत परतला होता. शक्य तेवढ्या लवकर त्याला क्वार्टर्स गाठायचं होतं. सोनावण्यांना भेटायचं होतं. आता अंधार पूर्णपणे दाटून आला. विजेच्या लोखंडी खांबावरचे दिवे तेवढे चमकत होते...आणि स्वत:पुरता प्रकाश फेकीत होते. निशिकांतची नजर समोर असली तरी, कान मात्र प्रत्येक आवाजाची नोंद घेत होते. आता मात्र तो गाफील राहणार नव्हता. अचानक झालेल्या हल्ल्याने तो हबकला नव्हता; पण गोंधळला मात्र होता. हा हल्ला कुणी केला असेल म्हणून त्याच्या डोक्यात विचारांचं थैमान सुरू होतं. घडलेल्या घटनांचा तो पाठपुरावा करीत होता. यावेळी असंख्य घटना त्याच्या डोळ्यांसमोर नाचू लागल्या. कुणाचं हे कारस्थान? सोनावणेसाहेबच याची कोंडी फोडणार होते. म्हणून त्यांच्या कानावर ही बाब शक्य तेवढ्या लवकर टाकणं गरजेचं होतं. मनात विचारांचा कल्लोळ उठला होता. तशातच वीस मिनिटांचा रस्ता तुडवीत निशिकांत घरी पोहोचला. ऑफिस अंधारात सुस्तपणे झोपलं होतं. त्याच्या क्वार्टर्समधील लाईट बंद होते. त्याने क्षणभर त्याकडे पाहिलं. जाधवकाका सोनवणेसाहेबांकडेच असावेत, म्हणून त्यानं सरळ त्यांच्याकडेच जाण्याचा निर्णय घेतला. त्यांच्या बैठक खोलीतील लाईट सुरू होता. जीप बाहेर उभी होती. याचा अर्थ सोनवणेसरही तालुक्यावरुन आले होते. कानोसा घेत निशिकांतनं दारावरची बेल वाजवली.

“टिंग ऽऽ टाँग ऽऽ”

नटवरसिंगनं दार उघडलं.

निशिकांत सरळ बैठकीत येऊन दाखल झाला. स्टडीरूममधून सोनवण्यांचा आवाज आला,

“नटवर!.. अरे कोण आलंय्?”

“निशिकांतसाहेब, सर.”

“आला का?” खुर्ची सरकविण्याचा आवाज आला. सोनवणे अभ्यासिकेतून

बाहेर येत पुढे म्हणाले, ‘‘अरे, तुझीच वाट पाहत होतो. ही म्हणत होती की तू कुठल्याशा साईटवर गेलाय. अशावेळी कुठल्या साईटवर गेला होतास बाबा?’’

निशिकांत आल्याचं कळताच, वहिनीसाहेब स्वयंपाक खोलीतून बाहेर आल्या. त्यांच्यासोबत किरणही पळतच आला व म्हणाला,

‘‘काका आले!... काका आले!... आता मला फिलायला नेणार,’’ आणि तो निशिकांतच्या गळ्यात पडला. निशिकांतनंही त्याला उचलून घेतलं.

‘‘काय भाऊजी!... कशी काय झाली साईट? कशी वाटली?’’ वहिनीसाहेब मिश्कीलपणे पाहत म्हणाल्या.

निशिकांत शांतपणे सोफ्यात बसला. आत्तापर्यंत दुर्लक्षित असलेल्या त्याच्या शरीराकडे लक्ष जाताच, सोनवण्यांसोबतच सारेच अवाक् झाले. विस्कटलेले केस, फाटलेला शर्ट, जागोजागी खरचटलेले पाहून, वहिनीसाहेबांचा खट्याळ चेहरा अचानक गंभीर झाला. सोनवणे लगबगीने पुढे होत म्हणाले,

‘‘अरे! निशिकांत, हे काय आहे? हा असा अवतार कसा झाला? कुठे पडलास की काय?’’

वहिनीसाहेब, निशिकांतजवळ येत, न्याहाळीत काळजीच्या स्वरात म्हणाल्या,

‘‘भाऊजी! ठीक आहात ना?’’ तेवढ्यात त्यांचं लक्ष निशिकांतच्या रक्ताळलेल्या पाठीकडे जाताच त्या उद्‌गारल्या, ‘‘भाऊजी, आणि हे काय?... पाठीवर एवढं रक्त? कुणी मारलं का?’’

वहिनीसाहेबांनी असं म्हणताच सोनवणे काळजीने पुढे होत म्हणाले,

‘‘हो!.. बघू.’’ निशिकांतकडे पाहत पुढे म्हणाले, ‘‘अरे निशिकांत, नेमकं काय झालंय?..हे सर्व काय आहे? कुणी?...’’ विचारतच ते बोलण्याचं थांबले होते.

निशिकांतला लागल्याचं वहिनीसाहेबांना मदत करीत असलेल्या जाधवकाकांच्या कानी येताच, ते लगबगीने बैठकीत आले. त्यांनी लागलीच निशिकांतचा ताबा घेऊन, शर्ट काढला. संपूर्ण शर्ट रक्तानं माखला होता. जखम बरीच खोलवर होती. नटवरसिंगने धावतपळतच जाऊन, प्राथमिक उपचार पेटी आणली. जाधवकाकांनी जखमेच्या आजूबाजूचं रक्त पुसण्यास सुरुवात केली. जखमेचा अंदाज घेत ते म्हणाले,

‘‘ निशिकांत!... वाघानं हल्ला केला की काय? कारण ही जखम वाघनखांचीच आहे.’’ जाधवकाका अनुभवाने बोलत होते.

‘‘अगं, बाई.. वाघाने?’’ वहिनीसाहेब काळजीच्या स्वरात व तेवढ्याच भयभीत होत पुढे म्हणाल्या, ‘‘भाऊजी, मला भीती वाटत्येय. तुम्ही खरंच साईटवरच गेला होतात का, की अजून कुठे?’’ वहिनीसाहेब एवढं बोलून गप्प झाल्या.

सोनवणे मात्र निशिकांतची अवस्था पाहून विचारात पडले. त्यांचे विचार

वेगळ्याच दिशेने पळत होते. काही अंदाज बांधण्याचा ते प्रयत्न करीत होते.

निशिकांत क्षणभर अवघडला. आपण जाताना वहिनीसाहेबांशी खोटं बोललो म्हणून त्याच्या चेहऱ्यावर अपराधी भावना उमटल्या. तो म्हणाला,

''वहिनीसाहेब! मला माफ करा. तुमच्याशी खोटं बोललो मी. कुठल्याही साईटवर नव्हतो गेलो. आयुष्यात प्रथमच कुणाबरोबर तरी बाहेर पडलो. अंजली सोबत. डॉ. अंजली. प्रेमाचा शुभारंभ म्हणून मीच शोधलेल्या एका अवघड सनसेट पॉइण्टवर आम्ही फिरायला गेलो होतो.'' निशिकांतनं खाली मान घातली होती. त्याला वहिनीसाहेबांशी नजर देण्याची हिम्मत झाली नाही. निशिकांतच्या स्पष्ट खुलाशाने सारेच पाहत राहिले. यानिमित्ताने निशिकांतचं आणि अंजलीचं प्रेम उघड्यावर आलं होतं. वहिनीसाहेब क्षणभर स्तब्ध उभ्या राहिल्या आणि हसत म्हणाल्या,

''मला माहीत होतं भाऊजी.. तुम्ही साईटवर न जाता अंजलीला भेटायला जाता आहात म्हणून.''

निशिकांत वहिनीसाहेबांच्या वाक्याने खजील झाला. क्षणभर गोंधळला आणि असं कसं म्हणून त्याच्या डोळ्यांत भाव तरळले.

''तुम्ही जेव्हा साईटवर जातोय असं सांगितलं, तेव्हाच तुमच्या डोळ्यांत मी अंजली विषयीचं प्रेम पाहिलं. तुम्ही कितीही खोटं बोललात तरी ते मी ओळखलं होतं.'' वहिनीसाहेबांनी स्मित करीत गुपित उघडलं.

सोनवणे विचारातून बाहेर आले. निशिकांतचा त्यांना चांगलाच राग आला होता. ते नाखुशीनेच म्हणाले,

''अगं!... पण या गधड्याने प्रेम केलं म्हणून त्या पोरीला प्रथमच इतक्या अवघड ठिकाणी का नेलं? याचं ठीक आहे गं, पण त्या पोरीला काही झालं असतं म्हणजे? खुले आम फिरावं अशी परिस्थिती इथे नाहीये.''

सारेच गप्प होते. परिस्थितीची जाणीव प्रत्येकालाच झाली होती. सोनावणे चिडले म्हणजे निशिकांतला गधड्या म्हणत असत.

निशिकांतला, सोनवणे बोलले त्यात त्याच्याविषयीची काळजी व प्रेमच वाटलं. विचार करीतच सोनवणे पुढे म्हणाले, ''निशिकांत!''

''हं!'' निशिकांतनं सोनवण्यांकडे पाहिलं.

''आय ॲम डाऊटफुल? हा खरंच कुणी प्राण्याने केलेला हल्ला होता का?... आर यू शुअर? तू नीट पाहिलं होतंस का?'' सोनवणे शंका व्यक्त करीत म्हणाले होते.

सोनवणेसाहेबांच्या विचित्र शंकेने वहिनीसाहेबांसोबतच इतर सर्वच गंभीर झाले.

निशिकांतनं एकवार सर्वांकडे पाहिलं... आणि तो निश्चयाने उत्तरला,

"तुम्ही म्हणता ते बरोबर आहे सर, हा सर्वसाधारण प्राण्याचा हल्ला नव्हता."

आता मात्र सारेच चपापले. वहिनीसाहेब व जाधवकाकांच्या चेहऱ्यावर तत्काळ काळजीचे भाव उमटून गेले. एका वेगळ्याच शंकेने त्यांचं मन किणकिणलं. ते सावरून बसले. सोनवणे अपेक्षितपणे म्हणाले,

"वाटलंच मला!... तू पाहिलंस?"

"होय सर!.. मी आणि अंजली सोबतच चाललो होतो. तेवढ्यात माझ्यावर मागून प्राण्यानं झडप घातली. नखांनी पाठीची चाळण झाली. प्रथमदर्शनी तरी वाघच असल्याची जाणीव झाला मला. अंजलीला मी दूर बाजूला ढकललं, पण प्राण्याचा मोर्चा माझ्याचकडे होता. मी चपळाईने उठलो. समोर येत असलेला तो वाघ पुन्हा चाल करून आला आणि त्याच वेगाने मी त्याच्या जबड्यावर ठोसा मारला. तसा तो धडपडत पडला. पुन्हा हल्ला करणे शक्य नसल्याने, तो मानवासारखा दोन पावलांवर पळताना मला दिसला आणि झाडीत लुप्त झाला. वाघाचं कातडं पांघरलेला तो माणूसच होता सर, याची मला खात्री आहे." निशिकांतनं थोडक्यात सांगितलं. ते ऐकून सगळ्यांच्याच अंगावर काटा उभा राहिला. सोनवणे गंभीर पण तेवढ्याच रागात म्हणाले,

"हंऽ.. याचा अर्थ कुणाचंतरी हे कारस्थान आहे. निशिकांत, तुला आठवतंय ना, पिऱ्याचा मृत्यूही असाच झाला होता; पण नैसर्गिक मृत्यू आला म्हणून त्याची फाइलच झाली नाही."

निशिकांत अविश्वासाने पाहत राहिला. पिऱ्याच्या मृत्यूची सांगड तो घालूच शकला नव्हता, पण आता त्यातील साम्य त्याच्या लक्षात आलं होतं. त्यानं शंकेने विचारलं,

"कोण असू शकेल सर?"

"कुणीही! ज्यांना आपलं अस्तित्व नको असेल असे. सरपंच, पोलीस पाटील... कुणीही." सोनवण्यांनी अंदाज सांगितला.

"काय?... सरपंच?" निशिकांतचा आश्चर्यकारक स्वर उमटला. तो अविश्वासाने त्यांच्याकडे पाहत राहिला.

"शक्य आहे निशिकांत. अतिशय आतल्या गाठीचा माणूस आहे तो. पंचवीस वर्षं या क्षेत्रात मी काढली आहेत. एकेकाचे स्वभाव, गुणदोष मला चांगलेच ठाऊक आहेत. तुझ्यावर हल्ला करणारा माणूस त्यांचा स्वतःचाच माणूस असण्याची शक्यता नाकारता येत नाही." जाधवकाका अनुभवानं बोलत होते.

निशिकांतनं जाधवकाकांकडे पाहिलं आणि विचार करीत तो म्हणाला,

"सर!... माझ्यावर हल्ला करणारा जर मानवच असेल तर तो इथलाच किंवा आजूबाजूच्या परिसरातला असायला हवा.. आणि मी मारलेल्या ठोश्याने त्यालाही

निश्चितपणे गंभीर इजा झाली असावी. प्रसंगी त्याची बत्तीशीही बाहेर आली असावी. अशा परिस्थितीत तो फार काळ तसा राहणे शक्य नाही किंवा त्याला लपवून ठेवणंही शक्य नाही.''

सोनवणे मधेच वाक्य खंडित करत म्हणाले,

''असं जर का असेल तर तो रामपूरच्या आरोग्यकेंद्रात येणं अपेक्षित आहे.''

''शक्य आहे सर!'' निशिकांतचा ठाम स्वर आला. पुनश्च काही क्षण गेले आणि सोनवणे विचार करीत म्हणाले,

''निशिकांत...''

''येस सर''

''किती वाजले?''

''दहा वाजलेत!''

''ठीक आहे. लेट्स गो.'' सोनवणे काहीतरी मनात ठरवून म्हणाले. सर्वच सोनवण्यांच्या या कृतीकडे पाहत राहिले. वहिनीसाहेबांच्या चेहऱ्यावर पुन्हा काळजीच्या छटा उमटून गेल्या. एवढ्या रात्री हे दोघं कुठे चालले म्हणून त्या घाबरल्या होत्या. निशिकांतनं न समजून विचारलं,

''कुठे सर?''

''रुग्णालयात. जर का तो इसम जायबंदी झाला असेल, तर तो निश्चितपणे तेथे येईल. तेथेच आपण त्याला गाठू. नाहीतर तो याच परिसरातला आहे, याची तरी शहानिशा होईल. त्यानुसार पुढील आपल्याला पावलं उचलायला बरं होईल. शिवाय तशी बचावात्मक फळीही तयार करायला हवी. मला वाटतं आता आपण गाफील राहून चालणार नाही. ही तशी सुरुवातच म्हणायला हवी.'' सोनवणे विचाराअंती बोलत होते. क्षणाचाही विलंब न करता दोघेही तयार झाले. नटवरसिंग लागलीच उभा राहिला. किरण केव्हाच झोपला होता न जेवताच. वहिनीसाहेब पुन्हा काळजीत पडल्या. जाधवकाका सोबतीला असल्याने त्यांना तेवढा धीर मात्र होता. तिघंही बाहेर पडून जीपमध्ये बसले. नटवरसिंगने जीप रुग्णालयाच्या दिशेने घेतली.

रुग्णालयाच्या मुख्य द्वारापाशी जीप थांबताच, सोनवणे व निशिकांत तत्काळ उतरून पायऱ्या चढू लागले. नटवरसिंग जीपमध्येच बसून होता. रात्रीचे दहा-साडेदहा वाजले होते. रुग्णालय तसं शांत होतं. पाच-सात खोल्यांपैकी काही खोल्यांमध्येच दिवे मिणमिणत होते. पेशंट निद्रिस्त झाले होते. एका खोलीतून मध्येच खोकल्याचा आवाज आला. समोरच्याच पॅसेजमधून सोनवणे व निशिकांत जात होते. निशिकांत आजूबाजूला पाहत होता. प्रथम डॉ. इलाच्या केबिनमध्ये बघावं म्हणून, त्यांनी डावीकडे वळण घेतलं. उजवीकडच्या दारानं सरळ शेजारीच डॉ. इलांच्या क्वाटर्सला जाता येत होतं. डॉ. इलांच्या खोलीतील दिवा सुरूच होता.

दार मात्र बंद होतं. सोनवणे निशिकांतकडे पाहत म्हणाले.

"निशिकांत, मला वाटतं डॉ. इला केबिनमध्येच आहेत."

त्यावर निशिकांतनं फक्त मान हलवली. सोनवण्यांनी दारावर हळूच टक टक् केली, तसा आतून आवाज आला.

"दार उघडंच आहे. आत या."

सोनवण्यांनी हळूच दार लोटलं व ते आत आले. त्यापाठोपाठ निशिकांतही शिरला. दोघेही डॉ. इलांसमोर उभे होते. डॉ. इला मात्र नेहमीप्रमाणे कुठलातरी रिपार्ट चाळण्यात मग्न होत्या. थोडावेळ तशीच शांतता राहिल्याने त्यांनी हळूच वर पाहिलं... आणि समोर सोनवणे व निशिकांत उभे पाहून, लगबगीने उठत दिलगिरी व्यक्त करीत त्या उत्तरल्या.

"अरे!... सोनवणेसाहेब! सॉरी. मला वाटलं नेहमीप्रमाणे आमच्या नर्स शांताबाई आत आल्या. बसा ना!" डॉ. इला समोरच असलेल्या खुर्चीकडे निर्देश करीत म्हणाल्या. सोनवणे व निशिकांत खुर्चीत आसनस्थ होताच, डॉ. इला पुन्हा आपल्या खुर्चीत बसल्या व हसत म्हणाल्या,

"काय काम काढलंत?...काही प्रॉब्लेम?... वहिनीसाहेब, किरण ठीक आहेत ना?"

सोनवणे दीर्घ श्वास घेत म्हणाले,

"डॉ. इला प्रथम आपली क्षमा मागतो; कारण एवढ्या रात्री आपणास त्रास देतोय. तसा कुणाचाही प्राकृतिक प्रॉब्लेम नाही. मी, माझं कुटुंब, हा निशिकांत व इतर सर्वच सुस्थितीत आहोत. फक्त एक गोष्ट आपणाकडून जाणून घ्यायचीय."

निशिकांत शांतपणे आळीपाळीने दोघांकडे पाहत होता.

सोनवण्यांना काहीतरी जाणून घ्यायचंय म्हटल्यानंतर, डॉ. इला काहीशा गंभीर झाल्या. दीर्घश्वास सोडीत त्या उत्तरल्या,

"कुठली?"

"गेल्या एक-दोन तासांत चेहऱ्यावर जखम झालेली कुणी व्यक्ती रुग्णालयात तुमच्याकडे आली होती का?"

डॉ. इला तत्काळ प्रतिउत्तरादाखल म्हणाल्या,

"होय!.. खरं तर अर्ध्यातासापूर्वीच तसा एक रुग्ण मी अटेंड केला."

सोनवणे व निशिकांतनं एकमेकांकडे पूरक नजरेनं पाहिलं. म्हणजे हल्ला करणारी व्यक्ती इथलीच किंवा आसपासचीच असावी म्हणून त्यांच्या डोळ्यांत भाव उमटले. सोनवण्यांनी पुढे विचारलं,

"डॉक्टर कुठे आहे तो? आम्ही त्याला भेटू शकतो?"

"नाही! तो इथे नाही... आणि या क्षणाला कुठे असेल हेही मला ठाऊक नाही.

कारण अपरिचित दोघांनी त्याला इथे आणलं होतं. त्याचा चेहरा बऱ्यापैकी रक्तानं माखला होता. प्राथमिक चिकित्सेनं माझ्या लक्षात आलं की त्याच्या नाकाचं हाड कुठल्यातरी बलानं चक्काचूर झालंय. त्यामुळे त्याला नाकावाटे श्वासोच्छ्वास घेणं अवघड जात होतं. तोंड उघडं ठेवूनच तो श्वसन करीत होता. त्याची चिकित्सा येथे करणं शक्य नसल्याने मी प्राथमिक उपचार करून तालुका किंवा जिल्हा रुग्णालयात त्याला घेऊन जाण्याचा सल्ला दिला. तो इसम इतका जायबंदी झाला होता की त्याला तातडीची शस्त्रक्रिया करणे गरजेचे होते.'' डॉ. इलांनी सविस्तर माहिती दिली होती. सोनवणे तरीही पाठपुरावा करीत म्हणाले,

''तरी आपण सांगू शकाल का की तो नेमका कुठे गेला असेल?''

''नाही!... कारण निश्चित ठिकाण त्यांनी मला सांगितलं नाही. मी त्यांना सुचवलंही.. पण सोबतच्या माणसाने मग्रुरपणे 'आम्ही आमचं बघून घेऊ, फकस्त तुम्ही तुमचं काम करा' असं सांगितलं. खरंतर त्या माणसाच्या अशा वागण्यानं मी दिङ्मूढ झाले. त्यामुळे मी फारशा खोलात शिरलेच नाही. नाहीतरी असल्या माणसांची, त्यांच्या बोलण्याची, वागण्याची मला सवयच झाली आहे. आता काहीही वाटत नाही.'' डॉ. इला स्वतःचं मन सांभाळीत म्हणाल्या.

''ठाऊक आहे मला; पण डॉक्टर ते नेमके कोण होते, हे तरी तुम्ही सांगू शकाल का?''

डॉ. इलांनी क्षणभर विचार केला. निशिकांतकडे त्यांनी आश्वासकपणे पाहिलं. निशिकांतचा चेहरा त्यांना अपेक्षित उत्तराची वाट पाहत असलेला वाटला. त्या म्हणाल्या,

''जायबंदी झाला तो आदिवासीच होता; पण त्याला आणणारे दोघे मात्र सवर्णांपैकीच होते. तसं या गावात मी त्यांना कधीही पाहिल्याचं आठवत नाही. पण जेव्हा त्या पेशंटसाठी मी रुग्णालयाची जीप देऊ केली, तेव्हा त्यांच्या स्पष्ट नकारनं मला आश्चर्य वाटलं. आम्ही आमची व्यवस्था करू, असं म्हणून ते निघून गेले.''

सोनवणे क्षणभर विचारात पडले. या चर्चेत निशिकांतनं प्रथमच तोंड उघडलं.

''डॉक्टरऽऽ''

''हुंऽऽ'' डॉ. इलांनी निशिकांतकडे पाहत हुंकार भरला.

''एक विचारतो, शेवटचंच.''

''विचारा ना!'' डॉ. इला स्मित करीत म्हणाल्या.

''त्या माणसाच्या जखमेविषयी आपण नाही विचारलंत? आय मिन कशी लागली? कशानं झाली?''

''हो! विचारलं ना. त्या जायबंदी इसमापेक्षा ते दोघेच उत्तरे देत होते. ठेचकाळून दगडावर आपटल्याचं त्यांनी सांगितलं, पण माझा विश्वास बसला नाही. कारण ती

जखम अशी पडून झालेली नसून, कुणीतरी जोराने प्रहार केल्याने तशी जखम होणे शक्य आहे.'' डॉ. इलांनी स्पष्टीकरण दिलं.

निशिकांतच्या चेहऱ्यावर स्मित होतं. सोनवण्यांनी त्याच्याकडे पाहिलं आणि डॉ. इलांकडे कटाक्ष टाकीत ते म्हणाले,

''डॉक्टर, थँक यू व्हेरी मच आणि एवढ्या रात्री तसदी दिल्याबद्दल सॉरी.''

''तसदी कसली सर!.. हे तर माझं कर्तव्यच आहे, पण एक शंका म्हणून विचारते.''

''तो आपला अधिकारच आहे.'' सोनवणे प्रोत्साहित करीत म्हणाले होते.

''आपणास ही माहिती का हवी आहे? काही झालंय का? काही घडलंय का?''

''खरं तर मी ते आपणास सांगण्याचं टाळणार होतो; पण तुम्हीच विचारल्याने सांगतो. हा माझा सहकारी निशिकांत...''

''होऽ चांगलंच ओळखतेय मी. डॉ. समीरच्या वेळेस यांनीच त्यांची देखभाल केली होती.'' डॉ. इला सस्मित उत्तरल्या.

''अरे हो!.. मी विसरलोच. तेव्हाच सगळ्यांची ओळख झालेली आहे, नाही का? तर डॉक्टर आज सायंकाळी हा आणि डॉ. अंजली फिरावयास गेले होते. तेव्हा प्राण्याच्या वेषात कुणीतरी माणसाने याच्यावर हल्ला केला. झटापटीत चपळतेनं हा वाचला...''

''काय?..हल्ला... कुठे?'' डॉ. इला आश्चर्याने व काळजीने बोलल्या.

''सनसेट पॉइण्टवर... प्रथमच मी आणि अंजली फिरायला म्हणून बाहेर पडलो होतो...'' निशिकांतनं पुढे सविस्तर माहिती दिली. अंजलीचं नाव काढताच त्यांच्या चेहऱ्यावरील भाव फुलले.

''अरे! मग आधीच सांगायचं ना, लागलं का? बघू.''

डॉ. इला पुढे झाल्या व निशिकांतला शर्ट काढायला लावला. पुन्हा एकवार त्यांनी जखम पाहिली. प्रदीर्घ श्वास सोडत त्या म्हणाल्या,

''सोनवणेसाहेब!.. जखम बरीच खोलवर आहे.. आणि वाघनखांचीच आहे. थांबा, मी पुन्हा नीट ड्रेसिंग करते.''

डॉ. इलांनी पुन्हा औषधोपचार केले व एक इंजेक्शनही दिलं. त्यानं निशिकांतच्या वेदना कमी झाल्या. डॉ. इलांच्या या सेवेने निशिकांत व सोनवणे हरखून गेले. सोनवणे मधेच म्हणाले,

''या सर्वांची शहानिशा करण्यासाठीच आम्ही आपणाकडे आलो होतो. त्यातून काय तो उलगडा आम्हाला झालेला आहे.''

डॉ. इला अनुभवानं बोलत म्हणाल्या,

"सर!.. थोडं जपून. या हल्ल्याच्या निमित्ताने सांगते. येथे बऱ्याच गोष्टी अदृश्यपणे घडत असतात... आणि तशाच नाहीशाही होतात. शेवटी ती घटना-प्रसंग एक मिस्ट्री म्हणून राहते. म्हणूनच सांगितलं, जपून."

सोनवण्यांनी डॉ. इलांकडे पाहिलं. त्यांच्या चेहऱ्यावर दुःखद छटा जाणवल्या. गतकाळचा इतिहास डॉ. इलांच्या चेहऱ्यावर आल्याचा सोनवण्यांना भास झाला. डॉ. इलांनी आपला गतइतिहास स्वतःच्या स्मृतिपटलावरुन तरी काढून टाकला होता; पण मनात मात्र तो प्रतिबिंबीत होताना दिसतच होता. सोनवणे म्हणाले,

"डॉक्टर! आय नो. जाधवकाकांनी मला सर्व सांगितलंय. पण आज काळ बदललाय. पूर्वीसारखं कुणावरही अन्याय करणं तेवढं सोपं नाही. ठीक आहे डॉ. इला. यापुढे आम्ही सतर्क राहू."

सोनवणे व निशिकांतनी उठून नमस्कार केला. डॉ. इलाही उठल्या व प्रतिउत्तरादाखल नमस्कार केला. डॉ. इला त्यांच्यासोबतच केबिनचा दिवा बंद करून पॅसेजपर्यंत आल्या. सोनवणे पुन्हा नमस्कार करून म्हणाले,

"अच्छा! गुड नाईट डॉक्टर."

"गुड नाईट सर.. ॲण्ड टेक केअर." डॉ. इला म्हणाल्या.

दोघेही पाठमोरे वळले. रात्रीचे अकरा वाजून गेले होते. बोलण्यात एक तास कुठे गेला कळलंच नव्हतं. खोल्यांमधील सर्वच दिवे बंद झाले. सर्वत्र शांतता होती. दोघांच्या बुटांचा आवाज पॅसेजमध्ये प्रतिध्वनित होत होता. डॉ. इला अजूनही तेथेच स्तब्ध उभ्या होत्या. दोघांकडे पाहत मनात काहूर उठलं होतं. त्यातही डॉ. समीरविषयीच्या आंतरिक ओढीनं मन भरून आलं. एक क्षण वाटलं की दोघांना पुनश्च थांबवून डॉ. समीरबद्दल विचारावं, पण क्षणात त्यांनी स्वतःला आवरलं. अशावेळी संदर्भ नसताना डॉ. समीरविषयी विचारलं तर ते प्रशस्त दिसणार नाही. म्हणून त्या तशाच उभ्या राहिल्या. सोनवणे व निशिकांत दृष्टिआड होताच, डॉ. समीरचा हसरा चेहरा त्यांच्या डोळ्यापुढे तरळून गेला. त्या स्वतःशीच हसल्या आणि आपल्या घराकडे वळल्या.

बराच वेळ झाल्याने नटवरसिंग सीटवर बसूनच बिडी फुंकत होता. समोरुन सोनवणे व निशिकांत येत असलेलं पाहून, त्यानं हळूच बिडी पायाखाली विजवली. दोघेही काहीतरी हातवारे व गंभीरपणे एकमेकांशी बोलताना त्याला दिसले. जवळ येताच त्यानं जीप सुरू केली. सोनवणे व निशिकांत पुढे बसताच, नटवरसिंगने जीपच्या ॲक्सलरेटरवर पाय ठेवला आणि जीप सुसाटपणे वनखात्याकडे निघाली. रात्र बरीच झाल्याने गारठाही वाढला होता, पण अशावेळीही सोनवणे व निशिकांतच्या डोक्यात काहूर उठलं होतं.

२३

काल सायंकाळच्या प्रसंगानं डॉ. अंजली हबकून गेली होती. भयभीत झाली होती. आयुष्यात प्रथमच तिने अशा हल्ल्याला तोंड दिलं होतं. त्यामुळे निशिकांतला लागलं की नाही हेही ती विचारायचं विसरली होती. रात्रभर तिचं चित्तच लागलं नव्हतं. आईला सांगण्यासारखी ही घटना नव्हती आणि निशिकांतनं आईला सांगू नकोस म्हणूनही बजावलं होतं. त्यामुळे डोळ्याला डोळा लागत नव्हता. निशिकांतच्या काळजीनं व आठवणीनं अंजलीचं मन अधिकच भरून येत होतं. रात्री झोपेत एका अनामिक भितीनं एक-दोन वेळेस ती दचकून उठली. आईनं काही झालं का म्हणूनही विचारलं होतं, पण डॉ. अंजलीनं स्वप्नात दचकली म्हणून वेळ मारून नेली होती. पहाटे-पहाटे डोळा लागला होता. पण तोही क्षणासाठीच. सनसेट पॉइण्टवरुन कुणीतरी मागून खोल दरीत ढकललं आणि डोहात पडावं तशी ती अधांतरी पडत चालली होती. आकांत करून ती ओरडत होती; पण कंठातून आवाज फुटत नसल्याची जाणीव होताच अंजली घुसमटत राहिली... आणि पुन्हा दचकून उठली. छाती धपापत होती. आई शेजारी नव्हती. सकाळचे सहा वाजले होते... आपण घरातच असल्याची जाणीव होताच डॉ. अंजली सावरली. प्रदीर्घ श्वास घेऊन, तिने आजूबाजूला पाहिलं... स्वप्नांनी आज तिचा पिच्छाच पुरविला होता. केसांचा बुचडा बांधून, गाऊन नीटनेटका करून ती उठली. आज लवकरच प्रयोगशाळेत जाण्याचा निर्णय डॉ. अंजलीने घेतला.

प्रयोगशाळेत येताच, नेहमीप्रमाणे गुमान साफसफाई करून डॉ. समीरनी सांगितलेल्या काही उपकरणांची स्वच्छता करीत होता. डॉ. अंजलीने, डॉ. समीरच्या केबिनच्या काचतावदानात डोकावून पाहिलं. सर तेथे नसल्यानं ती काळजीत पडली. आत्तापर्यंतच्या वास्तव्यात डॉ. समीर नेहमीच सकाळी प्रयोगशाळेत येऊन, वाचीत बसत असत. आज मात्र सर न आलेले पाहून, डॉ. अंजलीने गुमानला विचारलं.

"गुमान ऽऽ"

''जी मॅडम'' गुमान एक छोटंसं उपकरण टेबलावर ठेवीत म्हणाला होता.

''सर!.. अजून आले नाहीत का?'' डॉ. अंजलीनं विचारलं.

''सर! ते तर सकाळी सात वाजताच आले होते. पण एक तासापूर्वी त्यांना फोन आला... आणि ते घाईघाईनेच एका तासात परत येतो म्हणून मला सांगून गेले. जाताना सर मात्र चांगलेच काळजीत दिसले बाई. गुमाननं थोडक्यात सांगितलं.

''कुठे गेले ते सांगितलं का?'' डॉ. अंजलीने पुन्हा विचारलं.

''नाही, बाईसाहेब. पण लवकरच परत येतो म्हणून सांगितलं... आणि मला तोपर्यंत ही उपकरणे काढून साफ करण्यास सांगितली,'' गुमान एका उपकरणावर फडकं मारीत म्हणाला होता. आजूबाजूला धुळीचे लोट उठले होते आणि त्यामुळे त्याला ठसका आला होता.

''ठीक आहे!... तू तुझं काम कर... आणि हो, तो कोपऱ्यातला ऑस्सिलोस्कोप (Oscilloscope) आहे तोही काढून माझ्या टेबलावर ठेव,''... डॉ. अंजली गुमानला सांगून ती आपल्या प्रयोगाच्या सेटअपकडे वळली.

''जी मॅडमऽऽ... ठेवतो.'' गुमान स्वच्छ केलेली उपकरणे टेबलावर ठेवून, कोपऱ्याकडे वळला.

डॉ. अंजली आपल्या टेबलाकडील कड्याकडे गेली. डॉ. अंजलीचे टेबल स्वच्छ व नीटनेटके असे. माहिती त्या त्या स्वतंत्र फोल्डरमध्ये असे... म्हणजे शोधायलाही सोयीचं जात असे. डॉ. समीरचे टेबलही ती नेहमीच स्वच्छ ठेवीत असे. त्यांची माहितीही विविध गटांप्रमाणे केलेली असे. त्यात प्रामुख्याने संशोधन पेपर्स, वेगवेगळे प्रकल्प, रिपोर्टस् अहवाल, कार्यालयीन कागदपत्रे, राष्ट्रीय व आंतरराष्ट्रीय पत्रव्यवहार इत्यादी सर्व व्यवस्थितपणे डॉ. अंजलीने ठेवले होते. त्यांच्याकडे असलेले असंख्य व वेगवेगळ्या विषयांवरील संशोधन पेपर्स व संदर्भग्रंथांचा साठा पाहून, डॉ. अंजली चकित झाली होती. भौतिकशास्त्र, जैवभौतिकशास्त्र, रसायनशास्त्र, स्ट्रक्चरल जीवशास्त्र, जैवरसायन, रेण्वीय जीवशास्त्र, फिजिऑलॉजी, प्रकाशसंश्लेषण, हॉर्टिकल्चर, प्रकाश, उष्णता, किरणशास्त्र, संगीत अशी बरीच विविध विषयांवरील पुस्तकेही त्यांच्याकडे होती. डॉ. समीरचा हा गुण डॉ. अंजलीनं नेटका उचलला होता. त्यांच्यापासून खूप काही शिकण्यासारखं आहे याची जाणीव प्रथम भेटीतच डॉ. अंजलीला आली होती... आणि ती तंतोतंत या गोष्टी पाळत होती.

परवापासून वनस्पतींच्या विविध नमुन्यांच्या अभ्यासासाठी केलेल्या सेटअपवर डॉ. अंजलीनं नजर टाकली. तिला आज उत्साह असा वाटतच नव्हता. खरं तर समीर सरांनी स्वतःच एका नमुन्याचं निरीक्षण तिला घेऊन दिलं होतं... आणि इतर वीस-पंचवीस विविध वनस्पतींवरची निरीक्षणे डॉ. अंजलीला नोंदवायची होती. काल

निशिकांतबरोबर जायचे असल्याने, आजपासून प्रयोगाला सुरुवात करायचं आपण ठरवलं होतं, पण कालच्या निशिकांतवरच्या हल्ल्याने मन विषण्ण झालं होतं. अजूनही डॉ. अंजली अस्वस्थच होती. निशिकांतच्या आठवणीनं ती पुन्हा व्याकूळ झाली.

अगतिकतेने डॉ. अंजलीने पर्समधून मोबाइल काढला व निशिकांतला लावला... पण तो संपर्क क्षेत्राच्या बाहेर असल्याचं सांगत होता. केबिनमध्ये येताच, फोनवरून प्रयत्न केला... सोनवण्यांच्या ऑफिसमध्येही केला; पण तेथेही नुसतीच रिंग वाजत होती... सगळेच प्रयत्न झाले, पण निशिकांतशी संपर्क होऊ शकत नव्हता. काय झालं असेल म्हणूनही डॉ. अंजली व्याकूळ झाली. विषण्ण अवस्थेतच ती पुन्हा प्रयोगाच्या टेबलजवळ आली आणि क्षणभर शून्यवत लोड केलेल्या त्या वनस्पतींकडे पाहत राहिली. भान हरपून.

...आणि डॉ. अंजली दचकली. लोड केलेली वनस्पती हलल्याची व तिचे स्पंदन होत असल्याचा भास तिला झाला. ती भानावर येत आश्चर्याने पाहत राहिली. पण वनस्पती स्तब्ध असल्याचं पाहताच ती स्वतःशीच हसली आणि आजच्या प्रयोगाचे काही परिणाम समीरसरांना द्यायचे म्हणून तिने निश्चय केला. त्या वनस्पतींचे परिणाम तेवढेच महत्त्वाचे आहेत, हे डॉ. समीरच्या बोलण्यातून जाणवत होतं. यावरूनच पुढील प्रयोगाची दिशा ठरणार होती. एका स्थिर विद्युतप्रवाहाला व वेगवेगळ्या प्रकाश प्रखरतेला तिला ही निरीक्षणं घ्यावयाची होती.

डॉ. अंजली पुन्हा टेबलाकडे आली. थोड्या वेळ खुर्चीत शांतपणे डोळे मिटून बसली. डोक्यात विचारांचं काहूर माजलं होतं. मघाशी वनस्पतींची जाणवलेली हालचाल व स्पंदनेही एखाद्या लहरींसारखी डोक्यात उमटून गेली. डोळे बंद असताना विविध वलयांसारख्या या गोष्टी एकमेकांत मिश्रित होऊ लागल्या. डॉ. अंजलीनं तत्काळ डोळे उघडले. क्षणात सर्व नाहीसं झालं. समोर पडलेल्या काही संशोधन पेपर्सवरुन तिने नजर फिरवली. परवाच्याच चर्चेदरम्यान डॉ. समीरनी ते संदर्भासाठी दिले होते. प्रकाशसंश्लेषणावरचे ते संदर्भ होते. स्थिर विद्युतप्रवाह आणि त्याच वेळेस विविध प्रकाशीय प्रखरतेला निरीक्षणे का घ्यायचीत म्हणून डॉ. समीरनी किती छानपणे समजावलं होतं. डॉ. समीरनी ठळकपणे मार्क केलेल्या एका संशोधन पेपरकडे पाहत, डॉ. अंजलीला त्यांनी मूलभूत गोष्टींचं सुरुवातीपासून स्पष्टीकरण दिल्याचं आठवलं होतं.

"अंजलीऽऽ... सैद्धांतिकदृष्ट्या पाहिलं तर चार अब्ज वर्षांपूर्वीच पृथ्वीवर जीवाश्म निर्माण झालेले आहेत. त्यावेळेस पृथ्वीवरील वातावरण अतिशय पातळ होतं. त्यात मुख्यत्वे मिथेन, कार्बनडाय ऑक्साईड आणि पाण्याचे बाष्प हे महत्त्वाचे घटक होते... जेव्हा पृथ्वी तप्त होती तेव्हा कुठलाही वायुरूप ऑक्सिजन हा

पदार्थातील ऑक्सिडेशन किंवा दहनासाठी (Combusion) वापरला गेल्याचं आढळलं. थंड झालेले पाणी एका ठरावीक साच्यात गोळा झाल्यानंतर, खडकांमधील पोषिते एकरूप होऊन जिरविले गेले. तद्नंतर जसे पाण्याचे बाष्पीभवन होत गेले, तसे पोषण एका रसात रूपांतरित झाले... यांतूनच पहिला जीवाश्माचा उगम होऊन, त्याचे खाद्य म्हणून उपयोग केला असावा आणि पुढे श्वसनामार्गे त्यातील किचकट रेणूचे विघटन होऊन पाणी आणि कार्बनडाय ऑक्साईड मूलद्रव्यांमध्ये रूपांतरित झाले असावेत. पुढे जसा जीवनक्रम वाढू लागला, तसे एकूणच खाण्यासाठी आणि रचनात्मक व कार्यकारणभावाचा उपयोग, या दोघांसाठी गुंतागुंत संमिश्राच्या संयोगीकरणाची गरज निर्माण झाली असावी. काही सजीव हे प्रभावीपणे लहान रेणूंपासून मोठ्या रेणूंच्या निर्माणासाठी सौर ऊर्जेचा वापर करताना दिसतात... आणि दुसरे सजीव हे वेगळ्या स्त्रोतांचा अवलंब करून, रेण्वीय पातळी गाठण्याचा प्रयत्न करतात. जे सजीव स्वतःमधील घटकांची निर्मिती कशी करावी, हे शिकतात त्यांना स्वयंजीवी असे म्हणतात. असे स्वयंजीवी हे मुख्यत्वे काही जीवाणू सर्व वनस्पतींमध्ये आढळतात. यांतूनच खऱ्या अर्थाने प्रकाश संश्लेषणाचा जन्म झाला. प्रिस्टले नावाच्या शास्त्रज्ञाने खरं तर याचा शोध लावला. कालांतराने सौरऊर्जा आणि प्रकाश यांच्या प्रभावाने आणि शिवाय कार्बनडाय ऑक्साईड व पाण्याच्या अस्तित्वाने, मूलभूत प्रकाशसंश्लेषणाची अभिक्रिया निर्माण झाली. ती म्हणजे:

$CO_2 + H_2O$ - प्रकाश ऊर्जा - $(CH_2O)n+O_2$

पुढे प्रयोगामधूनच प्रकाशसंश्लेषणासाठी ऑक्सिजन पाण्यापासून वेगळा काढला गेला आणि जेव्हा प्रकाश ऊर्जा वनस्पतीमध्ये अंतर्भूत झाली, तेव्हा पाण्याचे विभाजन मुख्यत्वे हायड्रोजन व ऑक्सिजनमध्ये झाले. ती अभिक्रिया अशी,

H_2O - प्रकाश ऊर्जा - $?O_2+2H+2e$

याच पद्धतीतून प्रकाशसंश्लेषणाची अभिक्रिया निर्माण होऊ शकली आणि शिवाय प्रकाशीय अभिक्रिया आणि अंधारातील अभिक्रिया यांमध्ये विभागणी होऊन सजीवांसाठी अन्नप्रक्रिया घडू शकली, " हीच अंजली खरं तर प्रथम सजीव निर्माण होण्याची प्रक्रिया आहे."

डॉ. अंजलीला थोडक्यात डॉ. समीरशी झालेला चर्चेचा हा गोषवारा आठवला होता. किती सहजपणे सजीवांच्या उत्पत्तीचे महत्त्व व प्रक्रिया त्यांनी सांगितली होती... याच अटींना त्यांना वेगवेगळे लहरींचे प्रकाशझोत सोडून वनस्पतींमध्ये निर्माण झालेल्या स्पंदनांवर काय परिणाम होतो... आणि त्यांच्या मेंब्रेन सिस्टीम व्यतिरिक्त इलेक्ट्रॉन व प्रोटॉनच्या मोशन कशा ठरतात हे त्यांना जाणून घ्यायचं होतं. पूर्वी घेतलेल्या वेगवेगळ्या विद्युतप्रवाहासाठीच्या वारंवारितेच्या आलेखांवर याचा निश्चितपणे काहीतरी परिणाम झाला पाहिजे, असा त्यांचा अंदाज

डॉ. अंजलीला, डॉ. समिरनी सांगितला होता. ही सुरुवातच असून, अजून पुढे बरीच मोठी मजल मारायची आहे म्हणून त्यांनी डॉ. अंजलीला प्रोत्साहित केलं होतं. डॉ. अंजली स्तब्धपणे डोक्यात चाललेल्या चर्चेचा मागोवा घेत होती. डॉ. समीरनी आत्तापर्यंत सांगितलेलं तिला समजलं होतं; पण त्यांची मूळ कल्पना तिला अजूनही लक्षात आली नव्हती किंवा ती तिच्या कल्पनेपलीकडची असावी म्हणून लक्षात आली नसावी.

डॉ. अंजलीनं घड्याळाकडे पाहिलं. दहा वाजून गेले होते. विचारातच एक तास निघून गेला. गुमान आजूबाजूला कुठेच नव्हता. तो त्याचं काम करून दुसऱ्या कामाला लागला. डॉ. अंजलीच्या सेटअपजवळ त्याने ऑस्सिलोस्कोप कधीच आणून ठेवला होता. आज ठरलेला प्रयोग विविध वनस्पतींवर पूर्ण करायचाच म्हणून डॉ. अंजली निश्चयानं उठली.

कट्ट्याजवळ येताच डॉ. अंजली पांढरा अंगरखा व हॅण्डग्लोव्हज् घालून स्टुलवर बसली. एक स्पेसीमन आधीच लोड केलेले असल्याने, तिने फ्रिक्वेंन्सी मीटर व एका ठरावीक प्रखरतेचा प्रकाशझोत वनस्पतीवर टाकला. त्याच वेळेस विद्युतप्रवाहही निर्धारित केला. प्रयोगशाळेत फक्त वनस्पतींवरचाच लाईट चालू होता. बाकी इतरत्र प्रयोगशाळेत अंधार होता. त्यामुळे वनस्पतीचे अस्तित्व उठून दिसत होते. सर्व उपकरणे सुरू झाली होती... आणि त्यावरील आकडेवारी ठळकपणे दिसू लागली. त्यावेळी डॉ. अंजलीने निरीक्षणे घेण्यास सुरुवात केली. तेवढ्यात डॉ. समीरच्या केबिनमधील फोनची घंटा वाजली.

''ट्रिंग ऽऽ... ट्रिंगऽऽ....''

निरीक्षणे घेण्यात मग्न असलेली डॉ. अंजली घंटीच्या आवाजाने उठली आणि केबिनमध्ये येऊन तिने फोन उचलला.

''हॅलोऽऽ... डॉ. अंजली हिअर! ''

पलीकडे क्षणभर शांतता

''हॅलोऽऽ अंजली... मीऽऽ... इला, ...इला गावित.''

डॉ. अंजली सावरल्या. चेहऱ्यावरच्या रेषा क्षणात बदलल्या. डॉ. इलांचा फोन इथल्या वास्तव्यात प्रथमच प्रयोगशाळेत आलेला पाहून, तिच्या चेहऱ्यावर आश्चर्य होतं.

''हंऽऽ... अरे!.. डॉ. इला... बोला ना, काही काम होतं का?''

''नाही, तसं खास नाही. डॉ. समीर आहेत का?'' पलीकडून आवाज आला.

''अंऽऽ... नाही... खरं तर ते सकाळपासूनच बाहेर गेलेले आहेत. काही निरोप असेल तर मी सांगते. '' डॉ. अंजलीनं विचारलं.

'' माझा तसा काही निरोप नाही; पण डॉ. समीरचाच सकाळी फोन येऊन

गेल्याचं कळलं, म्हणून मी केला. फक्त मी फोन केला होता एवढंच सांगा,'' डॉ. इलांनी स्पष्टीकरण दिलं.

''ठीक आहे डॉक्टर ... मी सांगते.''

'' अंजलीऽऽ...'' डॉ. इलांचा हळुवार स्वर आला.

''हंऽऽ'' डॉ. अंजलीनी हुंकार दिला.

''सोनवणे साहेब आणि निशिकांत काल रात्री माझ्याकडे आले होते. माहितीसाठी... तूही निशिकांतसोबतच होतीस असं कळलं. तुला लागलं तर नाही ना?...'' डॉ. इलांच्या चौकशीने, डॉ. अंजलीचं मन भरून आलं. ती हळूच म्हणाली,

''नाही... कदाचित निशिकांतला लागलं असावं... पण मी वेडी त्याला विचारायचंच विसरले...''

'' तसं थोडं लागलं आहे... तू काळजी करू नकोस. मी बँडेज व मेडिकेशन दिलेले आहेत... म्हटलं चौकशी करावी. टेक केअर...'' डॉ. इलांनी वस्तुस्थिती सांगितली.

''ओ.के. डॉक्टर, थँक यू व्हेरी मच.''

''ठीक आहे. तेवढं मी फोन केल्याचं डॉ. समीरना सांग...''

''सांगतेऽऽ''

''ओ.के. बाय.''

''बाय.''

पलीकडून फोन ठेवल्याचा आवाज आला. डॉ. इलांच्या फोनने व त्यांच्या डॉ. समीरविषयीच्या अनपेक्षित चौकशीने, डॉ. अंजली भारावली गेली. तिने हळूच फोन ठेवला आणि डॉ. समीरनी, डॉ. इलांना का फोन केला असेल म्हणून विचारातच ती चालू असलेल्या प्रयोगाजवळ आली... आणि क्षणात सर्व विसरून लागलीच प्रयोगात समरस झाली.

बराच वेळ डॉ. अंजली विविध नमुने असलेल्या वनस्पतींच्या प्रयोगात मग्न होती.

पाठीमागून आवाज येताच, ती दचकली.

''अंजलीऽऽ''

केबिनमधून डॉ. समीरनी तिला बोलावलेलं पाहताच, सर आत कधी आले असे हावभाव तिच्या चेहऱ्यावर उमटून गेले.

''एक दोन मिनिटे इकडे ये!'' डॉ. समीर एक कागद हातात घेत म्हणाले होते. डॉ. अंजली तशीच उठली आणि त्यांच्या पुढ्यात येत तिने विचारलं,

''कधी आलात सर?''

''अगं!.. दहा मिनिटे झालीत येऊन. तू प्रयोगात पूर्णपणे समरस झालेली पाहून

आनंद झाला. म्हणून तुला मुद्दामच डिस्टर्ब केलं नाही. वन शुड हॅव सच कॉन्सन्ट्रेशन ऑफ वर्क,'' डॉ. समीर हसत म्हणाले.

''सॉरी सर, आपण?''

डॉ. अंजलीचं अर्धवट वाक्य तोडीत डॉ. समीर म्हणाले,

''अगं!... उभी का?... बैस ना. सकाळी आल्याआल्याच सुनीलचा फोन आला.''

डॉ. अंजली समोरच्या खुर्चीत बसत अपराध्यासारखी पाहत राहिली.

''... आणि निशिकांतवर हल्ला झालेला ऐकून आय वॉज व्हेरी मच शॉक्ड! त्यामुळे मी इथे थांबणं शक्यच नव्हतं. म्हणून सकाळीच मी तत्काळ निघालो. अंजलीऽऽ''

''हंऽऽ...'' तिनं पूरकपणे डॉ. समीरकडे पाहिलं.

''तूही निशिकांतसोबत होतीस असं कळलं. तुला काही लागलं का?'' डॉ. समीर आपुलकीने चौकशी करीत म्हणाले.

''नाही सर!... निशिकांतने मला पूर्ण प्रोटेक्ट केलं...'' डॉ. अंजलीचा गळा भरून आला.

''धिस इज दी स्पिरीट दॅट गाय हॅज. म्हणूनच मला प्रथम कळताच मी तुझ्याऐवजी त्याच्याकडे गेलो. तो असताना काळजी नव्हती. ही हॅज क्वॉईट डीप इंन्ज्युरी ॲट दी बॅक,'' डॉ. समीरनी सांगितलं.

''काय?'' डॉ. अंजली आश्‍चर्यानं उद्‌गारली.

डॉ. समीर क्षणभर तिच्या या आश्‍चर्याकडे पाहतच राहिले... आणि म्हणाले,

''होयऽऽ... पण तू काळजी करू नकोस.''

''सर!... मी इतकी घाबरले आणि भेदरले होते की, निशिकांत मला घरापर्यंत पोहोचवायला आला तरी त्याला काही इजा झाली की नाही हे विचारायचं भानच राहिलेलं नाही. आज सकाळपासून त्याच्याच काळजीनं मन अस्वस्थ होत राहिलंय.'' डॉ. अंजलीचे डोळे भरून आले होते.

प्रसंगावधान पाहून डॉ. समीर म्हणाले,

''ऐऽऽ... कम ऑन अंजली. अगं त्या निशिकांतला एवढ्याशानं काहीही होत नाही. त्याच्यावर हल्ला करणारा नेमका कोण होता म्हणून हुडकण्यास त्यानी सुरुवातही केलीय... आणि आय ॲम श्युअर ही वुईल डू इट! अंजलीऽ... एक सांगू,''

डॉ. अंजलीनं डोळे पुशीत डॉ. समीरकडे पाहिलं.

''एक निश्‍चित. तो तुझ्यावर खूप प्रेम करतोय याची जाणीव मला पदोपदी आलीये. कुणास ठाऊक; पण ही लव्हस ॲंड रिस्पेक्ट यू व्हेरी मच. त्याच्या

बोलण्यातून हे प्रकर्षानं जाणवलं. डोण्ट वरी! त्याची काळजी करू नकोस. वहिनीसाहेबांनी आणि डॉ. इलांनी अगोदरच त्याची व्यवस्थित काळजी घेतलीये...''

डॉ. अंजलीच्या चेहऱ्यावर समाधान झळकलं. त्याच्या प्रेमाच्या उल्लेखानं तिचा कंठ दाटून आला. पण तिने स्वतःवर नियंत्रण केलं. डॉ. समीर विचार करून म्हणाले,

''अंजलीऽऽ...''

''हंऽऽ...'' डॉ. अंजलीने हुंकार दिला.

''आता एवढ्या प्रसंगानं भावविवश होऊन तुला चालणार नाही. यू हॅव टू बी अ स्ट्राँग इनफ्. हे असं घडतच राहणार. तुला माहीत आहे. जो कर्तव्य बजावतो, अन्यायाविरुद्ध लढतो त्यांच्या वाटा अशाच खाच-खळग्यांनी भरलेल्या असतात. मग ते कुठलंही क्षेत्र असो. आपले संशोधन क्षेत्रही त्याला अपवाद नाही... आणि हे दोघं... म्हणजे तुझा निशिकांत आणि सुनील... या दोघांचाही पिंड वेगळा आहे. तुलाही हे निश्चितपणे जाणवलं असणार. कर्तव्य, इमान, जबाबदारी यांचं हे दोघेही मूर्तिमंत उदाहरण आहेत. प्रसंगी प्राण देऊन रक्षण करणारी ही मंडळी आहेत... आणि म्हणून अशा लोकांसाठी जीवन सहज नाही. पदोपदी, जागोजागी आणि क्षणाक्षणाला असे अडथळे येतच राहणार, म्हणून म्हणतो यू हॅव टू बी अ स्ट्राँग अँड सपोर्ट हिम.''

डॉ. अंजली ऐकत राहिली. स्तब्धपणे... शांतपणे... आणि खंबीरपणे. डॉ. समीर तिच्याकडे पाहत पुन्हा म्हणाले,

''...आणि आय हॅव सीन धिस स्पिरिट इन निशिकांत अॅजवेल. सहजासहजी हरणारी ही मंडळी नाहीत. कुणावर अन्याय होत असला तर हे कधीही चूप बसणार नाहीत. प्रसंगी दोन हात करण्याची त्यांच्यात जिद्द आहे. निशिकांतशी माझी ओळख अलीकडचीच... खरं तर तुझीही तेव्हाचीच. पण प्रथम भेटीतच हे मला जाणवलं. कुणालाही आपलंसं करून घेण्याचं त्यांचं व्यक्तिमत्त्व आहे. सुनील तर माझा कॉलेजमित्रच! आडदांड, पण तेवढाच हुशार! ओघाने आठवले म्हणून त्याची एक गोष्ट सांगतो. एकदा आम्ही कॉलेज संपून रस्त्याने चाललो होतो. एक सुंदर मुलगी भ्यालेली, हरिणीसारखी झपाझपा चालली होती. कारण तिघं सडकछाप दादा विद्यार्थी तिच्या मागे लागले होते. एकानं बळजबरीनं तिला पकडताच, भेदरून आजूबाजूला मदतीच्या अपेक्षेने तिचे डोळे भिरभिरू लागले... लाचारपणे ती बघू लागली. त्या पोरांविरुद्ध जाण्याची कुणाचीही टाप नव्हती. त्याच वेळेस सुनील आणि मी चाललो होतो. सुनीलच्या हे तत्काळ लक्षात आलं... आणि विजेच्या गतीने त्यानं त्या तिघांना मुलींसमोरच बदडून काढलं. पुढे ती मुलं कुणा मुलीच्या वाटेला गेले असतील की नाही शंकाच आहे. खरं तर मला या दोघांचा अभिमान आहे.''

डॉ. समीर बराच वेळ भरभरून बोलत होते. डॉ. अंजली ऐकत होती. डॉ. समीरची ही एक बाजू तिला दिसत होती. शेवटी ही सर्वच मोठी माणसं होती. डॉ. अंजली मनोमन डॉ. समीरची ऋणी होती. एक वेगळीच मनाला उभारी आणणारी जाणीव त्यांनी करून दिली होती. थोडावेळ शांततेत गेला... आणि तेवढ्यात डॉ. अंजलीला आठवलं.

"सर!"

"हंऽऽ" डॉ. समीरनी अंजलीकडे पाहिलं.

"सर!... थोड्यावेळापूर्वी डॉ. इलांचा फोन आला होता. तुम्हीच त्यांना फोन केला होता असं त्या म्हणत होत्या."

डॉ. इलांचं नाव निघताच, डॉ. समीरच्या चेहऱ्यावर आनंद झळकून गेला. क्षणात त्यांचा चेहरा मोरपंख फिरून जावेत तसा झाला. हा सूक्ष्म बदल डॉ. अंजलीच्या अनुभवी मनाने टिपला होता... आणि स्मित करीत त्यांच्या मनाचा व त्यात होत असलेला बदलांचा ती आढावा घेत राहिली. डॉ. समीर उत्तेजित होत म्हणाले,

"काय?... इला. आय मीन डॉ. इलांचा फोन?... आणि मी जागेवर नव्हतो?..." एक मोठीच संधी हुकल्याचं डॉ. समीरचे हावभाव पाहून, डॉ. अंजली पुन्हा मनातल्या मनात हसत राहिली. ते पुढे म्हणाले, "अंजलीऽऽ... काय म्हणाल्या त्या?"

"काही नाही फक्त फोन आला म्हणून सांगा असं सांगितलं त्यांनी."

आपण उत्तेजित झालो आहोत हे लक्षात येताच, त्यांनी स्वतःला नियंत्रित केलं. डॉ. अंजलीच्या नजरेला नजर देण्याची हिम्मत आता त्यांच्यात नव्हती. डॉ.अंजली म्हणाली,

"तुम्ही स्वतःहून फोन केला होता सर त्यांना?"

"अंऽऽ... होऽ... होऽ... आपल्या प्रयोगासाठी मला त्यांच्याकडून मदत हवी होती. म्हणून मी फोन केला होता. अंजलीऽऽ.. मला वाटतं शी माईट बी वेटिंग फॉर मी... आय हॅव टु गो अँड सी हर..." असं सांगतच डॉ. समीर घाईने उठले होते... आणि पुढे म्हणाले, "अंजलीऽऽ.. मी अर्ध्या तासातच परत येतो. तोपर्यंत तू आपले राहिलेल्या वनस्पतींचे निरीक्षण घे. म्हणजे काहीतरी महत्त्वाचे व उपयुक्त परिणाम आपल्याला मिळू शकतील... ओ. के...."

डॉ. समीर अंजलीला सी ऑफ करून, हवेत उडत गेल्यासारखेच दारातून बाहेर पडले होते. डॉ. अंजली, डॉ. समीरच्या या आंतरिक बदलाने, ओढीने आणि क्षणिक लालसर झालेल्या चेहऱ्याने समजून गेली आणि हसत राहिली.

क्षणभर दाराकडे पाहत तिला निशिकांतची आठवण येऊन गेली. प्रकर्षाने

निशिकांतची उणीव तिला भासू लागली. सगळं असंच टाकून आपणही जावं आणि त्याच्या बाहुपाशात विलीन व्हावं. या क्षणिक विचाराने तिच्यात बळ आलं. निशिकांत जवळ जाणं आता या घडीला तरी शक्य नव्हतं... आणि शिवाय तो ही जागेवर सापडणार नव्हता. मोबाइल बंद होते. या भागात फारशी कनेक्टीव्हिटीच नव्हती. मोठा सुस्कारा सोडत, डॉ. अंजली उठली व उरलेल्या वनस्पतींवरच्या प्रयोगासाठी प्रयोगशाळेत वळली आणि तेही आज संपविण्याच्या इराद्यानेच.

अंधार केलेल्या प्रयोगशाळेत डॉ. अंजलीने प्रवेश केला.

२४

एका वेगळ्याच प्रेरणेने डॉ. समीर इन्स्टिटयूटमधून बाहेर पडले. डॉ. इलांचा फोन येऊन गेल्याचं कळताच त्यांच्या चेहऱ्यावर कमालीचं उत्तेजन पसरलं होतं. हृदयातलं नकळत चेहऱ्यावर आलं होतं. आपल्यातील हा बदल डॉ. अंजलीच्या लक्षात आल्याचं त्यांना त्याच क्षणी जाणवलं; पण त्याला ते काहीच करू शकत नव्हते. तशी गरजही त्यांना भासली नव्हती. म्हणून ते तत्काळ बाहेर पडले. किक मारताच त्यांनी आपली स्कूटर रुग्णालयाकडे भरधाव वेगाने घेतली. नागमोडी वळण घेत जाणाऱ्या रस्त्यावरुन व आजूबाजूला असणाऱ्या हिरव्यागार झाडांनी मनाला उभारी येत होती. थंडगार वाऱ्याने आल्हाददायक वाटत होतं. आज सकाळीच डॉ. इलांना त्यांनी फोन केला होता. त्यांच्या त्या बालिश वागण्याने ते स्वतःच हसत होते.

काल रात्री चालू असलेल्या संशोधनाविषयी विचार करीत असताना, डॉ. इलांची त्यांना प्रकर्षाने आठवण आली होती. रुग्णालयातून आल्यापासून डॉ. इलांशी संपर्कच राहिला नव्हता. पण हृदयांतरीच्या तारा मात्र त्या एक-दोन दिवसांच्या वास्तव्यात कधीच जुळल्याचं डॉ. समीरच्या ध्यानी आलं होतं. कॉलेजमधील कोवळ्या प्रेमाची इतिश्री झाल्यानंतर आपण या वाटेला कधी गेलोच नव्हतो. तशी इच्छाच झाली नाही. प्रेम या शब्दाची भीतीच वाटायला लागली होती. प्रेमात कोण, कसं वागेल याचा काहीही भरवसा राहिलेला नव्हता. पूर्वी ज्याला आपण आपलं प्रेम समजत होतो, ते आपलं नव्हतंच. क्षणात मनाचा विचार न करता आपलं भावविश्व उद्ध्वस्त करून ती निघून गेली होती. आपण काहीच करू शकलो नव्हतो. रडण्याशिवाय शेवटी करणार तरी काय होता? आयुष्यात कधी रडलो नाही तेवढं आपण त्या दिवशी रडलो. सारं जगच भकास वाटायला लागलं होतं. जीवन नकोसं झालं होतं. त्यावेळी जर सुनील नसता, तर आपण कुठे असतो?.. या जगात तरी राहिलो असतो का?.. त्यानं आपल्याला किती जपलं. सांभाळलं... प्रेमाची व्याख्या, त्याची महती... किती साध्या आणि सोप्या सरळ भाषेत त्यानं आपल्याला विशद

केली. खरंच या माणसाचे आपल्यावर किती उपकार आहेत. पावलोपावली त्यानं पडताना आपल्याला सांभाळलं... वाचवलं... समजावलं... पुढे या वाटेला कधी गेलो नाही. एखाद्या छानशा मुलीशी लग्न कर म्हणून सुनील नेहमीच मागे लागला. एखादी अमेरिकन मड्डम आणली तरी चालेल म्हणून त्यानं लिहिल्याचं आठवतंय. आपण टाळत राहिलो. दुर्लक्ष करीत राहिलो; पण परवाच्या त्या अपघातानं डॉ. इलांच्या संपर्कात आल्यानंतर, प्रेमाची तशीच जाणीव झाल्याचं समजलं. कित्येक वर्षांनंतरची तीच भावना, पण यावेळी मात्र एक प्रगल्भ मन हे विचार करीत होतं. म्हणूनच रात्री झोपताना आणि संशोधनाच्या विचारात डॉ. इलांच्या प्रतिमेची सरमिसळ होऊ लागली. मन एखाद्या लोलकासारखं भिरभिरू लागलं. भेटीच्या ओढीनं मन अधीर होऊ लागलं. म्हणूनच अस्वस्थ मनानी त्यांनी प्रयोगशाळेत आल्या आल्या डॉ. इलांना फोन केला होता. रिंग जाताच त्यांचं हृदय धडधडलं होतं. काय बोलावं या प्रश्नाने त्यांनी लागलीच फोन ठेवला होता. पुन्हा आवेगाने फोन उचलून नंबर डायल केला होता. यावेळी मात्र पलीकडून उचलेपर्यंत त्यांनी फोन तसाच कानाला धरून ठेवला होता, पण दुर्दैवाने डॉ. इला तेथे नसल्याचं नर्सनं सांगताच, त्यांचा कमालीचा विरस झाला होता.

ओढा मागे पडला होता. रुग्णालय टप्प्यात येताच, त्यांनी आपले विचार झटकले. दोन मिनिटांतच स्कूटर फाटकातून आत घेतली व पलीकडच्या भिंतीला लावली.

रुग्णालयात शिरताच ओ.पी.डी. च्या बाहेर बाकावर काही पेशंट्स बसले होते. त्यात पुरुष, बायका, तर काही बायका आपल्या तान्ह्या मुलांना कुशीत घेऊन बसल्या होत्या. बहुतांशी सर्वच आदिवासी होते. निरस, निरागस असणाऱ्या या लोकांची सेवा करणाऱ्या डॉ. इलाही तेवढ्याच डॉ. समीरना ग्रेट वाटल्या. मागच्या त्यांच्या एक दिवसाच्या वास्तव्यातच त्यांना हे कळलं होतं. किती तन, मन, धनानं ही स्त्री काम करत्येय. न कंटाळता शेजारच्या खोलीतून काही लोकांची धावपळ सुरू झाल्याचं त्यांनी पाहिलं. बहुतेक पेशंटचे नातेवाईक असावेत. काळजीयुक्त चेहरे पाहून डॉ. समीर विषण्ण झाले. ज्याचं असतं त्यालाच ते कळतं. आपल्या संशोधनापेक्षा हे क्षेत्र किती वेगळं आहे?... सरळ लोकांच्या उपयोगी येणारं. समोरुन धावतपळतच डॉ. इला व त्यांच्यासोबत नर्स येताना डॉ. समीरना दिसल्या. जवळ येताच डॉ. इलांच्या तत्काळ लक्षात आलं.

"अरेऽऽ... डॉ. समीर?"

तशाही स्थितीत डॉ. समीरना पाहून झालेला आनंद डॉ. इला लपवू शकल्या नाहीत. क्षणभर बावरलेल्या नजरेनं त्या त्यांच्याकडे पाहत राहिल्या. डॉ. इलांच्या

बावरलेल्या चेहऱ्याकडे पाहत डॉ. समीर हसत म्हणाले,

"हॅलोऽऽ... डॉ. इला... हॅलोऽ... सिस्टर...!" नर्सकडे पाहत त्यांनी नमस्कार केला. डॉ. इला तत्काळ उत्तरल्या,

"डॉ. समीर, प्लीज... आपण माझ्या केबिनमध्ये बसता का?.. एका पेशंटला सिव्हिअर दम्याचा अटॅक आलेला आहे आणि काही ओ.पी.डी.तले पेशंट पाहून मी तुम्हाला लागलीच जॉईन होते. प्लीजऽ... एक्सक्यूज मी...!"

डॉ. समीर प्रतिउत्तरादाखल आवेगाने म्हणाले,

"डॉ. इलाऽऽ... पेशंट इज् इंम्पॉर्टंट... तुम्ही त्यांच्याकडे पाहा... त्यांना बरं वाटेपर्यंत थांबा. यू टेक इट युवर ओन टाईम. आय् वुईल वेट फॉर यू..." असं म्हणतच डॉ. समीर, डॉ. इलांच्या केबिनकडे निघाले. डॉ. इला त्यांच्या बोलण्याने संचित झाल्या. तशातच शेजारच्या खोलीत-जाऊन त्यांनी पेशंटचा ताबा घेतला होता.

केबिनमध्ये येताच, डॉ. समीर एका खुर्चीत बसले. क्षणात त्यांनी त्या छोट्याशा पण नीटनेटक्या केबिनवर नजर फिरविली होती. त्यांना स्वच्छ आणि प्रसन्न वाटलं. टेबलावर काही इंग्रजीची वैद्यकीय नियतकालिके पडली होती. त्यापैकी एक उचलून डॉ. समीर चाळू लागले. दहा मिनिटातच डॉ. इला केबिनमध्ये हजर झाल्या. प्रवेश करताच त्या म्हणाल्या,

"सॉरीऽऽ... डॉ. समीर, तुम्हाला असं ताटकळत ठेवणं मला प्रशस्त वाटलं नाही... पण.ऽ.." त्या समोरच्या खुर्चीत बसत म्हटल्या. मधेच त्यांना अडवत डॉ. समीर म्हणाले,

"नो फॉरमॅलिटीज् डॉ. इला... प्लीजऽऽ..तन-मनानं काम करणारी माणसं मला आवडतात."

त्यावर डॉ. इलांनी फक्त स्मित केलं आणि त्या म्हणाल्या,

"सकाळीच आपला फोन आला होता असं सिस्टर म्हणाल्या. म्हटलं डॉ. समीर आम्हाला विसरलेत की काय?"

"तुम्हाला कसं विसरेन?... आणि जीवनदान देणाऱ्याला तरी विसरणं शक्य आहे का?" डॉ. समीर हातातलं मासिक टेबलावर ठेवीत म्हणाले होते.

"नाही म्हटलं बरेच दिवस झालेत तुमच्या प्रकृतीविषयी कळलं नाही. वाटलं डॉ. समीर संशोधनात बरेच गढून गेलेले दिसतात. नाहीतरी तुम्ही संशोधक एका वेगळ्याच विश्वात असता." डॉ. इला म्हणाल्या होत्या.

"तसं नाही डॉ. इला.. शेवटी संशोधकही मानवच आहे. या सगळ्या मूलभूत गरजांची त्यालाही आवश्यकता असतेच."

"परवाच सोनवणेसाहेब व निशिकांत येऊन गेलेत... मनात आलं तुमच्याविषयी

त्यांना विचारावं. पण वाटलं, अशा वेळी ते प्रशस्त वाटणार नाही.'' डॉ. इला मनातलं बोलल्या.

डॉ. समीर, डॉ. इलांच्या लाघवी बोलण्याकडे पाहतच राहिले. त्यांचं बोलणं असंच ऐकत राहावं असं वाटत होतं. ते म्हणाले,

''इथे येऊन गेल्याचं सुनील मला म्हणाला...'' क्षणभर विचार करीत ते पुढे म्हणाले, ''जे घडलं ते वाईटच म्हणायला हवं.''

''होऽऽ... ना'' गळ्यातला स्टेथोस्कोप टेबलावर ठेवत डॉ. इलांनी हुंकार भरला होता.

डॉ. इला पुढे काही बोलणार तोच केबिनचं दार पुन्हा उघडलं गेलं. सिस्टर घाईने आल्याचं दिसताच,.. डॉ. इला पुन्हा उभ्या राहिल्या आणि म्हणाल्या,

''सिस्टरऽऽ... त्या पेशंटला पुन्हा काही?''

''नाहीऽऽ.. मॅडम... पेशंटची प्रकृती चांगली आहे. मी यासाठी आले की आपले सरपंच बापूसाहेब व पोलीस पाटील हरिभाऊ तुमच्या केबिनकडेच येताना मी पाहिलं. प्रथम आपणास कल्पना द्यावी म्हणून धावतपळत आले.''

''ठीक आहे सिस्टर, येऊद्यात. तुम्ही जा निवांत. मी पाहते काय ते,'' डॉ. इला पुन्हा खुर्चीत बसत म्हणाल्या होत्या.

सिस्टर दारातून बाहेर पडताच, उघडलेलं दार तसंच पुढे ओढत बापूसाहेब व पोलीस पाटील हरिभाऊंनी आत प्रवेश केला... आणि डॉ. समीरकडे विचित्र नजरेनं पाहत, त्यांच्या शेजारील दोन खुर्च्या खेचून आडदांडपणे ते स्थानापन्न झाले.

कुठलीही प्रतिक्रिया न देता डॉ. इला शांतपणे त्यांच्या या कृतीकडे पाहत राहिल्या.

बापूसाहेब धोतराचा सोगा वर करीत एक पाय दुसऱ्या पायावर घेत म्हणाले,

''डॉक्टरऽऽ''

डॉ. इलांनी न बोलता फक्त पाहिलं. डॉ. समीर स्तब्धपणे निरीक्षण करीत राहिले.

''थोडं खाजगी आणि तेवढंच महत्त्वाचं बोलायचंय्...''

''बोला की...'' डॉ. इलांनी त्रोटक उत्तर दिलं. बापूसाहेब थोडावेळ चुळबुळले व आजूबाजूला पाहत शंकेने त्यांनी डॉ. समीरकडे पाहिलं... आणि पोलीस पाटील आणि बापूसाहेबांनी एकाच वेळी डोळ्यांनी डॉ. इलांना इशारा केला.

''तुम्ही त्यांच्यासमोर बोललात तरी चालेल. ते माझे मित्रच आहेत.''

बापूसाहेब खीऽऽ खीऽऽ करीत हसत म्हणाले,

''अहो बाईऽऽ... मित्र का काय ते तुमचं!... आमचं नव्हं, काय?''

''हे बघा बापूसाहेब... ते माझ्या अतिशय जवळचे मित्र आहेत. तुम्ही त्यांच्या

पश्चात जरी मला काही सांगितलं तरी त्यांनाच सांगितल्यासारखंच आहे, इतके जवळचे.'' डॉ. इला प्रत्येक शब्द ठासून बोलत होत्या. बोलतांना त्यांचा आवाज कापरा झाला होता, पण चेहरा मात्र तेवढाच आत्मविश्वासी व शांत होता. डॉ. समीर, डॉ. इलांच्या बोलण्याकडे पाहतच राहिले. किती सहजपणे डॉ. इलांनी आपलं मन उघडं करून टाकलं होतं.

जवळचे मित्र ऐकताच बापूसाहेब व पोलीस पाटलांच्या भुवया उंचावल्या गेल्या. प्रसंगावधान पाहून डॉ. समीर म्हणाले,

''एक्सक्यूज मी... यांना माझा अडथळा होत असेल, तर मी थोड्यावेळ बाहेर थांबतो.''

बापूसाहेब व पोलीस पाटील दोघेही छद्मीपणे हसले. मित्र बराच समजूतदार दिसतोय असे त्यांचे हावभाव होते. डॉ. इला त्यावर तत्काळ म्हणाल्या,

''नाही डॉ. समीर... तुम्ही माझे अतिथी आहात. तुम्ही कुठेही जाणार नाहीत. यांच्या खाजगी गोष्टीत मला मुळीच रस नाही. जर त्यांना सांगायचं नसेल तर ते जाऊ शकतात.''

डॉ. इलांच्या या पवित्र्याने बापूसाहेब वरमलेले दिसले. पोलीस पाटलांकडे पाहत त्यांनी दीर्घ श्वास सोडला... आणि डॉ. इलांकडे निरखून पाहत ते म्हणाले,

''ठीक आहे... आईचा माज जसाच्या तसा आलाय तुझ्यात. काय तुझा येडा बा आहे का गेला?''

डॉ. इलांनी डोळे मिटून एक आवंढा गिळला आणि शांतपणे पुढे म्हणाल्या,

''काय काम होतं तेवढं बोला. मला वेळ नाही. माझे पेशंट वाट पाहताहेत.''

''दिसतंय कोण वाट पाहतंय ते?'' पोलीस पाटलांनी नाक खुपसलं. डॉ. इलांना थोडा राग आल्याचं जाणवताच, बापूसाहेब सावरत म्हणाले,

''ठीक आहेऽऽ... ठीक आहेऽऽ... इले!''

''मी यापूर्वीच तुम्हाला सांगितलंय बापूसाहेब की, मला डॉ. इला म्हणूनच हाक मारीत चला.'' या वेळी मात्र डॉ इलांच्या तोंडून धारदार शब्द बाहेर पडले होते.

''चुकलोऽऽ... माफी असावी.'' कानाला हात लावीत बापूसाहेबांनी वेडावत ॲक्शन केली व पुढे म्हणाले.'' हा तर डॉ. इला, परवा रातच्याला एक-दोन माणसं एका नाक ठेचलेल्या आदिवाश्याला घेऊन आलते... आलते नव्हं?''

बापूसाहेबांनी दातात अडकलेली घाण थुंकत प्रश्नार्थ मुद्रेने डॉ. इलांना विचारलं होतं.

दरम्यान डॉ. समीरनी पुन्हा तो मेडिकलचा इश्यू चाळायला सुरुवात केली होती.त्यांचे कान मात्र या चाललेल्या संवादाकडे वेध घेत होते.

''होऽऽ... आला होता. त्याचं काय?''

''त्याचं काय नाय्. एवढं खास नाही. छोटंसंच काम आहे. फकस्त कुणी आलं तर असला प्राणी तुमच्याकडे आलाच नव्हता म्हणून रिपोर्ट द्या. बस!'' बापूसाहेब मिश्कीलपणे मिशीवरून हात फिरवीत म्हणाले होते.

डॉ. इला हैराणपणे बापूसाहेबांकडे पाहत राहिल्या... आणि म्हणाल्या,

''काय?... आलाच नव्हता म्हणून रिपोर्ट देऊ?... कसं शक्य आहे? परवा रात्री मी स्वत: त्याच्यावर उपचार केलेत. तालुक्याच्या हॉस्पिटलला रेफर करा म्हणून मीच चिठ्ठी दिली. त्याचा केसपेपर काढलाय... आणि तुम्ही म्हणता तो आलाच नव्हता?''

''आवो मॅडमऽऽ... केस पेपर फाडा नाहीतर जाळून टाका. कोण पाहतो तो? ... कुत्रं बी इचारनार नाही बघा!'' पोलीस पाटील पुढे हात करून म्हणाले होते.

''कोण नाही पाहत ना?... मग असू द्या ना तो केसपेपर. तो इथे आलाच नव्हता असा खोटा रिपोर्ट मी कुणाला का म्हणून द्यावा आणि कशासाठी, कुणासाठी मी असं करावं?'' डॉ. इलांच्या नाजूक गळ्यातून तापलेले स्वर बाहेर पडत होते.

डॉ. समीर प्रत्येकाचं अवलोकन करून, निरीक्षण करीत होते. डॉ. इलांचं हे वेगळं रूप त्यांना दिसत होतं; ही पण सुनील, निशिकांत यांच्याच पठडीतील आहे म्हणून त्यांच्या तत्काळ लक्षात आलं.

पोलीस पाटील बोलणार तेवढ्यात, आपला हात आडवा करीत बापूसाहेब शांतपणे म्हणाले,

''आमच्यासाठीऽऽ... आमच्यासाठी तुम्ही असं करा!''

''मग तर शक्यच नाही...'' डॉ. इलांचा ठाम स्वर आला.

''तुम्हाला ते करावंच लागेल... '' बापूसाहेबांचा पुन्हा शांत स्वर आला.

डॉ. इला पुन्हा ठामपणे व तेवढ्याच शांतपणे उत्तरल्या,

''ते शक्य नाही... सॉरीऽऽ.. तुम्ही चुकीच्या ठिकाणी आला असून, तुमचाही आणि माझाही बहुमूल्य वेळ खर्ची करीत आहात.''

यावर बापूसाहेबांचा चेहरा रागानं फुललेला दिसला... पण स्वतःला शांत ठेवत ते म्हणाले,

''बाईऽऽ''

''डॉक्टर म्हणा...'' डॉ. इला काहीतरी लिहित म्हणाल्या. बापूसाहेब चरफडत पाहत राहिले आणि वेगळा मार्ग सुचवित हळूच बोलले.

''डॉक्टरऽ... ठीक आहे. तसा रिपोर्ट देऊ नका. फक्त तो पेशंट स्वत: पडला आन् त्याला लागलं असं तो स्वतःहून म्हणाला एवढंच लिहा...''

''हे बघा बापूसाहेब... मी पुन्हा एकदा सांगते. मी असं खोटं काहीही करणार

नाही. माझे गेस्ट केव्हाचे बसलेले आहेत, तुम्ही जाऊ शकता.''

यावर बापूसाहेब रागाने प्रचंड लाल झाले. काय बोलावं तेच त्यांना सुचत नव्हतं. एक शिवी त्यांच्यातोंडून बाहेर पडू पाहत होती,पण स्वतःवर नियंत्रण ठेवतच, ते खुर्चीतून उठीत म्हणाले,

''ठीक आहे इलेऽऽ... या गावातच तूही आणि मीही आहे. गाठ होईलच...!''

यावर डॉ. इला काहीच बोलल्या नाहीत. उलटपक्षी गळ्यातला स्टेथोस्कोप काढून टेबलावर ठेवीत त्या मिश्कीलपणे व शांतपणे रागावलेल्या आणि धमकी देणाऱ्या बापूसाहेबांकडे पाहत राहिल्या. त्यावर बापूसाहेब जास्तच डिवचले गेले. तसेच माघारी वळून दारातून बाहेर पडले. पोलीस पाटलांनी जाताना दार धाडकन ओढून घेतलं. त्या आवाजाने केबिन क्षणभर थरथरली. दारातून गेलेल्या वादळाकडे डॉ. समीर पाहतच राहिले... आणि डॉ. इलांविषयी विचार करीत राहिले. तिच्या शांत मुद्रेकडे पाहत राहिले. तिच्याच आवाजाने ते भानावर आले.

''डॉ. समीरऽऽ''

''अं!...'' डॉ. समीर, डॉ. इलांकडे पाहत होते. एवढ्या वादळानेही ह्या किती शांत होत्या.

''आय ॲम सो सॉरी! प्रथमच तुम्ही निवांतपणे माझ्याकडे आलात आणि हे असं!''

''इट्स ऑलराइट डॉ. इला... जर हे असं झालं नसतं तर मला तुमचं मन तरी कळलं असतं का?... तुमच्यातला खंबीरपणा तरी जाणवला असता का? बाय द वे हे निशिकांतच्या हल्ल्याच्या प्रकरणासंबंधी दिसतंय...'' डॉ. समीर अंदाज व्यक्त करीत म्हणाले.

''होयऽऽ...'' डॉ. इला विश्वासानं म्हणाल्या.

''याचा अर्थ हे सर्व या जाळ्यातील धागेच आहेत. दिज् आर ऑल करप्ट रुट्स...!''

''... आणि पुढे पसरलेले... अनियंत्रित'' डॉ. इला पुढे म्हणाल्या. ''ओ.के... जीवनात असं चालायचंच. कुणी या बाजूला असेल तर कुणी त्या... एनी वे... डॉ. समीर?''

''येस्ऽऽ..'' डॉ. समीर या मुलीकडे कौतुकभरल्या नजरेने पाहत राहिले.

''माझ्या घरी तुम्हाला यायला आवडेल?''

डॉ. समीर यावर आनंदाने हसत म्हणाले,

''आवडेल?... डॉ. इला नुसतंच आवडणार नाही, तर माझ्या आयुष्यातला तो मी एक मोठा ठेवा समजेन!''

डॉ. इला या उत्तरानं मनापासून हसत म्हणाल्या,

"मग तर चला... आपण तेथेच बोलू."

पांढरा ओव्हरकोट काढून, डॉ. इलांनी खुंटीला लटकवला. आता त्या पूर्ण साडीमध्ये दिसत होत्या. सुंदर... त्यांच्या सावळेल्या रंगाला साडी शोभून दिसत होती. डॉ. समीरनाही त्यांच्याकडे पाहण्याचा मोह आवरला नाही. दोघे सोबतच बाहेर पडले. समोरचा पॅसेज ओलांडून पलीकडे असलेल्या रुग्णालयाच्या शेजारच्या मंगलोरी कौलारू क्वाटर्समध्येच डॉ. इला राहत होत्या. घराचं दार लोटीत त्या म्हणाल्या,

"या ना आत!"

आत दिवा लावताच, सोफ्यावर पडलेली काही पुस्तके उचलून, शेजारी टेबलावर ठेवीत डॉ. इला म्हणाल्या,

"बसा!... मी दोन मिनिटांत आलेच. कॉफी घ्याल की चहा?"

"खरं तर काही नसलं तरी चालेल. नुसतं बोललो तरी कॉफी प्यायल्याचा आनंद मला मिळेल." डॉ. समीर स्मित करीत म्हणाले. त्यावर डॉ. इला खळखळून हसत म्हणाल्या,

"असं कसं?... काहीतरी घ्यावंच लागेल."

"ठीक आहे... कॉफी चालेल."

"तुम्हाला कॉफी आवडते हे मघाशीच ध्यानात आलं. दोन मिनिटांत मी आलेच."

डॉ. इला वळल्या आणि एका खोलीच्या पडद्यामागे नाहीशा झाल्या. पडदा बराच वेळ हलत राहिला. हलत्या पडद्याकडे पाहत, डॉ. समीर डॉ. इलांचा वेध घेत राहिले. त्यांनी घरात नजर फिरवली. स्वच्छ, सुस्थितीत मांडणी पाहून, डॉ. इला नुसत्याच डॉक्टर नसून एक चांगल्या गृहिणीही असल्याचं जाणवलं. दोन खोल्या. एक बंद. दुसऱ्यावर पडदा. त्याच्या शेजारीच टेबल... टेबलावर मेडिकल व इतर अवांतर वाचनाची पुस्तकं. एका क्षणात डॉ. समीरनी डोळ्यांनी टिपलं. डॉ. इला स्वत: आदिवासी समाजातल्या हे त्यांना ठाऊक होतं. या स्त्रीनं स्वतःच्या हिमतीवर किती प्रगती केलीये याची जाणीव त्यांना झाली. तिच्याविषयी विचार करीत असतानाच, समोरचा पडदा हलला. त्यातून हातात ट्रे घेऊन, डॉ. इला आल्या. टीपॉयवर कॉफी व बिस्किटे ठेवीत, त्या स्वत: डॉ समीरच्या शेजारी बसल्या आणि कॉफी हातात देत, त्यांनी स्वत: कप उचलून तोंडाला लावला.

डॉ. समीर कॉफीचा एक घोट घेत म्हणाले,

"डॉ. इलाऽऽ"

डॉ. इला यावर शांतपणे उत्तरल्या,

"डॉ. समीरऽऽ... एक सांगू... त्यापेक्षा विनंती..."

“हो, सांगा ना. ... विनंती नको, आज्ञा करा.” डॉ. समीर हसत म्हणाले.

“मला तुम्ही डॉ. इला न म्हणता, फक्त इलाच म्हणा... आवडेल मला... तुमच्यापेक्षा मी खूप लहान आहे. सर्वच दृष्टीने लहान आहे... तर म्हणाल ना?” डॉ. इलांनी प्रश्न केला. त्यावर डॉ. समीर पाहत म्हणाले,

“एका अटीवर!”

“कुठल्या?” डॉ. इलांचा उत्सुक स्वर आला.

“मलाही तुम्ही समीर म्हटलं पाहिजे, तरच!” डॉ. इला मनापासून हसल्या. त्याचं निखळ हास्य पाहून, डॉ. समीरना बरं वाटलं. ही मुलगी अशीच हसत राहिली पाहिजे असंही त्यांना वाटून गेलं.

“चालेल!... आवडेल मला,” डॉ. इला कॉफी संपलेला कप टिपॉयवर ठेवीत म्हणाल्या होत्या.

“इलाऽऽ...” डॉ. समीर कॉफीचा सीप घेत म्हणाले. इला या उच्चारानं त्यांना मनानं खूपच जवळ गेल्यासारखं वाटलं.

“हंऽऽ” यावेळी डॉ. इलांचा फक्त हुंकार होता.

“एक विचारू?”

“विचारा ना!” डॉ. इला प्रश्नार्थक मुद्रेने डॉ. समीरकडे पाहत म्हणाल्या.

“तू हुशार आहेस. स्वतःच्या हिमतीनं शिकलीस. एम.बी.बी.एस. झालीस. प्रथमही आलीस. तुझ्यासारख्या स्कॉलरला पुण्या-मुंबईतच नव्हे तर, प्रसंगी परदेशातही जाता आलं असतं. पुन्हा खेड्यात येण्याचा निर्णय का घेतलास?” डॉ. समीर इलाच्या मनाचा वेध घेत विचारते झाले.

डॉ. इला या प्रश्नानं क्षणभर अस्वस्थ झाल्यासारख्या वाटल्या. भूतकाळ त्यांच्या डोळ्यांपुढून सरकून गेला असावा. उत्तर न देताच त्या उठल्या आणि डॉ. समीरना म्हणाल्या.

“समीरऽऽ”

डॉ. समीर, डॉ. इलांच्या कृतीने क्षणभर गोंधळले. असा प्रश्न विचारून आपण चूक तर नाही ना केली म्हणून, त्यांना पश्चात्ताप झाला. त्यातच न बोलता हुंकार भरला.

“हं.”

“या मी सांगते” शेजारचा पडदा उघडून दारातूनच निर्देश करीत डॉ. समीरना त्या म्हणाल्या, “ते बघा... माझे वडील...!”

पलंगावर साठीतील व्यक्ती शांतपणे झोपली होती. डॉ. समीरनी सहानुभूतीने पाहिलं. डॉ. इला पुढे म्हणाल्या.

“वेडे आहेत... एका अपघातानं त्यांचं संतुलन गेलंय.”

यावर डॉ. समीरना मुळीच आश्चर्य वाटलं नाही. मागे एकदा डॉ. इलांविषयी सुनीलने ओझरता परिचय करून दिल्याचं त्यांना आठवत होतं.

"एका प्रसंगानं यांना वेडं केलंय."

दोघे पुनश्च सोफ्यात येऊन बसले होते. "खरं तर इतिहासच म्हणायला हवा तो. काळाकुट्ट! मी लहान होते. आईचं रात्रीचं नाहीसं होणं. नंतर तिचं आत्महत्या करणं. तिच्या प्रेताची निर्भर्त्सना होणं. आणि आईच्या जाण्यानं बाबांचं वेडं होणं... त्याचवेळेस माझीही रिमांड होममध्ये रवानगी करणं. समीर, हृदयाला अतिशय पीळ पाडणाऱ्या या गोष्टी आहेत. नंतर खूप वावड्या उठल्या. आईला बदनाम करणं. पण तिच्यावरचा प्रसंग त्या माऊलीलाच ठाऊक! माझे वडील या गावात प्रत्येकासाठी ढोरासारखे राबले. प्रत्येकाची ओझी उचललीत. ज्यांची ओझी उचललीत त्यांनीच त्यांना वेडं केलं. दरम्यानच्या काळात, माझे वडील एखाद्या प्राण्यासारखे जगले. नशीबानं मी शिकत गेले. चांगल्या विचारांचे लोक मिळाले. बोर्डात दुसरी आले. एम.बी.बी.एस. झाले. समीर, मी ज्या समाजात जन्मले तो समाज अजूनही खितपत पडलेला आहे. वर्षानुवर्षं आजही आम्ही आदिवासी म्हणूनच जगतोय. याच लोकांच्या ओढीने मी इथे आले. त्यांच्यासाठीच आयुष्य वेचण्याच्या इराद्यानं. कसंही असलं तरी हे माझं गाव आहे. माझीच ही माणसं. त्यांच्यासाठीच मी काम करण्याचं ठरवलं. समाजसेवेचं व्रत घेऊन आजही इथल्या लोकांकडे, माझ्या वडिलांकडे पाहिलं की भडभडून येतं. त्यांना दुसरं काही नको, प्रेमानं जवळ करणारी माणसं हवीत. तेच मुळी कुणी करीत नाही. प्राण्यांसारखं या लोकांना समाजातील उच्चभ्रू वापरून घेतात. तुम्हाला आश्चर्य वाटलं असेल, की जेव्हा मी बापूसाहेबांना मला डॉक्टरच म्हणा म्हणून बोलले होते. समाजातील या घटकांविषयी असंच वागायला हवं. खरी कीड तीच आहे."

डॉ. इलांचे डोळे ओलावले होते. त्या पुढे बरंच बोलत राहिल्या. प्रथमच कुणासमोर तरी त्या एवढं मन मोकळं करीत होत्या. लहानपणापासून साचलेला भूतकाळ त्यांनी काढला होता.

डॉ. समीर सुन्न झाले. कुणाच्या वाट्याला एवढं काळंकुट्ट आयुष्यं का यावं?.. मानवा-मानवात एवढा फरक का?... निसर्ग एकाच्याच का बाजूला उभा राहतो? असे अनेक प्रश्न त्यांच्या मनात कल्लोळ करीत होते. डॉ. इलांच्या आवाजाने ते भानावर आले.

"समीरऽऽ"

"अंऽऽ" डॉ. समीरनी सुन्नपणे हुंकार भरला.

"जाऊ द्या, प्रथमच तुमच्याजवळ मन मोकळं केलं. थोडं जास्तच बोलले. शेवटी समाजाच्या खितपत पडलेल्या या घटकाला हात द्यायचाय. त्यांच्या सेवेसाठीच

मी इथे आले आहे, हेच माझं खरं ध्येय आहे. मला वाटतं असं ध्येय असल्याशिवाय कुणी असं पाऊल उचलणार नाही. आता हेच बघा समीर... तुम्ही स्वत:... अमेरिका सोडून या अशा खेड्यात आलातच की... तुमच्यासारखा शास्त्रज्ञ दिल्ली, बंगलोरला सहजच जाऊ शकला असता.. तुम्हीही इथे कुठलंतरी ध्येय घेऊनच आला असाल अशी माझी खात्री आहे.'' डॉ. इलांनी स्पष्टीकरण दिलं. डॉ. इलांनी आपल्या मनाचा बरोबर ठाव घेतलेला पाहून, डॉ. समीर म्हणाले,

''होय, इला. खरंच तसं ध्येय असल्याशिवाय शक्य नाही. पण मी सहजच पुढे जात राहिलो... शांतपणे. तुझ्यासारखं मी काहीच सोसलं नाही. तू खूपच सोसलं आहेस. ज्या वयात तू खेळायला हवं होतं, त्याच वयात तू विचारानं प्रगल्भ झालीयेस. म्हणूनच तू मोठी आहेस. यू आर ग्रेट!'' डॉ समीर नतमस्तक झाले होते.

''समीरऽऽ... आय ॲम सॉरी... तुम्ही कशासाठी आलात हे विचारायचंच राहिलं. वेगवेगळ्या प्रसंगांनी आपण कुणीकडे भरकटत गेलो. सांगा ना, तुम्ही फोन का केला होतात?'' डॉ. इला वातावरणातला तणाव सैल करीत म्हणाल्या होत्या.

''इलाऽ... भरकटलो नाही आपण... किंबहुना एकमेकांचं मन जाणून घेतलंय आपण. आय ॲम प्राउड ऑफ यू! नाहीतरी बापूसाहेबांना तू म्हणालीस की मी तुझा जवळचा मित्र आहे म्हणून! किती सहजपणे तू बोलून गेलीस.'' डॉ. समीर सद्‌गदीत झाले होते.

त्यावर डॉ. इला क्षणभर ओशाळल्या, लाजल्या. काय बोलावं त्यांना सुचलं नाही.

''कळत नाही समीर... बट आय कॅन नॉट एक्स्प्रेस इट्!''

''आय कॅन अंडरस्टँड...'' डॉ. समीर हसत पुढे म्हणाले, ''अगं तुला फोन तर मी मनाच्या या द्वंदातूनच केला होता. शेवटी संशोधनानंच मला हात दिला. माझ्या एका प्रयोगासाठी मला क्लोरोफॉर्मची आवश्यकता होती... आणि इथे फक्त तुझ्याजवळच ते असण्याची शक्यता होती. म्हणून म्हटलं तुला फोन करून विनंती करावी.'' डॉ समीरनं सांगितलं. त्यावर डॉ. इला खट्याळपणे म्हणाल्या,

''याचा अर्थ तू मला भेटायला आलेला नव्हतास, तर क्लोरोफॉर्मची विनंती करायला आला होता.''

''शेवटी ते निमित्तच होतं. तुझ्याशी भेट होणं... तुझी गाठ घेणं, तुझं बोलणं ऐकणं, हेच खरं त्यामागचं कारण होतं.'' डॉ. समीरनी सरळ सरळ कबुली दिली.

''कधीही आणि केव्हाही हवं असेल तेव्हा तुझ्या संशोधनासाठी क्लोरोफॉर्म घेऊन जा. तुझ्या संशोधनासाठी तेवढाच माझाही हातभार...'' डॉ. इला परवानगीदाखल बोलल्या.

''इतक्यात नकोय मला. नाहीतर तुझी गाठ घेण्यासाठी मला अजून काहीतरी

निमित्त शोधावं लागेल.'' डॉ. समीर हसत बोलले होते.

त्यावर दोघेही खळखळून हसले होते. हसतच डॉ. इला, डॉ. समीरकडे प्रेमभरल्या नजरेने पाहत राहिल्या... अणि या नामवंत शास्त्रज्ञाच्या हास्यामागचा बालिशपणाही शोधत राहिल्या.

डॉ. समीर घड्याळाकडे पाहत म्हणाले,

"इलाऽऽ... अगं दोन वाजलेत. बघ, तुझ्या सान्निध्यात वेळ कुटे गेला कळलंच नाही. आता गेलं पाहिजे... निघू?'' डॉ. समीरनी इलाकडे प्रश्नार्थक मुद्रेने पाहिलं.

"खरंच!... पण आता मात्र यापुढे निमित्त शोधू नकोस. तशी तुल गरज नाही.'' डॉ. इला हसत म्हणाल्या. त्यावर डॉ. समीरनी हसून दाद दिली.

दोघेही सोबतच घरातून बाहेर पडले. रुग्णालयात आले. स्कूटर लावली होती तेथपर्यंत डॉ. इला सोबत गेल्या. किक मारून, डॉ. समीरनी डॉ. इलाला बाय केलं. डॉ. समीरनी फाटकातून ॲक्सिलरेटर वाढवून स्कूटर बाहेर काढली. डॅ. इला त्यांच्याकडे पाहत राहिल्या. शरीर वेगळं होताना त्यांना दिसत होतं, पण मनं मात्र एकत्रित झाली होती. डॉ. इला स्वत:शीच हसून दुपारच्या राऊंडला निघाल्या होत्या.

डॉ. समीर इन्स्टिट्यूटकडे निघाले होते उत्स्फूर्त मनाने. एकीकडे डॉ. इलांच्या प्रेमाच्या ओलाव्या सोबतच, दुसरीकडे त्यांच्या इतिहासानं मन सुन्न झालं होतं. या स्त्रीला आयुष्यात भरपूर प्रेम द्यायचा निश्चय त्यांनी केला... आणि यावेळी इलाचे वडील, आई, निशिकांतवरचा हल्ला, पिऱ्याचा मृत्यू, बापूसाहेब, पोलीस पाटील, सुनील या सर्वांनी त्यांच्या डोक्यात गोंधळ केला. पाळंमुळं कुठेतरी अतिशय घट्ट रुजलेली त्यांना जाणवली. या प्रसंगांनी डॉ. समीरच्या डोक्यात वेगळेच विचार घोळू लागले. संशोधनाची वेगळीच दिशा या निमित्ताने त्यांना सापडली होती. आता ते त्याचाच पिच्छा पुरवणार होते. या विचारातच त्यांनी स्कूटरचा ॲक्सिलरेटर वाढवला... डॉ. समीर उत्साहाने इन्स्टिट्यूटकडे निघाले... आयुष्यात प्रथमच त्यांना एवढं आल्हाददायक व प्रसन्न वाटलं होतं.

२५

आताशा हे असे प्रकार नेहमीच या परिसरात घडत असल्याने सोनवणे व निशिकांत सतर्क झाले होते. उघडपणे कुणीही समोर येत नसलं तरी आतून ज्वाला पेटायला सुरुवात झाली होती. वादळापूर्वीची शांतता असं वातावरण. विविध प्रवृत्तीच्या खलबतींना पडद्याआडून ऊत आला होता. तरीही सोनवण्यांपुढे येण्याचं धाडस कुणीही करीत नव्हतं. या निमित्ताने सोनवणे व निशिकांतने सारं रान चाळून काढलं होतं. महत्त्वाचे टप्पे हेरून ठेवले होते, पण चोरवाटांचा शोध अजूनही त्यांना लागला नव्हता. पिऱ्या हाच असा वाटाड्या होता, की ज्याला या रानाची इत्थंभूत, माहिती होती. दुर्दैवाने तो आज त्यांच्यासोबत नव्हता. या सहकारातील तोच पहिला बळी ठरला होता. या सर्वांचीच नाकेबंदी त्यांना करायची होती. पुरेशी कुमक नसल्याने ते त्यांना शक्य नव्हतं. दोन गार्ड्स होते. तेही अकार्यक्षम. एकाला त्यांनी स्वत: सस्पेंड केलं होतं, तर दुसरा अजूनही प्रदीर्घ रजेनंतर रुजूच झाला नव्हता. म्हणूनच सर्व भार त्यांच्या स्वत:वर व निशिकांतवर येऊ लागला. त्यात अशा कारवायांमुळे त्यांची जास्तच धावपळ होऊ लागली. त्यामुळे वरिष्ठांकडून सोनवण्यांनी जास्त कुमक मागविली होती. स्वतःच्या जीवाची पर्वा न करता ते अहोरात्र या निसर्गाला जपण्यासाठी धडपडत होते. कुठूनही थोडासा सुगावा लागला तरी दिवस-रात्र न पाहता सोनवणे व निशिकांत त्या स्थळी धडकत असत व तेथील परिस्थितीचा अंदाज घेत. बऱ्याच वेळा त्यांची फजिती झाली होती. निनावी माहितीच्या आधारे त्यांनी बऱ्याच गोष्टींचा पाठपुरावा केला होता, पण हाती फारसं काही लागलं नव्हतं, परंतु परिसराची ओळख मात्र झाली होती. त्यामुळे परिसरात हळूहळू अदृश्य तणाव, दडपण निर्माण होऊ लागलं. वरिष्ठांच्या दडपणापाठोपाठच स्थानिक पुढाऱ्यांकडूनही व्यत्यय होऊ लागले. आमिष दाखविलं जाऊ लागलं. धमक्या येऊ लागल्या, पण सोनवणे मात्र अटळ व ठाम होते. अशाप्रकारची त्यांना सवय होती. पण निशिकांतला मात्र हे नवीन होतं. तोही सोनवण्यांच्या पावलावर पाऊल ठेवून

जाऊ लागला. या कारवाया, पाळंमुळांचा शोधही सोनवण्यांना आताशा लागला होता. यावरूनच पुढील वाट अतिशय बिकट असल्याचं त्यांच्या लक्षात आलं होतं.

नेहमीप्रमाणेच जाधवकाकांनी ऑफिस उघडून, झाडझूड केली. महिन्याचं कॅलेंडर बदलून या महिन्यात काही नवीन आहे का म्हणून ते पाहू लागले. तत्क्षणी फोनची घंटा घणघणली...

जाधव गडबडीने पुढे झाले आणि फोन उचलित कानाला लावीत म्हणाले,

"हॅलोऽऽ... कोण बोलतंय?"

"मी सीमा काळे... माधवरावांची सेक्रेटरी बोलत्येय्..."

बायकी व थोडा ओळखीचा आवाज वाटल्याने, जाधवकाका स्वत:ला सावरून उत्तरले,

"हंऽऽ... हंऽऽ... आलं लक्षात. बोला बाई काय काम आहे?"

"सोनवणे आहेत का?" पलीकडून आवाज आला.

"नाही... सोनवणेसाहेब झोपलेत." जाधवकाकांनी सांगितलं

"झोपलेत्ऽऽ?..." बाईंचा ताणलेला स्वर आला.

"व्हय!... बाई अजून सकाळचे साडेसहाच वाजलेत... आणि ऑफिस टाईम नऊ वाजेचा आहे. साहेब बरोबर वेळेवर येतात म्हटलं. मी आपलं सकाळी येऊन, ऑफिस उघडून साफ करून ठेवतोय् बस्. पण एवढ्या सकाळच्याला कुठून बोलताय?" जाधवकाकांनी प्रश्न केला.

"मी ना?... मी साहेबांच्या बंगल्या..." वाक्य अर्धवट तसंच सोडून बाई क्षणभर थांबल्या. जाधवकाकांना फोनवर फक्त श्वासोच्छ्वास ऐकू आला. पुढे तसाच स्वर उमटला. "बस!... जास्त चौकशी नको. सोनवण्यांना फक्त निरोप द्या!"

"कोणता?... देतो सांगा" जाधवकाकांनी फोन नीट धरला.

"माधवराव साहेब आजच तालुक्याला एका उद्घाटनाच्या निमित्ताने येताहेत. तिथेच अकरा वाजेपर्यंत सोनवणे व त्यांचं काय नाव त्या साहाय्यकाचं. त्या दोघांना भेटायला बोलवलंय. साहेब वेळेचे अगदी पक्के आहेत एवढं लक्षात ठेवा व निरोप द्या." सीमानं आदेशच दिला.

"देतो बाईऽऽ" जाधवकाका तत्काळ म्हणाले,

पलीकडून फोन आपटल्याचा आवाज आला. जाधव क्षणभर तसेच कानाला फोन लावून उभे राहिले. बाईचा आवाज जरब, घमेंडी व तेवढाच मगरूर वाटला. फोन तसाच ठेवून, त्यांनी उरलेली साफसफाई करून, ऑफिसचं दार लोटून घेतलं आणि पुढे सोनवणेसाहेबांच्या क्वार्टरमधील कामाला व सोबतच निरोप द्यायला जाऊ लागले.

जाधवकाकांनी सोनवणे व निशिकांतलाही निरोप दिला होता. निरोप मिळताच सोनवणे विचारात पडले. ज्या पद्धतीने माधवराव शिंदेंनी त्यांना भेटायला बोलावलं होतं ते त्यांना मुळीच आवडलं नव्हतं. वरिष्ठ असले तरी कुठल्याही एका गोष्टीला पद्धत असते, पण ज्या पद्धतीने या आधी माधवरावांशी सोनवण्यांचं बोलणं झालं होतं; त्यावरुन अशी अपेक्षा ठेवणं, चुकीचंच होतं, हे त्यांच्या लक्षात आलं होतं. माधवरावांनी का बोलावलं यावर सोनवण्यांना जास्त विचार करण्याची गरज भासली नाही. कारण परवाच त्यांनी कार्यालयासंदर्भातील मागण्यांसोबतच घटित-अघटित घटनांचा उल्लेख करून, अहवाल पाठवला होता. त्यासंदर्भात माधवरावांनी बोलावले असणार, हे सोनवण्यांच्या लक्षात आलं. निशिकांतलाही सोबत बोलावण्याचं सोनवण्यांना मुळीच आश्चर्य वाटलं नव्हतं. इथे रुजू झाल्यापासून त्यांची माधवरावांशी प्रत्यक्ष अशी भेट झालेली नव्हती. झाली तीही फक्त फोनवर... त्या दिवशीच्या फोनवरील दोघांच्या वादावादी मुळे, सोनवण्यांना त्यांच्या या वरिष्ठाला भेटण्याची इच्छाच उरली नव्हती. म्हणून कित्येक अडचणी येऊनही ते माधवरावांना भेटण्यास टाळत आले होते. ज्या माणसात कर्तव्यापेक्षा स्वार्थ व संधिसाधूपणा ठासून भरलेला आहे; अशा माणसांची सोनवण्यांना अतिशय चीड होती.

...अणि दुर्दैवाने तेच अवगुण त्यांच्या या वरिष्ठात आढळल्याने असल्या अधिकाऱ्यासोबत काम करण्यास त्यांना मुळीच रस नव्हता. म्हणूनच त्यांनी आपली स्वत:ची वाट चोखाळलेली होती. पण काही कार्यालयीन बाबींच्या पूर्ततेसाठी या अशा अधिकाऱ्यांना सामोरं जावंच लागत असल्याने, सोनवण्यांचा नाईलाज झाला होता. स्वार्थासाठी आपलं इमान विकायला निघणाऱ्या अधिकाऱ्याला त्यांना तोंड द्यावंच लागणार होतं. एकाच क्षेत्रात काम करीत असल्याने, अशा प्रवृत्तींशी नेहमीच पदोपदी गाठ पडणारच याचीही त्यांना कल्पना होती. या सगळ्यांचा एकूण विचार करून त्यांनी जायचं ठरवलं. त्यानुसार ते तयारीला लागले होते.

निशिकांतही सोनवण्यांकडे तयारीनिशी हजर झाला होता. वहिनीसाहेबांनी हसतमुखानं स्वागत केलं.

"याऽ... याऽ... भाऊजी चहा घ्याल ना?"

"नको वहिनी!... इतक्यात मस्तपैकी एक ग्लास दूध घेऊन आलोय. किरण उठला नाही का?"

"नाही!... झोपलाय अजून. हल्ली खूप मस्ती करतोय भाऊजी... आणि रात्री उशिरापर्यंत जागतोय." वहिनी आजूबाजूला पाहत हळू आवाजात पुढे म्हणाल्या, "बरं!... अंजली काय म्हणत्येय?... तुम्ही तिला भेटताय की नाही?... की आपलं जंगलातच भटकत बसता."

अंजलीचं नाव ऐकताच निशिकांतचा चेहरा फुलला. प्रथम काय उत्तर द्यावं ते

त्याला सुचलंच नाही. तो ओशाळत उत्तरला,

"होय!... भेटतो ना!"

"भाऊजी!... घेऊन या ना तिला एकदा इथे. बोलायचंय तिच्याशी. याल ना घेऊन?"

"होयऽऽ... निश्चितच!" निशिकांत हलक्या स्वरात म्हणाला.

"कधी?"

निशिकांत बोलणार तेवढ्यात सोनवणेसाहेब तयारीनिशी बाहेर येत म्हणाले,

"अरे, निशिकांत आलास?... अगंऽ ए..."

बाजूलाच उभ्या असलेल्या आपली बायको नीलिमाकडे लक्ष नसल्याने ते बोलेले होते.

"मी इथेच आहे म्हटलं?... बोला."

"अरे!... इथंच आहेस होय. मला वाटलं... ठीक आहे. आम्ही आज तालुक्याला चाललोय... आणि उशीर झाला तर उगीच काळजी करू नकोस. जाधवकाका?..." त्यांनी लागलीच जाधवांना आवाज दिला. जाधव आतून पळतच बाहेर येत म्हणाले,

"जी साहेब!"

"काही अडचण आलीच तर समीरला फोन करा..."

"होय साहेब!" जाधवांनी होकार दिला.

नटवरसिंग पडवीतून उठून उभा राहिला. त्यानं जीप केव्हापासूनच तयार ठेवली होती.

साडेनऊ वाजले होते. जीप तालुक्याच्या रस्त्याला लागली.

तालुक्याच्या मध्यवर्ती डांबरी रस्त्यावरुन नटवरसिंग जीप वनक्षेत्राच्या कार्यालयाकडे नेत होता. साधारण एक कि.मी. बाहेर असलेलं हे तालुक्याचं वनक्षेत्र कार्यालय निसर्गानं बहरलेलं होतं. मंगलोरी कौलं असणारी बसकी इमारत सुशोभित होती. आजूबाजूला वेगवेगळ्या वनस्पतींचे नमुने प्लॅस्टिकच्या पिशवीत ठेवले होते. नटवरसिंगनं सरळ फाटकातून जीप नेऊन ऑफिसपुढे ऊभी केली. शेजारीच लाल दिव्याची गाडी उभी असल्याचं सोनवण्यांना दिसलं. माधवराव शिंदे आल्याचीच ती खूण होती. सोनवण्यांनी घड्याळात पाहिलं. अजून अकरा वाजले नसल्याने तशी त्यांना घाई नव्हती. सावकाशपणे निशिकांतसोबत उतरून, ते कार्यालयाच्या पायऱ्या चढू लागले. नटवरसिंगनंही अंग झटकलं होतं व पायऱ्या चढणाऱ्या आपल्या साहेबांकडे पाहत तो कामाला लागला होता. माधवराव कुठे बसलेत याची चौकशी करून, बरोबर अकरा वाजता त्यांनी दार ठोठावलं.

ठकऽऽ... ठकऽऽ...

क्षणभर सोनवणे व निशिकांत उत्तराच्या अपेक्षेने तसेच थांबले, पण आतून

प्रतिउत्तर आलेलं न पाहून, त्यांनी पुन्हा दार ठोठावलं. यावेळी सोनवण्यांनी दार थोडं जोराने ठोठावल्याने, त्याचा आवाज आजूबाजूच्या खोल्यांपर्यंत गेल्याचा काहींच्या चेहऱ्यावरुन लक्षात आलं. माधवराव आलेले असल्याने, तालुक्याच्या ऑफिसमध्ये व्यवस्थित कामे सुरू असलेली सोनवण्यांना दिसत होती. दाराचा जोरदार आवाज झाल्याने, आतून तेवढाच करडा आवाज आला.

"येसऽऽ... कम इन!"

दार हळूच लोटून सोनवणे व निशिकांतनं आत प्रवेश केला. दार लोटताना झालेला कर्ररऽऽ आवाजानं त्या शांत वातावरणाला छेद दिला होता.

समोर एक जाडंभरडं, सुटाबुटातलं व्यक्तिमत्त्वं खाली मान घालून, मांजरीसारखं चोरून बसलेल्या तालुक्याच्या अधिकाऱ्याजवळची फाइल चाळण्यात मग्न होतं... आणि हळूहळू खलबतं करून त्यावर फटाफटा सह्या करीत होतं. तालुक्याचा अधिकारीही त्यांच्या कानाशी जाऊन हळूच काहीतरी पुटपुटत होता! त्यावर माधवराव लागलीच हसून सही करीत असल्याचं सोनवण्यांनी टिपलं. निशिकांत नुसताच उभा असल्यानं व समोरचा अधिकारी आपली नाही तर सोनवणेसाहेबांचीही दखल घेत नसलेला पाहून अस्वस्थ झाला. निशिकांतच्या चेहऱ्यावरील अस्वस्थतेसोबतच त्याचा रागही दिसू लागला. सोनवण्यांनी हळूच स्मित करीत त्याला शांत राहायला सांगितलं. सोनवण्यांनी थोडावेळ अजून वाट पाहिली, पण दोन डोकी खालीच असलेली पाहून, त्यांनी आपला घसा साफ केला आणि ते म्हणाले.

"गुड मॉर्निंग सर!"

निर्धाराचा व तेवढाच धीरगंभीर स्वर आलेला पाहून, सह्या करण्यात गुंतलेले माधवराव व कानात पुटपुटणारा अधिकारी दोघांनीही एकाचवेळी दचकून पाहिलं. समोर दोन तरुण पाहून, फाइलीत गुंतलेलं माधवरावांचं मन क्षणात ताळ्यावर आलं. डोळ्यांनीच शेजारच्या अधिकाऱ्याला त्यांनी इशारा करून, फाइल घेऊन जाण्यास सांगितले. अधिकारी निमूटपणे फाइलींमधील कागद गोळा करीत उठला. उठताना त्याचा भांबावलेला चेहरा सोनवण्यांना स्पष्ट दिसला. तसाच तो माधवराव साहेबांपुढे वाकत म्हणाला.

"येतो साहेब!... आपलं झालं की पुन्हा भेटतो..."

उत्तराची अपेक्षा न करता तो अधिकारी फरफटत बाहेर पडला.

या गडबडीत माधवरावांनी दोघांनाही नकळत निरखून घेतलं. निशिकांतची व त्यांची फोनवर भेट झालीच होती... पण सोनवण्यांची ही तशी प्रथमच भेट होती. सोनवण्यांचं भारदस्त व्यक्तिमत्त्व पाहून, काही दिवसांपूर्वी झालेल्या फोनवरचा वादविवाद त्यांना आठवला. हा बोलतो तसा दिसतोही हे त्यांच्या मनानं टिपलं, तरीही पुढची काही मिनिटं कुठलीही दखल न घेता, माधवराव हेतूपुरस्सर इकडचं

तिकडे करीत राहिले. यावेळीही सोनवणे स्वत:हूनच उत्तरादाखल म्हणाले,

"सर!... मी सोनवणे आणि हा निशिकांत ठाकरे."

शांतपणे कागदपत्रं चाळीत माधवरावांनी फक्त हुंकार भरला.

"हंऽऽ..." घड्याळाकडे पाहत ते पुढे म्हणाले, "मी इथे दहा वाजताच आलेलो आहे... आणि आपण आत्ता येत आहात. वन शुड बी पंक्च्युअल..."

"आम्ही आपण दिलेल्या वेळेप्रमाणेच आलेलो आहे. बरोबर अकरा वाजता आम्ही या ऑफिसमध्ये पोहोचलो होतो... डॉट... सो वुई आर पंक्च्युअल." सोनवण्यांनी पुष्टी दिली.

"दहा आणि अकरा यांत फरक आहे मिस्टर सोनवणे... आपल्यासाख्या विद्वानाला यांतील फरक स्पष्ट करून सांगण्याची गरज नाही. माझ्या सेक्रेटरीने फोन केला तेव्हा तुम्ही ऑफिसात नसल्याने असेच होणार." माधवराव अजूनही कागदपत्रं चाळीत होते.

समोर बसलेल्या निगरगट्ट अधिकाऱ्याचा सोनवण्यांना राग आला... पण तरीही ते शक्य तेवढं शांत राहत म्हणाले,

"सकाळी सात ही ऑफिसची वेळ निश्चितच नाही..."

माधवरावांनी यावेळी हळूच कोपऱ्यातून दोघांकडे पाहिलं आणि बारीक डोळे करीत ते म्हणाले,

"मग कुणी दिलाय आपणास निरोप?"

"जाधवऽऽ..." प्रथमच त्रोटकपणे निशिकांतच्या तोंडून शब्द बाहेर पडले.

"वाटलंच!... अशी थेरडी लोकं या विभागात असल्याने असंच होणार. या अशा लोकांमुळे आपला विभाग अकार्यक्षम होत चाललाय... साधा निरोप जी माणसं नीट देऊ शकत नाही, अशा लोकांना हाकलून दिलं पाहिजे." माधवराव थोड्या वैतागाने म्हणाले.

जाधवकाकांवरचा या अधिकाऱ्याचा असा शेरा पाहून, सोनवणे अस्वस्थ झाले. निशिकांतकडे पाहत असतानाच त्यांच्या चेहऱ्यावरील हावभाव बदलले. पुन्हा स्वतःला नियंत्रित करीत ते ठासून म्हणाले,

"सर!... ज्या माणसाने आपल्या आयुष्याची तीस वर्षं या विभागाची इमानेइतबारे सेवा केलीये त्यांच्याविषयी आपलं असं मत पाहून खूप वाईट वाटतंय. त्यांच्याबाबत आपल्या सेक्रेटरीनं काय सांगितलंय ते आपणालाच ठाऊक, पण तिच्यापेक्षा इमाने इतबारे काम करणाऱ्या जाधवांवर माझा शंभर टक्के विश्वास आहे. अँण्ड दॅट इज ऑल..."

सोनवण्यांचा ठाम स्वर आलेला पाहून, माधवराव क्षणभर स्तब्ध झाले. दोघेही अजून माधवरावांसमोर उभेच होते. माधवरावांनी दोघांना बसण्याचा कुठलाही संकेत

दिलेला न पाहून, सोनवण्यांना राग आला. या अशा अधिकाऱ्यासमोर जास्त आज्ञाधारकपणे वागणं बरोबर नाही, हे त्यांच्या लक्षात आलं. कुठल्याही औपचारिकतेची वाट न पाहता सोनवण्यांनी माधवरावांसमोरची खुर्ची ओढली आणि त्यावर स्थानापन्न होताच, निशिकांतकडे पाहत ते म्हणाले,

"निशिकांत!... बैस."

दोघेही माधवरावांसमोर बसले होते. माधवरावांना त्यांच्या या उद्दामपणाचा राग आला. दोघांकडे कटाक्ष टाकीत ते म्हणाले.

"मिस्टर सोनवणे!... वरिष्ठांशी कसं वागावं हे साधे एटीकेट्स आर.एफ.ओ. ट्रेनिंगमध्ये शिकवले नाहीत की काय?"

"...पण त्याचवेळी वरिष्ठांनीही कनिष्ठांशी कसं वागावं हेही ट्रेनिंगमध्ये शिकवलं जात असलं पाहिजे सर! कनिष्ठांना ताटकळत उभं ठेवा असं वरिष्ठांना ट्रेनिंगमध्ये शिकवलं जात असेल, असं मला मुळीच वाटत नाही. दिज् आर ऑल सिंपल मॅनर्स..." सोनवणे शांतपणे व तेवढ्याच आत्मविश्वासाने बोलले.

निशिकांत क्षणभर सोनवण्यांच्या आत्मनिर्भतेकडे पाहतच राहिला होता.

"डोंट टिच मी मॅनर्स मिस्टर सोनवणे... डू यू नो टू हूम यू आर टॉकिंग वुईथ?" माधवराव लाल होत रागाने कडाडले.

तेवढ्याच आवाजात सोनवणे उत्तरले,

"येस!... आय नो, आय ॲम टॉकिंग वुईथ आय.एफ.एस. मागच्यावेळी फोनवर तुम्हीच मला सांगितलं होतंत. लक्षात आहे माझ्या...ॲण्ड आय ॲम नॉट टिचिंग यू मॅनर्स. दॅट इज् नॉट माय बिझिनेस ॲट ऑल. तुम्ही ट्रेनिंगच्या गप्पा केल्यात म्हणून मीही फक्त तुम्हाला त्याची आठवण करून दिलीय... एवढंच."

माधवराव थोडे वरमले पण त्यांच्या चेहऱ्यावरचा राग मात्र तसाच होता. भुवया आकुंचन पावून, कपाळावरच्या आठ्या वाढल्या होत्या. बेदरकारपणे त्यांच्या तोंडून शब्द बाहेर पडले,

"बरं!... बरं!... ठीक आहे. आय् डोंट वॉट टू टॉक मच वुईथ सच रबीश ॲरोगंट्स..."

"वुई टू..." सोनवणे स्मित करीत शांतपणे म्हणाले होते.

त्यावर माधवराव जास्तच चिडले. त्यांच्या चेहऱ्यावर राग स्पष्ट जाणवला. चरफडत ते विचारते झाले,

"काय काम आहे?... आय् मीन... कशासाठी आला आहात?"

"आय ॲम सॉरी सर!... आम्ही स्वतःहून तुम्हाला भेटायला मुळीच आलेलो नाही... आणि मला वाटतं तशी गरजच नाही. तुम्हीच आम्हाला भेटायला बोलवलंय. तुम्ही सांगायचंय." सोनवणे शांतपणे म्हणाले होते.

माधवराव पुन्हा अस्वस्थपणे कागदपत्रं चाळत उत्तरले,

"परवा आपणच रिपोर्ट पाठवलाय?"

"अर्थात!... मीच." सोनवणे ठामपणे म्हणाले.

"दोन गार्ड्स असताना, पुन्हा गार्ड्स कशाला हवेत?"

"सिक्युरिटीसाठी!... आणि ज्या दोन गार्ड्सविषयी तुम्ही म्हणालात त्यांच्याविषयी आपणास ठाऊकच आहे. वन इज अंडर सस्पेंशन आणि दुसऱ्याला माझ्या सहा महिन्यांच्या वास्तव्यात एकदाही पाहिलेलं नाही. अशा अकार्यक्षम गार्ड्सना सोबत घेऊन मी वनाचं रक्षण नाही करू शकत. म्हणून मला गार्ड्स हवेत... आणि तेही सक्षम आणि प्रामाणिक." सोनवण्यांनी स्पष्टीकरण दिलं.

"मला वाटतं... दोघे अजूनही सेवेत असल्याने ते अकार्यक्षम आहेत, असं बोलणं योग्य नाही. एकाला तुम्ही निलंबित केलंय. त्याची अजूनही चौकशी चाललीये. दुसऱ्याचे काही वैयक्तिक प्रश्न असू शकतील. आफ्टर ऑल दे आर ऑल ह्यूमन बिईंग..." यावेळी माधवराव बऱ्याच शांतपणे बोललेले पाहून, दोघांनाही आश्चर्य वाटलं. माधवरावांचाच धागा पकडून सोनवणे पुढे म्हणाले,

"एक्झॅक्टली!... म्हणूनच जाधव म्हातारे आहेत म्हणून अकार्यक्षम म्हणता येणार नाही व हाकलूनही देता येणार नाही. जी माणसं दीर्घकाळ काम न करून सेवेत राहू शकतात... निलंबित होऊन चौकशी संपेपर्यंत कामे न करता सेवेत राहू शकतात... मग जो माणूस रात्रं-दिवस आपल्या सेवेत असेल तर त्याला हाकलून देणं योग्य ठरणार नाही. हे मानवतेच्या दृष्टिकोनातून निश्चितच बरे होणार नाही." सोनवणे उपरोधात्मकपणे बोलले.

माधवरावांनी सोनवण्यांचा बोलण्याचा रोख ओळखला. त्यांना सोनवण्यांचा प्रचंड राग येत होता, पण तो व्यक्त करता येत नसल्याने, ते शांत राहण्याचा असफल प्रयत्न करत होते. ते टाळत म्हणाले,

"ठीक आहे!... आय वुईल लुक इन टू धिस मॅटर!"

"पाहाल असं नाही सर!... पाहावंच लागेल... यू हॅव टू... इट इज् अ नीड..." सोनवणे आर्जवीने बोलले.

"ठीक आहे!... यू मे गो नाऊ.. आय वुईल सी व्हॉट पॉसिबल थिंग कॅन बी डन्..." माधवराव पुन्हा वैतागत म्हणाले.

जायची परवानगी दिल्यानंतरही सोनवणे व निशिकांत तसेच बसलेले पाहून, माधवरावांचा चेहरा पुन्हा आठ्यांनी घेरला गेला. सोनवण्यांनी माधवरावांकडे अर्थपूर्ण नजरेने पाहत विचारलं,

"सर!"

"काय आहे?... मी आपणास जायला सांगितलं तरी...?" माधवरावांचा

स्पष्ट वैतागलेला स्वर मधेच सोनवणे खंडीत करीत म्हणाले,

"निश्चितच!... आम्हीही इथे राहण्यास आलेलो नाही; पण रिपोर्टमधल्या दुसऱ्या मुद्याविषयी आपण काहीच बोलला नाहीत?"

माधवरावांनी सोनवण्यांकडे पाहिलं आणि दीर्घ श्वास सोडत ते म्हणाले,

"कारण सरळ आहे मि. सोनवणे... तो मला फारसा महत्त्वाचा वाटला नाही..."

"काय?"... सोनवणे जवळ जवळ ओरडलेच व पुढे म्हणाले, "आपल्या क्षेत्रातील एका सहकाऱ्यावर जीवघेणा हल्ला होतो आणि तुम्ही म्हणताय ते महत्त्वाचं नाहीये?..."

"येस्!... नॉट सो इम्पॉर्टण्ट फॉर मी. हे असे किरकोळ हल्ले होतच असतात. आपला व्यवसायच तसा आहे. फारतर एखाद्या फुटकळ पारितोषिकासाठी त्याच्या नावाची शिफारस करीन." माधवराव बेदरकारपणे बोलले.

"काय म्हणताय सर?" सोनवणे पुन्हा हैराण होऊन माधवरावांकडे पाहत राहिले.

"येस!... कारण अशा हल्ल्याला तुम्ही स्वतःच कारणीभूत आहात," माधवरावांनी सरळ सरळ आरोपच केला.

"आम्ही?... कसं काय?..." सोनवण्यांनी आश्चर्याने उपरोधात्मकपणे विचारलं. निशिकांतही माधवरावांच्या वक्तव्यानं खजील झाला होता. एक अधिकारी असं काही बेजबाबदारपणांच वक्तव्य करू शकतो, यावर त्याचा विश्वासच बसत नव्हता.

"मागे ज्यावेळी मी आलो होतो, तेव्हा या निशिकांतला बजावलं होतं... आणि तुम्हालाही मिस्टर सोनवणे की, स्थानिक लोकांशी तुम्ही मिळून मिसळून राहा, प्रवाहात राहा..." माधवरावांनी अप्रत्यक्षपणे सांगितलं.

"नेमकं काय म्हणायचंय तुम्हाला?" सोनवणे हैराण होऊन बोलले.

"जास्त स्पष्टीकरण देण्याची गरज नाही..." माधवराव पुन्हा आवाज चढवत म्हणाले.

"यू मीन... अवैध धंदे करू द्या... चंदन, लाकडाची तस्करी करू द्या..." सोनवण्यांनी स्पष्ट सांगितलं. माधवराव स्मित करीत म्हणाले,

"तुम्ही दोघंही स्मार्ट आणि समजूतदार आहात... गिव्ह ॲण्ड टेकची भूमिका घ्या!... कुठलाही त्रास नसलेली. यात तुमचं आणि इतरांचंही कल्याण आहे. फायदाच आहे. यू गॉट टू दी पॉइंट..."

सोनवणे रागाने बेभान झाले. त्यांना ओरडावंसं वाटलं; पण स्वत:वर नियत्रंण ठेवत ते ठासून म्हणाले,

"मग, व्हाय वुई आर हिअर?... का रक्षण करायचं आम्ही या वनाचं? तुम्ही तरी का आहात इथे?... हेच तुमचं कर्तव्य?..."

"इट इज् सो फिलॉसॉफिकल मिस्टर सोनवणे... असे फिलॉसॉफिकल शब्द म्हणजे कर्तव्य, इमान बाळगणारी माणसं मला मुळीच आवडत नाहीत. वन शुड बी व्हेरी प्रॅक्टिकल. कर्तव्य, इमान यांची कास धरणाऱ्यांना असंच भोगावं लागणार. त्याचे परिणाम तुम्हाला जाणवलेच आहेत. तात्पर्य एवढंच की मी फारसं काही करू शकणार नाही." माधवराव निर्वाणीचं बोलले.

खोलीत क्षणभर शांतता पसरली. एका वरिष्ठ अधिकाऱ्याच्या या सडेतोड वक्तव्याने सोनवणे व निशिकांत गोंधळले. सोनवणे अस्वस्थ झाले. ते स्वतःशीच हसत म्हणाले,

"सर!... आपला सहकारी की ज्याच्यावर प्राणघातक हल्ला झाला आहे. एक वरिष्ठ या नात्याने आपण त्याची साधी विचारपूस करू शकत नाही?"

"मी अशा प्रत्येकाची चौकशी करीत बसलो तर, माझं स्वत:चं आयुष्यच राहायचं नाही." माधवराव खालमानेने बोलले.

माधवरावांच्या या उत्तरानं मात्र सोनवणे खजील झाले. त्यांना त्याचा प्रचंड राग आला.

"मी रिपोर्टमध्ये लिहिल्याप्रमाणे, निशिकांतवर झालेल्या हल्ल्याची न्यायालयीन चौकशी व्हावी..."

सोनवण्यांनी सरळ मुद्यालाच हात घातला.

"मी वाचलंय ते... आय वुईल सजेस्ट यू, नॉट टू गो टू पोलीस..."

"काय?..." सोनवणे हवालदिल झाले.

"येस!... वुई वील नॉट गो टू पोलीस... आणि कुठलीही चौकशी होणार नाही... दि चॅप्टर इज क्लोज्ड. यू मे गो नाऊ...."

यावर सोनवण्यांनी अस्वस्थपणे आजूबाजूला पाहिलं. ते तसेच शांतपणे उठले. निशिकांतही उठला. कुठलीही औपचारिकता न पाळता ते माघारी फिरले.

"... आणि हो मिस्टर सोनवणे... आय वील ॲडवाइस् यू... डू नॉट गो टू मीडिया; नाहीतर त्याचे परिणाम भयंकर होतील."

धमकीवजा सल्ला माधवरावांकडून आलेला पाहून, सोनवण्यांनी मागे वळूनही पाहण्याची तसदी घेतली नाही... आणि झपाझप पावलं टाकीत दोघेही बाहेर पडले. सोनवण्यांच्या चेहऱ्यावर रागीट छटा उमटल्या होत्या. आयुष्यात पुन्हा या माणसाचं तोंड पाहणार नाही, असं म्हणून ते दोघेही जीपमध्ये बसले होते.

नटवरसिंगने, सोनवण्यांनी सांगितलेल्या दिशेला जीप वळवली होती.

जीप धुरळा उडवीत एका कच्च्या रस्त्यावरुन डांबरी रस्त्यावर आली. बराच

वेळ झाला तरी कुणीही कोणाशी बोलत नव्हतं. सोनवणे विचारात गढून सुन्न झालेले दिसले. निशिकांतही काय बोलावं, या विचारात होता. अधिकाऱ्याचं वागणं असं होतं की कुठल्याही संवेदनशील मनाला लागणारं होतं. जीपचा घर्ऽऽ आवाज तेवढा येत होता. जीप झाडाझुडपातून येऊन रखरखीत उन्हात आली होती. उन्हाळ्याचे दिवस असल्याने, हवेत उष्णता होती. त्यामुळे भर वेगात जाणाऱ्या जीपमध्ये उष्ण झळा आधीच जाणवू लागल्या. तेवढ्यात, सोनवणेच समोर पळणाऱ्या झाडाकडे पाहत शून्यात बघत म्हणाले.

"निशिकांतऽऽ"

आत्तापर्यंत या शांततेची कोंडी फोडण्याची वाट पाहत असलेला निशिकांत, सोनवण्यांचा आवाज ऐकताच सावरून बसत म्हणाला,

"येस...सर!"

"मागे एकदा या माधवरावांविषयी तू बोलला होतास, तेच खंर आहे. प्रथम भेटीतच त्याची प्रचिती आली. हा अतिशय धोकादायक माणूस असल्याची माझीही खात्री झालीये. शत्रूशी समोरासमोर दोन हात करणं एक वेळ सोपं आहे; पण या अशा प्रवृत्तींशी झगडणे कठीण. कारण शत्रू आपल्याला दिसत असतो. तेच तुमचंही लक्ष्य असतं, पण अशी माणसं आपल्याच कळपात राहून, विरोधात कारस्थानं रचत असतात. म्हणून माधवरावांशी आपल्याला जपून वागावं लागणार आहे. अधिकारी आहे म्हणून गाफिल राहून चालणार नाही." सोनवणे विचारतंद्रीतून बाहेर आले होते.

"होय!... मलाही असंच वाटतंय. आजचं त्यांचं वागणं म्हणजे कळसच होता. एक अधिकारी आपल्याच कर्तव्याविरुद्ध कसा वागू शकतो, हे एक जातिवंत उदाहरण. प्रथम भेटीतच मला या माणसाची ओळख पटली होती, पण मी खूपच कनिष्ठ पडल्याने, यापूर्वी तुम्हाला फारसं सांगण्याचं धाडसं केलं नाही." निशिकांतनंही आत्तापर्यंत साचलेला मळ काढला होता.

"नाहीऽऽ... बोल!... यू हॅव दॅट राईट! आता तुझ्यासारख्या स्वच्छ प्रतिमेच्या तरुणांचीच फड तयार झाली पाहिजे. म्हणजे अशा प्रवृत्ती आपोआपच ठिकाणावर येतील. ही इज् अ बिग बुल! आपल्या सहकाऱ्यांच्या तक्रारी, गरजा समजून घेण्याऐवजी त्यांनाच तंबी देणारा बैल... निशिकांत एरवी अधिकारी या नात्याने मी त्याला काहीही म्हटलो नसतो, पण जेव्हा तुझ्यावर झालेल्या हल्ल्याची दखलही या माणसानं न घेतलेली पाहून, आय लॉस्ट माय टेंपर. आपल्याच सहकाऱ्यांच्या जीवाची एवढीही किंमत या अधिकाऱ्याला नाही. त्याला काय ठाऊक की, या वनाचं रक्षण करण्यासाठी जीवाचं रान करावं लागतं. साधं त्यानं आपुलकी दाखविली असती तरी आय वुड हॅव टेकन ॲज अ ग्रेसफुल! पण त्या महामूर्खाची थंड प्रतिक्रिया पाहून मी तडक बाहेर पडण्याचा निर्णय घेतला. कारण तिथल्या चर्चेचा

काहीच फायदा आपल्याला पुढे होणार नव्हता.''

सोनवणे बोलत होते. निशिकांत त्यांच्या घायाळ व दुखावलेल्या मनाचा अंदाज घेऊ पाहत होता. सोनवण्यांच्या बोलण्यानंही त्याला वेगळी दिशा मिळत होती. त्याच्या आयुष्यात हीच एक व्यक्ती अशी होती की, तिच्या पावलावर पाऊल ठेवून चालण्याची त्याची मनीषा होती. त्यांच्यासारखं होण्याची त्याची इच्छा होती.

तेवढ्यात नटवरसिंगनं जीप एका दुमजली इमारतीजवळ थांबवली. सोनवणे तडकपणे उतरले. त्यापाठोपाठ निशिकांतही गोंधळलेल्या मनानं उतरला. पण 'दैनिक चव्हाट्यावर' कार्यालयाच्या पाटीकडे लक्ष जाताच, त्याला माधवराव व सोनवण्यांचा संवाद आठवून गेला. त्यामुळे निशिकांत जास्तच गोंधळला आणि विचारता झाला,

''सर!... आपण?''

मधेच सोनवणे अडवत म्हणाले,

''होय!... निशिकांत... माधवरावांच्या धमकीचं हे उत्तर...''

सोनवणे बोलतच, झपाझप पायऱ्या चढून वर आले. निशिकांत त्यांच्या आत्मविश्वासाकडे पाहतच राहिला.

सोनवण्यांनी एका केबिनचं दार ठोठावलं आणि आत प्रवेश केला. त्यांच्यासोबत निशिकांतही घुसला. निशिकांतला त्याच्याच वयाचा एक स्मार्ट झब्बा घातलेला तरुण दिसला. त्या तरुणाचं लक्ष जाताच, तो आनंदानं उठून उभा राहत म्हणाला,

''येऽ... येऽ..., सुनील बैस!''

सोनवणे एका खुर्चीत बसत म्हणाले,

''चल, मला वाटलं तू भेटतो की नाही?.. कारण तू पत्रकार आहेस. त्यामुळे तुझी भटकंती कायमचीच असते.''

उभ्या असलेल्या निशिकांतला बसण्याचा निर्देश करीत जयंत म्हणाला,

''बरोबर आहे तुझं सुनील. शेवटी आम्ही पत्रकार माणसं. भटकंती नेहमीचीच... या क्षणाला इथे तर दुसऱ्या क्षणाला तिथे. पण तुझ्यासारख्या मित्राला भेटणं हा एक वेगळा अनुभव असतो. त्यापेक्षा तुझ्यासारख्या सक्षम अधिकाऱ्याची क्षणिक भेट मला महत्त्वाची वाटते. सुनील, आपली भेट होत नसली तरी, तुझ्या कार्याची, विभागाची तंतोतंत माहिती मला असते. ऑफिशिअली नाहीतर; अनऑफिशिअली...''

शेजारी बसलेल्या निशिकांतकडे पाहत सोनवणे म्हणाले,

''त्याविषयीच मी तुला काही मुद्दे देणार आहे. त्याअगोदर प्रथम मी ओळख करून देतो, हे माझे सहकारी निशिकांत ठाकरे... आणि निशिकांत हे 'दैनिक चव्हाट्यावर'चे पत्रकार जयंत पाटील... माझे मित्र. आम्ही कॉलेज जीवनात सोबत होतो.''

निशिकांतनं मनानेच आदरयुक्त प्रणाम केला. प्रतिउत्तरादाखल जयंत पाटलांनीही स्मित केलं व तो म्हणाला,

“आपल्याविषयी मी ऐकलेलं आहे मिस्टर निशिकांत. बऱ्याच खळबळजनक गोष्टी घडत आहेत... मी एक सांगतो, ‘दैनिक चव्हाट्यावर’ फार काळ गप्प बसणार नाही.”

“होय!... जयंत, त्यासाठीच मी आलोय. खूप अदृश्य अशा गोष्टी घडत आहेत. जोखीम घ्यावीच लागेल.” सोनवण्यांचं वाक्य मधेच खंडित करीत जयंत पाटील म्हणाला,

“निश्चितच सुनील... तू निश्चिंत राहा. तू व्यक्त हो. निशिकांतचीही केस मी सविस्तर मांडतो.”

सोनवण्यांनी त्यावर फक्त स्मित केलं आणि मान हलवीत म्हणाले,

“ओ. के... जयंत... तू ते करशीलच म्हणून मीही आज निर्णय घेतलेला आहे. कुठेतरी ही अदृश्य कोंडी फोडायलाच हवी.”

सोनवणे बराच वेळ सांगत राहिले. जयंतही त्यावर टिपण्णी करीत राहिला. कधी कधी तर जयंत उत्तेजितही झाला. निशिकांत मात्र गप्प राहून दोघांचे संवाद ऐकत राहिला. त्यांच्या आत्मविश्वासाचा अभ्यास करीत राहिला. शेवटी निर्णयाप्रत येत जयंत पाटील म्हणाला,

“सुनील, आता ही तुमची एकाकी व एकट्याची लढाई उरलेली नाही. मी आणि माझा ‘दैनिक चव्हाट्यावर’ यात सामील झालेला आहे. बघू या कोण कुठे आहे ते!...”

“ठीक आहे तर जयंत... तू आता आमच्या रामपूर वनक्षेत्र परिसरात व आमच्या घरी जरूर ये!”

“निश्चितच! आता तर यावंच लागेल.” जयंत हसत उत्तरला होता.

नमस्कार करून दोघेही बाहेर पडले होते. जयंत दोघांकडे अर्थपूर्ण पाहत राहिला.

जीप रामपूर रस्त्याला लागली होती. सूर्य क्षितिजापलीकडे गेला होता. त्यामुळे आसमंतात तांबडा रंग पसरला होता. गार हवेच्या झुळकी सुरू झाल्या होत्या. जीप पुन्हा एक वळसा घेऊन निसर्गरम्य वातावरणात घुसली होती.

२६

डॉ. समीर एका वेगळ्याच उत्साहाने, निश्चयाने इन्स्टिट्यूटमध्ये पोहोचले होते. डॉ. इलांच्या भेटीनं त्यांच्या आयुष्याला एक वेगळंच वळण लागलं होतं. कितीतरी दिवसांनंतर त्यांच्या हृदयाची स्पंदने वाढली होती. डॉ इलांनीही त्या स्पंदनांना अचूकपणे हेरलं होतं... आणि त्याच स्पंदनांमध्ये स्वत:च्या स्पंदनांचीही सरमिसळ केली होती. सहजपणे त्यांनी डॉ. समीरच्या हृदयात प्रवेश केला होता. दोघांनीही कुठलीही औपचारिकता न ठेवता दुसऱ्या भेटीतचं एकमेकांना स्वीकारलं होतं. दोघेही पुरेसे प्रगल्भ असल्याने, कुणालाही ते फारसं वावगं वाटलं नव्हतं.

डॉ. समीरनी स्कुटर लावून, इन्स्टिट्यूटमध्ये प्रवेश केला, त्यावेळी पाच वाजून गेले होते. सकाळी दहा वाजल्यापासून आपण आरोग्यकेंद्रात गेल्याचं लक्षात येताच, ते स्वत:शीच हसले. एवढा वेळ पण क्षणासारखा भासलेला. प्रेयसीच्या सानिध्यात असणारी ही युगं अशीच तर क्षणासारखी भासत नसणार? यावरून, डॉ. समीरना जगत्‌विख्यात शास्त्रज्ञाने केलेल्या सापेक्षतावादाचा किस्सा त्यांच्या वाचण्यात होता... आणि तोच त्यांना नेमका यावेळी आठवून गेला... कारण तो त्यांच्या प्रसंगाशी तंतोतंत जुळत होता.

"...एका आंतरराष्ट्रीय शास्त्रज्ञांच्या परिषदेत आईन्स्टाईन आपल्या सापेक्षतावादावर व्याख्यान देत होते. विषय तसा अवघड व किचकट होता. बराच वेळ आईन्स्टाईन विविध गोष्टींचा आढावा घेत राहिले. भरगच्च भरलेल्या त्या सभागृहातून एक श्रोता उठून उभा राहिला व म्हणाला,

"एक्सक्यूज मी सर!"

आईन्स्टाईनने आवाजाच्या दिशेने पाहिलं. एक श्रोता डोक्यावर प्रचंड ताण व ओझं असल्यासारखा त्यांच्यासमोर उभा असलेला दिसला. त्याच्याकडे स्मित करीत आईन्स्टाईन उत्तरले,

"येस!"

“सर!... माफ करा... आपण जगत्‌विख्यात शास्त्रज्ञ आहात. आपण व्याख्यानात जे सांगत आहात ते सर्वच बरोबर असू शकेल. ज्या सापेक्षतावादावर आपण बोलत आहात, ते इतकं अवघड आहे की आम्हा सामान्यजनांना त्याचा काहीच अर्थबोध होत नाहीये. सापेक्षतावाद म्हणजे नेमकं काय? सापेक्षतावाद म्हणजे सर्व भाकितच का?... तर हाच सापेक्षतावाद आपण एका वाक्यात विशद करू नाही का शकणार? म्हणजे आमच्यासारख्या निखळ विज्ञानप्रेमींना त्याचा नेमका अर्थबोध होऊ शकेल.”

श्रोता स्पष्टीकरण देऊन, चेहऱ्यावर प्रश्नचिन्ह घेऊन उभा होता. आईन्स्टाईननं दीर्घ श्वास सोडत साऱ्या सभागृहात सभोवार पाहिलं. थोडा वेळ विचार करीत गांभीर्याने श्रोत्यांकडे पाहत म्हणाले,

“या आधी मी असा कधी विचारच केला नाही; पण तरीही सापेक्षतावाद एका वाक्यात विशद करणे सहज शक्य आहे. हे बघा, जर का एखादी व्यक्ती प्रेयसीच्या सान्निध्यात आली तर ती युगंही क्षणासारखी भासतात आणि तेच क्षण जर का तापलेल्या तव्यावर हात पडला तर युगासारखे भासतात. हाच तर सहज, सोपा सापेक्षतावाद आहे.”

श्रोता या सहजसोप्या सापेक्षतावादाच्या व्याख्येने समाधानानं व आश्चर्याने आईन्स्टाईनकडे पाहतच राहिला.

डॉ. समीरना अवांतर वाचनातला हा आईन्स्टाईनचा किस्सा यावेळी जसाच्या तसा आठवून गेला. त्यांनी स्वतःशीच हसून मान हलवली होती. सापेक्षतावादाचा तंतोतंत अनुभव ते आत्ताच घेऊन येत होते. डॉ. इलांसोबतचे कित्येक तास एका क्षणासारखेच तर त्यांना भासले होते. अशी कुठली प्रेरणा, शक्ती असते की जी दोघांनाही जखडून ठेवते. विचारताच त्यांनी प्रयोगशाळेत प्रवेश केला. समोर जाण्याच्या तयारीत असणाऱ्या गुमानला पाहताच, ते विचारते झाले,

“गुमानऽऽ”

दारं खिडक्या बंद करण्यात व्यस्त असणाऱ्या गुमानच्या कानी डॉ. समीरचा आवाज येताच, तो तडक त्यांच्यापुढे हजर होत म्हणाला,

“जी साहेब!”

“डॉ. अंजली गेल्या का?

“होय!... साहेब. त्या तर दुपारीच गेल्या...” गुमान म्हणाला.

“दुपारी?” डॉ. समीरचा आश्चर्यमिश्रित स्वर आला. “तशा त्या मी येईपर्यंत थांबणार होत्या. बरं नव्हतं की काय?”

“माहीत नाही साहेब...सकाळी आल्या तवा चांगल्या दिसल्या. कामं बी भरपूर केलीत त्यांनी. पण एकाएकी काय झालं कुणास ठाऊक, त्या अतिशय घाबरलेल्या

दिसल्या... आणि तशाच स्थितीत तुम्हाला उद्या भेटते म्हणून निरोप ठेवून गेल्या. मी इचारण्याचा प्रयत्न केला; पण त्या तशाच घाबरलेल्या स्थितीत पुढे निघून गेल्या.'' गुमाननं थोडक्यात सांगितलं होतं.

डॉ. समीर क्षणभर तसेच उभे राहत विचार करीत राहिले. गुमानकडे पाहत म्हणाले,

''ठीक आहे गुमान... तू जा... मी बघतो काय ते?''

डॉ. समीर त्यांच्या केबिनकडे वळले. गुमान प्रयोगशाळेतील उरलेली कामं आटोपून निघून गेला. डॉ. समीर विचार करीत राहिले. डॉ. अंजलीला अचानक असं जाण्याचं काय कारण असावं. बरं नव्हतं की, अजून काही संकट! निशिकांतचा काही निरोप?... पण तीही शक्यता नव्हती. कारण आदल्या दिवशीच त्यांची भेट झाली होती. मग तिचं घाबरलेल्या अवस्थेत कुणालाही न सांगता असं जाणं काय असावं?... ती अशीच गेली याचा अर्थ डॉ. अंजलीला जे घडलं ते इतर कुणालाही सांगायचं नव्हतं. ते अस्वस्थपणे उठून केबिनबाहेर पडले व डॉ. अंजली प्रयोग करत असलेल्या कक्ष्याचंही त्यांनी निरीक्षण केलं. तेथे वनस्पतीचा एक नमुना लावलेला त्यांना दिसला. वनस्पतीला त्यांनी जवळून न्याहाळलं. सर्व जसंच्या तसं होतं. याचा अर्थ डॉ. अंजलींनी बऱ्याच नमुन्यांवरचे प्रयोग आधीच संपवले होते... आणि या शेवटच्या वनस्पतीच्या वेळेस काहीतरी घडलं असावं, असा डॉ. समीरनी तर्क केला. एकवार पुन्हा आजूबाजूला पाहून, ते आपल्या केबिनमध्ये आले. त्यांचे स्वच्छ असलेल्या टेबलाकडे लक्ष नव्हतं; पण तेथे टेबलासहित इतर गोष्टीही सुव्यवस्थित पाहून, त्यांना मुळीच आश्चर्य वाटलं नव्हतं. डॉ. अंजलीचा सुव्यस्थितपणा त्यांना ठाऊक होता. आत्ताशी कुठे डॉ. अंजलीने नुकत्याच प्रयोगातून घेतलेल्या काही वनस्पतींच्या माहितीकडे लक्षं गेलं. दीर्घ श्वास सोडीत ते स्वतःशीच गालात हसले आणि हळूच व्हील चेअर सरकवून त्यात बसले. डॉ. अंजलीने नुकत्याच घेतलेल्या विविध वनस्पतींचा डेटा चाळू लागले. मिळालेल्या परिणामांमध्ये डॉ. समीर समरसून गेले. तल्लीन होऊन गेले. वनस्पतींच्या त्या आलेखामध्ये आता त्यांना काही अद्भुत गोष्टींची चाहूल लागू पाहत होती. त्यामुळे ते अधिकच वेढले जाऊन, परिणामांच्या डोहात शिरू पाहत होते.

तेवढ्यात प्रयोगशाळेचं दार किलकिलं होऊन, डॉ. पाचपुते व डॉ. शिरसाठांनी प्रवेश केला. ते केबिनमध्ये येईपर्यंत डॉ. समीर समोरच्या परिणामांमध्येच गुंतलेले होते. शेवटी डॉ. पाचपुतेंच्या आवाजाने ते भानावर येत अजिजीने म्हणाले.

''अरे!... डॉ. पाचपुते, डॉ. शिरसाठ?... कधी आलात?... सॉरी! मी या परिणामांमुळे आपली दखल घेऊ शकलो नाही...''

त्यावर डॉ. पाचपुते त्वरेने उत्तरले,

“नाही सर!... असे काही नाही... आम्ही इतक्यातच आलोत. आपण व्यस्त असाल तर आम्ही नंतर येतो.”

“नाही... मुळीच नाही. उलट तुम्ही आल्यानं मला आनंदच झालाय... अरे! उभे का? बसा ना! ... बसा डॉ. शिरसाठ.” समोरच्या खुर्चीकडे निर्देश करीत डॉ. समीर म्हणाले होते. मघाशी डोक्यावर असलेला ताण सैल झाल्याचं त्यांच्या चेहऱ्यावरुन जाणवलं.

“थँक्यू सर!...” डॉ. शिरसाठ खुर्ची ओढीत बसत म्हणाले होते.

डॉ. पाचपुतेही आसनस्थ होत म्हणाले,

“सर!... आज आमची एक तीस लाखांची स्कीम मंजूर झाली आहे. मी स्वत: प्रिन्सिपल इन्वेस्टिगेटर असून, डॉ. शिरसाठ को-इन्वेस्टिगेटर आहेत. ज्या क्षणी आम्हाला हे कळलं त्याचवेळी प्रथम याची कल्पना तुम्हालाच द्यावी असं वाटलं म्हणून आलो. आपल्याच चर्चेचं हे फळ आहे असं आम्ही समजतो.” डॉ. पाचपुते अजिजीने स्कीमचे मंजुरीपत्रक डॉ. समीरना दाखवत म्हणाले होते.

डॉ. समीरनी पत्र हाती घेतलं आणि क्षणात नजर फिरवित अत्यानंदाने दोघांशी हस्तांदोलन करीत उद्गारले,

“कॉंग्रॅच्युलेशन्स!... ही खूपच आनंदाची बाब आहे. डॉ. पाबळकरांनाही दाखवा. त्यांनाही खूप आनंद होईल. तुम्ही सर्वच हुशार व मेहनती आहात. आय् ॲम् श्युअर ऑल ऑफ यू वील डू बेटर. या पैशांचा उपयोग करून चांगलं संशोधन करा. म्हणजे पुढे अजून मोठे प्रोजेक्ट्स हाताळायला मदत होईल. डॉ. पाचपुते, तुम्ही तरुण व हुशार आहात... आणि असंच डॉ. शिरसाठांच्या अनुभवाचा उपयोग करा. आयॲम प्राउड ऑफ यू. ही तर आता सुरुवात आहे.” डॉ. समीर उत्तेजन देत भरभरून बोलत होते.

“सर!” डॉ. पाचपुत्यांचा स्वर भारावलेला होता.

“हंऽऽ” डॉ. समीर स्मित करीत डॉ. पाचपुत्यांकडे पाहत म्हणाले.

“सर!.... त्या दिवशीच्या आपल्या प्रेरणेनेच हे घडलंय असं मला वाटतं.”

“अहो!... तसं काही नाही. हे सर्व तुमचेच प्रयत्न आहेत. तुमचेच श्रम तुमच्या उपयोगी यावेत एवढंच त्यावेळी माझं म्हणणं होतं.” डॉ. समीर आठवण करून देत म्हणाले.

“काहीही असो डॉ. समीर... त्या दिवशीच्या मीटिंगमधे प्रथमच अशी कुणीतरी जाणीव करून दिल्यानेच आता आपण सर्वच एका मोठ्या परिवर्तनाकडे चाललोय... आणि भविष्यात ते निश्चितच पुढे जाईल याची खात्री आहे. परंपरागत चालू असलेल्या रितीमुळे... आणि माझ्या निर्ढावलेपणामुळे त्यावेळी मी तुम्हाला उपहासात्मकपणे बोललो, पण नंतर विचार करता त्याचा पश्चात्तापही मला झाला...

आणि तुमच्या एकूण विचारांची दिशा मला पटली. त्यातच आपणा सर्वांचीच पर्यायाने या इन्स्टिट्यूटचीही प्रगती सामावलेली आहे.'' डॉ. शिरसाठ मनापासून बोलत होते. त्यांचा नेहमीचा रफपणा यावेळी नव्हता. बोलण्यात त्यांची नेहमीची ढबही नव्हती. उलट लाघवीपणानं त्यांच्या बुद्धिमतेची झलक जास्त दिसून येऊ लागली. डॉ. समीर क्षणभर स्तब्धपणे डॉ. शिरसाठांकडे पाहत राहिले. मनानं हा माणूस सच्चा असल्याची जाणीव झाली. ते त्यांच्याकडे पाहत म्हणाले,

''नाही डॉ. शिरसाठ... यू आर मोअर रिस्पेक्टेबल टू मी टू. तुमच्या कामाचा आवाका मला माहीत आहे. माझं येथील वास्तव्य जरी कमी असलं तरी, काही दिवसांत मी याचा अभ्यास केला होता. त्या दिवशीचं तुमचं बोलणं मला मुळीच वाईट वाटलं नाही. उलट तुम्हाला विनोदी अंग असल्याचंही त्यावेळी लक्षात आलं. मला माहीत आहे आजच्या तरुणांवर तुमची जास्त भिस्त आहे आणि तेच खरं म्हणजे महत्त्वाचं आहे. खरं तर यापुढे बघा... कोण कुठले शिखर गाठणार आहेत.'' डॉ. समीर, डॉ. पाचपुत्यांकडे पाहत पुढे म्हणाले,

''डॉ. पाचपुते!''

''येस!...सर.''

''गो अ हेड... डॉ. शिरसाठ तुमच्यासोबत आहेत. तुमच्या पुढच्या असाइनमेंट्सची मी अशीच वाट पाहीन...'' डॉ. समीर मंजुरीपत्र हातात देत पुढे म्हणाले. ''आणि सरांना दाखवायला विसरू नका. ही वुईल बी व्हेरी हॅपी.''

''येस् सर!... थँक यू व्हेरी मच...!''

डॉ. पाचपुते व डॉ. शिरसाठ दोघेही उठले होते. डॉ. समीर उठणाऱ्या डॉ. शिरसाठाकंडे पाहत म्हणाले,

''डॉ. शिरसाठ?''

''बोला सर!''

आपल्या इन्स्टिट्यूटमध्ये 'जर्नल क्लब' सुरू करण्याचा विचार माझ्या मनात आहे; जिथे महिन्यांतून किंवा आठवड्यातून संशोधनावर चर्चा केली जाईल. या कल्पनेबद्दल आपल्याला काय वाटतंय? डॉ. समीर म्हणाले होते.

डॉ. शिरसाठांच्या चेहऱ्यावर आनंदाच्या छटा उमटून गेल्या. ते उत्तरले,

''फारच छान कल्पना आहे सर!... त्या निमित्ताने प्रत्येकाच्या संशोधनाची देवाणघेवाण होऊन चर्चा होईल. चालना मिळेल. यात सर्वच सहभागी होतील याची मला खात्री आहे...''

''मग आपणच त्या क्लबचे चेअरमन व्हा!'' डॉ. समीर सहज बोलले.

डॉ. शिरसाठ अतिशय नम्रपणे म्हणाले,

''मला आवडेल... मी जबाबदारी घेऊन, ही कल्पना इन्स्टिट्यूटमध्ये लवकरच

मोटिव्हेट करतो. थँक यू व्हेरी मच फॉर गिव्हींग मी धिस रिस्पॉन्सिबिलिटि.''

''नाही, मीच आपणास खरं तर हे म्हणायला हवं?'' डॉ. समीर म्हणाले.

''ठीक आहे सर,... या निमित्ताने आपण भेटूच. गुडनाईट'' डॉ. शिरसाठ व डॉ. पाचपुते एकाचवेळी म्हणाले.

''ओ. के., गुडनाईट...!'' डॉ. समीर प्रतिउत्तरादाखल म्हणाले होते.

डॉ. पाचपुते व डॉ. शिरसाठ केबिनमधून निघून, प्रयोगशाळेबाहेर पडले. जाताना त्यांनी पुन्हा दार लोटून घेतलं होतं.

डॉ. समीर, त्या दोघांच्या पाठमोऱ्या आकृतीकडे क्षणभर पाहत राहिले. इन्स्टिटयूटचं उज्ज्वल भविष्य त्यांच्या डोळ्यांपुढे येऊन गेलं. त्यांनी पुन्हा टेबलावर पडलेल्या परिणामांना हाती घेतलं, त्यात ते विचारमग्न झाले.

एका एका वनस्पतींचे परिणाम डॉ. समीर डोळ्यांखालून घालू लागले. डॉ. अंजलीने सुव्यवस्थितपणे आत्तापर्यंतचा परिणामांचा तुलनात्मक अभ्यास त्या त्या वनस्पतीच्या एकाच आलेखात दिल्याने, डॉ. समीरना विचारमंथन करायला सोपं गेलं होतं. नुसत्याच विद्युतप्रवाहाला घेतलेल्या परिणामांपेक्षा, विद्युतप्रवाह व प्रकाशसंश्लेषण या दोघांच्या एकाच वेळच्या प्रयोगाचे परिणाम अजून उपयुक्त व तेवढेच इंटरेस्टिंग दिसले होते. तुलनात्मक दृष्टीने सर्वच वनस्पतींचा वारंवारितेचा आलेख पाहता,... त्यांच्या मनात असलेल्या त्या 'हंप'मध्ये त्यांना पूर्वीच्या आलेखापेक्षा आता बरेच चढ-उतार दिसले होते. कमी-अधिक दिसणारे हे उंचवटे म्हणजे त्यांना एक अद्‌भुत जगच वाटू लागलं. वनस्पतींमध्ये असणाऱ्या वेगवेगळ्या रासायनिक मूलद्रव्यांची कंप्रता पटलं त्यांना (Frequency Pattern) ठाऊक होती. पण त्याच आलेखाच्या क्षितिजावर नवीन उठणारे हे उंचवटे (Peak) म्हणजे त्यांनी आत्तापर्यंत केलेल्या संशोधनातील अज्ञात मनोरे होते. हे काय असावं?... हा प्रश्न त्यांना पडला होता. हा नॉइज तर नाही ना?... म्हणूनच त्यांनी यावेळी अंधार व प्रकाशात असणारी आणि एका ठरावीक विद्युतप्रवाहाला हेतुपुरस्सर डॉ. अंजलीला प्रयोग करावयास सांगितले होते. पण तो जर का नॉइज् असता तर, या आलेखामध्ये ते अपेक्षित नव्हते. पण तरीही त्यांची उपस्थिती पाहता पुनरावृत्ती झाल्याची खात्रीच आता डॉ. समीरना झाली. या वनस्पतींमध्ये काहीतरी निश्चितपणे घडत असावं. खळबळजनक... न सांगता येणारं. न पटणारं. वनस्पतींच्या लहान आकारावरील नमुन्याचे हे परिणाम असतील तर, एका जिवंत झाडावरच असे प्रयोग केले तर?... त्याचे परिणाम निश्चितच वेगळे मिळतील. अशी खात्री डॉ. समीरना होती. डॉ. अंजलीनी परिश्रमपूर्वक घेतलेल्या त्या आलेखावरुन डॉ. समीरनं पुन्हा एकदा नजर फिरवली. त्यांनी प्रदीर्घ श्वास सोडला. त्यांना आता संशोधनाची ठळक दिशा सापडली होती. कित्येक वर्षांपासून मनात घोळत असलेल्या प्रयोगाला सुरुवात

झाली होती. आता वेग वाढवायला हवा होता. त्यासाठी काही उपकरणांची आवश्यकता होती. त्यांच्या मनात घोळत असलेल्या उपकरणांची त्यांना स्वतःच निर्मिती करावयाची होती... वनस्पतींचं विश्व त्यांना जाणून घ्यायचं होतं. वनस्पतींचं मन, भावना त्यांना जाणून घ्यायच्या होत्या. त्यासाठी अतिशय संवेदनक्षम उपकरणांची गरज भासणार होती... आणि या पुढील प्रयोग मात्र जंगलातील झाडाझुडपांवर करण्याचा निश्चय त्यांनी केला. त्यानुसार आता पावलं उचलून, सुरुवात करावयाची होती.

डॉ. समीरनी हातात असलेल्या परिणामांचे आलेख टेबलावर ठेवले. आजूबाजूला पाहिलं. बाजूलाच असलेल्या जगमधलं पाणी ग्लासमध्ये ओतून, ते घटाघटा प्यायले. बाहेर अंधार व शांतता पसरली होती. त्यांनी सहजच घड्याळात पाहिलं. रात्रीचे दहा वाजून गेले होते. आपण एवढा वेळ विचार करीत राहिलो म्हणून ते आश्चर्य करीत राहिले. जेवण तसंच राहिलं होतं. भूक सडकून लागल्यानं आता त्यांना जाणं गरजेचं होतं. डॉ. इलांकडेच दुपारची कॉफी-बिस्कीटं खाल्ल्याचं आठवलं. आजच्या सबंध दिवसात त्यांना भूक अशी लागलीच नव्हती. यावेळी डॉ. इलांची प्रकर्षाने आठवण येऊन गेली. ते स्वत:शीच हसले. आजचा दिवस हा त्यांच्या आयुष्याला मोठं वळण देणारा ठरला होता. डॉ. इला त्यांच्या आयुष्यात आल्याने, संशोधनात आता त्यांना वेगळाच उत्साह निर्माण झाला होता. त्या निमित्ताने डॉ. इलांचा सस्मित चेहरा त्यांच्या डोळ्यापुढून सरकून गेला.

ते तडकपणे उठले. महत्त्वाचे संशोधन पेपर हाती घेत त्यांनी टेबलाचं ड्रॉवर बंद केलं. रात्री झोपण्याआधी नुकतेच प्रकाशित झालेले संशोधन पेपर वाचण्याचा त्यांना आगळावेगळा छंद होता. शिवाय हाती संशोधन पेपर असल्याशिवाय त्यांना झोपही येत नसे. केबिनचं दार ओढून घेत, ते प्रयोग खोलीत आले. त्यांनी पुन्हा डॉ. अंजली प्रयोग करीत होत्या तेथे सहज येऊन पाहिले. सर्व जसंच्या तसं होतं, पण तरीही काहीतरी वेगळं असल्याचा भास त्यांना झाला. म्हणून त्यांनी पुन्हा निरीक्षण केलं. पण तरी त्यात बदल झाला नाही. मग असं का वाटतंय म्हणून त्यांनी स्वत: पुन्हा लोड केलेल्या वनस्पतीवर सहजच नजर टाकली. त्यात त्यांना थोडा फरक जाणवलेला आढळला. त्यांना आश्चर्य वाटलं. पाच वाजता पाहिलं तेव्हा ही वनस्पती अतिशय हिरवीगार होती... आणि आता करड्या रंगाची झालेली पाहून ते गोंधळात पडले. आता नेमका या वनस्पतीचा रंग कसा होता?... यातच ते गोंधळून गेले... आता मात्र त्यांना स्वत:चाच आत्मविश्वास वाटला नाही. नेमकं त्यांनी काय पाहिलं हेच त्यांना आठवेना. क्षणात विचार झटकून, त्यांनी पुन्हा एकवार त्या वनस्पतीकडे पाहिलं आणि हळुवार तिच्यावरुन बोटे फिरविली... एक वेगळीच अनुभूती जाणवली. वेगळ्या प्रकारच्या भावना जाणवल्या. तेवढ्यात

त्यांना गुमाननं केलेलं डॉ. अंजलीच्या घाबरण्याच्या स्थितीचं वर्णन आठवलं. निश्चितच डॉ. अंजलीचा याच्याशी काहीतरी संबंध असावा... तिने यात काहीतरी अद्‌भुत पाहिलं असावं... आपल्यालाही कळत नसेलेलं... पण जाणवणारं. आपलं संशोधन योग्य दिशेला जातंय याची त्यांना खात्री झाली. डॉ. समीर तसेच वळले. प्रयोगशाळेतील दिवे मालवून, त्यांनी दार लावलं... यावेळी इन्स्टिट्यूटच्या पॅसेजमधून ते एकटेच जात होते. बुटांचा टक्‌ टक्‌ आवाज प्रतिध्वनी निर्माण करीत होता... आणि त्या नुसारच ध्वनींचे विचारही सस्पंदित होऊ लागले होते... याच वनस्पतीनं त्यांच्या मनात घर केलं होतं... आणि शिवाय बुटांच्या येणाऱ्या ध्वनीनेही त्यांच्या संशोधनाला वेगळंच वळण दिलं होतं. विद्युत प्रकाशापाठोपाठ आता त्यांना वनस्पतीवर होणाऱ्या संगीताच्या परिणामांचीही नोंद घ्यावयाची होती. पण यावेळी मात्र आत्ताच अनुभवलेल्या वनस्पतीवरच पुढील प्रयोग करायचा निर्णय त्यांनी घेतला होता... हीच वनस्पती विशेष गुणधर्मीय असल्याची खात्री झाली.

इन्स्टिट्यूटमधून बाहेर पडताच, गार हवेनं त्यांना अल्हाददायक वाटलं. यावेळी निखळ चांदणं पडलं होतं. मनाला उभारी आली होती. चंद्रकोरीजवळील चांदणीकडे पाहत त्यांना पुन्हा डॉ. इलांची आठवण येऊन गेली. त्यांची तीच चांदणी होती. खेडंवजा गाव असल्याने कुठलीही वर्दळ नव्हती. आजूबाजूला सर्व जंगल. वनस्पतीच तेवढ्या सोबतीला, पायवाटेने झपाझप पावलं टाकीत ते आपल्या क्वार्टरकडे निघाले होते. डॉ. इलांच्या प्रेमाने भरलेल्या मनात, त्या वनस्पतीनेही घरं केलं होतं. तेच द्वंद्व मनात घोळवीत डॉ. समीर अंधार तुडवीत होते.

२७

क्वार्टर्समध्ये येइतो साडेअकरा वाजून गेले. नाईट ड्रेस चढवून डॉ. समीरनं सकाळचंच पोटात ढकललं. एरवी रात्रीचं जेवण ते पूर्वीपासूनच कमी घेत असत. प्रसंगी फलाहार किंवा दूधच घेऊन ते झोपत असत. आजही त्यांनी ती परंपरा तशीच चालू ठेवली होती. अमेरिकेत असताना मात्र वातावरणानुसार त्यांनी आपला आहार घेतला होता. सर्व आटोपून ते आपल्या बेडरुममध्ये आले. हातात मावेल एवढा लॅपटॉप त्यांच्या जवळ होता. त्यात त्यांनी बरीच भावगीते डाऊनलोड करून ठेवली होती. अरुण दातेंची. परदेशात असताना या सर्व गोष्टींची आवड निर्माण झाली होती. झोपताना किंवा अभ्यास करताना, संगीत ऐकण्याची त्यांची ही जुनीच सवय होती. शास्त्रीय संगीतापासून लोकसंगीतापर्यंतची त्यांची आवड जोपासण्यासारखी होती. बेडवर भिंतीला टेकून त्यांनी पांघरुण घेतलं. मेन लाईट बंद करून, टेबल लँप लावला. टेबल लँपचा परावर्तित प्रकाश खोलीत मंदपणे पसरला. आपले दोन्ही हात डोक्यावर घेऊन डॉ. समीर भिंतीला रेलून बसले व प्रदीर्घ श्वास घेत डोळे लावताच, गाण्याचे मंद स्वर बाहेर पडले. ते स्वर खोलीतील शांत वातावरण भेदून, त्यांच्या मनाचाही ठाव घेऊ लागले.

भेट तुझी माझी स्मरते अजून त्या दिसाची...
धुंद वादळाची होती, रात्र पावसाची...

मंगेश पाडगावकरांच्या शब्दांना अरुण दातेंचे कापरे स्वर लाभले होते. यावेळी ते तेवढेच रहस्यमय भासत होते. नकळत त्यांच्या मनाचा वेध घेत होते. डॉ. इलांचा प्रेम भरलेला चेहरा पुन्हा त्या निमित्ताने बंद डोळ्यांमागे तरळून गेला. हे भावगीत तिचंच असल्याचं त्यांना जाणवलं. प्रेम ही संकल्पनाच अशी आहे, की माणूस कितीही मोठा असला, तरी त्यापासून फार काळ लांब राहू शकत नाही. पहिल्या प्रेमाच्या अपयशानं खचलेलं मन पुन्हा असं कधी उभारीनं प्रफुल्लित होईल, असं त्यांना वाटलंच नव्हतं. पहिले प्रेम तेच खरे! मग ते यशस्वी असो अथवा अपयशी!

पण आयुष्यभर पहिलं प्रेमच हृदयात कोरलं जातं. हे प्रायोगिक तत्त्वज्ञान होतं. त्याची प्रचितीही डॉ. समीरना आली होती. म्हणूनच कोवळ्या वयात केलेल्या अपरिपक्व प्रेमाचा ठसा त्यांच्या हृदयात कायमचाच कोरला गेला होता. आता कुणासाठी हे आयुष्य? असा प्रश्न करीत त्यांनी स्वत:ला संशोधनात जुंपलं होतं. पूर्वीच्या आयुष्यात तशी भावना मात्र त्यांनी कधीच अनुभवली नव्हती. नाही म्हटलं तरी त्यांच्या अमेरिकेतील सहकारी डॉ. जेनीफरनी त्यांच्यात रुची दाखवलीही होती... डॉ. जेनीफर बुद्धिवान व समंजस होत्या... पण वेगळ्याच संस्कृतीत रममाण होणं त्यांना रुचणारं नव्हतं... अतिशय लाघवीपणाने डॉ. समीरनी, डॉ. जेनीफरना आपलं मत पटवून दिलं होतं... ती खरं तर प्रगल्भतेची अभिव्यक्ती होती... डॉ. जेनीफरना अव्हेरणं तसं डॉ. समीरना जडच गेलं होतं. त्याचं कारण म्हणजे डॉ. समीरचा भारताकडे असलेला ओढा... अमेरिकेत त्यांना आयुष्य घालवायचंच नव्हतं; पण डॉ. इला नेमक्या त्यालाच अपवाद ठरल्या होत्या. हे दुसरं प्रेम त्याच वेगाने, प्रबळतेने पहिले व्रण नाहीसे करीत, स्वतंत्रपणे अवतरलं होतं. डॉ. इलाच त्याला कारणीभूत ठरल्या होत्या. पहिल्या प्रेमाचा सिद्धान्त येथे अपयशी ठरला होता. दुसरं प्रेम सशक्त, परिपक्व असेल तर ते निश्चितपणे स्वतंत्र स्थान निर्माण करू शकतं, याची खात्री डॉ. समीरना पटली होती. डॉ. इलांच्या प्रेमानं त्यांच्या हृदयात पहिल्या प्रेमापेक्षाही वेगळं स्थान निर्माण केलं होतं. तेवढ्यात दारावर टक् टक् आवाज आला.

डॉ. समीर स्वप्नातून बाहेर यावेत तसे डॉ. इलांच्या विचारातून बाहेर आले. कोंडलेला श्वास सोडीत, त्यांनी कानोसा घेतला. बाहेर पडलेला उष्ण श्वास त्यांना जाणवला. गाण्याचा आवाज हळुवार केला. असे आपण किती वेळ ध्यानस्थ होतो म्हणून त्यांनी घड्याळात पाहिलं. रात्रीचा दीड वाजून गेला होता. पुन्हा दारावर आवाज आला.

"टक्ऽऽ... टक्ऽऽ..."

कुणीतरी दार ठोठावत असल्याची त्यांना प्रथमच जाणीव झाली. एवढ्या रात्री कोण असावं? म्हणून त्यांच्या मनात असंख्य शंका उमटल्या. इथल्या वास्तव्यात असं कुणी बेरात्री आल्याचं त्यांना कधीही आठवलं नाही. अंगावरचं पांघरुण बाजूला करीत, डॉ. समीर लगबगीने उठले. बाहेरच्या बंद दाराजवळ येत त्यांनी हळू आवाजात विचारलं,

"कोण?"

"अरे!... समीरऽऽ... मी सुनील..."

सोनवण्यांचा आवाज ऐकताच, डॉ. समीरचा चेहरा चिंतित झाला. एवढ्या रात्री येण्याचं काय कारण असावं अशा विचारात त्यांनी दार उघडलं. समोर सुनील व

निशिकांतला पाहून, डॉ. समीर आश्चर्याने उद्‌गारले,

“अरे काय हे!... तुम्ही दोघं एवढ्या रात्री?”

डॉ. समीरनी पुन्हा दार लावून घेतलं होतं.

“सॉरी समीर!... खरं तर तुला एवढ्या रात्री उठवणं बरं वाटलं नाही; पण तुला न भेटताच परत जाणंही प्रशस्त वाटलं नाही. तू नेहमीप्रमाणे जागा असशील याची खात्री होती.” सोनवणे म्हणाले.

“अरे!... तसं नाही...” डॉ. समीर त्यांना बेडरुममध्ये नेत पुढे म्हणाले, “पण एवढ्या अपरात्री तुम्ही दोघं अशा कुठल्या मोहिमेवर निघाला होतात?” लगबगीने डॉ. समीर बोलले.

निशिकांत टेबललॅम्प जवळील खुर्चीत बसला, तर सोनवणे कॉटवरच भिंतीला रेलून बसले... आणि हताशपणे उत्तरले.

“खरं तर मोहिमच म्हणायला हवी... अयशस्वी!”

डॉ. समीरनी सुनीलच्या हताश चेहऱ्याकडे पाहत निशिकांतकडे कटाक्ष टाकला. दोघांच्याही चेहऱ्यावर अपेक्षाभंग स्पष्टपणे जाणवला. पुढे असंख्य प्रश्न त्यांच्या डोक्यात येऊन गेले. पण ते न विचारता डॉ. समीर म्हणाले,

“असं करतो... तुम्ही दोघेही बऱ्यापैकी थकलेला दिसताय. मी दोन मिनिटांत चहा करून आणतो. मगच मला सांगा...”

“समीरऽऽ... नको... आता कुठे चहा?... रात्रीचे दोन वाजलेत.” सोनवणे म्हणाले.

“प्लीज सर!... खरंच नकोय... फक्त बसा!” निशिकांतनंही सांगितलं.

“नाही सुनील... तू नेहमीच येतो. पण निशिकांत प्रथमच माझ्याकडे येतोय. आलोच मी. यू जस्ट रिलॅक्स्ड.”

डॉ. समीर किचनमध्ये जाऊन, पाच मिनिटांत पुन्हा हातात ट्रे घेऊन आले. सोनवणे व निशिकांतच्या हाती कप देत, स्वतःही हातात कप घेतला व दिवाणाच्या एका टोकाला बसत म्हणाले,

“हं तर कुठल्या मोहिमेविषयी सांगत होतास् तू...”

सोनवण्यांनी चहाचा घोट घेतला. थकलेल्या मनाला व शरीराला तरतरी आल्याचं जाणवलं... निशिकांतनंही चहाचा एक घोट घेतला... व तो सोनवण्यांकडेच पाहत होता. सोनवणे म्हणाले,

“व्वा!... काय झक्कास चहा झालाय. अमेरिकेतील सवय. अमेरिकेत तुम्हाला स्वतःच सर्व करायला लागतं. तिथल्या शिस्तीचा हा फायदा. तसा तू हॉस्टेलला असतानाही छान चहा करत होतास.” सोनवणे चहाचा पुन्हा एक घोट घेत म्हणाले. “समीर, आज सायंकाळी तालुक्यावरुन येताच आमच्या कामाशी संबंधित असलेल्या

एका आदिवासीनं, एक गुप्त माहिती दिली; कि आज रात्री बारा वाजता या भागात कुठेतरी चंदन व सागवानाची मोठ्या प्रमाणावर तस्करी होणार आहे म्हणून... आणि इथे रुजू झाल्यापासून एवढी गुप्त माहिती प्रथमच मिळाल्याने आम्ही उत्साहात होतो. शिवाय आजपर्यंत छुपेपणाने चाललेल्या या धंद्याची पाळंमुळं आम्हाला मिळणार असल्याने, आम्ही बारकाईने व तेवढ्याच गुप्तपणे त्या स्थळाचा वेध घेतला. सारा परिसर पिंजून काढला, पण कुठलीही हालचाल आम्हाला दिसली नाही. बराच वेळ आम्ही थांबलो... झाडावर लपून बसलो. पण कुठेही नोंद नाही... आणि त्याचबरोबर आजच्या या अयशस्वी मोहिमेची इतिश्री...''

डॉ. समीरनी दोघांकडे अभिमानानं पाहिलं... आणि पुढे म्हणाले,

''अच्छा म्हणजे तुम्ही या मोहिमेवर होता तर... खरं तर आम्ही संशोधक वनस्पतींवर फक्त प्रयोग करतो. पण त्यांच्या अस्तित्वाचा, त्यांच्यावरील संकटांचा आम्ही कधीच विचार करीत नाही... पण तुम्ही ते करता... खरे रक्षक तुम्ही आहात. जीवाची पर्वा न करता त्यासाठी झटता. हा एक मोठाच प्रश्न इथे आहे. अमेरिकेत अशा गोष्टी नसल्याने, हा विचार मी कधी केलाच नव्हता. पण इथे आल्या दिवसापासून मी या गोष्टींचा संशोधनाबरोबरच समांतरपणे विचार करतोय... आणि व्यथित होतोय. मला वाटतंय सुनील, तुम्हाला योग्य माहिती दिली गेली नसावी...''

चहाचा कप टेबलावर ठेवीत निशिकांत बोलू लागला,

''नाही सर... तसं नसावं. यात दोन शक्यता असाव्यात. एक तर त्यांनी आमची दिशाभूल केली असावी किंवा हा खडा टाकून त्यांनी आमच्या ताकदीचा व सतर्कतेचा अंदाज घेतला असावा.''

''येस्... दॅट माईट बी अ पॉसिबिलिटि... पण मला वाटतं तुम्ही दोघांनीही अशी रात्रीची रिस्क घेऊ नये. कारण नुकताच निशिकांतवर हल्ला झालेला आहे. त्याच्या पाठीवरचे व्रण ताजेच आहेत.'' डॉ. समीर चिंतित होत म्हणाले.

''नोऽ... नोऽ... सर... जखमेचं काही नाही. इट इज् अ पार्ट ऑफ दि गेम, पण ज्या पद्धतीने त्यांनी माझ्यावर हल्ला केला, त्याचा मला राग आहे...'' निशिकांत सहज बोलला व पुढे म्हणाला. जर का त्यानं समोरुन हल्ला केला असता, तर आय वुड हॅव टेकन इट स्पोर्टिंगली. त्याला मारलाही असता... आणि धागाही सापडला असता. पण मला खात्री आहे तो माणूस मला कुठेही दिसला तरी नुसत्या अस्तित्वाने मी त्याला ओळखू शकेन. सर, विश्वास बसणार नाही. सुंदर दिसणारं हे वन, या नराधमांनी पोखरून काढलंय... कधी-कधी तर मला वाटतं या जंगलाच्या वेदनाच वेगळ्या आहेत. स्वतःचं शरीर पोखरताना पाहून, ते रडतंय असं वाटतं, म्हणून माझ्या जखमेपेक्षा, हे खूप मोठं आहे सर!... आम्हाला या प्रवृत्ती शोधायच्या आहेत... मग स्वतःचे प्राण गेले तरी हरकत नाही.''

निशिकांत उत्तेजित होऊन बोलत होता. डॉ. समीर त्याच्या या वेगळ्या रूपाकडे पाहत राहिले. ते मंत्रमुग्ध होऊन सुन्नपणे त्यांच्या आंतरिकतेकडे पाहत होते. सोनवणे म्हणाले,

''होय!... समीर... निशिकांत म्हणतोय ते खरंय... हळूहळू येथील पद्धतींबरोबरच प्रत्येक बाबींची, प्रवृतींची ओळख होऊ पाहत्येय. प्रत्येक व्यक्तीच्या रहस्यमयतेची जाणीव होऊ लागलीये. या मागील षडयंत्राची चाहूल लागू पाहत्येय... ज्या ध्येयापायी चंद्रपूरहून माझी इथे बदली केली गेली, ती मी इथे पाळणार नाही असं या अधिकाऱ्यांना का वाटलं असावं? की इथलं आव्हान मी पेलूच शकणार नाही असं त्यांना वाटलं?... काहीही असो, पण त्या माणसांनाही मी जगू देणार नाही. कुठपर्यंत पडद्याआडून ते हे धंदे करू शकतील? कदाचित एके दिवशी ही निसर्गदेवताच आपल्याला योग्य दिशा देईल... वरून शांत दिसणारा हा परिसर आतून धगधगतोय! समीर... चंद्रपूरपेक्षाही रामपूरक्षेत्र भयानक आहे. म्हणूनच माझी इथे बदली करण्यात आली असावी. चंद्रपूर विभागात समोरासमोर दोन हात करणारी माणसं होती, पण इथे छुप्याने वार करणारी माणसं आहेत. म्हणून हा परिसर जास्त भयंकर आहे...''

सोनवणे तळमळीने बोलत होते. डॉ. समीर त्यांच्याकडे नेहमीसारखेच पाहत होते. कॉलेजपासूनच तो असा असल्याने त्यांना काही हे नवीन नव्हतं, पण आत्ताचा सुनील त्यांना जास्त दुखावलेला दिसला. त्याच्या बोलण्यात सत्यता होती. डॉ. इलांच्याकडे घडलेला प्रसंग यावेळी त्यांच्या डोळ्यांपुढे येऊन गेला. तो याच प्रकरणाशी जुळलेला असावा याची त्यांना खात्री होती. ते म्हणाले,

''आय नो सुनील!... मी समजू शकतो. पण मला वाटतं, तुम्ही दोघं एकट्यानं लढण्यापेक्षा वरिष्ठांकडून जास्त कुमक मागवावी... म्हणजे तुम्हाला बळही मिळेल...''

''त्याचा काहीही उपयोग नाही... कारण ही साखळीच अशी आहे की, प्रत्येक ठिकाणी अडथळे आहेतच... तुमचे वरिष्ठच या साखळीत सामील असू शकतील... काहीही सांगता येत नाही. सो वुईल हॅव टू गो अलोन ऑन अवर ओन वे... तरच शक्य आहे.'' सोनवण्यांनी वस्तुस्थिती विशद केली.

''... आणि त्यात तुमच्या-आमच्यासारखे सामील होत गेले, तर एक वेगळीच फळी किंवा त्यांच्यासारखीच प्रतिसाखळी निर्माण होऊन त्यांचं व्यूह भेदणं शक्य होईल.'' निशिकांतनं पुष्टी जोडली.

डॉ. समीरना निशिकांतची कल्पना मनोमन पटली. समाजातील चांगल्या प्रवृत्तींनी यासाठी एकत्र येण्याची गरज असल्याचं त्यानं सूचित केलं होतं. मग तो कुणीही असो.

''समीर!... आणि त्या दिशेने पावलं पडू लागली आहेत. या सेवेत बरेच रुजू

होऊ लागलेत. नकळत आजच 'दैनिक चव्हाट्यावर'चा संपादक जयंत पाटलाशी चर्चा झालीये. कदाचित त्याच्या निमित्ताने येत्या एक दोन दिवसांत या विषयाला वाचा फुटून, वेगळं वळण लागण्याची शक्यता नाकारता येत नाही. त्या व्यतिरिक्त डॉ. इला आहेत. काही आदिवासी कार्यकर्ते आहेत. इन्स्पेक्टर पवार आहेत. जाधव आहेत. हळूहळू समाजातील हे लहान घटक जागृत होऊ पाहताहेत...'' सोनवण्यांनी इत्थंभूत सांगितलं.

डॉ. इलांचं नाव ऐकताच, डॉ. समीरना बरं वाटलं. शी रिअली डिसर्व्ह फॉर ऑल. ती जेवढी मृदु तेवढीच खंबीर असल्याचंही डॉ. समीरनी पाहिलं होतं. या कळपात तीही असल्यांचं त्यांना माहीत होतं. सोनवण्यांच्या आवाजाने ते विचार तंद्रीतून बाहेर आले.

''समीरऽऽ''

''अंऽ''

''एक गोष्ट माझ्या लक्षात आली नाही. आत्ताशी येऊन मला वर्ष होतंय. या क्षेत्राचा आम्ही कानाकोपरा छानला. त्याची इत्यंभूत माहिती मिळविली; पण मला अजूनही इथल्या होत असलेल्या मोठ्या काळ्या धंद्यावर अंकुश ठेवता आलेला नाही. शिवाय तस्करीचा अंदाज घेता आला नाही. यावरूनच प्रतिस्पर्ध्याची यंत्रणा अतिशय मजबूत असून, गुपित व तेवढीच रहस्यमय भासणारीही आहे, पण मी आशावादी आहे. लेट्स होप समथिंग गुड वुईल कम आउट...'' सोनवण्यांनी शंकेसोबतच आत्मविश्वासही बोलून दाखवला.

सोनवण्यांच्या या शंकेवर डॉ. समीर क्षणभर विचारात गढून गेले. तेवढ्यात सोनवणे पुढे म्हणाले,

''अरे बोलण्यात तीन वाजून गेलेत. आता निघालं पाहिजे. चला, या निमित्ताने तुझ्याशी बऱ्याच दिवसांतून निवांत बोलणं तरी झालं. कॉलेज जीवनापासून आपण असे कधी निवांत बसलोच नव्हतो.''

''एवढ्या रात्रीचं कुठे जाता... इथेच झोपा.'' डॉ. समीरनी सल्ला दिला.

''नाही सर!... वहिनीसाहेब वाट पाहतील. त्या अजूनही झोपल्या नसतील याची खात्री आहे मला... आणि रात्रं-दिवस आमच्यासाठी सारखेच,'' निशिकांत मधेच बोलला होता.

''अरे हो... वहिनी वाट पाहत असतील तर तुम्हाला गेलंच पाहिजे, पण जरा जपून...'' डॉ. समीर म्हणाले.

'' तू निवांत झोप... काळजी करू नकोस,'' सोनवणे उठत म्हणाले.

तिघेही बोलतच दाराजवळ आले. सोनवणे, निशिकांत यांनी डॉ. समीरचा निरोप घेतला. डॉ. समीर बराच वेळ अंधारात विलीन झालेल्या सोनवणे व

निशिकांतच्या आकृतिबंधांकडे पाहत राहिले. जीपचा आवाज हळूवार होत गेला होता. थंड झुळकीने पहाट झाल्याची जाणीव डॉ. समीरना झाली... त्यांनी दार लावलं व ते बेडरुममध्ये येऊन अंथरुणाच्या स्वाधीन झाले. डोक्यात असंख्य विचारांचं थैमान सुरू झालं. तशातच डॉ.समीर एक संशोधनाचा पेपर हाती घेत, टेबल लँपच्या प्रकाशात झोपूनच चाळू लागले. पण विचार मात्र वेगळ्याच दिशेला पळत होते. आजच्या वनस्पतींवरच्या संशोधनाबरोबरच सुनीलचे 'ही निसर्गदेवताच योग्य दिशा देईल,' हे वाक्य पुन:पुन्हा प्रतिध्वनित होऊ लागलं. या विचारातच त्यांना कधी डोळा लागला कळलंच नव्हतं. पेपर त्यांच्या छातीवर होता, तर टेबल लँप तसाच परावर्तित प्रकाश फेकत होता.

२८

डॉ. अंजली आज सकाळीच उठली होती. डोक्यात सारखा कालचा प्रयोग घोळत होता. डॉ. समीरना भेटल्याखेरीज आपण यायला नको होतं, म्हणून तिला वाईट वाटत होतं. तसं तिने बराच वेळ डॉ. समीरची वाट पाहिली होती; पण त्या प्रयोगानं डॉ. अंजली, जास्तच अस्वस्थ झाल्याने, तिला ग्लानीसारखं वाटलं होतं. ती अस्वस्थही झाली होती. घडलेल्या प्रयोगाचे परिणाम व अनुभव डॉ. समीरना सांगणंही तेवढंच अनिवार्य वाटतं होतं, पण वाट पाहण्यातील प्रत्येक क्षण डॉ. अंजलीला अत्यवस्थ करून जाऊ लागला. हा वातावरणाचा परिणाम होता का?... काहीच कळत नव्हतं. हे अत्यवस्थ होणं मानसिकदृष्ट्या होतं की अजून काही?... तिला स्वत:लाच कळत नव्हतं. अशा कुठल्या बलानं तिला असं वाटत होतं. ती स्वत: हॉर्टिकल्चरची संशोधक होती. वनस्पतिशास्त्रात तज्ज्ञ होती, पण यापूर्वी असा अनुभव तिला कधीच आला नव्हता. म्हणूनच तिने गुमानला प्रकृतीचं कारण सांगून तत्काळ घरी जाण्याचा निर्णय घेतला होता... आणि नंतर मात्र रात्रभर या ना त्या कारणानं ती वनस्पतीच तिच्या डोक्यात वलयांकृत वळवळत राहिली होती. डॉ. समीरना कधी भेटू असं तिला झालं होतं. रात्रभर डोळ्याला डोळा नव्हता. त्यामुळे नेहमीपेक्षा आज सकाळी लवकरच उठणं झालं... आणि कधी नव्हे ते आज सकाळी सात वाजताच ती हजर झाली. एरवी नियमित साडेआठला येणारी डॉ. अंजली, डॉ. समीर दररोज सात वाजताच प्रयोगशाळेत येतात म्हणून त्यांना गाठणार होती... आणि घडलेला प्रसंग कथित करणार होती, पण डॉ. समीरना तेथे न पाहून तिला आश्चर्य वाटलं. कारण दररोज सकाळी सात वाजता येऊन, ते वाचीत बसत असत. हाच त्यांचा नेहमीचा शिरस्ता होता.

विचारातच डॉ. अंजलीनी स्वत:जवळच्या चावीने प्रयोगशाळा उघडली होती. लाईट लावून ती आपल्या टेबलाजवळ आली. हातातील पुस्तक ठेवीत, कालच्या प्रयोग संचाजवळ गेली. वनस्पती तशीच होती. शांत... पण आता तिचा रंग पूर्ण

बदलल्याने तिला आश्चर्य वाटलं व याच वनस्पतीवर आपण काल प्रयोग केला का, म्हणून मनात शंका निर्माण झाली. ती तशातच निरीक्षण करीत राहिली. पुढच्या प्रयोगाला सुरुवात करावी का? म्हणूनही तिच्या मनात आलं. त्यावेळी डॉ. समीरशी पुढील चर्चा केल्याखेरीज तरी प्रयोगाला सुरुवात करू नये, असं तिने ठरवलं. डॉ. अंजली पुन्हा टेबलावर येऊन बसताच, दारातून गुमाननं प्रवेश केला. समोर डॉ. समीरऐवजी, प्रथमच डॉ. अंजलीला इतक्या लवकर पाहून, गुमानच्या चेहऱ्यावरील हावभाव तिच्या नजरेतून सुटले नाहीत. तिनेच अजिजीने विचारलं,

"गुमानऽऽ... काल मी गेल्यानंतर सर आले होते का?"

"होय तर!..." हातात झाडू घेत तो पुढे म्हणाला, "साधारण पाच वाजेच्या वक्ताला आले होते. आणि आल्या आल्या तुमच्याविषयीच इचारलं..."

"काय म्हणून?" डॉ. अंजली उत्सुकतेने विचारत होती.

"बाई कुठे गेल्या म्हणून?"

"मग तू काय सांगितलंस?" डॉ. अंजलीचा प्रतिप्रश्न आला.

"तुम्ही जाताना जे सांगितलंय तेच मीबी सांगितलं... बरं नाही म्हणून लवकर गेलात... आणि तुम्ही घाबरलेल्या होत्या असंही सांगितलं." गुमाननं जसंच्या तसं सांगत झाडायला सुरुवात केली व तो पुढे म्हणाला, "पण बाईसाहेब... त्यामुळे सर मात्र चिंतातुर झालेत. काही न बोलताच मग ते त्यांच्या केबिनमध्ये गेले..."

"किती वाजेपर्यंत होते सर?" डॉ. अंजलीने पुन्हा प्रश्न केला.

"माहीत नाही बाई... पण मी जाईपर्यंत सर मात्र केबिनमध्येच होते. गंभीरपणे कागद चाळीत. त्यामुळे बराच वेळ मी पण जाण्याची परवानगी घेऊ शकलो नव्हतो. मला वाटतं बाई, सर रात्री बऱ्याच उशिरापर्यंत असावेत." गुमान प्रयोगाचा कट्टा पुशीत म्हणाला होता.

डॉ. अंजली समजून गेली होती. सर, तिने ठेवलेल्या परिणामांवरच गंभीरपणे विचारविनिमय करीत असावेत. त्यातून कदाचित त्यांना काही उलगडाही होण्याची शक्यता तिने लक्षात घेतली होती. गुमान (ऊचल-पटकाच्या) कामाला लागला होता. नऊ वाजत आले होते, पण डॉ. समीर न आल्यानं डॉ. अंजली चिंतित झाली होती. अस्वस्थपणे डॉ. समीरचे काही पेपर डॉ. अंजली चाळू लागली.

"गुड मॉर्निंग डॉ. अंजलीऽऽ!"

वाचण्यात मग्न असलेल्या डॉ. अंजलीनं दचकून आवाजाच्या दिशेने पाहिलं. डॉ. समीर एका वेगळ्याच उत्साहात आलेले तिला दिसले. त्यांच्या व्यक्तिमत्त्वाकडे क्षणभर ती पाहत राहिली. अमेरिकेत बरीच वर्षे राहिल्याने, त्यांच्या वागण्यात, बोलण्यात एक प्रकारचा सॉफिस्टिकेटेडपणा होता... त्यांना शोभणारा... त्यांच्या व्यक्तिमत्त्वाकडे पाहत, डॉ. अंजली हसत म्हणाली,

''गुड मॉर्निग सर!''

''मला वाटतं माझ्या येथील वास्तव्यात एवढ्या उशिरा मी प्रथमच येतोय. तुला माहिती आहे रात्री कोण आलं होतं?'' प्रश्नार्थ मुद्रेने डॉ. समीरनी विचारलं होतं.

डॉ. अंजलीनं कोण आलं असावं, या विचारात प्रतिप्रश्न करीत विचारलं,

''कोण आलं होतं सर?''

''सुनील आणि तुझा निशिकांत!''

निशिकांतचं नाव ऐकताच शरीरावर मोरपीस फिरून गेल्याचा भास तिला झाला. डॉ. समीर पुढे काय बोलताहेत याकडे ती आतुरतेने लक्ष देऊ लागली.

''अंजलीऽऽ... काय म्हणावं या दोघांना! रात्री सुमारे दोन वाजता ही दोघं माझ्याकडे एका अयशस्वी मोहिमेवरुन आले होते. कुठूनतरी निनावी निरोपानं त्यांना कळलं होतं की रात्री बारा-एकच्या सुमारास या भागात मोठ्या प्रमाणावर तस्करी होणार आहे म्हणून... आणि त्या आधारावर ही दोघं सलग चार तास टेहळणी करून हुडकत होती. मागोवा घेत होती. बराच वेळ झाल्याने व तशी हालचाल दिसत नसल्याने ते परत फिरले. रस्त्यावरच आपलं क्वार्टर्स असल्याने, रात्री ते माझ्याकडे आले. रिअली दिज् टु गाईज् आर व्हेरी टफ! आय् ॲम श्युअर अंजली, जर का यांना कुणी गैरव्यवहार करताना सापडलं असतं, तर त्यांना निश्चितच चोपलं असतं; पण त्यांचंही सुदैव म्हणायला हवं. नंतर आम्ही पहाट होईपर्यंत गप्पा मारीत बसलो. वेळ कुठे गेला कळलंच नव्हतं. पहाटेच पुन्हा ती दोघं नव्या उभारीनं परतली होती. ते गेल्यानंतर विचारात कधी नव्हे ते मला गाढ झोप लागली व मी साडेआठ वाजता उठलो. म्हणूनच मला यायला उशीर झालाय. अरे!... हो, तुला बरं नव्हतं असं गुमान म्हणत होता... आता बरं आहे ना?... नाहीतर अजून काही दिवस विश्रांती घे...'' डॉ. समीर तिच्याकडे काळजीने पाहत म्हणाले होते.

निशिकांतच्या अशा बेरात्री फिरण्यानं क्षणभर तिचं मन विचलित झालं. काळजीनं चेहरा व्याकुळला होता. निशिकांतविषयी अजूनही विचारावं का? असंही मनात येऊन गेलं, पण डॉ. समीरच्या शेवटच्या प्रश्नाच्या रोखानं ती म्हणाली,

''तसं ठीक आहे सर!... अस्वस्थ वाटत होतं म्हणून मी लवकरच गेले.'' थोडं थांबून, गंभीरपणे ती पुढे म्हणाली, ''सर!''

''हं!'' अचानक गंभीर झालेल्या डॉ अंजलीकडे पाहत, डॉ. समीरनी हुंकार भरला होता.

''मला तुमच्याशी बोलायचंय... कालच्या प्रयोगासंबंधी... त्यांच्या परिणामांविषयी...''

डॉ. अंजलीच्या गंभीर चेहऱ्याचा ठाव घेत, त्यांनी चाळलेले कालचे परिणाम डोळ्यांपुढे येऊन गेले. अपेक्षित मान हलवीत ते म्हणाले,

“ऑफकोर्स!... व्हाय नॉट... चल, आपण केबिनमध्ये जाऊन बोलू...”

दोघंही डॉ समीरच्या केबिनमध्ये आले. समोरच्या खुर्चीवर बसण्याचा निर्देश करीत डॉ. अंजलींना त्यांनी विचारलं,

“हं अंजली बोल!... काय सांगायचंय तुला?”

“सर!... काल मी तुमच्या टेबलावर ठेवलेले परिणाम आपण पाहिलेत का?”

“येस्!... क्वाईट इंटरेस्टिंग, पण अंजली त्यातला एक रिजल्ट सीम टू बी व्हेरी अॅमेझिंग... अनबिलिव्हेबल...” डॉ. समीरनी स्पष्टीकरण दिलं व पुढे म्हणाले, “खरं तर सुनील-निशिकांत येईपर्यंत त्याच परिणामांचा मी विचार करीत होतो.”

“होय सर!... कदाचित तो परिणाम त्याच वनस्पतीचा असावा.” कट्ट्यावरील लोड केलेल्या नमुन्यांकडे निर्देश करीत डॉ. अंजली म्हणाल्या होत्या. त्याचवेळी डॉ. समीरनंही त्याकडे पाहिलं होतं. डॉ. अंजली पुढे म्हणाली, “त्याच वनस्पतीविषयी मला सांगायचंय सर!... पण जे घडलंय ते स्वप्नवतच वाटतंय! भीती वाटत्येय, की तुम्ही अविश्वास दाखवाल.”

डॉ. अंजलीच्या ढासळत्या आत्मविश्वासाला हात घालीत डॉ. समीर म्हणाले,

“अंजलीऽ... कम ऑन! तू एक शास्त्रज्ञ आहेस... आणि विज्ञानात अविश्वसनीय, रहस्यमय, गुप्त असं काहीही नसतं. आपण तेच रहस्य शोधण्यासाठी पाठपुरावा करीत आहोत, विज्ञानाच्या दृष्टिकोनातून. आय नो. पण मला तू काय पाहिलंस ते ऐकायचंय...! निःसंकोचपणे सांग...” डॉ. समीर, डॉ. अंजलीला प्रोत्साहित करीत म्हणाले होते.

डॉ. अंजलींनी पुन्हा त्या नमुन्याकडे पाहिलं. कालचा प्रसंग डोळ्यापुढे आणीत ती म्हणाली,

“सर!... काल तुम्ही डॉ. इलांकडे गेल्यानंतर, तुम्हीच सांगितल्याप्रमाणे मी वेगवेगळ्या वनस्पतींच्या नमुन्यांची निरीक्षणे घेऊ लागले. दोन तासांतच मी जवळ जवळ सर्वच वनस्पतींच्या नमुन्यांचे प्रयोग करून परिणाम मिळविले. त्यात तो लावलेला शेवटचा वनस्पतीचा नमुनाही होता. नकळत मी तो तसाच ठेवला. त्यातून सोडलेला विद्युतप्रवाह, प्रकाश बंद करायचं मी विसरून गेले. मिळालेल्या परिणामांची जुळवाजुळव करीत, मी टेबलाशेजारीच उभी होते;पण नंतर खोलीत प्रकाशाची प्रखरता जाणवल्याने मी सहजच आजूबाजूला पाहिलं आणि त्या वनस्पतीकडे तत्काळ लक्ष वेधलं गेलं. मी पाहतच राहिले. पुढचे क्षण मी भारावल्यागत सुन्नपणे पाहत होते. त्या वनस्पतीतून प्रखर निळा-लालसर प्रकाश झगमगत होता. प्रकाश असूनही मला खोलीत इतरत्र अंधार जाणवत होता... एवढी त्याची प्रखरता होती. ती प्रखर वनस्पती तेवढीच केंद्रस्थानी होती. मी आश्चर्याने पाहतच राहिले कित्येक क्षण! पुढे वनस्पतीची हालचाल पाहून मी धास्तावले. प्रयोगातील माझ्या चुकीमुळे

असं काही घडतंय का, म्हणून मी आठवू लागले. पण काहीच सुचत नव्हतं. त्या वनस्पतीची एखाद्या अळीसारखी हालचाल पाहून, माझं हृदय वेगानं धडधडू लागलं. वातावरण जड आणि भारांकित झालं होतं... अस्वस्थ असं... सगळंच स्वप्नवत वाटत होतं. कुणाला बोलवावं तरी हातपाय हलत नव्हते. जडत्वासारखे... कंठातून शब्द फुटत नव्हते... घालमेलही होत होती. मी स्तब्ध होते. निश्चलपणे वनस्पतीची ती बेदरकार हालचाल मी पाहत होते... तशातही मी घामानं थबथबले होते. पुढे त्यातून निघणारा प्रकाश एवढा प्रखर होत गेला की मी पुढे पाहूच शकले नाही. डोळे गच्च बंद केले. पुढे बराच वेळ मी डोळे उघडलेच नाहीत. महत्प्रयासाने डोळे उघडले तेव्हा पूर्ववत होतं... डोळे मात्र कमालीचे जडावले होते, पण वातावरण मात्र तसंच भारावलेलं होतं. मी घाबरलेली होते. तशातच मी परिणामांचा गठ्ठा तुमच्या टेबलावर ठेवून, घरी जाण्याचा निर्णय घेतला... कारण मला घुसमटायला झालं होतं. सर!... माझ्या संशोधन काळातील ही अद्भुत घटनाच म्हणायला हवी. अशी वनस्पती माझ्या अभ्यासात कधीही आली नाही. आय हॅव नेव्हर सीन सच् इव्हेंट... काय असू शकेल सर हे? हा केवळ मला जाणवणारा भासच होता की खरंच असं काही घडू शकतं? मी पुरती गोंधळलेय सर!... म्हणून रात्रभर ती वळवळणारी वनस्पती डोक्यातच वलये निर्माण करीत राहिली.'' डॉ. अंजलीनं संक्षिप्तपणे घडलेला प्रसंग डॉ. समीरना सांगितला होता.

डॉ. समीरनी, डॉ. अंजलीचा अनुभव शांतपणे ऐकून घेतला. मधे मधे ते स्वत: डोळे लावून विचारात गढून गेल्याचे दिसले. डॉ. समीर गंभीर झाल्याचे पाहून, डॉ. अंजली जास्तच चिंताग्रस्त झाली. एक प्रदीर्घ श्वास सोडत डॉ. समीर म्हणाले,

''अंजलीऽऽ... तू पाहिलास तो भास नसून ते खरंय! अगदी शंभर टक्के! निसर्गातील काही अपघातांपैकी एक...''

''काय?'' डॉ. अंजली आश्चर्याने बोलली.

''होय!... अपघातानं यासाठी म्हटलंय की निसर्गातील अद्भुत, रहस्यमय गोष्टी याच मार्गाने वृद्धिंगत होतात. यामागे निश्चितच विज्ञान आहे. तेच तर आपण शोधतोय. या गुपीत गोष्टींची उकल करणे हाच आपला हेतू आहे. त्यातला तुला दिसलेला हा प्रसंग एक दिशा आहे... वुई जस्ट हॅव टू फॉलो... विल डेफिनेटली गेट समथिंग न्यू... अॅमेझिंग...'' डॉ. समीरनी समजून घेत सांगितलं.

''पण सर!... या मागील विज्ञान काय असू शकेल?'' डॉ. अंजलीने प्रश्न केला.

डॉ. समीरनी अंजलीकडे निश्चयाने पाहिलं... आणि योग्य विचार करीत ते म्हणाले,

''अंजली!... या निसर्गात सूक्ष्म पातळीला अनेक गोष्टी घडत असतात; अगदी

सूक्ष्म, अतिसूक्ष्म पातळीलाही. त्यापैकीच मुख्य म्हणजे वनस्पतींमध्ये या पातळीला प्रकाशसंश्लेषणाची प्रक्रिया घडत असते. अणू-रेणूच्या पातळीवर या क्रियेत ऊर्जेची देवाण-घेवाण होऊन, पदार्थ द्रव रूपासोबतच, वायुस्वरूपातही त्याचं रूपांतर नियमित होत असतं. पृथ्वी निर्माण झाल्यापासूनच्या या क्रिया आजतागायत तशाच सुरू आहेत. निसर्गाची हीच तर मोठी खासीयत आहे. वनस्पतींमध्ये घडणाऱ्या या प्रक्रियेमुळे मानवाला पोषक असं वातावरण मिळतंय. साधारणतः वनस्पतींमध्ये क्लोरोफिल नावाचे हिरवे पिंजक (Green Pigment) सर्वच प्रकाशसंश्लेषीय पेशींत असते. तेच विविध लहरींचे प्रकाश शोषून काही परावर्तितही करतात. यात निळ्या, पांढऱ्या, लाल, पिंजकांचा समावेश असतो. अंजली, क्लोरोफिल हा अतिशय किचकट रेणू असून, त्याची विविध रूपं प्रकाशसंश्लेषीय जीवांमध्ये दिसतात. सगळेच प्रकाशसंश्लेषीय जीव म्हणजेच वनस्पती, प्रोटिस्टंट, प्रोक्लोरोबॅक्टेरिया आणि सायनोबॅक्टेरिया, यामध्ये प्रामुख्याने ए.बी.सी.डी. नावाचे क्लोरोप्लाईज असतात... आणि हेच क्लोरोप्लाईज, नारंगी, निळ्या, लाल, हिरव्या, पिवळ्या रंगांत येणारी ऊर्जा शोषतात... हा वेगवेगळ्या लहरींचा प्रकाश, मुख्यत्वे इलेक्ट्रॉन्स तयार करतात. समजा, जर का पिंजक 'अ' ने प्रकाशाची ऊर्जा शोषली तर त्यामधून प्रामुख्याने तीन गोष्टी उद्‌भवतात. त्या म्हणजे उष्णता स्वरूपातील ऊर्जा बाहेर फेकली जाते, जास्त तरंगलांबीची ऊर्जा परावर्तित होते आणि यालाच अनुस्फुरण (Fluoro-scence) असं म्हणतात... अनुस्फुरण म्हणजेच उद्दीपन... भारांकाचे सेकंदात होणारे उद्दीपन. म्हणूनच तुला जेव्हा एका विशिष्ट विद्युतभारेला, प्रकाश टाकल्यानंतर जो प्रकाशीय आविष्कार दिसला तो म्हणजेच हा फिनॉमिनन असावा...'' डॉ. समीरनी शक्य तेवढं स्पष्टीकरण दिलं होतं.

''आय ॲग्री सर!... पण ही तर निसर्गात नियमित घडणारी प्रकाशसंश्लेषणाची पद्धत आहे... ती आजही वनस्पतींमध्ये या क्षणाला घडतेय. पण एवढा प्रखर प्रकाश त्यातून परावर्तित होणं अनाकालनीय वाटतं.'' डॉ. अंजलीनी पुनश्च शंका विचारली.

''बरोबर आहे!... दृश्य स्वरूपात असं सर्वच वनस्पतींमध्ये घडेल असं नाही. त्या त्या पातळीला हे वनस्पतीमध्ये घडतेच आहे. म्हणूनच तू जो पाहिलास तो एक क्षणिक परिणाम (Transient effect) होता. क्वचितच आढळणारा... अब्जांशमध्ये असणारा. तो तुझ्या वाट्याला आला एवढंच. काही वनस्पतींमध्ये स्वतःच प्लाझ्मा (Plasma) विकसित होण्याची प्रवृत्ती असते. प्लाझ्मा म्हणजे पदार्थाची चौथी अवस्था... यात इलेक्ट्रॉन्स व आयन्स एकाच वेळी समप्रमाणात उद्दीपन अवस्थेत असतात... आणि त्यांतून प्रखर प्रकाश बाहेर पडतो... आणि या प्रवृत्तीला त्याक्षणी फक्त ट्रिगर होण्याची आवश्यकता असते. यात महत्त्वाचे म्हणजे जी प्रकाशाची

ऊर्जा होती त्या ऊर्जेने वनस्पतीमधील रासायनिक क्रिया ट्रिगर केली. त्यामुळे आयनीकरण होऊन, प्रचंड विभवांतर (Potential) निर्माण झाले आणि त्या छोट्याशा अंतरात मोठाच दाब निर्माण होऊन, प्लाझ्मा स्थिती तयार झाली... आणि मी सांगितल्याप्रमाणे तो आविष्कार तू पाहिलास! हा त्या काळातील महत्त्वाचा परिणाम होता. आता जर का तू पुन्हा तसं करू पाहशील तर ते तुला सप्रयोग पाहता येणार नाही. दॅट वे यू आर व्हेरी लकी अंजली...! निसर्गातला हा छोटासा गौप्यस्फोट तुला पाहायला मिळाला...'' डॉ. समीर कौतुकाने म्हणाले होते.

डॉ. अंजलीचा चेहरा आता खुलला होता. ती उत्साही दिसू लागली. पुढे विचारत ती म्हणाली,

''सर!... याचा अर्थ आता ही वनस्पती अशी वागेलच असं नाही.''

''नाही!... पुन्हा तिची सायकल येईपर्यंत तरी नाही... आणि तिची ही ऊर्जेची सायकल आपल्याला निश्चितपणे माहीत नसल्याने, आपण त्यावेळी ती पाहणे शक्य नाही... हवं तर आपण पुन्हा प्रयोग करून बघूयात?'' डॉ. समीरनी सुचवत म्हटलं होतं.

डॉ. अंजली त्यावर आनंदाने म्हणाली,

''येस सर!... तुमच्या उपस्थितीत प्रयोग करायला मलाही निश्चितच आवडेल.''

''चल तर मग!'' डॉ. समीर निश्चयाने उठले होते.

दोघंही प्रयोग कक्षाजवळ आले. डॉ. अंजलीने त्या वनस्पतीला हळूच हात लावला. त्या स्पर्शाने एक वेगळीच अनुभूती तिला झाली. कुणीतरी काही सांगतंय असा भास झाला... संवाद रूपातला! डॉ. अंजलीला पुन्हा अप्रूप वाटलं. डॉ. समीरनीही हात लावून पाहिलं... तीच जाणीव! ते सूक्ष्मसे हसले. वनस्पतीचा हिरवा रंग आता पूर्णत: निळा झाला होता. डॉ. अंजलीने वेगाने सर्व तारा जोडून, वनस्पती पुन्हा कार्यान्वित केली; पण बऱ्याच अटी बदलूनही त्यांना तो प्रसंग पुन्हा प्रयोगाच्या दृष्टिकोनातून अनुभवता आला नव्हता. डॉ. अंजली क्षणभर कौतुकाने त्या वनस्पतीकडे पाहत राहिली. या वनस्पतीविषयी आता त्यांना एक वेगळीच आपुलकी निर्माण झाली होती. डॉ. समीर म्हणाले,

''बघितलंस अंजली!... यू वुईल नेव्हर फाइंड दॅट इव्हेंट अगेन, अनलेस इट कंम्लीट्स इट्स सायकल...''

''होय सर!...'' पुढे पुनश्च विचार करीत ती म्हणाली ''सर!''

''येस!'' डॉ. समीर, संदिग्धतेने पाहत म्हणाले.

''माझ्या एक लक्षात आले नाही ते म्हणजे, प्रखर प्रकाश परावर्तित होणे हे समजण्यासारखे आहे... पण त्याची अळीसारखी होणारी हालचाल आणि खोलीतील वेगळं जाणवणारं वातावरण हे सगळंच अद्‌भुत वाटणारं होतं, सर!'' डॉ. अंजली

आठवून म्हणाली.

"खरंय!... ते अद्भुतच आहे. अशा परिस्थितीत वनस्पतीने शोषलेली ऊर्जा बाहेर पडताना प्रचंड ऊष्णतेमध्ये रूपांतरित होते. त्यावेळेस खरे तर वनस्पतीचे स्थानिक तापमानही बरेच वाढलेले असते. इनफॅक्ट प्लाझ्माच्या वेळी त्यामधील इलेक्टॉन-आयनचे तापमान बरेच असते. आणि त्याचमुळे अणूरेणूंची गतिज ऊर्जाही वाढीस लागते... त्याचाच परिणाम म्हणून कंपने (Vibrations) निर्माण होतात. या कंपनामुळेच तुला कदाचित वनस्पतींची वलयांकृती हालचाल दिसली असावी. आणि त्यावेळेस प्रयोगशाळेतील वातावरणाबद्दल म्हणशील तर ते तेथील निर्माण झालेल्या प्रचंड विभावांतर किंवा दाबामुळे खोलीतील संपूर्ण हवाच भारांकित झाली असावी. त्यामुळे अदृश्य असं बरंच तुला त्यावेळी जाणवलं असावं." डॉ. समीरनी संक्षिप्तपणे छानसं स्पष्टीकरण दिलं होतं.

डॉ. अंजली, डॉ. समीरच्या प्रत्येक शास्त्रीय स्पष्टीकरणाने मंत्रमुग्ध झाली होती. डॉ. समीरच्या बुद्धिचा आवाका तिला ठाऊक होता. विज्ञानातील प्रत्येक बारीकसारीक गोष्टी त्यांनी अतिशय सुंदरपणे सांगितल्या होत्या. हे ती प्रथमच अनुभवत होती. डॉ. अंजलीनं पुन्हा त्या वनस्पतीकडे पाहिलं. हळुवार हात लावताच, पुन्हा तोच प्रत्यय आला... शून्यात ती वनस्पतीकडे पाहत राहिली.

"काय पाहतेस अंजली?" शून्यात पाहत असलेल्या डॉ. अंजलींला डॉ. समीरनी विचारलं होतं.

"सर!... मी या वनस्पतीच्या प्रेमातच पडलेय..."

"असं नको करूस बाई?... बिचाऱ्या त्या निशिकांतचं काय होईल?"

दोघेही एकाच वेळी हसले. हसत हसतच डॉ. समीर गंभीर होत म्हणाले,

"अंजलीऽऽ"

"काय सर!"

"तू म्हणतेस तसं मी स्वतःही या वनस्पतीकडे आकर्षिलो गेलोय. मी त्यावरचे परिणामही बघितले. खूप महत्त्वाचे आहेत... आता यापुढील संशोधन ह्या वनस्पतीवरच असणार आहे. केंद्रस्थानी हीच वनस्पती असेल. मला जाणवतंय की या वनस्पतीमध्ये निश्चितपणे निसर्गातील रहस्ये दडलेली आहेत... गुपिते आहेत... भविष्यात ती कळतीलच. म्हणूनच त्याचाच पाठपुरावा आपल्याला करायचाय. या सर्वच वनस्पतींचे नमुने गुमाननेच आणले होते ना?" डॉ. समीरनी विचारलं.

"होय सर!" डॉ. अंजलीनी होकारार्थी मान हलवली.

"कुठून आणले होते त्याने?"

"माहिती नाही सर!... एक मिनिट... मी त्यालाच बोलावते." असं म्हणतच डॉ. अंजली दाराकडे झेपावली होती.

डॉ. समीर तेथेच वनस्पतीला न्याहाळीत उभे होते. त्यांच्या संशोधनाची खरी वाटचाल आता सुरू झाली होती. विचारांना दिशा मिळू लागली. तेवढ्यात डॉ. अंजली, गुमानसोबतच आली.

"काय साहेब?" गुमान अदबीने उभा राहत विचारता झाला.

"अरे!... हे वनस्पतींचे नमुने तू कुठून आणले होते?"

"या आपल्या जंगलातनंच साहेब!"

"आत्ताही तू या वनस्पती कुठे आहेत ते सांगू शकशील?" डॉ. समीरनी प्रश्न विचारला.

"होय साहेब!" गुमान आत्मविश्वासाने बोलला.

"मग, ही वनस्पती कुठून आणली ते स्थळ माहीत आहे का?" लोड केलेल्या नमुन्याकडे निर्देश करीत डॉ. समीरनी विचारलं होतं.

गुमान क्षणभर गोंधळला. तो वनस्पतीचं निरीक्षण करीत म्हणाला,

"ही वनस्पती क्वचितच आढळते... ती छोटीशीच पण दूर लांबपर्यंत तिच्या मजबूत वेल्या पसरलेल्या असतात. लांब जंगलात ही वनस्पती काही ठिकाणीच सापडते." गुमाननं आठवण करीत सांगितलं. डॉ. अंजलीही त्याच्याकडे बघत होती.

"म्हणजे तू या वनस्पतीचं तंतोतंत स्थळ दाखवू शकतोस?"

"होय सर!... उद्यालाच मी या वनस्पतीचा ठावठिकाणा घेऊन येतो..."

"ठीक आहे!... उद्या तू हे काम कर. कितीही लांब असलं तरी... या वनस्पतीचं अस्तित्व कुठे आहे ते तू शोध," डॉ. समीरनी सांगितलं.

"ठीक आहे सर!... मी उद्याच जातो..."

गुमान आपल्या कामाला निघून गेला. डॉ. समीर व डॉ. अंजली पुनश्च केबिनमध्ये आले होते. बसतानाच डॉ. समीर म्हणाले,

"अंजलीऽऽ... आता आपल्याला या वनस्पतीवर लक्ष केंद्रित करायला हवंय... यू कॅन प्रोसिड विथ दि सेम सॅंपल." डॉ. समीर पुढे विचार करीत म्हणाले, "आता फक्त याच वनस्पतीवर स्थिर विद्युतप्रवाह, प्रकाशासोबतच संगीताचा वापर करून, निरीक्षण घे!"

"काय?... म्युझिक...!" डॉ. अंजली आश्चर्याने उद्गारली आणि डॉ. समीरच्या मनाचा ठाव घेत राहिली.

"होय!... संगीत... मला खात्री आहे... यू वुईल फाईंड डिफरंट काईंड ऑफ ऑब्झर्वेशन्स्. अतिशय वेगळे..." डॉ. समीर खात्रीपूर्वक म्हणाले होते.

"आपण याच वनस्पतीचा ताजा नमुना घेऊयात का सर?" डॉ. अंजलीनं विचारलं.

"नको!... ह्याच नमुन्यावर आपण उर्वरित प्रयोग करूयात..."

"ठीक आहे सर!"

"अंजलीऽऽ..."

"येस सर!" डॉ. अंजली अपेक्षितपणे पाहत म्हणाली.

"तू जेव्हा त्या वनस्पतीला हात लावलास, त्यावेळी तुला काही जाणवलं?" डॉ. समीरनी, डॉ. अंजलीकडे पाहत विचारलं.

डॉ. अंजली, समीरकडे पाहतच राहिल्या. आपल्या मनातील द्वंद्व नेमकं सरांना कसं कळतंय म्हणून आश्चर्य करीत राहिली. ती म्हणाली,

"होय सर!... खरं तर हा माझा मनाचाच खेळ आहे म्हणून मी टाळत होते; पण तुम्ही विचारल्यामुळे सांगते सर... एक वेगळीच जाणीव, अनुभूती शरीराला झाली. कुणीतरी मानवी स्पर्श केल्यासारखं... सांगता येत नाही... पण समथिंग डिफरंट..." डॉ. अंजली स्पष्टीकरण देण्यास असमर्थता दाखवित उत्तरली.

"एक्झॅक्टली...! मलाही तेच जाणवलं...! वनस्पतीला काहीतरी संवाद साधायचाय असं... दिज् आर दी फिलिंग्ज्..."

"काय? फिलिंग्ज्... आणि या वनस्पतीला?" डॉ. अंजली आश्चर्यानं म्हणाली.

"येस्!... वनस्पतीच्या फिलिंग्ज्... भावना... कदाचित वनस्पतीला त्यांच्या भावना तुझ्याशी शेअर करायच्या असतील; पण देअर इज् नो मिडिअम टु नो इट्... समथिंग इन्व्हिजिबल विच फिल्स अस... आणि तेच आपल्याला माहिती करून घ्यायचंय. संगीताच्या प्रयोगानंतर आपल्याला खऱ्याखुऱ्या वनस्पतींवर माणसांच्या वागण्याच्या परिणामांचा अभ्यास करायचाय..." डॉ. समीरनी आपली कल्पना सांगितली.

"पण सर हे कसं शक्य आहे?... वनस्पतींच्या भावना आपण कशा जाणू शकतो?..." डॉ. अंजलीचा स्वाभाविक प्रश्न आला.

"शक्य आहे अंजली... आय हॅव गॉन थ्रु इट, वनस्पतींच्या भावना आपण जाणू शकू... त्यासाठी एका उपकरणाच्या बांधणीचा मी विचार केलाय. त्याचं आपण आधीच 'प्लँटोन' म्हणून नामकरण केलेलं आहे. त्या आधाराने माणसाच्या वागण्याचा व एकूणच वनस्पतीवर होणारा परिणाम अभ्यासून, वनस्पतींच्या भावनाही जाणून घेता येतील." डॉ. समीर भारावून बोलत होते.

डॉ. अंजली नुसत्या कल्पनेनेच स्वप्नवत झाली. डॉ. समीरसोबत आपल्याला संशोधन करायला मिळतंय याचीच तिला धन्यता वाटत होती.

"प्लँटोन नेमका कसा असेल?" डॉ. अंजलीनं शंका विचारली.

"ते एक इलेक्ट्रॉनिक उपकरण असेल... विविध सूक्ष्म इलेक्ट्रोड वापरुन त्यातून विद्युतीय संकेत वेगवेगळ्या पिंजकांमधून मिळवायचे. ते अतिशय साधं पण

संवेदनक्षम उपकरण असेल. कारण प्लँटोनच्या आधारानेच आपल्याला वनस्पतीच्या अंतरंगात शिरता येईल, अशी माझी खात्री झालीये,'' डॉ. समीर भरभरून बोलत होते.

''सर...!... मी स्वतःला खरंच भाग्यवान समजतेय. तुमच्यासोबत संशोधन करणे म्हणजे नुसतेच संशोधन नसून, उपयुक्त संशोधन करण्याची संधी मला मिळत्येय. मी तुमच्या प्रत्येक कल्पनेत खारीचा वाटा जरूर उचलीन...'' डॉ. अंजली निश्चयानं म्हणाली.

''येस!... ऑफकोर्स... तुझा समावेश हवाच! आता आपल्याला संशोधनाचा वेग वाढवायला हवा. आपण ज्या उपकरणांच्या ऑर्डर्स दिल्या त्याचं काय झालं?'' डॉ. समीरनी विचारलं.

''हो सर!... खरं तर या प्रसंगानं मी विसरलेच. कालच रिसीट आलीये... येत्या एक-दोन दिवसांत सर्वच उपकरणे आपल्याला उपलब्ध होतील...''

''मग तर छानच!... कारण पुढील सर्वच महत्त्वाच्या प्रयोगांसाठी त्या उपकरणांची अत्यंत आवश्यकता भासणार आहे. कारण त्यावरील माहितीच्या आधारेच, आपण पुढे प्रत्यक्ष जंगलात जाऊन वनस्पतींवर प्रयोग करणार आहोत.'' डॉ. समीरनी सांगितलं.

''जंगलात?''

''होय!... जंगलात. प्रत्यक्ष झाडांवर! तू घेतलेले निरीक्षण हे प्राथमिक स्वरूपातील असून, त्याच वनस्पतीच्या प्रत्यक्ष झाडावर प्रयोग करून, आपल्याला अजून वेगळेच परिणाम मिळण्याची शक्यता आहे... आणि तेच खूप महत्त्वाचे आहे. जंगलात जाऊनच वनस्पतींच्या अंतरंगात चाललेल्या खळबळींचा मागोवा आपल्याला घ्यायचाय... आणि इतर वनस्पतींसोबतच प्रामुख्याने आपले प्रयोग या आत्ताच्या वनस्पतींवरच केंद्रित राहणार आहेत.'' डॉ. समीरनी पुढील संशोधनाचा आराखडा सांगितला.

डॉ. अंजली जंगलात जाऊन प्रयोग करण्याच्या कल्पनेने उल्हसित झाली होती. त्या निमित्ताने वनस्पतींशी जवळीकही लाभणार होती. वनस्पतींविषयीचं हे वेड आता तिचंही वाढत चाललं होतं. डॉ. समीरकडूनच हे वेड तिला मिळालं होतं. आता डॉ. समीर तिला खूपच मोठे भासू लागले होते. या भूतलावर त्यांचं व्यक्तिमत्त्व न मावण्याइतपत! आताशा ते तिला स्वतःच अद्‌भुत वाटायला लागले होते. एका निश्चयानं डॉ. अंजली उठली. डॉ. समीरकडे पाहत म्हणाली,

''सर!''

''हं!'' डॉ. समीरनं वर मान करून पाहिलं.

''शेवटचंच विचारते!''

“शेवटचंच कशाला...? माणसानं नेहमी विचारत राहायला हवं. यू हॅव राईट टू आस्क एनीथिंग!” डॉ. समीर हसत म्हणाले होते.

“कालची आपली डॉ. इलांसोबतची भेट कशी होती?” डॉ. अंजलीनं पुन्हा डॉ. समीरच्या मनाचा ठाव घेत विचारलं होतं.

डॉ. इलांचं नाव काढताच, डॉ. समीरच्या चेहऱ्यावर लालसर छटा उमटून गेल्या... आधीच गोड त्यात पुनश्च लाल छटा! अनपेक्षित प्रश्नानं ते गोंधळून म्हणाले,

“खरं सांगू अंजली, देअर इज् नो वर्ड टू एक्स्प्रेस...”

डॉ. अंजली हसत लागलीच उत्तरली,

“आय नो सर!... त्यांना भेटण्याचा योग आला नाही... पण त्या खूप चांगल्या असाव्यात; कारण त्यांच्याशी एकदा फोनवर बोलण्याची संधी मला मिळालीये... त्या खूप सालस आणि लाघवी आहेत, असं मी ऐकलंय...”

त्यावर डॉ. समीर नुसतेच हसले... डॉ. अंजली उठली व म्हणाली,

“येते सर मी...”

डॉ. अंजली पाठमोरी वळली. केबिनमधून बाहेर पडून, ती तिच्या टेबलाजवळ आली. डॉ. अंजली पूर्णपणे समाधानी दिसत होती. डॉ. समीर, इलांचं नाव ऐकताच स्वप्नवत झाले. नुकताच फुटलेला प्रेमांकुर झपाट्याने वाढू लागला होता.

डॉ. अंजलीने, समीरनी दिलेल्या पुढील दिशात्मक प्रयोगाला सुरुवात केली होती, तर डॉ. समीर ‘प्लँटोन’च्या आराखड्याविषयी विचारात गढून गेले होते.

२९

अनामिक हल्ल्यानंतर निशिकांत अंजलीला भेटूच शकला नव्हता. बरेच दिवस झाले होते. अंजलीनेही दरम्यान दोन-तीन वेळा संपर्क साधण्याचा प्रयत्न केल्याचं त्याला कळलं होतं, पण या प्रकरणाच्या भाऊगर्दीत तो इतका गुंतला होता की, त्याला वेळच मिळाला नव्हता. परवा रात्री डॉ. समीरकडे होता तेव्हा त्याला अंजलीची प्रकर्षाने आठवण झाली होती. इतक्या जवळ येऊनही तो तिला भेटू शकला नव्हता, याचं त्याला दुःख वाटत होतं. म्हणूनच आज थोडा निवांत वेळ असल्याने व सोनवणेसाहेब तत्काळ कामासाठी मुंबईला गेलेले असल्याने, अंजलीला आज भेटायचंच असा त्यानं निर्णय घेतला. आयुष्यात प्रथमच तिच्यासोबत फिरायला म्हणून बाहेर पडलो होतो, तर हा असा प्रसंग. आजही तिला कुठेतरी मनसोक्त भटकायला घेऊन जायचं त्याच्या मनात आलं. पण सोनवणे सर, वहिनीसाहेबांनी दिलेली ताकीद त्याला आठवताच, त्यानं अंजलीला कुठेही आडवळणाला नेण्याचा बेत रद्द केला. त्यावेळी त्याच्या डोक्यात एक कल्पना तरळून गेली. त्यानंतर तो उल्हसित झाला. क्षणात त्यानं तयारी केली. अंजलीलाही ते निश्चितच आवडेल याची त्याला खात्री होती. यावेळी मात्र तो कुणालाच सांगणार नव्हता; किंबहुना वहिनीसाहेबांनाही नाही. त्यानं घड्याळात पाहिलं. पावणेपाच वाजले होते. साधारण अंजली पाच-साडेपाचला इन्स्टिट्यूटमधून घरी जात असल्याचं त्याला माहीत होतं. जाधवकाका व नटवरसिंग सोनवणेसाहेबांच्या क्वार्टर्समध्येच काहीतरी काम करण्यात गुंतले असल्याने, त्यांनाही सांगण्याचा प्रश्न नव्हता. वेगाने उठून त्याने, कपड्यावरुन हात फिरवित आरशात पाहिलं. स्वतःशीच हसत त्याने, केसातून हात फिरविला. दार ओढून, जीपमध्ये बसताच, धुरळा उडवित जीप इन्स्टिट्यूटच्या दिशेला पळू लागली.

काही मिनिटांतच जीप वेगाने पळवित थोड्या अंतरावर एका आडोशाला पार्क करीत निशिकांत उतरला. आजूबाजूला पाहत, अंजलीच्या क्वार्टर्सकडे धिम्या

पावलांनी पण ऐटीत तो निघाला. यावेळी पश्चिमेला आकाशात लाल छटा उमटू लागल्या होत्या. इमारतीत प्रवेश करून, निशिकांतनं दार ठोठावलं. दार अंजलीनं उघडताच, निशिकांत स्मितहास्य फेकीत म्हणाला...

"आपला गुलाम व गुन्हेगार आपल्यासमोर हाजीर आहे बाईसाहेब!" अंजली अनपेक्षितपणे त्याच्याकडे पाहतच राहिली. आता त्याचाच तर ती विचार करीत होती. गोंधळलेल्या चेहऱ्यावरही तिचा हर्ष लपून राहत नव्हता. ती आवेगाने म्हणाली.

"निशीऽऽ... तू?"

"अगं!... हो मीच. का तुला मी... मी नाही वाटत?"

"छट्!... तसं नाही रे." तिनं त्याचा हात पकडला व दार लावत त्याला आत घेत ती म्हणाली, "किती दिवस मी तुझी आतुरतेने वाट पाहत्येय्... संपर्कही केला पण तू भेटायलाच तयार नाहीस... नुसती काळजी वाटत राहिली."

निशिकांत अंजलीकडे मिश्कीलपणे पाहत म्हणाला,

"ठाऊक आहे अंजली मला, पण त्या प्रसंगानंतर काही घटना एवढ्या वेगानं घडत गेल्या की, उसंतच मिळाली नाही. अगदी प्रिय व्यक्तीला भेटण्यासही!"

त्या प्रसंगाचं भान येताच, डॉ. अंजली वेगाने निशिकांतकडे सरकली. त्याचा शर्ट वर करू लागताच निशिकांत तत्परतेने म्हणाला,

"अंजली!... अगं काय हे?... काय करतेस?... आई असेल ना?"

"अरे नाहीये ती घरात. तू येण्यापूर्वीच देवळात दर्शनाला गेलीय... आणि हे बघ, ती जरी इथे असती ना तरी तिच्यासमोरच मी हे असं केलं असतं... दाखव मला... कुठे लागलेय ते!... त्या दिवशी मी एवढी भयभीत झाले की तुला लागलंय का, हेही विचारायला विसरलेय्..."

डॉ. अंजलीने निशिकांतचा शर्ट वर करून, जखमेचा अंदाज घेतला. दीर्घश्वास घेत ती पुढे म्हणाली, "निशीऽऽ... किती लागलंय हे... डॉ. समीर खरंच म्हणत होते की जखम खोलवर आहे म्हणून... आणि मी बावळट तुला साधं विचारलं देखील नाही."

"एऽऽ... अंजलीऽ.. असे काही स्वतःवर ओढवून घेऊ नकोस. अगं, मी तुला वाचवू शकलो हे काय कमी आहे?... छोटीशीच तर जखम आहे. अतिशय किरकोळ खरचटलेले आहे. बसं!" निशिकांत समोर पाहत पुढे म्हणाला, "खरं सांगू अंजली, हीच जखम तुला झाली असती तर ती मी सहन करू शकलो नसतो. माहीत नाही पण तुला एवढीही इजा झालेली मी पाहू शकणार नाही. तुझ्याबाबतीत मात्र मी खूपच कमकुवत आहे बुवा."

डॉ. अंजलीनं हळूच त्याचा खांदा दाबला होता. निशिकांतला तो भावनात्मक

वाटला. त्यानंही प्रतिसाद म्हणून आपला हात तिच्या हातावर हळुवारपणे ठेवला. अंजली हळूच म्हणाली,

"... आणि तुला लागलेलं मी बघू शकते असं वाटतंय्?"

"तसं नाही गं!" त्यानं तिच्या हातावरची मूठ अधिकच घट्ट केली व म्हणाला, "तुझ्या भावना मला कळतात... आणि तुझं मनही. म्हणूनच त्या दिवशी असं काही सांगण्याचं धाडस केलं नाही... आणि नंतरही नाही..."

अंजली हळुवारपणे निशिकांतच्या जखमेवर हात फिरवत होती. किती बरं वाटलं होतं निशिकांतला. मोरपिस फिरतंय असंच त्याला वाटत होतं. प्रेमाच्या त्या ओलाव्यासोबतच काहीतरी उष्णद्रव पडल्याचं जाणवलं. तो चमकला... व त्यानं अंजलीकडे पाहिलं. तिचे डोळे भरून आले... आणि भरलेल्या डोळ्यांतून अश्रू ठिपकत होते. तिचा चेहरा हातात घेत तो म्हणाला,

"एऽऽ... अंजू... वेडी. रडतेस्?".. अश्रू टिपत तो पुढे म्हणाला, "तुझ्या डोळ्यांत अश्रू मुळीच शोभत नाहीत बघ...! त्याऐवजी खट्याळपणे फुलणारं, डोकावणारं हास्यच या डोळ्यांना शोभून दिसतंय. तू एक संशोधक आहेस... तुझ्या डोळ्यांत अश्रूंऐवजी तुझी नेहमीची जिज्ञासा मला पाहायला आवडेल..."

डॉ. अंजलीनं निशिकांतच्याच ओंजळीतून त्याच्याकडे पाहिलं व हसत ती म्हणाली,

"निशी, मी शास्त्रज्ञ जरूर आहे... पण तुझ्यासारखी शूर नाही... मी एक स्त्री आहे... आणि त्यातल्या त्यात प्रेयसी! त्या मनाला आवर घालणं माझ्या हातात नाही... आणि घातला तरी ते मन दुप्पट वेगानं उफाळून येतंय. त्या दिवशी डॉ. समीरनी तुझ्याविषयी नुसतं सांगितलं तरी या मनावर मी ताबा ठेवू शकले नाही. नकळत डोळे भरून आले... निशी आता माझं मन माझं राहिलंच नाही मुळी. तुझ्या छबींनी ते व्यापलं गेलेलं आहे... त्या छबीच्या वेदनाच मनाच्याही असल्याने माझ्या हातात काहीच नाही."

निशिकांत अंजलीच्या बोलण्याकडे पाहतच राहिला. माणसाच्या आयुष्यातील स्थित्यंतरे तो पाहत होता. क्षणभर तो तिच्याकडे प्रेमभरल्या नजरेने पाहत राहिला. तिचे डोळे पुशीत, डोक्यावर हात ठेवून, मूकपणेच डोळे लावून त्याने होकारार्थी मान हलवली. अंजलीनं एक मोठा आवंढा गिळला व दुसऱ्याच क्षणी आवेगानं ती निशिकांतच्या बाहूपाशात सामील झाली. निशिकांतनं कवेत घेऊन, अंजलीच्या केसातून हात फिरवित तो म्हणाला,

"अंजू!... तू एवढं बोलून गेलीस की मला बोलायलाच ठेवलं नाही... पण एक मात्र मी बोलीन!"

अंजली हळूच बाहूपाशातून दूर होत म्हणाली,

“काय?”

“तू रडूबाई आहेस!”

तिने खट्याळपणे चिमटा काढला... त्यावर दोघेही खळखळून हसले. खळखळून हसणाऱ्या निशिकांतकडे डॉ. अंजली स्मित करीत बघत राहिली. निशिकांत वयानं किती लहान असूनही, त्याच्यातला प्रगल्भपणा तिला भावला होता. तिच्या आणि त्याच्या वयातलं अंतर फारसं नव्हतंच, किंबहुना डॉ. अंजलीच त्याच्यापेक्षा दोन वर्षांनी मोठी होती; पण तरीही विचारानं हा सशक्त असल्याचं तिला जाणवलं. त्याच्याकडे पाहत ती विचारात गढून गेली. त्याच्याच आवाजाने भानावर आली.

“अंजूऽऽ”

“अं?... काय?... काय रे!”

“अगं कुठं आहेस तू?”

“कुठं असेन तुझ्याशिवाय?... तुझ्यातच.. तुझ्याच विचारांत!”

“होय ना?... की हे असलं कसलं माकड आपल्या पदरी पडलं म्हणून?”

निशिकांतच्या या विनोदानं ती खुद्कन हसली व त्यांचं नाक पकडीत म्हणाली,

“माकड नाही!... हे असलं ध्यान...”

यावेळी निशिकांतही तिच्या कोटीवर खळखळून हसत सुटला. हसत हसतच तो पुढे म्हणाला,

“तुझ्या चेहऱ्यावर असंच हसू फुलत राहावं असं वाटतं... तू रडूच नये.” स्वत:शीच निशिकांत बोलला होता, पण अंजलीनेही त्याचे ओझरते शब्द ऐकले. तिनं मनापासून स्मित केलं. निशिकांत एकदम खुलत म्हणाला,

“बाईसाहेब!... ज्या कामासाठी आलो... तेच राहून चाललंय...”

डॉ. अंजलीही त्याला विचारायचं ठार विसरली होती. ती ओशाळत म्हणाली,

“अरे! हो... सॉरी. मीही विसरलेच. तू दिसला म्हणजे मी सारं काही विसरतेय... अगदी स्वत:लाही. मग विचारेल कोण?... बरं, कुठल्या कामासाठी आला होतास म्हणे तू?”

“किती दिवस झालेत आपण कुठेही गेलो नाही... फिरायला जाऊयात का?”

फिरायचं नाव काढताच, डॉ. अंजली नखशिखांत थरारली. तत्क्षणी तिच्या तोंडून शब्द बाहेर पडले.

“नको रे बाबा!... फिरायचं नाव नको काढूस. तू मला कुठेही नेलं नाहीस तरी चालेल; पण तसला प्रसंग पुन्हा नको. मी तुझ्यावरचं तसलं संकट पुन्हा सहन नाही करू शकणार. तुझा सहवास हेच माझ्यासाठी पुरेसं आहे...”

निशिकांतला हे अपेक्षित नसल्याने, तो प्रश्न रेटीत पुढे म्हणाला,

“अगं!... तू विचार करते आहेस तसं काही नाही, यावेळी आपण कुठे

जंगलात फिरायला नाही जाणार...''

निशिकांत पिच्छा सोडत नसलेला पाहून, अंजलीनं त्याच्याकडे निरखून पाहिलं आणि विचारलं,

''मग कुठे नेणार आहेस तू?''

''गेस्?''

निशिकांतने विचारलेल्या 'गेस' या लईने तिला हसू आलं. अंजलीने बराच वेळ विचार केला; पण तिला कुठलाही अंदाज बांधता आला नाही.

''नाही रे करता येत!... तुम्ही जंगलातील लोकं, जंगलाशिवाय दुसरा कुठला विचार करताय याचा मला मुळीच अंदाज करता येत नाहीये. तूच सांग, जिथे तुझ्या जीवाला धोका नाही तिथे मी कुठेही यायला तयार आहे.''

तिच्या या उत्तराचं त्यालाही मनापासून हसू आलं... आणि तिचं काळजीचं कारणही... त्यानं सांगितलं.

''धोका नाही अशाच ठिकाणी मी नेणार आहे. आज आपण वहिनीसाहेबांना भेटायला जाऊयात... आवडेल तुला?''

त्याच्या प्रश्नानं हर्षोल्लित होत, डॉ. अंजली म्हणाली,

''आवडेल काय म्हणतोस वेड्या!... ती माझी इच्छाच होती. किती दिवसांपासून वाटतंय त्यांना भेटावं... त्यांच्याशी बोलावं... जाऊयात आपण. तू वहिनीसाहेबांना भेटायला नेतोयस याचा अर्थ सोनवणेसाहेब इथे दिसत नाहीत.''

''ऑफकोर्स!... ते मुंबईला गेलेत म्हणूनच हे धाडस... नाहीतर काय टाप आहे?'' निशिकांतनं सरळ सरळ कबुली देत म्हटलं होतं.

''बरं!... निशी मी आत्ता कपडे बदलते...''

''अगं हेही चांगलेच आहेत की...''

''नाही रे!... इन्स्टिट्यूमधून आले ती तशीच आहे. नंतर तू आलास आणि वेळच मिळाला नाही. मी आत्ता तयार होते... तो पर्यंत आई येईलच. तिचीही वेळ झालीये येण्याची...''

''बरं!''

अंजली आत निघून गेली.

टिपॉयवर नजर जाताच तेथे बरीच अवांतर पुस्तके पडली होती. त्यात उत्तम कांबळ्यांचं 'आई समजून घेताना' अप्रतिम असं पुस्तक होतं... ते त्यानं बऱ्याचदा वाचलं होतं. आई नावाचं भावविश्वच त्यात होतं, तर दुसरे खानदेशातील प्रवाहित लेखक संजीव गिरासेचं अहिराणी भाषेतील 'आगारी' व 'मिरला' ही पुस्तक होती... खानदेशाचं सांस्कृतिक दर्शन घडविणारं. त्याचवेळी डॉ. पंडित विद्यासागर यांचं वनस्पती व सूक्ष्मगुरुत्वाकर्षणावरचे संशोधनपर आणि 'सुपरक्लोन' कादंबरीही

पडली होती. डॉ. अंजलीचं चौफेर वाचन पाहून निशिकांत हरखून गेला. म्हणूनच डॉ. अंजली प्रगल्भतेची मूर्तिमंत व्यक्ती होती हे निशिकांतला जाणवलं.

त्यातूनच निशिकांतनं शेजारी पडलेलं एक पुस्तक हाती घेतलं. तो कथासंग्रह होता. त्यातील एक कथा तो चाळू लागला. सहज वाचायला हाती घेतलेल्या कथेत तो गढून गेला... अगदी संपेपर्यंत.

"आवडली तुला?" डॉ. अंजली कधीच समोर येऊन बसली होती. तिच्या या प्रश्नानं निशिकांत कथेतून बाहेर येत अंजलीकडे पाहत म्हणाला,

"हो, अगदी सुंदर कथा आहे... अगं पण कधी येऊन बसलीस?..."

"केव्हाचीच!... पण तुझं लक्ष असेल तर ना? तू वाचीत असलेला पाहून मीही तुला डिस्टर्ब केलं नाही. तू वाचत असताना अजून छान दिसतोस."

निशिकांतला यावर प्रथम कशी प्रतिक्रिया द्यावी हे कळलंच नाही. तो नुसताच हसला.

"सॉरी हं!... साहित्य हे एक वेडच आहे माझं... आणि ही वामनराव चोरघड्यांची कथा आहे म्हटल्यानंतर भानच हरपलं. किती निश्चल प्रेम त्या कथाकारानं दाखवलंय. वयानं त्याच्यापेक्षा ती नायिका मोठी. प्रगल्भ... अगदी तुझ्यासारखीच भासली मला. किंबहुना तुझंच प्रतिबिंब मी त्या नायिकेत पाहिल्याने, कथेत जास्तच समरसून गेलो. ते गाव जेव्हा ती नायिका सोडून गेली तेव्हाचं वर्णन, मनातील घालमेल कथाकारानं अप्रतिम रेखाटलंय. अंजली सुपर्ब... शिवाय तुझंही वाचन अफाट आहे... बघ ना, उत्तम कांबळे, संजीव गिरासे यांसारखे पठडीतले लेखक तुझ्याजवळ आहेत. मार्व्हलस!"

निशिकांत बोलत राहिला. अंजलीही त्याच्याकडे पाहत राहिली. त्याचं हे साहित्यप्रेम तिला ठाऊक होतं, पण त्याविषयी तो एवढी चर्चा करू शकतो हे ती प्रथमच पाहत होती. म्हणून तो असाच बोलत राहावा असं तिला वाटलं. निशिकांत थांबला. ती म्हणाली,

"बोल ना!... किती छान बोलतोयस तू..."

निशिकांतनं अंजलीकडे निरखून पाहिलं, पुस्तक बाजूला ठेवीत काही बोलणार तेवढ्यात अंजलीच्या आई दार लोटून आत आल्या. हातात पंचपात्र होतं. निशिकांतकडे लक्ष जाताच त्या म्हणाल्या,

"निशिकांत?... केव्हा आलास?"

निशिकांत उठला व नमस्कार करीत म्हणाला,

"बराच वेळ झाला... तुमचीच वाट पाहत होतो..."

"आई एवढा उशीर झाला आज?" अंजलीचा सहज प्रश्न आला.

"अगं!... तिथं समवयस्क दोघी-तिघी भेटल्या. देशमुखांच्या आई, पाचपुत्यांची

आई, गणेशच्या आई, या सर्व आल्या होत्या. गप्पांमध्ये वेळ निघून गेला.'' आईने पुष्टी दिली. पुढे त्या म्हणाल्या, ''बरं!... अगं अंजली, निशिकांतला काही दिलंस की नाही?''

''अगं!... सर्व झालंय आमचं... तुझीही कॉफी करून ठेवलीये. तू घे. आम्ही थोडं बाहेर जाऊन येतोय... सोनवणे वहिनीसाहेबांकडे जातोय. रात्री उशीर झाला तरी काळजी करू नकोस.'' अंजलीनं आईला समजावलं

''बरं!... पण सांभाळून जा. निशिकांत तूही येत जा. अंजली सारखी वाट पाहत असते, नाहीतर काळजी तरी करीत असते.'' आईनं सांगितलं.

''हो मी येत जाईन...'' निशिकांत उत्तरला.

दोघंही बाहेर पडले होते. आईने दार लोटून घेतलं. अंजली व निशिकांत पावलात पाऊल मिळवित जीपच्या दिशेने चालू लागले. सूर्यास्त नुकताच होऊन, अंधारून येऊ लागलं. निशिकांत अंजलीकडे पाहत म्हणाला,

''अंजलीऽऽ...''

''हंऽऽ''

''मघाशी मी एक गोष्ट सांगणार तेवढ्यात आई आल्याने तशीच राहिली.''

''कुठली रे?'' अंजलीने त्याच्याकडे प्रश्नार्थक मुद्रेने पाहत विचारलं.

''तू साडीत खरंच खूप छान दिसतेस...''

अंजली नकळत लाजली... व त्याच्याकडे पाहत म्हणाली,

''मी साडी घातलेली आवडते तुला?''

''होऽ... खूपच!'' निशिकांतचा निग्रही स्वर आला.

''मग मी नियमित साडी घालीन. तुझ्यासाठी!'' अंजलीनं खट्याळ प्रतिउत्तर दिलं.

निशिकांत तिच्या या निर्णयावर म्हणाला,

''आवडेल मला... पण पंजाबीतही तशी तू छानच दिसतेस् बरं का?''

''हं! पुरे पुरे...! पुढे तू म्हणशील मिडीतही छान दिसशील, जीन्समध्येही स्टंट दिसशील...!''

यावर दोघेही मनापासून हसले होते.

हसतच दोघेही जीपमध्ये बसले... निशिकांतनं जीप क्षणात रस्त्यावर आणली होती... अंधार पडला होता... निशिकांतनं हेडलाईट्स सुरू करून, जीपचा वेग वाढवला... गार हवेने अंजलीला आल्हाददायक वाटत होतं... भुरभुरणाऱ्या केसांमुळे तिचं सौंदर्य अजून खुलून दिसत होतं.

३०

निशिकांतनं जीप सोनवण्यांच्या बैठ्या बंगलीच्या दारात उभी केली. जीपचा आवाज येताच नटवरसिंगनं तातडीने बाहेर येऊन, दार उघडलं. समोर निशिकांतला पाहताच तो म्हणाला,

"अरे!... निशिकांतसाहेब! बरं झालं आलात. आपण न सांगताच गेल्याने वहिनीसाहेब काळजी करीत होत्या."

निशिकांत आश्चर्याने म्हणाला,

"पण त्यांना कसं कळलं मी बाहेर गेलो म्हणून..."

"जीपच्या आवाजाने..." नटवरसिंग पुढे म्हणाला, "त्यांनी लागलीच मला पाठवलं होतं; पण तोपर्यंत तुम्ही निघून गेला होतात."

"अरे!... बापरे! बरं, असू दे नटवरसिंग. ह्या डॉ. अंजली... आणि अंजली हा आमचा चालक व सहकारी..." निशिकांतनं हसून ओळख करून दिली.

नटवरसिंगनं लवून नमस्कार केला. डॉ. अंजलीनेही हात जोडून प्रति-नमस्कार केला... व हसून म्हणाली,

"निशिकांतऽऽ.. नटवरसिंगशी माझी ओळख मागेच झालीये..." नटवरसिंगनही हसून दाद देत मान डोलावली. निशिकांत आश्चर्याने आठवत म्हणाला,

"काय?... कधी?"

"साहेब... अगदी पहिल्यावेळेस. सोनवणेसाहेब, तुम्ही, समीर सर आणि अंजली मॅडम आपण सर्वच एकदा साईटवर गेलो होतो... तेव्हाच तर झाली होती."

"अरे हो!... मी पण म्हणजे अतिशय हा आहे नाही का अंजली?"

तेवढ्यात आतून आवाज आला

"नटवरऽऽ"

"काय वहिनीसाहेब!"

निशिकांतसाहेब आलेले दिसतायत वाटतं."

“होऽऽ”

“त्यांना म्हणावं कारणे शोधण्यापेक्षा आत येऊन बसा. फक्त यावेळी काही लागलं नाही ना तेवढं बघून घ्या,” वहिनीसाहेबांचं हसत विचारणं झालं.

निशिकांत व नटवरनं सूचकतेने एकमेकांकडे पाहिलं. नंतर अंजलीकडे पाहून आपलं काही खरं नसल्याचं मूकपणेच कबूल केलं. निशिकांतचा गोंधळ अंजली हसत पाहत होती. तिघेही बैठकखोलीत आले. निशिकांत अंजलीला बसण्याचा निर्देश करीत म्हणाला,

“अंजली!... बैस... वहिनीसाहेब येतीलच इतक्यात.”

“वहिनीसाहेब येणार नाहीत... आल्यातच.” म्हणत त्या अडखळल्या.

अनपेक्षितपणे अंजलीला पाहून त्या बोलण्याचं थांबल्या, पण त्याचवेळी आनंदानं पुढे होत म्हणाल्या,

“अगं!... बाई... अंजली वाटतं. भाऊजी सांगून तरी जायचं आधी की तुम्ही...”

मधेच निशिकांत वाक्य खंडित करीत म्हणाला,

“वहिनीसाहेब!... सांगून गेलो असतो तर तुमच्या चेहऱ्यावरचे हे भाव पाहायला तरी मिळाले असते का?... क्षमस्व वहिनीसाहेब. तुम्हाला न कळवता अंजलीबाबतची ही दुसरी गोष्ट... मला अंजलीला तुमच्यासमोर सरळ उभीच करायची होती... त्यामुळेच मी तुम्हाला बोललो नाही.”

दोघांच्या संभाषणात अंजली वहिनीसाहेबांकडे पाहत राहिली होती. सुंदर, रूपवान व राजस व्यक्तिमत्त्व लाभलेल्या वहिनीसाहेबांकडे ती पाहत होती. पुढे होऊन, अंजली त्यांना नमस्कार करीत म्हणाली,

“वहिनीसाहेब नमस्कार करते... बऱ्याच दिवसांपासून तुम्हाला भेटावं असं वाटत होतं.”

अंजलीचा हात हाती घेत, वहिनीसाहेब सोफ्यावर बसत म्हणाल्या,

“खरंच!... अंजली, मलाही ओढ होती. निशिकांत भाऊजी नुसतेच सांगत असत; पण आज योग आला बघ. तुला भेटून खूप आनंद झालाय...” थोडंसं गंभीर होत पुढे म्हणाल्या, “त्या दिवशी तुला काही लागलं तर नाही ना?.. नाहीतर हे त्या दिवशी तुझ्यावरुन निशिकांत भाऊजींवर चांगलेच उखडले होते.”

“नाही वहिनीसाहेब... मला काहीही लागलं नाही. निशिकांत असल्यानंतर लागणं तरी शक्य आहे का?” अंजली रुद्ध स्वरात म्हणाली होती.

“हो तेही खरं आहे... आहेतच ते मुळी तसे..” वहिनीसाहेब अभिमानानं पुढे म्हणाल्या, “बरं, तुम्ही बसा आलेच.”

हात तसाच हाती ठेवीत अंजली म्हणाली,

"वहिनीसाहेब!... असू द्या. काहीही नको. आपण असंच बोलू या."

"नाही गं!..." तिचा हात सोडवीत त्या पुढे म्हणाल्या, "तू प्रथमच आलीयेस... असं कसं जाऊ द्या."

"मग मीही येते..." अंजलीनं पाठपुरावा केला.

"नको तू बैस...! मी आलेच दोन मिनिटांत... नटवरसिंग जरा इकडे ये!"

वहिनीसाहेबांच्या पाठोपाठ नटवरही आतल्या खोलीत निघून गेला.

निशिकांतनं खांदे उडवित अंजलीकडे हसत कटाक्ष टाकला.

नटवरसिंग एक एक जिन्नस टेबलावर आणून ठेवू लागला. काही वेळातच वहिनीसाहेब हजर झाल्या. पोह्यांची प्लेट हाती देत म्हणाल्या,

"घे!... अंजलीऽ.." निशिकांतनं प्लेट आधीच उचलली होती.

"मुलगा दिसत नाही वहिनीसाहेब..."

"अरे!... हो, किरण कुठे गेला वहिनीसाहेब?" निशिकांतला एकदम आठवल्यानंतर त्याचाही अंजलीसोबत प्रश्न आला.

वहिनीसाहेबांनी मिश्कीलपणे निशिकांतकडे पाहिलं. नंतर अंजलीकडे पाहत म्हणाल्या,

"अगं!... जाधवकाकांबरोबर सायंकाळचा फिरायला गेलाय... भाऊजी, आता कोण हे जाधवकाका असं नका विचारु."

यावर अंजली मनापासून हसली. निशिकांतनंही पोहे खात प्रतिसाद दिला.

"घरी कोण असतं अंजली?" वहिनीसाहेबांनी प्रश्न विचारला.

"आई आणि मी..."

"डॉ. समीरकडूनही तुझं खूप कौतुक ऐकते मी. हुशार आहेस म्हणून ते नेहमीच सांगत असतात." वहिनीसाहेबांनी सांगितलं.

"काय?... मी आणि हुशार. डॉ. समीर खरंच असे म्हणतात? नाही वहिनीसाहेब हा खरं तर त्यांचा मोठेपणा. डॉ. समीरसारखे सर्वच क्षेत्रांशी नातं असलेले अष्टपैलू लोक क्वचितच जन्मतात. त्यांच्या कामाची व्याप्ती व संशोधनाचा झपाटा एवढा आहे की त्यांच्यापुढे माझ्यासारखे तर क्षुद्रच. ते स्वतःच एक फिनॉमिनॉन आहेत. खरं तर मी स्वतःला भाग्यवान समजतेय की मला त्यांच्यासोबत काम करायला मिळतंय." डॉ.अंजली हातातील प्लेट ठेवीत म्हणाली.

डॉ. समीरविषयी निशिकांतलाही माहीत होतं. डॉ. अंजली त्याला सांगत असे. म्हणूनच त्यांच्याविषयी त्याच्या मनात प्रचंड आदर होता. अंजलीच्या वक्तव्यावर वहिनीसाहेब म्हणाल्या,

"तू म्हणत्येय ते बरोबर आहे अंजली. ह्यांचे ते वर्गमित्रच नाहीत तर सर्व काही आहेत. हे सुद्धा त्यांच्याविषयी, त्यांच्या संशोधनाविषयी मला नेहमीच सांगत

असतात. मला बाई त्यातलं फारसं काही कळत नाही; पण परदेशातही म्हणे त्यांचं खूप नाव आहे.'' वहिनीसाहेब बोलत होत्या.

नटवरसिंगनं सर्व प्लेट्स आवरून ठेवल्या. वहिनीसाहेब पुढे स्वप्नवत होत म्हणाल्या,

''मला आठवतंय्... आमचं नुकतंच लग्न झालं होतं. यांनी एक बंद लिफाफा माझ्या हाती दिला होता. बाहेरच्या जगाशी माझा फारसा संबंध नसल्याने मी गोंधळले. मग यांनीच हसत त्यांच्या मित्राचं पत्रं असल्याचं सांगितलं. अमेरिकेहून ते आलं होतं. माझ्याच नावे असल्याने ते फक्त मीच वाचावं हा यांचा आग्रह होता. त्याच रात्री मी ते पत्र फोडलं. सुंदर अक्षरातील त्या ओळी अंतर्मुख करणाऱ्या होत्या. त्यात स्वत:ची ओळख करून त्यांनी लिहिलं होतं, 'वहिनी भारतात ज्यांच्यासाठी मी यावं अशा तुम्ही दुसऱ्या. सुनील माझं सर्व काही आहे. दोस्त, सखा, सगळंच! या आयुष्यात त्यानं मला कुठलीच उणीव भासू दिली नाही. माझा एकमेव नातेवाईक! त्याच्या आयुष्यात तुम्ही आल्याने, तुम्ही माझ्या दुसऱ्या नातेवाईक! या धाग्यातील अजून एक बळकट धागा निर्माण झालेला. माझा मित्र एक झंझावात आहे. त्याला साथ करणारी माझी वहिनी तेवढीच झंझावात असणार, याची मला खात्री आहे. या लग्नाला उपस्थित राहणं हे माझं एक स्वप्न होते. दुर्दैवाने ते पूर्ण होऊ शकलं नाही. म्हणूनच या दोन ओळी. त्यांच्या शुभेच्छा म्हणून स्वीकार करावा'. त्या ओळी इतक्या सशक्त होत्या की मी अंतर्मुख झाले. त्या दिवसापासून आपलं अमेरिकेत कुणीतरी आहे, हे नेहमीच जाणवत राहिलं. त्या रात्रीच मी यांना सांगितलं, त्यावर त्यांनी मला जे सांगितलं, त्यानं मी सुन्न झाले. ओळीतील एक एक शब्द मला माझा वाटू लागला... आणि कंठ दाटून येऊ लागला. डॉ. समीर हे अनाथ होते. म्हणूनच त्यांच्यासोबतचं माझं नातं घट्ट होत गेलं. मी ते इथे येईपर्यंत कधीही भेटले नव्हते; पण त्या ओळी मला माझ्या वाटत राहिल्या. ते पत्र मी आजही जपून ठेवलंय.'' वहिनीसाहेबांच्या डोळ्यांच्या कडा ओलावल्या होत्या.

डॉ. अंजली, डॉ. समीर अनाथ आहे कळल्यानंतर सुन्न झाली. निशिकांतही अंतर्मुख झाला. अंजलीचं मन भरून आलं होतं. डॉ. समीरचं हसतमुख व्यक्तिमत्त्व तिच्या डोळ्यांसमोर मोठं होत गेलं. मनात वेदना लपवित हा माणूस एवढा मोठा कसा झाला? याचं अप्रूप डॉ. अंजलीला वाटलं. निशिकांतनं सुस्कारा सोडत विचारलं,

''वहिनीसाहेब!... डॉ. समीरच्या चेहऱ्यावर मला कधीही कुठलीही वेदना दिसली नाही. त्यांच्या सान्निध्यात येणारा माणूस त्यांचाच होऊन जातोय. पण एक मात्र निश्चित. सुनीलसाहेब व तुमच्यावर त्यांचं प्रचंड प्रेम आहे. आदर आहे. तुम्हीच त्यांचं सर्वस्व आहात...''

''म्हणूनच यांना त्यांची काळजी आहे. आम्ही बराच वेळ विचार करीत असतो. एखाद्या सुस्वरूप मुलीशी त्यांचं लग्न व्हावं अशी आमची इच्छा आहे. तसं आम्ही शोधतोही आहे; पण समीर भाऊजींचा प्रतिसाद नसतो. कॉलेज जीवनात मात्र एका मुलीवर त्यांचं प्रेम जडलं होतं. यांनी ते प्रेम समीरना मिळून देण्याचा आटोकाट प्रयत्न केला. कारण समीरच्या जीवनातील तो एक मोठा ठेवा होता, पण ती मुलगी खूपच अपरिपक्व निघाली. या चंदेरीजगातील भपकेपणात त्या मुलीने समीरना कधी ओळखलंच नाही. यांनी परोपरीने समजावलं; पण तिने अनाथ म्हणून हिणवताच, कधी नव्हे हे स्वत: ढसाढसा रडले. नंतर समीरच्या मनात कुठल्याही स्त्रीने प्रवेश केला नाही. यशाचा प्रश्नच नव्हता. अंजली म्हणतेय तसे समीरसारखे क्वचितच जन्मतात. जगात तुला आवडलेल्या कुठल्याही मुलीशी लग्न कर, अगदी परदेशी मुलीशी केलं तरी चालेल असंही यांनी सांगितलं. एकदा तर त्यांच्या समवयस्क सहपाठी डॉ. जेनीफर नावाच्या मुलीचं पत्र यांना आलं. ठरवणारे आम्ही दोघे म्हणून तिनं यांना पत्र लिहिलेलं. त्यात तिने सरळ समीरशी लग्न करण्याची मनीषा बोलून दाखवली होती. यांना आनंदच झाला. हरकत नसल्याचं समीरना कळवलं; पण समीरचं मला पत्र आलं. वहिनी तुम्ही म्हणताय ते सर्व खरं आहे... पण जेनीफर ही वेगळ्या संस्कृतीतील मुलगी. ती अतिशय गुणी, सालस व चांगली मुलगी आहे. आपल्या देशात फार काळ राहणं तिला जमणार नाही. आज जरी ती म्हणत असली तरी... तेही त्यांनी नाकारलं.'' वहिनीसाहेबांनी पाण्याचा घोट घेतला होता. डॉ. अंजली व निशिकांतने एकमेकांकडे पाहिलं. अंजली वहिनीसाहेबांकडे पाहत म्हणाली,

''वहिनीसाहेब!... ज्या मुलीवर डॉ. समीरसारख्या व्यक्तीने प्रेम केलं होतं, ती किती भाग्यशाली असावी. तिला ते कळलं नाही हे तिचं दुर्दैव. पण यातूनही आपण काहीतरी मार्ग काढू शकू असा मला विश्वास आहे.''

''होय अंजली''... खरंय तुझं! आम्हालाही आशा आहे. पण परवा जेव्हा समीर रात्री आले आणि जे काही सांगितलं, तेव्हा हेच नाही तर मीही आनंदाने बेहोष झाले.''

''काय ते वहिनीसाहेब?... काय म्हणाले?'' निशिकांतचा उत्सुक स्वर आला.

''परवा जेव्हा ते आले तेव्हा एका वेगळ्याच मूडमध्ये होते. असा मूड यांनी क्वचितच पाहिलेला. आम्हा दोघांनाही त्यांनी बसवून घेतलं... आणि सांगितलं. हे बघा सुनील आणि वहिनी मी जे सांगणार आहे ते नीट ऐकून मला निर्णय द्या...''

हे मात्र त्यांच्या या बोलण्यावर अविश्वासाने पाहत राहिले.

''कुठला आणि कसला निर्णय?'' यांनी विचारलं.

''डॉ. इलांना मी सहचारिणी म्हणून निवडलंय...'' डॉ. समीरनं झटक्यात

सांगितलं होतं.

"काय?" आमच्या दोघांच्या तोंडून एकाचवेळी हर्षोद्‌गार निघाले होते.

आम्हाला खूपच आनंद झाला होता. पुढे ते गंभीर होत म्हणाले,

"अजून मी त्यांना तसं विचारलेलं नाही. बट धिस् इज् दि ओनली लेडी टू हूम आय् फाऊंड आफ्टर लॉग टाइम. गतस्मृति डॉ. इलांच्या अस्तित्वाने नाहीशा झाल्याचं माझ्या लक्षात येताच, मी त्यांच्याकडे नकळत ओढला गेलो. अ मॅच्युअर्ड अँड टू लव्ह... आणि सुनील मला विश्वास आहे... शी वुईल ऑल्सो ॲक्सेप्ट इट... शी इज् ॲन अल्ट्रा मॅच्युअर्ड... आय् लाईक हर... ॲड लव्ह हर टू... पण सुनील आणि वहिनी?" त्यांच्या आलेल्या प्रश्नानं आम्ही दोघांनीही होकार दिला."

"ती आदिवासी आहे... तुम्हाला चालेल का?... वहिनी निर्णय तुम्ही घ्यायचाय... तरच मी पुढे जाईन... कारण माझे पालक तुम्ही आहात. दि फायनल डिसीजन इज युवर्स... व्हॉटअेव्हर इट मे बी... आय् वील फॉलो इट्..."

त्यांच्या बोलण्यानं मला रडूच आलं. त्यांनी आम्हाला किती मोठं करून टाकलं होतं. किती मोठ्या जबाबदारीचं पद त्यांनी आम्हाला बहाल करून टाकलं होतं. हे दिङ्‌मूढ होत म्हणाले.

"समीर!... आदिवासीही मानवच आहेत; तीही माणूस आहे. अँड शी इज् ॲन एक्स्ट्रीमली गुड गर्ल... आणि तू तिच्यावर प्रेम करतोय, माझ्या दृष्टीने प्रश्न मिटला. आम्हा दोघांनाही मान्य आहे."

मान्यता मिळताच त्यांच्या चेहऱ्यावरील आनंद लपून राहिला नाही. येण्याअगोदर काहीसे तणावाखाली होते, याची प्रचिती आली. बहुतेक तो त्यांच्या जीवनातील सर्वोच्च आनंदाचा क्षण असावा... आणि डॉ. इला त्यांच्या जीवनात आल्या हा आमचा आनंद होता.

तेवढ्यात जाधवकाकांनी, किरणला पाठीवर घेऊन, आत प्रवेश केला. समोर निशिकांत दिसताच, "काकाऽऽ... काकाऽऽ..." म्हणून ओरडून किरण जाधवकाकांच्या पाठीवरुन उतरला व पळत आला. निशिकांतच्या मांडीवर बसत किरणने अंजलीकडे पाहिलं. कुणीतरी नवीन असल्याची जाणीव त्याला झाली. डॉ. अंजली त्याच्याकडे बघून हसत म्हणाली,

"ये!... बाळ, माझ्याकडे ये!" प्रेमळ स्वर येताच किरण निशिकांतच्या मांडीवरुन उतरून, अंजलीकडे आला व तिच्या कवेत उभा राहत तिचा चेहरा न्याहाळत राहिला.

"किरण बेटा ही आण्टी! अंजली आण्टी" वहिनीसाहेबांनी सांगितलं.

"काकाची आण्टी?" किरणनं शंकेने विचारलं.

यावर सगळेच हसले. अंजलीनं हळूच त्याचा गालगुच्चा घेतला... आणि

त्याचे केसं विस्कटत म्हणाली,

"नॉटी बॉय..."

"अरे हो अंजली... हे आमचे जाधवकाका... इथली कामे यांच्यावर सोपवून आम्ही निश्चिंत असतो. जवळजवळ सर्व काही ते आहेत."

अंजलीनं वाकून त्यांना नमस्कार केला.

"नाही बेटा, सर्व काही नाही... आता तूच बघ याच्यासाठी एखादी छानशी छोकरी म्हणजे बरे होईल." जाधवकाकांनी निशिकांतला तोंडघशी पाडल्याचं पाहून, अंजली व वहिनीसाहेब खळखळून हसले.

निशिकांतनं जाधवकाकांकडे पाहत डोक्यावर हात ठेवला. जाधवकाका मिश्किलपणे पाहत होते. नटवरसिंग खोऽ खो करूनऽ हसत होता, तर किरण काहीही न समजून टाळ्या वाजवित होता.

"बरंय तर, वहिनीसाहेब! आई वाट पाहत असेल. वेळ झालाय. निघते मी." अंजलीनं सांगितलं.

"हो गं!... बघ ना. खरंच किती वेळ झाला. ठार अंधार पडलाय बाहेर. भाऊजी, अंजलीला पोहोचून या." वहिनीसाहेबांनी फर्मान सोडलं.

"होय, वहिनीसाहेब!... आज्ञा शिरसावंद्य."

सर्वांचा निरोप घेत दोघेही जीपमध्ये बसले होते.

"वहिनीसाहेब, रात्री उशीर झाला तर काळजी करू नका. शांतपणे सर्वांनी झोपून घ्या." असं म्हणतच निशिकांतनं गाडी सुरू केली.

जीप सुसाट वेगानं निशिकांत नेत होता. उन्हाळ्याचे दिवस असल्याने, रात्रीची गार हवा सुटली होती. निखळ चांदणं पडलं होतं. आल्हाददायक वातावरण, शेजारी अंजली बसली होती. विचारात. शून्यात. निशिकांतनं तिच्याकडे पाहिलं. वाऱ्यामुळे तिच्या चेहऱ्यावर केसांच्या बटा भुरभुरत होत्या. त्यानं ती अधिकचं सुंदर दिसत होती. चंद्रप्रकाशात निथळणारं तिचं सौंदर्य निशिकांतनं टिपलं होतं. बराच वेळ तो तिला तसाच निरखित राहिला. शेवटी अंजलीला त्यानं विचारतंद्रीतून बाहेर काढलं.

"एऽऽ..." निशिकांतचा हळुवार स्वर आला.

निशिकांत हळूच तिच्या हातावर हात ठेवित म्हणाला,

"एऽऽ"

स्पर्श होताच अंजली दचकली. दीर्घश्वास सोडत तिने आशाळभूतपणे निशिकांतकडे पाहिलं.

"काय विचार करतेस?..."

"काही नाही रे!... विचार करत होते... कुणाकुणाच्या आयुष्यात खरंच किती

स्थित्यंतरे असतात. वहिनीसाहेबच स्वत: किती राजस व्यक्तिमत्त्व! किती प्रगल्भ. एक गोष्ट प्रकर्षाने जाणवलीये ती म्हणजे किरणसाठीच्या ज्या भावना त्यांच्या आहेत, त्याच डॉ. समीरसाठी आहेत. म्हणून त्यांच्यातोंडून जेव्हा ते अनाथ असल्याचं कळलं, तेव्हा मनाला वेदना झाल्या. कुणाच्या आयुष्यात एवढे का वाळवंट निर्माण व्हावं. पण वहिनीसाहेबांच्या त्या ओलाव्याने डॉ. समीर अनाथ नसल्याचं मला जाणवलं... त्यांचाच तो दुसरा मुलगा आहे; असंच वाटत राहिलं. "डॉ. अंजली बोलत राहिली. त्यावर निशिकांत म्हणाला,

"खरं आहे अंजली... ते अनाथ नाहीतच. आपण सर्वच त्यांच्यासोबत आहोत. आपणही नातेवाईकच आहोत त्यांचे..." म्हणतच निशिकांतनं स्टिअरिंग फिरवून वळण घेतलं होतं.

अंजली निशिकांतकडे भावनावेगाने पाहत राहिली. एकदम वळण घेतल्याचं पाहून, तिनं समोर पाहिलं. इन्स्टिट्यूटचा रस्ता बाजूलाच राहिला होता. ती आश्चर्याने निशिकांतकडे पाहत म्हणाली.

"निशीऽऽ... इन्स्टिट्यूटचा रस्ता बाजूलाच राहिलाय. कुठे चाललो आहोत आपण?"

"डॉ. इलांकडे..."

"काय?" डॉ. अंजली अविश्वासाने पाहत राहिली.

"होय अंजली... तू त्यांना भेटावंस असं मला वाटतंय्. ॲन अनादर डेडिकेटेड पर्सन... आणि आता तर डॉ. समीर त्यांच्यावर प्रेम करीत आहेत; समजल्यानंतर अप्रत्यक्ष का होईना आपण त्यांना भेटायलाच हवं...आजच्या प्लॅनमध्ये हे आधीच होतं. आवडलं तुला...?" निशिकांतनं विचारलं.

"तू मनकवडा आहेस... शंभर टक्के आवडलं! आय वुड लव टू मीट डॉ. इला." असं म्हणताच डॉ. अंजली निशिकांतच्या बाहुपाशात शिरली. निशिकांतनं डावा हात खांद्यावरुन घेत, डॉ. अंजलीला कवेत घेत म्हटलं,

"तुला आवडेल याची खात्री होती मला... म्हणूनच तुला न सांगता वळण घेतलं..."

निशिकांतनं ॲक्सिलरेटर वाढवला होता. जीप पी. एच. सी. सेंटरच्या दिशेने धावू लागली.

काही वेळातच पी.एच.सी. सेंटरच्या आवारात जीप शिरली. रुग्णालयाच्या बाजूलाच निशिकांतनं जीप थांबवली व दोघेही उतरले. यावेळी रात्रीचे आठ वाजले होते.

रुग्णालयातील काही खोल्या प्रकाशानं मिणमिणत होत्या. वातावरण शांत होतं. कुठेही चलबिचल नव्हती. डॉ. इलाही क्वार्टर्समध्ये निघून गेल्या होत्या.

निशिकांत व डॉ. अंजली तिकडे जाऊ लागले. डॉ. अंजली म्हणाली,

"निशी!... उशीर तर होत नाहीये ना?... कारण आता रात्रीचे आठ वाजलेत."

"अंजली!... काहीही हरकत नाही. इला डॉक्टर आहेत... आणि वेळेचं बंधन त्यांना नाही. त्या नेहमीच कार्यतत्पर असतात. चलऽऽ.." निशिकांतनं सांगितलं.

क्षणात दोघेही डॉ. इलांच्या दारासमोर होते. निशिकांतनं बेलचं बटण हळूच दाबलं. आत आवाज प्रतिध्वनित झाला, तशी दार उघडलं गेलं. समोर निशिकांतला पाहताच डॉ. इला आनंदाने म्हणाल्या,

"निशिकांत?... आपण?... यावेळी?... या ना आत," पुढे डॉ. अंजलीकडे स्मित करीत म्हणाल्या, "तू अंजली ना?"

डॉ. अंजली मात्र आता आश्चर्य व्यक्त करीत उद्गारली,

"मॅडम कसं ओळखलंत?"

"ओळखायला अगोदरची ओळख हवीच असं नाही अंजली... अंदाजानं काही गोष्टी कळतात. भेट नसली तरी आपलं फोनवर बोलणं झालेलं आहे... या ना आत, बसा." डॉ. इला हॉलमधील सोफ्याकडे निर्देश करीत म्हणाल्या होत्या.

निशिकांत व डॉ. अंजली सोफ्यात बसले. डॉ. अंजली म्हणाली,

"खरंय!... मॅडम, प्रत्यक्ष भेट नसली तरी मी तुम्हाला ओळखतच होते. डॉ. समीरच्या माध्यमातून... मागे ते हॉस्पिटलाईज्ड होते तेव्हा मीही आले होते... पण तुमची प्रत्यक्षात भेट होऊ शकली नव्हती."

डॉ. इला तातडीने उठत म्हणाल्या,

"तुम्ही फक्त दोन मिनिटं बसा... मी काहीतरी खायला आणते."

"डॉक्टर नको आता... खरंच काहीही नको..." निशिकांत अजिजीने म्हणाला.

"होय! मॅडम... आत्ताच आम्ही वहिनीसाहेबांकडून येत आहोत... तेथे पोहे व चहा झाला आहे... आता नको... तुम्ही फक्त बसा... आपण बोलू..." डॉ. अंजलीनंही निग्रहानं सांगितलं.

"अच्छा, म्हणजे तुम्ही वहिनीसाहेबांकडून येत आहात तर... मग तर बरोबरच आहे." डॉ.अंजलीच्या पाठीवर हात ठेवत डॉ. इला पुढे म्हणाल्या,

"अगं!... पण तू प्रथमच माझ्याकडे येत आहेस... आणि निशिकांतनं माझ्याकडे तुला विश्वासानं आणलंय... कॉफी तरी घ्यावीच लागेल.."

निशिकांत व डॉ. अंजली काही बोलण्याच्या आधीच डॉ. इला किचनमध्ये गेल्या. निशिकांत व डॉ. अंजली एकमेकांकडे पाहत राहिले. क्षणातच डॉ. इला ट्रे घेऊन आल्या व निशिकांत, डॉ. अंजलीच्या हातात कॉफीचा कप देत म्हणाल्या,

"घ्या!..." आणि स्वतःही सोफ्यावर बसत, एक कप हाती घेत पुढे म्हणाल्या, "तुम्ही दोघेही सोबत आला आहात हे बघून मला खूप बरं वाटलं."

''डॉक्टर!... अंजलीला तुम्हाला भेटायचंच होतं... आणि वेळही जुळून आल्याने भेट शक्य झाली.'' निशिकांत उत्तरला.

''मॅडम!... तसं समीरसरांकडून मी तुमचं खूप कौतुक ऐकत असते. म्हणूनच माझी तुम्हाला भेटण्याची तीव्र इच्छा होती.'' डॉ. अंजली कौतुकानं म्हणाली.

डॉ. इलांनी कॉफीचा शेवटचा घोट घेत कप टिपॉयवर ठेवला. त्या थोड्या ओशाळल्या आणि म्हणाल्या,

''डॉ. समीर माझं कौतुक करतात, हा खरंतर त्यांचाच मोठेपणा आहे. एवढा मोठा शास्त्रज्ञ, संशोधक पण अतिशय निरागस. सान्निध्यात आले की तुमचेच होऊन जातात. तसं पाहता मी त्यांच्यापेक्षा सर्वच दृष्टीने लहान आहे. म्हणून त्यांचं कौतुक माझ्यासाठी खूप मोठं आहे.''

''मॅडम, ते तुमच्याविषयी कृतज्ञता व्यक्त करतात... म्हणतात डॉ. इला नसत्या तर माझं अस्तित्वच राहिलं नसतं... खरंच!... मॅडम रुग्णालयात असताना तुम्ही त्यांचं खूप केलं... अतिशय निरपेक्षभावनेनं... आणि त्याचंच कौतुक समीरसरांना आहे...'' डॉ. अंजली पुष्टी देत म्हणाली होती.

''डॉ. समीरचं काहीतरीच असतं. ते माझं कर्तव्यच होतं.'' डॉ. इला पुन्हा ओशाळल्या.

''नाही डॉक्टर, अंजली सांगत्येय ते खरं आहे... कर्तव्य असलं तरी तुम्ही प्रत्येक रुग्णाला आपलंसं करून घेता... हे महत्त्वाचं आहे... समीर सरही त्याला अपवाद नाहीत... ते थोर असले तरी मानव आहेत... म्हणून तुमच्यासारखी व्यक्ती त्यांच्या जीवनात आल्यानं आम्हालाही खूप बरं वाटलं...'' निशिकांतनं सरळ सांगितलं.

निशिकांतचा आविर्भाव लक्षात येताच, डॉ. इलांची चलबिचल झाली. त्यांच्या तोंडून शब्द बाहेर पडत नव्हते... डॉ. अंजलीच्या हे लक्षात येताच, हळूच त्यांच्या हातावर हात ठेवत अंजली म्हणाली,

''मॅडम!... निशिकांत म्हणतोय ते खरं आहे... तुमच्यासारखी व्यक्ती समीरसरांच्या जीवनात आल्यानं, त्यांच्यातला आमूलाग्र बदल मी पाहत्येय. तुमच्या प्रति असणारी तीव्र भावना जाणवली... तुमच्याविषयी त्यांना खूप आदर आहे मॅडम... डॉ. इलांनी आयुष्यात खूप सोसलं असं ते नेहमीच म्हणतात... एका जिद्दी स्त्रीची उपमा त्यांनी तुम्हाला दिलीये. म्हणून निशिकांत म्हणतो तसं त्यांच्या जीवनात तुमच्या प्रवेशाने एक सुंदर जग निर्माण झालंय... कारण...'' डॉ. अंजली मधेच थांबली.

डॉ. इलाने डॉ. अंजलीकडे प्रश्नार्थक पाहिलं आणि म्हणाल्या,

''कारण...?''

''कारण मॅडम डॉ. समीर हे अनाथ आहेत...''

"काय?..." डॉ. इलांच्या तोंडून स्वर बाहेर पडला.

"होय!... डॉक्टर, हे खरं आहे... वहिनीसाहेबांनीच सांगितलं..." निशिकांतनंही पुष्टी दिली.

डॉ. इलांचेही हावभाव बदलले. डॉ. समीरविषयीची भावना अजूनच तीव्र झाली... त्यांच्या आठवणीनं त्यांना भरून आलं... हे लक्षात येताच डॉ. अंजली म्हणाली.

"मॅडम, आम्हालाही आत्ताच वहिनीसाहेबांकडून कळलंय. तसं पाहता कॉलेज जीवनापासून सोनवणेसरांनीच त्यांना सांभाळलंय. खंबीरपणे समीरसरांच्या आयुष्यात पाठीशी उभे राहिले. वहिनीसाहेब व समीरसरांचं एक वेगळचं नातं आम्ही अनुभवलंय. एका मुलाचं व आईचं असतं, तसं...! ती दोघं त्यांच्या आयुष्यातील मोठाच ठेवा आहेत. तुमच्याविषयीची भावना प्रथम त्यांनी वहिनीसाहेबांकडेच उघड केली... दोघांनाही खूप आनंद झाला. समीरसरांचं आयुष्य स्थिर होणं हे त्यांना जास्त महत्त्वाचं वाटतं. म्हणूनच ते नेहमीच म्हणतात... त्यांच्या आयुष्यावर दोन स्त्रियांचा प्रभाव आहे... एक वहिनीसाहेब आणि दुसऱ्या तुम्ही मॅडम! कारण तुमच्याविषयीचा त्यांच्या मनातील आदर मी अनुभवलाय... म्हणून ते अनाथ आहेत हे कळल्यानंतर तुम्हाला भेटण्याची तीव्र इच्छा झाली... निशिकांतने ती नकळत जाणली... आणि एवढ्या रात्री तुमच्या भेटीस आलो... खरं सांगू मॅडम,"

"हुँ!" डॉ. इलांनी हुंकार भरला.

"तुम्हाला भेटून खूप बरं वाटलं... एक आंतरिक इच्छा होती ती पूर्ण झाली..."

"आणि डॉक्टर!... एक सांगतो... आजपासून डॉ. समीरचे आपण सगळेच नातेवाईक आहोत... पुढील आयुष्यात त्यांना कुठल्याही नात्यांची कमी जाणवणार नाही याची खात्री देतो." निशिकांत हरखून म्हणाला होता.

डॉ. इला स्वतःतच हरवल्या होत्या. डॉ. समीरचं आयुष्य खरंच खडतर होतं. वेडे असले तरी मला वडील होते. आईचा सहवास मिळाला होता. तसे आपण भाग्यवानच...! पण डॉ. समीरचं काय?... लहानपणापासून हा माणूस कसा जीवन जगत असेल? तरीही प्रगल्भ विचारांचा, आंतरराष्ट्रीय ख्यातीचा हा शास्त्रज्ञ झाला. डॉ. इलांना भरून आलं. कंठ दाटून आला. त्या रुद्ध आवाजात म्हणाल्या,

"अंजली, निशिकांत... यापुढे डॉ. समीरना कुठलीही उणीव भासणार नाही याची मी ग्वाही देते... एक फुलणारं आयुष्य मी त्यांना देईन... आपण सर्वच त्यांच्या आयुष्याचा घटक बनूयात..."

डॉ. इलांचे डोळे ओलावले... त्यांनी ते हळूच टिपले... डॉ. अंजलीने पुनश्च हळूच त्यांच्या हातावर हात ठेवला... आश्वासक असा. आम्ही सर्वच तुम्हा

दोघांच्या पाठीशी आहोत हाच भाव त्यात होता. निशिकांतचाही चेहरा उजळला होता. वातावरण गंभीर पण निवळलं होतं... स्वच्छ झालं होतं.

पुढे डॉ. इला भरभरून बोलत होत्या... कधी समीरविषयी तर कधी आदिवासी समाजाविषयी... त्यांच्या उत्कर्षाविषयी... निशिकांत व अंजली दोघंही भारावले होते. डॉ. इलांचं एक वेगळंच रूप त्यांना दिसत होतं... कणखर... पण डॉ. समीरचा विषय येताच हळवं होत होतं. कारण डॉ. समीरविषयीचा तो प्रेमांकुरच होता.

निशिकांत घड्याळाकडे पाहत म्हणाला,

"डॉक्टर!... दहा वाजून गेलेत... निघायला हवं..."

"दोन तास कुठे गेले कळलंच नाही मॅडम... तुम्ही, मी आणि वहिनीसाहेब भेटत राहू..."

डॉ. अंजली, डॉ. इलांचा हात हातात घेत उठली होती. निशिकांतही उठला होता... दोघांनीही अभिवादन केलं व ते दाराबाहेर पडले. डॉ. इला दारात उभ्या राहूनच दोघांनाही पाठमोरे पाहत होत्या... अंधार असला तरी डॉ. समीरचा चेहरा अवकाश व्यापताना त्यांना दिसला. त्या दिपून गेल्या.

जीपचा आवाज येताच, त्या भानावर आल्या. आवाज क्षीण होताच, त्यांनी दार लावून घेतलं. आणि यावेळी मात्र त्यांना डॉ. समीरच्या आठवणीनं उचंबळून आलं होतं...

३१

'दैनिक चव्हाट्यावर'चा अंक बाहेर आला होता. आणि त्यात जयंत पाटील या धडाडीच्या पत्रकाराचा रामपूर वनक्षेत्रावरचा 'धगधगणारं वास्तव' या शीर्षकाखाली सविस्तर वृत्तांत आला होता. त्यामुळे तालुका, जिल्हापातळीवरच नाही तर त्याचे पडसाद महाराष्ट्रभर उमटले होते... व्हॉट्स अॅप, इ-मेल्स, यूट्यूब, इन्स्ट्राग्राम, ट्वीटर या आधुनिक दळणवळणाच्या साहाय्याने जयंतचा लेख घराघरात व मनामनात पोहोचला होता. त्यामुळे अस्वस्थता पसरली होती. जयंतला मुख्य संपादकाचाही पाठिंबा होता. वरून शांत दिसणाऱ्या या रामपूर वनक्षेत्रास प्रथमच वाचा फोडली गेली होती. त्याला कारण सुनील सोनवणे व निशिकांत ठाकरे होते.

या लेखात जयंतने अंतर्गत धगधगणाऱ्या बाबींवर प्रहार करतानाच, प्रशासनावरही बोट ठेवले होते. चंदन, सागवानसारख्या वृक्षांची तस्करी, सोबतच आदिवासींवर होणाऱ्या अन्यायाची दखल घेतली होती. त्या निमित्ताने पिऱ्याचा मृत्यू, डॉ. इलांच्या आई-वडिलांवरील अत्याचार व इतर असंख्य आदिवासी कुटुंबाची उद्ध्वस्त अवस्था त्यांनी पोटतिडकीने मांडली होती. या निमित्ताने हे प्रश्न पुन्हा ऐरणीवर येत होते. येथील खालच्या पातळीवरील राजकारण व त्यातील पोलीस पाटील, सरपंच, आमदार यांच्यापासूनची साखळीच जयंतने सिद्ध केली होती. या गलिच्छ राजकारणात प्रशासनाचाही हात होता. तालुका पातळीवरील अधिकाऱ्यांसोबतच जिल्हा वन क्षेत्रअधिकारी माधवराव शिंदेही त्याला कारणीभूत होते. यासाठी बापूसाहेब चावरे, हरिभाऊ महालेंसारख्या राजकारण्यांची त्यांना साथ होती.

निसर्गानं बहरलेलं रामपूर वनक्षेत्र आतून पोखरून निघत होतं; पण त्यातही जमेची बाजू म्हणजे सुनील सोनवण्यांसारख्या सक्षम वनपालाचं व त्यांना साथ देणाऱ्या निशिकांत ठाकरे सारख्या साहाय्यकाचं अस्तित्व... या दोघांचेही कष्ट जयंतने सविस्तरपणे मांडले होते... त्यांच्या एकहाती लढ्याचं कौतुक केलं होतं. पण निशिकांतवरील जीवघेण्या हल्ल्यानं नवीनच प्रश्न उद्‌भवले होते... वरिष्ठांनी

दखल तर घेतलीच नव्हती; पण या भ्रष्ट यंत्रणेशी जुळवून घेण्याचा अलौकिक सल्ला माधवराव शिंदेंसारख्या वरिष्ठांनी दिला होता. स्वतःच्या सहकाऱ्यावरील हल्ल्याची कारणंमीमांसा करण्याऐवजी वरिष्ठांना राज्यकर्त्यांची मर्जी सांभाळणे कर्तव्याचे वाटत होते. हे दुर्दैवी होते. या दोघांच्या लढ्याचा प्रश्न जयंतनं मांडला. निशिकांतवरील हल्ल्यानं वनक्षेत्र ढवळून निघालं होतं... सोनवण्यांनी स्वतःहून पोलिसात तक्रार दिल्याने, तपासाची सूत्रे हलली होती. तक्रार मागे घेण्याचा दबाव वाढत असतानाच, गोविंद पवारसारखा सक्षम व प्रामाणिक पोलीस अधिकारी कुणालाही न जुमानता मागे उभा राहिला होता. तपासात त्यांनी सर्व वनक्षेत्रच चाळून काढलं होतं. जाब-जबान्या घेतल्या होत्या, पण कुणीही पुढे येत नव्हतं... दहशतच एवढी होती की, कुणीही शब्द उच्चारायला तयार नव्हता... तरीही इन्स्पेक्टर पवार मागावर होते... खोलात जाऊन ते गुन्हेगाराला शोधण्याचा प्रयत्न करीत होते. वेळोवेळी इन्स्पेक्टर पवारांचं बोलणं सोनवणे व निशिकांतशी होत होतं... इन्स्पेक्टर पवारांवरही निशिकांतची फाइल बंद करण्यासाठी वरिष्ठ पोलीस अधिकाऱ्यांचा दबाव वाढत होता; पण इन्स्पेक्टर पवार त्यांना जुमानत नव्हते. कारण सोनवणे व निशिकांतचा प्रामाणिकपणा त्यांना ठाऊक होता.

या सोबतच, जयंतनं पुन्हा एकदा इथे रुजू होणाऱ्या प्रत्येक वनपालांच्या गूढ मृत्यूचा प्रश्न उपस्थित केला होता. विरोध करणाऱ्या अधिकाऱ्याचा सहज काटा काढला जात होता. एकूणच वनक्षेत्राची मरगळ जयंतनं मांडतानाच, सोनवणे, निशिकांतसारख्या प्रामाणिक अधिकाऱ्यांच्या कष्टाचंही कौतुक केलं होतं... व समाजानं त्यांच्या पाठीमागे खंबीरपणे उभं राहण्याचं आव्हानही केलं होतं. शेवटी जयंतनं काही प्रश्न उपस्थित करून, यात विद्यमान राज्यकर्त्यांचा हात असल्याचा आरोप केला होता. म्हणून एकच खळबळ माजली होती.

ऑफिसमध्ये आल्या आल्या सोनवण्यांनी जयंतचा लेख वाचून काढला होता... निशिकांत येताच ते त्याला म्हणाले,

"निशिकांत!... जयंतचा रामपूर क्षेत्रावरचा अतिशय सुंदर लेख आहे... तुझाही त्यात त्याने जाणीपूर्वक उल्लेख केलेला आहे... ही इज् रिअल जेम... घे वाच."

निशिकांतने, सोनवण्यांच्या हातातून 'दैनिक चव्हाट्यावर'चा अंक घेतला व तो लेख वाचू लागला... निशिकांतचा वाचनाचा वेग कमालीचा असल्याने त्याने तो दहा मिनिटातच वाचला व म्हणाला,

"खरंच!...सर, जयंत पाटील म्हणजे एक वेगळंच रसायन आहे... रामपूर वनक्षेत्राची त्यांनी संपूर्ण व्यथाच मांडली... शीर्षक ही समर्पक आहे... 'धगधगणार वास्तव' कुणीही त्याकडे आकृष्ट होईल...

"चला!... त्या निमित्ताने वाचा तर फुटली... ते आवश्यकच होतं. ही भ्रष्ट

जळमटं समाजाला कळायला हवीत. एक मिनिट, मी जयंतलाच मोबाइल करतो.''

सोनवण्यांनी मोबाइल नंबर फिरवला... सुदैवाने परिक्षेत्रात रेंज होती. पलीकडून आवाज आला,

''हं बोल, सुनील... लेख वाचला...''

''होय, त्यासाठीच तुला मोबाइल केला. अतिशय सुंदर! तू खूपच वास्तव चित्रण केलंयस... पण तू जोखीम घेतलीयेस असे नाही का वाटत?'' सोनवण्यांचा काळजीचा प्रश्न आला.

''सुनील, आम्हा पत्रकारांना ती सवयच आहे... दररोज कुठल्या ना कुठल्या संदर्भातील फोन येतच असतात. आत्ता हेच बघ ना... या लेखामुळे असंख्य फोन आलेत... चांगले आणि वाईटही... राज्यकर्त्यांचे धमकीचेही फोन येऊन गेले... ही थेरं बंद केली नाहीत तर पुढचं टार्गेट तुम्ही असाल म्हणूनही सांगितलंय...''

''मग!... तू काय सांगितलंस...''

''समोर या!... मग काय ते होऊन जाऊ दे... पण एक गोष्ट चांगलीही झाली.'' जयंत विषयांतर करीत म्हणाला.

''कुठली?''

''इन्स्पेक्टर पवारांचाही आश्वासक फोन येऊन गेला.''

''काय? इन्स्पेक्टर पवार?... काय म्हणाले ते?'' सोनवण्यांचा अधीर प्रश्न. इन्स्पेक्टर पवारांचा उल्लेख होताच, निशिकांतही सावरून बसला.

''म्हणाले!... खूप छान लेख आहे... सध्या याची गरज होतीच... मी तुमच्यासोबत आहे... कुठल्याही धमक्यांना घाबरू नका. काय करतात ते बघूयात... सुनील, इन्स्पेक्टर पवार खूप आश्वासक बोलत होते... मला बरं वाटलं.'' जयंतनं सांगितलं.

''इन्स्पेक्टर पवार म्हणजे पोलीस खात्यातील अतिशय जेंटलमन... कर्तबगार आणि शूर... त्यांच्यामुळेच आम्हीही निर्धास्त असतो. आमच्या एकूण एक मोहिमांना त्यांचा पाठिंबा असतो. आय होप ऑल ऑफ अस विल वर्क टुगेदर टू फाईट अगेन्स्ट दिस एविल्स'' सोनवण्यांनी आशा व्यक्त केली.

''निश्चितचं, सुनील... तसंच होईल... आपण लवकरच भेटू. पुढचा माझा लेखही सविस्तर असेल... प्रहार करणारा...बाय्.''

''बाय्... सी यू...''

मोबाइल बंद होताच, सोनवण्यांनी निशिकांतकडे पाहून स्मित केलं... निशिकांत म्हणाला,

''इन्स्पेक्टर पवारांचाही फोन येऊन गेला का?... काय म्हणत होते?...''

''जयंतचा परखड लेख त्यांना आवडला... आणि पुढे जाण्यास त्यांनी प्रोत्साहन दिलं.'' सोनवणे सांगत असतानाच त्यांच्या मोबाइलची रिंग वाजली... स्क्रिनवर

इन्स्पेक्टर पवारांचं नाव पाहताच त्यांनी मोबाइल अधीरतेने कानाला लावला व म्हणाले,

"बोला! इन्स्पेक्टर पवार, तुमच्याचविषयी निशिकांतशी बोलत होतो. जयंतशीही सविस्तर बोलणं झालं... आजच्या लेखाने प्रतिस्पर्ध्यांमध्ये ठिणगी पडलीये एवढं मात्र निश्चित."

"ते खरं आहे सोनवणेसाहेब... या लेखामुळे ते डिवचले जाणार एवढं मात्र निश्चित... पण ते गरजेचंच होतं... जयंतला येत असणाऱ्या धमक्यांची मी दखल घेतलीये... बघूयात... पण एक मात्र निश्चित... निशिकांतवरील हल्ल्याचा इत्थंभूत ऊहापोह त्यानं केला... आणि प्रशासनावर आसूड ओढले... मीही मागावर आहेच... पण दहशतीनं आदिवासी एवढा भेदरलेला आहे की, तो शब्द उच्चारायलाच तयार नाही... त्यांना हा हल्ला कोणी केला आहे हे ठाऊक आहे... पण जीवाच्या भीतीने ते सांगत नाहीत... तरीही माझा पाठपुरावा चालूच आहे. जर का तुम्हास किंवा निशिकांतला काहीही सुगावा लागला, तर मला रात्री-बेरात्री कधीही कळवा... मी हजर असेन... आणि काहीही लागलं तरी कळवा..." इन्स्पेक्टर पवार आश्वासक बोलले.

"निश्चितच इन्स्पेक्टर पवार... मी व निशिकांत कार्यतत्पर आहोतच. जर का आम्हाला समजलंच तर कळवतोच... थँक यू..."

मोबाइल बंद झाला होता... संवादावरून निशिकांतला सर्व समजलं होतं... त्याच्या हल्ल्याची केसची पोलीस दप्तरी दखल घेतली गेली होती. निशिकांत अंदाज घेत म्हणाला,

"सर!... इन्स्पेक्टर पवार प्रयत्नांची पराकाष्ठा करीत आहेत... ते या केसच्या मुळापर्यंत जातील याची मला खात्री आहे..."

"मलाही वाटतंय निशिकांत... इन्स्पेक्टर पवारसारखा पोलीस अधिकारी... जयंतसारखा पत्रकार आपल्या पाठीशी आहे... ही जमेचीच बाजू आहे... भविष्यात लढ्यासाठीचा हा आपला मुख्य स्त्रोत आहे हे मात्र निश्चित... चल, आपण साईटवर जाऊन येऊ..."

सोनवण्यांनी जयंतच्या लेखावर पुन्हा एकवार नजर फिरवली... व दोघेही उठले... जावधकाकांनी आधीच ऑफिसच्या कामाला सुरुवात केली होती, तर नटवरसिंगने जीप तयार ठेवली होती.

जीपमध्ये बसताच, धुरळा उडवित जीप बाहेर पडली... एका विशिष्ट व आत घनदाट अरण्यातील साईटचा वेध आता सोनवण्यांना घ्यायचा होता... तशी सूचना नटवरसिंगला देऊन ठेवल्याने, त्यानं जीप इच्छितस्थळी वळवली होती.

३२

"सर!... आत येऊ?"

"हं, ये... ये... अंजली... बैस," डॉ. समीर कॉम्प्युटरवर काही नोंदी घेत होते... खुर्चीकडे निर्देश करीत ते म्हणाले होते.

खुर्चीत बसत डॉ. अंजली म्हणाली,

"कधी आलात सर?"

"मी केव्हाचाच आलोय अंजली... 'प्लँटोन'ला मूर्त स्वरूप देत होतो... थोड्या वेळात त्याविषयी आपण चर्चा करूच... बाकी सर्व नमुन्यांवरचे प्रयोग झाले आहेत ना?" डॉ. समीरनी माहिती घेतली.

"होय!... सर, आणि परिणामही आश्वासक आलेले आहेत... आणि त्यातूनच त्या एका अद्‌भुत वनस्पतीविषयी आपण बोललोच आहोत," डॉ. अंजलीने आठवण करून दिली.

"अरे हो!... परवाच आपलं ठरलं होतं... त्या वनस्पतीचा पुन्हा शोध घेऊन, तिच्या नमुन्यावर प्रयोग करायचा... गुमान आजच जंगलात जाऊन शोध घेणार होता ना?" डॉ. समीरनं विचारलं.

"होय, सर... तसंच ठरलं होतं. कदाचित तो गेलाही असेल... एक मिनिट मी बघते." डॉ. अंजली उठली व बाहेर गेली. तिने हाक मारली तसा गुमानचा प्रतिसाद मिळाला. ती पुनश्च येऊन बसताच, गुमान केबिनमध्ये दाखल झाला. तो म्हणाला,

"जी!... मॅडम?"

"तू ती वनस्पती घ्यायला जाणार होतास ना?... आणली का?"

"नाही मॅडम... ठरल्याप्रमाणे आत्ताच मी निघालोय... तीन-चार तासांतच ती वनस्पती हुडकून आणतो." गुमानच्या लक्षात होतं.

"ती वनस्पती तुझ्या लक्षात आहे ना गुमान?... नाहीतर तो मघाशीचा नमुना घेऊन जा." डॉ. समीरनं सल्ला दिला.

''होय तर साहेब... लक्षात आहे ना... मीच आणली व्हती हुडकून. पक्की ठाऊक आहे... पण ती जंगलात क्वचितच दिसते...'' गुमाननं मान डोलावली.

''जरा जपून जा गुमान... घाई करू नकोस... वेळ लागला तरी चालेल; पण ती वनस्पती आपल्याला हवीच आहे...'' डॉ. अंजली काळजीनं म्हणाली.

''होय बाईसाहेब, काळजी करू नका... मी आणतो व्यवस्थित.''

''गुमान, बाबा सांभाळून जा तू. आम्ही तुझी वाट पाहतोय...'' डॉ. समीरही काळजीने उत्तरले.

''जी साहेब... येतो मी.''

गुमान तयारीनिशी बाहेर पडला... जंगलातील काही ठिकाणं त्याला ठाऊक होती... जिथे ती वनस्पती मिळू शकणार होती... पण जागा मात्र जोखमीचीच होती... गुमानला मात्र आत्मविश्वास होता.

गुमान जाताच, डॉ. अंजली, डॉ. समीरकडे स्मित करीत म्हणाली,

''सर!... परवाच माझी व डॉ. इलांची भेट झाली.''

''काय?... डॉ. इलांची... कशी?... आणि कुठे?'' डॉ. समीर आश्चर्याने म्हणाले व तेवढाच त्यांच्या चेहऱ्यावर आनंद वृद्धिंगत झाला.

''होय!... सर... मी व निशिकांत त्यांच्याकडे भेटायला गेलो होतो. प्रथमच वहिनीसाहेबांना भेटायच्या निमित्ताने मला नेलं... आणि पुढे लागलीच रात्र झाली होती; तरी आम्ही डॉ. इलांना भेटलो. खरंच सर... शी इज अ मार्व्हलस् लेडी... अ व्हेरी डेडिकेटेड टू दि सोसायटी...'' डॉ. अंजलीनं सांगितलं.

''काय म्हणाल्या त्या?'' डॉ. समीरने अधीर होऊन प्रश्न केला.

काय म्हणणार सर... त्यांच्याशी गप्पा मारताना दोन तास कुठं गेले कळलंच नाही... दोन तासांच्या भेटीत त्या फक्त तुमच्याविषयीच बोलत होत्या.'' डॉ. अंजली स्मित करीत म्हणाली.

''माझ्याविषयी?... माझ्याविषयी फारसं बोलण्यासारखं नाही... मी असा सडाफटिंग माणूस... संशोधक... माझ्याकडे काय असणार?... खरं सांगू, जे काही आहे ते सर्व तिच्याजवळच आहे... माझ्यापेक्षा तिनेच खूप भोगलंय... तरी ती खंबीरपणे उभी आहे... समाजबांधवांसाठी... आणि प्राणापलीकडे वडिलांना जपणारी. तू म्हटलं तेच खरं...! शी इज् रिअली अ मार्व्हलस लेडी...''

डॉ. समीर भरभरून बोलत होते... डॉ. अंजली ऐकत होती. दोघांचंही एकमेकांवरील प्रेम व्यक्त होत होतं... प्रगल्भ प्रेमाची ती परिसीमा होती. डॉ. अंजलीने त्यांना तसंच व्यक्त होऊ दिलं. ते थांबले तेव्हा ती म्हणाली,

''सर, एक सांगते... तुमचं दोघांचं अस्तित्व निसर्गाने एकमेकांसाठीच निर्माण केलेलं आहे... आणि ते अबाधित राहील याची खात्री आहे मला.''

डॉ. समीर क्षणभर नि:शब्द झाले... डॉ. इलांच्या आठवणीने अस्वस्थ झाले. एक प्रदीर्घ श्वास सोडत रिलॅक्स झाले व म्हणाले,

"थॅंक यू अंजली!... निशिकांतनं आणि तू खूप मोठं कामं केलं... पुढील आयुष्यात डॉ. इलांना कुठलंही दु:ख होणार नाही, याची मी काळजी घेणार आहे... खरं तर तिने खूप सोसलं आहे..."

डॉ. समीरचा स्वर कातर झाला होता... डॉ. अंजली काहीच बोलली नाही... एक नितळ आणि सुंदर फुलणारं नातं व प्रेम ती पाहत होती. क्षण दोन क्षण असेच गेले. डॉ. समीर उत्स्फूर्तपणे म्हणाले,

"अंजली!.. डॉ. इलांची आणि तुझी भेट झाली हे बरंच झालं. आता कसं ताजंतवानं वाटतंय बघ. फ्रेश झालो... स्फूर्तिही मिळाली... पुढच्या कामाला जोमाने लागूयात. आपल्या उपकरणांचं काय झालं?" डॉ. समीर हळुवार धागा पुढे गुंफत म्हणाले होते. डॉ. अंजली तत्काळ आठवत म्हणाली,

"सर!... खरं तर उपकरणांविषयीच मी आधी सांगणार होते, पण डॉ. इलांचा प्राधान्यक्रम आधी होता. उपकरणे नंतर... तो आपला कामाचा भाग... तर डॉ. इला जिव्हाळ्याचा प्रश्न... सर,... प्रकल्पात नमूद केलेली सर्व उपकरणे आली आहेत... आणि तंत्रज्ञ व अभियंत्यांनी त्यांची जोडणी करून चाचणीही घेतली आहे... पुढील प्रयोगांसाठी ही उपकरणे आता सज्ज आहेत... किंबहुना सर्वांसाठीच ती खुली आहेत."

"व्हेरी गुड अंजलीऽऽ.. माझा किती मोठा भार तू हलका करते आहेस... ही उपकरणे खूप महत्त्वाची आहेत... याचा उपयोग वनस्पतीतील मेंदूसदृश प्रथिनांचा शोध घेण्यासाठी होणार आहे... प्रकल्पाच्या दृष्टीने ते फार महत्त्वाचे आहे." डॉ. समीरनी अंजलीचं कौतुक करीत म्हटलं होतं.

"तसं नाही सर... माझीही ती जबाबदारी आहे... सर, शेजारच्याच प्रयोगशाळेत ती सर्व उपकरणे नियोजित ठिकाणी कार्यान्वित करण्यात आली आहेत... बघायचंय तुम्हाला?" डॉ. अंजलीनं विचारलं.

"येस अंजली, का नाही?.. चल." डॉ. समीर उत्स्फूर्तपणे उठत म्हणाले... डॉ. अंजलीही उठली... दोघंही शेजारच्याच प्रयोगशाळेत शिरले.

ती प्रयोगशाळा विविध उपकरणांनी काचतावदानांमध्ये सुरू होती... प्रयोगशाळा वातानुकूलित होती... प्रत्येक उपकरण सॉफिस्टिकेटेड होतं. डॉ. अंजली एक एक उपकरण दाखवून माहिती देऊ लागली...

"सर, हे समस्थानिकांचा शोध घेणारं उपकरण, केमिकल बायोपेट्रॉलॉजी, वनस्पतींचे माती व द्रव्य याचे भौतिक व रासायनिक गुणधर्म अभ्यासणारे अचूक पृथ्थकरणाचे उपकरण, स्पेक्ट्रोमिटर, टोटल ऑरगॅनिक कार्बन, ॲनालायझर, ॲटोमिक ॲब्जॉरप्शन स्पेक्टोमिटर, टोटल नायट्रोजन डिटरमिनेटर, क्रोमोटोग्राफ,

सल्फर डिटरमिनेटर, धातू पृथ्थकरणाचे उपकरण, मास स्पेक्ट्रोमीटर... ही सर्व उपकरणे आता सिद्ध झाली आहेत. याशिवाय इतर स्कॅनिंग इलेक्ट्रॉन मायक्रोस्कोप, ट्रान्समिशन इलेक्ट्रॉन मायक्रोस्कोप, अल्ट्राटोम, लिक्विड सिंटीलेशन काऊंटर इत्यादी उपकरणे ही सक्षमपणे कार्यान्वित झालेली आहेत... सर, हे केवळ तुमच्यामुळे शक्य होऊ शकलं आहे.'' डॉ. अंजलीने प्रामाणिकपणे सांगितलं.

''तसं नाही अंजली... यात सगळ्यांचाच सहभाग आहे... बघ, याचा परिणाम सकारात्मकच होईल...'' डॉ. समीर आशेनं म्हणाले.

''होईल नाही सर... झाला आहे... इतर विभागांतील वरिष्ठ व कनिष्ठ शास्त्रज्ञांनी ही उपकरणे वापरायला सुरुवात केली आहे...''

''काय म्हणतेस अंजली?... खरंय हे?''

''होय सर,... एक वेगळं चैतन्य निर्माण होऊ पाहत आहे... येत्या काळात मला वाटतं चांगले परिणाम दिसतील...'' डॉ. अंजली आशेनं बोलत होती.

''निश्चितच अंजली... होईलच...''

डॉ. समीरनी काही उपकरणांची प्रत्यक्ष चाचणी घेऊन, गुणधर्म तपासून पाहिले... एकूण एक उपकरणांना त्यांनी हाताळून पाहिलं. बराच वेळ ते प्रयोगशाळेत होते...

दोघंही प्रयोगशाळेतून बाहेर पडले व शेजारीच केबिनमध्ये येऊन बसले... यातच चार तास निघून गेले होते... गुमान अजूनही आला नव्हता. डॉ. समीर ऊत्स्फूर्तपणे म्हणाले,

''बैस, अंजली... तू अतिशय छान काम केलं आहेस... बहुसंख्य उपकरणांची पूर्तता होऊन ती कार्यान्वित झाली आहेत... तू जेव्हा नमुन्यांवर व उपकरणांवर काम करीत होतीस तेव्हा मीही 'प्लँटोन'वर काम करीत होतो... रात्रंदिवस... तुला बघायला आवडेल?''

''निश्चितच सर... मला आवडेल... मी खूपच उत्सुक आहे...'' डॉ. अंजली हर्षोल्लित होत उत्तरली.

''खरा 'प्लँटोन' दाखविण्याआधी मी तुला प्रथम त्याचा आराखडा दाखवतो...'' समोरचाच लॅपटॉपचा स्क्रीन त्यांनी पुढे केला... त्यावर एक ब्लॉक डायग्राम व गुंतागुंतीची आकृती दिसू लागली... डॉ. समीर सांगू लागले, ''हे बघ, ही खाच! येथे वनस्पतीचा नमुना ठेवला जाऊन, त्याच्यावर असंख्य सोनं व चांदीच्या अतिसूक्ष्म कणांचे अग्र आहेत... ते वनस्पतीत निर्माण होणारे तरंग सक्षमपणे पकडतात व पुढे ह्या इलेक्ट्रॉनिक आणि कृत्रिम बुद्धिमतेच्या साहाय्याने व विविध संवेदकाच्या साहाय्याने पृथ्थकरण उपकरणास दिले जातात... आणि ते इंटरफेस करून संगणकाला जोडले गेले आहे... वनस्पतींमधील अतिसूक्ष्म हालचाली किंवा

त्यातील प्रथिने किंवा रसायनांमुळे निर्माण होणारे क्षीण तरंगही या 'प्लँटोन'च्या साहाय्याने पकडून विश्लेषण करणे शक्य होणार आहे... वनस्पतींच्या भावनाच जाणून घेता येईल असं हवं तर समज...'' डॉ. समीरनी सविस्तर माहिती दिली.

''सर!... हा 'प्लँटोन' मला आत्ता बघायला मिळेल?...'' डॉ अंजली उत्सुकतेने व तेवढ्याच अधीरतेने म्हणाली.

''का नाही?. चल या, माझ्या शेजारच्या प्रयोगशाळेत.'' केबिनमध्येच शेजारच्या दारातून दोघेही आत शिरले... ती वातानुकूलित स्वच्छ व छोटेखानी अद्ययावत प्रयोगशाळा होती. डॉ. अंजलीला प्रयोगशाळा पाहून आश्चर्य वाटलं... कारण ही प्रयोगशाळा डॉ. समीरनी स्वतः विकसित केली होती. एका सुंदर दिसणाऱ्या उपकरणाजवळ येत डॉ. समीर म्हणाले,

''अंजली... हा पाहा... हाच तो 'प्लँटोन'... तयार आहे... फक्त याची चाचणी आपल्याला करायची आहे...''

'प्लँटोन' छोटासाच होता... पण सुबक होता... प्रत्येक पार्टन्‌पार्ट डॉ. समीरनी उघडून दाखविला... अतिशय गुंतागुंतीचा त्यात सूक्ष्म घटक वापरला होता... वनस्पतींचे नमुने व जिवंत झाडावरही प्रयोग करण्याची सुविधा यात होती... डॉ. अंजली ते पाहून हरखून गेली... हा 'प्लँटोन' वनस्पतींचे स्वभावगुण व दोषही जाणून घेणार होता... मानव याच्यामार्फत वनस्पतींच्या भावना जाणून घेणार होता... डॉ. अंजली पाहतच राहिली. डॉ. समीर म्हणाले,

''अंजली, यासाठी कुणी कुणी मदत केलीये माहीत आहे?''

''नाही सर!...'' डॉ. अंजली अनभिज्ञपणे म्हणाली.

''ऐक तर... वनस्पतीतील अतिसूक्ष्म धातूचे अग्र जे बसविले आहेत ते डॉ. पाचपुते व डॉ. शिरसाठांनी त्यांच्या प्रयोगशाळेत फंगस माध्यमाचा उपयोग करून तयार केलेत. तेच मी वापरले. डॉ. सिंग यांनी काही संवेदक तयार केलेत, तर डॉ. मिश्रांनी त्यांचे विद्यार्थी डॉ. राजशेखर यांच्या साहाय्याने सिग्नल प्रोसेसिंग केले... व डॉ.गणेश जनुकासंदर्भात संशोधन करीत असले तरी त्यांनी सगळेच इंटरफेस करून दिले... डॉ. शर्मा व डॉ. शैलजांनी एकूणच व्यवस्थापनाचा भाग पाहिला, तर डॉ. देशमुख व डॉ. घाट्यांना मी काही दिलेल्या वनस्पतींचे आलेखन करण्यास सांगितले... आणि महत्त्वाचं म्हणजे तुझा सहभाग खूप मोठा आहे... या सगळ्यांचंच योगदान 'प्लँटोन' निर्मितीमध्ये आहे... मला आशा आहे त्याचा उपयोग सर्वांनाच होईल... वनस्पतींना जाणून घेणे, समजून घेणे सहज शक्य होईल...'' डॉ. समीरनी प्रत्येकाचं महत्त्व वृद्धिंगत केलं होतं... असं मोठेपण शास्त्रीय जगतात क्वचितच आढळतं होतं... या प्रकरणातील प्रत्येकाच्याच सहभागामुळे आत्मविश्वास निर्माण झाला होता... आणि परस्परांमधील संशोधनाची देवाणघेवाणही

सुरू झाली होती... प्रत्येक शास्त्रज्ञ झोकून काम करीत होता...

डॉ. अंजली आश्चर्याने म्हणाली,

"सर!... हे तुम्ही सर्व कधी केलं...? या सर्वांना विश्वासात घेऊन कधी काम केलंत?... या 'प्लँटोन'ची निर्मिती कशी झाली?..."

"मला ठाऊक आहे अंजली... तुला असंख्य प्रश्न पडले असतील... तुला जसा प्रयोग आखून दिला तसा इतरांनाही दिशा दिली होती... महत्त्व पटवून दिलं होतं... म्हणून प्रत्येकानेच विश्वासाने काम केलं... तुझंच बघ... तन्मयतेने तू प्रयोग केले... आणि मी फक्त वेळोवेळी परिणाम बघून दिशा दिली... बस्... आणि फावल्या वेळेत व रात्री उशिरापर्यंत काम करून मी 'प्लँटोन'ची निर्मिती केली... कारण आपले पुढचे प्रयोग खूप महत्त्वाचे असणार आहेत... चल, आता आपण बाहेर जाऊ...."

डॉ. अंजली थोड्यावेळ तशीच घुटमळली... 'प्लँटोन'ला नखशिखांत पाहून घेतलं... आणि ती डॉ. समीरसोबत केबिन मध्ये आली. तेथे गुमान येऊन थांबलेला पाहताच, डॉ. समीर म्हणाले,

"अरे!... गुमान कधी आलास?"

"दहा मिनिटं झाली साहेब..." आणि हातातील वनस्पतींचे नमुने टेबलावर ठेवीत तो पुढे म्हणाला, "घ्या साहेब... ही झाडांची पानं व साली..."

"व्वा!... खूप छान... कुठे मिळालीत?" डॉ. समीर वनस्पती हाताळत आनंदाने म्हणाले होते.

"इथून चार किलोमीटर तरी असेल साहेब..."

"मागे तू आणले होते त्याच ठिकाणाहून का?" डॉ. अंजलीनं विचारलं.

"नाही बाई... त्याच्या भी पुढं... अगदी घनदाट जंगलात घावलं ते... खूपच दुर्मीळ आहे..." गुमाननं स्पष्ट केलं.

"पण ही तीच वनस्पती आहे ना?" डॉ. अंजली खात्री करून घेण्यासाठी बोलल्या.

"होय, बाईसाहेब... तीच आहे... हवं तर मागच्या वनस्पतीवर प्रयोग केला तसा करून बघा..." गुमाननं सुचवलं. गुमानलाही आता वनस्पतींच्या प्रयोगाची सवय झाली होती.

"ठीक आहे गुमान. तू जा प्रयोगशाळेत... अंजली मॅडम येतीलच..." डॉ. समीरनं आदेश देताच, गुमान माघारी गेला. डॉ. समीर डॉ. अंजलीकडे पाहत पुढे म्हणाले, "अंजली, गुमान म्हणतो ते बरोबर आहे... मागे याच वनस्पतीवर तू बरेच प्रयोग केले होते. स्थिर, अस्थिर विभावांतर वापरून विविध वारंवारतेला ही वनस्पती तपासून पाहा. मला वाटतं निश्चितच आश्वासक परिणाम मिळतील. एकच नमुना असल्याने, हा प्रयोग लवकर होऊ शकतो. या वनस्पतीचा छडा आज

आपण लावूच.''

''निश्चितच सर, मी आत्ताच प्रयोगाला लागते... आणि शक्य तेवढ्या लवकर परिणाम घेऊन येते.'' डॉ. अंजली निर्धारानं म्हणाली... व टेबलावर असलेली वनस्पती हातात घेऊन बाहेर पडली... यावेळी हातातील वनस्पतीनं तिला वेगळंच वाटू लागलं. न सांगण्यासारखं. डॉ. अंजली जाताच, डॉ. समीर पुनश्च आतल्या 'प्लँटोन' रूममध्ये गेले. आणि 'प्लँटोन'ची अंतिम चाचणी घेण्यात गुंतले... वनस्पतींचे विविध भाव-भावना दर्शविणारे वेगवगळ्या रंगांचे एल.इ.डी. (Light Emitting Diode) लाईटही होते... व संगणक पडद्यावर गोंधळलेल्या स्वरूपात माहिती येत होती... तीच माहिती आता सुसंगत व्हावी म्हणून ते प्रयत्न करीत होते.

दोन तास डॉ. समीर 'प्लँटोन' रूममध्ये होते... समाधान होताच, ते पुनश्च केबिनमध्ये येऊन बसले... व वनस्पतींमधील काही सदृश स्मृती प्रथिनांविषयी वाचू लागले... ही वनस्पती त्यांना विलक्षण वाटत होती... कारण तिचे संदर्भ सापडत नव्हते... सायंटेशनही दिसत नव्हते.

तेवढ्यात डॉ. अंजलीने परिणामांचे आलेख घेऊन प्रवेश केला व डॉ. समीरच्या पुढे नवे व जुने असे दोन्ही परिणाम तुलनेसाठी ठेवले.

डॉ. समीर परिणामांकडे पाहतच राहिले... जुने व नवे परिणाम तंतोतंत जुळत होते... स्थिर, अस्थिर विद्युत प्रवाहाला व वारंवारतेचे घेतलेले आलेख सारखे होते... फक्त नव्या वनस्पतीमधील प्रखरता खूप होती... डॉ. समीरचं लक्ष त्या हंप व उंचवट्यांनी पुनश्च वेधून घेतलं होतं... यावेळी मात्र ते खूपच ठळक व प्रखर होते. डॉ. समीर म्हणाले,

''अंजली!... तू छान प्रयोग केलास... ही तीच वनस्पती आहे... बघ हे हंप्स्, उंचवटे... तंतोतंत जुळलेले आहेत... नव्यात खूपच प्रखरता आहे...''

''होय सर, मीही ते पाहिलंय... हा रहस्यमय उंचवटा तसाच्या तसा आलाय... तुम्ही म्हटल्याप्रमाणे तेथे निश्चितच काहीतरी दिसतंय.'' डॉ. अंजलीनं शंका व्यक्त केली.

''बरोबर आहे अंजली... त्या उंचवट्यातच कदाचित माहिती असावी... असं कर... तू पुन्हा एक प्रयोग करून बघ.''

''कुठला सर?'' डॉ. अंजलीची प्रश्नार्थ मुद्रा होती.

''तुझ्या मोबाइल मधलं संगीत ऐकून दाखव आणि प्रयोग करून बघ...''

''काय?'' डॉ. अंजली आश्चर्याने उद्गारली.

''तू करून तर बघ... मला या वनस्पतीवर संगीताचा परिणाम पाहायचाय... त्या हंपमधील हालचाल बघायचीये... करशील?''

''होय सर, का नाही,'' डॉ. अंजली ठामपणे म्हणाली आणि पुनश्च प्रयोगशाळेत

जाऊ लागली. तेवढ्यात डॉ. समीर म्हणाले,

"एक मिनिट अंजली" ड्रावरमधून त्यांनी एक प्लॅस्टीक बॉटल काढली व हातात देत ते पुढे म्हणाले... "हा क्लोरोफॉर्मही घेऊन जा."

"क्लोरोफॉर्म?" डॉ. अंजली अविश्वासानं म्हणाली.

"डॉ. इलांनी प्रयोगासाठी दिला होता... संगीताचा प्रयोग झाल्यानंतर वनस्पतीवर क्लोरोफॉर्मचा काय परिणाम होतो तेही बघ... अगदी थोड्या प्रमाणातच वापर..." डॉ. समीरनी स्पष्टीकरण दिलं.

"ठीक आहे सर, मी आलेच," डॉ. अंजली लगबगीने बाहेर पडली.

डॉ. समीर क्षणभर तसेच उभे राहिले... आणि विचार करीत राहिले. यावेळी त्यांना वेगळे पण तेवढेच अपेक्षित परिणाम हवे होते.

थोड्याच वेळात डॉ. अंजली संगीत व क्लोरोफॉर्मचे परिणाम घेऊन आली... तिचा चेहरा गोंधळलेला होता... परिणाम पाहताच, डॉ. समीरचे डोळे चमकून गेले. ते आनंदाने उद्‌गारले,

"अंजली... खूपच छान...! बघ. संगीतामुळे या हंपमधील बदल... किती छान प्रतिसाद देत आहे ही वनस्पती... एखाद्या मानवी मनासारखी... कुठलं संगीत ऐकवलंस" डॉ. समीरनी विचारलं.

"शास्त्रीय संगीत..." डॉ. अंजलीनं सांगितलं.

डॉ. समीर स्मित करीत म्हणाले,

"बघ, या वनस्पतीस शास्त्रीय संगीत आवडतंय..."

"पण सर हा दुसरा क्लोरोफॉर्मचा परिणाम बघा... इथे तो हंप किंवा उंचवटाच नाहीये... अगदीच अदृश्य झालाय..." डॉ. अंजली काळजीने म्हणाली.

"खरंच की!... पण अंजली हा अपेक्षितच परिणाम आहे... क्लोरोफॉर्ममुळे ती वनस्पती प्रतिसाद देण्याचं थांबली... कारण ती बेशुद्ध पडलीये..." डॉ. समीरनं स्पष्ट केलं.

"बेशुद्ध?" डॉ. अंजलीने प्रश्न केला.

"होय... बेशुद्धच... क्लोरोफॉर्मची किती मात्रा दिली होतीस?"

"सर, अगदी थोडीच मात्रा दिली होती..."

"मग कदाचित आता ती पूर्ववतही झाली असेल... शुद्धीवर आली असेल... सॉरी अंजली... तू पुन्हा एकदा प्रयोग कर." डॉ. समीर क्षमस्व होत म्हणाले...

"नाही सर... सॉरी कशाला?... मी अजून दहा प्रयोग करायला तयार आहे... मलाही उत्सुकता आहे... ही वनस्पती खरंच विलक्षण आहे; एवढं मात्र निश्चित..." डॉ. अंजली पुनश्च प्रयोगशाळेत गेली होती.

डॉ. समीर पुनश्च अधीरतेने डॉ. अंजलीची वाट पाहू लागले. लागलीच

डॉ. अंजली आनंदाने पळत आली... आणि परिणाम टेबलावर ठेवत म्हणाली,

"सर!... तो हंप पुनश्च दिसू लागला..."

"म्हणजे वनस्पती पुनश्च शुद्धीवर येऊन प्रतिसाद देऊ लागली... मार्व्हलस...! अंजली कुठे आहे ती वनस्पती?"

"सर प्रयोगशाळेतच..."

"जा लागलीच 'प्लँटोनरूम' मध्ये घेऊन ये... सरळ 'प्लँटोनवर'च तिचं निरीक्षण करू..." डॉ. समीरनं सांगितलं.

डॉ. अंजली पुनश्च गेली व वनस्पती घेऊन 'प्लँटोन रूम' मध्ये शिरली... तेथे डॉ. समीर आधीच तयारीत होते... डॉ. अंजली वनस्पतीचा नमुना हातात देत म्हणाली,

"घ्या सर!..."

हातात वनस्पती घेताच, डॉ. समीरना विलक्षण वाटून गेलं... त्यांनी वेगाने वनस्पती चकतीवर लोड केली आणि 'प्लँटोन' सुरू केलं... संगणक, कृत्रिम बुद्धिमत्ता इलेक्ट्रॉनिक संवेदक सर्वच सुरू होतं. पडद्यावर काही प्रतिमा निर्माण होऊ लागल्या... डॉ. अंजली व डॉ. समीर आश्चर्यचकित झाले... वेगवेगळ्या रंगांचे दिवे उघड-झाप करीत होते... वनस्पती भावना दर्शवित होती... हिरवा, निळा, पिवळा, लाल रंगांच्या माध्यमांतून, वनस्पती शांत, समाधान, दुःख, आनंद, राग, लोभ सर्व भावना व्यक्त करीत होती. संगणक पडद्यावर सरमिसळ माहिती आली होती... पण न समजणारी... डॉ. समीर आवेगाने म्हणाले,

"अंजली... तुझं शास्त्रीय गायन मोबाइल मध्ये सुरू कर..."

डॉ. अंजलीनं लागलीच कृती केली... शास्त्रीय संगीत वाजू लागलं. तशी निळ्या रंगाच्या दिव्याची प्रखरता कमी-जास्त होऊ लागली... आणि प्रतिमांचीही हालचाल होऊ लागली... डॉ. समीर आनंदाने उद्‌गारले...

"अंजली, बघ वनस्पती बोलते आहे... व्यक्त होते आहे... आपला 'प्लँटोन' काम करतोय... थोडं अजून काम करावं लागेल... पण चाचणी यशस्वी झाली आहे..." आता तू वनस्पतीला स्पर्श करून बघ..."

डॉ. अंजलीनं स्पर्श करताच... वनस्पतीनं प्रतिसाद दिला होता. डॉ. अंजलीला कळलं होतं... डॉ. समीरनाही तीच अनुभूती आली.

डॉ. समीरनं 'प्लँटोन' बंद केला... वनस्पती तिथेच ठेवली व दोघंही बाहेर आले. डॉ. समीर म्हणाले,

"अंजली!... ही वनस्पती अतिभव्य, विलक्षण व अद्‌भुत आहे... हिला जाणिवा आहेत... तिला स्मृतीही आहे... हिचा लेखाजोखा बघायला हवा... कुणी साईट केलेली आहे का? संदर्भ दिलेले आहेत का?... आणि शोध घेतलेला आहे का? आपल्याला पुन्हा एकदा बघायला हवं..."

“सर! पण मी मागे बघितलं होतं... या अशा वनस्पतींचा कुठेही उल्लेख नाही... नोंद नाही...” डॉ. अंजलीनं सांगितलं.

“आपण डॉ. देशमुखांना विचारायला हवं... ते त्यात तज्ज्ञ आहेत... आता रात्रीचे आठ वाजलेत, कदाचित ते प्रयोगशाळेतच असतील...” डॉ. समीरनं समोरचा फोन उचलला व डायल केला... पलीकडून रिंग वाजत होती...

“हॅलोऽऽ.. डॉ. देशमुख बोलतोय...”

“सर!... मी समीर...”

“हं!... बोला सर, काही काम होतं?..”

“दोन मिनिटं माझ्या केबिनमध्ये येऊ शकाल?” डॉ. समीरनी विनंती केली.

“आलोच!” पलीकडून फोन ठेवण्याचा आवाज आला.

काही क्षणातंच, डॉ. देशमुख केबिनमध्ये दाखल झाले. डॉ. अंजलीनेही हसून नमस्कार केला. डॉ. समीर म्हणाले,

“बसा सर,... एक महत्त्वाचं काम होतं,” टेबलावर अजून त्या वनस्पतीचा नमुना होता. तो हातात घेत पुढे ते म्हणाले, “सर, या वनस्पतींची नोंद विश्व वनस्पती कोषात झालीये का याची खात्री करून घ्यायची होती.”

“निश्चितच सर!... बघू?” वनस्पती हातात घेताच डॉ. देशमुख न्याहाळू लागले. अंदाज घेत ते पुढे म्हणाले, “माझ्या आत्तापर्यंतच्या अनुभवानुसार ही वनस्पती नवीन आहे; पण तरी सुद्धा मी त्याचे गुणधर्म पडताळून पाहतो... एक अर्ध्या तासात सांगितलं तर चालेल?”

“चालेल सर, मी वाट पाहतोय...” डॉ. समीरनं तात्काळ सहमती दर्शवली.

डॉ. देशमुख उठले व तातडीने माघारी फिरले... वनस्पती हाताळताना त्यांच्या मनात गोंधळ निर्माण झाला होता. चेहऱ्यावर स्पष्ट खुणा दिसत होत्या. डॉ. समीरच्या नजरेतून हा गोंधळ सुटला नव्हता.

डॉ. समीर व डॉ. अंजली दोघंही पुढच्या नियोजनाविषयी चर्चा करू लागले. पुनश्च परिणाम सखोलपणे पाहून, ‘प्लँटोन’ने नोंद केलेल्या निरीक्षणांशी जुळवून पाहत होते. ‘प्लँटोन’च्या यशस्वी निर्मितीने डॉ. समीरना बरं वाटलं होतं... आता वनस्पतीच्या अंतरंगांचा ठाव घेणं सहज शक्य होणार होतं.

बरोबर अर्ध्या तासांनी टेबलावरचा इंटरकॉम वाजला... फोन कानाला लावीत, डॉ. समीर उत्सुकतेने म्हणाले,

“बोला सर, काही सापडलं?”

“नाही!... माझे साहाय्यक डॉ. घाट्यांनी त्या वनस्पतींचे गुणधर्म उपकरणांच्या साहाय्याने शोधले व मी लागलीच विश्व वनस्पती कोशाचा आधार घेतला... असे गुणधर्म असणारी कुठलीच वनस्पती नाही... समीर सर... ही वनस्पती पूर्णतः

नवीन आहे... कारण तिच्या काही न कळणाऱ्या गुणधर्मांनी मीही अचंबित झालो. तुम्ही शोधलेल्या वनस्पतीची ही नवीनच प्रजात आहे. जगात त्याची कुठेही नोंद नाही.'' डॉ. देशमुखांनी माहिती दिली.

''थँक यू सर!... तुमच्या प्रयोगाने माझी खात्री पटली आहे. गरज पडली तर मी पुढेही तुमची मदत घेईन,'' डॉ. समीर आभारयुक्त स्वरात म्हणाले.

''शुअरऽऽ... डॉ. समीर... मी आहेच,'' पलीकडून फोन ठेवला गेला. डॉ. समीरनी प्रदीर्घ श्वास सोडला व ते म्हणाले,

''अंजली ही वनस्पतीची नवीन प्रजात आहे... दुर्मीळ अशी... म्हणूनच तिचे गुणधर्म वेगळे आहेत... अंजलीऽऽ''

''येस सर!''

''पुढचा प्रयोग आता आपण सरळ जिवंत वनस्पतीवर जंगलातच करायचा...इन सिटू प्रयोग...''

''पुन्हा जंगलात सर?'' डॉ. अंजलीनं मागच्या अनुभवानं शंका व्यक्त केली.

''होय!... यावेळी आपण पूर्ण तयारीनिशी जाऊ... मला खात्री आहे त्या वनस्पतीतील स्थित्यंतरे आपल्याला कळतील... संवाद साधणे सोपे जाईल... आणि मुख्य म्हणजे काही रहस्यमय गोष्टींचा उलगडाही होऊ शकेल...'' डॉ. समीरनं तिला योजना सांगितली.

''सर!... यावेळी मीही असेन... तुम्ही एकटं जायचं नाही...'' डॉ. अंजलीनं ठासून आग्रह धरला.

''अगं! तुझा सहभाग आहेच... गुमान व इतर दोघा-तिघा आदिवासींनाही आपण सोबत घेणार आहोत... कारण हा प्रयोग रात्रीतच करायचा आहे. यावेळी मागच्यासारखा गहाळपणा होणार नाही याची आपण काळजी घेऊ... सो, परवाच रात्री आपण प्रयोगाचं नियोजन करू... तू तयारी कर... 'प्लँटोन'मुळे वनस्पतीच्या मनात शिरणं आपल्याला सोपं जाणार आहे.'' डॉ. समीरनं स्पष्ट दिशा दिली व पुढे घड्याळात पाहत ते म्हणाले, ''अंजली, आता रात्रीचे दहा वाजलेत... मी बघतोय सकाळपासून तू धावपळ करत आहेस... उद्या थोडं उशिरा आलीस तरी चालेल...''

''काही प्रॉब्लेम नाही सर... आपण काही निर्णयाप्रत आलो हे महत्त्वाचे... शिवाय नवीन वनस्पती शोधण्याचा आनंद विरळाच. मी तयारीला लागते सर...यू...डोण्ट... वरी... आय वील कीप एव्हरीथिंग रेडी...'' डॉ. अंजली आश्वासक उत्तरली व उठली... निरोप घेऊन ती बाहेर पडली... यावेळी तिच्या चेहऱ्यावर समाधान होतं.

डॉ. समीरही पुढच्या नियोजनात व्यस्त झाले... अजून काही तास ते प्रयोगशाळेतच थांबणार होते... त्या वनस्पतीशी त्यांना पुन्हा हितगुज करायचं होतं.

३३

डॉ. इला सकाळी सकाळीच उठल्या आणि त्यांनी मोबाइलवर एक नंबर प्रेस केला... स्क्रिनवर नाव फ्लॅश होऊ लागलं, वहिनीसाहेब. डॉ. इलांनी मोबाइल अधीरतेने कानाला लावला... पलीकडून ट्यून ऐकू येऊ लागली... ट्यून बंद होताच आवाज आला,

"हॅलोऽऽ"

"हं! वहिनीसाहेब, मी इला बोलत्येय"

वहिनीसाहेब क्षणभर स्तब्ध झाल्या... नंतर आनंदित होत उत्स्फूर्तपणे म्हणाल्या,

"इलाऽऽ... अगं तू... सकाळीच फोन केलाय... बरं आहे ना?"

"तसं सगळं व्यवस्थित आहे वहिनीसाहेब... फक्त एक विनंती करायची होती." डॉ. इलांचा विनीत स्वर आला.

"अगं!... विनंती काय करतेस... फक्त सांग... तो तुझा अधिकारच आहे... बोल." वहिनीसाहेबांना डॉ. इलांशी बोलून खूप बरं वाटलं.

"वहिनीसाहेब!... आज आदिवासींच्या जीवनातील एक मोठा दिवस आहे... इथून पंधरा किलोमीटर अंतरावर एक टेकडी आहे. तिथे आदिवासींचं 'देवमोगरा देवीचं' जागृत देवस्थान आहे... खूप मोठा सोहळा असतो... जत्रा असते... आपण सगळेच निशिकांत, सोनवणेसाहेब, अंजली, समीर, किरण जाऊयात ना!... एक वेगळा अनुभव. तुम्हाला निश्चितच आवडेल... सोनवणेसरांनाही सांगाल ना?" डॉ. इलांनी प्रस्ताव ठेवला.

"खूपच छान कल्पना आहे इला...! त्या निमित्ताने आपणा सगळ्यांनाच एकत्र वेळ घालवता येईल... मी तुझ्या सोनवणेसाहेबांनाही सांगते... ते आनंदाने तयार होतील याची मला खात्री आहे... निशिकांत..." मधेच वाक्य खंडित करीत डॉ. इला म्हणाल्या,

"वहिनीसाहेब... ते नियोजन मी करते... निशिकांत, अंजली व डॉ. समीरनाही

मी सांगते... पण तुम्हाला आवडलं ना?''

''खूप आवडलं इला... जाऊयात संध्याकाळी.'' वहिनीसाहेबांनी सहमती दर्शविताच... डॉ. इलांनी मोबाइल खंडित केला होता...

डॉ. इलांचा चेहरा उजळला. त्यांनी लागलीच डॉ. समीरचा नंबर प्रेस केला व कानाला लावला...

''कोण?... डॉ. समीर?''

''हं बोल इला... ठीक आहेस ना?... सकाळीच फोन केल्याने काळजी वाटली... पण तुझा आवाज ऐकल्याने बरंही वाटलं.'' डॉ. समीरचा काळजीचा स्वर... आल्यावर डॉ. इला हसत म्हणाल्या,

''समीर!... सर्व ठीक आहे... फक्त मी एक प्रस्ताव मांडते तो कबूल करायचा...''

''कबूल!... बोल,'' डॉ. समीरनी आनंद व्यक्त केला.

''न ऐकताच?'' डॉ. इलांची प्रश्नार्थक मुद्रा होती.

''तेवढा विश्वास तुझ्यावर आहे... आणि कुठलाही प्रस्ताव असला तरी तो मी मान्य करीन...'' डॉ. समीर ठामपणे म्हणाले. पलीकडून डॉ. इलांचं हास्य फुललं. त्या म्हणाल्या,

''इथून १५ कि.मी. अंतरावर आदिवासींचं एक देवस्थान 'देवमोगरा' आहे. त्याची जत्रा आहे. आदिवासींचं एक वेगळं जीवन तुम्हाला अनुभवता येईल... त्याला ते दिवाळी म्हणतात... वर्षभर कष्ट करून या दिवाळीत ते मनसोक्त एन्जॉय करतात... आदिवासींचा हा एक मोठा सांस्कृतिक सोहळा असतो... आणि तो तुम्ही अनुभवावा अशी माझी इच्छा आहे...''

''तुमची इच्छा शिरसावंद्य मॅडम... प्रस्ताव मान्य... पण आपण दोघंच का?... सगळेच जाऊयात ना...'' डॉ. समीर बोलले.

''वहिनीसाहेबांशी मी आधीच बोलले... त्या व सोनवणेसाहेब तयार आहेत... निशिकांत व अंजलीही अत्यानंदाने तयार होतील... तुम्हाला व अंजलीला आम्ही पिकअप करू... तुम्ही संध्याकाळी तयार राहा...'' डॉ. इलांनी योजनाच सांगून टाकली.

डॉ. समीरना हे अपेक्षितच होतं; कारण डॉ. इलांचा मनमिळाऊ स्वभाव त्यांना ठाऊक होता...

''व्वा!... म्हणजे सगळंच नियोजनबद्ध आहे... गो अ हेड. मी तयार आहे...'' डॉ. समीर आनंद व्यक्त करीत म्हणाले.

''समीर एक विचारू?'' डॉ. इला थोडं थांबून म्हणाल्या.

''विचार ना?''

''तुम्ही स्वत: शास्त्रज्ञ आहात... अशा देवमोगरा देवीच्या सोहळ्यात सहभाग घेण्यास आवडेल ना?... कारण हा अंधश्रद्धेचा भाग नाही...'' डॉ. इलाने स्पष्ट केलं.

''अगं!... मुळीच नाही... उलट या निमित्ताने मला आदिवासींचं जीवन, राहणीमान, संस्कृती जाणून घेता येईल... इला, तुझ्या निमित्ताने ही खूप मोठी संधी आहे...! मी शास्त्रज्ञ असलो आणि वास्तवाशी माझा संबंध असला तरी, समोरच्यांच्या भावनांचा व संस्कृतीचा मी आदर करतो... डोण्ट वरी...! जाऊयात... मी वाट पाहतोय.'' डॉ. समीरनी सहजपणे शंकेचं निरसन केलं होतं... डॉ. इला सद्‌गदित झाल्या होत्या... डॉ. समीरचं लाघवी बोलणं त्यांना खूप आवडत होतं... त्या रिलॅक्स झाल्या होत्या.

निशिकांत व अंजलीला मोबाइल करून, डॉ. इला रुग्णालयात जायच्या तयारीला लागल्या होत्या.

पाच वाजता बरोबर जीप बाहेर पडली... सोनवणे, वहिनीसाहेब व निशिकांत इन्स्टिट्यूटकडे निघाले होते. नटवरसिंग ड्रायव्हिंग करीत होता. निशिकांतनं अंजलीला मोबाइल करून निघाल्याची सूचना दिली होती. त्यानुसार डॉ. समीर व डॉ. अंजली बाहेर रस्त्यावर येऊन थांबले होते.

दहा मिनिटांतच जीप इन्स्टिट्यूटच्या रस्त्यावर आली आणि डॉ. समीर व डॉ. अंजलीला पिकअप केलं होतं. पुढे सोनवणे बसले होते तर मधल्या सीटवर वहिनीसाहेब, डॉ. इला व डॉ. अंजली बसले होते... निशिकांत व डॉ. समीर मागे बसले होते. किरण मात्र जाधवकाकांजवळच थांबला होता. नटवरसिंगने जीप 'देवमोगरादेवी'च्या स्थानाकडे वेगाने पळवायला सुरुवात केली... प्रत्येकाचाच एकमेकांशी संवाद सुरू झाला. परिचय सर्वांचाच असल्याने, गप्पांना मजा येत होती. सोनवणे म्हणाले,

''समीर!... डॉ. इलांची ही योजना मला मनापासून आवडली बुवा... एकत्रितपणे आपण कधीच बाहेर पडलो नव्हतो... पण ती संधी डॉ. इलांनी मिळवून दिली... या निमित्ताने आपले विचार एकमेकांना कळतील...''

''निश्चितच सुनील... इलाचा हेतू स्वच्छ आहे... दोन निवांत क्षण आपण एकमेकांसाठी देणं गरजेचं आहे...'' डॉ. समीर उत्तरले.

''इला आहेतच तशा...'' हळूच डॉ. इलांच्या हातावर हात ठेवत वहिनीसाहेबांनी डोळे मिचकावले होते. त्यावर डॉ. इलांनी स्मित करून प्रतिसाद दिला...

''आम्हाला जेव्हा फोन आला तेव्हा मी व निशिकांत उडालोच. नेहमीच संशोधन व शैक्षणिक विचार डोक्यात असताना, असे विचार माझ्याही डोक्यात आले नाहीत... नाही का निशिकांत?..'' डॉ. अंजलीनं निशिकांतचा सहारा घेतला.

"होय!... खरंय ते... पण डॉ. इलांची जबाबदारी आपल्यापेक्षा मोठी आहे... त्यांचे रुग्ण त्यांची चातकासारखी वाट पाहत असतात. अशाही स्थितीत त्यांनी वेळ काढला हे महत्त्वाचं." "निशिकांतनं, डॉ. इलांविषयी आदर दाखवला.

सर्वच समरसून गेले होते... वहिनीसाहेब, डॉ. इला, अंजली भरभरून बोलत होते. नटवरसिंग ऐकत होता... वातावरण स्वच्छ व नितळ होतं... डोंगरदऱ्यांतून जीप जाताना दृश्य मनोहारी दिसत होतं... डॉ. इला विचार करीत म्हणाल्या,

"सोनवणे सर!"

"हं बोल इला..."

"मी ही योजना मुद्दामच आखली... तुम्हाला आधी कल्पना असावी म्हणून आदिवासींच्या या 'देवमोगरा' दैवताविषयी सांगते. अनादी काळापासून आदिवासींचं हे कुलदैवत आहे... अतिशय जागृत असं मानलं जातं. विज्ञान तंत्रज्ञानाचं युग आलं असलं तरी, रूढी-परंपरा आदिवासींच्या मनात रुतून बसल्या आहेत. आजही विज्ञानावर त्यांचा विश्वास नाही. सर्प चावला तरी दवाखान्यात जाण्याऐवजी ते या दैवताजवळ येतात... त्यातले काही वाचतात, तर काही दगावतात... कारण ज्यांच्या वाटेला दोन टक्के असणारे विषारी सर्प आले नाहीत, तर शरीर आपोआपच बरं होतं... पण त्यामुळे त्यांची श्रद्धा दृढ होते. किंबहुना शेवटच्या टप्प्यात असणारे रुग्णही इथे येतात... आणि रात्रंदिवस 'देवमोगरा देवी'ची आराधना करतात... आणि शेवटच्या घटकेला माझ्याकडे येतात... तेव्हा माझ्याही हातात काही नसतं. म्हणून मी माझ्या आदिवासी बांधवांचं खूप प्रबोधन करत असते... विज्ञान व वैद्यकशास्त्राचं महत्त्व त्यांना पटवून देते... पण अजूनही खूप मोठा पल्ला गाठायचाय. त्यांच्या ठायी असणारी अंधश्रद्धा कमालीची आहे... तीच मला घालवायचीये... पण एक मात्र निश्चित. 'देवमोगरा दैवता'वर प्रत्येक आदिवासीची निस्सीम श्रद्धा आहे... आणि त्याला हात लावण्याचं धाडस मी करीत नाही... कारण पीडित आणि अशिक्षित आदिवासींच्या जीवनात 'देवमोगरा'च्या निमित्ताने काही क्षण आनंदाचे येतात... आणि ते मला हिरावून घ्यायचे नाहीत... म्हणूनच त्यांचे आनंदाचे क्षण तुम्हालाही अनुभवायला घेऊन चाललेय... काही क्षण तुम्ही स्वत: आदिवासी होऊन बघा... मला खात्री आहे त्यांचं खडतर जीवन तुम्ही जगाल..." डॉ. इलांनी सखोल स्पष्टीकरण दिलं होतं... सर्वच दिङ्मूढ झाले होते. डॉ. इलांच्या भावना तीव्र होत्या. विज्ञान-तंत्रज्ञानाच्या गप्पा मारणारे; या पीडितांकडे दुर्लक्ष करीत होतं. डॉ. समीर सुन्न झाले. ते म्हणाले,

"इला!... आम्ही जरूर आदिवासी होऊ.... किंबहुना सर्वच... त्याशिवाय त्यांच्या व्यथा कळणार नाहीत. नाही का सुनील?"

"होय...खरंय..." सोनवणे होकारार्थी उत्तरले.

निशिकांत, वहिनीसाहेब व अंजली नि:शब्द झाले होते... समाजाचा आपण विचारच करीत नाही, याची जाणीव त्यांना झाली.

जीप 'देवमोगरादेवी' च्या पायथ्याशी येऊन थांबली... नटवरसिंगनं एका ठिकाणी जीप पार्क केली... सर्वजण उतरले होते... आदिवासी स्त्रिया, मुलं, पुरुषांची गर्दी प्रचंड होती... सूर्य क्षितिजापलीकडे गेल्याने, संधिप्रकाशाला सुरुवात झाली... आधुनिक एल.इ.डी.चे दिवे लागले... दुकानं उजळली जाऊन, कालवा सुरू झाला होता... फाटके-तुटके मळकट कपडे घातलेले आदिवासी दिसत होते... काहींच्या हातात आधुनिक मोबाइलही होते... सेल्फी काढले जात होते... वेगवेगळे खेळ व पत्त्यांचे डाव सुरू झाले होते... डॉ. इला म्हणाल्या,

''सोनवणे सर, आपण अंधार पडण्याआधी टेकडीवर जाऊन दर्शन घेऊ... मगच या दिवाळीत मनसोक्त भटकू...''

''ओ.के... नो प्रॉब्लेम...''

सगळ्यांनीच आज्ञा पाळली होती. गर्दी तुडवीत सर्वजण पुढे सरकू लागले... चेहरे अजूनही दिसत होते... अंधार पूर्णपणे पडला नव्हता... क्षितिजावर रंगांची उधळण होताना दिसत होती.

तेवढ्यात निशिकांतची एका व्यक्तीशी नजरानजर झाली. त्याचं नाक पूर्णपणे बॅंडेजने बांधलं होतं... नजर मिळताच... ती व्यक्ती बावरली... आणि पुढे जाऊ लागली... निशिकांतनं मागे वळून शंकेने पाहिलं. त्या व्यक्तीनंही पाहिलं... पुन्हा त्यांची नजरानजर होताच, निशिकांतनं ओळखलं... निशिकांत मागे वळत सोनवण्यांना म्हणाला,

''सर!... तुम्ही पुढे व्हा... मी दोन मिनिटांत तुम्हाला जॉईन होतो.''

प्रत्युत्तराची वाट न बघताच, निशिकांत त्या व्यक्तीच्या मागे जाऊ लागला... लक्षात येताच ती व्यक्ती झपाझपा चालत जाऊ लागली... निशिकांतनंही वेग वाढवला... ती व्यक्ती आदिवासींना धक्के देत पुढे पळत होती. जीवाच्या आकांताने... निशिकांतच्याही लक्षात आलं... त्याच्यावर हल्ला करणारी व्यक्ती तीच होती... निशिकांत शक्यतो इजा न करता पाठलाग करीत होता... एक वेळ तो हातात आलाही; पण एका तान्ह्या बाळाचा आसरा घेऊन, त्याने हिसका दिला व शेजारच्याच झाडीत लुप्त झाला. एव्हाना अंधार पडला होता... आणि त्याचाच त्याला फायदा झाला. निशिकांत स्वतःवरच चिडला व मूठ आवळीत म्हणाला,

''डॅम इट...! सापडलाच असता हराम...ऽऽ''

निशिकांत क्षणभर तसाच हवालदिल उभा राहिला... आणि परत वळला.

दुसऱ्या क्षणालाच तो सोनवणे, समीरसोबत होता... सोनवणे म्हणाले,

''अरे...वीस मिनिटं कुठे गेला होतास?''

"सर!... ज्यानं माझ्यावर हल्ला केला होता तो मला दिसला... माझ्या टप्प्यात आलाच होता... पण पुन्हा निसटला..." निशिकांत त्वेषाने म्हणाला होता.

"अरे, तुम्ही दोघे म्हणजे कठीण आहात... इथेही तुम्ही कुणालाच सोडत नाहीयात" डॉ. समीर कौतुकाने पुढे म्हणाले, "बघा अंजलीताई, तुमच्या निशिकांतकडे. भयंकर आहेत बुवा...!"

डॉ. अंजलीनं नुसतंच स्मित केलं... तिच्या डोक्यात निशिकांतविषयीचा आदर व अभिमान दिसत होता... वहिनीसाहेबांनी आता गप चला म्हणून खूण केली... तर डॉ. इला हसत होत्या. आता अंधारून आलं होतं... सर्वांनीच टेकडी चढायला सुरुवात केली.

मंदिरात प्रवेश करताच, प्रसन्न वाटलं. 'देवमोगराची मूर्ती' सुबक होती. आदिवासी मनोभावे पूजा करीत होते. डॉ. समीर अवलोकन करीत होते. ते नास्तिक नव्हते पण मूर्तिपूजनात त्यांना रस नव्हता. डॉ. अंजलीलाही शास्त्रज्ञ असल्याने मर्यादा येत होत्या. पण निशिकांतच्या सोबतीनं तिनं नमस्कार केला होता... वहिनीसाहेबांनी मनोभावे पूजा केली... त्यांना किरणची आठवण येऊन गेली... पण आताशा तो जाधवकाकांसोबत चांगलाच रुळला असल्यानं त्या निवांत होत्या. सोनवणेही अशा वेळी तटस्थ असत... डॉ. इलांनी मात्र मनोभावे पूजा केली... कारण 'देवमोगरा' त्यांचं कुलदैवत होतं...

आता ठार अंधार पडला होता. टेकडीवरून खाली दिवाळीचा झगमगाट दिसत होता. आजूबाजूला मात्र गर्द झाडी होती... त्यामुळे अंधार दाटून होता. थोडावेळ थांबून, सगळ्यांनीच टेकडी उतरायला सुरुवात केली.

दिवाळीत सगळेच मनसोक्त हिंडले... सेल्फी काढणारे, मोबाइलवर गाणे ऐकणारे, आदिवासी तरुण आनंद लुटत होते... डॉ. इला, डॉ. अंजली व वहिनीसाहेबांनी काही आदिवासी आभूषणांची खरेदीही केली... खेळ केले... पाळण्यात बसले. डॉ. समीरही इलांसोबत लहान झाले होते... आदिवासींचा एक आगळावेगळा उत्सव ते पाहत होते.

एके ठिकाणी सगळ्यांनीच भजी व चहाचा आस्वाद घेतला... डॉ. इला म्हणाल्या,

"सोनवणे सर!... आदिवासी तमाशा पाहायचा का?... थोड्यावेळच!"

"ओ शुअरऽऽ... का नाही!.." डॉ. समीरनी मधेच होकार दिला. ते पाहून सोनवण्यांसोबतच सर्वजण हसले होते.

आदिवासी तमाशा सुरू झाला होता... भिल्ल भाषेतला तो फड होता... कलाकार कसलेले होते... अभिनय छान करीत होते... त्यांच्यातील गणगौळण झकास होती. गाण्यांच्या फर्माइशी होऊ लागल्या. भिल्ल भाषेची मजा काही औरच

होती. बराच वेळ सर्वच तमाशात रमून गेले. प्रत्येक समाजात आपापली लोककला आहे, हे सिद्ध होत होतं.

दहाच्या सुमारास मात्र सगळे परतीला लागले. नटवरसिंग शिताफीने गाडी चालवित होता. वहिनीसाहेब म्हणाल्या,

"दिवाळी खरंच खूप छान होती... अतिशय वेगळा अनुभव... त्या निमित्ताने आदिवासींचा एक वेगळा सांस्कृतिक सोहळा पाहायला मिळाला. आता आपण सर्वच आमच्याकडे सुग्रास जेवण घेऊ..."

"छान कल्पना आहे... एकत्र गप्पा मारता येतील." सोनवणे म्हणाले.

"अरे पण वहिनींना त्रास होईल ना... आधीच उशीर झालाय." डॉ. समीर उत्तरले.

"आम्ही आहोत ना?" डॉ. इला व डॉ. अंजली एकाच वेळी म्हणाल्या. त्यावर वहिनीसाहेब हसत म्हणाल्या,

"त्याची आवश्यकता नाहीये... मी आधीच तयारी करून ठेवली होती... मदतीला जाधवकाका आहेतच..."

"मला हे ठाऊक होतं..." निशिकांतनं गुपित सांगितलं. सगळ्यांचं ठरताच, नटवरसिंगनं अजून वेग वाढवला. अर्ध्या तासातच, इन्स्टिट्यूटवरुन जीप सोनवण्यांच्या क्वार्टर्स समोर उभी होती.

किरण धावत पळतच निशिकांतकडे आला होता... जाधवकाकांसारखीच निशिकांतचीही किरणला सवय होती...

दिवाणखान्यात येताच, सर्वजण फ्रेश झाले... आणि सोफ्यावर अंग टाकलं... वहिनीसाहेब कामाला लागल्या होत्या. डॉ. अंजली व डॉ. इला मदत करीत होत्या. सर्वांनीच सुग्रास जेवणाचा आनंद लुटला व रात्री एक वाजेपर्यंत गप्पा रंगल्या... डॉ. समीर, डॉ. इला, निशिकांत, डॉ. अंजली यांना भरपूर स्पेस मिळाली होती... मन, विचार जाणून घेता आले होते; या निमित्ताने प्रत्येकातच जिव्हाळ्याचं नातं निर्माण झालं होतं. जाधवकाका या मित्रांना कौतुकाने पाहत होते,

दोन वाजलेले पाहून निशिकांत म्हणाला...

"सर!... मी डॉ. इला, डॉ. अंजली व डॉ. समीरना पोहोचवतो. तुम्ही झोपा..."

"अरे!... झोपतील की ते इथेच..." सोनवणे म्हणाले. वहिनीसाहेबांनीही आग्रह केला... डॉ. समीर म्हणाले,

"नको!... सुनील... मला व अंजलीला उद्या एका महत्त्वाच्या प्रयोगाची तयारी करायची आहे... रात्री आम्ही जंगलातच प्रयोग करणार आहोत... पण घाबरू नकोस. यावेळी आम्ही जय्यत तयारीनिशी जाणार आहोत... दोघं-तिघं आदिवासीही सोबत असणार आहेत... आमचा गुमानही आहेच... शिवाय आता डॉ. इलांचे रुग्ण

आहेतच की... कधीतरी निश्चित रात्रभर आपण गप्पांचा फड रंगवू...'' डॉ. समीरनी समजावून सांगितलं.

"होय सर,... रुग्ण माझी वाट पाहत असतील... हाकेच्या अंतरावर तर आपण आहोत.'' डॉ. इलाही म्हणाल्या.

सोनवणे व वहिनीसाहेबांनी सहमती दर्शवताच, निशिकांतनं जीप काढली... नटवरसिंगला त्यानं आधीच झोपायला पाठवून दिलं होतं... डॉ. समीर, अंजली व डॉ. इला बसताच, जीप फाटकातून अंधारात लुप्त झाली होती... वहिनीसाहेब व सोनवणे आत येताच, जाधवकाकांनी दार ओढून घेतलं होतं.

डॉ. इलांना पी.एच.सी. सेंटरला ड्रॉप करताच, डॉ. समीर व डॉ. अंजलीलाही निशिकांतनं सोडलं होतं... शेवटी डॉ. अंजलीचा निरोप घेऊन तो माघारी फिरला... यावेळी गार वारं सुटलं होतं... आणि निशिकांतचे केसही भुरभुरायला लागले होते... जीपचा वेग वाढताच, अंजलीचा चेहरा त्याच्या डोळ्यांपुढे तरळून गेला... आणि तो स्वतःच स्वतःशी हसला होता.

३४

डॉ. समीर व डॉ. अंजलीनं त्या वनस्पतीवर दिवसभर पुनश्च प्रयोग केले होते. 'प्लँटोन'चा प्रयोग करूनही काही निरीक्षणे नोंदवली गेली होती. काही आश्चर्यकारक परिणामही मिळाले होते. त्यामुळे रात्री जिवंत वनस्पतीवर प्रयोग करण्याचा उत्साह वाढला होता.

डॉ. अंजलीनं इतर यंत्रसामग्री व उपकरणांची जमवाजमव केली. डॉ. समीरनी यादीच दिली होती. डॉ. अंजलीही या होऊ घातलेल्या रात्रीच्या प्रयोगानं प्रेरित झाली होती.

सूर्य क्षितिजापलीकडे जाताच, संधिप्रकाशाला सुरुवात झाली होती. हळूहळू अंधार पडू लागला. पायीच जायचं असल्याने, आधीच निघावं लागणार होतं. गुमान तयारच होता; कारण तोच त्या वनस्पतीपर्यंत नेणार होता. मोठ्या महत्प्रयासानं त्यानं ती हुडकून काढली होती... इन्स्टिट्यूटपासून चार कि.मी. अंतर असल्याने डॉ. समीर व डॉ. अंजलीही तयार होते. डॉ. अंजलीने साधा पंजाबी ड्रेस घातला होता. सोबत सुरक्षेसाठी गुमाननं दोघं-तिघं आदिवासी घेतले होते. पिऱ्यासारखी या तिघांना जंगलातील बऱ्यापैकी माहिती होती.

तिघा आदिवासींनी प्रयोगासाठी लागणारी सर्व उपकरणे घेतली आणि डॉ. समीर, डॉ. अंजली व गुमान इन्स्टिट्यूटच्या मागच्या बाजूच्या पायवाटेने जंगलात शिरले. गुमानसोबतच इतर दोघा आदिवासींजवळ प्रखर एल.इ.डी. विजेऱ्या होत्या... म्हणून रस्ता व आजूबाजूचं सहज दिसत होतं. पुढे गुमान, मधे डॉ. समीर व अंजली आणि मागे तिघे आदिवासी झपाझपा चालत होते. विरळ झाडीतून घनदाट अरण्यात प्रवेश झाला होता. आजूबाजूला गर्द झाडी. रातकिड्यांची किर्रर्रऽऽ सुरू झाली होती.

पायवाट नागमोडी होती आणि वळणं घेत चढ-उतार असणारी होती... त्यामुळे सांभाळून व जपून चालावं लागत होतं. अधूनमधून डॉ. समीर सूचना देत

होते. आदिवासी व गुमान सराईत असल्याने, ते सहजपणे चालत होते.

साधारण एक तासाने ते सर्व इच्छितस्थळी पोहचले... गुमान थबकला व विजेरीचा झोत आजूबाजूला टाकत म्हणाला.

"साहेब!... हीच ती जागा आहे..."

डॉ. समीरनंही पाहून घेतलं. आजूबाजूला गर्द झुडपं असली तरी ती थोडी सपाट जागा होती... काँग्रेस गवताचे तण वरती आले होते. जंगल घनदाट असल्याने वातावरणात गारठा होता. डॉ. समीर म्हणाले,

"कुठे आहे ती वनस्पती गुमान?"

"साहेब तीच मी हुडकून ऱ्हायलोय!" गुमान थोडा गोंधळला होता... विजेरीचा झोत टाकून तो प्रत्येक वनस्पती चाचपडून व जवळून निरखू लागला; पण ती तीच वनस्पती असल्याची खात्री त्याला वाटत नव्हती. दोघा आदिवासींना तो म्हणाला...

"किश्या, झिपऱ्या आरं तुमचीबी विजेरी चमकवारं..." गुमाननं सांगताच दोघांनी विजेरी चमकवल्या... त्यामुळे एकत्रित प्रकाशाचा झोत प्रखर झाला... त्याने आजूबाजूचा परिसर उजळून निघाला. गुमाननं पुन्हा एकदा निरीक्षण केलं. डॉ. समीर म्हणाले,

"गुमान, पण जागा हीच आहे ना?"

"होय साहेब!... हीच जागा आहे..." वनस्पतीचा शोध घेतानाच तो खात्रीनं म्हणाला होता... आणि एका वनस्पतीजवळ येताच गुमान खुलला व हर्षानं म्हणाला, "साहेब!... ही ती वनस्पती... हेच ते झाड...!"

डॉ. समीरनी त्या झाडाकडे पाहिलं. दहा फुटांपर्यंतचा तो बहरलेला वृक्ष होता. हिरवागार आणि दाट. त्याची पानं सुबक होती... त्या वृक्षाच्या सान्निध्यात येताच प्रसन्न वाटलं. त्यांनी सहज स्पर्श केला... आणि एक विलक्षण अनुभूती त्यांना मिळाली. पूर्वी एकट्यानं त्या वृक्षावर केलेल्या स्पर्शासारखीच अनुभूती होती... त्यांना तो प्रसंग आठवला. ही तीच वनस्पती होती का? होय!... त्यांची खात्री झाली... वनस्पती संवाद साधत्येय असं त्यांना वाटलं... आनंदानं ते म्हणाले,

"अंजली!... बघ तर, या वनस्पतीला स्पर्श करून! "

डॉ. अंजलीनंही स्पर्श केला आणि तिचा चेहरा प्रफुल्लित झाला... ती म्हणाली,

"सर!... न सांगण्यासारखी अनुभूती... मी प्रयोगशाळेत घेतला तोच हा अनुभव... मला वाटतं तिच ही वनस्पती आहे. काहीतरी वेगळंच वाटतंय...!"

"होय!... अंजली... खरंय... ती संवाद साधत्येय... भावना व्यक्त करतेय."

"काय?" डॉ. अंजली आश्चर्यानं बोलली... गुमानला हा संवाद काहीच कळत नव्हता... तिघं आदिवासी विजेरी घेऊन उभे होते.

''हो!... त्याच भावना आता आपण 'प्लँटोन'च्या साहाय्याने जाणून घेऊयात... चल, प्रयोगाला सुरुवात करू...''

आदिवासींनी विजेरीचे झोत आकाशाकडे करून तीन ठिकाणी ठेवले. त्यामुळे तो परिसर बऱ्यापैकी प्रकाशमय झाला... गुमानसोबतच इतर सर्वजण उपकरणे काढायला मदत करू लागले.

पुढे डॉ. अंजलीने उपकरणांचा ताबा घेतला... तर डॉ. समीरनी त्यांनीच निर्माण केलेला 'प्लँटोन' हाताळायला सुरुवात केली... त्याच्यातून असंख्य केबल्स् निघाले होते... ते त्यांनी पान, खोड, फांदी या विविध भागांना जोडले... हे सगळेच केबल्स् अतिसूक्ष्म अग्रांना जोडले गेले होते.

डॉ. अंजलीनं 'प्लँटोन'चं आऊटपुट इंटरफेस केबल स्वयंऊर्जीत लॅपटॉपला जोडताच, स्क्रिन उजळला... त्यावर विविध फाइल्स दिसू लागल्या... डॉ. अंजली शिताफीने लॅपटॉप हाताळायला लागली... दरम्यान डॉ. समीरनी 'प्लँटोन'चा स्वयंचलित विद्युतघट सुरू करून, त्यातील विविध रंगांचे एल.इ.डी. दिवे लागले... सध्या ते स्थिर होते... त्यांचाही मिश्रित रंग अंधाराला उजळून काढत होता.

अजून काही उपकरणांची जोडणी करताच, प्रयोगाला सुरुवात झाली होती. डॉ. समीर व डॉ. अंजलीनं तेथे बैठकच मारली...

...आणि अद्‌भुत नोंदी होऊ लागल्या... संगीत, दाब, संवाद याच्या प्रतिक्रिया वनस्पतीद्वारे उमटू लागल्या... आणि 'प्लँटोन'च्या साहाय्याने संगणकावर नोंदी होऊ लागल्या. सुख-दुःख, आनंद या भावना एल.ई.डी.च्या विशिष्ट रंगांद्वारे व कमी-अधिक प्रखरतेने जाणवू लागल्या. त्याचीही नोंद होऊ लागली...

डॉ. समीर व डॉ. अंजली हर्षोल्लित झाले... गुमान व तिघे आदिवासीही उत्सुकतेने पाहत होते... वनस्पतीचा संगीताचा रिस्पॉन्स कमालीचा होता... वनस्पती खऱ्या अर्थाने संवाद साधत होती. डॉ. समीरनं आवेगाने लॅपटॉपचा ताबा घेतला आणि शिताफीने माऊस स्क्रिनवर भिरभिरू लागला... किबोर्डवर बोटे खेळू लागली... वनस्पतींची एकूण एक माहिती ते फाइलमध्ये साठवू लागले... ते म्हणाले,

''गुमान!... तू वनस्पतीला स्पर्श कर बरं.''

गुमाननं आज्ञा पाळताच, स्पर्श केला... 'प्लँटोन'मध्ये मग विशिष्ट रंग-तरंग उमटले व स्क्रिनवर उद्‌धृत झाले... तीच कृती आदिवासींना सांगताच, त्यांनीही स्पर्श केला... वनस्पतीकडून प्रत्येकाच्या स्पर्शाला वेगवेगळा प्रतिसाद मिळत होता... त्यात भावनांचा परिसस्पर्श होता. डॉ. समीरना हे जाणवत होतं. त्यांनी डॉ. अंजलीला स्पर्श करायचं सांगताच, अंजलीनं हळूच स्पर्श केला... वनस्पतीतूनही हळुवार भावना उमटल्या... त्या डॉ. समीरना जाणवल्या... डॉ. अंजलीही सुखावली... कारण आता त्यांना कळत होतं. डॉ. समीर प्रत्येकाचाच भावनिक संवाद साठवित होते.

त्यातच आलेखातल्या उमटलेल्या त्या हंपमधून विशिष्ट विस्कळीत शब्दरूप स्क्रीनवर अवतरत होते... कदाचित वनस्पतीचं प्रत्येकाच्या स्पर्शाला दिलेलं ते उत्तर होतं... ती माहिती सगळीच अनफॉरमॅटेड होती... विस्कळीत होती. म्हणून त्याचे अर्थ समजत नव्हते. फॉरमॅट करून, ही माहिती सुसंगत करणे आवश्यक होते; पण ते आता शक्य नव्हते... शब्दरूप पाहून, डॉ. समीर मात्र आश्चर्यचकित झाले होते... आधुनिक विज्ञानाची ही कमालच होती. याचा अर्थ या वनस्पतीमध्ये कुठेतरी स्मृतिसंचय होता... तो सिद्ध करणे आवश्यक होते... पण सध्या ही विस्कळीत माहितीच जाणून घेणे आवश्यक होते... डॉ. समीर म्हणाले,

"अंजली... वनस्पतीचा प्रतिसाद खूपच छान आहे. बघ ही विस्कळीत माहिती..."

"होय सर!... मलाही ती स्पर्शात जाणवली," डॉ. अंजली आश्चर्याने स्क्रीनकडे पाहत म्हणाली... तेथील विस्कळीत शब्द पाहून मात्र ती गोंधळली होती.

"अंजली!... ही वनस्पती मानवी आयुष्यच बदलणार आहे बघ... पूर्णतः नवीन प्रजात आहे... तिचे सर्वच गुणधर्म अद्‌भुत आणि विलक्षण आहेत. बघूयात पुढे ही वनस्पती आपल्याला कुठे नेते..." डॉ. समीर समाधानानं उत्तरले.

डॉ. समीर व डॉ. अंजलीने पुन्हा काही प्रयोग केले... प्रत्येकवेळी वेगवेगळे परिणाम मिळू लागले...

बारा वाजून गेले होते... सलग चार तास प्रयोग चालू होते... गुमानसोबतच, ते तिघे आदिवासीही उत्सुकतेने पाहत होते. त्यांना काहीच कळत नव्हतं, पण वेगळं काहीतरी घडतंय हे मात्र गुमानला कळत होतं.

उपकरणांची आवराआवर करून, आदिवासींनी विजेरी हातात घेतल्या... डॉ. समीर व डॉ. अंजली माघारी फिरले... मागे वळून डॉ. समीरनं सहज पाहिलं... आणि त्यांना ती वनस्पती चमकल्याचा भास झाला. तो भास होता की वास्तव... तेच त्यांना कळत नव्हतं.

त्या सर्वांचीच पावले इन्स्टिट्यूटकडे झपाझपा पडू लागली. डॉ. समीरच्या डोक्यात विस्कळीत शब्दांनी पिंगा घातला होता. श्वापदं व इतर जनावरांचा अंदाज घेत ते सर्व इन्स्टिट्यूटच्या परिसरात दाखल झाले.

रात्रीचा एक वाजून गेला होता... डॉ. समीर म्हणाले,

"गुमान तुम्ही आता घरी जा... किश्या, झिपऱ्या, सख्या तुमची खूप मदत झाली... तुमच्यामुळे आम्ही सुरक्षित राहिलो. मला तुमची गरज पडली तर मी निश्चितच तुम्हाला पुन्हा बोलावीन..." डॉ. अंजलीकडे पाहत ते पुढे म्हणाले, "अंजली... तूही थकली असशील. आता जा तू... पुढे आपल्याला बरीच मजल मारायचीये..."

"सर!... पण तुम्हीही थकला असाल?.. आता सकाळी कंटीन्यू करूयात..."

"नाही!... अंजली... मी थोडावेळ थांबतो... काही प्रश्न मनात घोंगावत आहेत... तू जा... मीही थोड्या वेळाने निघेनच." गुमानकडे पाहत ते पुढे म्हणाले, "गुमान... अंजली मॅडमला त्यांच्या क्वॉर्टर्सपर्यंत सोडून ये..."

"जी!... साहेब... मी ही उपकरणे ठेवून येतो."

डॉ. समीर ऐकणार नाहीत, हे डॉ. अंजलीला ठाऊक होतं... गुमान परत येताच, अंजली त्याच्यासोबत चालू लागल्या व तिघे आदिवासीही वळले. डॉ. समीर स्मित करीत इन्स्टिट्यूटच्या पायऱ्या चढू लागले... विस्कळीत शब्द अजूनही त्यांच्या डोक्यात घोळत होते... आणि आता लागलीच त्याचा अन्वयार्थ त्यांना शोधायचा होता.

डॉ. समीर लागलीच त्यांच्या छोटेखानी प्रयोगशाळेत आले... गुमाननं 'प्लँटोन' व इतर उपकरणे तिथेच ठेवली होती. त्यांनी पुन्हा 'प्लँटोन' सुरू केला व लॅपटॉपचा स्क्रिन सुरू करताच, फाइलमधला डेटा त्यांनी मुख्य स्क्रिनवर काढला... वनस्पतिशास्त्रज्ञ असले तरी डॉ. समीर कालानुरूप संगणकाचं महत्त्व जाणून त्यातही तज्ज्ञ झाले होते... काही सिम्युलेशन्स् त्यांनी केले होते... यावेळी विस्कळीत वनस्पतीची माहिती त्यांना ठरावीक सॉफ्टवेअर व मॉडेल वापरून सुसंगत करायची होती... इंटरनेटवरुन गरजेचे सॉफ्टवेअर त्यांनी डाऊनलोड करताच, विस्कळीत माहिती त्यात फिड केली... बराच वेळ ते प्रोग्रॅमशी खेळत बसले होते... आणि हळूहळू एक एक सुसंगत माहिती शब्द व वाक्याच्या रूपात स्क्रीनवर उद्धृत होऊ लागली... गुमान, आदिवासी व अंजलीच्या स्पर्शाचा प्रतिसाद कमालीचा होता... अंजलीचा स्पर्श वनस्पतीस आवडला होता... शास्त्रीय संगीताची दखल घेतली होती... वनस्पतींचं एकएक उत्तर दिसत होतं... डॉ. समीरना अत्यानंद होत होता. किती विलक्षण वनस्पती होती ही! ...आणि त्यातच काही वाक्यांनी त्यांचं लक्ष वेधून घेतलं... आणि ते आश्चर्यचकित झाले. पुन:पुन्हा ते वाक्य, शब्द वाचू लागले... आणि गंभीर झाले... वनस्पतीच्या स्मृतीत ही नोंद होती याचा अर्थ वनस्पती ही माहिती साठवून ठेवीत होती. तिला स्मृती असावी... पण कुठल्या फॉर्ममध्ये? डॉ. समीरना कळत नव्हतं. त्यांचा प्रकल्पाचाच हा मोठा परिणाम होता... पण त्याची सिद्धता करायला हवी; म्हणून डॉ. समीर उठले... पुनश्च टेबलावर पडलेल्या त्या वनस्पतीचा नमुना घेतला... आणि प्रथिनांच्या पृथ्थकरणासाठीच्या उपकरणात लोड केली... अर्ध्या तासात त्यांना प्रथिनांची माहिती मिळाली होती... आणि त्यातील काही प्रथिनांनी लक्ष वेधताच ते पुन्हा आश्चर्यचकित झाले... ती मानवी मेंदूशी साधर्म्य दाखवणारी प्रथिने होती... स्मृती प्रथिने...!

डॉ. समीर खुर्चीमध्ये रिलॅक्स झाले... या माहितीची पुन्हा एकदा पडताळणी व्हायला हवी... तरच ती जगासमोर आणता येईल. हा मोठाच शोध होता... त्यांनी पुन्हा जंगलात जाऊन वनस्पतीवर प्रयोग करण्याचा निर्णय घेतला... एकट्यानंच...

जोखीम होती... पण पर्याय नव्हता. त्यांना पडताळणी करावयाची होती... इतरांचा रोष आला तरी चालेल; पण त्यांनी निर्णय घेतलाच होता... याच वेळी जंगलात जाण्याचा.

पहाटेचे तीन वाजून गेले... त्यांनी 'प्लँटोन', लॅपटॉप व आवश्यक तांत्रिक बाबी सॅकमध्ये टाकल्या... पाठीवर सॅक लावली, विजेरी हातात घेतली... व इन्स्टिट्यूटमधून बाहेर पडले.

पायवाट माहीत होती... अंधार होता. पण विजेरीचा झोतही मोठा होता... कुठलीच भीती वाटत नव्हती. कारण आता वनस्पती त्यांच्या मदतीला होती... ते झपाझपा पायवाट तुडवू लागले. झाडाझुडपात मधेच वळवळ होत होती. त्याकडे त्यांचं लक्षं नव्हतं. अर्ध्या तासातच ते वनस्पतीजवळ येऊन पोहोचले... आणि वेगाने पुनश्च प्रयोगाला लागले.

'प्लँटोन'च्या सर्व केबल्स लावल्या... लॅपटॉप सुरू केला... दिवे सुरू झाले... आणि पुनश्च वनस्पती संवाद साधू लागली. यावेळी सुसंगत शब्दरूप येत होते... वनस्पती सर्वप्रकारच्या भावना व्यक्त करीत होती... त्याच वनस्पतीने त्यांना जीवनदान दिले होते... प्रोटेक्ट केलं होतं... विषारी साप चावूनही ते जिवंत राहिले होते... कारण विशिष्ट प्रकारच्या तुषारांचा वर्षाव या वनस्पतीने त्यांच्यावर केला होता. त्या विशिष्ट प्रकारच्या रसायनाच्या शिडकाव्यानेच शरीरातील विषाची तीव्रता कमी झाली होती.

डॉ. समीर भारावून गेले... त्यांनी शोधलेल्या 'प्लँटोन'च्या साहाय्याने ते वनस्पतीचे अंतरंग व मन जाणून घेऊ लागले... प्रथिनांच्या माध्यमातून याच वनस्पतीत स्मृती होती.. आणि त्याचाच वापर ही वनस्पती संवादासाठी करीत होती...

पुनश्च डॉ. समीर आश्चर्याने पाहतच राहिले... ती माहिती स्क्रिनवर आली होती... तो संवाद आला होता... पडताळणी झाली होती... शंभर टक्के परिणाम मिळाले होते...

त्यांनी संपूर्ण उपकरणे व 'प्लँटोन' गोळा केले आणि सॅकमध्ये टाकले... सॅक पाठीवर टाकली... विजेरी हातात घेतली आणि त्यांनी सहज स्पर्श केला... वनस्पती स्फुरदीप्तीसारखी उजळून निघाली... ती आनंद व्यक्त करीत होती... डॉ. समीरचा सहवास तिला आवडला होता... परिसर प्रकाशमय झाला... डॉ. समीरनी हळूच वनस्पतीचं चुंबन घेतलं... आणि त्यांचं अंग रोमांचित झालं...!

ते वेगाने बाजूला झाले... प्रकाश अजूनही होता... हळूहळू ते मागे जाऊ लागले... तसा वनस्पतीचा प्रकाश कमी होऊन लुप्त झाला... ती अलविदा म्हणत होती... डॉ. समीरची पावले जड झाली होती... ते वेगाने वळले व झपाझप चालू लागले...

त्यांच्या डोक्यात प्रचंड उलथापालथ होऊ लागली... त्या माहितीनं ते अधीर

झाले होते... सकाळीच त्यांनी सोनवण्यांना भेटायचं ठरवलं... गुप्त माहिती त्यांना द्यायची होती.

पहाटेचे साडेपाच वाजले... ते सरळ बंगल्यात आले आणि त्यांनी बिछान्यावर अंग टाकलं होतं... क्षणभरच!

३५

सकाळी सकाळीच निशिकांत राउंडला गेला असताना वीस-पंचवीस आदिवासी बायाबापडे डोक्यावर लाकडाच्या मोळ्या घेऊन जाताना पकडले. त्यात तरुण-तरुणी आदिवासींसोबतच वृद्ध स्त्री-पुरुषही होते... पहाटेचे चार वाजता ते सर्व नांद्या गावातून निघून रामपूर गावात येत होते... बऱ्याच जणांच्या अंगावर कपडे नव्हते... पुरुषांनी लंगोट घातला होता, तर स्त्रियांनी पोलकं व कमरेला कापड गुंडाळलेलं होतं. निशिकांत नेहमीप्रमाणे फिरायला निघाला होता आणि त्याला हे आदिवासी निदर्शनास आले होते... निशिकांतला पाहताच सर्वच भेदरले होते. त्यानं मोठ्या प्रयासानं सर्वांना वनक्षेत्र कार्यालयाच्या आवारात आणलं होतं... डोक्यावरील मोळ्या एका ठिकाणी टाकायला सांगताच सर्वांनी घाबरून कृती केली... त्यातील सर्वच निशिकांतची गयावया करू लागले. निशिकांत म्हणाले,

"हे बघा!... माझ्या पाया पडू नका... सोनवणेसाहेब आता येतीलच... तुम्ही वनक्षेत्राची मालमत्ता चोरून नेत होतात..." आवाज ऐकून जाधवकाकाही ऑफिसच्या बाहेर आले. त्यातलाच एक वृद्ध लटपटत उभा राहिला आणि हात जोडत भिल्ल भाषेत म्हणाला,

"साहेब!... आम्ही गरीब पोटासाठी हे करतोय... लाकडं ठेवून घ्या, पण आम्हाला जाऊ द्या." म्हाताऱ्याच्या चेहऱ्यावरील सुरकुत्या स्पष्ट दिसत होत्या... इतरही दोघं तरुण युवक व स्त्रिया पुढे आल्या व केविलवाणे होऊन हात जोडत होते...

निशिकांत थोडे मागे सरला... आदिवासींचे चेहरे पाहून त्याला वाईट वाटलं... काय कृती करावी त्याला काहीच कळत नव्हतं... या आदिवासींच्या परिस्थितीविषयी डॉ. इलांकडून त्याला कळलं होतं... तो हतबलं, निःशब्द झाला...

तेवढ्यात सोनवणे तयारी करून आले... समोर लाकडांच्या मोळ्यांचा खच पडलेला पाहिला व तेथेच वीसेक स्त्री-पुरुष आदिवासींकडे त्यांचं लक्ष गेलं.

आदिवासींच्या लक्षात येताच, ते सर्वच हात जोडून व लवून उभे राहिले. सोनवणे काय समजायचं ते समजून गेले... त्यांनी निशिकांतकडे पाहिलं.

"निशिकांत?"

मधेच निशिकांत सोनवण्यांना म्हणाला,

"सर?... पहाटेच मी ह्यांना लाकडं चोरून नेताना पकडलं आणि इथे आणलं..."

जाधवकाका शेजारीच उभे होते... पण त्यांच्या डोळ्यांत आदिवासींविषयी अपार माया व श्रद्धा होती... निशिकांतच्या कृतीवर ते काहीच बोलले नव्हते. आदिवासींचा पवित्रा पाहताच निशिकांतच्या लक्षात आलं होतं... त्यांची ही कृती कार्यालयीन व वनरक्षणाची होती. सोनवणे म्हणाले,

"निशिकांत, तुझी कार्यतत्परता छानच आहे... यांनी चोरी करून गुन्हा केला हे मान्य... पण..."

त्यातलाच एक काटकुळा वृद्ध पुढे हात जोडीत म्हणाला,

"सायेब!... पोटापाण्यासाठी करतो आम्ही... दुसरं कायबी नाही..."

"हेच इकून दोन पैसं येतात... मगच चुल पेटती आणि पोराबाळांची भूख भागते." स्त्री आदिवासीने डोळे पुसले. सोनवणे हेलावले... त्यांनी क्षणभर विचार केला... ते ऑफिसकडे जात म्हणाले,

"या!... या, ऑफिसमध्ये..."

काही आदिवासी बाहेर बसले तर काही आत गेले. त्यात तरुण-तरुणी होते... पाठोपाठ निशिकांत व जाधवकाकाही आत गेले. सोनवणे खुर्चीत बसताच... आदिवासी तरुणानं सरळ पायच पकडले व रडत म्हणाला,

"सायेब!... सोडून द्या आम्हाला... पोलिसांकडे नका देऊ.. खूप मारतात..."

अजून दोघांनीही अशीच कृती केली होती... सोनवण्यांनी त्यांना सावरले... ते दिङ्मूढ झाले. निशिकांतलाही काहीच सुचत नव्हतं. नटवरसिंगही येऊन दाखल झाला होता. सर्वच आदिवासी कृश वाटत होते.

तेवढ्यात बाहेर स्कूटर थांबल्याचा आवाज आला. डॉ. समीरला एवढ्या सकाळीच कार्यालयासमोर आदिवासी पाहून आश्चर्य वाटलं... एवढ्या थंडीतही ते सर्वच उघडे होते. लाज झाकण्यापुरतेच कपडे त्यांच्या अंगावर होते... डॉ. समीरला इलाची आठवण येऊन गेली... ती म्हणत होती ते खरंच होतं... आदिवासींचं कुणीही नव्हतं... डॉ. समीर परिस्थिती पाहून सुन्न झाले... डॉ. समीरनं आत प्रवेश करताच, निशिकांत उभा राहिला... आणि एका खुर्चीकडे निर्देश करीत सोनवणे म्हणाले,

"अरे! समीर... एवढ्या सकाळी... ये बैस!"

डॉ. समीर तत्काळ उत्तरले,

"ते जाऊ दे...! पण हे सगळं काय आहे?... आदिवासी, लाकडं?"

"सांगतो!... सकाळीच निशिकांत राउंडला गेला, तेव्हा त्याला हे सर्व आदिवासी लाकडं चोरून नेताना दिसले व त्याने पकडले..." सोनवणे सांगू लागले... मधेच आदिवासी म्हणाला,

"सायेब!... चोर म्हणू नका!... आम्ही हे पोटासाठी करतोय... दहा मैल डोक्यावर ओझं घेऊन दोन चार पैशांना विकतो. त्यानं आम्ही पोरा-बाळांचं पोट भरतो... सायेब, सोडा आम्हाला..."

"होय!... सायेब... पुन्हा नाही करणार..." दुसरा आदिवासी म्हणाला... तिसऱ्या-चौथ्यानंही हात जोडले... स्त्रिया पाया पडू पाहत होत्या... त्यातील एक स्त्री म्हणाली,

"साहेब... पोलिसात देऊ नका. खूप मारतात आणि अन्याय करतात. देऊ नका... आम्ही निघून जातो..."

डॉ. समीर आदिवासींची व्यथा व कळकळ पाहून सुन्न झाले... निशिकांत नि:शब्द झाला होता... त्यानं ही कृती सहज केली होती... निरागस आदिवासींचा चेहरा पाहून, त्याला पश्चात्ताप होत होता... जाधवकाका स्तब्ध होते. सोनवणे म्हणाले,

"हे बघा!... तुम्ही सगळ्यांनी आधी बसून घ्या... बाहेरच्यांनाही आत बोलवा," आदेश येताच पटापटा जागा मिळेल तिथे ऑफिसमध्ये सर्व आदिवासी जमिनीवर बसले... सोनवणे पुढे म्हणाले, "मी कुठलीही कारवाई करणार नाही... निश्चिंत राहा... मी तुम्हाला पोटापुरतं मिळेल एवढे पैसे देतो... पण अशी झाडं-तोड करून लाकडांची चोरी करायची नाही... मी काम देतो..."

सगळ्यांचेच चेहरे मग उजळले गेले... डॉ. समीर, निशिकांत व जाधवकाका सोनवण्यांच्या या कृतीनं कृतार्थ झाले... त्यातील एक तरुण म्हणाला,

"सायेब!... काय करायचं आम्ही?"

"तुम्ही या वनक्षेत्राचं रक्षण करायचं... आमच्यासोबत राहायचं... कुणी झाडं तोडली तर प्रतिबंध करायचा, चालेल!.." सोनवण्यांनी दिशा सांगितली.

"चालेल..." सगळ्यांनी आनंदाने होकार दिला...

"तुम्ही कुठे राहता हे जाधवकाकांना सांगून जा... पाहिजे तेव्हा मी तुम्हाला बोलवीन आणि पैसेही पोहोचवीन."

"मला प्रत्येकाचं घर माहीत आहे साहेब..." जाधवकाका समाधानानं उत्तरले... सोनवण्यांचा मार्ग त्यांनाही खूप आवडला होता.

"जाधवकाका या सर्वांना चहा पाजा" जाधवकाका लागलीच कामाला लागले.

चहा पिऊन एक-एक आदिवासी उठून नमस्कार करीत माघारी फिरला... क्षणभर सोनवण्यांच्या चेहऱ्यावर स्मित झळकलं... डॉ. समीर व निशिकांतनंही चहा रिचवला. डॉ. समीर म्हणाले,

"सुनील!... किती सहजपणे तू या सगळ्यांना तुझ्या कळपात सामील करून घेतलंस...ग्रेट...!"

"आता हे जीवाला जीव देतील साहेब," जाधवकाकांनीही पुष्टी दिली... निशिकांत रुद्ध आवाजात म्हणाला,

"सर!... मी सहजच ही कृती केली... पण त्यांना पाहिल्यानंतर मात्र मी गोंधळलो... यांना काय शिक्षा करणार?... ते बिचारे आधीच जन्मापासून शिक्षा भोगत आहेत... अजून कुठली शिक्षा करणार? हे लक्षात आल्यानंतर मी खजील झालो... सॉरी सर!..."

"अरे!... निशिकांत सॉरी कसलं... तुझी कृती प्रामाणिक होती... आणि तिचा मार्ग तुला कळला होता... बस...!" सोनवण्यांनी सहज सांगितलं.

"निशिकांत, मानवता खूप मोठी आहे... आणि तू ती दाखवलीस. सुनील वेगळी भूमिका घेणार हे मला ठाऊक होतं... आणि ती त्याने अपेक्षेप्रमाणे घेतली... त्यानं रोजगारही दिला... आणि स्वतःच्या कळपातही सामावून घेतलं... म्हणूनच मला त्याचा नेहमीच अभिमान आहे..." डॉ. समीर हसत म्हणाले होते.

"अरे!... जाऊ दे समीर... आपल्या भारतात सामाजिक व आर्थिक विषमताच खूप मोठी आहे... हे बिचारे आदिवासी कुणाच्याही खिजगणतीत नाहीत... अगदी प्राण्यांसारखी त्यांना वागणूक असते... सोड. भरपूर आहे सांगण्यासारखं... बरं, तू एवढ्या सकाळी का आलास? काही अर्जंट काम होतं का...?"

"होय!... तसंच समज हवं तर..." इकडे तिकडे पाहत अंदाज घेत हळू आवाजात डॉ. समीर पुढे म्हणाले, "तुम्हा दोघांसाठी एक महत्त्वाची बातमी आहे."

डॉ. समीरनं असं सांगताच, सोनवणे सावरून बसले... निशिकांतनंही खुर्ची पुढे घेतली... सोनवण्यांनी विचारलं,

"काही गंभीर बातमी आहे का?"

डॉ. समीर, सोनवण्यांच्या दिशेने निरखून पाहत म्हणाले,

"तशी बातमी गंभीरच म्हणायला हवी... ती बातमी म्हणजे आज रात्री एक ते दीडच्या दरम्यान देवबा पॉइंटच्या मध्य घनदाट जंगलात मोठ्या प्रमाणात चंदन व सागवानाची तस्करी होणार आहे... ही बातमी अतिशय गुप्त आहे..."

डॉ. समीर म्हणतोय याचा अर्थ त्याला काहीतरी आधार आहे... याची खात्री सोनवण्यांना होती... ते गंभीर होत म्हणाले,

"एक्झॅक्टली लोकेशन कुठे आहे ते सांगू शकशील?"

“निश्चित!... मी कॉम्प्युटरवर तो आराखडा काढूनच आणलाय...” खिशातून एक पेपर काढीत, त्यात मार्ग दाखविला होता. डॉ. समीर पुढे म्हणाले, “हे बघ सुनील, इन्स्टिट्यूटपासून पश्चिमेच्या बाजूने एक पायवाट आहे... ती पायवाट नागमोडी वळणे घेत गर्द झाडीत चार किलोमीटरवर देवबा पॉइंट आहे... तेथे सपाट भाग आहे. आणि आजूबाजूला दाट झाडी आहे... तिथेच ही तस्करी शंभर टक्के होणार आहे...” डॉ. समीरनं मार्ग समजून सांगितला. सोनवणे दीर्घश्वास सोडत म्हणाले,

“तुला हे कसं कळलं?”

“मी आत्ताच हे सांगू शकत नाही... पण वेळ आल्यावर मी याचं विश्लेषण जरूर देईन. तूर्त तुम्हाला माझ्यावर विश्वास...” निशिकांत मधेच उत्तरला.

“हे काय म्हणताय सर!... तुमच्यावर अविश्वास दाखवूच शकणार नाही...”

“बरोबर आहे... तू सांगितलं... तेवढं पुरेसं आहे आम्हाला... समीर या नावातच खरं तर विश्वास आहे...” सोनवणे डॉ. समीरच्या हातावर हात ठेवून म्हणाले होते... डॉ. समीरनंही हसतच दुसरा हात ठेवून कृती केली होती... हाच एकमेकांवरचा विश्वास होता... ते पुढे म्हणाले, “निशिकांत!... तयारीला लागा... जाधवकाका, समीरनं सांगितलेला पॉइंट तुमच्या लक्षात आला का?”

आतापर्यंत स्तब्ध व कौतुकाने पाहत असलेले जाधवकाका म्हणाले.

“होय, माहीत आहे... पण आता आपल्याकडे ही मोठी फळी आहे ना साहेब... तो प्रत्येक आदिवासी या जंगलातला हेर आहे... त्यांनाही ठाऊक असेलच...”

“मग तर त्यातील दहा तरुण आदिवासींना रात्री तयार ठेवा... बरोबर रात्री आठ वाजता आपण इथून निघायचं... ठीक आहे ना निशिकांत...” सोनवण्यांनी ठरवून टाकलं.

“होय सर, मी तयारच आहे...” निशिकांतही आत्मविश्वासाने पुढे म्हणाला, “समीरसरांचा शब्द व अंदाज आपल्याला खाली पडू द्यायचा नाही...”

डॉ. समीर समाधानानं दोघांकडे पाहत होते... सांगायचाच अवकाश... वेळ काळ न पाहता मोहिमेसाठी सतत तयार असतात...

निशिकांत व जाधवकाका, नटवरसिंगला सोबत घेऊन रात्रीच्या योजनेच्या तयारीला लागले...

डॉ. समीर सोनवण्यांसोबत वहिनीसाहेबांना भेटले... किरणशी थोडं खेळून वहिनीसाहेबांच्या हातचा चहा प्यायले व इन्स्टिट्यूटकडे निघाले... यावेळी त्यांच्या चेहऱ्यावर समाधानासोबतच, प्रयोगाने दिलेल्या परिणामाचीही परीक्षा होती... सिद्धता होती... पण डॉ. समीरना त्यांचा प्रयोग व वनस्पतीवर विश्वास होता... त्यांनी स्कूटरचा ॲक्सलेटर वाढवला होता...

३६

रात्रीचे आठ वाजून गेले होते. जाधवकाकांनी कालच्याच दहा तरुणांना हुडकून आणलं होतं. आदिवासी तरुणही उत्साहाने सामील झाले होते... तरुण काटकुळे होते; पण काटक व चपळ होते. सोनवणे व निशिकांत सर्व तयारीनिशी आले होते. क्षणभर सोनवण्यांनी सर्व आदिवासींना पाहून घेतलं... एकाच्या पाठीवर हात ठेवत म्हणाले,

"हे बघा दोस्तांनो!... आता तुम्ही या सरकारी यंत्रणेचा भाग आहात... आता आपण एका खास मोहिमेवर जाणार आहोत." आणि पुढे संपूर्ण योजना समजावून म्हणाले, "प्रत्येकाला सतर्क राहावे लागणार आहे... आपली जबाबदारी पार पाडावी लागणार आहे."

या आदिवासींवरच त्यांची भिस्त होती; कारण इथे एकही गार्ड प्रामाणिक नव्हता. त्यामुळे सोनवण्यांचा कुणावरही विश्वास नव्हता. पुढे अजून बऱ्याच सूचना सोनवणे देत राहिले. निशिकांतही ऐकत होता. जाधवकाका येणार नसले तरी तेही या योजनेचा एक भाग होते. नटवरसिंगही नोंद करून घेत होता.

या वनक्षेत्रात अस्वस्थपणे घडणाऱ्या घटनेचाच मागोवा आता डॉ. समीरच्या सांगण्यावरून सोनवण्यांना घ्यायचा होता.

सोबत दोन-तीन विजेरी, काही हत्यारेही होती. आदिवासी तरुणांनी काही पारंपरिक हत्यारे आपल्या सोबत ठेवली होती, तर सोनवणे व निशिकांतजवळ स्वतंत्रपणे परवानाधारित रिव्हॉल्वर होते... सुरक्षिततेच्या दृष्टीने सोनवण्यांनी आपली टिम सज्ज केली होती.

जीपमध्ये दाटीवाटीने सगळे बसताच, नटवरसिंगने जीप इन्स्टिट्यूटच्या दिशेने वळवली. क्षणभर जाधवकाका अंधारातही जीपचं अस्तित्व शोधतच होते. सोनवणे व निशिकांत परत येईपर्यंत कार्यालयात थांबण्याचं जाधवकाकांनी ठरवलं होतं.

नटवरसिंग काही वेळातच सोनवणे, निशिकांत व तरुण आदिवासींना पायवाटेपर्यंत

सोडून माघारी परतला.

नऊ वाजण्याचा सुमार... ठार अंधार... चांदणंही नव्हतं... अशा वातावरणात सोनवणे व निशिकांतनं घनदाट जंगलात प्रवेश केला... पुढे सोनवणे व निशिकांत पायवाटेने प्रखर विजेरीच्या झोतात चालू लागले. त्यांच्यासोबत दोघं तरुण होते... तेच खरे वाटाडे होते. त्यांना ते इच्छित ठिकाण माहीत होतं... बाकी सगळे पाठीमागून धिम्या पावलानं चालत होते...

आजूबाजूचा कानोसा घेत सर्वजण पुढे जात होते... आता वेग वाढला होता. कारण चार-पाच किलोमीटरवर ते ठिकाण होतं. सगळ्यांनीच पावले उचलायला सुरुवात केली. आजूबाजूला दाट झाडी. त्यातील प्राणिमात्रही आताशा शांत झालेली... पण चाहूल लागताच वळवळणारी... मधेच कुठे तरी सळसळ होत होती. त्यानं मात्र कुणीही विचलित होत नव्हतं... कारण सर्वच निर्ढावलेले होते. उन्हाळ्याचे दिवस असले तरी गर्द झाडीमुळे वातावरणात गारठा होता. उत्साह वाढविणारा.

जसं लक्ष्याचं ठिकाण येत होतं; तसा विजेरीचा उपयोग कमी होत होता. बहुतांशी अंधारातच वाटचाल होत होती. फक्त एकदाच प्रकाशझोत टाकून रस्त्याचा अंदाज घेतला जात होता; कारण प्रतिस्पर्ध्यांना आता कुठलीही संधी सोनवण्यांना द्यायची नव्हती. चाहूलही लागू द्यायची नव्हती... त्यांच्या गाफीलपणाचाच फायदा आता त्यांना घ्यायचा होता.

साधारण अकराच्या सुमारास डॉ. समीरनी सांगितलेल्या ठिकाणी येऊन सर्वजण थांबले होते. आदिवासी तरुणांनी बरोबर न चुकता आपली हत्यारं आणली होती व विजेरीचा उपयोग न करण्याचे ठरविलं... सोनवण्यांनी अतिशय धीम्या आवाजात सगळ्यांना समजावून सांगितलं... आणि पोझिशन्सही ठरवून दिल्या... सोनवणे शेवटी म्हणाले,

''मी 'अटॅक' असं ओरडताच... सर्वांनी चाल करून जायचं आहे.'' उजवा अंगठा उंचावत ते म्हणाले, ''सर्वांना शुभेच्छा!'' आदिवासी तरुणांनी आपापल्या हत्यारासोबतच झुडपांमध्ये जागा घेतल्या... सोनवणे व निशिकांतनेही जागा घेतली व दबा धरून बसले... सोनवण्यांनी घड्याळात पाहिलं... रात्रीचे साडेअकरा वाजले होते.

क्षणात वातावरण शांत झालं होतं... कुणाचीही चाहूल जाणवत नव्हती... कारण रातकिड्यांनी संगीत सुरू केलं होतं... चाहूल लागताच ते संगीत बंद होत होतं. अंधारात कुणाचंही अस्तित्व दिसत नव्हतं... प्रत्येक जण अंधाराचा व झुडपांचाच एक भाग झाले होते. श्वासोच्छ्वासही धीमे झाले होते... आता प्रतीक्षा होती फक्त पुढे घडणाऱ्या अपेक्षित घटनांची.

सोनवण्यांनी घड्याळात अधीरतेने पाहिलं... अंधारात रेडिअमचा आकडा एक

दर्शवित होता... सलग दोन तास ते सर्व प्रतीक्षा करीत होते. आदिवासींची चिकाटी कमालीची होती. कुठलीही हालचाल नव्हती... निशिकांत समोरच ठरावीक अंतरावर होता... पण अंधारात फक्त काळी छाया दिसत होती... पुन्हा सोनवण्यांनी घड्याळात पाहिलं. ते अस्वस्थ झाले... मनात शंका आली. पण डॉ. समीरवर त्यांचा ठाम विश्वास होता... कुठल्यातरी वास्तव माध्यमातून त्यांनी ही बातमी सांगितली होती... ते वाट पाहणार होते.

दहा मिनिटांनीच समोर झुडपांची हालचाल झाली. सोनवणे व निशिकांतसोबतच आदिवासी तरुणही सतर्क झाले... पोझिशन्स घेतल्या. काहीतरी घडणार याची खात्री झाली.

तेवढ्यात समोरची काही झुडपं बाजूला झाली... आणि दोन प्रखर लाईटचे झोत बाहेर आले. तो ट्रक होता... झुडपं बाजूला झालेली पाहून सोनवणे व निशिकांत अचंबित झाले. झुडपांनी वेढलेला तो मोठा डोंगर होता... त्याच्याच पायथ्याशी भुयारी मार्ग व चोरवाट होती... आणि त्याच टोकावर तो ट्रक हेडलाईट फेकत उभा होता. चालकाने पुढे होत तो पटांगणांत आणला आणि त्या पाठोपाठ दोन-तीन ट्रक लाईनीत उभे राहिले... ते सर्व चंदन व सागवानानी गच्च भरलेले होते... परावर्तित प्रकाशाने भुयारी वाट खोलवर दिसत होती. हे पाहून सोनवणे सुन्न झाले. निशिकांतला इशारा करताच, सोनवणे मैदानात ट्रकच्या झोतात आले आणि ओरडले,

''थांबा!'' निशिकांतही येऊन धडकला होता.

अनपेक्षित आलेला आवाज पाहून ट्रक ड्रायव्हर हबकले... त्यांनी ट्रक बंद केला व हेडलाईट तसाच ठेवला. त्यामुळे तेथे प्रकाश होता व प्रत्येकाच्याच हालचाली दिसत होत्या. 'थांबा' आवाजानं पुढच्या व मागच्या दोन-तीन ट्रकमधून चार-पाच आडदांड माणसं पुढे आली... त्यातील एकानं खिशातून पिस्तुल काढलं व सोनवण्यांकडे रोखीत तो म्हणाला,

''कोण आहात तुम्ही?''

सोनवणे पावित्र्यात उभे होते... त्यांनी अजून कुणालाही आदेश दिला नव्हता... म्हणून समोरच्यां आडदांड माणसांना फक्त सोनवणेच असल्याचं दिसत होतं... पण काळोखातून वेगाने त्या पिस्तुल रोखलेल्या इसमावर निशिकांतनं झडप घातली व पिस्तुल हस्तगत करून, पेकाटात लाथ मारली... तो कळवळला. अचानक हल्ल्यानं दुसरा इसम पिस्तुलचा खटका दाबणार तेवढ्यात सोनवण्यांनी चपळतेने झडप घालून त्याला लाथेने उडवले व पिस्तुल हस्तगत करत ते ओरडले.

''जाणून घ्यायचंय कोण मी...? तुझा बाप. सोनवणे... रेंजर सोनवणे...''

हा पवित्रा पाहताच दोघंही धावून आले... निशिकांतनं त्या दोघांवर चाल केली... आणि ट्रकमधून काही आदिवासी हत्यार घेऊन पुढे उड्या मारत आलेले

पाहून सोनवणे ओरडले,

"अ‍ॅटॅकऽऽ"

आदेश मिळताच चोहोबाजूने दबा धरून बसलेले आदिवासी तरुण चपळतेने बाहेर आले आणि त्यांनी एकेकावर झडप घालून, त्यांना नि:शस्त्र करून टाकलं. चालक उड्या मारून पळणार तेवढ्यात सोनवणे ओरडले,

"खबरदार कुणी खाली आलं तर?... आहे तिथेच बसून राहा..."

ट्रकचे सर्व चालक निश्चल बसून राहिले... तरुणांनी एकाएका आदिवासीला पकडून चढवलं व प्रत्येकाने ट्रक चालकाचा ताबा घेतला. त्यातला प्रमुख आडदांड धमकावत म्हणाला,

"हे खूप महागात पडेल. हा माल मोठ्या सायेबांचा आहे..."

निशिकांत पुढे झाला आणि रागातच एक मुस्काटात मारत म्हणाला,

"कोण आहेत तुझे मोठे साहेब?... सांग ना?"

तो नि:शब्द झाला... दुसरा मगरूरीत म्हणाला,

"तुम्ही काही करा, पण सायेब आम्हाला सोडून घेत्याल..."

सोनवण्यांनी त्याच्याही गालफडात ठेवून दिली.

"मी पण बघतो तू कसा सुटतो?.. बापाशी गाठ आहे बेटा तुझी! खूप झाली तुमची थेरं... उचला आणि टाका रे यांना ट्रकमध्ये."

दोघा तरुणांनी सर्वांना ओढतच ट्रकमध्ये घातलं... चालकांचा ताबा आधीच घेतला होता.

सोनवणे व निशिकांतनं सर्व एका मागोमाग असलेल्या ट्रकचं लागलीच अवलोकन केलं... आणि ते सुन्न झाले. आत मोठं भुयार होतं... किती लांब ते माहीत नाही... पण त्यात एकूण अकरा ट्रक चंदनांनी भरगच्च भरलेले होते... पुढे कुठल्या वाटेनं जाणार हेच त्यांना शोधून काढायचं होतं.. निशिकांतकडे पाहत ते म्हणाले,

"निशिकांत!"

"येस! सर!"

"मी सर्वांत पुढच्या ट्रकमध्ये बसतो... तू मागच्या ट्रकचा ताबा घे... म्हणजे मधे असणारे ट्रक आपल्या टप्प्यात राहतील. बघूयात हे कुठल्या मार्गाने नेतात..."

निशिकांत मागे पळतच, ट्रकवर चढला आणि पुढच्या ट्रकवर चढत सोनवणे म्हणाले, "चल रे... घे ऑफिसकडे."

ट्रकचा घर्रऽऽ घर्रऽऽ आवाज झाला. सर्वच ट्रकचा आवाज एकत्रित झाला. समोरच डावीकडच्या झुडपातील डोंगरातही एक भुयार होतें... तेथे एक एक ट्रक घुसू लागले... सोनवणे हवालदिल झाले. भुयार बरेच मोठे होते... पुढे एका

चोरवाटेनं निघून सर्व ट्रक तिसरीकडेच रस्त्यावर आले. सोनवण्यांना हा रस्ता काहीच कळला नाही. निशिकांतही गोंधळला होता. चंदन तस्करीची पातळी खूपच खालच्या थराला गेली होती.

पहाटेचे पाच वाजले होते. अजूनही अंधार होता... वातावरण शांत होतं... हेडलाइट फेकत रस्त्यावरुन एकाच वेळेस अकरा ट्रक धीम्या गतीने जात होते. सोनवण्यांनी मोबाइल काढला व नंबर प्रेस केला... पलीकडून रिंगटोन वाजली.

"हंऽऽ... हॅलो इन्स्पेक्टर पवार... मी सोनवणे..."

"अरे!... सोनवणे सर! एवढ्या सकाळी?... काही अडचण?"

"नाही!... तशी अडचण नाही... तुमची मदत लागणार आहे..."

"बोला ना!"

"रात्री एका निरोपानं आम्ही चंदनतस्करांची योजना आखली आणि ती यशस्वी झालीये... अकरा ट्रक पकडलेत..." सोनवण्यांनी माहिती दिली.

"काय अकरा ट्रक...?... व्हेरी गुड सर...!"

"आणि गुन्हेगारांनाही ताब्यात घेतलंय... तुम्ही येऊ शकाल का?"

"शुअर!... अर्धा ते पाऊण तासातच पोहोचतो..."

"मीही पोहोचतोय... या इनस्पेक्टर."

सोनवण्यांनी मोबाइल बंद केला...

थोड्या वेळातच वनक्षेत्र कार्यालयाच्या आवारात चंदनाने भरलेले अकरा ट्रक पोहचले. जाधवकाका व नटवरसिंग समोर आले. मोहिम यशस्वी झाल्याचा आनंद दोघांच्याही चेहऱ्यावर होता.

नटवरसिंगने ट्रक एका बाजूला एक असे लावून घेतले... आणि तरुण आदिवासींनी त्या चार आडदांड इसमांसोबत हत्यारधारी आदिवासी व चालकांना ताब्यात घेतले. सोनवणे व निशिकांत ऑफिसमध्ये जाऊन बसले. त्यावेळी आडदांड इसमांच्या चेहऱ्यावर मगरूरीचे हावभाव होते.

पुढील वीस मिनिटांतच पोलिसांची जीप व व्हॅनने आवारात प्रवेश केला व जीपमधून इन्स्पेक्टर पवार उतरले व सरळ ऑफिसमध्ये शिरले... शिरतानाच ते पोलिसांना म्हणाले,

"टाकारे ह्या सगळ्यांना व्हॅनमध्ये... माजोरडे सालेऽऽ.. बघतो आता त्यांच्याकडे..."

पोलिसांनी लागलीच कृती करायला सुरुवात केली. इन्स्पेक्टर पवार खुर्चीत बसले... तसे सोनवणे म्हणाले,

"याऽ याऽ इन्स्पेक्टर पवार... थँक्स्...!"

"आभार कसले मानता सोनवणेसाहेब... वेल डन!... तुम्ही खूप मोठं काम केलंत... बऱ्याच वर्षांपासून तक्रारी येत होत्या... पण सापडतच नव्हते हरामखोरऽऽ."

इन्स्पेक्टर पवार रोषाने म्हणाले.

“ सर!... ही तर फक्त प्यादी आहेत... या मागचे मास्टर माईंड दुसरेच आहेत...” निशिकांतनं वस्तुस्थिती सांगितली.

“खरंय तुझं निशिकांत... पण असू दे... सुरुवात तर झाली... ते मास्टर माईंडही शोधून काढू आपण...”

“शोधायची गरज नाही इन्स्पेक्टर पवार... ते आपोआपच पुढे येतील... कारण मोठ्या प्रमाणावरील त्यांचा व्यवहार पकडला गेलाय...” सोनवणे म्हणाले.

“कुणीही असो... पण आता सुरुवात झालीये... आता शेवटपर्यंत या विषारी साखळीचा नायनाट करूयात... मी तुमच्यासोबत आहे...” इन्स्पेक्टर पवारांनी सहकार्य दर्शविलं.

“थँक यू इन्स्पेक्टर पवार... तुमचा सपोर्ट फार महत्त्वाचा आहे... बघूयात जशा घटना घडतील तसं आम्ही तुम्हाला कळवत राहू...”

“पुढची तुम्ही काळजी करायची नाही... ह्या सगळ्या धेंडांना नेतो आणि तुरुंगात टाकतो... सहसा माझ्यासमोर कुणीही येण्याची हिम्मत करणार नाही... त्या सर्वांना माझा दणका ठाऊक आहे...” इन्स्पेक्टर पवार पुढे म्हणाले, “सोनवणे... पुनश्च एकदा अभिनंदन...! चला, तुमच्या निमित्ताने खदखदणाऱ्या या निसर्गाला तुमच्या रूपानं दिलासा मिळालाय... किप इट अप... बाय निशिकांत!..”

“बाय! सर” निशिकांतही सहज उत्तरला... इन्स्पेक्टर पवारांचं व्यक्तिमत्त्व निशिकांतला खूपच आवडत होतं... कडक आणि कर्तव्यनिष्ठ इन्स्पेक्टर पवार बुटांचा आवाज करीत पायऱ्या उतरले... त्यांच्या चालीत मार्दव होतं... जीपमध्ये बसताच वेगाने ती बाहेर पडली व त्या मागून गुन्हेगार असणारी व्हॅनही धुरळा उडवित गेली... बराच वेळ धुरळ्याचे लोट आसमंतात उडत होते... सोनवणे तिकडे पाहत म्हणाले,

“निशिकांत!... सकाळचे साडेसहा वाजलेत... फ्रेश होऊन, पुन्हा आपण येथे येऊ... आणि इन्स्टिट्यूटकडे जाऊन येऊ!”

“म्हणजे?.. डॉ. समीरना भेटायचंय?...” निशिकांतनी विचारलं.

“होय!... बरेच अनुत्तरित प्रश्न, शंका-मनात, गोंधळ घालीत आहेत... त्यांचं निरसन तोच करू शकतो. कारण त्यानं दिलेली तस्करीची माहिती व वेळ तंतोतंत होती... तो एक नामवंत शास्त्रज्ञ आहे... त्याच्याचकडून हे गुपित आपल्याला कळणार आहे...”

“येस! सर... माझ्याही मनात त्या शंका आहेतच... दोघंही उठले व क्वार्टर्सकडे निघाले... जाधवकाका ऑफिसच्या कामाला लागले होते... त्यांच्या जीवनातील फार मोठी घटना आज घडली होती... नटवरसिंगनंही जीप तयारच ठेवली होती.

३७

डॉ. समीर सकाळी आठ वाजताच प्रयोगशाळेत हजर झाले होते. परवा जंगलात जाऊन वनस्पतीवर केलेल्या प्रयोगाचे परिणाम दिवस व रात्रभर त्यांच्या डोक्यात घोळत होते. सोनवणे व निशिकांतला सांगून त्यांनी जोखीम तर घेतली होती, पण परिणामांविषयी त्यांना मात्र आत्मविश्वास होता. म्हणून ते निश्चिंत होते. पण त्याचवेळी आपण सोनवणे व निशिकांतला संकटात तर टाकले नाही ना? अशी शंकाही डॉ. समीरच्या मनात येऊन गेली. शेवटी हा प्रयोग होता. यावेळी त्याचीच उत्सुकता डॉ. समीरना होती.

टेबलावर पडलेले 'प्लँटोन'चे परिणाम त्यांनी पुन्हा एकदा डोळ्यांखालून घातले... आणि ते सर्व सूत्रबद्ध असल्याचं त्यांच्या लक्षात आलं. तेवढ्यात डॉ. अंजलीनं केबिनमध्ये प्रवेश केला व ती म्हणाली.

"गुड मॉर्निंग सर!"

"गुड मॉर्निंग अंजली!... ये बैस." डॉ. समीरनी निर्देश केला. हातातील काही परिणाम व आलेख टेबलावर ठेवीत ती म्हणाली,

"हे घ्या सर!"

"काय आहे ते अंजली?" डॉ. समीरचा प्रश्न आला.

"सर, काल आपली भेट होऊ शकली नाही... मी त्या वनस्पतीच्या नमुन्यावर पुन्हा वेगवेगळ्या दृष्टिकोनातून प्रयोग करून पाहिलेत. परिणाम खूपच वेगळे आहेत...अद्भुत असेच म्हणायला हवेत." डॉ. अंजलीनं परिणामांची दखल घेतली होती.

"हो का?... बघू." डॉ. समीरनं ते परिणाम चाळले आणि त्यांना आश्चर्य वाटलं. वेगळेच गुणधर्म मिळाले होते. डॉ. समीर स्मित करीत पुढे म्हणाले, "खरंच की अंजली!... अतिशय वेगळे गुणधर्म. विलक्षण वनस्पती आहे बघ... आणि तू या वनस्पतीवर प्रयोग सुरू ठेवलेत हे खूप बरं केलं... ही वनस्पती अजून

कुठली रहस्यं उलगडेल हे सांगता येत नाही.'' डॉ. समीरनं ही कबुली दिली.

''सर, पण...'' डॉ. अंजली बोलायचं थांबली, तसं डॉ. समीर म्हणाले,

''पण काय अंजली?''

''मागे एकदा जसा मला अनुभव आला, अगदी तसाच अनुभव कालही आला... वनस्पती वळवळताना प्रकाशमान झाली होती.'' डॉ. अंजलीनं सांगितलं.

''काय?'' डॉ. समीर पुनरावृती झाल्यानं आश्चर्यचकित झाले.

''होय, सर!... पण यावेळी मी घाबरले नाही... वातावरण भारांकित झालेलं असलं तरी मी निरीक्षण करीत राहिले... तुम्ही म्हणाला तेच खरं... अतिशय विलक्षण वनस्पती आहे... मानवासाठी उपयुक्त गुणधर्म निश्चित शोधता येतील...''

डॉ. समीरना ते माहीत होतं; कारण त्यांनी स्वतःही अनुभवलं होतं. डॉ. समीर थोडा विचार करीत म्हणाले,

''मलाही तो अनुभव आला... एकदा नव्हे दोनदा... पहिल्यांदा एकटा गेलो तेव्हा... आणि दुसऱ्यांदा एकटाच गेलो तेव्हाही...'' डॉ. समीरनं कबुली दिली.

''काय, एकट्यानं... कधी?'' डॉ. अंजलीचा स्वर काळजीचा होता.

''अंजली!... मला माफ कर... परवा रात्री तू, गुमान, परतल्यानंतर... मी प्रयोगशाळेत पुनश्च 'प्लँटोन'वर प्रयोग केले... मिळालेल्या माहितीचे विश्लेषण केले आणि मला त्यातून आश्चर्यकारक परिणाम मिळाला होता... त्याची पडताळणी इथे केली. पण पुन्हा वनस्पतीवर प्रयोग करणे गरजेचे होते... आणि ती जोखीम मी रात्री तीन वाजता घेतली... एकट्यानंच.'' डॉ. समीरनं सरळ सांगितलं.

''सर!... पुन्हा एकट्यानं?... किती मोठी जोखीम घेतली तुम्ही?... मला सांगितलं असतंत तर मीही आले असते... आपलं ठरलं होतं ना सर, एकट्याने जायचं नाही म्हणून?'' डॉ. अंजली नाराजीने म्हणाली होती.

डॉ. समीर क्षणभर शांत राहिले... डॉ. अंजलीची नाराजी त्यांना कळत होती. ते म्हणाले,

''मी समजू शकतो अंजली... पण प्रसंग आणि वेळच तशी होती. पडताळणीसाठी पुनश्च प्रयोग तातडीने करणे गरजेचे होते. म्हणून मी जोखीम घेतली... हे बघ ते परिणाम.''

डॉ. समीरनी टेबलावर पडलेले परिणाम दाखवले. अनफॉरमॅटेड, फॉरमॅटेड... डॉ. अंजली अधीर होऊन बघत होती... तिच्या कल्पनेपलीकडील परिणाम होते... काही अक्षरं व त्यातील माहितीने तिचा गोंधळ होत होता. ती म्हणाली,

''सर! तुम्ही हे सर्व रात्रीतून केलंत?''

''होय!... आणि एक सांगतो... तुला जो अनुभव आला तो मलाही आला... प्रयोग संपला आणि मी परतीला लागलो तेव्हा ती वनस्पती लखलखीत प्रकाशमान

झाली होती... मी स्पर्श करताच, वैश्विक अनुभव मिळाला... ती बोलत होती... त्यामुळे मला खूपच सुरक्षित वाटत होतं... जसा मी बाजूला झालो आणि दूर जाऊ लागलो तशी प्रखरता कमी होऊन अंधार झाला... हा अनुभव मी दुसऱ्यांदा घेतोय अंजली... पहिल्या वेळेस सर्प दंशानं डॉ. इलांनी जरी मला वाचवलं असलं, तरी या वनस्पतीनं जहाल विष माझ्या अंगात भिनूच दिलं नव्हतं...'' डॉ. समीर भरभरून बोलत होते... डॉ. अंजली ऐकत होती... ती म्हणाली,

''सर, मग नेमका तो परिणाम काय होता?... ती माहिती काय होती?''

''त्याचीच खात्री व पुष्टी आता आपल्याला मिळणार आहे... ही तिसरी कन्फर्मेटिव्ह चाचणीच समज हवं तर.''

''पण कशी?'' डॉ. अंजलीचा पुनश्च प्रश्न आला.

''सुनील व निशिकांतच्या माध्यमातून वनस्पतीतून मिळालेल्या या महत्त्वाच्या माहितीला पुष्टी मिळणार आहे... त्यांच्याच कार्यप्रणालीचा हा भाग असल्याने, ती गुपित माहिती मी त्यांना दिलीये... कुणालाही न सांगता... त्यांचीच खरं तर मी यावेळी आतुरतेने वाट पाहतोय... थांब... आपण त्यांना मोबाइल करूनच परिणामांची पुष्टी जाणून घेऊ...'' डॉ. समीरनी सांगितलं व समोरचा मोबाइल हातात घेताच आवाज आला,

''त्याची काहीही गरज नाही समीर... आम्ही आलोय... आणि फारशी वाट बघायची गरज नाही.'' सोनवणे केबिनमध्ये शिरत म्हणाले होते. निशिकांतनीही प्रवेश केला, पण सोबत डॉ. इलांना पाहताच, डॉ. समीर अत्यानंदाने उद्गारले.

''डॉ. इला?... तुम्ही पण?..''

''होय!... सोनवणेसाहेब व निशिकांतने मला ओढूनच आणलं. म्हणाले समीरकडे तातडीने जायचंय... माहितीचं रहस्य जाणून घ्यायचंय... मी आनंदाने तयार झाले.'' डॉ. इला खुलत उत्तरल्या.

डॉ. समीरचा चेहरा फुलून गेला होता... आनंद स्पष्ट दिसत होता...

डॉ. अंजलीनं अवलोकन करून घेतलं व मनातल्या मनात हसत म्हणाली,

''इला मॅडम... बसा ना?... सोनवणे सर आपणही बसा...'' निशिकांतला डॉ. अंजलीनं डोळ्यांनीच इशारा केला... निशिकांत समजून गेला.

तिघेही स्थानापन्न झाले... सोनवणे डॉ. समीरशी हात मिळवित म्हणाले,

''कॉग्रॅच्युलेशन्स् समीर!... अभिनंदन... वुई हॅव डन इट... मोहीम फत्ते...''

''काय?... खरंच सांगतोस ना सुनील?'' डॉ. समीरनं खात्रीसाठी निशिकांतकडे पाहिलं... त्यांना खूप आनंद झाला होता.

''होय सर खरंय... तुमची माहिती तंतोतंत बरोबर होती. म्हणून मोहीम फत्ते झालीये... अकरा चंदन व सागवानाने भरलेले ट्रक पकडले... तस्करी थांबलीये...

ती केवळ तुमच्यामुळे.'' निशिकांतनं खात्रीला बळकटी दिली.

डॉ. इला सगळ्यांकडे पाहत म्हणाल्या.

''अरे!... आम्हालाही कळू द्या ना काय झालं ते,...''

''हो ना सर, नेमकं काय झालं?.. कुठली माहिती?... आम्हालाही आनंदात सामील करून घ्या?'' डॉ. अंजलीला अंदाज आला होता, पण डॉ. इलांच्याच भावना तिनंही बोलून दाखविल्या.

''एक मिनिट... प्रथम मी सांगतो...'' सोनवणे स्वतःला सावरीत पुढे म्हणाले. ''काल सकाळीच समीरने आम्हाला, रात्री देवबा पॉइंटजवळ एक-दीडच्या सुमारास चंदनाची तस्करी होणार आहे, म्हणून सांगितलं होतं... कुठलाही प्रश्न न करता आम्ही त्याची आज्ञा पाळली... कारण तो एक शास्त्रज्ञ आहे. परिणाम तुमच्यासमोर आहेत... मोहीम पूर्णपणे यशस्वी झालीये...''

''काय म्हणताय सोनवणेसाहेब... समीरनी तुम्हाला माहिती दिली?'' डॉ. इलांनी आश्चर्यचकित होत प्रश्न केला.

''नुसतंच माहिती नाही मॅडम?... तर ठिकाण व वेळही दिली... सर ही माहिती तुम्ही कशी मिळवलीत ते सांगा ना?'' निशिकांतनं सरळ विचारलं... डॉ. इला त्यालाच अनुमोदन देत म्हणाल्या,

''होय समीर... आता मलाही उत्सुकता आहे.''

''समीर सविस्तर सांगितलं तरी चालेल... आम्हाला आवडेल,'' सोनवण्यांनी इच्छा प्रदर्शित केली... डॉ. अंजली विचार करीत म्हणाल्या,

''सर!... मला अंदाज आहे... प्रयोगाची मीही काही अंशी साक्षीदार आहे... पण ती माहिती नेमकी काय आणि कशी मिळवलीत हे मीही जाणून घ्यायला इच्छुक आहे... प्लीज सरऽऽ..''

डॉ. समीरनं दीर्घ श्वास सोडला... अगदी समाधानाचा... सर्वांकडे पाहत ते म्हणाले...

''सांगतो!... अंजली तू काही अंशी नाही तर प्रयोगाचा महत्त्वाचा भाग आहेस... सुनील, काल रात्री चंदनाची मोठ्या प्रमाणावर तस्करी होणार, हे मी व अंजलीने जंगलात जाऊन त्या वनस्पतीवर केलेल्या प्रयोगातून कळले...''

''काय?'' सोनवणे, निशिकांत व डॉ. इलांच्या तोंडून एकाच वेळी आश्चर्योद्गार निघाले... सोनवणे म्हणाले,

''काय म्हणतोयस समीर!... वनस्पतीमधून?''

''होय हे खरं आहे... अतिशय विलक्षण वनस्पती आहे ती,'' डॉ. समीरनं सांगितलं.

''पण सर!... मी संपूर्ण रात्र तुमच्यासोबतच प्रयोग केलेत... परिणामही

मिळालेत... वनस्पतीनं दिलेला प्रतिसादही मी अनुभवला, पण ही तस्करीची माहिती कधी मिळवलीत?'' डॉ. अंजलीनं सरळच विचारलं.

डॉ. समीर क्षणभर विचारार्थ झाले आणि म्हणाले,

''खरंय! अंजली... तू सगळ्याची साक्षीदार आहेस... पण तेथेच मला 'प्लँटोन'च्या साहाय्याने लॅपटॉप स्क्रिनवर विस्कळीत माहिती उद्धृत झाली आणि ती माहिती वनस्पतीतूनच मिळाली होती, पण समजत नव्हती... वनस्पतीला काहीतरी सांगायचं होतं; पण मी त्यावेळी काहीही बोललो नाही... अंजली, गुमान गेल्यानंतर मी पुढे सलग दोन तास प्रयोग करीत होतो. विविध संगणक कोड वापरून, ती माहिती फॉरमॅट करून घेतली... आणि मी आश्चर्यचकित झालो... वनस्पतीनं आजूबाजूच्या घटनांची माहिती दिली होती... किंबहुना आपल्याला सांगितलीच होती. मी पुन्हा खात्री करून घेतली... आणि सकाळीच सुनील आणि निशिकांतला सांगितलं... त्यांनी एकही प्रश्न न विचारता माझी गुपित माहिती अमलात आणली आणि ती यशस्वी झाली... माझी 'प्लँटोन' निर्मिती यशस्वी झालीये...''

सर्वच डॉ. समीरच्या निवेदनानं सुखावले होते... ते महान असल्याचं स्पष्ट होतं... डॉ. इला कौतुकानं पाहत होत्या... तर सोनवणे व निशिकांतला त्यांचा अभिमान होता... डॉ. अंजलीच्या मनात मात्र असंख्य प्रश्न होते... तसेच सोनवण्यांच्याही मनात होते... सोनवणे म्हणाले,

''समीर!... तू मोठा शास्त्रज्ञ आहेस... अभ्यासू आहेस. याची कारणे तू शोधली असशील... हे कसं मिळवलंस ते सांग ना?''

''निश्चितच!... सांगतो... सविस्तर सांगतो... हा नुसता अंदाज नसून, निखळ विज्ञान आहे... अद्भुत वनस्पती विज्ञान... तेच मी आता तुम्हाला सांगणार आहे...'' डॉ. समीर पुनश्च सावरत पुढे म्हणाले, ''रात्री मी आणि अंजली प्रयोग करून, आल्यानंतर त्या सरमिसळ माहितीने मी अचंबित झालो. त्यात काय असेल हा प्रश्न मला भेडसावू लागला. मग मी ती माहिती सुसंगत करण्यास सुरुवात केली. अमेरिकेत असताना मी बऱ्यापैकी संगणक ज्ञान प्राप्त केले होते... त्याचा उपयोग करून मी काही सॉफ्टवेअर इंटरनेटवरून डाऊनलोड केले... त्यातील एक सॉफ्टवेअरने मला हात दिला... काही सुधारणा करून, वनस्पतीची असुसंगत माहिती मी सुसंगत करू शकलो. ती माहिती पाहताच मी आश्चर्यचकित झालो. आजूबाजूच्या चित्रणाची ती माहिती होती... त्यात चंदन तस्करी होत असल्याचा स्पष्ट संकेत दिसला... आणि मी हादरलो... कारण वनस्पतीने हा विचार केला होता, याचा अर्थ तिच्यात माहिती साठविण्याची यंत्रणा व विचारांची बैठक होती... त्यावेळी ती कशी हेही मला कळत नव्हतं... पुन्हा मी वनस्पतीचा तुकडा घेतला आणि प्रथिनांचे पृथक्करण केले... आश्चर्य म्हणजे मानवी मेंदूतील स्मृतीत जी प्रथिने असतात तीच मला

आढळली... आणि माझी खात्री झाली.''

''कसली खात्री झाली सर?'' डॉ. अंजलीचा सहज उत्सुकतेचा स्वर आला.

''...की या वनस्पतीत मानवी मेंदू सदृश प्रथिने आहेत... आणि ती आजूबाजूच्या घटनांची नोंद ठेवतात... अगदी रासायनिक स्वरूपात. मी बराच वेळ त्या वनस्पतीला कौतुकाने पाहत राहिलो. न्याहाळत राहिलो... कारण तिने माझ्या संशोधनाला परिपूर्णता आणली होती. सूक्ष्म विश्वाचं एक वेगळं दालन उघडं करून दिलं होतं.'' डॉ. समीर भारावून बोलत होते.

''समीर!... मीही शास्त्राचा पदवीधर आहे. भौतिकशास्त्र माझा विषय असल्याने मानवी मेंदू, स्मृतींबद्दल जुजबी माहिती मला आहे. पण तरीसुद्धा हे अनाकलनीय आहे. हे कसं?'' सोनवणे विचार करीत म्हणाले.

''होय सर!... आम्हाला तर हे सर्व अद्भुतच वाटतंय... तुम्ही आणि अंजलीलाच याची माहिती आहे.'' निशिकांत खंत व्यक्त करत पुढे म्हणाला. ''किमान इला मॅडम डॉक्टर असल्याने मानवी मेंदूचा त्यांचा अभ्यास तरी आहे... नाही का मॅडम?''

''होय निशिकांत!... मानवी मेंदूचं आकलन जरी मला असलं, तरी वनस्पतीशी त्याची सांगड फक्त केवळ समीरच घालू शकतात. त्यांनी व अंजलीनं केलेले प्रयोग महत्त्वाचेच आहेत. त्यांचं संशोधन खरोखरच खूप मोठं आहे,'' डॉ. इलांनी कबूल केलं होतं.

''होय इला मॅडम!... सरच याची कारणमीमांसा करू शकतात... मी फक्त त्यांनी सांगितलेले प्रयोग केले... पण मुख्य प्रवाह व लक्ष्यापर्यंत तेच गेले... मानवी मेंदू व वनस्पतीतील प्रथिनांची उकल विज्ञानाच्या आधारे फक्त समीर सरच करू शकतात,'' डॉ. अंजलीनं स्पष्ट केलं होतं. सोनवणे त्यावर म्हणाले,

''बरोबर आहे!... म्हणूनच समीर आम्हाला ते विज्ञान जाणून घ्यायचंय. आम्ही सर्वच उत्सुक आहोत.''

सर्वांनीच होकारार्थी माना डोलावल्या होत्या... आणि अपेक्षेने ते डॉ. समीरकडे पाहू लागले... डॉ. समीरनी घसा साफ केला आणि म्हणाले,

''यामागील विज्ञानाचा पाठपुरावा मी खूप केला... विचारमंथन केलं. संदर्भ चाळले... आणि माझ्या लक्षात आलं... माझ्या प्रकल्पाच्या हेतूला दिशा व पुष्टी मिळत होती... मानवी मेंदूविषयी मी पूर्वीच सखोल अभ्यास केला होता. वनस्पतीशी सांगड घालताना मला मानवी मेंदू उत्सर्जित करीत असलेल्या मेंदू लहरी म्हणजेच ब्रेन व्हेवजनी आकृष्ट केलं. सखोल अभ्यास करताच माझ्या हे लक्षात आलं...''

''काय सर?... मेंदू लहरी?.. आणि काय लक्षात आलं?...'' डॉ. अंजलीनं पुढे विचारलं होतं. इतरही उत्सुकतेने ऐकत होते.

“हेच की मेंदूलहरीच वनस्पतीतील माहिती उत्सर्जित करण्यास कारणीभूत असतील...”

“कसं सर?... थोडं मेंदू लहरींविषयी सांगा ना?” निशिकांतनी भाबडा प्रश्न विचारला.

“कारण तुम्हाला माहीतच आहे की... मानवी मेंदू अगाध आहे. असंख्य पेशींनी तो बनलेला असून त्यांच्यातील समयसूचकता व क्रियाशीलता कमालीची आहे. किंबहुना शरीरातील प्रत्येक पेशी व अवयवांवर मेंदूचं नियंत्रण आहे. त्यांच्यातील संकेतांची देवाणघेवाण कमालीची आहे. मेंदू हा अतिशय जटिल अवयव असून, यात मस्तिष्क, प्रमस्तिष्क, उजवा, डावा, स्मृतिसंचय हे भाग असून अब्जावधी चेतापेशींनी वेढलेला आहे... आणि खऱ्या अर्थानं याच चेतापेशी विद्युत संकेत व विभावांतर निर्माण करून, मेंदूत दळणवळण घडवून आणण्याचे कार्य करतात. या विद्युत प्रवाहांमुळेच त्यातून विशिष्ट लहरी निर्माण होतात. त्यांनाच ब्रेन वेज किंवा मेंदूच्या लहरी म्हटलं जातं. या लहरींनाच डेल्टा, थिटा, अल्फा, बीटा, गॅमा असे संबोधण्यात येत असून ते मेंदूचं विशिष्ट कार्य व गुणधर्म दर्शवितात.” डॉ. समीरनी थोडी विश्रांती घेतली... समोरच्या ग्लासमधील पाणी प्यायले... निशिकांत म्हणाला,

“सॉरी सर!... पण माहिती म्हणून विचारतो. मेंदू लहरी कशा निर्माण होतात आणि त्यांचं नेमकं कार्य काय?”

डॉ. समीरनं नुसतंच स्मित केलं आणि म्हणाले,

“सांगतो!... मघाशीच म्हटलं की आपले विचार, भावना व स्वभावाचे मूळ हे मेंदूतील असलेल्या चेतापेशींतील दळणवळणामुळे शक्य आहे. मेंदूच्या लहरी या मेंदूतील चेतापेशींच्या गुच्छातून समक्रम विद्युतीय स्पंदनाच्या माध्यमातून तयार होतात... आणि एकमेकांशी संवाद साधतात. मेंदूच्या लहरी या विशिष्ट संवेदक मानवी कवटीवर ठेवून, त्याद्वारे पकडले जातात. मुख्यत: त्याची विभागणी ही बॅंडविड्थवर केली असून, जाणिवांचा सलग आलेख त्यामुळे मिळणे शक्य होते. त्यांचा वेग हर्ट्झमध्ये मोजला जात असून, त्या लहरींची विभागणी संथ, मध्यम व वेगवान यामध्ये केली जाते. या लहरीच प्रामुख्याने डेल्टा, थिटा, अल्फा, बीटा व गॅमा या नावाने ओळखल्या जातात.

“समीर!.. त्यांच्या कार्यप्रणालीविषयी सविस्तर सांग ना,” सोनवण्यांचीही आता उत्सुकता वाढली होती. एरवी त्यांना सुद्धा विज्ञानात रुची होतीच.

“निश्चितच सुनील!... डेल्टा लहरी या संथगतीच्या असून, मोठ्या आवाजाच्या आहेत. त्यांची वारंवारता ०.५ ते ३ हर्ट्झ एवढी कमी असून, भेदनशक्ती प्रचंड आहे. मुख्यत: खोलवरील ध्यान स्थितीत आणि गाढ झोपेत त्याचे उत्सर्जन होते. तसेच बहुतांशी थीटा लहरींचा उगमही गाढ झोप व ध्यानस्थ स्थितीमध्येच होतो...

आणि त्याचा उपयोग शिकण्यासोबतच स्मृतिसंचयासाठी होतो. त्याची वारंवारिता ३ ते ८ हर्ट्झ् एवढी आहे. महत्त्वाचे म्हणजे बाहेरच्या जगाची दखल या लहरी प्रामुख्याने घेताना दिसतात. अल्फा लहरींचे उत्सर्जन मात्र अतिशय शांत विचार प्रवणात होते... पण ध्यानस्थ स्थितीत नाही. त्यांची वारंवारता ८ ते १२ हर्ट्झ एवढी आहे. या लहरी वर्तमानातील शक्ती दर्शवितात. बीटा लहरींचा प्रभाव मात्र जागेपणातील जाणिवांचा असून, मानसिक कार्य व बाहेरील जग या संबंधीची दखल त्या घेतात. त्यांची वारंवारता १२ ते ३८ हर्ट्झ एवढी आहे... आणि वेगवेगळ्या प्रश्नांच्या उकलांची क्रियाशीलता दर्शवितात... मुख्यत: गॅमा लहरी या अतिवेगवान असून, त्यांची वारंवारता ३८ ते ४२ हर्ट्झ एवढी आहे... आणि एकाच वेळी मेंदूतील वेगवेगळ्या विभागांतील माहितीची संभाषित प्रक्रिया व्यक्त करतात... शिवाय, सूरबदलांची सांगड व जाणिवांसोबतच ॲनेस्थेशियामध्ये या लहरी लुप्त होतात... महत्त्वाचे म्हणजे जाणिवांचा विस्तार त्या उद्धृत करतात...''

डॉ. समीरनी अतिशय संक्षिप्तपणे तेवढीच उपयुक्त व समजेल या भाषेत मेंदू लहरींचं महत्त्व सांगितलं होतं. त्यांची समजावण्याची हातोटी खूपच छान होती. डॉ. अंजली म्हणाली,

''सर! खूपच छान...! प्रश्न उरतो तो म्हणजे या लहरींची सांगड तुम्ही वनस्पतीशी कशी घातली... कारण वनस्पतीत मेंदूसदृश प्रथिने असतात, हे आपल्याला सिद्ध करावे लागणार...''

''अंजलीची शंका बरोबर आहे समीर... आपल्याला सिद्धता पटवून द्यायला लागेल... वनस्पतीत स्मृतिसंचय प्रथिने असून, ती विचार करतेय याचा भरभक्कम पुरावा व पुष्टी द्यावी लागणार आहे...'' डॉ. इलांनीही स्पष्ट सांगितलं.

''मलाही तसंच वाटतंय समीरऽ'' सोनवण्यांनी अनुमोदन दिलं.

''तुमचं बरोबर आहे, सुनील, इला... अंजली, त्यांचाही मी विचार करतोय... किंबहुना 'प्लँटोन'च्या निर्मितीचाही तोच आधार आहे... मी थोडा वनस्पतींचा इतिहास सांगतो... म्हणजे तुम्हाला कळेल... डार्विन यांनी त्यांच्या उत्क्रांतवादात वनस्पती व त्यातील मेंदूविषयी सखोल भाष्य केलेलं आहे. वनस्पती एव्हाना संगीत व मानवी स्पर्शांना प्रतिसाद देतात हे ज्ञात होतं... पण त्याचवेळी ते मानवी भाषा समजू शकत नाहीत; परंतु मानवी भावनांची जाणीव करून घेतात. असं शोधलं गेलंय की वनस्पतीतील जी अंतर्गत दळणवळण पद्धत आहे; ती मानवी चेतासंस्थेशी सुसंगत आहे हे सिद्ध झालंय. म्हणूनच चार्ल्स डार्विन यांनी निरीक्षण करून, काही कल्पना उद्धृत केल्यात. त्यात त्यांनी सूक्ष्म मूळ आणि गर्भाची उत्पत्ती व वाढीसंदर्भात विवेचन केलंय आणि मानवी मेंदूशी तुलना केलीये. हे जे सूक्ष्म मूळ आहे ते फक्त मेंदू म्हणूनच कार्य करीत नाहीत, तर वनस्पतीतील इतर पेशींनाही संकेत देण्याचं

काम करतात असं सिद्ध केलं. पाच महत्त्वाच्या मुद्यांचा परामर्श डार्विन यांनी केलाय...''

''कुठले सर?...'' निशिकांतचा सहज प्रश्न आला. त्याची उत्सुकता आता शिगेला पोहोचली होती.

''मी तुझी उत्सुकता समजू शकतो निशिकांत,'' डॉ. समीर हळूच हसले आणि पुढे म्हणाले... ''पहिलं म्हणजे वनस्पतींमध्ये जनुके असून, ते प्राण्यांमधील चेतासंस्थेशी साधर्म्य दर्शवितात आणि ॲमिनो ॲसिड्स हेच प्रथिनांचेही पायाभूत आहेत. हीच प्रथिने न्यूरो ट्रान्समीटर म्हणून कार्य करतात. त्यात जी-बॉक्स प्रथिने आणि १४-३-३ कुटुंबातील प्रथिने खरं तर संकेत उत्सर्जनास कारणीभूत असतात. दुसरं, या प्रथिनांमध्ये चेतापेशीत असलेले रेणूंचे साधर्म्य आहे. तिसरं, हीच प्रथिने पेशी-पेशीमध्ये न्यूरो ट्रान्समीटरद्वारे संवाद घडवून आणतात. चौथा, वनस्पतींमध्ये तत्सम रक्तवाहिन्यांसंबंधी संस्था असून, त्यात स्पंदने निर्माण करण्याचे कार्य करतात आणि शेवटचा पाचवा मुद्दा म्हणजे काही वनस्पती विद्युत संकेतांद्वारे आजूबाजूचं अवलोकन करून प्रसंग, घटना साठवून ठेवतात व चित्रण करतात... या सर्व महत्त्वाच्या बाबी डार्विन यांनी पूर्वीच नमूद केल्यात, पण तंत्रज्ञानामुळे ते सिद्ध किंवा शोध घेणं शक्य होत नव्हतं. आता मात्र संगणक, सूक्ष्म घटक निर्मिती व तंत्रज्ञानामुळे जग वेगवान झालंय. त्यामुळे वनस्पतींमध्ये डोकावून, त्यातील सूक्ष्म मुळांचा शोध घेणं शक्य होत आहे. माझा 'प्लँटोन' तेच करीत आहे. मानवी भावभावनांची दखल घ्यायला त्यानं सुरुवात केलीये... नाही का? अंजली... अंजली त्याची एक साक्षीदार आहे.''

अचानक आलेल्या प्रश्नानं डॉ. अंजली गांगरली व म्हणाली,

''होय सर!... तुम्ही फार सुंदर सांगितलंत... 'प्लँटोन'च्या साहाय्याने आता आपण वनस्पतींच्या अंतरंगात डोकावू शकतो... वेध घेऊ शकतो... पण...''

''पण काय अंजली?... विचार ना?'' डॉ. समीर तिच्याकडे पाहत म्हणाले.

''सर डार्विन यांनी जी प्रथिने नमूद केलीत तीच तुम्हाला या वनस्पतीमध्ये आढळली का?'' डॉ. अंजलीने जणू सर्वांच्या मनातील प्रश्न विचारला; कारण सर्वांनीच माना डोलवल्या होत्या.

''होय!... तंतोतंत तेच... जी बॉक्स आणि १४-३-३ कुटुंबातील प्रथिने... मी स्वतःही आश्चर्यचकित झालोय... ही वनस्पती खरंच विलक्षण आहे... तिचा शोध हीच खरं तर मोठी घटना आहे.'' डॉ. समीरनं सांगितलं.

''याचा अर्थ या वनस्पतीला आपण जपून ठेवायला हवं. म्हणूनच वनरक्षणाचे आमचे सातत्याने प्रयत्न चालू आहेत...'' सोनवण्यांनी सरळच कबूल करून आश्वासित केलं होतं.

"निश्चितच!... ती वनस्पती अतिशय दुर्मीळ आहे... क्वचितच आढळते... तिच्या शोधाला गुमान व अंजली कारणीभूत आहेत..."

डॉ. समीरनं सरळच डॉ. अंजलीला क्रेडिट दिलं होतं. डॉ. अंजली ओशाळत म्हणाली,

"काहीही काय सर!... तुम्ही सांगितलं तसं आम्ही केलं... तुमच्या मार्गदर्शनाखालीच मी हे सर्व संशोधन करत्येय."

"होय समीर!... खरंय ते... तुम्ही खूप सुंदर पद्धतीने समजावून सांगितलं... वैज्ञानिक संकल्पना सांगितल्या... मानवी व वनस्पतीच्या भावनांची सुसंगतता सांगितली... मी दिलेल्या क्लोरोफॉर्मचा उपयोग झाला ना?" डॉ. इला सहमतीदर्शक विचारीत म्हणाल्या.

"होय तर!... निश्चितच झाला... मघाशी मी सांगायचं विसरलो. कारण याविषयी सांगण्यासारखं खूप आहे... मी जी माहिती वनस्पतीमधून मिळवू शकलो त्याला प्रथिने कारणीभूत असली तरी त्यातून उत्सर्जित होणारे प्रामुख्याने थीटा आणि बीटा लहरी कारणीभूत आहेत... कारण बाहेरच्या जगाची दखल याच लहरी घेतात... आणि 'प्लँटोन'मधील अतिसूक्ष्म अग्र या लहरींनां उद्दीपित झाले... व पुढे विद्युत संकेत निर्माण होऊन, कृत्रिम बुद्धिमत्तेद्वारे साठवले गेले... डॉ. इलांनी दिलेल्या क्लोरोफॉर्मचाही उपयोग केला गेला... त्यामुळे वनस्पतीनं गॅमा लहरी काही काळ उत्सर्जित करण्याचे थांबविले होते... या कामी तुम्हा सगळ्यांचाच हातभार लागला. पुढे अजून खूप मोठा पल्ला गाठायचाय..." डॉ. समीरनं सर्वांचेच आभार मानले होते.

"समीर!... आभार कसले मानतोस... आम्हीच खरंतर तुझे ऋणी आहोत... कारण वनसंरक्षणासाठी तू अजून एक प्रतियंत्रणाच सज्ज केलीयेस... आता पुढे अपप्रवृत्तींशी लढा द्यायला ही यंत्रणाही मदतीस आहे..." सोनवण्यांनी अपेक्षा करीत सांगितलं.

"निश्चितच!... ही यंत्रणा तुमच्यासोबत असेल..." डॉ. समीर विश्वासानं बोलले.

डॉ. समीरच्या बुद्धिमत्तेने सर्वच चकित झाले होते. प्रत्येक क्षेत्रात त्यांचं ज्ञान होतं. अंजली, सोनवणे व निशिकांतला ठाऊक होतं... पण डॉ. इला प्रथमच त्यांना ऐकत होत्या. त्या पूर्णत: नतमस्तक झाल्या... त्यांच्या डोळ्यांत डॉ. समीरविषयी प्रेम, भावना, अभिमान, कौतुक दाटून आलं. त्या क्षणभर डॉ. समीरकडे पाहतच राहिल्या. सोनवण्यांच्या आवाजानं त्या भानावर आल्या... सोनवणे म्हणाले,

"समीर!... वेळ खूप झालाय. आम्ही निघतो... लवकरच भेटू."

"एक मिनिट, मी तुम्हाला ती वनस्पती व 'प्लँटोन'ही दाखवतो..." डॉ. समीर

उठले व शेजारच्या प्रयोगशाळेत शिरले. त्यांच्यापाठोपाठ सर्व आत गेले.

प्रत्येकानेच वनस्पती हाताळून पाहिली... शरीरावर रोमांच उठले... वेगळी अनुभूती... कुणीतरी बोलत असल्यासारखी... क्षणभर स्तब्धता...'प्लँटोन'चे कार्य पाहून सर्वच डॉ. समीर व डॉ. अंजलीचा निरोप घेऊन, इन्स्टिट्यूट बाहेर पडले... नटवरसिंग वाटच पाहत होता. डॉ. इलाने मागे वळून पाहिलं... हसतमुख डॉ. समीरना पाहून त्यांनी सहज हात उंचावला व खोलवर श्वास घेतला होता.

जीपमध्ये बसताच, नटवरसिंगने जीप पी.एच.सी. सेंटरकडे वळवली... जीप धावू लागली... सोनवण्यांनी मोबाइलवर एक नंबर प्रेस केला व कानाला लावला.

''हॅलो!... जयंत...!''

''हं!... बोला सोनवणेसाहेब...''

''एक मोठी न्यूज आहे... खळबळ माजवणारी! संध्याकाळी ऑफिसवर येतोस? मी वाट पाहतोय...'' सोनवण्यांनी सांगितलं.

''अरे!... व्वा न्यूज... मग तर आलोच.'' जयंत उत्साहानं म्हणाला.

''मी वाट पाहतोय,'' सोनवण्यांनी मोबाइल कट केला.

निशिकांत व डॉ. इला पाहतच राहिल्या.. सोनवण्यांची पुढची चाल काय असेल यांचा अंदाज निशिकांत घेत होता... तर डॉ. इला अजूनही, डॉ. समीरच्याच विचारात होत्या.

डॉ. इलांना पी.एच.सी. सेंटरला ड्रॉप करून, जीप पुढे निघाली होती... यावेळी दुपारचे बारा वाजले होते... डॉ. समीरच्या संशोधनाने व त्यांच्या सान्निध्यात वेळ कुठे गेला हे कुणालाच कळलं नव्हतं.

३८

जीप नटवरसिंगनं ऑफिसच्या दारात उभी करताच, सोनवणे तडकपणे खाली उतरले... निशिकांतही बाजूने उतरला. समोरच सरपंच बापूसाहेब चावरे व पोलीस पाटील हरिभाऊ महाले व त्यांच्यासोबत दोन-तीन आडदांड व्यक्ती उभ्या होत्या. त्यांना पाहून सोनवणे थबकले... रागाने कटाक्ष टाकला... बापूसाहेब समोर येत बेरकीपणाने हात जोडत म्हणाले.

''नमस्कार सायेब!...''

हरिभाऊंनीही हसतच हात जोडीत कृती केली. त्यांच्याकडे सोयीस्करपणे दुर्लक्ष करीत सोनवणे ऑफिसमध्ये शिरले... त्यांना त्यांचं येण्यामागचं प्रयोजन माहीत होतं. त्यामुळे सोनवण्यांना दखल घ्यावीशी वाटली नाही. निशिकांतही एक जळजळीत कटाक्ष टाकीत ऑफिसमध्ये शिरला होता.

दखल न घेतलेली पाहून बापूसाहेब कमालीचे अस्वस्थ झाले. त्यांना प्रचंड राग आला होता; पण भाऊसाहेबांनी ताकिद दिल्याने, स्वतःवर नियंत्रण ठेवीत तेही आत शिरले... हरिभाऊही त्यापाठोपाठ लगबगीने गेले.

सोनवणे व निशिकांत आपापल्या जागी स्थानापन्न होताच, बापूसाहेब पुन्हा मिश्कीलपणे हसले आणि हात जोडत म्हणाले,

''नाय म्हणलं नमस्कार सायेब...'' खुर्ची ओढीत पुढे म्हणाले, ''बसू नव्हं?... नाय तर म्हणाल गेट आऊट...''

त्यावर सोनवणे काहीच बोलले नाहीत... तरीही बापूसाहेब समोरच्या खुर्चीत बसले तर हरिभाऊ शेजारच्या खुर्चीत बसले. त्यांनी हळूच निशिकांतकडे पाहून घेतलं... सोनवणे इच्छा नसतानाही म्हणाले,

''हं बोला...''

''काय बोलायचं सायेब?... तुम्हाला तर माहीतच आहे...''

''व्हय!... तुमच्यासारख्या हुशार माणसाला सांगायची गरजच नाही,'' हरिभाऊ

फिदीफिदी हसत म्हणाले... सोनवण्यांनी शांतपणे दोघांकडे पाहिलं... आणि ते म्हणाले,

"हे बघा!... जर का तुम्ही बाहेर पकडलेले ट्रक व गुन्हेगारांसंदर्भात आला असाल, तर या क्षणी जाऊ शकता."

निशिकांतनंही यावर नुसतीच होकारार्थी मान हलवली होती.

"अवं सायेब!.. असं घायकुतीला काहून बरं येताय.. बोलूयात ना?" बापूसाहेबांनी खडा टाकला.

"मला त्याविषयी काहीही बोलायचं नाहीये... चोरीचा माल आहे. पकडला गेला... त्याची पोलीस केसही झालीये..." सोनवण्यांनी स्पष्ट सांगितलं.

"होऊ द्या ना सायेब... तो माल राहू द्या... फक्त ती केस मागे घ्या... म्हणजी आमची माणसं सुटतील..." बापूसाहेब शांतपणेच बोलत होते.

"व्हय सायेब... तेवढं कराच," हरिभाऊंनी आग्रह केला.

"म्हणजे ती माणसं तुमचीच आहेत हे तुम्ही कबूल करताय...!" सोनवण्यांनी त्यांना शब्दांत पकडलं.

"नाही!... काय आहे सायेब... आमची माणसं नाही... पण गरीब माणसं... कार्यकर्ते आहेत... धावून यावं लागतं..." बापूसाहेब बेरकीपणाने म्हणाले होते.

"नाही ना तुमची माणसं... मग सोडा ना?... त्यांनी चोरी केलीये. शिक्षा होणारच...!" सोनवणे डोळे रोखीत म्हणाले.

"नाही तसं नाही... शेवटी त्यांचं कुटुंब आहे... हकनाक बळी जातील बघा... आमचं काय?" बापूसाहेबांनी अंदाज घेतला.

"धमकी देताय...?"

"नाही, धमकी नाही सायेब... फक्त सूचना..." हरिभाऊ मधेच बोलले...

"गुन्हेगारांच्या कुटुंबाला वेठीस धरून धमकी देताय... त्याला सूचना म्हणताय का?" निशिकांत रागानंच म्हणाला. त्याच्याकडे बापूसाहेब व हरिभाऊंनी फक्त तिरस्कारानं पाहिलं...

"तुझ्या मोठ्या सायेबाशी बोलतोय ना?.. मग मधेच काहून बोलतोयस?" बापूसाहेब मगरूरीच्या स्वरात म्हणाले.

"साहाय्यक वनपालाशी बोलताय बापूसाहेब तुम्ही...! जरा जपून बोला..." सोनवण्यांनी चेतावणी दिली.

"ठीक आहे!... ठीक आहे!... नाही बोलणार," कान पकडून निशिकांतकडे पाहत बापूसाहेब पुढे म्हणाले, "माफ करा सायेब, पुन्हा असं नाही व्हायचं... तर सोनवणे सायेब इचार करा की..."

"तसा मी विचार करीन असं तुम्हाला का वाटतं?... एवढी मोठी तस्करी

करून निर्लज्जासारखे माझ्यासमोर आलात... तुम्ही जाऊ शकता,'' सोनवण्यांचा पारा आता चढत होता.

बापूसाहेबांना निर्लज्ज हा शब्द जिव्हारी लागला... पण शक्यतो शांत राहत ते म्हणाले,

''हा भाऊसाहेबांचा आदेश आहे... त्यांनीच आम्हाला पाठवलंय.''

''कोण भाऊसाहेब?'' सोनवण्यांनी प्रश्न केला.

''काय, माहीत नाही तुम्हास्नी?... अवं आपल्या तालुक्याचे आमदारसाहेब... वनमंत्री दादासाहेब नथ्थुसिंग पाटील धुपेकर यांचे चिरंजीव...'' बापूसाहेबांनी भुवया उंचावत नाव ठासून सांगितलं होतं... आणि बेरकी हास्यही फेकलं... हरिभाऊंनी दात काढले होते.

''कुणीही असो!... गुन्हा हा गुन्हा आहे... कोण आमदार? कोण मंत्री?... याच्याशी मला काही घेणं देणं नाही... आणि असल्या गोष्टींचा माझ्यावर परिणाम होत नाही.'' सोनवण्यांनी स्पष्टपणे सांगताच, बापूसाहेब हवालदिल झाले... हरिभाऊ पाहतच राहिले... निशिकांतनं अभिमानानं पाहिलं... बापूसाहेब ओरडले,

''काय?... काय म्हणताय सायेब?... अहो, प्रत्यक्ष भाऊसाहेबांचा निरोप आहे... त्यांना तुम्ही नीट ओळखत नाही वाटतं...''

''...आणि मला ओळखायचंही नाही... तुम्ही जाऊ शकता...''

''सायेब!... मी मोबाइल लावून देतो.'' खिशातून मोबाइल काढत ते पुढे म्हणाले, ''तुम्हीच प्रत्यक्ष बोला.''

''हे बघा!... मला कुणाशीही बोलायचं नाही... भाऊसाहेब असो की टाऊसाहेब,'' सोनवणे स्पष्ट बोलत होते.

तेवढ्यात बापूसाहेबांचा मोबाइल वाजला... बापूसाहेब संयमाने उत्तरले,

''भाऊसाहेबांचाच आला बघा... बोलाऽऽ..''

''सांगितलं ना एकदा... मला कुठल्याही भाऊसाहेबांशी बोलायचं नाहीये... समजलं नाही का?'' सोनवणे जोराने ओरडले होते... सोनवण्यांचा आविर्भाव पाहताच, बापूसाहेब मोबाइल कानाला लावीत हळूच म्हणाले,

''भाऊसाहेब!... मी थोड्या वेळानी करतोय तुम्हास्नी मोबाइल,''... आणि मोबाइल बंद करून खिशात ठेवीत म्हणाले, ''हे बरोबर नाही केलं सायेब... तुम्हास्नी खूपच महागात पडल...''

''पडू द्या. बघून घेईन मी... जा तुम्ही...'' सोनवणे निर्वाणीचं उत्तरले.

''धमकी!... साहेबांनी सांगितलं ना तुम्हाला जायला... मग निगरगट्टासारखे कसे थांबलात... की बखोटीला धरून बाहेर घालवू?'' निशिकांतही पावित्र्यात उत्तरला...

"ए!ऽऽ.. दीडदमडीच्यांनो, जास्त बोलू नका... जातोय... पण लक्षात ठेवा, तुम्हाला हे महागात पडेल... तुम्ही कुणाशी पंगा घेताय हे ठाऊक नाही तुम्हाला..." बापूसाहेब ओरडले होते.

"चला बापूसाहेब!... कळेलच त्यास्नी..." हरिभाऊ समजावून घेत म्हणाले.

निशिकांत अजून काही बोलणार व पुढे येणार तेवढ्यात दोघे उठले व दारातून पाय आपटत बाहेर पडले... बापूसाहेब जोरजोराने ओरडतच बाहेर पडले. त्यांचा आरडाओरडा बराच वेळ चालला होता... नंतर आवाज क्षीण होत गेला... निशिकांत म्हणाला,

"सर!... खरंच अवघड माणसं आहेत ही?"

"सोड!... निशिकांत... आता अशा धमक्या येणारच आहेत... फारसा विचार करायचा नाही... आणि शक्यतो शांत राहायचं..." सोनवणे शांतपणे म्हणाले होते.

अशा प्रसंगातही सोनवणे कमालीचे स्थिर असतात, याचं निशिकांतला आश्चर्य वाटत होतं.

तेवढ्यात सोनवण्यांच्या टेबलावरचा फोन खणखणला. रिसीव्हर उचलत कानाला लावत सोनवणे म्हणाले,

"हॅलोऽऽ"

"हं!... मी माधवराव शिंदे... आय.एफ.एस. बोलतोय..."

सोनवण्यांच्या कपाळावर असंख्य त्रासिक आठ्या येऊन गेल्या. निशिकांतला कुणाचा फोन आहे याचा अंदाज येऊन गेला...

"हं!... बोला सर..."

"बोलायचं काय?... मोबाइल बंद करून ठेवलाय वाटतं." माधवरावांनी आरोपच केला...

"आम्ही अभयारण्यात व दऱ्याखोऱ्यात राहतो सर!... इथे रेंज नसते हे कुणी सांगायला नको... आपण भारतात आहोत हे तुम्ही विसरताय," सोनवण्यांनी आठवण करून दिली.

"ठीक आहे, ठीक आहे... जास्त विश्लेषण नको... कळतंय मला... तुम्ही आता बोलायचं काय राहू दिलंय."

"म्हणजे मी समजलो नाही," सोनवण्यांनी रोख ओळखला होता; पण ते मुद्दाम तसं म्हणाले होते.

"वेड पांघरू नका सोनवणे... ते ट्रक का पकडलेत?.. आणि केस का केलीये?.."

"का म्हणजे?... चंदनाची मोठ्या प्रमाणात तस्करी होत होती... चोरी होत होती... आणि तुम्ही म्हणता का पकडले?.. डिस्गस्टिंग. हे दुर्दैव आहे सर!"

सोनवणे रागानेच उत्तरले.

"ते कुणाचे आहेत माहीत आहे ना?"

"माहीत आहे... तुमचे अनुयायी आत्ताच येऊन गेलेत... शेवटी काय फरक पडतो?" सोनवण्यांनी स्पष्ट सांगितलं.

"यू आर स्मार्ट हं सोनवणे."

"का हो काय झालं... एकदम मी स्मार्ट कसा झालो?"

"नाही तुम्ही चोरवाट शोधून काढलीत... कुणाच्या बापाला ते शक्य झालं नसतं... कसं केलंत हे!" माधवरावांनी गहन प्रश्न विचारला.

"तुम्ही बाप म्हणालात. त्याच्यातच सर्व काही आलं. ते कधी तरी तुम्हाला कळेल..."

"ठीक आहे. मी तुम्हाला सल्ला देतो... ही केस मागे घ्या... नाहीतर तुम्हाला खूप महागात पडेल," माधवरावांचा चेतावणीचा स्वर आला.

"महागात पडेल?... पडू देत... ती केस परत घेणं आता शक्य नाही," सोनवणे ठामपणे उत्तरले व पुढे म्हणाले, "ती केस इन्स्पेक्टर गोविंद पवार हाताळत आहेत. हवं तर जे मला सांगितलं ते त्यांना सांगा."

इन्स्पेक्टर पवारांचं नाव ऐकताच, माधवराव क्षणभर स्तब्ध झाले. इन्स्पेक्टर पवार काय आहेत हे त्यांना चांगलंच ठाऊक होतं. तेही निर्वाणीचं म्हणाले,

"जर का तुम्ही केस मागे घेतली नाही तर, मला तुमची सस्पेंशन ऑर्डर काढावी लागेल..."

"का? सर, अवैध धंदा बंद केला म्हणून?... की प्रामाणिकपणे वनरक्षणाची जबाबदारी घेतली म्हणून? तुम्ही ते करायला मोकळे आहात... तो तुमचा अधिकार आहे... बट आय डोंट केअर!" सोनवणे पुनश्च आत्मविश्वासाने म्हणाले.

"ही अरेरावी झाली सोनवणे... अजूनही सांगतो. तडजोड करून घ्या. तुम्हाला अजूनही कळत नाहीये, की तुम्ही कुणाविरुद्ध बंड करीत आहात... त्यांचा मार्ग तुम्ही थांबविण्याचा प्रयत्न करीत आहात. मित्र म्हणून सांगतो..." माधवराव अजूनही समजावण्याचा प्रयत्न करीत होते.

"मला माहीत आहे सर!... कोण आहे ते... त्यांचे भविष्यातील परिणामही मला ठाऊक आहेत... पण अशी भंपक तडजोड मी मुळीच करणार नाही... आणि हो, मला मित्र म्हणून मोलाचा सल्ला दिला त्याबद्दल आभार..." सोनवणे पुनश्च ठाम होते.

"हा अट्टाहास बरा नाही सोनवणे... भाऊसाहेब, दादासाहेबांविरोधात जाणं खूप महागात पडेल... तुमची फॅमिलीही आहे..." माधवरावांनी धमकीच दिली... ते मोठ्याने म्हणाले होते.

“मोठ्यानं बोलू नका सर!... आणि असल्या धमकीचा माझ्यावर काहीही परिणाम होणार नाही... मला खरंच तुमची दया येते सर. वरिष्ठ सहकारी अधिकारी असूनही तुम्ही असल्या धंद्यांना पाठबळ देत आहात,” सोनवण्यांनीही आवाज चढवत स्पष्ट सांगितलं.

“तोंड सांभाळून बोला सोनवणे... कुणाशी बोलताय कळतंय ना?”

“होय!... मी एक सक्षम अधिकारी आणि आय.एफ.एस. शी बोलतोय.” सोनवणे उपरोधाने बोलले. पलीकडून थोड्यावेळ शांतता होती.

“तुम्ही ऐकणार नाही तर!.. मला तुमच्याविरुद्ध ॲक्शन घ्यावी लागेल.” माधवरावांचा पुन्हा चेतावणीचा स्वर आला.

“तुम्ही ते करायला मोकळे आहात सर, फोन बंद करतो... मला बरीच कामं आहेत.”

सोनवण्यांनी वैतागाने फोन कट केला... माधवराव चडफडत राहिले... निशिकांत बारकाईने हा संवाद ऐकत होता... तो म्हणाला,

“सर!... हा माधवराव शिंदे म्हणजे एक नंबरचा बदमाश व युजलेस माणूस आहे... त्याच्यापासून आपल्याला जपून राहावं लागेल...”

“निशिकांत!... आपण काहीही चुकीचं केलेलं नाही... त्याला काय ते करू देत... सस्पेंशन ऑर्डर काढतो म्हणे... काढ म्हणाव... बघतोच आम्ही पण... चला जाऊ दे,... ही मोठी मोहीम उघडल्याने व त्यांच्या काळ्या धंद्यावरच घाला घातल्याने, ते सर्वजण चवताळलेत... हे अपेक्षितच होतं... वुई वील फेस इट,” सोनवणे दृढपणे म्हणाले होते... निशिकांतला सोनवणे सहजासहजी बधणार नाहीत हे माहीत होतं... तो नुसताच त्यांच्याकडे पाहत राहिला.

दोघंही कामात व्यस्त झाले... जाधवकाका ऑफिसमध्येच जेवण घेऊन आले. बापूसाहेब, हरिभाऊ व माधवरावांच्या धमकी व दबावाने त्यांच्यावर काहीच परिणाम झाला नव्हता... पण वेळ मात्र गेला होता... सोनवणे व निशिकांतने दोन घास पोटात ढकलून घेतले... आणि ते पुढच्या कामाला लागले.

साधारण पाच-साडेपाचच्या दरम्यान बाहेर कार उभी राहिली. त्यातून एक व्यक्ती उतरली व हळुवार व तेवढ्याच मगरूरीने ऑफिसमध्ये शिरली. सोनवणे व निशिकांत कामातच होते... जाधवकाकांनी पाहिलं आणि ते हबकून गेले... त्यांना काय बोलावं ते सुचलंच नाही... त्या व्यक्तीनं घसा साफ केला व सोनवण्यांचं लक्ष वेधण्याचा प्रयत्न केला... पण सोनवणे खाली मान घालून कामच करीत राहिले. त्या व्यक्तीचे डोळे ताठरले... पण स्वतःवर संयम ठेवत ते म्हणाले,

“न्हाय म्हटलं बसायचं की नाही आम्ही...?”

आवाज येताच समोर पांढरीशुभ्र विजार, कुर्ता, शरीरानं स्थूल, डोळ्याला

काळा चश्मा, रंग सावळा असं व्यक्तिमत्त्व दिसताच, सोनवण्यांच्या चेहऱ्यावर प्रश्नचिन्ह येऊन गेलं... शक्यतो चेहरा निर्विकार ठेवत सोनवणे म्हणाले,

"आता आपण कोण?"

न ओळखलेलं पाहून त्या व्यक्तीचा काळपट चेहराही लाल झाला... आणि ते म्हणाले,

"ओळखलेलं दिसत नाही आम्हाला?"

"कसं ओळखणार?... भेट झाली आपली कधी?" सोनवणे पुन्हा निर्विकारपणे म्हणाले. त्यांना अंदाज आला होता... पण त्यांना तो व्यक्त करायचा नव्हता. या उत्तरावर ती व्यक्ती मात्र अजूनच लाल होऊन खजील झाली... पण स्वतःवर नियंत्रण ठेवत म्हणाले.

"मी आमदार भाऊसाहेब पाटील धुपेकर..." असं सांगतानाच भाऊसाहेबांच्या चेहऱ्यावर बेरकी हास्य येऊन गेलं... आता तरी सोनवणे वरमतील असा त्यांचा अंदाज होता. निशिकांतही यावर सोनवण्यांची प्रतिक्रिया पाहण्यास उत्सुक होता.

"बरं!... मग मी काय करू?" सोनवणे निरखून म्हणाले.

समोरचा वनपाल कुठलाही मुलाहिजा ठेवत नसलेला पाहून, भाऊसाहेब कमालीचे अस्वस्थ झाले... दातओठ खात म्हणाले,

"साधं उठायचे मॅनर्स नाहीत वाटतं... वरिष्ठ आहे मी?"

"मी तुम्हाला बसायला आडकाठी केलीये?.. मग मी का उठू?..." सोनवण्यांच्या उत्तरानं निशिकांत खुश झाला होता. भाऊसाहेब मात्र चरफडत राहिले... समोरच्या वनपालाशी जास्त हुज्जत घालणं बरं नाही हे लक्षात येताच, ते खुर्चीत बसले व म्हणाले,

"ठीक आहे!... ठीक आहे... मोबाइलवर आमच्याशी बोलणं टाळलं हे बरोबर केलं नाही तुम्ही... हजारो कार्यकर्ते आम्हाला दररोज भेटण्यासाठी लाइनीत उभे असतात... आणि तुम्ही...?"

"मी लाइनीत उभा आहे का?..." सोनवण्यांनी प्रति प्रश्न करताच भाऊसाहेब गडबडले... सोनवणे पुढे म्हणाले, "कशासाठी आलात?"

"तुम्हाला चांगलंच ठाऊक आहे सोनवणे मी कशाला आलो म्हणून?... लई मानमरातब आहे तुम्हाला... भाव खाऊन राहिलेत," भाऊसाहेब समजावणीच्या स्वरात व शांतपणे म्हणाले.

"तुमचे अनुयायी येऊन गेलेत... निरोपही कळला... मी काहीही करू शकत नाही. तुम्ही जाऊ शकता..." सोनवण्यांनी कुठलीच रुची दाखवली नाही.

'जा,' असं म्हणताच भाऊसाहेब ढेपाळले... पुनश्च संयमाने म्हणाले,

"हे बघा सोनवणे... कर्तव्य आम्हालाबी आवडतं... आणि ते असावं या

मताचा मी पण आहे. पण कधी कधी तडजोड फायद्याची असते... तीच तुम्ही करून घ्या. हवंतर चंदन जप्त करा; पण केस मागे घ्या...''

''नाही भाऊसाहेब. मी विनंती करतो... मी असं काहीही करणार नाही... तुम्ही कृपया जाऊ शकता... तुम्ही तुमचं काम करा... मी माझं काम करतो...'' सोनवण्यांनी अंतिम सांगितलं.

यावर भाऊसाहेब रागानं लालबुंद झाले... त्यांचं आता नियंत्रण राहिलं नाही...

''एऽऽ.. केव्हाचं सांगतोय तुला... माजलास कारे... भऽऽ..''

''तोंड सांभाळून बोला भाऊसाहेब... आमदार आहात... सभ्यपणा दाखवा... मी तुम्हाला जायला सांगितलं, एवढंच...'' सोनवणे पुन्हा शांत स्वरात बोलले.

''ठीक आहे!... केस मागे नको घेऊ.. पण तुला चोरवाट आणि गुहेची माहिती कोणी दिली?.. एवढंच सांग... मग मी काय ते बघतो,'' भाऊसाहेबांनी महत्त्वाचा प्रश्न विचारला... कारण त्यांच्या अवैध धंद्याला मोठाच फटका बसला होता... चोरवाट व गुहा पूर्ण ताब्यात आली होती.

''ते मी तुम्हाला कशाला सांगू?.. आम्हाला माहिती मिळाली आणि आम्ही कारवाई सुरू केली... एवढंच...''

''ठीक आहे!... नका सांगू ... मी बघतोच तुम्हाला... इथे कसे राहता ते... माझ्याशी गाठ पडलीये तुमची... जास्त माज आलाय तुला... माजच उतरवतो तुझा,'' भाऊसाहेबांचं नियंत्रण गेलं होतं. ते एकेरीवर आले होते.

''तुम्ही हवं ते करा भाऊसाहेब... पण कृपया आता तुम्ही इथून निघा...'' सोनवण्यांनी पुन्हा डिवचून त्वेषाने म्हटलं होतं...

भाऊसाहेब नुसतेच थरथरत राहिले... डोळे मोठाले करीत म्हणाले...

''आता तुझी घटिका भरलीच समज...'' आणि त्यांनी खुर्ची जोराने ढकलली... व ते माघारी फिरले... खुर्ची दोलायमान होऊ लागली... सोनवणे तरीही शांतच होते. तेवढ्यात मोटरसायकल पार्क करण्याचा आवाज आला... अंधारून आल्याने, कोण आलं ते काहीच कळत नव्हतं.

भाऊसाहेब दारात असतानाच, शुभ्र झब्बा-पायजमा घातलेला 'दैनिक चव्हाट्यावरचा' पत्रकार जयंत पाटीलने प्रवेश केला... दोघांची दृष्टादृष्ट होताच, भाऊसाहेब कमालीचे अस्वस्थ झाले... कारण 'दैनिक चव्हाट्यावर' मध्ये जयंत पाटील सातत्याने त्यांच्या विरोधात लिहीत असत... कालचं प्रकरण उघडकीस आलं तर हाहाकार माजणार होता... दादासाहेबांचंही मंत्रिपद धोक्यात येणार होतं. त्यामुळे भाऊसाहेब खूपच अस्वस्थ झाले...

धिम्या पावलाने ते पायऱ्या उतरले व कारच्या ड्रायव्हिंग सीटवर बसले... बाहेर ठार अंधार होता... त्यांनी ऑफिसकडे पाहिलं... तेथे सोनवणे, जयंत पाटील व

निशिकांत एकत्र बसून गंभीरपणे खल करताना दिसताच, भाऊसाहेबांची चलबिचल झाली... ते बेचैन झाले...

तशातच कारचे हेड लाइट सुरू केले... प्रकाशाचे झोत त्रिशंकूत पसरले. रस्ता स्वच्छ दिसत होता; पण भाऊसाहेबांचं भविष्य काळंकुट्टं दिसत होतं... त्यांनी विचार केला... एक रहस्यमय हास्य त्यांच्या ओठांवर आलं आणि त्यांनी कार गेटबाहेर काढली...

हळूहळू कारचा वेग वाढवला व ठरावीक अंतर कापताच हमरस्त्यावरील एका गर्द झाडीत आडोशालाच अंधारात भाऊसाहेबांनी कार उभी केली... हेडलाइट बंद करताच कारचं अस्तित्वच नाहीसं झालं... अंधारातही भाऊसाहेबांचे डोळे चकाकत होते...

तीन तासांच्या प्रतीक्षेनंतर मागे एक हेडलाइट चमकला... ती मोटरसायकल होती... भाऊसाहेब छद्मीपणे हसले... त्यांच्या शेजारून मोटरसायकल जाताच, त्यांनी जयंत पाटील असल्याचीच खात्री करून घेतली... आणि कारचे हेडलाइट चालू केले... जंगलाचा आजूबाजूचा परिसर प्रकाशित होताच, त्यांनी कार रस्त्यावर आणली... आणि वेग वाढवला...

वेग एवढा होता की बाजूने जाणारी मोटरसायकल त्यांनी उडवली व तसेच बेदरकारपणे ते वेगाने पुढे गेले... मोटरसायकल दहा फूट उडाली. चुराडा झाला आणि जयंत पाटील निपचित पडला... यावेळी समोरचा नागमोडी वळण रस्ता पाहत भाऊसाहेब तुच्छतेने हसले होते... आता त्यांच्या डोक्यावरचं ओझं मात्र हलकं झालं होतं.

३९

"प्लँटोन"ची यशस्वी चाचणी आणि मिळालेल्या परिणामांमुळे डॉ. समीर व डॉ. अंजलीचा उत्साह चांगलाच वाढला होता. त्या वनस्पतींचा सखोल अभ्यास करून अंतरंगातील वेगवेगळ्या गुणधर्मांचा वेध डॉ. समीरना घ्यायचा होता. आंतरराष्ट्रीय नियतकालिकेत हे संशोधन प्रसिद्ध करायचे असेल तर, त्या वनस्पतीची पुनर्पडताळणी करणं आवश्यक होतं. कृत्रिम बुद्धिमत्तेचा उपयोग करून, सूक्ष्म पातळीवरील हालचालींचं निरीक्षण त्यांना करायचं होतं. त्यामुळे डॉ. समीरच्या मार्गदर्शनाखाली डॉ. अंजलीने विविध प्रयोगांना सुरुवात केली होती... आणि तसे समर्पक परिणामही मिळाले होते. सगळ्याच परिणामांची जुळवाजुळव, करीत डॉ. समीर विश्लेषण व पृथक्करणात व्यस्त झाले होते.

दरम्यान प्रकल्पाचाच एक भाग म्हणून अल्फा, बीटा, गॅमा, इलेक्ट्रॉन किरणांसोबतच जड आयनांचा परिणाम या वनस्पतीवर काय होतो?.. याचाही पाठपुरावा करण्याचा प्रयत्न केला गेला. यासाठी पुणे व मेंगलोर विद्यापीठांतील किरणस्रोतांचा वापर केला गेला. किरण उत्सर्जित करण्याच्या वेगवेगळ्या समस्थानिकांचा उपयोग डॉ. समीरनी खुबीने केला. डॉ. समीरनी सुचवायचे आणि डॉ. अंजलीने ते अमलात आणायचे असा जणू प्रघात झाला. डॉ. अंजलीचा प्रायोगिक हात वाखाणण्याजोगा होता... वनस्पतींवरील प्रत्येक प्रयोग ती अतिशय तन्मयतेने व काटेकोरपणे करीत असे. पुन:पुन्हा प्रयोग करून परिणामांची खात्री करून घेत असे. मगच डॉ. समीरपुढे परिणाम चर्चेसाठी ठेवत असे. डॉ. समीरना, डॉ. अंजलीच्या रूपाने एक चांगला संशोधक व प्रायोगिक हात मिळाला होता... अल्फा, बीटा, गॅमा व विविध ऊर्जेच्या इलेक्ट्रॉनचा वनस्पतीवर मारा किंवा प्रज्वलित करून, त्यानंतरचे परिणाम-दुष्परिणाम डॉ. अंजलीने पाहताच, वनस्पतींचे वेगवेगळे परिणाम दिसले... डॉ. समीरच्या तत्काळ लक्षात आलं होतं... अल्फा, बिटा, गॅमा या प्रारणांची तुलना इलेक्ट्रॉनशी करताच, इलेक्ट्रॉनने प्रज्वलित केलेले वनस्पतींचे परिणाम आव्हानात्मक होते...

सरळ जनुकांवर घाला घालून म्युटेशन घडून आले होते. परिणाम खरोखरच उत्साहवर्धक होते.

यांत किरण व मूलकणांचा अभ्यास होताच, डॉ. समीर व डॉ. अंजली दिल्लीला आंतर विश्वविद्यालय प्रवेगक केंद्रात (Inter university Accelerator Center) प्रयोगासाठी आठ दिवस जाऊन आले होते. तेथे डॉ. किशनलालची पुन्हा एकदा भेट होऊन, मनसोक्त गप्पा झाल्या होत्या... डॉ. अंजलीचीही ओळख झाली होती. डॉ. किशनलाल तिला उमदे संशोधक वाटले होते.

डॉ. समीर व डॉ. अंजली रात्रंदिवस सतत पेलेट्रॉन रूममध्ये होते. डॉ. किशनलाल व इतर शास्त्रज्ञ त्यांना साहाय्य करत होते... वनस्पतींचे नमुने प्रोटॉन सोबतच कार्बन, ऑक्सिजन, फ्लोरिन, सिलिकॉन, सिल्व्हर व गोल्ड आयनच्या विविध ऊर्जांना प्रज्वलित करण्यात आले होते... वनस्पतींच्या अंतरंगात डोकावणारा हा तसा पहिलाच प्रयोग असल्याने, डॉ. किशनलालसोबतच इतर वरिष्ठ व कनिष्ठ शास्त्रज्ञांनाही रुची निर्माण झाली होती... हा एक आगळावेगळा प्रयोग होता.

आयन प्रज्वलिकरणाचा प्रयोग झाल्यानंतर, डॉ. समीरनी केंद्रामधल्या सर्व शास्त्रज्ञांसमोर केलेल्या प्रयोगाचे विवेचन व प्रेझेंटेशन सुंदरपणे केलं होतं. आयनमुळे वनस्पतींच्या अंतरंगात काय बदल अपेक्षित आहेत; याचं शास्त्र छानपणे उलगडून दाखवलं. डॉ. समीरच्या ज्ञानाविषयी, बुद्धिमत्तेविषयी शंकाच नव्हती... या निमित्ताने ती अजून झळाळून निघाल्याचं डॉ. अंजलीच्या लक्षात आलं होतं. प्रत्येक शास्त्रज्ञांनी त्यांच्याशी उत्सुकतेने चर्चा केली होती.

आठ दिवसांच्या वास्तव्यानंतर प्रज्वलित केल्यानंतरच्या प्रयोगांना डॉ. अंजलीने तत्काळ सुरुवात केली होती... आणि डॉ. समीरनी भाकित केलेले व अपेक्षित परिणामच मिळाले होते... त्या वनस्पतीची एक उपप्रजात निर्माण करण्यास डॉ. समीर यशस्वी झाले होते... आणि त्याला कार्बन हा आयन व त्याची मात्रा विशेष कारणीभूत होती. ही सुधारित वनस्पती निश्चितच वेगळी रहस्ये उलगडेल याची खात्री डॉ. समीरना होती.

'प्लँटोन' व सर्व परिणामांची जुळवाजुळव करून, डॉ. समीरनी एक छानसं प्रेझेंटेशन तयार केलं. शेजारीच प्रयोग करत असलेल्या डॉ. अंजलीला ते म्हणाले,

"अंजली"

"येस!... सर!"

"प्लँटोन, वनस्पती आणि विविध किरणांचे परिणाम या सर्वांचे खूप छान परिणाम आहेत. मला वाटतं इन्स्टिट्यूटच्या जर्नल क्लबमध्ये मी माझे व्याख्यान देतो. त्यानिमित्ताने या उपक्रमाला सुरुवात होईल व ती सुरुवात माझ्यापासूनच

केलेली बरी. काय वाटतं तुला?'' डॉ. समीरनी विचारलं.

''काहीच हरकत नाही सर!... तशी ही कल्पनाही तुमचीच आहे... डॉ. शिरसाठांना याची जबाबदारी दिल्याचं मला आठवतंय...'' डॉ. अंजली आठवत म्हणाली.

''होय!... त्यांनाच मी ही जबाबदारी दिली होती... मला वाटतं, मी उद्याच हे व्याख्यान देतो... वनस्पती व 'प्लँटोन'ची सखोल चर्चा त्यानिमित्ताने होऊ शकेल... थांब, मी डॉ. शिरसाठांना फोन करून आयोजन करण्यास सांगतो.'' डॉ. समीरनी टेबलावरील इंटरकॉम उचलला व कानाला लावला.

''हॅलो!... डॉ. शिरसाठ?''

''होय! सर...मीच.''

उद्या अकरा वाजता मी आपल्या जर्नल क्लबमध्ये व्याख्यान देतो... शीर्षक व ॲबस्ट्रॅक पाठवतोच... तुम्ही नियोजन करा...'' डॉ. समीरनी सांगितलं.

''निश्चितच सर...! त्यानिमित्ताने या उपक्रमाला सुरुवात होऊन, एकमेकांचे संशोधन परिणाम जाणून घेता येतील... आत्ताच मी सर्वांना इ-मेल पाठवतो...''

फोन कट झाला... डॉ. समीर व डॉ. अंजली तयारीला लागले. डॉ. समीरनी शीर्षक पाठवून दिले. थोड्याच वेळात डॉ. शिरसाठांनी इ-मेल टाकला होता. डॉ. समीरच्या व्याख्यानाचे शीर्षक होतं, 'डेव्हलपमेंट ऑफ प्लँटोन ॲण्ड इट्स युज फॉर दि आयडेंटिफिकेशन ऑफ ब्रेन लाईक प्रोटिन्स इन प्लांट्स.' सगळ्यांनीच तो इ-मेल वाचला व बारकाईने ॲबस्ट्रॅक्ट पाहिला.

दुसऱ्या दिवशी सर्व शास्त्रज्ञ व संशोधक प्रशस्त कॉन्फरन्स हॉलमध्ये जमा झाले. डॉ. समीर आल्यापासून इन्स्टिट्यूटचा कायापालटच झाला होता... अद्ययावत यंत्रणा उभारली गेली होती. सोयीसुविधा वाढल्या होत्या. त्यापैकीच हा प्रशस्त व स्मार्ट कॉन्फरन्स हॉल होता. संचालक डॉ. पाबळकरांसोबतच डॉ. देशमुख, डॉ. शर्मा, डॉ. सिंग, डॉ. मिश्रा, डॉ. पाचपुते, डॉ. गणेश, डॉ. अंजली, डॉ. शैलजा कुलकर्णी, डॉ. नितीन घाटे, डॉ. राजशेखर, डॉ. क्षीरसागर व दहा-बारा संशोधक विद्यार्थीही येऊन बसले होते. दरम्यान डॉ. अंजलीने डॉ. समीरचं प्रेझेंटेशन लोड केलं व स्क्रीनवर शीर्षक झळकू लागलं. डॉ. शिरसाठ उठले व डॉ. समीरची ओळख करून देत म्हणाले,

''डॉ. समीर यांच्याच संकल्पनेतून ही जर्नल क्लब व्याख्यानमाला सुरू होत आहे... आणि त्याची सुरुवात तेच स्वत: करीत आहेत. यापुढे प्रत्येक आठवड्याला वेगवेगळे शास्त्रज्ञ आपल्या संशोधनाविषयी सखोल चर्चा जर्नल क्लबमध्ये करतील. त्यामुळे संशोधनाला अधिक चालना मिळेल. डॉ. समीरविषयी सर्वांनाच ठाऊक आहे... ते असतानाच संशोधनातील प्रत्येकाचा उत्साह वृद्धिंगत झाला आहे. ही संस्था एका वेगळ्या टप्प्यावर येऊन ठेपलीये... त्याचं श्रेय अर्थातच डॉ. समीरना

आहे. मला वाटतं एवढी जुजबी ओळखही पुरेशी आहे... सर!... आज त्यांनी विकसित केलेल्या आगळ्यावेगळ्या 'प्लँटोन' निर्मितीचे रहस्य व वनस्पतींची माहिती आपणास देणार आहेत. तरी मी डॉ. समीर यांना विनंती करतो की त्यांनी व्याख्यानास सुरुवात करावी.'' डॉ. शिरसाठांनी उत्कृष्टपणे संक्षिप्त पण प्रभावी ओळख करून दिली. त्यांच्या ओघवत्या वाणीने व त्यांच्यातील बदलाने सर्वजण आश्चर्यचकित झाले होते. डॉ. समीर उठले व डेस्कजवळ आले... त्यांनी कोट परिधान केला होता... कुठलंही व्याख्यान असो ते स्वत: टापटीप जात असत. त्यामुळे त्यांचं व्यक्तिमत्त्व प्रसन्न वाटत असे... कॉलर माइक लावताच ते बोलू लागले.

''आदरणीय पाबळकर सर व माझे सहकारी मित्रांनो... प्रथम मी डॉ. शिरसाठांचं मनापासून अभिनंदन करतो की, त्यांनी हा संशोधन देवाणघेवाणीचा छान उपक्रम सुरू केला आहे... मी आज माझी व डॉ. अंजलीची निर्मिती असलेल्या 'प्लँटोन', नवीन शोधलेली वनस्पती, किरणांचे प्रज्वलीकरण, मेंदूसदृश प्रथिने आणि त्यांच्या परिणामांची सखोल चर्चा तुमच्यासमोर करणार आहे.''

शीर्षकाच्या खाली त्यांचं व डॉ. अंजलीचंही नाव होतं. डॉ. अंजली त्यानं चांगलीच सुखावली होती... ज्याचं त्याचं श्रेय डॉ. समीर प्रामाणिकपणे देत असत. डॉ. अंजली समोर पाहतच होती.

डॉ. समीर एक एक स्लाइड पुढे जात होते. तशी प्रत्येकाची उत्सुकता वाढत होती... अतिशय मूलभूत शास्त्रांपासून त्यांनी सुरुवात केली होती. विविध वनस्पतींवरील प्रयोग, त्यातील एका वनस्पतीचे विलक्षण गुणधर्म, त्याच वनस्पतीच्या अंतरंगात शिरण्यासाठी 'प्लँटोन'ची निर्मिती... 'प्लँटोन'च्या साहाय्याने वनस्पतींच्या भावभावनांची दखल, प्रत्यक्ष वनस्पतीवर जंगलात जाऊन 'प्लँटोन'च्या साहाय्याने प्रयोग यशस्वी चाचणी,... त्यातून मिळालेली आश्चर्यकारक सरमिसळ असणारी माहिती, ती संयुक्तिक करण्याची यंत्रणा तयार करणे, ती माहिती वनाधिकारी सोनवण्यांना पुरवणे, त्याची पुष्टी मिळणे,.. आणि अजून विविध प्रारणे व मूलकणांचा वापर करून त्याच वनस्पतींतील जनुकांत बदल घडवून, वेगळी सक्षम प्रजात निर्माण करण्याचा प्रयत्न करणे... असे विविध अंगी परिणाम एका मागोमाग डॉ. समीर व्याख्यानात गुंफत जात होते. प्रत्येक जण पुढे काय? म्हणून उत्सुकतेने पाहत होता, ऐकत होता. डॉ. समीर अस्खलित इंग्रजीत विवेचन करीत होते... आणि प्रत्येक परिणामांची शास्त्रीय चर्चा करीत होते. दीड तास सगळेच भारावले होते. मेंदू सदृश प्रथिनांच्या शोधाबद्दलचे महत्त्वाचे परिणाम सांगताच सर्वजण त्यांच्या बुद्धिमत्तेची दखल घेत होते... जंगलातील प्रयोग एखाद्या रहस्य कथेसारखा त्यांनी सांगितला. त्यामुळे ज्येष्ठ शास्त्रज्ञांसोबतच कनिष्ठ संशोधकही तल्लीन झाले होते. शेवटची

थँक्सची स्लाइड उद्‌धृत होताच ते म्हणाले,

''या संशोधन प्रयोग-प्रवासात डॉ. अंजलीचं बहुमूल्य योगदान आहे. बहुसंख्य प्रयोग तिनेच केलेत... याशिवाय डॉ. शिरसाठ, डॉ. पाचपुत्यांचं योगदान अतिसूक्ष्म सोने व चांदीचे अग्र बनविण्यात आहे. डॉ. देशमुखांनी त्या वनस्पतींची सखोल माहिती व गुणधर्म शोधले, तर डॉ. शर्मा, डॉ. सिंग, डॉ. मिश्रा, यांच्याशी संशोधनाला पुष्टी मिळेल अशी चर्चा झाली... या सर्वांचंच योगदान 'प्लँटोन'च्या निर्मितीमध्ये आहे... आणि त्यांचा मोलाचा सहभाग मला फार महत्त्वाचा वाटतो. हा मोठा प्रकल्प आहे आणि त्यात माझ्या सहकाऱ्यांचं योगदान आहे. यातच मी समाधानी आहे... अजून पुढे मोठा पल्ला गाठायचा आहे. या सर्वच परिणामांची जुळवाजुळव करून विश्लेषणही झाले आहे... त्यामुळे 'प्लँटोन' निर्मिती व वनस्पतीचा संशोधन पेपर मी व डॉ. अंजली लिहित असून, तो येत्या आठ दिवसांत 'नेचर' या अग्रगण्य आंतरराष्ट्रीय नियतकालिकेला पाठविला जाणार आहे... आय होप टू गेट इट पब्लिश... सो...थँक्स... थँक यू ऑल.''

डॉ. समीर थांबले होते... टाळ्यांचा गजर झाला. डॉ. पाबळकरांचा चेहरा अभिमानाने फुलला होता... ते संचालक असले तरी इन्स्टिट्यूटची खरी धुरा डॉ. समीरकडेच होती... आणि त्यांनी त्यात कधीच हस्तक्षेप केला नव्हता. डॉ. देशमुख, डॉ. शर्मा, डॉ. सिंग व डॉ. मिश्रा या सर्वांनी 'प्लँटोन', मेंदू सदृश प्रथिने, माहिती... याविषयी प्रश्न विचारले... त्यावर चर्चा झाली... डॉ. समीरनी सखोल शास्त्रीय माहिती दिली... डॉ. अंजलीचा चेहरा आनंदित झाला होता... डॉ. समीरच्या ज्ञानांविषयी तिला माहीतच होतं... पण या व्याख्यानानं अजून त्यांचे बहुरूपीय व्यक्तिमत्त्व उजळून निघालं होतं. डॉ. अंजलीला दिलेल्या श्रेयाने त्यांचं मोठेपण सर्वांनाच जाणवलं होतं. डॉ. पाबळकरांनी त्यांना आलिंगन दिलं.

डॉ. शिरसाठांनी आभार मानताच सर्वजण हळूहळू बाहेर पडले... डॉ. पाचपुते, डॉ. घाटे, डॉ. राजशेखर, डॉ. क्षीरसागर यांसारख्या तरुण शास्त्रज्ञांनी त्यांच्याकडे धाव घेतली होती... डॉ. अंजलीही पाहत होती... एक वेगळीच ऊर्जा आता प्रत्येकात निर्माण झाली.. संचालक पाबळकर व ज्येष्ठ शास्त्रज्ञांच्या हे लक्षात आलं होतं... आणि येत्या काळात इन्स्टिट्यूटचं भविष्य उज्ज्वल व वेगानं चढत जाणार याची खात्री सर्वांनाच होती. कारण आता प्रत्येकातच एक नवी ऊर्मी निर्माण होऊन दिशा मिळाली होती.

पुढच्या आठवड्यातच डॉ. समीर व डॉ. अंजलीनं 'प्लँटोन' व नववनस्पतीच्या शोधावर नेचर नियतकालिकाला पेपर सादर केला होता... डॉ. समीरनी संशोधन पेपरमध्ये प्रत्येक परिणामांची सखोल शास्त्रीय चर्चा करून, प्रमाणित संदर्भही दिले होते. त्यामुळे 'प्लँटोन'वरील संशोधन निश्चितपणे स्वीकारले जाईल, याची खात्री

त्यांना होती.

पुढे दिवस जाऊ लागले, तशी इन्स्टिट्यूटही जिवंत दिसायला लागली. डॉ. समीरच्या व्याख्यानाने प्रोत्साहित झालेले शास्त्रज्ञ हळूहळू प्रॉब्लेम डिफाइंड करून, विविध उपकरणे व सुविधांचा वापर करू लागले. इन्स्टिट्यूटची चालना वाढीस लागली. प्रत्येक संशोधन विभाग सक्रिय झाला... राष्ट्रीय पात्रता चाचणी उत्तीर्ण झालेले विद्यार्थी वरिष्ठ शास्त्रज्ञांचा प्रोफाइल बघून, संशोधनासाठी, पीएच.डी.साठी इन्स्टिट्यूटला प्राधान्यक्रम देऊ लागले... त्यामुळे प्रत्येकाकडे संशोधक विद्यार्थ्यांची संख्या वाढू लागली... हा एक सकारात्मक परिणाम होता. त्यामुळे संशोधनात संस्थेचा आलेख वाढत चालला होता.

नवीन उपकरणांची आवक वाढून, प्रयोगशाळा अद्ययावत होऊ लागल्या... वरिष्ठ व कनिष्ठ संशोधक मोठे प्रकल्प लिहू लागले... त्यांची मोबिलिटी वाढली... भारतातील वेगवेगळ्या अर्थसहाय्य देणाऱ्या संस्थांना संशोधक प्रकल्प सादर करू लागले... त्यामुळे संशोधन प्रकल्पांची वाढ होऊन, आर्थिक पाठबळही मिळत होतं... कुणामध्येही ईर्षा नव्हती, स्पर्धा नव्हती... पण जिद्द मात्र होती... एकमेकांच्या संशोधनाविषयी आदर होता... त्यामुळे इन्स्टिट्यूटमधील वातावरण संशोधनमय तर झालंच होतं; पण खेळीमेळीचंही होतं...

प्रत्येकाकडेच छोटे-मोठे प्रकल्प आले होते... त्यामुळे संशोधनाला चांगली चालना मिळाली होती. परदेशातील देवाणघेवाण सुरू झाली होती. परदेशातील विविध संशोधन संस्था व विद्यापीठातील सुप्रतिष्ठित शास्त्रज्ञ व प्राध्यापक संस्थेत येऊ लागले होते... याची सुरुवात डॉ. समीरनीच केली होती... राष्ट्रीय पातळीवरच नाही तर, आंतरराष्ट्रीय पातळीवरचे शास्त्रज्ञ त्यांच्यामुळे रामपूरला इन्स्टिट्यूटमध्ये येऊन संशोधन करू लागले... वास्तव्य करू लागले... इतर वरिष्ठ शास्त्रज्ञांनीही पुनरावृत्ती करून, परदेशातील विद्यापीठांशी देवाणघेवाण प्रस्थापित केली होती... एक्सचेंज प्रोग्रॅम होऊ लागले... प्रत्येकांकडे परदेशस्थ शास्त्रज्ञ संशोधनासाठी येऊ लागले... याचाच परिणाम म्हणून विविध विषय व क्षेत्रांत संशोधन पेपर झपाट्याने प्रकाशित होऊ लागले. त्यामुळे इन्स्टिट्यूटचा प्रोफाइल वाढून आंतरराष्ट्रीय पातळीवर संस्थेचं नाव जाऊ लागलं व संशोधक येण्यास इच्छा प्रदर्शित करू लागले... केंद्रीय अर्थसहाय्य मिळून, डॉ. पाबळकर व डॉ. समीरनी एक उत्कृष्ट आंतरराष्ट्रीय गेस्ट हाऊस, संशोधक विद्यार्थ्यांसाठी सगळ्या सोयींनी उपलब्ध हॉस्टेल बांधून घेतले. वायफाय आलं... त्यामुळे प्रत्येकाला इंटरनेटचा ॲक्सेस कुठेही मिळू लागला. सगळ्याच वेगवान सुविधा इन्स्टिट्यूटमध्ये आल्या होत्या... आणि त्याचा योग्य विनियोग व उपयोग होत होता... शेवटी संशोधन संस्थेने झेप घेतलीच होती... फिनिक्स पक्ष्याप्रमाणे!

४०

सकाळी आठ वाजता सोनवणे व निशिकांत ऑफिसमध्ये आले होते. आज थोडा उशीरच झाला होता. रात्री बराच वेळ दोघं काम करीत बसले होते. पकडलेल्या अवैध चंदनाची फाइल तयार करण्यात आली होती. त्यामुळे आवश्यक पुरावेही जोडले गेले होते; कारण त्या अवैध मालाचे उद्‌गाते कोण हे एव्हाना सोनवण्यांना कळलं होतं. त्यामुळे त्यांना सावध राहावं लागणार होतं. बापूसाहेब, हरिभाऊ व नंतर भाऊसाहेबांच्या भेटीने ते उद्विग्न झाले होते. दबाव आणण्याचं तंत्र सुरू झालं होतं. माधवराव शिंदेंनी तर कहरच केला होता. आता पुढे घडणाऱ्या सगळ्या परिणामांना सामोरं जाण्याची सोनवण्यांची तयारी होती. निशिकांतलाही तसं त्यांनी सांगितलं होतं, पण त्यातल्या त्यात जयंत पाटीलच्या भेटीनं त्यांना बरं वाटलं. कुठलंही हातचं राखून न ठेवता त्याच्याशी चर्चा करता आली होती. त्यामुळे भार हलका झाला होता. त्याचवेळी आता खळबळ माजणार याची जाणीव त्यांना होती.

जाधव व नटवरसिंग सकाळी सात वाजताच ऑफिस उघडं करून स्वच्छ ठेवत असत. सोनवणे येताच त्यांनी काही फाइल चाळायला घेतल्या. 'दैनिक चव्हाट्यावर' व इतर स्थानिक वर्तमानपत्रे येऊन पडली होती. निशिकांतनं 'दैनिक चव्हाट्यावर' उलगडताच तो पाहतच राहिला... सोनवण्यांकडे झेपावत तो आश्चर्याने म्हणाला,

"सर!... हे काय झालं बघा..."

'दैनिक चव्हाट्यावर'चं मुखपृष्ठ पाहताच, सोनवणे सुन्न झाले. 'धडाडीचे पत्रकार जयंत पाटील यांचं अपघाती निधन.' हा मथळा पाहताच ते पुढे उद्‌गारले, "कसं शक्य आहे?... कालच सविस्तर भेट व चर्चा झाली... इट्‌स हॉरिबल! निशिकांत हा घातपाताचाच प्रकार आहे..."

"होय, सर... मलाही तसंच वाटतंय... आपल्या मोहिमेचा एक खंदा पुरस्कर्ता व प्रवक्ता गेला... खूपच वाईट व निराशा असणारी बातमी आहे..." निशिकांत

हताश होत म्हणाला.

"याचाच अर्थ ही मूळं कशी खोलवर रुजत चाललीये निशिकांत बघ. आपल्यालाही गाफिल राहून चालणार नाही. सतर्क राहावे लागेल. कुठल्याही थराला जाणारी ही माणसं आहेत. ती आपल्याला माहीतच आहेत. आता ही धोक्याची घंटाच समजायला हवी..." सोनवणे अनुभवाने बोलत होते.

"होय सर... अपघाताचं नाव देऊन त्यांनी ही हत्याच घडवून आणलीये... तरीही आपण लढा देऊ..." निशिकांत ठामपणे म्हणाला.

सोनवण्यांनी निशिकांतकडे कौतुकाने पाहिलं... पण समोर वर्तमानपत्रातील जयंत पाटीलंच छायाचित्र पाहून ते अस्वस्थ झाले... त्यांनी आवेगाने बातमी वाचून काढली. रात्री अकराच्या सुमारास नागपाडा रस्त्यावर अज्ञात वाहनानं जयंतला उडवलं होतं. काही काळ तो शुद्धीवर होता... पण घनदाट जंगलात मदत मिळू शकली नव्हती... व अति रक्तस्रावामुळे त्याचं निधन झालं होतं... संपादकानं आतल्या पानावर जयंतवर संपादकीय लिहिलं होतं... व त्यात जयंतचा पत्रकारितेतील आलेख देतानाच, शेवटच्या क्षणी त्याने मोबाइल करून महत्त्वाची माहिती पुरविली होती. नंतर ग्लानीत येऊन त्याचं निधन झालं होतं. संपादकानं कुठलाही मुलाहिजा न ठेवता रामपूर अभयारण्यातील घटनांचा आढावा घेतला होता. आत्तापर्यंतचा इतिहास, वनपालांचा रहस्यमय मृत्यू, भ्रष्ट अधिकारी या सर्वांचाच समाचार यात घेतला होता. शिवाय वनपाल सुनील सोनवणे व साहाय्यक निशिकांत ठाकरे आल्यानंतरची परिस्थिती, त्यांचा लढा, भ्रष्टयंत्रणेविरुद्ध उभं राहण्याचं कौतुक करीत असतानाच, परवाच पकडलेल्या अवैध चंदन व सागवान तस्करींचाही उल्लेख केला होता. चोरवाट व भुयाराचीही इत्थंभूत माहिती देण्यात आली होती.

शांत वाटणारं हे वनक्षेत्र आतून अस्वस्थ व पेटलेलं होतं... हळूहळू भ्रष्ट यंत्रणेनं व नराधमांनी पोखरायला सुरुवात केली होती... त्यांनाच सोनवणे व निशिकांतनं आव्हान उभं केलं होतं. वनक्षेत्राचं जतन करण्याचा विडाच उचलला होता... प्रसंगी त्यांच्यावर हल्ले झाले तरी ते जुमानत नव्हते. निशिकांत ठाकरेवरचा हल्ला त्यापैकीच होता. डोळ्यांत तेल घालून हे दोघं अधिकारी स्वतःच्याच यंत्रणेविरुद्ध व राजकीय, गुंड, प्रवृत्तींविरुद्धही लढा देत होते. संपादकाने सरळसरळ जयंतच्या अपघाताची व इतर अवैध धंद्याची सुई हरिभाऊ, बापूसाहेब, आमदार भाऊसाहेब व थेट वनमंत्री दादासाहेबांपर्यंत नेली होती... माधवराव शिंदेसारख्या भ्रष्ट अधिकाऱ्याचाही समाचार घेतला होता... या सर्वच माहितीला आधार होता. शेवटच्या क्षणीही जयंत पाटलांनी आपल्या पेशाला न्याय दिला होता... आणि संपादकानं धाडसानं लिहिलं होतं. त्याचे दुष्परिणाम काय होतील याची माहिती असतानादेखील हे धाडस केलं होतं... 'दैनिक चव्हाट्यावर'ची हीच खरी खासियत होती.

जयंत पाटीलच्या मृत्यूनं निराश झालेले सोनवणे, लेख वाचून समाधानी झाले होते. किमान जयंतला न्याय मिळाला होता. आता तालुका, जिल्हाच नाही तर महाराष्ट्रात त्याचे पडसाद उमटणार होते, याची जाणीव सोनवण्यांना होती. आता जास्तच सावध राहावं लागणार होते. कारण कटकारस्थानांना जोरदार सुरुवात होणार होती. सोनवण्यांनी टेबलवर पडलेला मोबाइल उचलला व नंबर प्रेस करीत कानाला लावला. नेहमीप्रमाणे रेंज नसल्याने लागत नव्हता. मोबाइल ठेवताच त्यांनी रिसिव्हर उचलला व कानाला लावला.

"हॅलोऽऽ... इन्स्पेक्टर पवार ना?"

"होय मीच बोलतोय... बोला सोनवणेसाहेब... बरीच खळबळ माजलीये. मी म्हटलं होतं तुम्हाला," इन्स्पेक्टर पवार सरळ म्हणाले.

"होय!... पण जयंतचं असं कसं झालं?" सोनवण्यांनी प्रश्न केला.

"फारच दुर्दैवी घटना... सालस व प्रामाणिक तरुण होता... डेडिकेटेड. माझ्या नेहमीच संपर्कात असायचा. रात्रीच निरोप आला. अपघात झाला. म्हणून मी कुमक घेऊन तडक बारा वाजता गेलो... रक्ताच्या थारोळ्यात पडलेल्या जयंतला पाहून मन हेलावलं... शेवटच्या क्षणीही त्याच्या हातात मोबाइल होता. कुठल्यातरी अज्ञात वहानानं त्याला चिरडलं, पण सोनवणेसाहेब हे काही खरं नाही... ही हत्याच आहे... त्या दृष्टीने तपास आम्ही करूच... रात्री पंचनामा करता करताच दोन वाजले होते... जयंतचा मृतदेह लागलीच इस्पितळात रवाना केला होता... सोनवणे, 'दैनिक चव्हाट्यावर'च्या संपादकानं मात्र धाडसानं लेख लिहिलाय. सरळ वर्मावरच बोट ठेवलंय... त्यामुळे ते चांगलेच खवळले आहेत... पेटले आहेत..." इन्स्पेक्टर पवारांनी सरळ विषयालाच हात घातला.

"ते म्हणजे?" सोनवण्यांनी सरळ प्रश्न केला.

"आमदार भाऊसाहेब!... ही इज अ प्राइम सस्पेक्ट... पण तसे पुरावे नाहीत... आणि पुराव्याशिवाय त्यांच्यविरुद्ध पाऊल उचलता येत नाही. आम्ही मागावर आहोतच... पण..." इन्स्पेक्टर पवार मधेच थांबले.

"पण काय इन्स्पेक्टर पवार?"

"दैनिक चव्हाट्यावरच्या इंत्थभूत माहितीने भाऊसाहेब चांगलेच संतप्त झालेत. हादरलेत... सकाळी सकाळीच ते पोलीस स्टेशनात माझ्याकडे आले... आणि आरडाओरडा करू लागले... मी त्यांना शांत केलं... त्यांनी 'दैनिक चव्हाट्यावर'चे संपादक यांच्यावर अब्रूनुकसानीची केस दाखल केली व तुमच्याविरुद्धही तक्रार केलीये..."

"काय?... माझ्याविरुद्ध?" सोनवणे अविश्वासाने बोलले. सोनवण्यांचा आवाज ऐकून निशिकांत सावरला व काळजीपूर्वक ऐकू लागला.

"होय, तुम्ही त्यांच्याविरुद्ध संपादकाला फितवलं म्हणून... एनी वे... कार्यालयीन भाग म्हणून मी दोन्ही केस व तक्रार दाखल करून घेतलीये... यू डोंट वरी... तुम्ही तुमची मोहीम सुरू ठेवा... आय ॲम देअर..." इन्स्पेक्टर पवार सकारात्मक व पाठबळ देत म्हणाले.

"थँक यू इन्स्पेक्टर पवार... पण या तर चोराच्या उलट्या बोंबा झाल्यात," सोनवणे उत्तरले.

"खरंय ते ... मी या पेशातच आहे सोनवणेसाहेब... चोराला आपण चोर आहोत हे कळतच नाही... त्यातलाच हा प्रकार... पण एक सांगतो... थोडं जपून व कुठेही जाताना तयारीनिशी जा... स्वसंरक्षणासाठी आवश्यक लायसन्स असलेली शस्त्र ठेवा... निशिकांतलाही सांगा... कारण या वनखात्याला तुम्हा दोघांची नितांत गरज आहे... इकडचं काय आहे ते मी पाहतो... कारण आता त्यांच्या कारवायांना वेगाने सुरुवात होणार आहे, एवढं लक्षात ठेवा... बाय. भेटूच..." इन्स्पेक्टर पवारांनी फोन कट केला. सोनवण्यांनी रिसीव्हर क्रेडिलवर ठेवत दीर्घ श्वास सोडला. निशिकांतला ते म्हणाले,

"निशिकांत!... आता खऱ्या अर्थानं आपली कसोटी सुरू झालीये... भाऊसाहेबांनी माझ्याविरुद्ध केस केलीये..."

"मी ऐकलंय सर!... अतिशय पाताळयंत्री माणूस दिसतोय..."

"ठीक आहे... लेट हिम डू व्हॉटएव्हर ही वाँट्स... आपण मात्र आपला मार्ग सोडायचा नाही... बघूयात." सोनवणे निश्चयाने म्हणाले होते.

निशिकांत बोलणार तेवढ्यात सोनवण्यांचा मोबाइल वाजला... अननोन नंबर होता. अशा परिस्थितीत माहीत नसलेला नंबर रिसीव्ह करायचा की नाही या विवंचनेत असतानाच, त्यांनी मोबाइल कानाला लावला.

"हॅलो!... सोनवणे बोलतोय!"

"का रे!... ए भडव्या, माजला का रे..."

"हॅलोऽ... तोंड सांभाळून बोला. कोण आहात तुम्ही?" सोनवण्यांचाही आवाज चढला...

"नाहीतर काय करशील रे!... भाऊसाहेबांविरुद्ध माहिती देतो काय?... बघतोच तुला... गाठ कुणाशी आहे हे अजून तुला कळत नाहीये..." भाऊसाहेबांचं नाव ऐकताच सोनवण्यांच्या चेहऱ्याच्या नसा ताणल्या गेल्या ते छद्मीपणे म्हणाले,

"अच्छा, म्हणजे भाऊसाहेबांचे पित्तू आहात तर तुम्ही... म्हणूनच एवढी गलिच्छ भाषा वापरू शकता... तुझ्यासारख्या टिनपाटांचे दररोज फोन येतात मला... तुझं नाव पण विचारणार नाही... कारण तू बिगारी आहेस. मला माहिती आहे... धमकी देऊन मी सरळ होईन असं वाटलं का तुला?... जा, जाऊन सांग

तुझ्या भाऊसाहेबांना... माझ्या हातात काहीही नाही आहे म्हणावं... जाऽ...'' सोनवणेही उत्तेजित होत म्हणाले.

''ही मगरूरी बरी नाही... भयंकर वाईट होईल... कुटुंबबी आहे तुमचं. लक्षात ठेवं...'' समोरच्याचा पुन्हा धमकीचा स्वर आला.

''तुझा संयम आता सुटत चालला आहे रे... तू ठेव आता... ठेव म्हणतो ना?...'' जोराने बोलत ते पुढे म्हणाले, ''तुला काय हवं ते कर... आणि तुझ्या भाऊसाहेबांनाही सांग... जाऽऽ.. माझ्याविरुद्ध तक्रार करतोय... कुटुंब आहे म्हणे... मी सक्षम आहे...'' सोनवण्यांनी मोबाइल कट केला होता... ते थोड्या वेळ उद्विग्नतेने पाहत राहिले... अशांच्या मोबाइललाही नेमकी रेंज मिळते, याचं त्यांना आश्चर्य वाटलं... एका अर्थानं बरंच होतं... कारण हे संभाषण त्यात रेकॉर्ड झालं होतं... निशिकांत म्हणाला,

''सर, मला वाटतं आता त्यांची मानसिक स्थिती ढासळत चाललीये... भाऊसाहेबांचं नाव घेऊन सरळ धमकी देतो यांचं साधं डोकं त्याला नाही... त्यांना उलट अडचणीतच हे कार्यकर्ते किंवा गुंड टाकत आहेत.''

''ते एका दृष्टीने बरंच आहे... अशा बिनडोक लोकांचं धमकीवजा बोलणं सातत्याने व्हावं.'' मोबाइल टेबलवर ठेवत सोनवणे पुढे म्हणाले, ''निशिकांत!... आता आपल्याला... स्ट्रॅटेजी ठरवावी लागेल... त्याच वेळी इन्स्पेक्टर पवार म्हटल्याप्रमाणे स्वसंरक्षणाची व कुटुंबाचीही काळजी घ्यावी लागणार आहे... आता वणवा पेटला आहे... त्या वणव्याला विझविण्याचं काम आपल्याला करायचं... सो बी रेडी...'' सोनवणे ठामपणे म्हणाले होते.

''येस सर... मी तयारच आहे.'' निशिकांत सहज म्हणाला. तेवढ्यात मोबाइल वाजला... स्क्रीनवर माधवराव शिंदेचं नाव पाहताच मोबाइल रिसीव्ह करावा की नाही या विवंचनेत सोनवणे पडले... रिंग वाजतच होती. निशिकांतच्या लक्षात येताच तो म्हणाला,

''सर!... घ्या तर खरं... काय म्हणताहेत... त्यांचा दृष्टिकोन आपल्याला माहीत आहे... पण त्यांची नोंद आपल्याकडे मोबाइलमध्ये होईल.'' निशिकांतचा मुद्दा पटताच, सोनवण्यांनी अनिच्छेने का असेना मोबाइल कानाला लावला. पलीकडून आवाज आला.

''सोनवणे!... मोबाइल रिसीव्ह करायला एवढा वेळ का?''

''का? तेथेही टाइम स्लॉट दिलाय का तुम्ही मला''

''नाही म्हटलं इतर कारवायांमध्ये आहातच ना तुम्ही?'' माधवराव शिंदे तिरसट बोलले.

''कारवाया तुम्ही करायच्या सर... आम्ही तर काम करतोय,'' सोनवण्यांनी

सडेतोड उत्तर दिलं.

''सोनवणे कुणाशी बोलताय याचं भान ठेवलं पाहिजे तुम्ही,'' शिंदे रागातच बोलले.

''म्हणूनच इतर फालतू बोलण्यापेक्षा... मुद्याचंच तुम्ही बोललं पाहिजे...'' सोनवणेही त्याच भाषेत बोलले.

''ठीक आहे!... हे नेमकं काय चालवलंत सोनवणे तुम्ही... मागेही मी तुम्हाला ताकीद दिली होती...'' शिंदेंनी सरळ विचारलं.

''काय सर?... नेमकं काय म्हणायचंय तुम्हाला?'' सोनवणे मुद्दामच न समजून म्हणाले.

''वेड पांघरू नका सोनवणे... तुम्हाला सर्व माहीत आहे आणि मला काय म्हणायचं तेही माहीत आहे... भाऊसाहेबांची बदनामी का?... कशाला मीडियात ही माहिती दिली?... कुणी सांगितलं तुम्हाला...?'' माधवराव शिंदे चिडले होते.

''का? कुणी सांगायला हवं?.. भाऊसाहेबांची त्यात इन्व्हॉल्वमेंट आहे... हे सिद्ध होतंय... ही इज अ प्राइम सस्पेक्ट... आणि ही सर्व त्यांचीच पिल्लावळ आहेत, हे तुम्हालाही ठाऊक आहे, मिस्टर शिंदे...'' आता सोनवण्यांचाही पारा चढला होता.

''सरकारी माहितीचा तुम्ही गैरवापर करीत आहात सोनवणे... मला तुमच्यावर ॲक्शन घ्यावी लागेल... आताही वेळ गेलेली नाही... तुम्हीही सामील व्हा,'' माधवराव शिंदेंनी हळूच आव्हान केलं... सोनवणे रागात म्हणाले,

''मिस्टर शिंदे तुमच्यासारख्या व्यक्तीबद्दल काय बोलावं?.. वाईट शब्दही यायला धजावतात... तुम्हाला वाटत असेल, की मी सरकारी कामकाजात हस्तक्षेप करतोय, तर तुम्ही माझ्याविरुद्ध कारवाई करायला मोकळे आहात... पण कृपया मला आता पुन्हा पुन्हा धमकी देऊ नका... जे आहे ते आहे. आता समाजापुढे आलेलंच आहे... आय विल फेस दि कॉन्सिक्वेन्सेस.'' सोनवण्यांनी स्पष्ट सांगितलं.

मी शेवटचं सांगतो सोनवणे... तुम्ही फार मोठी जोखीम घेत आहात... वनमंत्री दादासाहेब धुपेकरांचे भाऊसाहेब हे चिरंजीव आहेत, याची कल्पना आहे ना तुम्हाला!... सरकार त्यांच्या ताब्यात आहे... खूप त्रास होईल तुम्हाला... सतर्क करण्याची माझी वरिष्ठ म्हणून जबाबदारी होती, ती मी केली... आता तुमची मर्जी.'' माधवराव शिंदे हताशपणे म्हणाले.

''थँक यू सर!... तुम्ही सतर्क केल्याबद्दल... किमान तुम्ही माझ्यासाठी एवढं केलं तरी पुरेसं आहे... त्याची मात्र मी जाणीव ठेवीन... थँक्स्.'' पुढचं न ऐकताच सोनवण्यांनी मोबाइल बंद केला होता व त्राग्याने त्यांनी मोबाइल टेबलवर ठेवला... क्षणभर शांततेत गेले... निशिकांत म्हणाला,

“सर!... माधवराव शिंदेंकडून हे अपेक्षितच होतं... त्यात वेगळं काहीही नाही...”

“ते खरं आहे... पण किमान या माणसाने गप्प बसावं... अधिकारीही आहे याची थोडी तरी लाज बाळगावी... पुढचं काम आपण करूच...” सोनवणे उत्तरले.

“कसली लाज सर?... जर का लोकनियुक्त आमदार भाऊसाहेब व मंत्री दादासाहेब यांनाच लाज नसेल तर त्यांच्या हाताखालील यंत्रणेकडून कसली लाज असू शकेल?... हे सर्व त्यांच्या पलीकडचे आहेत... या सर्वांतून वाट काढत आपल्याला नवीन क्षितिजावर जावं लागणार आहे आणि नवपहाट उजाडेल एवढं मात्र निश्चित सर!” निशिकांत आश्वासक बोलत होता... सोनवण्यांना ते पटलं. ते म्हणाले,

“खरंय! तुझं निशिकांत... आपण आपला मार्ग निवडलेला आहे... आता दुसरा कुठलाही विचार करायचा नाही... डन...!”

सोनवण्यांचा चेहरा खुलला... तणावमुक्त झाला... निशिकांतलाही बरं वाटलं... जाधवकाकांनी एक फक्कड चहा आणून दिला... या दोघांची घालमेल तेही ऐकत होते.

चहा पिता पिता दोघेही पुढील योजना आखण्यात मग्न झाले... आव्हानांची त्यांना कल्पना आली... प्रसंगी प्राणघातक हल्लेही होतील, असं त्यांनी गृहीत धरलं. बराच वेळ ते दोघं चर्चा करीत राहिले... पुढे येऊ घातलेल्या वादळाची त्यांना कल्पना आली होती... आणि त्याचाच मुकाबला त्यांना करायचा होता.

४१

जयंत पाटीलच्या अपघाती निधनानं व 'दैनिक चव्हाट्यावर'च्या लेखानं वनक्षेत्र परिसर, तालुका, जिल्हा हादरुन गेला होता. आरोप-प्रत्यारोपांच्या फैरी झडू लागल्या होत्या. सोनवण्यांच्या पावित्र्याने व भूमिकेने सरकारी यंत्रणाही खिळखिळी झाली होती. टी.व्ही. व आकाशवाणीवर या बातमीचं खंडण होत होतं. इन्स्टिट्यूटमध्ये ही बातमी पसरली होती. चर्चा होऊ लागली. सोनवण्यांच्या कार्यप्रणालीविषयी सर्वांनाच माहीत होतं, आदर होता. डॉ. समीरच्या कानावर ही बातमी येताच, त्यानं डॉ. अंजली व डॉ. इलासोबत सोनवण्यांचं घर गाठलं होतं. त्यांच्या संशोधनानं दिशा दिल्याचा हा दुष्परिणाम होता का?... सोनवण्यांच्या बाबतीत डॉ. समीर नेहमीच अस्वस्थ होत असत. म्हणूनच तिघेही तातडीने सोनवण्यांच्या घरी आले होते. वहिनीसाहेबांनी अशातही त्यांचं हसतमुखाने स्वागत केलं होतं. निशिकांतही लागलीच जॉईन झाला होता. सोनवणे हसत म्हणाले,

"समीर!... तुम्ही सगळे एकाच वेळी?..."

"होय!... सुनील, राहावलं नाही. जयंत पाटीलच्या मृत्यूनं व तुझ्यावरच्या आरोपानं मी दुखावलो गेलोय..." समीरनं नाराजी व्यक्त केली.

"जयंत पाटीलचा मृत्यू हा दुर्दैवी आहे... ती घडवून आणलेली हत्या आहे. हेही मला माहीत आहे. तो एक आपला खंदा पुरस्कर्ता होता. या परिसराची त्याला इत्थंभूत माहिती होती. अभ्यास होता. निडर होता तो म्हणूनच त्याचं अस्तित्व कुणालाही नको होतं. त्यांनी त्याला बेमालूमपणे संपवलं. पण जाता जाता तो ठिणगी टाकून गेला... आणि संपादकांनी साथ देत वणवा पेटवला... याच्या पाठीमागे मीच असल्याचं प्रतिस्पर्ध्यांना ठाऊक आहे. त्यामुळे ते आरोप करतीलच. ही तर सुरुवात आहे समीर," सोनवण्यांनी पुढची दिशाच स्पष्ट केली.

"होय, समीर सर!... हे खरंच आहे... प्रसंगी आमच्या वरिष्ठांकडूनच नाही तर, बाहेरूनही दबाव यायला सुरुवात होईल... किंबहुना तसा प्रयत्न सुरू झाला

आहे... आणि आम्हीही सतर्क आहोत...'' निशिकांतनं पुष्टी दिली.

''हो!... मीही सहमत आहे... इथल्या एकूण एक प्रवृत्तींची मला जाण आहे... सरपंच, पोलीस पाटील, भाऊसाहेबांपासून दादासाहेबांपर्यंतची मनोविकृती मला ठाऊक आहे... वाईट याचंच वाटतंय, की हे सर्व निरागस व भाबड्या आदिवासींच्या मदतीने करीत आहेत... समीर, ही मंडळी कुठल्याही थराला जाऊ शकतात. मी अनुभवलंय... पण सोनवणे सर आपण जिद्दीने लढू... आम्ही तुमच्या पाठीशी आहोत,'' डॉ. इला त्वेषानं व तेवढ्याच उत्साहवर्धक बोलत होत्या. त्यांच्या प्रत्येक शब्दात आत्मविश्वास होता... डॉ. समीर तिच्याकडे कौतुकाने पाहत होते, तर सोनवणे व निशिकांतला हे अपेक्षितच होतं. डॉ. अंजली काळजीच्या स्वरात म्हणाली,

''आपण सर्व आहोतच इला मॅडम... पण तरीही काळजी वाटतेच... कारण ही राजकारणी प्रवृत्ती कुठल्याही थराला जाऊ शकते. तुम्हा दोघांनाही जपून राहायला हवं...''

''अंजली तुझी काळजी मी समजू शकते... कारण तू आणि समीरला याची सवय नाही... मी, इला व निशिकांत यातून तावूनसुलाखून निघालोय. काळजी करू नकोस... सांभाळतील दोघं... फक्त आपण त्यांच्या सोबत राहायचं... मघाशी हे व निशिकांतही म्हणाले आत्ताशी सुरुवात आहे... आणि पुढे काय होईल याची कल्पनाही मला आहे...'' वहिनीसाहेब हसतमुखाने प्रत्येकाच्या हातात चहाचा कप देत म्हणाल्या होत्या. त्यांचा चेहरा अशातही शांत व संयमी होता. डॉ. समीर वहिनीसाहेबांकडे पाहत म्हणाले,

''वहिनी खरंय तुमचं!... मी व अंजली पडलो शास्त्रज्ञ... म्हणून काळजी वाटते. इलाचं तर काय, ती याच मुशीतील व धाडसी आहे.'' चहाचा घोट घेत समीर पुढे म्हणाले, ''सुनील!... मी केलेल्या प्रयोगाच्या परिणामाचा हा दुष्परिणाम तर नाही?... कारण त्या वास्तव परिणामांनी तुझी विवंचना जास्त वाढली...'' डॉ. समीर शंकेनं म्हणाले. त्यावर सोनवणे तत्काळ उत्तरले,

''नाही! समीर... तुझ्या संशोधनाने खूप मोठं कार्य केलंय... कदाचित अशा वाईट प्रवत्तींचा नायनाट व्हावा म्हणूनही तुझ्या माध्यमातून निसर्गानं ही बहुमूल्य माहिती पुरवली असेल... वुई शुड टेक इट पॉझिटिव्हली. काळजी करू नका. मी व निशिकांत कुठल्याही प्रसंगाला सामोरे जायला तयार आहोत... कारण आताशा प्रतिस्पर्ध्यांच्या हालचालींनाही वेग आल्याचं कळतंय...''

''म्हणजे नेमकं काय करतील सुनील ते?'' डॉ. समीरनी भाबडा प्रश्न विचारला.

''ते काहीही करू शकतात समीर... बदनामी, मानहानी, आरोप, प्रसंगी हल्लेही करू शकतात.. कारण आता त्यांच्या अस्तित्वाचा प्रश्न उभा राहिला आहे.

कसंही करून त्यांना स्वतःला सिद्ध करायचंय.'' ...सोनवण्यांनी स्पष्ट सांगितलं.

''हल्ला?ऽ..'' डॉ. समीर व डॉ. अंजलीच्या तोंडून एकाच वेळी काळजीनं स्वर बाहेर पडला. डॉ. समीर पुढे म्हणाले, ''सुनील!... आरोप ठीक आहेत... पण हल्ला... कठीण आहे या लोकांच!''

''भाऊजी!... नका करू काळजी... पूर्वी त्यांच्या जखमा मीच बऱ्या केल्यात... आपण सर्व या दोघांच्या पाठीशी उभं राहू...'' वहिनीसाहेब निर्धारानं म्हणाल्या... निशिकांत म्हणाला,

''समीर सर!... वहिनीसाहेब खरं सांगताहेत. असल्या जखमांची आम्हाला सवय झालीये... आता फक्त लढायचं, एवढंच ठरवलंय आम्ही... डोंट वरी.''

सोनवणे उठले व डॉ. समीरजवळ येत पाठीवर हात ठेवत त्यांनी त्याला दिलासा दिला. तसे डॉ. समीर हळवे झाले... अशा प्रसंगांची त्यांना सवय नव्हती.

अजून बराच वेळ त्यांची चर्चा झाली... एकमेकांना धीर व काळजी न करण्याचं आश्वासन देत डॉ. समीर, डॉ. इला व डॉ. अंजली बैठकीतून बाहेर पडले... डॉ. इला त्यांच्याच जीपमधून डॉ. समीर व डॉ. अंजलीस सोडणार होत्या...जीप फाटकाबाहेर पडताच, सोनवणे, वहिनीसाहेब व निशिकांत माघारी वळले... सोनवण्यांच्या डोक्यात पुढे येऊ घातलेल्या घटनांची मालिका रुंजी घालू लागली... आता प्रत्येक प्रसंगाला सामोरं जाण्याची तयारी त्यांनी केली होती. त्या दृष्टीने सोनवणे व निशिकांत तयारच होते.

...आणि झालंही तसंच. दोन आठवड्यांत अतिशय वेगवान घटना घडत गेल्या. सातत्याने सोनवण्यांची भूमिका व भाऊसाहेबांच्या कटकारस्थानांचा समाचार घेणाऱ्या 'दैनिक चव्हाट्यावर'च्या लेखांनी व बातम्यांनी भाऊसाहेब चांगलेच डिवचले गेले. त्यांची एकूण एक प्रकरणे, अवैध धंदे, संपादक पुराव्यानिशी चव्हाट्यावर आणत होते. त्याचवेळी सोनवणे व निशिकांतसारख्या कर्तव्यदक्ष अधिकाऱ्यांची दखलही 'दैनिक चव्हाट्यावर' घेत होता. माधवराव शिंदेंचेही प्रताप व भाऊसाहेब, दादासाहेबांशी असलेले लागेबांधे स्वतंत्र लेखाद्वारे मांडले गेले. माधवराव शिंदे व तत्सम भ्रष्ट अधिकाऱ्यांची पोलखोल समाजापुढे आली होती... त्यामुळे समाजमन अस्वस्थ झालं होतं.

पण त्याचवेळी आमदार भाऊसाहेबांनीही खेळी खेळायला सुरुवात केली होती. काही प्रमुख दैनिकांच्या संपादकांना हाताशी धरून व प्रचंड पैसा ओतून भाऊसाहेब स्वतःची व दादासाहेबांची प्रतिमा स्वच्छ ठेवायचा प्रयत्न करीत होते... आणि समांतरपणे त्यांनी सोनवण्यांवर आरोप करायला सुरुवात केली होती. सोनवणे भ्रष्ट असल्याचे पुरावे देत असतानाच, अशा नालायक वनपालाची तत्काळ उचलबांगडी केली पाहिजे, म्हणून भाऊसाहेब प्रयत्न करीत होते; शिवाय आदिवासींना हाताशी

धरून, त्यांच्याविरुद्ध खोटी प्रकरणे दाखल करू लागले... भाऊसाहेबांची दहशत एवढी होती की, प्रत्येक आदिवासी मनाविरुद्ध निमूटपणे ते करीत असे... एका आदिवासीनं सोनवण्यांविरुद्ध अॅट्रॉसिटीही दाखल केली होती... त्यामुळे सोनवणेच नाही तर निशिकांत, डॉ. समीर, डॉ. अंजली, डॉ. इला व वहिनीसाहेब हवालदिल झाले होते. एकवेळ समोर केलेला हल्ला सोनवण्यांना परवडला असता; पण जातीचा आधार घेऊन भाऊसाहेब गलिच्छ राजकारण करीत होते... आणि त्याला वनखात्यातील माधवराव शिंदे, दत्तात्रय मराठे यांसारखे वरिष्ठ अधिकारी साथ देत होते. तसे सोनवणे त्यांनाही नकोच होते. त्याचवेळी सोनवण्यांच्या व्यक्तिमत्त्वानं प्रेरित झालेले काही आदिवासी तरुण त्यांच्या बाजूने ठामपणे उभे होते. भाऊसाहेब कुठल्या थराला जातील याची काहीच शाश्वती नव्हती. एका आदिवासी स्त्रीला हाताशी धरून, विनयभंग, बळजबरीची केस दाखल करण्याचाही प्रयत्न भाऊसाहेबांनी केला, पण इन्स्पेक्टर पवारांनी तो हाणून पाडला... अशाही वातावरणात सोनवणे व वहिनीसाहेब कमालीचे शांत होते. ते आपलं काम प्रामाणिकपणे करीतच होते. आलेल्या प्रत्येक प्रसंगाला धीरानं सामोरं जायचं त्यांनी ठरवलंच होतं.. हे असे आरोप होणार हे त्यांना अपेक्षितच होतं.

या अशा आरोप-प्रत्यारोपात 'दैनिक चव्हाट्यावर'चा आवाज मात्र काहीसा दबला गेला. कारण स्थानिक पेपर असल्याने त्याला मर्यादा होत्या, पण राज्य व राष्ट्रीय पातळीवरील प्रमुख दैनिकांना हाताशी धरुन भाऊसाहेबांनी मात्र मोहीमच उघडली होती... एव्हाना टी.व्ही वर भाऊसाहेबांवरील होणारी चर्चा आताशा सोनवण्यांकडे वळली होती... आणि भविष्यात कधी विचारही केला नाही असे आरोप त्यांच्यावर होऊ लागले. न्यूज चॅनलनी तर विडाच उचलला होता. पैशांचा हव्यास व टी.आर.पी.च्या नादाला लागलेली न्यूज चॅनल्स सोनवण्यांच्या मागे हात धुवून लागली... नको ती फेक दृश्यं दाखवून समाजमन कलुषित करू लागली... सोनवणे हे सर्व पाहत होते... ते शांत होते... पण निशिकांत मात्र अस्वस्थ होता. डॉ. समीर, डॉ. इला व डॉ. अंजली सातत्याने संपर्कात होते. इन्स्टिट्यूटमधील सर्वच शास्त्रज्ञ सोनवण्यांवरील आरोपाने अचंबित झाले होते... कारण प्रत्येकाशी सोनवण्यांचा जिव्हाळ्याचा संबंध होता... राष्ट्रीय न्यूज चॅनल्स त्यांची भ्रष्ट अधिकारी म्हणून संभावना करीत होते व राजीनाम्याची तसेच कारवाईची मागणी करीत होते...

याचाच परिपाक म्हणून विधानसभेत भाऊसाहेब व तत्सम सरकारमधील पुढाऱ्यांनी तारांकित प्रश्न उपस्थित केला होता... काही जण तावातावाने बोलत होते... सोनवण्यांसारख्या भ्रष्ट अधिकाऱ्याला तत्काळ निलंबित करून, कठोर शिक्षा ठोठावली जावी अशी मागणी करीत होते. त्याचवेळी भाऊसाहेब, दादासाहेब यांसारख्या स्वच्छ मंत्र्यांवर सोनवण्यांसारख्या घाणेरड्या अधिकाऱ्याने आरोप केल्यामुळे

सर्व समाज दुखावला गेल्याची भावना व्यक्त होत होती... अशातही काही अभ्यासू विरोधी पक्षाचे नेते सोनवण्यांच्या बाजूने ठाम भूमिका मांडत होते... पुरावे सादर करत होते... पण त्यांना विधानसभेत बोलू द्यायचे नाही असाच विडा सरकारी पक्षाने घेतला होता... यामुळे एकमेकांची कॉलर पकडून हमरीतुमरी होऊ लागली. चपला फेकल्या गेल्या. कारण भाऊसाहेब व दादासाहेब काय आहेत हे बहुसंख्य राजकारण्यांना ठाऊक होतं... पण राजकारण शेवटी राजकारण होतं... सोनवण्यांचा बळी मात्र त्यात जाऊ पाहत होता... तरीही एखाद्या योद्ध्याप्रमाणे सोनवणे तटस्थ होते... आपले कार्यालयीन काम ते करीतच राहिले.

या सर्वांचेच पडसाद राष्ट्रीय पातळीवरही गेले आणि केंद्रातील सत्तारुढ पक्षानं मुख्यमंत्र्यांना पाचारण केलं... त्यांच्याशी सखोल चर्चा व जनमत बघून निर्णय घेण्याचा आदेश दिला... मुख्यमंत्र्यांनी मात्र संयम दाखवला होता... विरोधकांना कुठलीही संधी त्यांना द्यावयाची नव्हती... याचवेळी भाऊसाहेब व दादासाहेब यांसारख्या राजकारणींचाही पुरस्कर्ता व्हायचे नव्हते. त्यांनी सोनवण्यांच्या विरुद्ध निलंबनाची कारवाई न करता फक्त अंतर्गत चौकशीचे आदेश दिले व विरोधकांनाही शांत केलं होतं... मुख्यमंत्र्यांची मुत्सद्दी यात दिसून आली होती... कारण मुख्यमंत्र्यांना वैचारिक बैठक होती... सारासार विचार होता... जनमताचा आदर होता. शिवाय सोनवण्यांचा सर्व इतिहास त्यांना ज्ञात होता. तो एक प्रामाणिक अधिकारी असल्याचं त्यांना माहीत होतं. तसे आतील गोटातून पुरावे त्यांनी मिळविले होते. म्हणून मुख्यमंत्र्यांनी हा मध्य साधला होता. कुठलीही कठोर कारवाई न करता, त्यांना फक्त अंतर्गत विभागातील सत्यशोधन समितीद्वारे चौकशीचे आदेश दिले होते... आणि समिती मुख्यमंत्रीच गठित करणार होते... माधवराव शिंदेंनाही बाजूला ठेवणार होते. या निर्णयानं मात्र भाऊसाहेब व दादासाहेब खजील झाले... भाऊसाहेब आक्रमक झाले होते, पण मुरलेल्या दादासाहेबांनी त्यांना सबुरीचा सल्ला दिला होता... भाऊसाहेब मनातल्या मनात रागाने बेभान झाले होते... 'दैनिक चव्हाट्यावर'नं मात्र मुख्यमंत्र्यांच्या निर्णयाचं स्वागत केलं होतं.

दुखावलेले भाऊसाहेब मात्र स्वस्थ बसणार नव्हते... त्यांचे सहकारी बापूसाहेब, हरिभाऊ कामाला लागले... ईर्षेला पेटले... त्याचवेळी सोनवण्यांना मुख्यमंत्र्यांच्या निर्णयानं समाधान वाटलं होतं... कुठेतरी त्यांच्या कामाची दखल घेतली गेली होती... केंद्रीय पातळीवरुनच याचा खल झाल्याची चर्चा होती. म्हणून भाऊसाहेब व दादासाहेबांना काहीच करता आलं नव्हतं.

सोनवणे व निशिकांतही तयारीला लागले... कुठल्याही चौकशीला सामोरं जाण्याची त्यांची तयारी होती... सगळे पुरावे त्यांच्याजवळ होते. वनक्षेत्राची इत्थंभूत माहिती होती... शिवाय डॉ. समीरसारख्या संशोधकाचं पाठबळही त्यांना होतं.

मुख्यमंत्र्यांच्या निर्णयानं डॉ. इला, वहिनीसाहेब, डॉ. अंजली व डॉ. समीर काही काळ रिलॅक्स झाले होते... गेला महिनाभर चाललेलं हे नाट्य स्थिरावणार होतं... पण आतून मात्र चांगलंच धगधगत राहणार याची जाणीव सोनवण्यांना होती... म्हणूनच ते क्षणाक्षणाला सतर्क राहत होते... वनसंरक्षणासाठी त्यांनी स्वत:लाच झोकून दिलं होतं.

४२

डॉ. समीर विषण्ण मन:स्थितीत प्रयोगशाळेत बसले होते. संशोधनाचा सर्वांगीण वेग वाढला होता, पण सोनवण्यांवरील आरोप व अंतर्गत चौकशीमुळे त्यांचं मन थाऱ्यावरच नव्हतं. एका प्रामाणिक माणसाचं केलं जाणारं अध:पतन त्यांना सहन होत नव्हतं. सोनवणे लढवय्या होते याची त्यांना जाण होती. खंबीर होते... शेवटपर्यंत अपप्रवृत्तींशी लढा देतील याची डॉ. समीरना शाश्वती होती. डॉ. समीर, डॉ. इला व डॉ. अंजली सातत्याने मदत करीत होते. डॉ. समीर संशोधनात व्यस्त असले तरी, सोनवण्यांच्या सातत्याने संपर्कात होते. निशिकांतकडून नाहिती घेत होते. एव्हाना इन्स्टिट्यूटमध्ये सोनवण्यांचा संघर्ष सर्वांनाच ज्ञात होता. अजूनही वर्तमानपत्रामध्ये बातम्या व लेख येतच होते.

डॉ. समीरनं आजूबाजूला अस्वस्थपणे पाहिलं. आताशा त्यांचा संशोधनाचा पसारा चांगलाच वाढला होता. वेगवेगळे तत्कालीन व नुकतेच प्रकाशित झालेले संशोधन पेपर टेबलावर पडले होते. 'प्लँटोन'मध्ये सुधारणा घडवून उपयुक्तता, सक्षमता व अचूकता त्यांना वाढवायची होती. म्हणून ते सातत्याने नावीन्याचा ध्यास व शोध घेत होते. पण सोनवण्यांवरील आरोपांनी ते विचलित होत होते. कारण सोनवण्यांसोबत असलेले त्यांचे बंध कारणीभूत होते. टेबलावरील एक संशोधन पेपर हातात घेताक्षणीच, त्यांच्या मोबाइलची ट्यून वाजली. स्क्रीनवर इला शब्द दिसताच त्यांचा चेहरा खुलला. मोबाइल कानाला लावत ते म्हणाले,

"हॅलो! इलाऽऽ.."

"समीर!... असा मलूल आवाज का?... बरं नाही का?" डॉ. इलांना डॉ. समीरच्या आवाजातील कातरता जाणवली.

"अगं!... तसं काही नाही... फक्त मन थोडं विचलित झालंय." डॉ. समीर विषण्णपणे म्हणाले.

"का?... सोनवणेसाहेबांमुळेच ना?" डॉ. इलानं अंदाज केला. पलीकडून

शांतता होती. डॉ. इला समजून घेत पुढे म्हणाल्या, ''समीर, तुमच्या दोघांतील ऋणानुबंध मला माहीत आहे... किंबहुना मैत्रीच्या पलीकडचं तुमचं नातं आहे. त्यामुळे तुम्ही निराश असाल याची मला जाणीव आहे. म्हणूनच मी तुम्हाला फोन केलाय...'' डॉ. इलांच्या शब्दांनी डॉ. समीरना उभारी आली. ते म्हणाले,

''इला, बरोबर जाणून घेतलंस तू... अगदी मनातलं... आम्ही संशोधनाच्या एका विशिष्ट टप्प्यावर असताना हे सगळं घडत आहे. राजकारणी लोक या थराला जातील याची मला खरोखरच कल्पना नव्हती. कुठलीही पातळी नाही.'' डॉ. समीर हवालदिलपणे बोलत होते.

''समीर!... तुम्ही विचारच करू नका... यू जस्ट कॉन्सट्रेट ऑन युवर रिसर्च... तेही फार महत्त्वाचं आहे... कदाचित भविष्यात आपल्याला त्याचा उपयोग होऊ शकेल. डोंट वरी...! मी इकडे सोनवणेसाहेबांच्या सातत्याने संपर्कात आहे. अंतर्गत चौकशी समितीपुढे मी आदिवासी तरुणांची फळी उभी केलीये. सोनवणे व वहिनीसाहेबांनी पदरचे पैसे मोजून आदिवासी कुटुंबे उभी केलेली मी पाहिलीत... ते सर्वच यावेळी त्यांच्या पाठीमागे उभे आहेत. माझ्याकडून हवी असणारी माहितीही मी देत आहे... निशिकांतही माझ्या संपर्कात आहे... सो यू डोंट वरी! इथलं राजकारण तुम्हाला कळायचं नाही समीर... यू आर सो स्ट्रेट फॉरवर्ड अँड इनोसंट! मनाला नका लावून घेऊ.'' डॉ. इलानं सहजपणे समजावलं होतं.

डॉ. समीरला, डॉ. इला अंतर्बाह्य समजली होती. तिच्या मनाशी ते केव्हाच एकरूप झाले होते. तिच्या लाघवी बोलण्यानं ते खुलले व म्हणाले,

''इला, तुझ्याशी बोलून बरं वाटलं. आदिवासी तरुणांची फळीच तू उभी केलीयेस. कमाल आहे तुझी!''

तेवढ्यात डॉ. अंजलीनं हातात काही फाइली घेत प्रवेश केला. समीरनी मोबाइलवर बोलत असताना डॉ. अंजलीला बसण्याचा इशारा केला होता. डॉ. अंजलीला बसतानाच, डॉ. समीर कोणाशी बोलत आहेत याचा अंदाज आला होता. डॉ. समीर पुढे म्हणाले,

''अगं, अंजली आलीये...''

''बरं!... तिलाही म्हणावं कुठल्याही प्रकारचा ताण घ्यायचा नाही. निशिकांत आणि मी आहे. यू कॅरी युवर रिसर्च वर्क... काळजी करू नका... ठेवू...''

''ठीक आहे, इला... मी तुझी आज्ञा पाळीन... तुझ्याशी बोलून खूप बरं वाटलं...'' डॉ. समीरनं मोबाइल बंद केला होता.

डॉ. अंजली म्हणाली,

''सर!... बरं नाही का?... कारण तुमचा चेहराही मलूल दिसतोय आणि डॉ. इलांचाही मोबाइल येऊन गेलाय... नंतर बसूयात का आपण?''

"तसं नाही अंजली... बरं आहे मला... फक्त सुनीलच्या विचारानं नैराश्य येतंय... एवढंच..." डॉ. समीर मनातलं बोलले. डॉ. अंजली त्यावर क्षणभर विचार करून म्हणाली,

"सर, बरोबर आहे तुमचं... निशिकांतशी माझं दररोज बोलणं होतंय... चौकशीला सोनवणे सर सर्व तयारीनिशी सामोरे गेले आहेत. एकूण एक कागदपत्रांची जुळणी निशिकांतनं केलीये... कुठलीही माहिती आता त्याच्याजवळ आहे... काळजी करू नका सर... दे आर ऑल केपेबल..."

"अंजली खरंय, या सगळ्यांचीच कमाल आहे. माझ्या मनात मळभ होतं, पण इलाशी बोलल्यानंतर ते सहज दूर झालं... आदिवासी तरुणांची फळीच तिनं सुनीलच्या मागे उभी केलीये... ती म्हणाली, तुम्ही फक्त तुमच्या संशोधनावर लक्ष केंद्रित करा... त्याची गरज आहे. बाकीचं आम्ही सांभाळतो... अंजली, खरं सांगतो, तिच्या या दोन शब्दांनी हुरूप आलाय..." डॉ. समीर मनापासून बोलत होते. डॉ. अंजली स्मित करीत म्हणाली,

"खरंय सर,... डॉ. इलांचे शब्द खूप मोलाचे आहेत. ते त्यांच्या फ्रंटवर आहेत... आपण आपल्या... या दोघांची सरमिसळ होऊन चांगले परिणाम मिळतील..."

"अगदी, बरोबर अंजली... एनी वे... काही चर्चा करायची होती का?"

"होय सर, 'प्लँटोन'च्या पुढच्या काही आधुनिक प्रयोगांना मी सुरुवात केलीये... त्याचीच माहिती तुम्हाला द्यायला आले होते... सर, यामुळे वनस्पतिशास्त्राला एक वेगळंच वळण लागणार आहे... वेगळं क्षेत्र खुलं होणार आहे याची मला खात्री आहे; कारण खूप सुंदर परिणाम मिळत आहेत."

डॉ. अंजलीनं संपूर्ण 'प्लँटोन'चा डेटाच समोर ठेवला... दोघंही पुढचा एक तास तल्लीन होऊन चर्चा करीत राहिले... आणि त्यातच एक वेगळी दिशा डॉ. समीरच्या डोक्यात निर्माण झाली... 'प्लँटोन'ची पुढची आवृत्ती कदाचित शास्त्रातील मैलाचा दगड आणि शास्त्रातील क्रांती घडवणारी ठरणार होती. डॉ. अंजलीलाही याची कल्पना होती... डॉ. अंजली पुढे म्हणाली,

"सर,... हे केवळ तुमच्यामुळे शक्य झाले आहे... वनस्पतिशास्त्रालाच नाही तर इन्स्टिट्यूटलादेखील दिशा दिलीये. एका वेगळ्याच उंचीवर आणून ठेवलंय."

"अंजली, तुझं काहीतरीच! मी निमित्तमात्र," डॉ. समीर ओशाळत म्हणाले.

"नाही सर,... इन्स्टिट्यूटमधील प्रत्येकालाच याची जाणीव आहे... ज्या पद्धतीने इन्स्टिट्यूट उभी राहिलीये, ती अप्रतिम आहे... आणि हे घडलंय तुम्ही आल्यानंतरच्या काळात... हे सगळ्यांनाच ठाऊक आहे." डॉ. समीर त्यावर काहीच बोलले नाहीत. त्यांनी प्रामाणिकपणे काम केलं होतं. लोकांना प्रोत्साहित केलं होतं... त्याचंच हे फळ होतं... डॉ. अंजली पुढे म्हणाली, "सर!... नेचर, सायन्स

नियतकालिकाला पाठविलेल्या संशोधन पेपरला काही प्रतिसाद, कमेंट्स आल्यात का?...''

''अजून तरी नाही... आणि प्रतिसाद आला तर तुलाच प्रथम सांगेन... आय ॲम शुअर बोथ पेपर वील गो थ्रु...'' डॉ. समीरच्या चेहऱ्यावर आत्मविश्वास दिसला... आणि डॉ. अंजलीला तोच अपेक्षित होता. डॉ. समीर पुढे म्हणाले, ''अंजली आता आणलेले हे परिणामही आपण चांगल्या नियतकालिकात रिपोर्ट करू... आणि तेही तुझ्या नावावर...''

डॉ. अंजली आश्चर्यानं पाहत राहिली... एवढ्या मोठ्या संशोधनाचा मान त्यांनी तिला दिला होता. ती भावनावश झाली... डॉ. समीरनं हसत प्रतिसाद दिला आणि ते म्हणाले,

''अंजली!... यू डिसर्व फॉर इट... तू खूप मेहनत घेत आहेस... यू वील बी दी फर्स्ट ऑथर... गो अहेड...''

डॉ. अंजली उठली... आणि उत्साहानं पाठमोरी झाली... डॉ. समीर क्षणभर दाराकडे पाहत राहिले... एका तरुण स्त्री शास्त्रज्ञाचा चढता आलेख ते पाहत होते... किंबहुना इन्स्टिट्यूटमधील प्रत्येक शास्त्रज्ञांचा शास्त्रीय तसेच शैक्षणिक आलेख कमालीचा उंचावला होता... यावेळी त्यांचे डोळे समाधानानं लुकलुकले होते... आणि रुजू झाल्यापासून ते आत्तापर्यंतचा कमी कालावधीचा, पण वेगवान काळ त्यांच्या डोळ्यांपुढे येऊन गेला...

ते खरंही होतं. संशोधन संस्था एका वेगळ्याच उंचीवर येऊन ठेपली होती. डॉ. समीरच्या संशोधनानं सर्वच ज्येष्ठ व तरुण शास्त्रज्ञ प्रोत्साहित झाले होते. डॉ. देशमुख, डॉ. शर्मा, डॉ. सिंग, डॉ. शिरसाठ, डॉ. पाचपुते, डॉ. मिश्रा, डॉ. गणेश, डॉ. शैलजा कुलकर्णी, डॉ. घाटे, डॉ. राजशेखर, डॉ. क्षीरसागर या सर्वांचे छोटे मोठे संशोधन ग्रुप कार्यान्वित झाले होते. प्रत्येकाने मोठे प्रकल्प लिहून, राष्ट्रीय व आंतरराष्ट्रीय संस्थांकडून कोट्यवधी रुपयांचा संशोधन निधी मिळविला होता. त्यामुळे प्रत्येक प्रयोगशाळा आता अत्याधुनिक तंत्र व सुविधांनी उपलब्ध होती. ग्रुपमध्ये संशोधक विद्यार्थ्यांची संख्या व चलती वाढली होती... राष्ट्रीय पात्रता परीक्षा पास होऊनच विद्यार्थी येथे रुजू होत होते. संशोधन संस्था सर्व सुखसोयींसोबतच, आधुनिक तंत्र व सुविधांनी सज्ज होती. त्यामुळे प्रत्येक ज्येष्ठ संशोधकांची आंतरराष्ट्रीय देवाणघेवाण वाढली होती. डॉ. समीरच्या माध्यमातून प्रथमच परदेशातील संशोधक कमी व जास्त कालावधीसाठी इन्स्टिट्यूटमध्ये दाखल झाले होते. त्यांच्यासाठी आंतरराष्ट्रीय पातळीवरचं गेस्ट हाऊस संचालक डॉ. पाबळकरांनी बांधून घेतलं होतं... म्हणजे दीर्घकाळासाठी परदेशी संशोधक राहू शकत होते व संशोधनास हातभार लावत होते. या निमित्तानं डॉ. समीर यांची एकेकाळची सहकारी व मैत्रीण

आंतरराष्ट्रीय ख्यातीची संशोधक जेनीफर ही दोन आठवड्यांसाठी येऊन गेली होती... डॉ. समीरनं तिला खास निमंत्रण देऊन संशोधनासाठी बोलावून घेतलं. डॉ. जेनीफर इन्स्टिट्यूट व परिसर पाहून भारावून गेल्या होत्या. विशेषत: डॉ. इलांना भेटून त्या भावनावश झाल्या होत्या. डॉ. समीरना योग्य व पूरक जोडीदार मिळाल्याचा आनंद त्यांना झाला होता. डॉ. इलांशी, डॉ. जेनीफर भरभरून बोलल्या होत्या आणि डॉ. समीरच्या व्यक्तिमत्त्वातील वेगवेगळे पैलू त्यांनी उलगडून दाखवले होते. सोनवणे, वहिनीसाहेब, निशिकांत व डॉ. अंजलीच्या वैयक्तिक भेटीनं, डॉ. जेनीफर सुखावल्या होत्या. या सगळ्यांचं एकमेकांमधील भावनिक नातं त्या पाहत होत्या... वहिनीसाहेबांचा यथेच्छ पाहुणचार डॉ. जेनीफरनं घेतला... दोन आठवडे कुठे गेले कळलंच नव्हतं... शेवटी जाताना त्या म्हणाल्या होत्या, ''आता भारत हा माझा दुसरा देश आहे. मी आता सातत्याने येत राहीन...'' डॉ. जेनीफरच्या भेटीनं संपूर्ण वातावरण बदलून गेलं होतं.

डॉ. जेनीफर यांच्या भेटीनंतर, असंख्य परदेशस्थ शास्त्रज्ञ त्या त्या ग्रुपमध्ये येऊन संशोधन करू लागले... याचाच परिणाम म्हणून हाय इम्पॅक्ट असणाऱ्या शास्त्रीय नियतकालिकांमध्ये संशोधन पेपर प्रकाशित होत गेले. त्यामुळे प्रत्येक शास्त्रज्ञांचा वैयक्तिक प्रोफाइल उंचावत गेला. चांगल्या संशोधन जर्नलमधील प्रकाशनामुळे प्रत्येकाचाच गुगल, स्कोपस, थॉम्सन रुटर, वेब ऑफ सायन्स संस्थेने निर्धारित केलेला एच इंडेक्स वाढत गेला... आय टेन इंडेक्सही वाढला. प्रत्येकाच्या संशोधन पेपरला चार-पाच हजारांचे सायटेशन मिळू लागले... प्रत्येकाच्याच कॉंट्रिब्युशन व इंडेक्समुळे संशोधन संस्थेचा 'एच इंडेक्स' कमालीचा वाढून नव्वदपर्यंत गेला... त्याचाच परिणाम म्हणून जागतिक क्रमवारीत पहिल्या शंभरमध्ये संशोधन संस्थेला मानांकन मिळाले... संस्थेने आंतरराष्ट्रीय पातळीवरचे शिक्षण, संशोधन, विस्तारित, प्रशासकीय इत्यादी सर्व निकष पार केले होते. त्यामुळे जागतिक क्रमवारीत त्यांना स्थान प्राप्त झाले... याचाच परिणाम भारतात बोटॅनिकल संशोधन संस्था अग्रगण्य मानली गेली... त्यामुळे रामपूर परिसर जगाच्या नकाशावर पुन्हा एकदा चर्चिला जाऊ लागला... यात सर्वांचेच परिश्रम होते... पण प्रत्येक जण डॉ. समीरना याचं श्रेय देत होते... त्यामुळे डॉ. पाबळकरांना डॉ. समीरचा सार्थ अभिमान वाटत होता... त्यांची निवड मोलाची ठरली होती, हे सिद्ध झालं होतं... भारतातच नव्हे तर आंतरराष्ट्रीय पातळीवरही आता डॉ. समीरचं नाव ठळकपणे घेतलं जात होतं... मुख्यत: समाजमनातही त्यांनी स्थान प्राप्त केलं होतं... लहान मुलं व थोरांपर्यंत सगळ्यांच्याच मनात त्यांनी घर केलं होतं... कारण विज्ञान प्रसाराचंही काम ते जोमाने करीत होते.

पुढे डॉ. समीर यांच्याच मार्गदर्शनाखाली पुढील दहा वर्षांसाठीचं संस्थेचं

व्हिजन डॉक्युमेंट तयार करण्यात आले... राष्ट्रीय मूल्यांकन संस्थेकडून परीक्षण करून ए++ दर्जा प्राप्त करून दिला... व शिवाय सर्व ज्येष्ठ शास्त्रज्ञांच्या मदतीने शिक्षण मंत्रालयातर्फे निर्गमित केलेल्या सेंटर फॉर इमिनन्ससाठीही डॉ. समीरनी प्रकल्प सादर केला... आय. ओ.ई.साठी जर संस्था पात्र झाली तर, मंत्रालयातर्फे पुढील पाच वर्षांसाठी एक हजार कोटींचा निधी उपलब्ध होणार होता... या प्रकल्पासाठी मात्र प्रत्येकानेच जीव तोडून सहभाग नोंदवला होता... यामुळे प्रत्येकालाच डॉ. समीरचा व्यापक दृष्टिकोन पुन्हा एकदा निदर्शनास आला... आय.ओ.इ.स्टेटसमुळे संशोधन संस्था निश्चितपणे जागतिक क्रमवारीत पहिल्या पन्नासमध्ये स्थान पटकावेल, याची खात्री डॉ. समीरना होती.

ही सगळी प्रगती, अतिशय कमी कालावधीतील होती. यामुळे संशोधनात संस्थेने मोठीच मजल मारली होती. डॉ. पाबळकर मात्र खूपच समाधानी होते... मरगळलेली संस्था आज मोठ्या हिमतीने जगात स्थान मिळवून ताठ मानेनं उभी होती... भारतातील व परदेशातील प्रत्येक संशोधक इन्स्टिट्यूटमध्ये येण्यास इच्छुक होता. या सर्वाला डॉ. समीर कारणीभूत असले तरी, त्यांचा दृष्टिकोन व येथील व्यवस्थेचा विश्वास हाच खरा मोलाचा ठरला होता. डॉ. पाबळकरांना निवृत्तीसाठी अजून एक वर्ष अवधी होता... पण संस्थेचं भविष्य तरुण नेतृत्वाच्या हातात असल्यानं ते मात्र खूप समाधानी व निर्धास्त होते.

४३

कार्यालयीन अंतर्गत चौकशीला सुरुवात झाली होती. सोनवणे अतिशय आत्मविश्वासाने सामोरे जात होते. कासव गतीने का असेना पण चौकशीसमिती काम करीत होती. चौकशी समितीतील सदस्य प्रामाणिक व संवेदनशील वाटत होते. एक एक कागदपत्र व आरोपांची छाननी करीत होते. प्रश्न विचारीत होते. तेवढ्याच आत्मविश्वासाने सोनवणे उत्तरे देत होते... प्रत्येक बैठकीला निशिकांत सोबत होता. आठ-आठ तास चौकशी सुरू असे. एक जमेची बाजू म्हणजे माधवराव शिंदेंचा व तत्सम लोकांचा प्रभाव या समितीवर नव्हता. मुख्यमंत्र्यांच्या आदेशानुसारच सदस्यांची निवड झाली होती. मुख्य म्हणजे ते सर्वच नि:पक्षपाती होते. बऱ्याच दिवसांची ही प्रक्रिया होती. तरीही अधूनमधून वर्तमानपत्रांमध्ये बातम्या येत होत्या.

आजही चौकशीची तारीख होती. तशी ही चौथी बैठक होती; पण सोनवणे मात्र शांत व आपल्या नियमित कामात मग्न होते. वनक्षेत्राचं कुठलंही काम त्यांनी थांबवलं नव्हतं. सकाळीच उठून सोनवण्यांनी तयारी केली. आजची बैठक नंदुरबारच्या कार्यालयात ठेवली होती. म्हणून वेळेवर पोहोचण्यासाठी त्यांना आधीच निघावं लागणार होतं. चौकशी व आरोप-प्रत्यारोपांमुळे नाही म्हटलं तरी घरातलं वातावरण अस्थिर झालं होतं. वहिनीसाहेब जातीने लक्ष घालून तयारी करून देत असत. सोनवण्यांनी टी.व्ही. ऑन करून बातम्यांचं चॅनल लावलं... महाराष्ट्रातील विविध बातम्या निवेदिका वेगानं सांगून, पूरक चलचित्रेही दाखवत होती. वहिनीसाहेब बैठकीत येत म्हणाल्या,

"अहो!... आज पाच जून... किरण पाच वर्षांचा होतोय. मला माहीत आहे, सध्याचं वातावरण कलुषित आहे... तुम्ही व्यस्त आहात. तसं कुणाचंच मन थाऱ्यावर नाही... पण तरीही मला वाटतं किरणचा एक छोटेखानी वाढदिवस संध्याकाळी साजरा करावा. समीर, इला, अंजली, निशिकांत, जाधवकाका, नटवरसिंग

या स्नेह्यांच्या उपस्थितीत साजरा करू यात. बरं वाटेल त्याला... चालेल ना?''

सोनवणे वहिनीसाहेबांजवळ आले व त्यांचा हात हातात घेत म्हणाले,

''नीलिमा... खरंच या वादळामुळे किरणचा वाढदिवस आहे हेच विसरलो... चालेल काय?.. आपण करूच या. आपल्या वैयक्तिक कामाचा, व्यस्ततेचा किंवा संकटाचा परिणाम मुलांवर का होऊ द्यायचा?... बघू त्याला'' दोघंही बेडरुममध्ये गेले. किरण झोपलेला होता. थोडा मोठा व जाणता झाला होता... त्याच्या केसातून त्यांनी हळुवार बोटं फिरवली... व कपाळाचं चुंबन घेतलं. त्याच्या निरागस चेहऱ्याकडे बघून त्यांना भरून आलं. वहिनीसाहेबांनी हळूच खांद्यावर हात ठेवत धीर दिला. सोनवणे पुढे म्हणाले, ''काही झालं तरी आज वाढदिवस साजरा करूच... साधेपणाने का असेना पण हा आनंद आपण किरणला देऊ... बोलाव सगळ्यांना.''

सोनवण्यांची परवानगी मिळताच वहिनीसाहेब खुलल्या. वातावरणात बदल झाला. दोघेही पुन्हा बैठकीत आले. वहिनीसाहेबांनी मोबाइल घेतला व कानाला लावला...

''समीर भाऊजी,''

''अरे!... वहिनीसाहेब?... एवढ्या सकाळी?... काही झालं का?'' डॉ. समीर काळजीच्या स्वरात म्हणाले.

''नाही भाऊजी, सर्व ठीक आहे... आज पाच जून... किरण पाच वर्षांचा होतोय. आम्ही दोघांनी ठरवलंय... छोटेखानी वाढदिवस करायचा... भाऊजी, किमान अशा वातावरणातून आपणा सर्वांनाच दोन क्षण निवांत मिळतील... गप्पा मारता येतील. एकत्र येणं हे महत्त्वाचं.'' वहिनीसाहेबांनी सांगितलं.

''वहिनी!... खूप छान कल्पना आहे... आपल्या वैयक्तिक जीवनाची सरमिसळ मुलांच्या भावविश्वात करू नये हे खरंच... आणि सुनीलकडूनच मी हे शिकलोय... किती वाजेपर्यंत येऊ?'' डॉ. समीरनं विचारलं.

''भाऊजी!... सहा वाजेपर्यंत आलात तरी चालेल... कारण यांची आज चौकशीची तारीख आहे... हे आणि निशिकांत दोघंही नंदुरबारला निघाले आहेत. तेही सहा वाजेपर्यंत येतो म्हणाले... आणि हो,... इला आणि अंजलीलाही कळवलंच आहे. त्या दोघींनाही तुम्ही घेऊन यायचं आहे.'' वहिनीसाहेब बोलत असतानाच, निशिकांतनं बैठकीत प्रवेश केला होता... त्याच्या कानावर अंजली असे शब्द आले होते. पलीकडून डॉ. समीर म्हणाले,

''निश्चितच!... वहिनी आम्ही येतोच... मी दोघींनाही घेऊन येतो.'' मोबाइल बंद होताच निशिकांतच्या चेहऱ्यावर प्रश्नचिन्ह होतं. वहिनीसाहेब म्हणाल्या,

''निशिकांत!... आज किरणचा वाढदिवस आहे... आणि तो आपल्याला साजरा करायचा आहे.''

"काय?... किरणचा वाढदिवस?... वॉव," निशिकांत उत्साहानं आत गेला व झोपलेल्या किरणला न्याहाळून परत आला व म्हणाला,

"फार छान निर्णय घेतला वहिनी तुम्ही... किरणला बरं वाटेल."

"पण तुम्ही दोघांनी वेळेवर या म्हणजे झालं." वहिनीसाहेबांनी आठवण करून दिली...

"जरूर!... बहुतेक वेळेला बैठक वेळेवर सुरू होत नाही... पण पाच वाजायच्या आत संपते... आम्ही येऊ," निशिकांत, सोनवणेकडे पाहत म्हणाला होता.

वहिनीसाहेबांनी लागलीच आत जाऊन नाश्ता व चहा आणला होता. नटवरसिंगलाही बोलावून घेतलं होतं.

चहा पिता पिताच टी.व्ही. स्क्रिनवर निवेदिकेचा पुन्हा मधाळ आवाज येऊ लागला. आज पर्यावरण दिन! त्यानिमित्ताने राज्याचे वनमंत्री श्रीयुत दादासाहेब नथ्थुसिंग पाटील धुपेकर यांचं संदेशपर भाषण ऐका.

वनमंत्र्यांचं नाव ऐकताच, सर्वांनीच त्याकडे पाहिलं. सोनवणेही चहा पीत निर्विकारपणे स्क्रिनकडे पाहू लागले. गोबऱ्या गालाचे, जाडजूड मिशी असलेले व गांधी टोपी परिधान केलेल्या दादासाहेबांची छबी टी.व्ही. पडद्यावर अवतरली... आणि भरडा आवाज ऐकू येऊ लागला.

"मित्र हो!... आज पर्यावरण दिन... निसर्गाविषयी आस्था बाळगून, मैत्री करून, निसर्ग वाढीस लावून, वृक्षरोपणाच्या दिंडी उभारून... आणि मुख्य म्हणजे निसर्गसंवर्धनाची चळवळ व मशाल सातत्याने चालू ठेवत, साजरा करण्याचा हा महत्त्वाचा दिवस. पण मला सांगायला अतिशय खंत वाटते की अलीकडे झाडांची, वृक्षराजांची तोड वाढलेली आहे. झाडांना जीवनदान देण्याऐवजी त्यांच्या हत्येचं प्रमाण वाढलेलं आहे. होय, हत्याच म्हणेन मी! कारण झाडांनाही भावभावना असतात. मित्रहो... झाडं-झुडपं, वृक्ष आणि हे जंगल आहे तर जीवन आहे... मानवाचं अस्तित्व आहे. ही वस्तुस्थिती आहे. समूळ सजीवसृष्टीच त्यावर अवलंबून आहे. तर तुम्ही असे न करता, झाडांना जीवनदान द्या... मुलांसारखं त्यांना जपा... निगा राखा, तर ते निश्चितच तुम्हाला मोबदला देतील. मित्रहो!... निसर्ग हा मानवी जीवनाचा एक अविभाज्य भाग व अंग आहे. म्हणून त्याला जपलं पाहिजे. झाडं तोडणं म्हणजे महापाप आहे... मनुष्य हत्येएवढं! माझ्या मते, झाडे तोडणाऱ्यांना शिक्षा ही हवीच! प्रत्येक माणसानं झाडांना तान्हं मूल समजून, त्याचा पुरेपूर आनंद लुटला पाहिजे. आपल्या आधुनिक राज्याच्या घोषवाक्याप्रमाणे, "एका मुलास, एक झाड." हवंच... आणि...."

त्याच वेळी निशिकांत वेगानं उठला व त्यानं सरळ टी.व्ही.च बंद केला व म्हणाला,

"डँबीस म्हातारा आहे... संदेश देतोय... लिहून आणलेलं भाषणही धड वाचता येत नाहीये... असले हे मंत्री... त्यांच्या तोंडून पडलेला एक एक शब्द भ्रष्ट होता... सर!... स्वत: एवढा गलिच्छ असताना ही माणसं एवढ्या निर्विकारपणे धादांत खोटं कसं बोलू शकतात?..." निशिकांत त्राग्याने बोलला होता... आणि आताशा उठलेल्या वादळाच्या पार्श्वभूमीवर त्याचा त्रागा खराही होता. निशिकांतच्या या पावित्र्याने, वहिनीसाहेबांच्या चेहऱ्यावर स्मित होतं. त्यांना या सर्वांचीच सवय होती... सोनवणेही काहीच न बोलता फक्त दादासाहेबांच्या भाषणावर उपहासात्मक हसत राहिले... निशिकांतची प्रतिक्रिया स्वाभाविक होती.

दोघेही वहिनीसाहेबांचा निरोप घेऊन बाहेर पडले. नटवरसिंगनं आधीच जीप तयार ठेवली होती. सोनवणे व निशिकांत बसताच, जीप फाटकाबाहेर पडून हमरस्त्याला लागली... नंदुरबारला त्यांना दहा वाजेपर्यंत पोहोचायचं होतं.

दारातच वहिनीसाहेब क्षणभर दूरवर पाहत राहिल्या. माघारी वळल्या आणि सायंकाळच्या वाढदिवसाच्या तयारीला लागल्या. जीपचा वेग वाढला होता. हवेचे झोत अंगावर येत होते. सोनवण्यांच्या डोक्यात मात्र दादासाहेबांचं भाषण रुंजी घालत होतं... दांभिकतेचा कळस होता... गुन्हेगार राजा असल्याने निरपराध प्रजाच दावणीला लागली होती... भ्रष्ट व्यवस्थाच शिरजोर असल्याने निरपराधच गुन्हेगार ठरणार होते हे मात्र निश्चित. या विचारानं सोनवण्यांना स्वत:लाच हसू आलं... भ्रष्ट व्यवस्थेविरुद्ध लढण्याची तशी त्यांना सवयच झाली होती.

जीप वळणे घेऊन दऱ्याखोऱ्यांतून शहाद्याला आली आणि नंदुरबार रस्त्याला लागली... काही वेळातच ते वनक्षेत्राच्या कार्यालयात पोहोचणार होते.

साडेअकरा वाजता समितीनं कामकाजाला सुरुवात केली व सोनवणे असंख्य फाइलींसोबत आत शिरले होते.

चौकशीला सुरुवात झाली होती. वेळ पुढे तासातासानं सरकत होता. दरम्यान निशिकांत, नटवरसिंगला घेऊन 'दैनिक चव्हाट्यावर'च्या मुख्य संपादकाला भेटून आला होता. माहिती देऊन त्यानं सखोल चर्चा केली होती.

सलग आठ तासांच्या टप्प्याटप्प्यातील चौकशीनं सोनवणे कार्यालयाबाहेर आले होते. थकवा वाटत असला तरी चेहऱ्यावर मात्र प्रसन्नता होती. चर्चा सकारात्मक झाल्याची ही खूण होती. सोनवणे समाधानी वाटत होते. ही कदाचित शेवटचीच बैठक होती. यानंतर समिती सरकारला अहवाल सादर करणार होती. सोनवणे निश्चिंत होते; कारण प्रत्येक आरोप त्यांनी पुराव्यानिशी खोडून काढला होता आणि समितीला समर्पक उत्तरेही दिली होती.

साडेसात-पाऊणेआठ वाजून गेले होते. वेळ झालाच होता. ही वेळ सोनवण्यांच्याही हातात नव्हती. नीलिमा, किरणच्या वाढदिवसासाठी वाट पाहत असेल व

डॉ. समीर, डॉ. इला, डॉ. अंजलीही येऊन थांबले असतील, याची जाणीव त्यांना होती.

चहा पिऊन सोनवणे व निशिकांत निघाले... नटवरसिंगनं वेगाचा ताळमेळ ठेवत, शहादा गाठून रामपूरच्या अभयारण्यात प्रवेश केला होता. ठार अंधार होता. पावसाचे दिवस असल्याने, रिप रिप होऊन गेली होती... समोरचं काही टप्प्यातीलच दिसत होतं. सोनवणे शेजारी तर निशिकांत मागे बसला होता. यावेळीही ते सावध होते.

एक वळण घेऊन, जीप कुकरी नदीच्या शिवकालीन पुलावर येताच, समोरच्या टोकाला असलेल्या ट्रकनं डिपर सुरू केला व वेग वाढवला. नटवरसिंगनं जाणीवपूर्वक जीप साईडलाच ठेवली व वेग कमी केला. पण समोरचा ट्रक वेगानं येताना पाहून, सोनवण्यांच्या मनात शंका आली... ट्रक जवळ येऊ लागला... सोनवण्यांनी नटवरसिंग व निशिकांतला सावध केलं. नटवरसिंग सतर्क झाला... समोरच्याचा कुटिल डाव लक्षात येताच नटवरसिंगनं शिताफीने जीप झीग झॅग केली... तरीही ट्रक बेदरकारपणे अंगावर आला... वेगानं... नटवरसिंगनं कौशल्याने जीप कठड्यावर आदळवली... कठडा तुटताच... जीप कुकरी नदीच्या पात्रात पडत असतानाच, सोनवणे ओरडले...

"निशिकांत, नटवरसिंग नदीत उडी मारा."

आणि तिघांनीही नदीपात्रात झोकून दिलं... जीप अर्धवट लटकत राहिली... ट्रक पुढे वेगाने निघून गेला... हा सोनवण्यांवरील प्राणघातकच हल्ला होता.

पावसामुळे नदीपात्रात बऱ्यापैकी पाणी खळाळतं होतं... ठार अंधार होता. सोनवणे, नटवरसिंग व निशिकांत तिघांनाही पोहता येत होतं... सोनवण्यांनी धीर देत प्रवाहाविरुद्ध हात मारायला सांगितलं व स्वत:ही ती कृती केली... अर्ध्या तासाच्या परिश्रमानं ते किनाऱ्याला होते. जीप पात्रात पडली नव्हती, पण अर्धवट स्थितीत लोंबकळत होती. सोनवणे रागाने बेभान झाले.

"हरा...ऽऽ...साऽऽ... समोरासमोर लढण्याची हिम्मत नसल्याने लपून वार करतात... षंढ कुठले..."

निशिकांतही रागाने लाल झाला होता. मुठी आवळल्या गेल्या; पण आता इथे वेळ घालवून चालणार नव्हतं. झुडपांमधूनही कधीही छुपा वार होऊ शकत होता. प्रसंगाचं गांभीर्य ओळखून सोनवणे, निशिकांत व नटवरसिंग तसेच पायी रामपूरकडे निघाले... खाचखळगे, काटे तुडवित अंधारात पुढे जाऊ लागले. सोनवणे सावधच होते. किमान दहा किलोमीटरचं अंतर पायी चालायचं होतं. किरणच्या ओढीनं तिघांनीही पावलं वेगानं उचलली होती... पावसाची रिमझिम सुरू झाली होती.

इकडे डॉ. समीर, डॉ. इला व डॉ. अंजली पाच वाजताच आले होते. वहिनीसाहेबांनी आधीच तयारी केली होती, पण तरीही डॉ. इला व डॉ. अंजलीनं त्यांना हातभार लावला होता. जाधवकाकांची खूपच मदत होत होती. किरण, वाढदिवस असल्याने वेगळ्याच उत्साहात होता. सोनवण्यांवरील चौकशीची दुःखद किनार असली, तरी प्रत्येकाला हा क्षण आनंदानं जगायचा होता. दुःख विसरायचं होतं. त्यासाठीच वहिनीसाहेबांनी ही योजना आखली होती. सर्वच वहिनीसाहेबांसोबत दिलखुलास बोलत होते. कधी संशोधनाचा विषय, तर कधी राजकारण, समाजकारण, भ्रष्टाचार असे विविध विषय चर्चिले जाऊ लागले.

सहा वाजायची वेळ टळून आता आठ वाजायला आले होते. वहिनीसाहेबांचा चेहरा काळजीयुक्त झाला. डॉ. समीर सातत्याने घड्याळाकडे पाहत होते. शेवटी चौकशी समिती आहे, वेळ किती लागणार याचा काहीच अंदाज नव्हता. डॉ. समीरना त्याची कल्पना होती, पण कुठेतरी मनात चलबिचल होत होती. केक तयार होता... जेवणाची तयारी झाली होती... किरण सातत्याने घुटमळून किरकिर करायला लागला होता... सर्वच सोनवणे व निशिकांतच्या वाटेकडे डोळे लावून बसले होते...

रात्रीचे दहा वाजल्यानंतर वहिनीसाहेबांचा धीर सुटत चालला होता... काळजीयुक्त चेहऱ्यावर भीती निर्माण झाली. डॉ. समीरच्या लक्षात येताच, अधीरतेने सोनवण्यांना मोबाइल केला; पण मोबाइल बंद असल्याची स्थिती दर्शवित होता. वहिनीसाहेबही सातत्याने मोबाइल करीत होत्या, पण मोबाइल बंद असल्याची घोषणा होत होती. डॉ. अंजलीही, निशिकांतचा मोबाइल ट्राय करीत होती... आणि तोही बंद होता. आता मात्र सर्वांचीच काळजी वाढली. दाराकडे नजरा जाऊ लागल्या. अतिशय धीराच्या वहिनीसाहेबही खचू लागल्या. कारण ज्या पद्धतीने सोनवण्यांवर आरोप व हल्ले होत होते; त्यामुळे त्या थरारून जात होत्या. डॉ. इला अंदाज घेऊन परिस्थिती सांभाळत होत्या. डॉ. समीर प्रयत्न करीत होते. किरण वाट बघून झोपून गेला होता. वहिनीसाहेबांचा जेवणाचा प्रस्ताव सर्वांनी एकमुखाने नाकारला. सोनवणे व निशिकांतची ते चातकासारखी वाट पाहत होते. साडेअकरा वाजून गेले... बाहेर पावसामुळे वातावरण अजूनच गूढ झालं होतं.

सव्वाबारा वाजता दारावर टक्टक् होताच, डॉ. समीर झेपावले. पाठोपाठ वहिनीसाहेबही धावतच गेल्या. दार उघडताच, सोनवणे, निशिकांत व नटवरसिंगचा अवतार पाहून ते हादरले... वहिनीसाहेबांनी तिघांनाही आत घेऊन दार बंद केलं. तिघांचाही चेहरा अस्ताव्यस्त व भिजलेलं अंग बघून वहिनीसाहेब नखशिखांत हादरल्या. डॉ. अंजलीनं निशिकांतचा ताबा घेतला... तर डॉ. इलानी रुमाल आणून दिले... डॉ. समीर आवेगाने म्हणाले,

"सुनील, हे काय झालं...?"

"एक मिनिट समीर... आम्ही कपडे बदलून घेतो... मग सांगतो..." सोनवण्यांनी सांगताच, तिघेही आत गेले... व चेंज करून बैठकीत आले... सर्वांच्याच चेहऱ्यावर चिंता होती, पण सोनवणे समोर दिसल्यामुळे वहिनीसाहेब समाधानी होत्या. सोनवणे सोफ्यात बसत म्हणाले,

"समीर!... हा आम्हाला संपविण्याचा कट होता... नियोजित हल्ला होता... प्रसंगावधान व नटवरसिंगच्या कौशल्याने आम्ही नदीत उडी मारली व वाचलो..." पुढे सोनवण्यांनी इत्थंभूत सांगितलं... प्रत्येक जण श्वास रोखून ऐकत होता. मनुष्य जातीची खालावत जाणारी पातळी दिसत होती. निशिकांत म्हणाला,

"... तसं सरांमुळे हे थोडक्यात निभावलं. नाहीतर पुन्हा जयंत पाटीलसारखं अपघाताचं कारण झालं असतं... कुठल्याही थराला जाणारी मंडळी आहेत ही. कारण चौकशीत काहीही निष्पन्न होणार नाही म्हटल्यावर अप्रत्यक्षपणे आम्हाला संपविण्याचा हा विचार आहे... त्याला ही घटना साक्षीदार आहे... समीर सर, पण आम्ही अशानं मुळीच डगमगणार नाही," निशिकांत अशातही दृढनिश्चयानं म्हणाला होता.

डॉ. समीर व डॉ. अंजलीनं निशिकांतकडे आशाळभूत व तेवढ्याच कौतुकाने पाहिलं. शेजारी बसलेल्या डॉ. अंजलीनं हळूच त्याच्या हातावर हात ठेवत आश्वासित केलं. सोनवणे म्हणाले,

"सॉरी!... खूपच वेळ झाला... खरं तर आमची वाट तुम्ही बघायला नको होती. तुम्ही वाढदिवस साजरा करून टाकायचा होता... अशा किंवा अजून याहून वाईट प्रसंगांना आता आम्हाला तोंड द्यावंच लागेल... आणि त्यासाठी आम्ही तयार आहोत... सो रिलॅक्स," सोनवण्यांनी गंभीर वातावरण शिथिल केलं...

किरण वाट बघून झोपल्याचं ऐकताच, सोनवण्यांना वाईट वाटलं. त्यांनी किरणला हळूच उठवून झोपेतच त्याचा वाढदिवस साजरा केला... किरण पुन्हा झोपला... उत्साहात नव्हता पण हा क्षण प्रत्येकाने हृदयात साठवून ठेवला. अतिशय वेगळ्या प्रकारचा... साडेबारा वाजता रात्री सर्वांनीच वहिनीसाहेबांच्या हातचं रुचकर जेवण केलं...

रात्र झाली होती. थोड्याशा गप्पा मारुन, डॉ. समीर म्हणाले,

"सुनील!... आम्ही निघतो."

"अरे! एवढ्या रात्री?.. नको... सकाळी जा..." सोनवणे काळजीने म्हणाले.

"नाही, आत्ताच निघतो... इलाचेही पेशंट आहेत... आपण क्षणाक्षणाला संपर्कात राहू..." डॉ. समीर प्रसंगावधानानं बोलले.

डॉ. इला व डॉ. अंजलीनेही दुजोरा दिला... डॉ. समीरनी इन्स्टिट्यूटच्या

उपसंचालकाची कार स्वतःच ड्राईव्ह करीत आणली होती... तिघांनीही निरोप घेतला... यावेळी रात्रीचे दोन वाजले होते. कार पी.एच.सी. सेंटरकडे वळली...

निशिकांत, जाधवकाका व नटवरसिंगही शेजारच्या क्वार्टर्समध्ये गेले... यावेळी पावसानं चांगलाच जोर पकडला होता. सोनवणे कमालीचे थकले होते... किरणला कुशीत घेऊन विसावले व वहिनीसाहेब सोनवण्यांच्या केसातून हळुवार बोटे फिरवू लागल्या... क्षणात सोनवणे गाढ झोपले होते... वहिनीसाहेबांची झोप मात्र अधांतरीतच होती.

अचानक काचांचा तडकण्याचा आवाज आला... खिडकीच्या काचा निखळून पडल्या. बाहेर बंदुकीचे आवाज व गोळ्यांचा वर्षाव होत होता. आवाजानं सोनवणे ताडकन उठले... वहिनीसाहेबही उठल्या... सोनवण्यांनी पोझिशन घेत रिव्हॉल्व्हर शोधण्याचा प्रयत्न केला... पण ती सापडतच नव्हती... प्रतिकार करायला शस्त्रच सापडत नव्हतं... त्यांच्या तत्काळ लक्षात आलं... नदीत उडी मारताना रिव्हॉल्व्हर पडलं होतं... ते चांगलेच हादरले... प्रसंगावधान राखून, त्यांनी किरण व वहिनीसाहेबांना कव्हर केलं... गोळ्यांचा वर्षाव होत होता... सोनवणे दाराकडे झेपावले.

निशिकांत, जाधवकाका व नटवरसिंग गोळीबाराच्या आवाजाने उठले होते... निशिकांत चपळाईने बाहेर आला... नटवरसिंग दुसऱ्या बाजूने... दोन-तीन काळ्या सावल्या गोळीबार करतच झाडीत लुप्त झाल्या होत्या... निशिकांतनं त्यांच्याकडे दगड भिरकावून पाठलाग केला... पण ते पसार झाले...

तेवढ्यात सोनवणे बाहेर आले... निशिकांत म्हणाला,

"सर!... लागलं तर नाही ना?... एकाचा दगडाने वेध घेतला... पण तो पळाला..."

"एनी वे निशिकांत... हे नवीन नाही... पण चार तासांनी पुन्हा प्राणघातक हल्ला... सांभाळून राहा... आता ॲलर्ट राहावंच लागेल... तू काळजी करू नकोस... ते आपल्याला काहीही करू शकत नाहीत. अतिशय नेभळट आहेत. छुपा वार करणारे षंढ आहेत. झोप... पहाटेचे चार वाजलेत..." निशिकांत, जाधवकाका व नटवरसिंगने निरोप घेतला... हा दिवस खूपच हेक्टिक झाला होता... सोनवण्यांनी दार लावून, वहिनीसाहेबांना कवेत घेतलं... त्यामुळे त्यांना भरून आलं... बिछान्यावर पडताना आता मात्र सोनवणेच वहिनीसाहेबांना थोपटत होते... तशी नीलिमा खूप शूर असल्याचं त्यांना माहीत होतं... ती अशा प्रसंगांना सहज तोंड देत होती; पण शेवटी ती एक पत्नी व आई होती, याची जाणीव सोनवण्यांना होती... आता मात्र डोळ्याला डोळा लागत नव्हता... ते नुसतेच डोळे मिटून पडून होते... यावेळी मात्र त्यांचे विचार विस्कळीत नाही तर दिशादर्शक होते.

४४

सकाळी सकाळीच पोलीस जीपनं रामपूरच्या वनक्षेत्र कार्यालयात प्रवेश केला व सोनवण्यांच्या बंगल्यासमोर थांबताच, इन्स्पेक्टर पवार लगबगीने उतरले. दार ठोठावताच सोनवण्यांनी उघडलं. इन्स्पेक्टर पवारांना पाहताच ते म्हणाले.

''इन्स्पेक्टर पवार... आपण?... एवढ्या सकाळी?... या आत बसा ना?'' पोलीस जीप आलेली पाहताच निशिकांत, जाधवकाका व नटवरसिंगही धावतपळत दाखल झाले. आतून वहिनीसाहेब आल्या होत्या.

इन्स्पेक्टर पवार घुटमळले, गोंधळले... क्षणभर काय बोलावं या विवंचनेत ते होते. ते निकराने म्हणाले,

''सॉरी!.. आता नको सोनवणेसाहेब... ! मला माफ करा... तुमच्याविरुद्ध अटक वॉरंट आहे.''

''काय?ऽऽ'' सोनवणे आश्चर्यचकित व अविश्वसनीयपणे पाहत राहिले. निशिकांतचा चेहराही बदलला... जाधवकाका व नटवरसिंग कावरे बावरे झाले. वहिनीसाहेब हवालदिल झाल्या. निशिकांत म्हणाला,

''पण का इन्स्पेक्टर पवार?... कशासाठी?''

''कारण सोनवणेसाहेबांनी तीन खून केल्याचा आरोप भाऊसाहेबांनी ठेवलाय. तशी तक्रार व केस दाखल केलीये...''

'खून' शब्द ऐकताच सोनवणे सुन्न झाले... तरीही ते तटस्थ उभे होते. वहिनीसाहेब मटकन खालीच बसल्या. त्यांचे डोळे सैरभैर झाले. निशिकांत पुढे होत म्हणाला,

''इन्स्पेक्टर पवार हे कसं शक्य आहे?... काल दिवसभर चौकशी, रात्रभर आम्ही सोबत होतो... जीवघेणा हल्ला आमच्यावर झाला... आणि आता सरळ सरांवर खुनाचा आरोप?...''

''मला कळतंय निशिकांत... पण रात्रीच भरपावसात त्यांनी याची माहिती

दिलीये. मी तडक त्या ठिकाणी गेलो. तीन आदिवासींचा खून झाला होता... त्यांचे मृतदेह रक्ताच्या थारोळ्यात होते. तेथेच सोनवणेसाहेबांचं रिव्हॉल्व्हरही सापडलंय... लागलीच पंचनामा करून, मृतदेह पोस्टमार्टमसाठी सरकारी रुग्णालयात पाठवले आणि रिव्हॉल्व्हर नंदूरबारला न्यायवैद्यकीय प्रयोगशाळेत पाठविण्यात आली... भाऊसाहेबांनी लागलीच तक्रार केल्याने, सोनवणेसाहेबांच्या विरुद्ध अटक वॉरंट निघालं... म्हणूनच मला यावं लागलं,'' इन्स्पेक्टर पवारांनी इत्थंभूत माहिती सांगितली.

''इन्स्पेक्टर पवार!... माझं रिव्हॉल्व्हर तिथं सापडलं?'' सोनवणे गोंधळून विचार करीत होते. काल रात्री त्यांना रिव्हॉल्व्हर सापडत नव्हतं. कुकरी पुलावर घडलेल्या अपघातात कदाचित रिव्हॉल्व्हर पडलं असावं. सोनवण्यांनी दीर्घश्वास सोडला व पुढे म्हणाले,'' इन्स्पेक्टर पवार, खरोखरच प्रतिस्पर्ध्यांनी आमच्यावर डाव साधला. अतिशय नियोजनबद्ध त्यांनी मला अडकवलं... रात्री नदीत उडी मारली नसती, तर आज आम्ही नसतो... कदाचित त्याचवेळी रिव्हॉल्व्हर कुठेतरी पडलं असावं आणि त्याचाच नेमका उपयोग त्यांनी केला असावा...''

''सोनवणेसाहेब, त्यांनी हा डाव साधला हे खरंच आहे... कारण त्याच रिव्हॉल्व्हरचा नियोजनबद्ध उपयोग झालेला आहे... तीन खून झालेले आहेत... आणि रात्रीच त्यांनी दबाव आणून तक्रार व अटक वॉरंट काढलं... सॉरी, मला ॲक्शन घ्यावीच लागेल.'' इन्स्पेक्टर पवार अनिच्छेने बोलत होते.

''पण!... इन्स्पेक्टर पवार?'' मधेच निशिकांतला थांबवत सोनवणे म्हणाले,

''निशिकांत, असू देत... आपण भोवऱ्यात अडकलोय... इन्स्पेक्टर पवार स्नेही असले तरी त्यांना कर्तव्य आहेत. इन्स्पेक्टर पवार मी तयार होतो.''

सोनवणे तातडीने आत गेले व तयार होऊन बाहेर पडले... किरणला न्याहाळून, वहिनीसाहेबांना आलिंगन दिलं... वहिनीसाहेबांच्या तोंडून शब्द बाहेर पडले नाहीत... अतिशय धडाडीच्या असल्या तरी पण यावेळी त्यांच्या डोळ्यांच्या कडा ओलावल्या होत्या. खचून चालणार नव्हतं याची जाणीव त्यांना होती. सोनवण्यांच्या पाठीशी उभं राहणं महत्त्वाचं होतं. निशिकांतही नि:स्तब्ध होता. जाधवकाकांच्या डोळ्यांत अश्रू तरळत होते; तर नटवरसिंग सुन्न झाला होता. सोनवणे म्हणाले,

''निशिकांत!... आता तू सांभाळ...'' इन्स्पेक्टर पवारांकडे पाहत ते पुढे म्हणाले, ''चला, इन्स्पेक्टर पवार.'' सोनवणे पुढे चालू लागले. बेड्या आपोआपच गळून पडल्या. जीपमध्ये बसताच, जीप वेगाने निघून गेली... पावसाला सुरुवात झाली होती... प्रसन्न वातावरण, पण वहिनीसाहेबांच्या दृष्टीने निरस झालं होतं... निशिकांतलाच धावपळ करावी लागणार होती... वहिनीसाहेबांशी चर्चा करून, तो तयारीला लागला होता... आता पुढचा अस्तित्वाचा लढा खऱ्या अर्थाने सुरू झाला होता.

काही वेळातच 'रामपूर वनक्षेत्राचे वनपाल सुनील सोनवणे यांना तिहेरी खुनाच्या आरोपाखाली अटक' अशी बातमी परिसरात वेगानं पसरली. न्यूज चॅनल्सची झुंबड उडाली... फ्लॅशेस पडू लागले... बहुसंख्य वर्तमानपत्रांनी सोनवण्यांवर आरोप केले होते. सरकारी शस्त्राचा गैरवापर केल्याचा ठपकाही ठेवला होता. भाऊसाहेबांनी व्यवस्थित मॅनेज केलं होतं. बापूसाहेब, हरिभाऊंसारखे पुढारीही हिरिरीने भाग घेऊ लागले... सोनवण्यांसारखा अधिकारी किती खालच्या पातळीला जाऊ शकतो याची सवंग चर्चा घडवून आणू लागले. कडक शिक्षा ठोठावण्यात यावी, अशीही मागणी करण्यात येत होती. यात एकमेव वर्तमानपत्र म्हणजे 'दैनिक चव्हाट्यावर' यांनी सोनवण्यांची बाजू प्रामाणिकपणे मांडली होती... प्रथमच त्याच रात्री सोनवण्यांवरील जीवघेण्या हल्ल्याची बातमी छापली होती... संपादक सातत्याने भूमिका मांडत होते, पण भाऊसाहेबांनी अतिशय सुत्रबद्ध पद्धतीने मॉब सायकॉलाजी तयार केली होती... त्यांच्याच नेतृत्वाखाली पोलीसस्टेशनवर आदिवासींचा मोर्चा आणला होता व सोनवण्यांना शिव्याशाप देत कडक शिक्षेची मागणी केली होती. इन्स्पेक्टर पवारांनी मात्र हे प्रकरण अतिशय खुबीनं हाताळलं होतं.

जिल्ह्यातच नाही तर महाराष्ट्रातही ही बातमी पसरली होती. पुनश्च भाऊसाहेबांच्या व दादासाहेबांच्या सत्तारूढ पक्षातील त्यांच्या समर्थकांनी तारांकित प्रश्न उपस्थित करून, गदारोळ केला होता. खुनी सोनवण्यांना कठोर शिक्षा ठोठावण्यात यावी, अशी मागणी सातत्याने होत होती. आंदोलने होत होती... मुख्यमंत्र्यांनी मात्र संयम दाखवून न्यायालयाचा आदर करण्याचा सल्ला दिला होता. सोनवणे प्रकरण आता न्यायप्रविष्ट झालं होतं.

याच वेळी मात्र माधवराव शिंदेंनी तातडीने बैठक घेऊन, सोनवण्यांच्या निलंबनाची कारवाई केली होती... आणि सोनवण्यांच्या जागी त्यांच्याच मर्जीतला वनपाल नेमला होता... पुढील लढ्यासाठी हे फारच धोकादायक होतं. निशिकांत या निर्णयानं चांगलाच अस्वस्थ झाला होता, पण मुख्यमंत्र्यांनीच हस्तक्षेप करून, रामपूर कार्यालयाचा कार्यभार निशिकांतकडे सोपवला होता. ही खूपच जमेची बाजू होती... कारण सोनवण्यांची सक्षमपणे बाजू मांडणारा अधिकारी आता फक्त निशिकांतच होता. माधवराव शिंदे मात्र या निर्णयाने खजील झाले होते व मुख्यमंत्र्यांवर नाराज झाले होते. तशी तक्रारही त्यांनी दादासाहेबांकडे केली होती... पण मुख्यमंत्र्यांनी कुणाचंच ऐकलं नव्हतं. नि:पक्षपातीपणे न्यायालयाला आपलं काम करू द्यावं, अशीच मुख्यमंत्र्यांची इच्छा होती. मुख्यमंत्री अतिशय संवेदनशील व्यक्ती होते... कोण काय प्रवृत्तीचे आहेत याची त्यांना पूर्ण जाण होती... म्हणून सोनवण्यांवरील आरोप त्यांच्या पचनी पडला नव्हता.

सोनवण्यांना खुनाच्या आरोपाखाली अटक झाल्याचा निशिकांतचा निरोप कळताच,

डॉ. समीर सैरभैर झाले होते. क्षणभर त्यांच्या डोळ्यांपुढे अंधार झाला होता. त्यांना काहीच सुचत नव्हतं. कारण सोनवणे खऱ्या अर्थाने त्यांचा सखा होता. डॉ. इला व डॉ. अंजलीला घेऊन ते तडक, वहिनीसाहेबांकडे आले होते... डॉ. इलांनी वहिनीसाहेबांना मिठीच मारली होती. निशिकांतही आला होता. सर्वांच्याच चेहऱ्यावर तणाव होता. डॉ. समीर स्वविचारातच होते.

जाधवकाकांवर किरणची जबाबदारी टाकून डॉ. समीर, निशिकांत, डॉ. इला, डॉ. अंजली, नटवरसिंग व वहिनीसाहेब तडक शहाद्याला आले होते. गजाआड उभ्या असलेल्या सोनवण्यांना पाहून डॉ. समीर वेगाने झेपावले... सोनवण्यांचा हात हातात घेत, डॉ. समीरच्या भावनांचा बांध फुटला. ते ढसाढसा रडू लागले. एक महान शास्त्रज्ञ लहान मुलासारखा रडत होता. डॉ. समीरचा आवेग पाहून, डॉ. इला, डॉ. अंजली व वहिनीसाहेबांच्याही भावना अनावर झाल्या... तिघांच्याही डोळ्यांतून अश्रू वाहत होते. कोण कुणाला धीर देणार होतं! निशिकांतनं डॉ. समीरना सांभाळलं... सोनवण्यांनी डॉ. समीरचे अश्रू पुसले... डोक्यावर हात ठेवत म्हणाले होते.

"समीर!... मित्रा मी काही केलंच नाही तर भीती कशाला... रडू नको... तू रडलास तर मी कोसळेन... आता तुम्हालाच ही लढाई लढायची... मला तर त्यांनी पूर्णपणे जायबंदी करून टाकलं... सावर स्वत:ला..."

आश्वासक शब्द ऐकून डॉ. समीरनं स्वत:ला सावरलं. मूकपणे त्या दोघांचाही संवाद सुरू होता. यावेळी सोनवण्यांच्या पाठीमागे खंबीरपणे उभं राहण्याचा निश्चय केला... गजाआड असलेल्या सोनवण्यांना पाहून, वहिनीसाहेबांना गलबलून आलं. एका प्रामाणिक माणसाची अशी वाताहात होऊ शकते, यावरच डॉ. समीरचा विश्वास नव्हता; पण डॉ. इलाला मात्र याची जाणीव होती... सर्वांनीच एकजुटीने लढायचा निर्णय घेतला... आणि ती अपरिहार्यता होती... कारण आज काळ निर्दयी ठरला होता.

सोनवण्यांना आठ दिवसांची न्यायालयीन कोठडी देण्यात आली. त्यातच चौकशीच्या फेऱ्या सुरू होणार होत्या... कारण तिहेरी खुनासारखा गंभीर आरोप होता... शिवाय घटनास्थळी पुरावाही मिळाला होता... याचीच शहानिशा आता होणार होती. चौकशीची जबाबदारी इन्स्पेक्टर पवारांना देताच, भाऊसाहेब बिथरले होते. त्यांनी आक्षेप घेतला होता. दादासाहेब व भाऊसाहेब यांच्या एका शिष्टमंडळाने मुख्यमंत्र्यांची भेट घेऊन, इन्स्पेक्टर पवारांऐवजी दुसऱ्या एखाद्या सक्षम पोलीस अधिकाऱ्यावर ही जबाबदारी द्यावी म्हणून विनंती केली होती. इन्स्पेक्टर पवार हे सोनवण्यांचे मित्र व स्नेही असल्याचेही पुरावे दिले होते. म्हणून ही चौकशी नि:पक्षपाती होणार नाही, अशी भीती व शंका भाऊसाहेबांनी व्यक्त केली होती...

पण मुख्यमंत्र्यांनी पुन्हा एकदा स्वतंत्र विचारांचं दर्शन घडवलं होतं. इन्स्पेक्टर गोविंद पवार हे अतिशय प्रामाणिक पोलीस अधिकारी असून, ते आपलं काम चोखपणे व गांभीर्याने करतील, याचा विश्वास दाखवला व भाऊसाहेब आणि दादासाहेबांची विनंती फेटाळून लावली होती... म्हणून पुढची सर्व चौकशीची जबाबदारी इन्स्पेक्टर पवारांकडेच होती... ही एक जमेची बाजू मानली जात होती... बऱ्याचशा वाईट गोष्टी घडत असल्या तरी, काही चांगल्या गोष्टींमुळे यंत्रणेवरील विश्वास दृढ होत होता.

आठ दिवसांची न्यायालयीन कोठडी संपून, सोनवण्यांची पुन्हा तुरुंगात रवानगी झाली होती. सोनवण्यांनी इन्स्पेक्टर पवारांना संपूर्ण सहकार्य केलं होतं... इत्थंभूत माहिती दिली होती. बारीक गोष्टींचा पाठपुरावा सांगितला होता. सोनवण्यांना गुन्हेगार कठड्यात उभं पाहताना इन्स्पेक्टर पवारांना खरं तर त्रास होत होता; पण ते निर्विकारपणे काम करीत राहिले... हेच खरं प्रामाणिकपणाचं लक्षण होतं... कारण प्रतिसाद देणाराही तेवढाच तोलामोलाचा प्रामाणिक माणूस होता. म्हणून केस उभं करणं सहज सोपं झालं होतं. पोलिसांनी आरोपपत्र दाखल केलं होतं.

तीन आठवड्यांतच नंदुरबारच्या जिल्हा सत्र न्यायालयात केस उभी राहिली होती... सोनवण्यांकडून निशिकांत व डॉ. समीरनं अतिशय होतकरू व हुशार तरुण वकील अतुल निकमची नेमणूक केली होती.

वाद प्रतिवादाला सुरुवात झाली होती. सोनवण्यांना गुन्हेगार कठड्यात उभं करून, सरकारी वकील सर्वांगाने चिरफाड करू लागले... त्याला अतुल निकम समर्पकपणे तोंड देऊ लागला... डॉ. समीर, निशिकांत, वहिनीसाहेब, डॉ. इला, डॉ. अंजली, नटवरसिंग प्रत्येक सेशनला उपस्थित राहत होते. विरुद्ध बाजूने भाऊसाहेबांसोबत बापूसाहेब, हरिभाऊ व त्यांचे असंख्य कार्यकर्ते न्यायालयात हजर राहत होते... भाऊसाहेबांचे सरकारी वकिलाशी बऱ्यापैकी खल सुरू होते... ते ईर्षेलाच पेटले होते. भाऊसाहेबांची सोनवण्यांच्या डोळ्याला डोळा देण्याची हिम्मत मात्र होत नव्हती... त्यांच्यात कमालीची मगरूरी होती.

इन्स्पेक्टर पवार, कार्यकर्ते, आदिवासींची साक्ष, सरकारी वकील व प्रतिवादी वकील अतुल निकमने नोंदवून घेतले... पंचनाम्याचा रिपोर्ट सादर केला. न्यायवैद्यक प्रयोगशाळेतील रिव्हॉल्व्हर व बुलेट्सचा रिपोर्ट आला होता... ती रिव्हॉल्व्हर, बुलेट्स सोनवण्यांचीच असल्याचं बोटांच्या ठशांवरुन सिद्ध झालं होतं... डॉ. समीर व निशिकांत हताश झाले होते... तर भाऊसाहेबांच्या चेहऱ्यावर छद्मी हास्य उमटलं होतं... आपल्या मिशांवरुन त्यांनी हळूच हात फिरवला होता... प्रत्येक पुरावा सोनवण्यांच्या विरोधात जात होता. फक्त निशिकांत व इन्स्पेक्टर पवारांची साक्ष पूरक वाटली होती, पण ती पुरेशी नव्हती. हे अतुल निकमच्या लक्षात येत होतं...

प्रत्यक्षदर्शनी सोनवण्यांनीच तीन खून केलेत हे आता तरी सिद्ध होत होतं.

सुनावणीवर सुनावणी होत होती... प्रत्येक वेळेला भाऊसाहेबांच्या कार्यकर्त्यांनी न्यायालय गच्च भरून जात होतं. आदिवासींची हत्या झाल्यानं केस अजूनच गुंतागुंतीची झाली होती; कारण भाऊसाहेबांनी दोन-तीन आदिवासी कार्यकर्त्यांना हाताशी धरुन, सोनवण्यांविरुद्ध अॅट्रॉसिटीही दाखल केली होती. त्यामुळे केस अधिकाधिक खोलवर रुतत चालली होती... वकील अतुल निकम प्रामाणिकपणे प्रयत्न करीत होते... भक्कमपणे बाजू मांडून प्रतिवाद मोडून काढत होते... पण पुराव्याअभावी त्याचा उपयोग होत नव्हता... पुरावाच देता येत नव्हता... सिद्ध करता येत नव्हतं... आणि अशा केसमध्ये ते महत्त्वाचं होतं.

सहा महिन्यांनंतर वाद-प्रतिवाद थांबून, न्यायाधीशांनी अंतिम निकालाची तारीख जाहीर केली होती... सरकारी वकील खुश होते... कारण त्यांची बाजू भक्कम होती... अतुल निकम पुराव्याअभावी निरुत्तर होते... डॉ. समीरनी व निशिकांतनं अतुल निकमशी चर्चा केली होती... त्याचवेळी डॉ. समीरच्या डोक्यात विचार तरळत होते... अंतिम निकालाला अजून पाच दिवस होते... या पाच दिवसांत काहीतरी करायला हवं होतं... आणि त्यांनी निश्चय केला होता... विज्ञानाचा आधार आता त्यांना घ्यायचा होता.

४५

डॉ. समीर अस्वस्थ होते. निकाल पाच दिवसांवर होता. त्यांचा जिवलग मित्र संकटात होता. निरपराध होता. म्हणून डॉ. समीर कमालीचे नाराज होते. काहीतरी करणं गरजेचं होतं. या देशाविषयी त्यांना आस्था, प्रेम होतं. प्रत्येकाविषयी आपुलकी होती. इथला निसर्ग त्यांचा होता, पण का कुणास ठाऊक त्यांना इथल्या स्थानिक राजकारणानं तिटकारा आला होता. नकोसं वाटत होतं. स्वार्थापोटी देशालाही विकणारी प्रवृत्ती इथे नांदत होती. त्यामुळे निसर्गाने बहरलेला परिसरही त्यांना नकोसा झाला होता. घाणेरड्या राजकारणाचा बळी सुनील ठरणार होता. त्यामुळे डॉ. समीरच्या डोक्यात विचारांचं वादळ माजलं होतं. पुरावा सादर करावाच लागणार होता. या विचारातच त्यांना दिशा सापडली होती. भकास वाटणारा निसर्गच हात देणार होता. त्यांचे डोळे दिपले. चेहऱ्यावर समाधान झळकलं... प्लँटोन त्यांच्या डोळ्यांपुढे येऊन गेला. प्लँटोननं स्वत:चं अस्तित्व सिद्ध करण्याची वेळ आली होती... डॉ. समीर उत्साहाने उठणार, तेवढ्यात डॉ. अंजलीनं केबिनमध्ये प्रवेश केला... डॉ. समीर म्हणाले,

"अंजली ये!... कुठे होतीस?" तिचा मलूल चेहरा पाहत ते पुढे म्हणाले," बरं नाहीये का?

"नाही सर!... मी, निशिकांत व डॉ. इला, वहिनीसाहेबांसोबत होते... सर त्या खूप खचल्यात... काय होईल याचं सारखं टेंशन आहे त्यांना... किरण सारखा त्याच्या बाबांना शोधत असतो. पाचच वर्षांचं मूल आहे सर ते..." पुढे डॉ. अंजली बोलूच शकत नव्हती... तिच्या डोळ्यांतून अश्रू वाहू लागले.

"अंजली!... सांभाळ स्वत:ला. माझीही तीच स्थिती आहे... तो तर माझा सखा आहे. आता आपल्यालाच मार्ग काढावा लागेल... पुरावा शोधावा लागेल." डॉ. समीर आश्वासक बोलले.

"तो कसा सर?... तेच सुचत नाहीये..." डॉ. अंजली डोळे पुशीत म्हणाली.

“तेच मला सुचलंय अंजली. निसर्ग, विज्ञान आणि आपला ‘प्लँटोन’ आपल्याला मदत करेल.” डॉ. समीरनं सांगितलं.

“काय ‘प्लँटोन’?” डॉ. अंजली सावरून बसली... तिला योजना समजावून घ्यायची होती.

“होय!... ‘प्लँटोन’च्या साहाय्याने त्या वनस्पतीवरील प्रयोग सिद्ध झालेत... चोरवाटेचा शोध घेऊन तस्करी थांबवली... ही माहिती त्या वनस्पतीच्या माध्यमातूनच आपण सुनीलला पुरविली होती. आता त्याच वनस्पतीचा आधार घ्यायचा...” डॉ. समीरनं योजना सांगितली.

“पण तो कसा सर?... वनस्पती तर...” डॉ. समीर मधेच वाक्य खंडित करीत म्हणाले.

“त्याच वनस्पतीचा शोध आपण जेथे तीन आदिवासींची हत्या झाली तेथे घ्यायचा. चोरवाटेच्या पलीकडचाच भाग आहे. तो परिसर पूर्ण चाळून काढायचा. वनस्पती शोधून काढायची... जर ती वनस्पती त्या परिसरात असेल, तर ती साक्षीदार म्हणून उभी राहू शकेल... तिच्या मेंदू सदृश प्रथिनांमध्ये आजूबाजूचे चित्रण निश्चितपणे झाले असणार, याची मला खात्री आहे... जर का वनस्पतीचा शोध लागला, तर पुढचं काम आपलं ‘प्लँटोन’ करेल... न्यायाधिशांना त्यांच्यासमोरच वनस्पतीच्या साहाय्याने सिद्धता पटवून देऊ... अंजली, विज्ञानानं एका निरपराध्याला हात दिलाय... एवढंच ध्यानात ठेव... विज्ञान हेच एकमेव त्रिकालाबाधित सत्य आहे... ते कुणीही नाकारू शकणार नाही... बघच तू.” डॉ. समीरचा उत्साह द्विगुणित झाला होता... आत्मविश्वास वाढला होता. डॉ. अंजली म्हणाली,

“होय सर, आपण वनस्पतीचा शोध घेऊ... निश्चितच... त्यासाठी जीवाचं रान करू... मी आत्ताच तयारी करते सर!... वेळ घालवायलाच नको.”

“दॅट्स द स्पिरीट अंजली. गुमान, बाजीराव, सुकलाल, नलावडे यांची मदत घेऊ... चल निघूयात...” डॉ. समीर त्वेषाने उठले होते. डॉ. अंजलीही तयारीला लागली.

गुमान, सुकलाल, बाजीराव, नलावडे गोळा झाले व डॉ. समीर, डॉ. अंजलीसोबत बाहेर पडले... डॉ. अंजलीनं निशिकांतला मोबाइल करून पुन्हा एकदा घटना घडलेल्या स्थळाची माहिती घेतली, पण निशिकांत स्वतःच त्यांना रस्त्यात सामील झाला... या योजनेनं तोही आनंदित झाला होता. सोनवण्यांसाठी काहीही करण्याची सर्वांचीच जिद्द होती. निघताना डॉ. समीरनी, डॉ. पाबळकर व इतर सर्व प्रमुख शास्त्रज्ञांना ही योजना सांगितली होती. प्रत्येकानं पाठिंबा देऊन शुभेच्छा दिल्या होत्या. कारण सोनवणे व डॉ. समीरचं नातं सर्वांनाच ठाऊक होतं, आणि सोनवण्यांवर होत असलेल्या अन्यायानं इन्स्टिट्यूटमधील सर्व शास्त्रज्ञ व कर्मचारीही सोबत होते.

दिवसाच शोध घ्यायचा असल्याने, डॉ. समीर व टीम पायवाटेने निघाले... दिवसा वनस्पतीचा शोध घेऊन, रात्री प्रयोग करायचा होता; कारण त्यावेळी वनस्पती प्रवाहित व स्थिर असल्याने अडथळे कमी होत असत... त्यामुळे माहिती मिळविणे सोपे जात असे. दीड तासानंतर घनदाट झाडीत डॉ. समीर येऊन ठेपले... गुमाननं ती जागा शोधून बरोबर अधोरेखित केली. निशिकांतनंही दुजोरा दिला... थोडी सपाट जागा आणि आजूबाजूला दाट झाडी... येथेच आदिवासींचे मृतदेह पडले होते... याचा अर्थ हत्या इथेच करण्यात आली होती. अंधार होता... थंडीचे वातावरण होते... वनस्पतीचा वेध घेणं शक्य होत नव्हतं... खूप वेळ झाला पण हाती काहीच आलं नाही...

दुसऱ्या दिवशीही प्रखर विजेरीचा उपयोग करण्यात आला व एकूण एक वनस्पती डोळ्यांखालून घालण्यात आली... निशिकांत सगळ्यांची मेहनत कौतुकानं पाहत होता. डॉ. समीर स्वत: वनस्पतींना स्पर्श करून पाहत होते. तिसऱ्या दिवशी मात्र गुमानला त्या वनस्पतीचा शोध लागताच, तो आनंदाने ओरडला होता... सगळेच धावले होते... प्रखरझोतात गुमान ती वनस्पती दाखवत होता... डॉ. समीरचे डोळे चमकले व हात लावताच वेगळी अनुभूती मिळाली. खात्री झाली... डॉ. अंजलीलाही त्याचा प्रत्यय आला... वनस्पतीच्या पट्ट्यांत सारा परिसर होता. वनस्पतीचा शोध लागल्याने, डॉ. समीरनं नि:श्वास टाकला... कारण पुढचं काम 'प्लँटोन' शंभर टक्के करणार याची खात्री होती.

त्याच रात्री डॉ. समीरनी, डॉ. अंजली, निशिकांत व इतर जणांच्या उपस्थितीत प्रयोग केला होता. डॉ. इलांनी मदतीसाठी दहा आदिवासी तरुण दिले होते. हा प्रयोग अतिशय गुप्तपणे करण्यात आला... फक्त निसर्गालाच त्याची माहिती होती... सलग सहा तास प्रयोग करून, वनस्पतीच्या स्मृतींतून माहिती मिळविण्यात आली... लॅपटॉपवर माहिती उद्‌धृत होताना पाहून, डॉ. समीर हर्षोल्लित झाले होते... सोनवणे निरपराध असल्याचाच तो भरभक्कम पुरावा होता. डॉ. अंजलीच्याही हे लक्षात आलं... पण यावेळी कुठलीही चर्चा करायची नव्हती... गुप्तता ही पाळावीच लागणार होती. सर्व उपकरणे गोळा करून, डॉ. समीर माघारी फिरले... एक एक जण पायवाटेवर आले... डॉ. समीरनी सहजच मागे वळून पाहिलं... ती वनस्पती प्रकाशानं प्रज्वलित होऊन हलत होती... शुभेच्छा देत होती... डॉ. समीर नतमस्तक झाले होते.

चौथ्या दिवशी पण प्रयोगशाळेत डॉ. समीरनी स्वत:ला गुंतवून घेतलं... आणि परिणाम ठळकपणे मिळविले होते... खऱ्या गुन्हेगारांचं संभाषण व आवाज मुद्रित झाला होता... लॅपटॉपच्या स्क्रिनवर स्पष्ट माहिती आली होती. डॉ. समीरनं समाधानानं डोळे मिटले होते... उद्या निकालाच्या आधीच हे सत्य जगासमोर येणार होतं... खरा गुन्हेगार कोण हे त्यांना कळलं होतं.

निकालाचा दिवस उजाडला होता. प्रत्येकाच्याच मनात धाकधूक होती. डॉ. समीर मात्र शांत होते... त्यांच्या शांत चेहऱ्याकडे पाहून, डॉ. अंजली समजून गेली. वहिनीसाहेब, निशिकांत, जाधवकाका, नटवरसिंग, डॉ. इला, आदिवासी तरुण सर्वच उपस्थित होते. त्यांच्या चेहऱ्यावर चिंता होती. दुसऱ्या बाजूला भाऊसाहेब, बापूसाहेब, हरिभाऊ, माधवराव शिंदे, दत्तात्रय मराठे व त्यांचे असंख्य कार्यकर्ते उपस्थित होते. प्रचंड गर्दी होती... भाऊसाहेबांचा चेहरा मगरुरीने भरला होता. विजय आमचाच होणार, असा आत्मविश्वास त्यांना होता. त्यावेळी डॉ. समीरसोबत इन्स्टिट्यूटमधील संचालक डॉ. पाबळकर, डॉ. देशमुख, डॉ. मिश्रा, डॉ. शिरसाठ, डॉ. सिंग, डॉ. गणेश, डॉ. पाचपुते सर्वच शास्त्रज्ञ व प्रशासकीय अधिकारी उपस्थित होते... वनखात्यातील भानू वळवी व विकास कुलकर्णीही हजर होते... मुख्य म्हणजे डॉ. समीरच्या प्रयोगाला साथ म्हणून ज्येष्ठ शास्त्रज्ञ डॉ. गंगाधर पंत ऑनलाइन होते... जिल्हा, महाराष्ट्रच नाहीतर देश पातळीवर याचे पडसाद उमटणार होते... विविध वर्तमानपत्रांचे पत्रकार व न्यूज चॅनलनी न्यायालयाच्या बाहेर गर्दी केली होती. न्यायाधीशांचा कस लागणार होता. इन्स्पेक्टर पवार कुमक घेऊन हजर होते.

...आणि ती वेळ येऊन ठेपली... गुन्हेगार कठड्यात सोनवणे उभे होते... त्यांचा चेहरा मलूल व खलावलेला होता. दाढी वाढली होती; पण डोळ्यांत तेज होते... निरापराध असल्याची भावना होती... न्यायाधीश येताच शांतता झाली... आणि एक एक शब्द वाचत ते निकाल वाचन करू लागले. वहिनीसाहेबांनी डोळे मिटले होते... त्याचवेळी डॉ. समीर उठले व विनंती करीत म्हणाले,

"न्यायाधीश महोदय..., अंतिम निकाल देण्याआधी मी केलेला प्रयोग व त्याचे परिणाम सादर करण्याची संधी मला द्यावी... विज्ञान हाच पुरावा आहे. निखळ विज्ञान आहे...सर!... मला सोनवण्यांना निरपराध सिद्ध करण्याची एक संधी द्यावी सर... थोड्याच वेळात खरा गुन्हेगार तुमच्यासमोर असेल..."

यावर सरकारी वकिलांनी हरकत घेताच, अतुल निकमनी प्रतिवाद केला... न्यायाधीशांनी तो मान्य केला व डॉ. समीरना प्रयोग करण्याची मुभा दिली. क्षणातच डॉ. अंजलीनं उपकरणे जोडली व त्यातून आवाज आला. तो आवाज भाऊसाहेबांचाच होता... या तिघा आदिवासींना मारा व सोनवणेला गाडा... असा काहीसा संवाद होत असतानाच बंदुकीचे तीन बार निघाले... न्यायालय सुन्न झालं होतं... भाऊसाहेब रागाने बेभान झाले होते... त्यांच्या कार्यकर्त्यांनी लगेच गोंधळाला सुरुवात केली होती... न्यायाधीशांनी थोड्यावेळ न्यायालय तहकूब केले... व दुपारची निकालाची वेळ दिली...

लोक मात्र तिथेच बसून राहिले... निकालपत्र तयार होतं; पण डॉ. समीरच्या

प्रयोगानं व 'प्लँटोन' आता काय वळण घेणार याचीच चर्चा होती. भाऊसाहेब मात्र अजूनही आत्मविश्वासानंच वावरत होते... जणू काही न्यायालयाला त्यांनी विकतच घेतलं होतं.

न्यायाधीशांनी गुप्तचेंबरमध्ये डॉ. समीरना बोलावून घेतलं... डॉ. अंजलीही सोबत होतीच. डॉ. समीरनी पुढचे वेगवेगळे प्रयोग वनस्पतीच्या नमुन्याद्वारे करून दाखवले... त्यांचे स्वत:चे संवाद मुद्रित करून दाखवले... तज्ज्ञांना बोलावून, भाऊसाहेबांच्या आवाजाचीही चाचणी घेण्यात आली... न्यायाधीश थक्क झाले होते, पण त्याचवेळी ते द्विधा मन:स्थितीतही होते. न्यायाधीश तसे भाऊसाहेबांच्या बैठकीतले होते; हे फार क्वचित लोकांना ठाऊक होते... पण डॉ. समीरनी प्रसृत केलेल्या विज्ञान पुराव्याने ते गोंधळले होते. शेवटी त्यांनी निर्णय घेतला होता.

चार तासांनंतर न्यायालय पुन्हा सुरू झालं... सोनवण्यांच्या शेजारीच इन्स्पेक्टर पवार उभे होते... डॉ. समीरनी कमाल केली होती... त्यांच्या चेहऱ्यावर आनंद होता. न्यायाधीश येताच, पुन्हा शांतता पसरली... आता निकाल वाचला जाणार होता व शिक्षाही... डॉ. समीरनी डोळे मिटले होते. न्यायाधीश एक एक शब्द उच्चारत होते. शेवटी सोनवण्यांना दोषी ठरवताना वनस्पती व विज्ञान हा पुरावा असू शकत नसल्याची मल्लिनाथी न्यायाधीशांनी करताच, डॉ. समीरनी आश्चर्याने डोळे उघडले. न्यायाधीश पुढे शिक्षा ठोठावताना म्हणाले,

''न्यायिक वैद्यकीय प्रयोगशाळेचा पुरावा पाहता सोनवणे दोषी ठरत आहेत व त्यांनी सरकारी यंत्रणेचा व शस्त्रांचा गैरवापर करीत तीन खून केलेत हे सिद्ध होत आहे... म्हणून तिहेरी खून प्रकरणांत सोनवण्यांना फाशीची शिक्षा ठोठावण्यात येत आहे...''

न्यायाधीशांनी पेन मोडला व तडक चेंबरमध्ये गेले... डॉ. समीर निकालानं सुन्न झाले. एकीकडे न्यायाधीशांनी विज्ञानाचा आधार घेताना दुसरीकडे निखळ विज्ञानालाच नाकारलं होतं. अजून काय सिद्ध करायचं होतं? डॉ. समीरचा भर न्यायालयात बांध फुटला व ते ढसाढसा रडू लागले... अजब न्यायालय व्यवस्था पाहून ते अस्वस्थ झाले... वहिनीसाहेबही रडू लागल्या... डॉ. इला व डॉ. अंजलीनं त्यांना सांभाळलं, तर निशिकांतनं डॉ. समीरना आधार दिला. सर्वांच्याच डोळ्यांतून अश्रू ओघळू लागले. इन्स्टिट्यूटमधले सर्व शास्त्रज्ञ निकालानं अवाक् झाले. डॉ. समीरना सर्वच धीर देत होते.

सोनवण्यांना लागलीच इन्स्पेक्टर पवारांनी सुरक्षित स्थळी हलवलं होतं. फाशीच्या शिक्षेने इन्स्पेक्टर पवारही हवालदिल झाले... बधीर झाले, पण सोनवणे मात्र शांतच होते. कुठल्याही भावना त्यांच्या चेहऱ्यावर नव्हत्या. भ्रष्ट व्यवस्थेचा हा कळसच होता... गुन्हा न केल्याची शिक्षा ते भोगत होते, आणि तीही फाशी...

इकडे मात्र भाऊसाहेबांना त्यांच्या समर्थकांनी न्यायालयातच खांद्यावर उचलून घेतलं... आणि ते बापूसाहेब, हरिभाऊ, भाऊसाहेब झिंदाबादच्या घोषणा देऊ लागले... पोलिसांनी त्यांना बाहेर काढलं होतं. माधवराव शिंदे व दत्तात्रय मराठ्यांच्या चेहऱ्यावर आनंद झळकत होता... भाऊसाहेबांच्या यशात सर्वच सामील झाले होते... प्रत्येक चॅनलचे कॅमेरे चालू झाले होते. पत्रकारांची लेखणी प्रभावित झाली होती... फाशीची शिक्षा ही सर्वांनाच अनपेक्षित होती.

वहिनीसाहेब व डॉ. समीरना आधार देऊन गाडीत बसविण्यात आले... न्यायालयात अजूनही गटागटात चर्चा सुरू होती... वहिनीसाहेब मात्र शून्यात गेल्या होत्या... डॉ. इलांनी हळूच त्यांना आपल्या मांडीवर झोपवलं होतं. किरण नव्हता हे बरंच होतं. डॉ. इला व डॉ. अंजलीच्या डोळ्यांतही अश्रू होते... डॉ. समीर मात्र शून्यवत होते. विज्ञानाला नाकारलं गेलंय हे त्यांच्या जिव्हारी लागलं होतं. त्यांचा प्रयोग व विज्ञान खोटे नव्हते... यापुढेही ते लढणार होते. विज्ञानाला कुठलीही परिसीमा नव्हती... आव्हान नव्हतं... ते एक सत्य होतं... न्यायाधीशांच्या अजाणतेची आता त्यांना कीव येत होती.

दुसऱ्या दिवशी वर्तमानपत्रातील रकानेच्या रकाने भरले गेले... प्रतिस्पर्ध्यांनी 'खुनी सोनवण्यांना फाशी' या मथळ्याखाली पहिल्या पानावर स्थान दिलं... फक्त 'दैनिक चव्हाट्यावर'नं सोनवण्यांची बाजू मांडताना, डॉ. समीरच्या विज्ञान प्रयोगाची कारणमीमांसा केली होती. भ्रष्ट यंत्रणेला अजून काय हवं होतं... चव्हाट्यावरचा जीव थोडा असला तरी समाज मनाला विचार करायला लावला होता... न्यूज चॅनल्सवर डॉ. समीरची ढसाढसा रडतानाची क्लिप सातत्याने दाखवली जात होती... एक महान शास्त्रज्ञ म्हणून त्यांची गणना होत असल्याने, त्यांनी दिलेला विज्ञान पुरावा न्यायालयाने गृहीत धरला नव्हता... त्यांची रडतानाची क्लिप पाहून भारतातील अग्रगण्य शास्त्रज्ञच नाही, तर परदेशातील शास्त्रज्ञही हळहळले होते... डॉ. समीरनी वनस्पतीवरील प्रयोगाच्या सादर केलेल्या पुराव्याची कारणमीमांसा होऊ लागली... त्यांनी शोधलेली वनस्पती व निर्माण केलेला 'प्लँटोन' शतप्रतिशत यशस्वी असल्याची ग्वाही दिली होती... काही नोबेल पुरस्कार विजेत्यांनीही, डॉ. समीरची पाठ थोपटली होती. भारतातील अग्रगण्य वनस्पतिशास्त्रज्ञ प्रा. डॉ. गंगाधर पंत, प्रा. बलराज सहानी व डॉ. सक्सेना न्यायव्यवस्थेवर कमालीचे नाराज होते... विज्ञान सत्य पाहते... तोच आरसा डॉ. समीरनी दाखविल्याची शास्त्रज्ञांची भावना होती... या प्रसंगी जगातील सर्वच शास्त्रज्ञ डॉ. समीरच्या पाठीमागे उभे होते... त्यामुळे डॉ. समीरना बरं वाटलं होतं... भ्रष्ट राजकीय व न्यायसंस्थेवर मात्र ज्येष्ठ शास्त्रज्ञांनी प्रहार करायला सुरुवात केली होती... पण डॉ. समीरनी मात्र एक अवाक्षरही न्यायव्यवस्थेविरुद्ध काढलं नव्हतं... म्हणून सामान्यांमध्ये त्यांची प्रतिमा उंचावली होती.

विधानसभेतही हा तारांकित प्रश्न उपस्थित करून, दादासाहेबांनी सोनवण्यांना

फाशीची शिक्षा झाल्याने समाधान व्यक्त केलं होतं व त्याचवेळी भारतीय न्यायव्यवस्था भक्कम असल्याचंही ठामपणे सांगितलं होतं. दादासाहेबांच्या या वाक्याने विरोधक मात्र स्तब्ध झाले होते... मुख्यमंत्री मात्र अस्वस्थ दिसत होते, हे दादासाहेबांच्या चाणाक्ष नजरेतून सुटलं नव्हतं. दादासाहेब छद्मीपणे हसत होते... सोनवण्यांना फाशी झाल्याने मुख्यमंत्री दुःखानं व्यथित झाले होते.

रामपूरच्या थंड हवेच्या ठिकाणावरील रेस्ट हाऊसमध्ये भाऊसाहेबांनी जंगी पार्टी दिली होती. बापूसाहेब, हरिभाऊ, माधवराव शिंदे, दत्तात्रय मराठे व इतर सगळेच झिंगले होते. रात्रभर घुसमटणारे आवाज व आदिवासी स्त्रियांच्या आर्त किंकाळ्या बाहेर पडून वातावरणात विरत होत्या.

डॉ. समीरनं आठ दिवसांतच अतुल निकमच्या मदतीने हायकोर्टात सोनवण्यांच्या फाशीच्या शिक्षेला आव्हान दिलं होतं... हायकोर्टात स्वेच्छेने काही तरुण वकिलांनी सोनवण्यांची केस लढवली होती. उत्स्फूर्तपणे बाजू मांडून, 'प्लँटोन' व वनस्पतींचा आधार दिला होता... प्रयोग करून दाखवले होते, पण निकाल तसाच आला होता. विज्ञानाचा पुरावा नाकारून न्यायाधीशांनी सोनवण्यांची फाशी तशीच ठेवली होती. आता मात्र डॉ. समीरही ईर्षेलाच पेटले होते. ही लढाई आता सोनवण्यांच्या फाशीच्या शिक्षेविरुद्ध नव्हती, तर विज्ञानाविरुद्ध होती... विज्ञान सिद्ध करून दाखविण्याचा लढा होता... विज्ञान अंतिम सत्य असलं तरी रूढी, परंपरा व भ्रष्ट यंत्रणा स्वीकारायला तयार नव्हती... प्रयोग विश्वासार्ह व प्रमाणित नसल्याचं हायकोर्टातील न्यायाधीशांनी सांगताच, डॉ. समीर मात्र कुत्सितपणे हसले होते. विज्ञान सिद्ध करण्यासाठी डॉ. समीरनं हायकोर्टाच्या निकालाला सुप्रीम कोर्टात आव्हान दिलं होतं... कारण विज्ञान जिंकलं तरच सोनवण्यांची फाशीची शिक्षा रद्दबातल ठरणार होती... त्याचाच पाठपुरावा आता डॉ. समीर करीत होते.

हायकोर्टाच्या निकालात सहा महिने गेले होते... प्रत्येक वेळी डॉ. समीर, निशिकांत, वहिनीसाहेब, डॉ. इला, डॉ. अंजली... सोनवण्यांना भेटून जात होते... एकदा किरण सोबत असताना त्याच्या कुशीत सोनवण्यांनी मनसोक्त रडून घेतलं होतं... तेथील उपस्थित पोलीस अधिकाऱ्यांनी धीर दिला होता... सोनवणे शरीरानं थोडे कृश झाले होते.

सुप्रीम कोर्टाच्या तारखा पडू लागल्या... डॉ. समीरनं तेथेही एका तरुण वकिलावरच ही जबाबदारी सोपवली होती... तर भाऊसाहेबांनी सगळ्यात महागडा वकील घेतला होता... पण डॉ. समीरना आपला प्रयोग, वनस्पती, 'प्लँटोन' व एकूणच विज्ञानावर विश्वास होता... तेवढंच त्यांना पुरेसं होतं... कारण एव्हाना राष्ट्रीय नाही, तर आंतरराष्ट्रीय शास्त्रीय समूह डॉ. समीरच्या पाठीशी उभा होता. त्यामुळे त्यांच्या पाठबळावरच ही विज्ञानाची लढाई त्यांना जिंकायची होती.

४६

हायकोर्टानं शिक्षा कायम ठेवल्याने सोनवण्यांना पुन्हा तुरुंगात ठेवलं होतं. गुन्हा अजामीनपात्र असल्याने सुप्रीम कोर्टात शिक्षेला आव्हान दिले, तरी त्यांना जामीन मिळणार नव्हता. म्हणून कैद्यांचा ड्रेस कोड, बिल्ला नंबर व बराकी त्यांना दिली गेली होती. काही आवडती कामे त्यांनी स्वत:हून मागून घेतली होती. कुठल्याही प्रकारचा अभिनिवेश त्यांनी ठेवला नव्हता. त्यामुळे तुरुंग अधिकारी व इतर पोलिसांशी त्यांचं सख्य होतं. किंबहुना तुरुंगअधिकाऱ्याला त्यांनी काही स्पर्धा परीक्षांच्या पुस्तकांची विनंती केली असता, ती मान्य करण्यात आली होती. त्यानुसार सोनवण्यांनी अभ्यासाला सुरुवात केली होती. सोनवणे कमालीचे स्थिर होते. एकीकडे फाशीच्या शिक्षेची अधांतरी तलवार, तर दुसरीकडे अभ्यास... मन:शांतीची कसोटी होती. पण दररोजच्या योगाने त्यांनी ते साध्य केलं होतं... तुरुंगअधिकारी त्यांच्या या एकूणच दृष्टीने प्रभावित झाले होते. त्यांना हवी ती अभ्यासाची पुस्तके ते उपलब्ध करून देत होते. त्यांना आय.एफ.एस.च्या परीक्षेला बसायची इच्छा होती... आणि तसा प्रयत्न तुरुंगअधिकारी करीत होते.

सुप्रीम कोर्टाची तारीख आली की तेवढं सोनवण्यांना नेण्यात येत होतं. त्यावेळी डॉ. समीर व निशिकांतची भेट होत होती. वहिनीसाहेब कधीतरी येत असत. डॉ. समीरनी मज्जाव केला होता. अशात सोनवण्यांचा चेहरा बोलका झाला होता. स्पर्धापरीक्षेसाठी मूळ भौतिकशास्त्राचा अभ्यास व इतिहासाचा अभ्यास सुरू केल्याचं सांगताच, डॉ. समीर व निशिकांतला बरं वाटलं होतं. त्यामुळे त्यांच्यातील विस्कळीत विचारांना चालना मिळत होती.

सुप्रीम कोर्टाच्या तीन तारखा आधीच झाल्या होत्या... प्राथमिक पुरावेच तपासले गेले होते.

डॉ. समीरना मात्र आता कुठलीही संधी द्यायची नव्हती. विज्ञान ठामपणे पुढे आणायचं होतं. वनस्पती व 'प्लँटोन'चा पुरावा अजून अचूक व ठळक करायचा

होता. त्यामुळे त्यांनी स्वतःला प्रयोगशाळेत सलग दोन दिवस कोंडून घेतलं होतं. वनस्पतीमधून मिळालेल्या माहितीची ते पुनर्पडताळणी करीत होते... नुसता आवाजच नाही तर छायाचित्रणच डॉ. समीरना वनस्पतीच्या स्मृतींतून करायचे होते. त्यासाठी विशिष्ट सॉफ्टवेअर निर्माण करावे लागणार होते... काम जिकिरीचे होते... कष्टाचे होते, पण यशस्वी होण्यासारखे होते.

यावेळी त्यांना अमेरिकेतील सहकरी डॉ. जेनीफरची प्रकर्षानं आठवण झाली... तिच्याशी डॉ. समीर लागलीच मोबाइलवर बोलले... पार्श्वभूमी तिला कथित केली... वस्तुस्थिती सांगितली... सोनवणे व त्यांच्यावरील संकट... आरोप... मिळालेली शिक्षा... तर 'प्लँटोन'द्वारा शोधलेला पुरावा, सर्व कथित केलं. डॉ. जेनीफर दिङ्मूढ झाल्या... त्यांना दुःख झालं... कारण नुकत्याच भेटीत त्यांचा सोनवणे व वहिनीसाहेबांशी छान परिचय झाला होता. डॉ. जेनीफरनं शक्य तेवढी मदत करण्याचं आश्वासन दिलं... व सर्व डेटा फाइल्स इ-मेलनं पाठवायला सांगितलं... त्यातील संकेतांचं पृथ्थकरण करून इमेज तयार करण्याचा प्रयत्न करते, असं सांगितलं व कॉम्प्युटर विभागातील प्रा. डॉ. डेव्हिस यांचं सहकार्य घेण्याचं ठरवलं.

डॉ. समीरनं लागलीच डेटा फाइल्स इ-मेलने पाठविल्या होत्या... आणि स्वत:ही वनस्पतीतील संकेतांचा अभ्यास व विश्लेषण उपस्थितीत कृत्रिम बुद्धिमत्तेच्या आधारावर करण्याच्या प्रयत्नात ते लागले... यावेळी आता त्यांना कुठलीही जोखीम घ्यायची नव्हती. हा सूर्य आणि हा जयद्रथ हीच स्थिती निर्माण करायची होती.

सलग दोन दिवस डॉ. अंजली प्रयोगशाळेत येऊन जात होती... पण दार बंदच होतं... तिला आता डॉ. समीरची काळजी वाटायला लागली होती. तिसऱ्या दिवशी मात्र तिला राहवलं नाही; पण त्या आधीच डॉ. समीरनं प्रयोगशाळेचं दार उघडलं होतं... डॉ. अंजली म्हणाली,

"सर!... सलग दोन दिवस मी येत होते... पण मी तुम्हाला डिस्टर्ब केलं नाही... वनस्पतीचे प्रयोग पुन्हा करून पाहिले का?"

"होय!... थांब... ये इकडे. कदाचित मला मेल आला असावा... बैस तू. मी चेक करतो..." डॉ. समीर कॉम्प्युटरवर बसले होते... डॉ. अंजली शेजारीच प्रयोगशाळेत बसली... डॉ. समीर जिद्दीनं प्रयोग करीत असल्याची जाणीव तिला होती.

मेल उघडताच, डॉ. समीर आश्चर्याने पाहत राहिले... ते म्हणाले,

"अंजली!... बघ, वनस्पतीच्या स्मृतींतून मिळालेली छायाचित्रं... यात भाऊसाहेब सरळ सरळ रिव्हॉल्व्हरनं आदिवासींना गोळ्या घालताना दिसत आहेत." अत्यानंदाने ते पुढे म्हणाले, "आता मी माझ्या मित्राला सोडवू शकेन." डॉ. अंजलीही पाहत राहिली... अविश्वासाने... ती म्हणाली,

"सर!... हे कसं मिळवलंत?"

"मी... नाही... माझी मैत्रीण डॉ. जेनीफरनं मदत केलीये... बहुमूल्य अशी..." डॉ. अंजली कौतुकाने पाहत राहिली... तेवढ्यात मोबाइल वाजला... अधिरतेनेच मोबाइल कानाला लावत डॉ. समीर म्हणाले,

"जेनीफर... थँक यू सो मच... इ-मेल मिळाला... खूप मोठं काम केलंस... आयुष्यभर मी तुझा ऋणी राहीन... होऽ... होऽ... बघतो... सॉफ्टवेअर... डॉ. डेव्हिस... होय... मीही प्रयोग करून बघतोय... थँक्स...!"

मोबाइल कट झाला होता... डॉ. समीरनं अटॅचमेंटमधील सॉफ्टवेअर प्रणाली डाऊनलोड करून घेतली... आणि प्रयोग करून पाहिले... आवाज नाही तर छायाचित्राचा पुरावा गृहीत धरावाच लागणार होता... डॉ. अंजलीनं सॉफ्टवेअर समजून घेतलं... व विचार केला की डॉ. समीरवर किती लोकांचा लोभ आहे... अमेरिकेतील डॉ. जेनीफरनं रात्रंदिवस एक करून त्यांच्यासाठी प्रणाली विकसित करून पाठविली होती... हीच खरी डॉ. समीरची ताकद होती.

सुप्रीम कोर्टाच्या पुढच्या अंतिम तारखेला डॉ. समीरनी छायाचित्राचा पुरावा सादर करताच, न्यायाधीश अचंबित झाले होते... त्यांच्यासमोर वनस्पती व 'प्लँटोन'चे खरं तर प्रयोग झाले होते... पण निकाल मात्र वेगळाच आला होता. न्यायाधीशांनी वनस्पतीला मेंदूस्मृती असल्याचं नाकारत पुरावा रद्द ठरवला होता; पण न्याय वैद्यकीय प्रयोगशाळेचे अप्रत्यक्ष पुरावे व एकतर्फी साक्षीदार पाहून त्यांनी फाशीच्या शिक्षेऐवजी जन्मठेपेची शिक्षा ठोठावली होती... डॉ. समीर आता मात्र गळून पडले होते... विज्ञानानं अजून स्वत:ला काय सिद्ध करायचं होतं... विज्ञानावरचा हा अंधविश्वासच म्हणायला हवा होता... वनस्पतींना भावना असतात, हेच न्यायाधीश नाकारत होते... शास्त्रीय पातळीवर वनस्पती व 'प्लँटोन' शंभर टक्के कसोटीवर उतरले होते... पण समाज मनात मात्र ते अजून रुजत, रुचत नव्हतं... खऱ्या अर्थानं भारतीय समाजाला विज्ञान प्रबोधनाचीच गरज होती, हे डॉ. समीरच्या लक्षात आलं. तरीही त्यांनी धीर सोडला नाही... किमान सोनवण्यांचं जीवन अबाधित राखलं होतं.

इतर वर्तमानपत्र व 'दैनिक चव्हाट्यावर'नं सोनवण्यांची इत्थंभूत माहिती दिली होती... फाशीची शिक्षा रद्द होऊन, जन्मठेपेची शिक्षा झाल्यानं भाऊसाहेब नाराज झाले होते... डॉ. समीरचा त्यांना राग आला होता... पण ते काहीही करू शकत नव्हते... कारण डॉ. समीरचं नाव उभ्या जगात होतं. कुठलीही आततायीपणाची जोखीम घेऊन चालणार नव्हतं.

न्यूज चॅनलवरही डॉ. समीरचे परिश्रम दाखविले जात होते... तरीही त्यांनी नाराजी व्यक्त केली होती... पुढे अजूनही काही प्रयोग करायचं सूतोवाच त्यांनी केलं... सोनवणे निरपराध असल्याने त्यांना जन्मठेपेची शिक्षाही अन्यायकारकच

होती... उभं आयुष्य दावणीला लागलं होतं... काही विचारवंतांनी, शास्त्रज्ञांनी सोनवणे व डॉ. समीरच्या बाजूने स्पष्ट मत मांडलं होतं... विज्ञानाचा आदर व्हायला हवा अशी सर्वांचीच इच्छा होती.

यासाठी जेष्ठ शास्त्रज्ञ डॉ. गंगाधर पंत, प्रा. बलराज सहानी व त्यांचा समूह डॉ. समीरसाठी धावून आला होता... पुढील योजना आखली जाऊ लागली.

दरम्यान काही गोष्टी वेगानं घडल्या... सोनवण्यांनी शांतपणे आय.एफ.एस.ची परीक्षा दिली होती... व ते प्रथम क्रमांकाने उत्तीर्णही झाले... ठळकपणे ही बातमी देण्यात आली... डॉ. समीर, निशिकांत, वहिनीसाहेब, डॉ. इला व डॉ. अंजली सर्वांनाच आनंद झाला होता... याच वेळी डॉ. समीरनी पाठविलेले वनस्पती व 'प्लँटोन'वरचे पेपर...'नेचर' व 'सायन्स' या नियतकालिकांनी स्वीकारला होता आणि 'प्लँटोन'ला 'नेचर' नियतकालिकेच्या मुखपृष्ठावर स्थान मिळाले होते. शास्त्रीय जगतानं वनस्पतीत स्मृतीसदृश्य प्रथिने असतात, हे ग्राह्य धरलं होतं... आता मात्र डॉ. समीरच्या पुराव्याला आधार मिळाला होता. डॉ. समीरचा हुरूप वाढला... डॉ. समीरनी सोनवण्यांच्या जन्मठेपेच्या शिक्षेचा फेरविचार करण्यासाठी राष्ट्रपतींनाच विनंती केली होती... त्यासाठी वनस्पतींवरील प्रयोग सादर करण्याचीही ग्वाही दिली; कारण राष्ट्रपती हे स्वत: जेष्ठ व नावाजलेले भौतिकशास्त्रज्ञ होते... सूक्ष्म पदार्थ व सैद्धांतिक भौतिकशास्त्रात त्यांचं मोलाचं योगदान होतं... भौतिकशास्त्राला त्यांनी एक वेगळीच दिशा दिली होती... अण्वस्त्रांमध्ये भारताला त्यांनी स्वयंपूर्ण बनवलं होतं... अशा शास्त्रज्ञांपुढे 'प्लँटोन'चा प्रयोग केला तर त्याची योग्यता वाढणार होती... म्हणून डॉ. समीरनी विनंती केली होती.

या कामी डॉ. गंगाधर पंत यांनी पुढाकार घेतला होता... राष्ट्रपती व डॉ. पंत समवयस्कर व समकालीन. दोघांची योग्यता मोठी होती. डॉ. पंतांनी शब्द टाकताच, राष्ट्रपतींनी होकार दिला होता... राष्ट्रपतींनी सर्व प्रोटोकॉल बाजूला ठेवले होते... सोनवण्यांची जन्मठेप वेगळी बाब, तर डॉ. समीरचा प्रयोग वेगळा... त्यासाठीच वेळ देण्याची विनंती डॉ. पंतांनी करताच, राष्ट्रपतींनी तत्काळ वेळ दिली होती.

डॉ. समीरना आनंद झाला होता. दिल्लीला जायची वेळ ठरली होती... त्याआधीच डॉ. जेनीफरचा इ-मेल चेक करण्याचा मोबाइल येऊन गेला... डॉ. समीरनी अधीरतेने इ-मेल उघडला... सुधारित सॉफ्टवेअर सोबतच, खून झालेल्या घटनेचीही चलचित्रफीत तयार झाली होती... संगणक प्रणालीची ती कमाल होती. एक मिनिटाच्या क्लिपमध्ये भाऊसाहेब तिघांचा खून करताना दिसत होते... चित्र स्पष्ट होतं...

"राष्ट्रपतींच्या भेटीची तारीख आली होती... डॉ. समीर व डॉ. अंजली सर्व तयारीनिशी राष्ट्रपती भवनात हजर होते. यावेळी ज्यांनी हा दहा कोटींचा प्रकल्प

मंजूर केला होता ते समितीतील सर्व सदस्य डॉ. गंगाधर पंतांच्या शिष्टमंडळात होते. डॉ. बलराज सहानी, डॉ. अमित सिन्हा, डॉ. शिवकांत अलग, डॉ. मोहम्मद हुसेन, डॉ. मीरा नटराजन व डॉ. शंकर चौघुलेही उपस्थित होते. डॉ. चौघुल्यांनी डॉ. समीरच्या प्रयत्नांना पाठिंबा दिला होता... सर्व घटनांचेच ते साक्षीदार होते... डॉ. समीरविषयी त्यांचा आदरभाव वाढला होता.

राष्ट्रपतींच्या भव्य विशेष दालनात बैठक सुरू झाली... डॉ. समीरनी प्रयोगाला सुरुवात केली... सोनवण्यांच्या घटनांची क्लिप उलगडून दाखवली... व आणलेल्या त्या विशेष वनस्पतीच्या आधाराने घटनांचं चित्रण करून दाखवलं... वनस्पतीत स्मृती व मेंदूसदृश प्रथिने असल्याचं सिद्ध केलं. राष्ट्रपती अचंबित झाले... डॉ. गंगाधर पंतांना, डॉ. समीरचा अभिमान वाटला... प्रत्येक सदस्य गर्वित झाले. कारण त्यांनी हा भव्य संशोधन प्रकल्प विश्वासाने डॉ. समीरना दिला होता... आणि तेवढ्याच जिद्दीने डॉ. समीरनी तो पूर्ण करून सिद्ध केला होता... वनस्पतींना भावना असून, त्यांचे सर्व प्रकारचे गुणधर्म जाणून घेता येतात, हेही तिथे सिद्ध केलं... 'प्लँटोन'ची निर्मिती व वनस्पतींचा शोध हा शास्त्रीय जगातील मैलाचा दगड ठरला होता... शास्त्राचं एक वेगळं दालनच डॉ. समीरनी उघडलं होतं... निसर्गाला कुठलीही सीमा नसल्याचंच हे द्योतक होतं...

नुकतेच प्रसिद्ध झालेले 'नेचर' व 'सायन्स' या नियतकालिकांमधील 'प्लँटोन' व वनस्पतीवरचे संशोधनपेपर राष्ट्रपतींना दाखवले... आठ दिवसांतच मोठ्या प्रमाणात सायटेशन मिळाले होते... राष्ट्रपतींनी डॉ. समीरची पाठ थोपटली होती, तर डॉ. अंजलीनं नमस्कार केला होता... डॉ. चौघुलेंनी, डॉ. समीरना आवेगाने आलिंगन दिलं होतं... त्यांच्या डोळ्यांत आता प्रचंड आदरभाव होता. डॉ. पंत सोबतच, इतर सर्वच शास्त्रज्ञांनी दिलखुलास विज्ञानाच्या गप्पा मारल्या... राष्ट्रपती म्हणाले... 'डॉ. समीरच्या रूपानं भारतातील विज्ञानजगत सुरक्षित आहे... भारताची भरभराट होईल हे निश्चित... डॉ. समीर अवघ्या भारताला भूषणावह असल्याचं त्यांनी प्रतिपादन करताच, उपस्थित जेष्ठ शास्त्रज्ञांनी टाळ्या वाजवल्या'... यावेळी डॉ. अंजलीच्या डोळ्यांच्या कडा आनंदाश्रूने ओलावल्या होत्या... सर्वांनी अतिशय नम्रपणे राष्ट्रपतींचा निरोप घेतला. बाहेर येताच डॉ. समीरनी डॉ. गंगाधर पंतांना नमस्कार केला... त्यांनी वेगाने आलिंगन दिलं व म्हणाले,

"वेल डन माय बॉय्...! तू स्वतःला सिद्ध केलंय...! माझी निवड सार्थ ठरली... मला अभिमान आहे तुझा... बेस्ट लक...!"

सर्वांनीच शुभेच्छा दिल्या... डॉ. समीर व डॉ. अंजली रात्रीच्या विमानानेच मुंबईला परत आले व सकाळी रामपूरला आले होते.

सगळ्या वर्तमानपत्र व न्यूजचॅनलवर डॉ. समीरचीच चर्चा होती... पहिल्या

पानावर त्यांना स्थान दिलं होतं... राष्ट्रपतींनी सोनवण्यांना निरपराध ठरवून, शिक्षा माफ केली होती व खऱ्या गुन्हेगारांवर खटला दाखल करण्याचे आदेश दिले होते...

'दैनिक चव्हाट्यावर'नं 'विज्ञान जिंकलंय' या मथळ्याखाली वनस्पती, 'प्लँटोन', सोनवणे व डॉ. समीरची माहिती व प्रदीर्घ मुलाखत दिली होती... डॉ. पाबळकरांसोबतच इन्स्टिट्यूटमधील सर्व शास्त्रज्ञ व कर्मचाऱ्यांनी डॉ. समीरचं अभिनंदन केलं होतं... टी.व्ही.वर डॉ. समीरची वैज्ञानिक मुलाखत प्रसारित होत होती... डॉ. इला, वहिनीसाहेब हरखून गेले होते. निशिकांतचा कंठ दाटून आला होता... त्याला डॉ. समीरचा सार्थ अभिमान होता... त्याचवेळी अंजलीसमोरही तो नतमस्तक झाला होता.

डॉ. समीर, वहिनीसाहेब, डॉ. इला, निशिकांत, डॉ. अंजली व किरण जिल्हा तुरुंगात सोनवण्यांना घ्यायला गेले होते... दिल्लीहून आदेश येताच, सर्वांत आनंद तुरुंगअधिकाऱ्याला झाला होता. इन्स्पेक्टर पवारही हजर झाले होते. सोनवणे अप टू डेट पोशाखात बाहेर येताच, डॉ. समीरला आवेगाने बिलगले... कधी नव्हे ते सोनवणे मनसोक्त डॉ. समीरच्या कुशीत रडत होते... डॉ. समीरचेही डोळे भरून आले... सोनवणे म्हणाले,

"मित्रा, मी काय म्हणू तुला...? किती कष्ट घेतलेस तू... एरवी मला नेहमीच श्रेय देणारा तू... आज तुला व तुझ्या विज्ञानाला सलाम...! आता मात्र हे आयुष्य तुझंच आहे... ऋणांच्या पलीकडे तू गेलास..." आणि पुन्हा आवेगानं सोनवण्यांनी डॉ. समीरला आलिंगन दिलं... वहिनीसाहेब, डॉ. इला, डॉ. अंजली, निशिकांतच्याही डोळ्यांत आनंदाश्रू होते... इन्स्पेक्टर पवार व तुरुंगअधिकारी या प्रसंगानं हेलावून गेले... सोनवण्यांनी अखेरीस किरणला कडेवर घेऊन पटापटा मुके घेतले.., तर वहिनीसाहेबांना जवळ घेतलं होतं... हे सर्वच त्यांचं कुटुंब होतं... आता प्रत्येकांतच उत्साह संचारला होता.

सर्वच तुरुंगाबाहेर पडले... समाधानाने. सोबत इन्स्पेक्टर पवार होतेच. इन्स्पेक्टर पवारांनी आदेशानुसार केस पुन्हा जीवित केली... भाऊसाहेबांविरुद्ध सबळ पुरावा उपस्थित केला होता... जिल्हा सत्र न्यायालयात नव्याने आरोपपत्र दाखल झाले होते... तारखा पडू लागल्या.

सोनवण्यांच्या सुटकेने व भाऊसाहेबांच्या अटकेने दादासाहेब अस्थिर झाले... त्यांचे समर्थक बेभान झाले... मात्र प्रत्येकालाच इन्स्पेक्टर पवारांनी चोपून काढलं होतं... मुजोरपणा मोडून काढला होता... आंदोलने चिरडून टाकली होती... एका गुन्हेगाराच्या उदात्तीकरणाची त्यांना चीड होती... मुख्यमंत्री मात्र शांतपणे इन्स्पेक्टर पवारांच्या पाठीशी होते... दादासाहेबांच्या धमक्यांना न जुमानता मुख्यमंत्री सोनवण्यांच्या पाठीमागे उभे राहिले... राष्ट्रपतींनी शिक्षेला माफी दिली तेव्हा सर्वप्रथम त्यांनाच आनंद झाला

होता... कारण भारताचं अस्तित्व टिकविण्यासाठी सोनवण्यांसारख्या प्रामाणिक अधिकाऱ्याची गरज होती.

भाऊसाहेबांविरुद्ध वाद-प्रतिवाद सुरू झाले. याच दरम्यान आंतरराष्ट्रीय समुदायाने डॉ. समीरच्या संशोधनाची दखल घेऊन, वनस्पतिशास्त्रातील प्रतिनोबेल पुरस्कार म्हणून संशोधनातला मानाचा पुरस्कार जाहीर केला... भारताला असा पुरस्कार प्रथमच मिळत होता... पंतप्रधान व राष्ट्रपतींनी अभिनंदन केलं होतं, तर मुख्यमंत्र्यांनी संदेश पाठवला होता... प्रत्येक शास्त्रज्ञाला अभिमान वाटत होता... यातच 'नेचर' व 'सायन्स' मधील संशोधन पेपरची दखल घेऊन व एकूणच संशोधन संस्थेचा चढता आलेख पाहता, शिक्षण मंत्रालयाने एक हजार कोटी देऊन इन्स्टिट्यूट ऑफ इमिनन्सचा दर्जा संस्थेला दिला होता... या बातमीने इन्स्टिट्यूटमधील प्रत्येक जण हर्षोल्लित झाला... जगाच्या नकाशावर संशोधन संस्थेचं नाव आलं होतं... पहिल्या पन्नासमध्ये येण्याचा मार्ग मोकळा झाला होता... याचं श्रेय सर्वजण डॉ. समीरना देत होते... अगदी संचालक डॉ. पाबळकरसुद्धा... मुख्यमंत्र्यांना पुन्हा एकदा डॉ. समीरचं अभिनंदन करण्याची संधी मिळाली होती.

भाऊसाहेबांना जिल्हा सत्र न्यायालयाने फाशीची शिक्षा ठोठावली होती तर बापूसाहेब, हरिभाऊ व इतर दहा कार्यकर्त्यांना जन्मठेपेची शिक्षा सुनावली होती... हायकोर्ट, सुप्रीमकोर्टानेही सर्वांचीच शिक्षा तशीच ठेवली होती... राष्ट्रपतींनी भाऊसाहेबांचा दयेचा अर्ज फेटाळला होता... याचा अर्थ त्यांची फाशी कायम होती... भाऊसाहेबांचा चेहरा काळवंडला होता... त्यांची रवानगी आता तुरुंगात करण्यात आली होती. यात प्रत्येक न्यायालयाने डॉ. समीरनी दिलेल्या वनस्पती, 'प्लँटोन' व त्याची चलचित्रफीत पुरावा म्हणून ग्राह्य धरली होती... इथेच खरा विज्ञानाचा विजय झाला होता... डॉ. समीर यांना अपेक्षित असा...

मुख्यमंत्र्यांनी लागलीच दादासाहेबांचा राजीनामा घेऊन मंत्रिपदावरूनच नव्हे तर, पक्षातूनही त्यांची हकालपट्टी केली होती... प्रत्येक गुन्ह्यात त्यांचाही हात होता... त्याचवेळी माधवराव शिंदे, दत्तात्रय मराठे यांनाही निलंबित करण्यात आले होते. केंद्र शासनाने आय.एफ.एस. सुनील सोनवण्यांची नंदुरबार येथे उपविभागीय वनाधिकारी म्हणून नेमणूक केली होती. सोनवण्यांनी तत्काळ चार्ज स्वीकारला होता... यावेळी डॉ. समीरसोबत सर्व कुटुंबीय उपस्थित होते... भानू वळवी, विकास कुलकर्णी या प्रामाणिक अधिकाऱ्यांना सोनवण्यांनी लागलीच बढती दिली होती... तर रामपूर वनक्षेत्राचा मुख्य वनपाल म्हणून निशिकांतला जबाबदारी दिली होती. सोनवण्यांवर जबाबदारी देऊन, मुख्यमंत्री निवांत झाले होते. सोनवण्यांनी पदभार स्वीकारताच, धडाडीने कामाला सुरुवात केली होती... आता त्यांच्या नंदुरबारच्या बंगल्यात जाधवकाका व नटवरसिंग दिमतीला होते, तर निशिकांतनं रामपूर वनक्षेत्राचा ताबा घेतला होता. डॉ. अंजली मात्र

निशिकांतच्या सोबतच राहणार होती.

सव्वीस जानेवारीच्या पूर्वसंधेला राष्ट्रपतींनी डॉ. समीरना 'पद्मविभूषण' नागरी पुरस्कारानं सन्मानित केलं होतं... आनंद पुन्हा द्विगुणित झाला होता. याच दरम्यान संचालक डॉ. पाबळकर निवृत्त झाले होते... त्यांचा जंगी सत्कार करण्यात आला... याचवेळी केंद्रानं संशोधन संस्थेच्या संचालकपदी डॉ. समीर ताटकऱ्यांची नेमणूक केली... आणि संस्थेत आनंद पसरला...

संचालक म्हणून पदभार स्वीकारताना डॉ. इला, डॉ. अंजली, निशिकांत व सोनवणे सोबत होतेच... डॉ. समीरचा सत्कार करण्यात आला. प्रत्येक जण त्यांच्याविषयी भरभरून बोलत होते. डॉ. पाबळकरांनीही मनोगत व्यक्त केलं... डॉ. समीर मनोगतात म्हणाले, "माझ्या उत्कर्षात संस्थेच्या प्रत्येक घटकाचा सहभाग असला तरी... माझं आयुष्य सुनील आणि वहिनीसाहेबांनी घडवलं, डॉ. इलांनी आयुष्याला आकार दिला... तर डॉ. अंजली व निशिकांतनं आयुष्यात रंग भरले...! जाधवकाकांचं पितृछत्र होते... ही मंडळी माझ्या आयुष्यातून वजा झाली तर मी शून्य होतो. वहिनीसाहेब व डॉ. इलाबद्दल काय सांगू... एकीनं आईसारखं सांभाळलं, तर दुसरीनं आयुष्याला चालना दिली... आणि सुनील माझा सखा... त्याच्याशिवाय हे आयुष्य, हे जीवन, कल्पनाही करवत नाही... म्हणून मी झपाटून लढलो... त्यालाच तुम्हा सर्वांची साथ मिळाली... अशीच साथ मला ही संशोधन संस्था पुढे नेण्यात हवी आहे." डॉ. समीरच्या भाषणाने सर्वच गहिवरले होते... टाळ्यांचा गजर झाला होता. डॉ. समीरचं अभिनंदन करून सर्वच बाहेर पडू लागले.

डॉ. समीरनी डॉ. पाबळकरांची सुप्रतिष्ठित शास्त्रज्ञ म्हणून लागलीच नेमणूक केली होती...

सगळेच बाहेर पडले... समाधानानं... डॉ. समीरनं, डॉ. इलांचा हात हातात घेतला... हळूहळू त्यांची पावले संचालकाच्या भव्य बंगल्याकडे पडत होती... दारात कार होती... सेवक होते... त्यांच्या मागे सोनवणे, वहिनीसाहेब व किरण होते, तर त्याही मागे निशिकांत व डॉ. अंजली चालत होते... नकळत दोघांचेही हात एकमेकांत गुंफले गेले होते... आयुष्याची गाठ आता पक्की झाली होती. जाधवकाका दुडक्या चालीनं हा प्रसंग डोळ्यांत साठवित होते... नटवरसिंग गाडीतूनच हे दृश्य आनंदानं पाहत होता.

त्याचवेळी सोनवण्यांचा मोबाइलचा एस.एम.एस.चा टोन वाजला. त्यांनी उघडला... मुख्यमंत्र्यांच्या पी.ए.नं संदेश पाठवला होता... अभिनंदन!... भावी आयुष्यासाठी... आणि या लढाईचा खरा जेम, चॅम, आंतरराष्ट्रीय ख्यातीचा शास्त्रज्ञ डॉ. समीर ताटकऱ्यांनाही त्यांच्या भावी आयुष्यासाठी व संशोधनासाठी शुभेच्छा

सांगा... ऑल दी बेस्ट...!''

सोनवण्यांनी हळूच स्मित केलं होतं... आणि वहिनीसाहेबांचा हात हातात घेऊन, डॉ. समीर व डॉ. इलाच्या बंगल्यात प्रवेश केला होता... प्रत्येकाचीच भविष्यातील दिशा आता ठरली होती आणि एकमेकांच्या साथीनं पुढे जायचं होतं...

◆